ഡോ. എം.കെ. ജയനേഷ്

കോറോത്ത് ജനനം. പയ്യന്നൂർ കോളേജിൽ നിന്ന് ബിരുദം. സംസ്കൃത സർവ്വ കലാശാലയിൽ നിന്ന് സോഷ്യൽവർക്ക് ബിരുദാനന്തര ബിരുദവും ഗാന്ധിഗ്രാം യൂണിവേഴ്സിറ്റിയിൽ നിന്ന് ഡോക്ടറേറ്റും നേടി. പയ്യന്നൂർ കോറോത്ത് താമ സിക്കുന്നു.

പുസ്തകങ്ങൾ: മഴവെള്ളക്കൊയ്ത്ത് (2003), പങ്കാളിത്താധിഷ്ഠിത സുസ്ഥിര വികസനം (2013), ചാവടിപ്പുരയിലെ നന്മമരങ്ങൾ (2015), വെള്ളം പ്രകൃതിയുടെ ആത്മാവ് (2017) തുളുനാട് – ദേശം ജനത സംസ്കാരം(2018) മുച്ചിലോട്ടുഭഗ വതി (2020), കോറോം സമരചരിത്രം (2021), ശ്രീ മുത്തപ്പൻ (2023)

ഭാര്യ: രമ്യ പി.വി., മക്കൾ: അഭിനവ്, തന്മയ

വിലാസം: പി.ഒ ചാലക്കോട്, കോറോം, പയ്യന്നൂർ – 670307

ഫോൺ: 8921038131, 8689921997 Email : jayaneshmk@gmail.com

Malayalam Language
Payyannur- Charithram, Samskaram
(History)
by
Dr. M.K. Jayanesh

◆

Published in April 2024
by Kairali Books Private Limited
Thalikkavu Road, Kannur.
Ph : 0497-2761200
Email : kairalibooksknr@gmail.com

◆

Cover Design
Prasanth Mangad

◆

13/24-25/Sl.No.1580/150/NS 18.6
ISBN 978-93-5973-439-2

പയ്യന്നൂർ

ചരിത്രം - സംസ്കാരം

ഡോ. എം.കെ. ജയനേഷ്

കൈരളി ബുക്സ്

പയ്യന്നൂരിനെക്കുറിച്ച് പഠിക്കുന്നതിന്
ക്രിയാത്മക നിർദ്ദേശം നൽകിയ പ്രിയപ്പെട്ട
ജി.ഡി. മാസ്റ്റർക്ക്

ഉള്ളടക്കം

അവതാരിക

പ്രാചീനകാലം മുതൽ തന്നെ കലാസാഹിത്യരംഗങ്ങളിൽ പേർപെറ്റ പ്രദേശമായിരുന്നു പയ്യന്നൂർ. പഴയ കാലത്തെ നാലു കഴകങ്ങളിൽ വടക്കുമാറി സ്ഥിതി ചെയ്യുന്ന പയ്യന്നൂർ കഴകത്തിന് നാട്ടുപുരാവൃത്ത ങ്ങളിൽ ചതുർഘടിയെന്നു പേരുണ്ടായിരുന്നു. ഭിന്നസംസ്ക്കാരങ്ങളുടെ സമ്മിശ്രം എന്നതാണ് പയ്യന്നൂരിന്റെ സവിശേഷത. ദക്ഷിണേന്ത്യയിലെ ദ്രാവിഡ സംസ്ക്കാരത്തിൽ ഉത്തരേന്ത്യയിൽ നിന്നും വിദേശങ്ങളിൽ നിന്നും വന്ന ദാർശനികരും മതചിന്തകരും കച്ചവടസംഘങ്ങളും വലി യ സ്വാധീനം ചെലുത്തി. ജൈനം, ബൗദ്ധം, ശൈവം, വൈഷ്ണവം, ശാക്തേയം, വൈദികം തുടങ്ങിയ ധാരകൾ നമ്മുടെ സംസ്ക്കാരത്തി ന്റെ ഭാഗമാണ്. പൗരാണിക കാലം തൊട്ടേ അറബികളും ചീനക്കാരും റോമക്കാരും മറ്റുമായി നമുക്കുണ്ടായിരുന്ന കച്ചവടബന്ധവും തുടർന്ന് യൂറോപ്യൻ ശക്തികളുമായുള്ള ബന്ധവും അവരുടെ അധിനിവേശവും നമ്മുടെ സംസ്ക്കാരത്തെ ആഴത്തിൽ സ്വാധീനിച്ചിട്ടുണ്ട്. ലോകത്തിന്റെ വിവിധ ഭാഗത്തിലേക്കുള്ള തുറന്ന വാതിലായിരുന്നു നമുക്ക് അറബിക്ക ടൽ, ഉത്തരകേരളത്തിന്റെ സാംസ്കാരിക ചരിത്രരൂപീകരണത്തിൽ പയ്യ ന്നൂർ വഹിച്ച പങ്ക് ചെറുതല്ല. പ്രാചീന കാലം തൊട്ടേ സമുദ്ര സഞ്ചാ രികൾക്ക് വഴികാട്ടിയായിരുന്ന ഏഴിമലയുടെ സമീപത്ത് വലിയ കപ്പലു കൾക്ക് പോലും വന്നടുക്കാവുന്ന സ്വാഭാവിക തുറമുഖങ്ങൾ ഉള്ളതാ യി സഞ്ചാരികൾ രേഖപ്പെടുത്തിയിട്ടുണ്ട്. ഈ പ്രദേശങ്ങളിൽ കെട്ടിയാ ടുന്ന തെയ്യങ്ങൾ മറ്റു രാജ്യങ്ങളുമായി നമുക്കുണ്ടായിരുന്ന കച്ചവടബ ന്ധവും അധിനിവേശവും വാചാലിൽ പറയാറുണ്ട്. ഈ പുസ്തകത്തിൽ ആദ്യ അധ്യായങ്ങളിൽ ഇത് സവിസ്തരം പ്രതിപാദിക്കുന്നുണ്ട്. പയ്യ ന്നൂരിന്റെ ചരിത്രം, വിവിധ സമൂഹങ്ങൾ ഭൂപ്രകൃതി എന്നിവ വിശദമാ ക്കുന്ന ആദ്യഭാഗങ്ങൾ ഏറെ ആകർഷകമാണ്. പുരാണങ്ങളിൽ പയ്യ ന്നൂർ ശ്രീ സുബ്രഹ്മണ്യസ്വാമി ക്ഷേത്രത്തിനെപ്പറ്റി പരാമർശമുണ്ട് സം സ്കാരം എന്ന ഭാഗത്ത് ക്ഷേത്രത്തെ വിശദമായി വിവരിക്കുന്നുണ്ട്. ക്ഷേ ത്രം നിർമ്മിച്ചതും, പ്രതിഷ്ഠ നടത്തിയതും ശ്രീ പരശുരാമനാണെന്ന് പുരാണങ്ങളിൽ പ്രതിപാദിച്ചിട്ടുണ്ട്. പ്രദേശിക ചരിത്ര രചനയിൽ ഒരു

ഗ്രന്ഥകർത്താവ് സൂക്ഷിക്കേണ്ട പ്രധാനപ്പെട്ട പലകാര്യങ്ങളും ഈ ചരി
ത്രരചനയിൽ ഉണ്ടെന്നത് ഏറെ സന്തോഷമാണ്. സംഘകാലത്ത് കൊൻ
കാനച്ചേരി എന്നു വിളിക്കപ്പെട്ട ഇന്നാട്ടിന് ഒമ്പതാം നൂറ്റാണ്ടോടു കൂടി
സ്ഥാപിക്കപ്പെട്ട പയ്യന്റെ (സുബ്രഹ്മണ്യൻ) ക്ഷേത്രനാമത്തിലാണ് പ
യ്യന്നൂരായതെന്ന് പറയുന്നു . മഹാഭാരതത്തിൽ പാണ്ഡവരോട് ഗർഗമ
ഹർഷി കോലത്തുനാടിനെപ്പറ്റി പറയുന്നതിനിടയിൽ സുബ്രഹ്മണ്യപു
രിയെയും അവിടുത്തെ പ്രസിദ്ധമായ സുബ്രഹ്മണ്യ ക്ഷേത്രത്തെപ്പറ്റി
യും പരാമർശിക്കുന്നുണ്ട്.പയ്യന്നൂർ പവിത്രമോതിരത്തെകുറിച്ചുള്ള പു
സ്തകത്തിലെ വിവരണം കേവലം ആഭരണങ്ങളെക്കാൾ ആ ജന സ
മൂഹത്തിന്റെ കൃത്യമായ ഒരു വിവരണം നൽകുന്നു. പഴയ കാലത്ത് പ
ല ഗ്രന്ഥങ്ങളിൽ നിന്നും പുരാവൃത്തങ്ങളുടെ മുഖങ്ങളിൽ നിന്നും സം
ഭരിച്ച വസ്തുതകളാണവ. ഗാന്ധിജിയെ അനുകരിച്ച് ചർക്കതിരിക്കുക
യും പരുക്കൻ ഖാദി ധരിക്കയും ചെയ്ത നാടാണിത്. നാടിന്റെ കേന്ദ്രം
കച്ചിൽ പട്ടണം അഥവാ കവ്വായി ആയിരുന്നു. ദൈവികവും മാനുഷി
കവുമായ മാഹാത്മ്യത്താൽ പുകൾപെറ്റ പ്രദേശം എന്നാണ് ചിറയ്ക്കൽ
ടി.ബാലകൃഷ്ണൻ നായർ പയ്യന്നൂരിനെ വിശേഷിപ്പിച്ചത്. ഈ പുസ്ത
കത്തിൽ ആദ്യ അധ്യായങ്ങളിൽ ഇത് സവിസ്തരം പ്രതിപാദിക്കുന്നു
ണ്ട്. പ്രാചീന മനുഷ്യന്റെ വികാസപരിണാമങ്ങൾ അടയാളപ്പെടുത്തു
ന്ന ചെങ്കല്ലുകളും പഴുതറകളും കുടക്കല്ലുകളും തൊപ്പിക്കല്ലുകളും ശി
ല്പങ്ങളും വിശദമായി തന്നെ ഈ പുസ്തകം ചർച്ച ചെയ്യുന്നുണ്ട് അ
ടിമവ്യവസ്ഥയും അടിമവ്യാപാരവും ഈ പ്രദേശങ്ങളിൽ നിലനിന്നിരു
ന്നു. ജാതിവ്യവസ്ഥയിൽ ഏറ്റവും അടിത്തട്ടിലുള്ളവരെ വാങ്ങുകയും
വില്ക്കുകയും ചെയ്യുന്ന പതിവുണ്ടായിരുന്നു. കാരിഗുരുക്കൾ-പുലിമറ
ഞ്ഞ തൊണ്ടച്ചൻ എന്ന തെയ്യത്തിന്റെ പുരാവൃത്തത്തിൽ ഇക്കാര്യം പ
രാമർശിക്കുന്നു. തെയ്യവും തെയ്യക്കാവും നൂറ്റാണ്ടുകളായി ഇന്നാട്ടിലെ
ജനതയുടെ സദാചാരബോധത്തെയും സാംസ്കാരിക ജീവിതത്തെയും
സാധ്യമാക്കിത്തീർത്ത ശക്തിസ്രോതസ്സുകളായിരുന്നു. എല്ലാം കാണു
ന്ന ആ മഹാശക്തിയുടെ നിഗ്രഹാനുഗ്രഹശേഷികളെക്കുറിപ്പ് കേട്ടു പ
രിചയിച്ച കഥകൾ അവനെ ധാർമ്മിക ജീവിതം നയിക്കാൻ പ്രേരിപ്പിച്ചി
രുന്നു. കാവുകളും ക്ഷേത്രങ്ങളുമായി ഇവിടത്തെ ജനജീവിതം ചേർ
ന്നുനിന്നിരുന്നു. ആദികാലത്ത് മരുമക്കത്തായ സമ്പ്രദായമാണെങ്കിലും
ക്രമേണ അത് മാറി. മരുമക്കത്തായം എങ്ങനെ പയ്യന്നൂരിൽ എത്തിയെ
ന്നും അത് ഏതുവിധേനയുമാണ് ആചരിക്കുന്നതെന്നും സംസ്കാരം
എന്ന ഭാഗത്ത് വിശദമായി വിവരിക്കുന്നുണ്ട്. മലയാളഭാഷയിൽ ആദ്യ

ത്തെ സ്വതന്ത്രകൃതി ഏതാണെന്നു ചോദിച്ചാൽ ഉത്തരം പയ്യന്നൂർ പാട്ട് എന്നു തന്നെയാണ്. ആ പയ്യന്നൂർ പാട്ടിനെ കുറിച്ചും അതിന്റെ കാല ഘട്ടത്തെ കുറിച്ചും ഇതിൽ വിശദമായി പ്രതിപാദിക്കുന്നുണ്ട്. പയ്യന്നൂരി ന്റെ ഗതകാല സംസ്കാരത്തെ തിരിച്ചറിയുന്നതിൽ സഹായകരമായി തീർന്നിട്ടുള്ള ഒന്നാണ് പയ്യന്നൂർ പാട്ട് എന്ന പേരിൽ പയ്യന്നൂരിലും സ മീപ പ്രദേശങ്ങളിലും കാലാകാലങ്ങളായി വാമൊഴിയായി പ്രചാരത്തി ലിരിക്കുന്ന ഗാനസൂക്തങ്ങൾ. ഒരിടത്തും രേഖപ്പെടുത്തൽ ഉണ്ടാകാതെ തീർത്തും വാമൊഴിയായി മാത്രം തലമുറകളിലൂടെ കൈമാറി വരിക യായിരുന്ന പയ്യന്നൂർ പാട്ടുകൾ ശേഖരിച്ചു, ക്രോഡീകരിച്ചു പ്രസിദ്ധീ കരിക്കാൻ മുൻകൈ എടുത്ത് പണ്ഡിതനായിരുന്ന ഹെർമൻ ഗുണ്ടർ ട്ട് ആണ്. ആറേഴു നൂറ്റാണ്ടു മുൻപ് പയ്യന്നൂരിലുണ്ടായിരുന്ന വിശിഷ്ട മായ നാഗരികതയെ പാട്ടിൽ തെളിഞ്ഞുകാണാം. പതിനാറ് ബ്രാഹ്മണ കുടുംബക്കാരെയാണ് പയ്യന്നൂർ ഗ്രാമത്തിന്റെ അവകാശികളായി കണ ക്കാക്കിയിരുന്നത്. ഇതര ബ്രാഹ്മണരിൽ നിന്ന് വ്യത്യസ്ത പുലർത്തിയ ഇവരെ നമ്പിടികൾ എന്ന് വിളിച്ചിരുന്നു. ഇല്ലങ്ങളിൽ പ്രായപൂർത്തിയാ യ പുരുഷനെ അമ്മോൻ എന്ന് സംബോധനം ചെയ്യുന്ന പതിവുണ്ടായി രുന്നു. തെയ്യക്കോലങ്ങൾ ഇപ്പോഴും വരവിളി മുഴക്കുമ്പോൾഞാനും എ ന്റെ അമ്മോനും എന്ന് പറഞ്ഞുവരുന്നുണ്ട്. പയ്യന്നൂർ ജനത എന്ന അ ധ്യായത്തിൽ ഈ വിവിധ സമൂഹങ്ങളെക്കുറിച്ച് പറയുന്നുണ്ട്. ശിലാലി ഘിതങ്ങളും നരിയൻ കണ്ണൻ രേഖകളും എരമം രേഖകളും ചരിത്രരച നയുടെ ഭാഗങ്ങളാകുന്നുണ്ട്. ഇതിൽ നരിയൻ കണ്ണൂർ രേഖകൾ ഒരു കാലഘട്ടത്തിലെ തുളു രാജവംശത്തെക്കുറിച്ചും കച്ചവട സംഘങ്ങളെ ക്കുറിച്ചും പ്രതിപാദിക്കുന്നുണ്ട്. അന്നത്തെ ഭാഷയും പ്രയോഗങ്ങളും മ നസിലാക്കാൻ സാധിക്കുന്നു എന്നത് പയ്യന്നൂരിന്റെ ചരിത്ര രചനയിലെ ഒരു നാഴികകല്ലാണ്. അത് യഥാവിധി സംരക്ഷിക്കുന്നു എന്നതും ഏ റെ ശ്രദ്ധേയമാണ്. ഇതിൽ പയ്യന്നൂരിലെ സമൂഹത്തെക്കുറിച്ച് പറയുന്ന ഭാഗങ്ങളിൽ ആദിമ ഗോത്രങ്ങളെക്കുറിച്ച് പറയുന്നുണ്ട്. അത് ഫോക് ലോർ വിദ്യാർത്ഥികൾക്ക് ഏറെ പ്രയോജനം ചെയ്യുമെന്ന് ഞാൻ വിശ്വ സിക്കുന്നു. മാവിലന്മാരെ കുറിച്ചും പുലയരെ കുറിച്ചും പറയുന്ന ഭാഗ ങ്ങളിൽ തെയ്യത്തിന്റെ പട്ടോലയും തോറ്റം പാട്ടിലെ വരികളുപയോഗി ച്ച് രചന നടത്തിയത് ഏറെ ആകർഷകമായി തോന്നി. അതുപോലെ പയ്യന്നൂരിലെ ചരിത്ര പുരുഷന്മാരെക്കുറിച്ച് പറയുന്ന ഭാഗങ്ങളിൽ കുറ ച്ചു കൂടെ ഗവേഷണം നടത്തി വിട്ടുപോയ പേരുകൾ കണ്ടെത്തി ചേർ ക്കേണ്ടതായിരുന്നു. പരിയാരത്തിനു സമീപത്തായിക്കാണുന്ന കൊട്ടില

എന്ന സ്ഥലത്തിന് ആ പേര് ലഭിച്ചത് ഒരു കാലത്ത് അവിടെ നന്നന്റെ ആനക്കൊട്ടിൽ സ്ഥിതി ചെയ്തിരുന്നു എന്നുള്ളതുകൊണ്ടാകാം. മാടാ യി, കവ്വായി, പയ്യന്നൂർ, കൊക്കാനിശ്ശേരി, പരിയാരം, പെരിങ്ങോം തുട ങ്ങിയ പ്രദേശങ്ങളെല്ലാം നന്നൻ എന്ന രാജാവിന്റെ തലസ്ഥാനമായിരു ന്നു. ഏഴിൽ എന്നാൽ ഭംഗിയുള്ള എന്നാണർത്ഥമെന്നും അതിനാൽ ഭം ഗിയുള്ള മല എന്ന അർത്ഥത്തിൽ ഏഴിൽ മല എന്നാണ് യഥാർത്ഥ പേ രെന്നും പറയുന്നത്. പയ്യന്നൂരിന് എങ്ങനെയാണ് വ്യത്യസ്ഥങ്ങളായ പേ ര് ലഭിച്ചത് എന്ന് സ്ഥലനാമചരിത്രത്തിൽ വിശദമാക്കുന്നുണ്ട്. സംഘ കാലസാഹിത്യത്തിൽ പ്രശസ്തമായറിയപ്പെടുന്ന പ്രദേശമാണ് കൊൺ കാനം. കാനത്തോടു അതായത് പുഴയോട് ചേർന്ന പ്രദേശമാണത്. കൊൺ കാനമെന്ന നാട്ടിന്റെ ആസ്ഥാനമായ കൊൺകാനം പിന്നീട് കൊക്കാ നിശ്ശേരിയും ആയിത്തീർന്നു. ബ്രാഹ്മണരൊഴിച്ചുള്ള സമുദായക്കാരോട് മരുമക്കത്തായം ആചരിക്കണമെന്ന് പരശുരാമൻ നിർദ്ദേശിച്ചപ്പോൾ പയ്യ ന്നൂർ ഗ്രാമക്കാരായ ശൂദ്രർ തങ്ങൾ മരുമക്കത്തായം സ്വീകരിക്കണമെ ങ്കിൽ ബ്രാഹ്മണർ കൂടി അതു സ്വീകരിക്കണമെന്ന് തർക്കം പറഞ്ഞു. അതനുസരിച്ച് പയ്യന്നൂർ ഗ്രാമക്കാരായ ബ്രാഹ്മണർകൂടി മരുമക്കത്താ യം ആചരിക്കണമെന്ന് പരശുരാമൻ നിർദ്ദേശിച്ചു. തന്റെ കൽപ്പന അ നുസരിച്ചവരുടെ നാടെന്ന നിലയിൽ പരശുരാമന്റെ അനുഗ്രഹം നേടിയ പ്രദേശമായി പയ്യന്നൂർ മാറിയെന്നും സംസ്കാരം എന്ന ഭാഗത്ത് വിശദ മായി വിവരിക്കുന്നുണ്ട്. കവ്വായി കായലിനു സമീപം വലിയ ഒരു കെട്ടി ടമുണ്ടായിരുന്നതായും കവ്വായിൽ അന്ന് മുസ്ലീംങ്ങളായ വ്യാപാരികളാ യിരുന്നു താമസിച്ചിരുന്നത്. അവിടെ ഒരു ഡച്ച് ഫാക്ടറി പ്രവർത്തിച്ചി രുന്നെന്നും പിന്നീട് അത് ഇംഗ്ലീഷുകാർ കൈക്കലാക്കിയിരുന്നു എന്ന് രേഖപ്പെടുത്തിയിട്ടുണ്ട്. കൊങ്കണത്ത് ധാരാളം സ്വർണ്ണപണിക്കാരുണ്ടാ യിരുന്നെന്നും അവിടെ വിശേഷപ്പെട്ട ഒരു മോതിരം നിർമ്മിച്ചിരുന്നു എ ന്നും സി.എസ് ഇന്നസിന്റെ കത്തുകളിൽ എഴുതിയിട്ടുണ്ട്. ഇത് ആധു നിക ദേശചരിത്ര രചനയിലെ പ്രധാനപ്പെട്ട ഒരു ഏടാണ്. ജന്മി-നാടുവാ ഴിത്തത്തിന്റെ ഇരുണ്ട അകത്തളങ്ങളിൽ നിന്ന് മനുഷ്യസാഹോദര്യത്തി ന്റെ പച്ചപ്പിലേക്ക് കേരളത്തോടൊപ്പം ഈ നാടും നടന്നു കയറിയത് വി സ്മയിപ്പിക്കുന്ന കാഴ്ചയാണ്. സ്വാതന്ത്ര്യസമര ചരിത്രത്തിലെ രണ്ടാം ബർദോളി എന്നറിയപ്പെട്ടിരുന്ന നാടായിരുന്നു പയ്യന്നൂർ. പയ്യന്നൂരിന്റെ ഉജ്ജ്വലമായ ഭൂതകാലചരിത്രം പകർത്തുകയാണ് ഈ പുസ്തകം. ഭാര തീയ സ്വാതന്ത്ര്യ സമര ചരിത്രവുമായി വളരെ ബന്ധമുള്ള സ്ഥലം കൂ ടിയാണ് പയ്യന്നൂർ. മഹാത്മാ ഗാന്ധിയുടെ പാദസ്പർശമേറ്റിട്ടുള്ള പയ്യ

ന്നൂരിൽ നിരവധി സ്വാതന്ത്ര്യസമര പരമ്പരകൾ അരങ്ങേറിയിട്ടുണ്ട്. ആ ഭാഗത്ത് ഗ്രന്ഥകർത്താവിന് കൂടുതൽ വിവരണം നല്കേണ്ടിയിരുന്നു എന്ന് ഈ പുസ്തകത്തിന്റെ ഒരു പരിമിതിയായി തോന്നിയിട്ടുണ്ട്. 1928 മെയ് 25 മുതൽ 27 വരെ സ്വാതന്ത്ര്യ സമരവുമായി ബന്ധപ്പെട്ട ഒരു മ ഹാസമ്മേളനം പയ്യന്നൂരിൽ സംഘടിപ്പിക്കുകയുണ്ടായി. ജവഹർലാൽ നെഹ്റു സന്നിഹിതനായിരുന്ന പ്രസ്തുത സമ്മേളത്തിന്റെ പ്രധാന ചർ ച്ചാ വിഷയം പൂർണ സ്വരാജ് എന്നതായിരുന്നു. നെഹ്റുവിനു പുറമെ മ ഹാകവി വള്ളത്തോൾ, മന്നത്ത് പദ്മനാഭൻ, ചങ്ങനാശ്ശേരി, പരമേശ്വ രൻ പിള്ള, വരദരാജ നായിഡു തുടങ്ങിയ പ്രമുഖരും സമ്മേളന പരമ്പ രകളിൽ പങ്കെടുത്തിരുന്നു. തുടർന്ന് ദേശീയ പ്രസ്ഥാനത്തിന്റെ ഒരു പ്ര ധാന കേന്ദ്രമായി പയ്യന്നൂർ മാറിയ കാഴ്ചയ്ക്കാണ് ചരിത്രം സാക്ഷ്യം വഹിച്ചത്. സാംസ്കാരിക വൈജാത്യം കൊണ്ടും സ്വാതന്ത്ര്യ സമര പ രമ്പരകൾ കൊണ്ടും സ്വദേശാഭിമാനികളുടെ വീരോജ്വലമായ പ്രവർത്ത നങ്ങൾ കൊണ്ടും ചരിത്ര പ്രാധാന്യമുള്ള സ്ഥലമായ പയ്യന്നൂർ, ഇന്നി പ്പോൾ നിരവധി വ്യാപാര സ്ഥാപനങ്ങൾ തിങ്ങി നിറഞ്ഞ പട്ടണമായി രൂപാന്തരപ്പെട്ടിരിക്കുന്നു. പയ്യന്നൂരിന്റെ പുരാതന ചരിത്രമാണ് ഇതിൽ കൂടുതൽ പ്രതിപാദിക്കുന്നത്. ഇത് ഒന്നാം ഭാഗമായാണ് പ്രസിദ്ധീകരി ക്കുന്നത് എന്നാണ് ഗ്രന്ഥകർത്താവിൽ നിന്ന് അറിയാൻ കഴിഞ്ഞത്. രാ ഷ്ട്രീയ ചരിത്രം പറയുന്ന രണ്ടാം ഭാഗത്തിന്റെ പൂർത്തീകരണം നടന്ന് കൊണ്ടിരിക്കുന്നു എന്നറിയുന്നത് ഏറെ സന്തോഷകരമാണ്. പ്രാദേശിക ചരിത്ര രചന ഈ കാലഘട്ടത്തിന്റെ ആവശ്യകതയാണ്. അത് ഏറെ ശ്രമകരവുമാണ്. ഈ പുസ്തകം ചരിത്രാന്വേഷികൾക്ക് ഏറെ പ്രയോ ജനപ്പെടും എന്നത് സന്തോഷകരമായ കാര്യമാണ്. എല്ലാവിധ ഭാവുക ങ്ങളും നേരുന്നു.

ഡോ. എം. എ. സുധീർ

പ്രസ്താവന

സുബ്രഹ്മണ്യ എന്ന പയ്യന്റെ വരവോടെയാണ് പയ്യന്നൂർ എന്ന നാമ ബോധമുണ്ടായത്. നാടിനും നാട്ടുകൂട്ടത്തിനും നാനാദേശിക്കും നടുനാ യകനായി പയ്യന്നൂർ പെരുമാൾക്ക് ദീപവും തിരിയും കെടാതിരിക്കത്ത ക്കവണ്ണം അന്നു ഭാർഗ്ഗവരാമൻ ഉരിയാടിപ്പറഞ്ഞ വാക്കു വിശ്വാസത്തി ന് നീക്കം വരാതവണ്ണം എന്റമ്മോനും പെരുമാൾക്കും ചതുർഘടിക്കെ ത്ത് സൗഖ്യം തന്നെയല്ലേ തെയ്യം ഉരിയാടി പറയുന്ന ഈ വാക്കുകൾ പയ്യന്നൂരിന്റെ ചരിത്രത്തിലേക്ക് വഴികാട്ടുന്നവയാണ്. പയ്യന്നൂരിന്റെ പ്രാ ചീന ചരിത്രത്തിലേക്കു വെളിച്ചം വീശുന്ന പല വസ്തുതകളും പയ്യ ന്നൂർ പാട്ടിലുണ്ട്. ഈ പുസ്തകരചനയ്ക്ക് കാരണക്കാരനായതും പയ്യ ന്നൂരിനെ കുറിച്ച് പഠിക്കാനുള്ള ശ്രമത്തിന് ആവശ്യമായ ക്രായത്മക നിർദേശങ്ങൾ നൽകിയതും ജി ഡി മാഷാണ്. അതിനാൽ മാഷിന് സ്നേഹത്തോടെ ഏറെ ആദരവോടെ ഈ പുസ്തകം സമർപ്പിക്കുന്നു. പയ്യന്നൂർ പാട്ടും സഞ്ചാരകൃതികളും പഠിക്കാൻ എല്ലാവിധ സഹായങ്ങ ളും ചെയ്ത് തന്ന പ്രിയപ്പെട്ട പയ്യന്നൂർ കുഞ്ഞിരാമൻ മാസ്റ്ററോടുള്ള നന്ദി ഇവിടെ രേഖപ്പെടുത്തുന്നു. ശ്രീ വാണിദാസ് എളയാവൂരിന്റെ വട ക്കൻ ഐതിഹ്യമാല ശ്രീ. ചിറക്കൽ ടി. ബാലകൃഷ്ണൻ നായരുടെ കേരള ഭാഷാഗാനങ്ങൾ എന്നിവയിലെ പല നിരീക്ഷണങ്ങളും പയ്യന്നൂ രിന്റെ ചരിത്ര രചനയിൽ ഉപയോഗിച്ചിട്ടുണ്ട്. ചരിത്രാതീതകാലം മുതൽ പയ്യന്നൂർ പ്രദേശത്തിന് വിവിധ വിദേശരാജ്യങ്ങളുമായി ബന്ധങ്ങളുണ്ടാ യിരുന്നു. ചൈന, അറേബ്യൻ രാജ്യങ്ങൾ, എന്നിവിടങ്ങളുമായുള്ള വ്യാ പാരബന്ധങ്ങൾ പല ചരിത്രരേഖകളിലും സഞ്ചാരകൃതികളിലും വ്യ ക്തമാക്കിയിട്ടുള്ളതാണ്. പയ്യന്നൂരിനെക്കുറിച്ചുള്ള ചരിത്രപരമായ കാ ര്യങ്ങൾ പറഞ്ഞുതന്ന ഫോക്ലോറിന്റെ കുലപതി ഡോ. ആർ.സി. കരിപ്പത്ത് മാഷിനോട് നന്ദി രേഖപ്പെടുത്തുന്നു. ഈ സഞ്ചാരകൃതിയെ അടിസ്ഥാനമാക്കിയുള്ള സോവനീറുകളുടെ രചനയ്ക്കിടയിലാണ് പയ്യ ന്നൂരിനെക്കുറിച്ചുള്ള പലകാര്യങ്ങളും പഠിക്കാൻ അവസരം ലഭിച്ചത്. കർണ്ണമൂർത്തി, വി.കെ അനിൽകുമാർ, കെ. കെ. എൻ. കുറുപ്പ്, രാഘ വൻ പയ്യനാട്, ഡോ. ഇ. ശ്രീധരൻ എന്നിവരോടുള്ള ഹൃദയം നിറഞ്ഞ നന്ദി ഈ അവസരത്തിൽ അറിയിക്കുന്നു. പഴയകാലത്ത് പയ്യന്നൂർപ

ട്ടണം കവ്വായി ആയിരുന്നുവെന്ന് പഴയകാല പോസ്റ്റു കവറുകൾ സാ
ക്ഷ്യം വഹിക്കുന്നു. കവ്വായിൽ നിന്ന് കൊക്കാനിശ്ശേരിയിലേക്ക് ഒരു
പുഴ ഉണ്ടായിരുന്നു ആ പുഴയിലൂടെ കപ്പലോടിച്ച് വന്ന് ചന്തയിൽ നിന്ന്
ആവശ്യമുള്ള അരിയും ആയുധങ്ങളും വാങ്ങിയതായി പറയുന്നു. 1970ൽ
അലക്സ് കെ കുര്യൻ അദ്ദേഹത്തിന്റെ ഏതോ പൂർവ്വീകർ എഴുതിയ
കുറിപ്പിന്റെ അടിസ്ഥാനത്തിൽ മലബാർ ചരിത്ര പുസ്തകത്തിൽ എഴു
തിയിട്ടുണ്ട്. പയ്യന്നൂരിന്റെ പ്രാചീന ചരിത്രം പഠിക്കുന്നതിന്റെ ഭാഗമായി
ശേഖരിച്ച വിവരങ്ങളാണ് ഇവിടെ പങ്കുവെയ്ക്കുന്നത്. ചരിത്രരേഖക
ളും മറ്റും സൂക്ഷ്മമായി നിരീക്ഷിച്ചത് അതിന് കാരണക്കാരനായത്
ശ്രീ. ചിറക്കൽ ടി. ബാലകൃഷ്ണൻ നായരാണ്. അദ്ദേഹത്തിന്റെ പല
നിരീക്ഷണങ്ങളും ഈ പുസ്തകരചനയിൽ ഉപയോഗിച്ചിട്ടുണ്ട്. കാപ്പാട്
എത്തുന്നതിന്മുമ്പ് വാസ്കോഡിഗാമ ഏഴിമലയിലും കവ്വായിലും കപ്പൽ
നിർത്തിയതായി ചരിത്രരേഖകൾ പറയുന്നു. പരേതനായ ടി.കെ.കെ പൊ
തുവാൾ അദ്ദേഹത്തിന്റെ ഏഴിൽമലയും പയ്യന്നൂർപ്പാട്ടും എന്ന ഗ്രന്ഥ
ത്തിൽ അഭിപ്രായപ്പെടുന്നു. പയ്യന്നൂരിലും പരിസര പ്രദേശങ്ങളിലും പ
ല കാലയളവിലായി കുടിയേറി വന്ന ജാതി സമൂഹങ്ങളാണ് സാമൂഹ്യ
പ്രക്രിയയെ സ്വീധീനിച്ച മറ്റൊരു പ്രധാന ഘടകം. ചില വാചാലുകളി
ലും മിത്തുകളിലും ഇവ കാണുന്നു.ഇതിൽ പ്രതിപാദിക്കുന്ന പലതും
അവിടുത്തെ ആചാരസ്ഥാനികരും, കലാകാരന്മാരും പകർന്നുതന്ന
അറിവുകളാണ്. പയ്യന്നൂരിന്റെ പ്രാചീന ചരിത്ര പഠനത്തിൽ ഏറ്റവും
കൂടുതൽ അറിവു പകർന്നുതരികയും നിർദ്ദേശങ്ങൾ നല്കുകയും ചെ
യ്ത മലയാളസിനിമയുടെ പ്രിയപ്പെട്ട മുത്തച്ഛൻ ഉണ്ണികൃഷ്ണൻ നമ്പൂ
തിരിയെ നന്ദിയോടെ സ്മരിക്കുന്നു. സിനിമാനടന്റെ പ്രശസ്തിയിലേക്ക്
നീങ്ങുമ്പോഴും പയ്യന്നൂരിന്റെ ചരിത്ര അനുഭവങ്ങൾ അദ്ദേഹം പങ്കു
വെച്ചിരുന്നു. പെരുമ്പപ്പുഴതൊട്ടു പുതുപട്ടണം വരെയുള്ള സ്ഥലത്തെ
യാണ് മൂഷക രാജ്യമായി കേരളോത്പത്തി പറയുന്നത്. കേരളോത്പ
ത്തിയെക്കുറിച്ച് പഠിക്കാനുള്ള ശ്രമത്തിന് ആവശ്യമായ നിർദ്ദേശങ്ങൾ
നൽകിയ കുഞ്ഞിമംഗലത്തെ വൈ.വി കണ്ണൻ മാഷിനും നാരായണ
ഹെബ്ബാർസാറിനും നന്ദി രേഖപ്പെടുത്തുന്നു. പയ്യന്നൂരിന്റെ പ്രാചീന ചരി
ത്ര പഠനത്തിൽ ഏറ്റവും കൂടുതൽ അറിവു പകർന്നുതരുകയും ഓരോ
അധ്യായങ്ങൾക്ക് വേണ്ട ക്രിയാത്മക നിർദ്ദേശങ്ങളും നല്കിയ ടി. കു
ഞ്ഞിരാമൻ മക്ലികോടിന് നന്ദി എത്ര പറഞ്ഞാലും മതിവരില്ല. പഠന
ത്തിന് ശാസ്ത്രീയമായ അടിത്തറ ഉണ്ടാക്കി തന്നത് കുമാരൻ വയയലേ
രി സാറാണ്. പയ്യന്നൂരിന്റെചരിത്രം എന്നാൽ പ്രാഥമികമായും പ്രാദേ

ശികചരിത്രമാണ്. ആവശ്യമായ നിർദേശങ്ങൾ നൽകിയ ജയന്ത പാട്ടാ ളിക്കും പ്രിയപ്പെട്ട എന്റെ ഗുരുനാഥൻമാരായ ഉദയഭാനു സാറിനും സി.വി വിനോദ് കുമാറിനും നന്ദി രേഖപ്പെടുത്തുന്നു. പയ്യന്നൂരിന്റെ ചരിത്രപു സ്തകങ്ങൾ അനുവദിച്ച് തന്ന കോറോം രക്തസാക്ഷി വായനശാല, കൂർക്കരയിലെ മൊടത്തറ ഗോവിന്ദൻ നമ്പ്യാർ സ്മാരക വായനശാല, കാനായി ദേശോദ്ധാരണ വായനശാല, മണിയറ അഴീക്കോടൻ സ്മാര ക വായനശാല, കാനായി എ.കെ.ജി. സ്മാരക വായനശാല, മുത്തത്തി യുവജന വായനശാല, പരവന്തട്ട തായാട്ട് സ്മാരക വായനശാല, കൊ ക്കോട് പി.വി.കെ. നമ്പൂതിരി സ്മാരക വായനശാലകളോട് നന്ദി രേഖ പ്പെടുത്തുന്നു. സംസ്കൃതസർവ്വകലാശാലയിലെ സോഷ്യൽ വർക്ക് വിഭാ ഗത്തിലെ പ്രിയപ്പെട്ട എന്റെ ഗുരുനാഥ എ.അനിത ഡിപ്പാർട്ടുമെന്റിലെ വിദ്യാർത്ഥികൾ എന്നിവർക്കും പയ്യന്നൂരിനെക്കുറിച്ച് പഠിക്കാനുള്ള ശ്രമ ത്തിൽ ആത്മാർത്ഥമായി സഹായിച്ച സെന്റ് ജോസഫ് കോളേജ് പി ലാത്തറയിലെ സോഷ്യൽവർക്ക് ഡിപ്പാർട്ടുമെന്റിലെ കുട്ടികൾ എന്നി വർക്കും ആത്മാർത്ഥമായി നന്ദി രേഖപ്പെടുത്തുന്നു. ഇതിന്റെ പ്രസാ ധനം നിർവഹിച്ച കൈരളി ബുക്സിനേയും അവതാരിക എഴുതിയ ഡോ. എം.എ. സുധീർ സാറിനേയും നന്ദിയോടെ ഓർക്കുന്നു.

ഡോ: എം. കെ. ജയനേഷ്

അധ്യായം 1
പയ്യന്നൂർ ചരിത്രം, ഭൂപ്രകൃതി

പയ്യന്നൂർ ചരിത്രപശ്ചാത്തലം

പയ്യന്നൂർ എന്ന പേരിന്റെ നിഷ്പത്തിയെക്കുറിച്ച് പല വാദങ്ങൾ നിലവിലുണ്ട്. ശ്രീ സുബ്രഹ്മണ്യ സ്വാമി ക്ഷേത്രത്തിന്റെ ഉത്ഭവ ത്തോട്കൂടി പയ്യന്റെ ഊര് എന്ന അർത്ഥത്തിലാണ് പയ്യന്നൂ രന്നാണ് പറയപ്പെടുന്നത്. രാമന്തളി, കരിവെള്ളൂർ, പെരളം, കാങ്കോൽ, ആലപ്പടമ്പ്, പെരിങ്ങോം, വയക്കര, എരമം, കൂറ്റൂർ എന്നീ പ്രദേശങ്ങൾ ചേർന്നതാണ് പഴയ പയ്യന്നൂർ. സംഘകാലരാജാ വാണ് പഴെയൻ, പഴെയന്റെ ഊരാണ് പയ്യന്നൂർ ആയതെന്നാണ് ഡോ. എം.ജി.എസ് നാരായണൻ പറയുന്നത്. പയ്യന്നൂർ അടങ്ങിയ പ്രദേശങ്ങൾ അക്കാലത്ത് സംഘ രാജവംശത്തിന്റെ കീഴിലായിരു ന്നു. സംഘകാലത്തെ പഴംപാട്ടുകളിൽ പാഴി, പാരം, കൊങ്കാനം, എന്നീ പ്രദേശങ്ങളെ സൂചിപ്പിക്കുന്നുണ്ട്. എന്നാൽ അന്നൂരിനോട് പൈ എന്നൊരു വിശേഷണം ചേർന്നാണ് പയ്യന്നൂർ ഉണ്ടായ തെന്ന ഒരു വാദഗതിയും നിലവിലുണ്ട്. അന്നൂർ എന്നതിന് അന്നം വിളയുന്ന ഊര് എന്നൊരു വ്യാഖ്യാനം ചിറക്കൽ ടി. ബാലകൃ ഷ്ണൻ നായർ നൽകിയിട്ടുണ്ട്. സുപ്രസിദ്ധമായ പയ്യന്നൂർപാട്ടിൽ പഴെന്നൂർ എന്നാണ് പയ്യന്നൂരിന് നാമം കല്പിച്ചുകാണുന്നത്. കപ്പൽ നിർമ്മിച്ച് കടലിലിറക്കി അന്യദേശങ്ങളുമായി കച്ചവടം നട ത്തുന്ന ഒരു പ്രബല സംഘം പയ്യന്നൂരും പരിസരത്തും ഉണ്ടായി രുന്നെന്നാണ് പാട്ടിൽ നിന്നു ലഭിക്കുന്ന വിവരം. പയ്യന്നൂർ പാ ട്ടിലെ കച്ചിൽ പട്ടണം കവ്വായി ആണ് എന്നൊരു വാദഗതിയും നിലവിലുണ്ട്. പൂവട്ടണത്ത് നിർത്തി ധാരാളം അരികയറ്റി എന്ന് പയ്യന്നൂർ പാട്ടിൽ പറയുന്നുണ്ട്. ഇന്നത്തെ പഴയങ്ങാടിയാണോ ഈ പൂവട്ടണം എന്ന് സംശയിക്കേണ്ടിയിരിക്കുന്നു. പയ്യന്നൂരിലെ

പ്രധാനസ്ഥലമായ കൊക്കാനിശ്ശേരി കൊങ്കാനം എന്ന പ്രാചീനന ഗരമാണെന്ന് തെയ്യത്തിന്റെ സാഹിത്യത്തിലും വാചാലിലും വ്യക്ത മായി വിവരിച്ചു കാണുന്നുണ്ട്. പയ്യന്നൂർ പ്രദേശത്ത് മലയോര മേഖലയിൽ നിന്ന് വലിയ വലിയ മരങ്ങൾ കൊണ്ടുവന്ന് റെയിൽവെ സ്ലീപ്പർ ഉണ്ടാക്കാൻ ഉപയോഗിച്ചിരുന്നതായി റെയിൽവെയുടെ ചരിത്രത്തിൽ പറയുന്നുണ്ട് മരങ്ങൾ റെയിൽവെ സ്റ്റേഷന്റെ കിഴക്ക് ഭാഗത്ത് പുഴയിൽ സൂക്ഷിച്ചിരുന്നു എന്നും പിന്നീട് പുഴ ഗതി തിരിച്ച് വിട്ട് പൂർണ്ണമായും കരപ്രദേശമാക്കി റെയിൽവെ ഉപയോഗിച്ചു എന്നാണ് ചരിത്രം അത് പയ്യന്നൂർ പാ ട്ടിലെ പുഴയുടെ നാശത്തിന് തന്നെ കാരണമായി എന്ന് വി.കെ കുഞ്ഞിരാമൻ സൂചിപ്പിക്കുന്നുണ്ട്.പയ്യന്നൂർ പുഴയുടെ തീരത്ത് കപ്പൽ നിർമ്മാണവുമായി ബന്ധപ്പെട്ട തച്ചൻമാർ ഉണ്ടായിരുന്നു. ഇവരെ തുളുനാട്ടിൽ നിന്നാണ് കോലത്തിരി കൊണ്ട് വന്നത് എന്ന് കമ്മാളരുടെ ചരിത്രത്തിൽ പറയുന്നുണ്ട്.മലബാർ കലക്ടർ സി. എസ് ഇന്നസിന്റെ പുസ്തകത്തിൽ അന്നത്തെ പയ്യന്നൂരിനെ കുറിച്ച് പറയുന്നുണ്ട് കോവിൽ പാമ്പിൻ വിഷത്തിന് ചികിത്സ നല്കിയി രുന്നെന്നും പ്രത്യേക മരുന്നുകൾ വിഷചികിത്സക്ക് ഉപയോഗിച്ച തൊക്കെ ഇന്നാസ് എഴുതിയിട്ടുണ്ട്. അദ്ദേഹം സുഹൃത്തുക്കൾക്ക് എഴുതിയ കത്തിൽ പയ്യന്നൂർ പ്രദേശത്ത് നിലനിന്നിരുന്ന ദുരാചാ രങ്ങൾ വിവരിക്കുന്നുണ്ട്. ഉയർന്ന ജാതിയിൽ പെട്ടവർ സ്ത്രീകളെ വിവിധ തരത്തിൽ ചൂഷണം ചെയ്തിരുന്നു.സ്ത്രീകളോടും സമൂഹം കാണിച്ചിരുന്ന വിവേചനത്തെ കുറിച്ച് ഇന്നസ് വിശദമായി എഴു തിയിട്ടുണ്ട്.   പയ്യന്നൂർ മറ്റ് വിദേശരാജ്യങ്ങളുമായി നല്ല രീതിയി ലുള്ള കച്ചവടം നടത്തിയിരുന്നു എന്നത് ഇവിടെ നിന്ന് കണ്ടെ ത്തിയ വിദേശനാണയങ്ങൾ തെളിയിക്കുന്നു. അവിടുന്ന് കിട്ടിയ പേർഷ്യൻ സിംഗപ്പൂർ, നാണയങ്ങൾ ഈ നാടിന് മറ്റ് രാജ്യങ്ങളുമാ യുണ്ടായിരുന്ന ബന്ധത്തെയാണ് കാണിക്കുന്നത്. പയ്യന്നൂർ പ്രദേ ശത്ത് വട്ടെഴുത്ത് ലിഖിതങ്ങൾ നമുക്ക് കാണാവുന്നതാണ്. പയ്യ ന്നൂർ ചരിത്രത്തിലേക്ക് തന്നെ വെളിച്ചം വീശുന്ന നരയൻകണ്ണൂർ ശാസനം ഇതിൽ പ്രധാനപ്പെട്ട ഒന്നാണ്. എരമം ചാലപ്പുറം , അന ന്തപുരം എന്നിവിടങ്ങളിലെ ലിഖിതങ്ങൾ പയ്യന്നൂരിന്റെ ചരിത്ര ത്തിന്റെ പുനർ നിർമ്മിതിക്ക് വളരെയധികം സഹായിക്കുന്നവയാ ണ്. വായിക്കുവാനും തിരിച്ചറിയുവാനും കഴിഞ്ഞിട്ടില്ലാത്ത ലിഖി

തങ്ങളും ഇവിടെയുണ്ട്. ഗുണ്ടർട്ട് തന്റെ പുസ്തകത്തിൽ കവ്വാ യിക്ക് തെക്ക് പയ്യന്നൂർ എന്ന മനോഹരമായ പട്ടണം ഉണ്ടെന്നും ആ പട്ടണത്തിൽ ഉയർന്ന മതിലുള്ള ഒരു കുമാരന്റെ ക്ഷേത്രമു ണ്ടെന്നും എഴുതിയിട്ടുണ്ട്.സുബ്രഹ്മണ്യനെ ഇവിടെ പ്രതിഷ്ഠിച്ചത് പരശുരാമനാണെന്നാണ് ഐതിഹ്യം. കൊല്ലവർഷം 988 മുതൽ 1002 വരെ നടന്ന ക്ഷേത്ര പുനർനിർമ്മാണം നേരിൽ കണ്ട് ആനി ടിൽ എഴുത്തച്ഛൻ പ്രതിഷ്ഠ നടത്തിയ കഥ കലശപ്പാട്ടിൽ വിവ രിക്കുന്നുണ്ട്. ടിപ്പുസുൽത്താന്റെ ആക്രമണത്തിൽ കൊല്ലം 964 ൽ സുബ്രഹ്മണ്യസ്വാമി ക്ഷേത്രം തകർന്നുവെന്നും ക്ഷേത്രത്തിന്റെ മുതലുകൾ മുഴുവൻ കൊള്ളയടിക്കപ്പെട്ടുവെന്നും പരമ്പരാഗതമായി പ്രചരിപ്പിക്കപ്പെടുന്നുണ്ട്. 964 മീനം 28 മുതൽ പത്ത് ദിനം ക്ഷേത്ര ത്തിനെതിരെ ആക്രമണം നടന്നതെന്ന ഒരു വാദഗതിയും നിലവി ലുണ്ട്.

കവ്വായി

ചിറക്കൽ താലൂക്കിന് കവ്വായി, ചിറക്കൽ എന്നിങ്ങനെ രണ്ട് ഭാഗങ്ങളുണ്ടായിരുന്നു. പയ്യന്നൂർ ഫർക്കയിലെ കവ്വായി ആയിരുന്നു ചിറക്കൽ താലൂക്കിന്റെ ആസ്ഥാനം എന്ന് മദ്രാസ് – മലബാർ യാത്ര നടത്തിയ ബുക്കാനൻ എടുത്തു പറയുന്നുണ്ട്. കവ്വായിപുഴ മുതൽ അഞ്ചരക്കണ്ടിപ്പുഴയുടെ കൈവഴിയായ കൂടക്കടവ് വരെ കവ്വായി പ്രദേശം വ്യാപിച്ചിരുന്നു. കവ്വായിയുടെ അതിരുകൾ വടക്ക് കർണ്ണാ ടകത്തിൽപ്പെട്ട ബേക്കലം താലൂക്കും കിഴക്ക് കുടകും തെക്ക് കോട്ടയം താലൂക്കും പടിഞ്ഞാറ് അറബിക്കടലുമായിരുന്നു. എട്ട് സബ്ഡിവിഷനും 18 അംശങ്ങളും 138 ദേശങ്ങളും ഉൾപ്പെട്ടതാണ് കവ്വായി താലൂക്ക് എന്ന് 1906ൽ വാഡ് ആന്റ് ക്രോൺ എഴുതിയിട്ടു ണ്ട്. ഫ്രാൻസിസ് ബുക്കാനൻ 1801 ൽ കവ്വായിയെ ഇങ്ങനെ വരച്ചു കാട്ടി. 60-70 വീടുകൾ മാത്രമുള്ള ഒരു ചെറിയ മാപ്പിളപട്ടണമാണ് കവ്വായി. 1749-50 ൽ ഇവിടെ ഇവിടെ ഒരു ഇംഗ്ലീഷ് ഫാക്ടറി ഉണ്ടാ യിരുന്ന കാര്യം വടക്കൻ ചരിത്രത്തിൽ പറയുന്നുണ്ട്. താലൂക്കിന്റെ ആസ്ഥാനമായ കവ്വായിയിൽ 1749 ൽ ബ്രിട്ടീഷുകാർ സ്ഥാപിച്ച പാണ്ടികശാലയും, 1750 ൽ ഫ്രഞ്ചുകാർ നിർമ്മിച്ച കോട്ടയും ഉണ്ടാ യിരുന്നു എന്ന് ഡോ. ഹെർമൻ ഗുണ്ടർട്ടിന്റെ നിഘണ്ടു സാക്ഷ്യ പ്പെടുത്തുന്നു. എട്ടിക്കുളത്ത് പോർച്ചുഗീസുകാർ വ്യാപാരാവശ്യ

ത്തിന് കോട്ട കെട്ടി
യെന്നും അത് പിന്നീട്
ഫ്രഞ്ചുകാരും ഇംഗ്ലീഷു
കാരും കീഴടക്കിയെന്നു
മാണ് പത്തൊമ്പതാം
നൂറ്റാണ്ടിന്റെ ഒടുവിൽ മല
ബാർ കലക്ടറായിരുന്ന
സി.എസ് ഇന്നസ് മല
ബാർ ഗസറ്റിയറിൽ രേഖ
പ്പെടുത്തുന്നത്. ആദ്യത്തെ

സബ് രജിസ്ട്രാർ ഓഫീസും സ്റ്റേഷണറി മജിസ്ട്രേറ്റ് കോടതിയും
കവ്വായിയിലാണ് സ്ഥിതി ചെയ്തിരുന്നത്. കോലത്തിരിയുടെയും
പ്രധാന നികുതി പിരിവു കേന്ദ്രമായിരുന്നു കവ്വായി. കവ്വായി കായ
ലിനു സമീപം കോലത്തിരിയുടെ ഒരു കെട്ടിടമുണ്ടായിരുന്നതായും
മുരിക്കഞ്ചേരി കേളുവും സംഘവും ഇവിടെ വിശ്രമിച്ചതായും വട
ക്കൻ പാട്ടിൽ പറയുന്നുണ്ട്. കവ്വായിൽ അന്ന് മുസ്ലീങ്ങളായ വ്യാപാ
രികളായിരുന്നു താമസിച്ചിരുന്നത് അവിടെ ഒരു ഫാക്ടറി പ്രവർത്തി
ച്ചിരുന്നെന്നും പിന്നീട് അത് ഇംഗ്ലീഷുകാർ കൈക്കലാക്കിയിരുന്നു
എന്ന് അലക്സ് കെ കുര്യൻ രേഖപ്പെടുത്തിയിട്ടുണ്ട്. കവ്വായി കായ
ലിലൂടെ കൂലോത്തെ വഞ്ചിവന്ന് നെല്ല് കൊണ്ടോയിരുന്നു. ആദ്യ
കാലത്ത് പോലീസ് സ്റ്റേഷൻ കവ്വായി ആയിരുന്നു വേങ്ങയിൽ
തറവാട്ടിലേക്കുള്ള കത്തുകൾ കവ്വായി പോസ്റ്റ് ഓഫീസിൽ എത്തി
യിരുന്നതായി തറവാട്ട് രേഖകളിൽ കാണുന്നു. ബ്രിട്ടീഷുകാരൻ
ഇവിടെ ആധിപത്യം പുലർത്തിയതിന്റെ ശേഷവും കവ്വായിപട്ടണം
പയ്യന്നൂരിന്റെ ആസ്ഥാനമായി തുടർന്നു. ക്രിസ്തുവർഷം 1900 ന്
ശേഷവും പയ്യന്നൂർ രജിസ്റ്റർ ആപ്പീസും പോസ്റ്റാഫീസും, മറ്റു
ഗവൺമെന്റ് ആഫീസുകളെല്ലാം കവ്വായി പട്ടണത്തിൽ തന്നെയാ
യിരുന്നു എന്നതിന് പഴയ ആധാരങ്ങളും പഴയ കാലണയും
സാക്ഷ്യം വഹിക്കുന്നു. അന്ന് സാർവത്രികമായിരുന്ന ജലഗതാ
ഗത മാർഗത്തിന് കവ്വായി വളരെ സൗകര്യപ്രദമായിരുന്നു.
കപ്പലുകൾക്ക് ഏഴിമല ലക്ഷ്യംവെച്ചുകൊണ്ട് കരയ്ക്ക് അടുക്കു
വാനും കേരളത്തിലെ ഇതരഭൂവിഭാഗങ്ങളെ അപേക്ഷിച്ചു ഇവിടെ
വളരെ എളുപ്പമുള്ളതായിരുന്നുവെന്ന് കാണാം. കവ്വായിക്കും പയ്യ

ന്നൂരിനും മധ്യേ പുഴയുണ്ടായിരുന്നു. പയ്യന്നൂർ റെയിൽവെസ്റ്റേ ഷന് കിഴക്കുവശത്ത് ഇന്നത്തെ വയൽപ്രദേശത്ത് ഒട്ടും ആഴമി ല്ലാത്ത ഒരു ചെറു പുഴയാണ് അന്നുണ്ടായിരുന്നത്. 1932ൽ, അന്ന് 80 വയസ്സ് പിന്നിട്ട ഒരു പഠിപ്പുള്ള വയോധിക തന്റെ ചെറുപ്പത്തിൽ ആ പുഴയിൽ ഇറങ്ങി കുളിക്കാറുള്ളതായും, കാലപ്രവാഹത്തിൽ പുഴ വഴിമാറിയതായും ഓർക്കുന്നു. റെയിലും വണ്ടിയും വന്നതിന് ശേഷം കരമാർഗ യാത്രയ്ക്ക് പ്രാധാന്യം കൈ വന്നപ്പോൾ സൗക ര്യമനുസരിച്ച് ഗവൺമെന്റ് രജിസ്റ്റാർ ഓഫീസും, മുൻസീഫ്കോർട്ടും, പോലീസ് സ്റ്റേഷനും, പോസ്റ്റാഫീസും ഇന്നുകാണുന്ന പയ്യന്നൂർ പട്ടണസ്ഥലത്തേക്ക് മാറ്റിയപ്പോൾ നഗരമുഖം ഇങ്ങോട്ടാവുകയും, കവ്വായിയുടെ പ്രാധാന്യവും കുറയുകയുമാണുണ്ടായത്. പണ്ട് വാസ്ഗോഡഗാമയുടെ നേതൃത്വത്തിൽ പോർച്ചുഗീസ് സൈന്യം ചിറക്കൽ രാജാവുമായി യുദ്ധത്തിന് കവ്വായിൽ വന്നപ്പോൾ മുരി ക്കാഞ്ചേരിയുടെ നേതൃത്വത്തിൽ ആയിരക്കണക്കിന് നായർ പട യാളികളും തീയ്യപടയാളികളും ചെറുതോണിയിൽ അക്രമിക്കുകയും കപ്പലിലെ പായയിലേക്ക് തീ അമ്പുകൾ വർഷിക്കുകയും ഇത് വലിയ ഒരു തീപിടുത്തത്തിന് കാരണമായിട്ടുണ്ടെന്നും മുരിക്കാഞ്ചേ രിപ്പാട്ടിൽ വിവരിക്കുന്നുണ്ട്. കവ്വായിൽ ധാരാളം ഓട്, മര കമ്പനി കൾ ഉണ്ടായിരുന്നു കപ്പലിന്റെ ഭാഗങ്ങൾക്ക് ഉപയോഗിച്ചിരുന്നവയാ യിരുന്നു എന്നും ഇവിടേക്ക് വേണ്ട മരങ്ങൾ എരമം, മാതമംഗലം, കാനായി ഭാഗത്ത് നിന്ന് കൊണ്ട് വന്നിരുന്നു എന്നും അത് സൂക്ഷി ച്ചിരുന്ന പ്രധാന സ്ഥലം മുക്കോത്തടമായിരുന്നു, മരം പിടിക്കുന്ന

മുക്കു വൻമാർ താത്കാലികമായി താമസിച്ച സ്ഥലം പിന്നീട് മുക്കോത്തട മായി മാറി എന്നും പറപ്പെടുന്നുണ്ട്. കവ്വായിലെ ഫ്രഞ്ച്കാർ താമസി ച്ചിരുന്ന ഒരു കോട്ട ഉണ്ടായിരുന്നു ആ കോട്ടയുടെ കുളം

ഇന്നും നിലനില്ക്കുന്നു. എന്നാൽ കോട്ടയുടെ മുഴുവൻ കല്ലുകളും എടുത്ത് സ്വന്തം വീട് നിർമ്മിച്ചു എന്നത് ചരിത്രത്തോട് ചെയ്ത നീതികേടാണ് അതിനാൽ കവ്വായിലെ പല ചരിത്ര നിർമ്മിതി കളും വിസ്മൃതിയിലായി. ഫ്രഞ്ച്കാർ ഇവിടെ ഒരു റസ്റ്റ് ഹൗസ് പണിതിരുന്നു. (ബണ്ടിൽ നമ്പർ 67, ഓല നമ്പർ 89 ലിപി : മല യാളം, ഭാഷ : മലയാളം, കൊല്ലവർഷം 1023,   രേഖാലയം : റീജി യണൽ ആർക്കൈവ്സ്, കോഴിക്കോട്) പ്രസ്തുത ഓലയിൽ റസ്റ്റ് ഹൗസ് എന്ന് രേഖപ്പെടുത്തിയിട്ടുണ്ട്. കവ്വായിൽ പുരാവസ്തു വകുപ്പ് നടത്തിയ ഉത്ഖനനത്തിൽ ഫ്രഞ്ച് കാലഘട്ടത്തിലുള്ള നാണയങ്ങളും അച്ചുകളും കണ്ടെത്തിയിരുന്നു. വാസ്കോഡിഗാമ ആദ്യം കാണുന്ന പ്രദേശം ഏഴിമലയാണ് കവ്വായിയിൽ നിന്ന് വെള്ളം ശേഖരിച്ചാണ് ഗാമയുടെ കപ്പൽ കാപ്പാട്ടേക്ക് പോയത്. യഥാർത്ഥത്തിൽ ഗാമ ആദ്യം കപ്പൽ ഇറങ്ങിയത് കവ്വായിലാണ് കവ്വായിൽ നിന്ന് വെള്ളം ശേഖരിച്ചിരുന്നു എന്നൊരു വാദഗതിയും നിലവിലുണ്ട്. കവ്വായി താലൂക്ക് പിന്നീട് ചിറക്കൽ താലൂക്കായി. കവ്വായി താലൂക്കിൽ ഒരു പോസ്റ്റ് ബോക്സുണ്ടായിരുന്നു. മറ്റ് രാജ്യ ങ്ങളിൽ നിന്നുള്ള കത്ത് ഈ പോസ്റ്റിലാണ് എത്തിയിരുന്നത് മലേ ഷ്യയിൽ നിന്ന് വരുന്ന കത്തുകൾ വായിക്കാൻ പയ്യന്നൂരിലെ പ്രമുഖ വ്യാപാരികൾ തന്റെ ഗുരുനാഥനായ ശങ്കരയ്യരുടെ അടുത്ത് വന്നി രുന്നതായി പുല്ലേരി നാരായണൻ വാധ്യാർ തന്റെ ഡയറികളിൽ എഴുതിയിട്ടുണ്ട്. കവ്വായിലെ പാണ്ഡികശാലയിൽ മലയോര മേഖ ലയിൽ നിന്ന് കൊണ്ടുവന്ന കുരുമുളകുകൾ ചാക്കിൽ കെട്ടി സൂക്ഷി ച്ചിരുന്നതായും, മുടി പറ്റെവെട്ടിയ അനേകം ദൃഢഗാത്രരായ പണി ക്കാർ ഇവ കപ്പലിലേക്ക് കയറ്റുന്ന കാഴ്ച കണ്ടതായി ഈനസ് എഴുതിയിട്ടുണ്ട്. കാളവണ്ടിയിലാണ് ഈ മലയോരത്ത് നിന്ന് കൊണ്ടുവന്നത് ആ സമയം അവർക്ക് വിശ്രമിക്കാനുള്ള പ്രധാന സ്ഥലങ്ങളാണ് കോത്തായിമുക്ക്, കാങ്കോൽ, മുത്തത്തി, വെള്ളൂർ, ആലിൻകീഴിൽ, ചാലക്കോട് തുടങ്ങിയവ. ഈ പ്രധാന സ്ഥലങ്ങ ളിലെ ധർമ്മത്തണ്ണി, ചുമടുതാങ്ങികൾ എന്നിവ കോലത്തിരി രാജാവ് നടത്തിയിരുന്നു എന്ന് തോറ്റം പാട്ടുകളിൽ സൂചിപ്പിക്കു ന്നുണ്ട്. രയരമംഗലത്ത് അമ്പലത്തിന്റെ പിലിക്കോട് ,കാരക്കുണ്ട് ,മട്ടലായി എന്നിവിടങ്ങളിലെ ധർമ്മത്തണ്ണിയുടെ ചുമതലയെകു റിച്ച് മുച്ചിലോട്ട് ഭഗവതിയുടെ തോറ്റത്തിൽ പറയുന്നുണ്ട്. പാണ്ഡി

പരദേശികളെയും കന്നുകാലികളേയും പോറ്റേണ്ട കാര്യത്തെകു
റിച്ചും തോറ്റത്തിൽ പറയുന്നുണ്ട്. മംഗലം എന്ന പേരിൽ ഏറെ
സ്ഥലങ്ങൾ പയ്യന്നൂർ പ്രദേശത്തുണ്ട് കോറമംഗലം, മാതമംഗലം,
രയരമംഗലം എന്നിവ ബ്രാഹ്മണരുടെ നേതൃത്വത്തിൽ ദാഹജലം
നല്കിയ പ്രദേശങ്ങളാണ്. പരിയാരം വലിയ ഒരു സൈനിക താവ
ളമായിരുന്നു പെരിയ സൈന്യം നിലനിന്നിരുന്ന സ്ഥലം പരിയാ
രമായി. പരിയാരത്തിനു സമീപത്തായുള്ള കൊട്ടില എന്ന പ്രദേശ
നന്ദന്റെ ആനകൊട്ടിൽ സ്ഥിതി ചെയ്ത പ്രദേശമാണ് എന്നൊരു
വാദഗതിയും നിലവിലുണ്ട്. അന്ന് കോലത്തിരിയുടെ കീഴിൽ
നല്ലൊരു കുതിര പടയും ആനപടയും ഉണ്ടായിരുന്നു. ഈ ആന
കളെ ഉപയോഗിച്ചാണ് വിജയനഗരസാമ്രാജ്യത്തെവരെ അവർ
തടുത്തിട്ട് കൊവ്വലിൽ വച്ച് തകർത്ത് കളഞ്ഞത്. ഈ ആനകളെ
സംരക്ഷിച്ച സ്ഥലം പിന്നീട് അടുത്തില എന്ന് അറിയപ്പെട്ടു. മാടായി
പ്രദേശത്തെ അടുകച്ചിൽ അന്നത്തെ പ്രധാനപ്പെട്ട കച്ചവട കേന്ദ്ര
മായിരുന്നു ഈ അടുകച്ചിൽ പിന്നീട് അടുത്തിലയായി മാറി എന്നും
പറയുന്നുണ്ട്. മാടായി കേന്ദ്രീകരിച്ച് അന്ന് അടിമച്ചന്തവരെയുണ്ടാ
യിരുന്നു. കാരി ഗുരുക്കളുടെ തോറ്റംപാട്ടിൽ ഈ അടിമചന്തയെ
കുറിച്ച് പറയുന്നുണ്ട്. മാടായി കോട്ടക്ക് ചരിത്രത്തിൽ വലിയ പങ്കു
ണ്ട്. ടിപ്പുവിനെ തടയാൻ കോലത്തിരി പയ്യന്നൂർ പ്രദേശത്തെ മുഴു
വൻ നാട്ടുപ്രഭുക്കളെയും പാളയത്ത് വിന്യസിക്കുന്നുണ്ട്. പക്ഷെ
ആലി രാജാവിന്റെ പിന്തുണയോടെയാണ് ടിപ്പു ഇവരെ തകർക്കു
ന്നത്. മാടായി കോട്ട തകർത്ത് ടിപ്പു സ്വർണ്ണവും രത്നങ്ങളും
കവർന്നു എന്ന് ചരിത്രം. അങ്ങനെ തകർക്കപ്പെട്ട കോട്ട പിന്നീട്
മുരിക്കഞ്ചേരി കേളുവിന്റെ നേതൃത്വത്തിൽ   പുതുക്കി പണിതു.

ചിറക്കൽ താലൂക്ക്

ചിറക്കൽ താലൂക്കിന് കവ്വായി, ചിറക്കൽ എന്നിങ്ങനെ രണ്ട്
ഭാഗങ്ങളുണ്ടായിരുന്നു. ടിപ്പുവും ചിറക്കൽ എത്തുകയും തുറമുഖ
ങ്ങളുടെ മേൽ അധീശത്വം സ്ഥാപിക്കുകയും ചെയ്യുന്നതാണ് നാം
പിന്നീട് കാണുന്നത്. 1799 -ൽ ടിപ്പു സുൽത്താന്റെ മരണശേഷം..1799
മെയ്മാസത്തിൽ ചിറക്കൽ ഈസ്റ്റ് ഇന്ത്യാ കമ്പനിയുടെ അധീന
തയിലായതോടെ ബ്രിട്ടീഷ് ഭരണത്തിലായി. ബ്രിട്ടീഷുകാർ ആ
പ്രദേശങ്ങൾ കയ്യടക്കിയപ്പോൾ കവ്വായി വരെ സൗത്ത് കാനറ

ജില്ലയിൽ പെടുത്തുകയും ചെയ്തു. 1884-ൽ പ്രാദേശിക ഭരണ ത്തിന് ആദ്യമായി ഒരു ഡിസ്ട്രിക്ട് ബോർഡ് രൂപീകരിക്കുകയും ചെയ്തു. അക്കാലത്ത് ചിറക്കൽ പ്രദേശത്തെ വൻകിട ഭൂവുടമ കൾ കമ്പനിയുമായി കരാറിലേർപ്പെട്ട ഫ്യൂഡൽ പ്രഭുക്കന്മാരായി രുന്നു. അതിന്റെ ഫലമായി ഭൂമിയുടെ ആധിപത്യം അൽപ്പം ചില ഭൂവുടമകളുടെതായി മാറി. തയ്യിൽ നമ്പിടി എന്ന ബ്രാഹ്മണന്റെ ആത്മഹത്യക്ക് ശേഷം ചിറക്കൽ രാജവംശം പയ്യന്നൂർ പ്രദേശത്തെ അമ്പലങ്ങളോടുള്ള സമീപനം മാറ്റി എന്നതാണ് ചരിത്രം പഠിപ്പി ക്കുന്നത്. പയ്യന്നൂർ അമ്പലത്തിന്റെ ദൈനംദിന ചിലവുകൾക്ക് വേണ്ടി നെല്ലും പണവും നല്കിയിരുന്നതായി താളിയോല ഗ്രന്ഥ ത്തിൽ രേഖപ്പെടുത്തിയിട്ടുണ്ട്. ഇത് താഴെക്കാട്ട് മന വഴിയാണ് നടത്തിയിരുന്നത് പെരുമ്പ പുഴയുടെ തീരം അക്കാലത്തെ പ്രധാ നകേന്ദ്രം ആയിരുന്നു. ഇവിടെ ഒരു വലിയ കന്നുകാലിച്ചന്തയും മൂന്നു ചക്കാലയും ആളുകൾക്ക് താമസിക്കാൻ ഒരു വലിയ സത്രവും ഉണ്ടായിരുന്നു. ഈ സത്രവും ധർമ്മ തണ്ണിയുടെയും നിയന്ത്രണം രാജാവാണ് കയ്യാളിയിരുന്നത് എന്ന് വാർഡീസ് തന്റെ ഡയറിക ളിൽ എഴുതിയിട്ടുണ്ട്. മരങ്ങൾ വലിയ തോതിൽ ഇവിടുന്ന് കപ്പൽ വഴി മറ്റ് ഭാഗങ്ങളിലേക്ക് കൊണ്ടുപോയിരുന്നു.

മുഷികവംശം

കോലം എന്ന തോണിയായിരുന്നു കോലത്തിരിമാരുടെ രാജ

മുദ്ര, ഗർഭിണിയായ രാജപത്നിയും ഗുരുവും ഹേഹയത്തിൽ നിന്ന് ഏഴിമലയിലേക്ക് തോണിയിൽ വന്ന് പരശുരാമനിൽ നിന്ന് അനു ഗ്രഹം വാങ്ങി മൂഷകവംശം സ്ഥാപിച്ചു എന്നാണ് എ.ഡി 1200 നൂറ്റാണ്ടിന്റെ ആദ്യാർദ്ധത്തിൽ ജീവിച്ച അതുലന്റെ മൂഷക വംശ ത്തിൽ പറയുന്നത്. മൂഷികവംശമെന്നാണ് കോലത്തിരി രാജവം ശത്തിന്റെ ആദ്യത്തെ പേര്. ഏഴിമല ആസ്ഥാനമാക്കി ഭരിച്ചിരുന്ന ഒരു രാജവംശമാണ് മൂഷക രാജവംശം ഈ രാജവംശത്തിന്റെ ചരി ത്രത്തെ പറ്റിയുള്ള വിവരണമായി ലഭ്യമായ ഒരു പുരാതന കൃതി യാണ് മൂഷകവംശം. ഇതിൽ ഒന്നാം മൂഷികനായ രാമഘടമൂഷി കൻ മുതൽ ശ്രീകണ്ഠൻ വരെ മൂഷകവംശത്തിലെ 115 രാജാക്ക ന്മാരെക്കുറിച്ച് പ്രതിപാദിക്കുന്നുണ്ട്. അതുലൻ ക്രി.വ പന്ത്രണ്ടാം ശതകത്തിൽ രചിച്ച പതിനഞ്ചു സർഗങ്ങളുള്ള ഈ സംസ്കൃത മഹാകാവ്യത്തിൽ പ്രതിപാദിക്കുന്നുണ്ട്. ആദ്യകാല രാജാക്കന്മാ രിൽ ഒരാളായ ശതസോമനാൻ ചെല്ലൂർ ഗ്രാമത്തിൽ ശിവക്ഷേത്രം നിർമ്മിച്ചിരുന്നു. തളിപ്പറമ്പിനടുത്തുള്ള ചെല്ലൂർ പ്രാചീന കേരള ത്തിലെ ആദ്യ ബ്രാഹ്മണ ഗ്രാമങ്ങളിലൊന്നായി കണക്കാക്കപ്പെടു ന്നു. വല്ലഭൻ പണിത പട്ടണമായ വല്ലഭ പട്ടണമാണ് പിന്നീട് വള പട്ടണം ആയി മാറിയത്. പ്രധാന പട്ടണമായ മാടായിയും ഇദ്ദേഹ മാണ് പണിതത്. അതു പിന്നീടു ചിറയ്ക്കലേക്കു മാറ്റി സ്ഥാപിക്ക പ്പെട്ടു. മൂഷകവംശം കാവ്യത്തിൽ പ്രകീർത്തിക്കുന്ന വിക്രമരാമൻ എന്ന രാജാവാണ് ഏഴിമലയിലെ നരയൻകണ്ണൂർ അമ്പലത്തിനു വേണ്ടി ഭൂമിദാനം ചെയ്തിരിക്കുന്നത്. കോലം എന്ന പദം മൂഷക വംശത്തിൽ ആവർത്തിക്കുന്നതു കൊണ്ടും കുലരാജധാനിയായിപ്പറ യുന്നതുകൊണ്ടും ഈ കോലത്തിൽ രാജവംശത്തെയും മൂഷക വംശത്തെയും ബന്ധിപ്പിക്കാൻ കഴിയും അല്ലാതെതന്നെ മറ്റു ചരി ത്രപരമായുള്ള നിരവധി തെളിവുകൾ ഇവരെ ബന്ധിപ്പിക്കാവുന്ന തായുണ്ട്. ഏഴിൽ മലയ്ക്കു ചുറ്റുമുള്ള മാടായി, ആലപ്പടമ്പ്, പെരി ങ്ങോം, വയക്കര, എരമം, കൂറ്റൂർ കോറോം കാറമേൽ, കവ്വായി, തുടങ്ങിയ പ്രദേശങ്ങളല്ലാം ഏഴി മല രാജാവിന്റെ ഭൂപ്രദേശമായി രുന്നു എന്ന് പയ്യന്നൂർപാട്ടിൽ വിവരിക്കുന്നുണ്ട്. അധികാരക്കൈ മാറ്റം നടക്കുമ്പോൾ വടക്കോട്ടു ഇടത്തേക്കൈയും തെക്കോട്ടു വല ത്തേക്കൈയും നീട്ടിപ്പിടിച്ചിരിക്കും. ഓരോ കൈയിലും ഓരേ നെന്മേ നിവാകപ്പൂങ്കുല പിടിച്ചിരിക്കും. മൂഷികത്തിനു നെൻമേനിവാക

എന്നു അർത്ഥമുണ്ട്. മരക്കലത്തിൽക്കയറി, കോലാര്യവർഗ ത്തിൽപെട്ട ഒരു രാജകുമാരി വടക്കു നിന്നും തെക്കോട്ടു കടൽക്ക രയിലൂടെ യാത്ര ചെയ്ത് രാമന്തളിയിൽ ഇറങ്ങുകയും, നെൻമേ നിവാകമരങ്ങൾ തണൽവിരിച്ച ആ കടലോരത്ത് അവളൊരാൺ കുഞ്ഞിനെ പ്രസവിക്കുകയും ചെയ്തതായി പറഞ്ഞുവരുന്നു. ഈ കുഞ്ഞാണ് വംശസ്ഥാപകനായ ഇരാമകുടമൂവർ, അഥവാ രാമഘട ടമൂഷികൻ, മൂഷികവംശം മഹാകാവ്യത്തിൽ ഈ വസ്തുതകൾ പരാമർശിക്കുന്നുണ്ട്. വളപട്ടണം കളരിവാതിൽക്കൽ ക്ഷേത്രം തൊട്ടു കരിവെള്ളൂർ മുച്ചിലോട്ടും ശിവക്ഷേത്രവും വരെ രാമഘട മൂഷികന്റെ അധികാരാതിർത്തിയിൽ പെട്ടിരുന്നു. പേരൂരിൽ (പേ രൂൽ) വളരെ പഴക്കം ചെന്ന ഒരു ശിവക്ഷേത്രമുണ്ട്. മാടായിയിൽ നിന്ന് തലസ്ഥാനം ഒഴിവാക്കി അല്പകാലം എരമം തലസ്ഥാന മാക്കി മൂഷിക വംശം ഭരണം നടത്തിയെന്ന പ്രാധാന്യവുമുണ്ട്.

പയ്യന്നൂർ പാട്ട്

പയ്യന്നൂർ പട്ടണത്തിന്റെ പശ്ചാത്തലത്തിൽ നടന്നതായി പറയ പ്പെടുന്ന ഒരു ഇതിവൃത്തത്തെ സങ്കേതമാക്കി രചിക്കപ്പെട്ട ഒരു കൃതിയാണ് പയ്യന്നൂർ പാട്ട്. മലയാളഭാഷയിലേ ഏറ്റവും പ്രാചീന കൃതിയെന്നോ പ്രഥമകൃതിയെന്നോ ഈ കൃതിയെപ്പറ്റി പറയാവു ന്നതാണ്. ഇതുരാമചരിതത്തിന്നും മുമ്പുണ്ടായതാണെന്നും, താൻ കണ്ടതിൽ വെച്ച് ഏറ്റവും പഴയതാണെന്നും ഗുണ്ടർട്ട് സായിപ്പ് രേഖപ്പെടുത്തിയിട്ടുണ്ട്. സായിപ്പിന്റെ അഭിപ്രായത്തിൽ പയ്യ ന്നൂർപാട്ട് കൊല്ലവർഷം മൂന്നാം നൂറ്റാണ്ടിന്റെ ആരംഭദശയിലുണ്ടാ യതെന്നാണ്. ഉണ്ണുനീലി സന്ദേശകാവ്യത്തിന്റെ കാലഗണനയിൽ നാളും നന്റെ നളിനവനിതയ്ക്കിമ്പനേ മുമ്പിലേതും മേടം വേണാ ടരിൽ മകുടമേരാശിയും വാഗധീശൻ നാലാമേടത്ത് എന്ന് ജ്യോതി ശാസ്ത്ര സൂചനയനുസരിച്ച് പണ്ഡിതവരേണ്യനായ ആറ്റൂർ കൃഷ്ണപിഷാരടി തൽകൃതി കൊല്ലവർഷം 490 മേടം 30-നാണ് എഴുതിയിട്ടുള്ളതെന്ന് കണക്കാക്കിയിരുന്നു. അവിടുന്നും ഒരു നൂറ്റാ ണ്ടിന്റെ പഴക്കം രാമചരിതത്തിന്നുണ്ട്. അങ്ങനെയായിരിക്കാം ഗുണ്ടർട്ട് പയ്യന്നൂർ പാട്ടിന്റെ കാലം കണക്കാക്കിയിട്ടുള്ളത്. നമ്പു ച്ചെട്ടിയും നമ്പുശാരി അരനും കപ്പൽ നിർമ്മിച്ച് കടലിലിറക്കി കച്ച വടം ചെയ്യുന്നവരാണ്. നമ്പുശാരി പയ്യന്നൂരിലേക്കു പോകുമ്പോൾ

കപ്പലെടുത്ത് കുറെ സാമാനങ്ങൾ കൂടി കയറ്റിപ്പോകൂ എന്നാണ് അച്ഛൻ നമ്പുച്ചെട്ടി പറയുന്നത്. നമ്പുച്ചെട്ടിയും മകനും വളഞ്ചി യർ എന്ന കച്ചവട സംഘത്തിൽപ്പെട്ടവരാണ്. നാനാദേശികൾ, കൂല വാണിയർ എന്നൊക്കെ പയ്യന്നൂർ പാട്ടിലും ശിലാശാസനങ്ങളിലും പറയുന്നത് പയ്യന്നൂരെ കച്ചവടസമൂഹങ്ങളെക്കുറിച്ചാണ് എന്ന് ചരിത്രവും സമൂഹവും എന്ന പുസ്തകത്തിൽ രേഖപ്പെടു ത്തിയിട്ടുണ്ട്. കപ്പൽ കച്ചവടത്തിനായി ആരിയ നാട്ടിൽ നിന്നും വന്ന നമ്പുച്ചെട്ടിയാർ കവ്വായിലെ ഒരു കച്ചവട പ്രമുഖനായി വാണി രുന്നു. കണ്ടാലതിസുമുഖനായിരുന്നു നമ്പുച്ചെട്ടി. ഓറഞ്ചുകളറും മുറുക്കി ചുമപ്പിച്ച ചുണ്ടും കേശഭാരവും കണ്ടാൽ ആരും ആകൃ ഷ്ടരാകുയിരുന്നു. ഈ കച്ചവട പ്രമുഖനെ നാട്ടുകാർ ചോമ്പുചെ ട്ടിയാരെന്നും വിളിക്കാറുണ്ട്. അങ്ങനെയിരിക്കെ ഏഴിമലയുടെ പ്രകൃതി സൗന്ദര്യത്താൽ ആകൃഷ്ടയായി നീലകേശിയെന്ന ഒരു ക്ഷത്രിയസ്ത്രീ കവ്വായിപട്ടണത്തിലെത്തി നമ്പുച്ചെട്ടിയെ സന്ദർശി ക്കുന്നു. നീലകേശി ഉന്നതകുലജാതയും സുന്ദരിയുമായിരുന്നു. നീല കേശി എന്ന നാമം അന്വർത്ഥമായ ആ സുന്ദരി യഥാക്രമം അനേകം പേരെ ഭർത്താക്കന്മാരായി വരിച്ചുവെങ്കിലും ഒരു കുഞ്ഞിന്റെ മുഖം കാണാനുള്ള സൗഭാഗ്യമുണ്ടായില്ല. തന്റെ സൗന്ദര്യവും സൗഭാഗ്യങ്ങളുമെല്ലാം വ്യർത്ഥമായി തോന്നിയ നീല കേശി സന്യാസിനിയായി ഊരുചുറ്റാൻ തീരുമാനിച്ചു. പലദേശ ങ്ങളും താണ്ടി അവസാനം ഏഴിമലയിലെത്തിചേരുന്നു. നീലകേ ശിയെ കണ്ടമാത്രയിൽ തന്നെ അവർ അനുരാഗ ബദ്ധരായിത്തീരു ന്നു. നമ്പുച്ചെട്ടി നീലിയെ തന്റെ ഭാര്യയാക്കി, അടുത്തനാളിൽ തന്നെ നീലകേശി ഗർഭിണിയായി. നീലകേശി നമ്പുശാദ്യമൻ എന്ന ഒരു പുത്രനെ പ്രസവിച്ചു. ജാതകകർമ്മത്തോടനുബന്ധിച്ച് പയ്യ ന്നൂർ കോവിൽപുറത്തെ കൊവ്വലിൽ – ഇന്നത്തെ പട്ടറാറാട്ട് കൊവ്വ ലിൽ വെച്ച് വിഭവസമൃദ്ധവും വിപുലവുമായ ഒരു സദ്യ കഴി പ്പിക്കുന്നു. പയ്യന്നൂരിനും ആ പഴയകാലത്ത് തന്നെ പ്രാധാന്യമു ണ്ടായിരുന്നു. അതുകൊണ്ടാണ് കച്ചിൽ പട്ടണത്തിലെ മകൻ ജനി ച്ചതിന്റെ 41-ാം ദിനത്തിൽ പയ്യന്നൂർ മൈതാനത്തുവെച്ച് സദ്യ നട ത്തുന്നത്.സ്വസഹോദരിക്ക് ഒരു പുത്രൻ പിറന്നതറിഞ്ഞ് സന്തു ഷ്ടരായ നീലകേശിയുടെ സഹോദരന്മാർ രാജകീയ വേഷത്തിൽ പയ്യന്നൂരിലെത്തുന്നു. പെരുരയ്യൻ കോവിലിൽ കൂത്തുനടക്കുമ്പോൾ

മിഴാവിന്റെ ശബ്ദം കേട്ട് നീലകേശിയുടെ ആങ്ങളമാർ എത്തുന്നു. ആഘോഷത്തിൽ പങ്കുകൊള്ളുവാനും കലാപരിപാടികൾ ആസ്വ ദിക്കുവാനും സഹോദരന്മാർ കോട്ടമതിൽ കയറിമറിഞ്ഞ് സംഭവ സ്ഥലത്തെത്തുന്നു. നമ്പുച്ചെട്ടിയുടെ കിങ്കരൻമാർ ഈ സഹോ ദരന്മാരെ അക്രമിക്കുന്നു. അവിടെ നടന്ന പൊരിഞ്ഞപോരിൽ കിങ്കരൻമാരുടെ മർദ്ദനമേറ്റ് നീലകേശിയുടെ സഹോദരന്മാർ മരിക്കുന്നു. മരിച്ചുകിടക്കുന്ന തന്റെ സഹോദരന്മാരെ കണ്ട് ദുഃഖിതയായ നീലകേശി കാവി അണിഞ്ഞ് കവ്വായിൽ നിന്ന് സ്ഥലം വിടുന്നു. അവളെ പുത്രചിന്തയോ, തന്റെ സമ്പൽസമൃദ്ധിയോ അല ട്ടിയിരുന്നില്ല. ഭിക്ഷുണിയായി സപ്തതീർത്ഥങ്ങളും താണ്ടി ഭാരത വർഷത്തിൽ നീലകേശി അലഞ്ഞു നടന്നു. അമ്മയില്ലാതെ വളർന്ന നമ്പുശാദ്യമൻ യുവത്വത്തിലേക്ക് കാലൂന്നിയപ്പോൾ തന്നെ നമ്പു ച്ചെട്ടി അവനെ വ്യാപാര വൈദഗ്ദ്യവും കപ്പൽ നിർമ്മാണ ചാതു ര്യവും പഠിപ്പിച്ചു. സ്വയമൊരു കപ്പൽ നിർമ്മിച്ച് ആദ്യമായി കടലി ലിറക്കിയതോടെ നമ്പുശാരിയുടെ കീർത്തി പയ്യന്നൂരിലും പരി സര പ്രദേശത്തും വ്യാപ്തമാവുകയും ചെയ്തു. മറുനാട്ടിൽ നിന്നു വരുത്തിയ പാണ്ഡ്യരെയും ജോനകരെയും ചോഴികളെയും യവന നെയും കയറ്റി അവൻ കപ്പൽ തുഴഞ്ഞുപോയി. ധീരനായ നമ്പു ശരി നിർഭയം മരചി, നെയ്യാർ തുടങ്ങിയ അനേകം തുറമുഖങ്ങൾ പിന്നിട്ട് തെക്കൻ ആഴക്കടലിൽ പ്രവേശിക്കുകയും കരയ്ക്കടുത്ത് പൊൻമലയി (ഗോൾഡൻറോക്ക്) ലെത്തിച്ചേരുകയും ചെയ്തു. അവിടെ സാധനങ്ങൾ വിറ്റഴിച്ച് കപ്പൽ നിറയെ സ്വർണ്ണം നിറച്ച് തിരികെ വീണ്ടും കവ്വായിലെത്തിച്ചേർന്നു. പിന്നെ നമ്പുവും നമ്പു രാശിയും സദാസമയവും വെറ്റലമുറുക്കും ചതുരംഗക്കളിയുമായി വളരെ സന്തോഷത്തോടെ തന്നെ ജീവിച്ചു. ഒരു നാൾ നമ്പു രാശിയുടെ സന്നിധിയിൽ അത്യന്ത തേജസ്വിനിയും കാഷായ വസ്ത്രധാരിണിയുമായ ഒരു സന്യാസിനി പ്രത്യക്ഷപ്പെടുന്നു. അവർ കളിയിൽ മുഴുകിയിരിക്കെ പ്രഭു കിങ്കരന്മാർ ധർമ്മംകൊ ടുത്തു സന്യാസിനിയെ യാത്രയാക്കിയപ്പോൾ നമ്പുരാശിയെ കാണ ണമെന്ന് അവൾ സ്നേഹപൂർവ്വം അപേക്ഷിച്ചു. ദർശനാനുമതി ലഭിച്ച സന്യാസിനി നമ്പിശാര്യമനുമായി ഏറെനേരം രഹസ്യസംഭാ ഷണം നടത്തുകയും പയ്യന്നൂർ മൈതാനത്ത് ഒരു നല്ലാർമണി നട ത്തുന്ന വിപുലസദ്യയിൽ പങ്കെടുക്കണമെന്നഭ്യർത്ഥിക്കുകയും

ചെയ്തു. നമ്പുചെട്ടി ക്ഷണം സ്വീകരിക്കുന്നതിൽ മകനെ വിലക്കി. ഒടുവിൽ മകന്റെ നിർബന്ധത്തിനു വഴങ്ങി മണിഗ്രാമത്തിലെ ജന ങ്ങളെയും ചന്തസ്ഥലത്ത് വിറ്റഴിക്കുന്നതിന്ന് കുറെ സാമാനങ്ങളും കൊണ്ടു പോകാമെങ്കിൽ സദ്യയ്ക്ക് പോയ്ക്കോളൂ എന്ന് സമ്മതി ച്ചു. നമ്പുരാശി അമ്മയെയും കൊണ്ട് മടങ്ങിവരാത്തവണ്ണം യാത്ര പോയി. മലബാറിന്റെ പ്രാചീന ചരിത്രത്തിലേക്കു വെളിച്ചം വീശുന്ന പല വസ്തുതകളും പയ്യന്നൂർ പാട്ടിലുണ്ട്.

പയ്യന്നൂർപാട്ടിന്റെ ചരിത്രപശ്ചാത്തലം

പയ്യന്നൂർപാട്ടിൽ വിൽക്കുന്ന വസ്തുക്കളിൽ തുടലിട്ട കുരങ്ങും നായ്കയറും അന്നമക്കിളിയും കോഴിയും കോഴിക്കൂടും കത്തിയും വാളും ചുരികയും വില്ലും ഉടവാളും ഉരുളിയും പിത്തളയും ഓട്ടകാൽവളയും ചെരിപ്പും വിവരിക്കുന്നുണ്ട്. പയ്യന്നൂർ പാട്ടിൽ 14 കിരിയക്കാരെക്കുറിച്ചും നഗരക്കാരെക്കുറിച്ചും പറയുന്നത് ചാലി യന്മാരെക്കുറിച്ചാണ്. എരമത്തെ പേരൂർ തൊട്ട് പയ്യന്നൂർ വരെ യുള്ള പ്രദേശങ്ങളിലെ കച്ചവടസാധനങ്ങളും നിറച്ചുള്ള കപ്പല്യാ ത്രയും ഭഗവതി ക്ഷേത്രത്തിലെ ആചാരാനുഷ്ഠാനങ്ങളുമൊക്കെ പയ്യന്നൂർ പാട്ടിൽ വിവരിക്കുന്നുണ്ട്. മക്കത്തായവും മരുമക്കത്താ യവും തമ്മിലുള്ള സംഘർഷവും പയ്യന്നൂർ പാട്ടിലെ പ്രമേയത്തിൽ ലയിച്ചു കിടക്കുന്നുണ്ട്. പയ്യന്നൂർ പാട്ടിലെ അക്ഷരങ്ങൾ പ്രയോ ഗിച്ചതിന്റെ കാലിക അർത്ഥം പാട്ടിൽ പ്രകടമായി കാണാനുണ്ട്. വാഴ എന്നതിന് ബാഴാ എന്ന് തന്നെയാണ് പാട്ടിലുടനീളം പ്രയോ ഗിച്ചിരിക്കുന്നത്. ഗുണമുള്ള ഇന്ദ്രരെയും ചന്ദ്രാദികളെയും വാഴ്ത്തിയയുടനെ തന്നെ വളപട്ടണത്തെ പ്രകീർത്തിക്കുന്നു. ഏഴി മലയുടെ താഴ്വാരത്തിൽ നിന്നും, ഒരർത്ഥത്തിൽ മാടായിയിൽ നിന്നും തെക്കു മാറി വളപട്ടണത്തെ ആസ്ഥാനമാക്കി കോലത്തിരി രാജാക്കന്മാരുടെ ഭരണകേന്ദ്രമായി മാറിയ നഗരത്തെ അഭിവാദ്യം ചെയ്തു തന്നെയാണ് പാട്ട് പുരോഗമിക്കുന്നത്. അധികാരവ്യവ സ്ഥയിലെ മേലാളരെ കോയിലധികാരിയെന്നും തിരുവടിക ളെന്നുമാണ് വിളിച്ചിരുന്നത്. കീഴാളരെയും ഉദ്പാദനശക്തികളെയും പണിമക്കൾ എന്നും ഉൽപ്പന്നം ശേഖരിക്കുകയും വിൽക്കുകയും ചെയ്യുന്നവരായ കച്ചവടസംഘങ്ങളെ വളഞ്ചിയർ, നാനാതേയർ എന്നും മറ്റുമാണ് അന്നത്തെ വ്യവസ്ഥയിൽ വിളിച്ചിരുന്നത്. വ്യാപാ

രികൾക്ക് ആധിപത്യമുള്ള പട്ടണങ്ങളിലെ ഒരുതരം സഭയെയാണ് നഗരം എന്ന് വിളിക്കുന്നത്. വ്യാപാരപരവും വ്യാവസായികവുമായ പ്രവർത്തനങ്ങളിൽ അത് ഏർപ്പെട്ടിരുന്നു. നഗരത്താർ എന്നാണ് നഗരങ്ങളിലെ അംഗങ്ങളെ വിളിച്ചിരുന്നത്. പട്ടണത്തിന്റെ അഥവാ നഗരത്തിന്റെ ഭരണവുമായി അവർക്ക് അടുത്ത ബന്ധമുണ്ടായിരു ന്നു. നഗരത്താർ നഗരാധികാരികളാണെന്ന് പയ്യന്നൂർ പാട്ടിൽ പറ യുന്നുണ്ട്. പയ്യന്നൂർപാട്ടിൽ മൂശാരിപ്പണി ചെയ്യുന്ന ഇടം കൊട്ടിൽ എന്ന് പറയുന്നുണ്ട്. വിൽക്കുന്ന വസ്തുക്കളിൽ മൂശാരി കൾ ക്ഷേത്രനിർമ്മാണത്തിനുപയോഗിക്കുന്ന വസ്തുക്കളെ കുറിച്ച് പറയുന്നുണ്ട്. നമ്പുശാരി അരൻ ഒരു കപ്പൽ പണിയിച്ച് അത് കച്ചിൽ പട്ടണത്തിൽനിന്ന് കച്ചവടത്തിനായി കടലിലിറക്കിയെന്നു പാട്ടിൽ പറയുന്നുണ്ട്. പയ്യന്നൂരിനു തെക്കു പടിഞ്ഞാറൊഴുകുന്ന പെരു മ്പുഴ (പെരുമ്പ)യുടെ ഒരു കൈവഴി കവ്വായിപ്പുഴയോടു ചേരുന്ന സ്ഥലമാണ് കവ്വായി എന്ന തുരുത്ത്. കച്ചിൽ പട്ടണം കവ്വായിയാ യിരിക്കാമെന്ന് ഡോ.ഗുണ്ടർട്ട് പറയുന്നുണ്ട്. കൊങ്കനും എന്നാൽ തണൽ നിറഞ്ഞ പ്രദേശം അക്കാലത്ത് പയ്യന്നൂർ പ്രദേശത്ത് ധാര ളം മരങ്ങൾ ഉണ്ടായിരുന്നു. ഈ മരങ്ങളുടെ തണലുള്ള പ്രദേശ മാണ് കൊക്കാനിശ്ശേരി. പയ്യന്നൂരും ടൗൺ പരിസരവും അടങ്ങിയ പ്രദേശമാണ് കൊക്കാനിശ്ശേരി. കൊങ്കണത്ത് ധാരാളം സ്വർണ്ണ പ

 ▶ ഡോ. എം. കെ. ജയനേഷ്

ണിക്കാരനുണ്ടായിരുന്നെന്നും അവിടെ വിശേഷപ്പെട്ട ഒരു മോതിരം നിർമ്മിച്ചിരുന്നു എന്നും ആൾവ, ബാഡ്ഡൂർ കത്തുകളിൽ എഴുതി യിട്ടുണ്ട്. മാടായിക്കാവിനല്പം വടക്കുപടിഞ്ഞാറായി മാടായിപ്പാ റക്കു സമീപം ചേർന്നുനിൽക്കുന്ന കോപ്പാട്ടുമൂലയുടെ ഭാഗത്തു നിന്നു താഴെ ഏഴിമലയ്ക്കു അഭിമുഖമായി നീണ്ടു പരന്നുകിട ക്കുന്ന, സുന്ദരമായ കടൽത്തീരപ്രദേശമാണ് വെങ്ങര. വെങ്ങര യുടെ വടക്കുകിഴക്ക് വയലപ്രകുന്നിൻ ചെരിവ്. അതിനുകിഴക്ക് രാമപുരം പുഴക്കടുത്തായി കാണപ്പെടുന്ന വയൽപ്രദേശത്തെ തുറ യെന്നു പറയുന്നു. പണ്ട് തുറമുഖമായിരുന്നിരിക്കാവുന്ന ഈ തുറ യിൽ വെച്ചായിരിക്കാം പയ്യന്നൂർ പാട്ടിലെ നമ്പൂശാരി അരൻ തന്റെ കപ്പൽ കടലിലിറക്കിയത്. അഥവാ കവി അങ്ങനെ സങ്കൽപ്പിച്ചത്. രാത്രി പയ്യന്നൂർ മൈതാനത്തിൽ നടക്കുന്ന സദ്യയ്ക്ക് ക്ഷണിക്കു ന്നതൊരു പകൽസമയത്താണ്. പോകുന്നപോക്കിൽ നമ്പുച്ചെട്ടി മകനോട് കപ്പലിൽ കുറെ സാധനങ്ങൾ കൊണ്ടുപോകാൻ കല്പി ക്കുന്നു. ഈ സംഗതികളിൽ നിന്ന് പയ്യന്നൂരിൽ ഒരു കപ്പൽത്താവ ളമുണ്ടായിരുന്നെന്നും അത് കച്ചിൽപട്ടണത്തിൽ നിന്ന് അര ദിവ സത്തിലും കുറഞ്ഞ കപ്പൽ യാത്രകൊണ്ടെത്താവുന്നിടത്താണ്,. എ.ഡി. ഒന്നാം ശതകത്തിന്റെ അന്ത്യപാദത്തിൽ ഒരു അല ക്സാണ്ട്രിയൻ ഗ്രീക്കുകാരൻ എഴുതിയ പെരിപ്ലഡ് എന്ന ഗ്രന്ഥ ത്തിൽ മുസീറീസിനു പുറമെ കേരളത്തിലെ തുറമുഖങ്ങളായ നൗറ, തിണ്ടിസ്, നെൽക്കണ്ട തുടങ്ങിയവയെപ്പറ്റി പറയുന്നുണ്ട്. പയ്യന്നൂ രിലെ തുറയോടു ചേർന്നു നിൽക്കുന്ന നാരങ്ങാത്തോ ടിലെ നാരങ്ങ തുറയെ സൂചിപ്പിക്കുന്നതാകാം. എന്ന് ഏഴിമലയും പയ്യന്നൂർപാട്ടും എന്ന പുസ്തകത്തിൽ ടി കെ പൊതുവാൾ രേഖ പ്പെടുത്തിയിട്ടുണ്ട്. പുറപ്പെട്ടു പൂമ്പട്ടിണത്ത് നങ്കൂരമിട്ടു. അവിടെ നിന്നും അരി കയറ്റി. സൂര്യാസ്തമയത്തിന് മുമ്പ് അത്താഴം കഴി ച്ചു. ഏഴിമലയുടെ പാർശ്വത്തിൽ സൂര്യൻ താഴുന്നത് കണ്ടു. പുന ലാറ്റിലൂടെ യാത്ര ചെയ്ത് പൂവെങ്കാ പട്ടണം കണ്ടു. നായെൻ നഗ രിയിലേക്ക് നാട്ടാറ്റിലൂടെ കപ്പൽ പ്രയാണം തുടർന്നു. ചെറു ദ്വീപു കൾ ചുറ്റി പൊൻമലയിൽ ചെന്നു. അവിടെ ചരക്കുകൾ വ്യാപാരം ചെയ്ത് സ്വർണ്ണവുമായി തിരിച്ച് കച്ചിൽ പട്ടണത്തിലെത്തി. ഏഴി മല ചുറ്റി കടൽ വഴിയും പുഴകൾ വഴി പോയി പുഴയിലൂടെ പൂവെങ്കാ പൂമ്പട്ടണം വരെയുള്ള സഞ്ചാരമാണ് ഇവിടെ പരാമർശിച്ചിരിക്കു

ന്നത്. കച്ചിൽ പട്ടണത്തിൽ നിന്നും പട്ടുവസ്ത്രങ്ങൾ പുടവ, രത്ന
ങ്ങൾ, അരി, തുവര, നെയ്യ്, വാൾ, ചുരിക, ആനത്തോൽ, ചൂൽ,
മുറം തുടങ്ങിയ ഒട്ടനവധി വസ്തുക്കൾ വ്യാപാരം ചെയ്തതായി
പാട്ടിൽ കാണുന്നു. കച്ചിൽപട്ടണം അടുത്തിലയാണെന്ന് ഗുണ്ടർട്ട്
സ്ഥാപിക്കുന്നു. കുലശേഖര രാജാക്കന്മാരുടെ കാലശേഷം ഏറ്റവും
ശക്തമായി നിലയുറപ്പിച്ച രാജ്യം കോലത്തുനാടാണെന്ന് ചരിത്ര
കാരന്മാർ വ്യക്തമാക്കുന്നു. തെക്ക് കോരപ്പുഴ മുതൽ വടക്ക് ചന്ദ്ര
ഗിരിപ്പുഴ വരെ വിസ്തൃതമായ കോലത്തുനാടിന്റെ അതിർത്തി ഒരു
കാലത്ത് വടക്ക് മംഗലാപുരം നേത്രാവതിപ്പുഴവരെ വ്യാപിച്ചിരു
ന്നു. വസ്ത്രനിർമ്മാണവും വ്യാപാരവും മുഖ്യമായും നിർവഹിച്ച
തിവരാണ് ശാലിയർ. മാടായിക്കാവിലെ കലശോത്സവത്തിലും
ശാലിയമീനമൃതെഴുന്നെള്ളിപ്പ് ഒരു ചടങ്ങായിക്കാണുന്നുണ്ട്. കടൽ
സാമീപ്യമുള്ള ചെമ്പല്ലിക്കുണ്ടിൽനിന്ന് അടുത്തിലയിലെ മൂത്തചെ
ട്ടിയാന്റെ നേതൃത്വത്തിൽ ശാലിയർ പിടിച്ച മത്സ്യം തീയർ ഏറ്റു
വാങ്ങി മാടായിക്കാവിന്റെ വടക്കെ നടയിൽ ദുർഗാദേവിക്കും ഭൈര
വന്മാർക്കുമായി സമർപ്പിക്കുന്നു.

ചേരസാമ്രാജ്യവും ഏഴിമലയും

ഏഡി ഒമ്പതാം നൂറ്റാണ്ടു മുതൽ 12-ാം നൂറ്റാണ്ടുവരെ മഹോ
ദയപുരം കേന്ദ്രമാക്കി ഭരിച്ച ചേരപെരുമാൾമാരും കേരളം ഭരിച്ചു.
ഏഴിമലയും ചേരസാമ്രാജ്യത്തിൽപ്പെട്ടിരുന്നു. മൂഷികവംശത്തിലെ
അവസാനത്തെ രാജാവായ ശ്രീകണ്ഠന്റെ സദസ്യനായിരുന്ന അതു
ലൻ രചിച്ച മൂഷികവംശം കാവ്യത്തിൽ നൂറ്റിപതിനഞ്ചിൽപരം രാജാ
ക്കന്മാർ ഏഴിമല രാജ്യം ഭരിച്ചതായി പറയുന്നു. പന്ത്രണ്ടാം നൂറ്റാ
ണ്ടിന്റെ തുടക്കത്തിൽ മൂഷികവംശം അവസാനിക്കുന്നതോടെ
കോലത്തിരി അധികാരം വന്നു.

മൂഷകവംശത്തിന്റെ ആസ്ഥാനം ഏഴിമലയായിരുന്നു. കൊച്ചു
കൊച്ചു നാട്ടുരാജ്യങ്ങളുടെ അധീശത്വമുണ്ടായിരുന്ന ചേരപെരു
മാൾ ഏഴിമലരാജാക്കന്മാരിൽനിന്നു കപ്പം വാങ്ങി. പ്രാചീന തമിഴ്
കൃതികളിൽ നന്ദൻ എന്ന് പേരായ ഒരു മൂഷിക രാജാവിന്റെ
വീരകൃത്യങ്ങളെ സംബന്ധിച്ച് വർണ്ണനകളുണ്ട്. 1299 മുതൽ 1314വരെ
രവിവർമ്മ കുലശേഖരൻ ഭരിച്ചിരുന്നു. കേരളം, കർണാടകം,
തമിഴ്നാട് എന്നീ സംസ്ഥാനങ്ങളിലെ വിവിധ ക്ഷേത്രങ്ങളിലും

കൊട്ടാരങ്ങളിലും നിരവധി ശാസനങ്ങളും രവിവർമ്മ കുലശേഖ രപെരുമാളുടെ ശിലാലിഖിതങ്ങളുമുണ്ട്. വിജയനഗര ഭരണകാ ലത്തുള്ള ശിലാശാസനങ്ങളിലും, ചേര-ചോള-പാണ്ഡ്യ ഭരണ കാലത്തെ ശിലാശാസനങ്ങളിലും മൂഷകവംശത്തെക്കുറിച്ചുള്ള രേഖ പ്പെടുത്തലുകളുണ്ട്. ചേര രാജക്കന്മാർ മൂഷകവംശത്തെ ആക്രമി ക്കുകയും നിരവധി മൂഷകവംശരാജാക്കന്മാരെ നിഷ്കരുണം വധി ക്കുകയും ചെയ്തതായി തമിഴ്പാട്ടിൽ കാണുന്നു. ബി.സി മൂന്നാം നൂറ്റാണ്ടുമുതൽ ഏ.ഡി മൂന്നാം നൂറ്റാണ്ടുവരെ ഭരിച്ച , സംഘകാ ലകൃതികളിൽ പോലും പരാമർശിക്കപ്പെട്ട നന്നൻ ഏഴിമലയിൽ നടന്ന പോരിൽ വധിക്കപ്പെട്ടിരുന്നതായി രേഖകളിൽ കാണുന്നു. നേരത്തെ നന്നൻ ചേരന്മാരുടെ സേനാനായകൻ ആയി എയ്നനെ തോൽപിച്ചു കൊന്നിരുന്നു. പിന്നീട് വന്ന ചേരസൈന്യത്തെ മൂഷ കരാജാവ് ജയരാജൻ പരാജയപ്പെടുത്തിയതായി രേഖപ്പെടുത്ത ലുകളുണ്ട്. 1565 ൽ വിജയനഗരസാമ്രാജ്യത്തിന്റെ ദാരുണമായ പത നത്തോടെ ഇടപ്രഭുക്കളായ ബെദനൂർ നായ്ക്കന്മാർ മൂഷക വംശത്തെ ആക്രമിക്കുകയും നിരവധി രാജാക്കന്മാരെ വധിക്കുകയും ചെയ്തിരുന്നു. ആദിശതകങ്ങളിൽ ചേരരാജാക്കൻമാർ ശക്തരായ ഭരണാധികാരികളായിരുന്നു എന്നും അവർക്ക് ഒരേ സമയം വഞ്ചി, തൊണ്ടി, കരൂർ എന്ന മൂന്ന് ആസ്ഥാനങ്ങൾ ഉണ്ടായിരുന്നുവെ ന്നും അഭിപ്രായപ്പെടുന്നു. ഉതിയൻ ചേരന്റെ മകനായ നെടും ചേരലാതനെ തമിഴ് സാഹിത്യഗ്രന്ഥങ്ങളിൽ വർണ്ണിക്കുന്നു. മാമൂ ലനാരും അദ്ദേഹത്തെ പരാമർശിക്കുന്നുണ്ട്. അദ്ദേഹം ഇമയവ രൻപൻ എന്ന ബഹുമതിപ്പേർ സ്വീകരിച്ചിരിക്കുന്നു. ചേരരാജാ ക്കൻമാർ പലരും ആതൻമാരാണ്. അവരുടെ പേരിനോടൊപ്പം ആതൻ എന്ന പൊതുപേർ സ്വീകരിച്ചിരുന്നതുകൊണ്ട് അവർ ബുദ്ധ മതഅനുയായികളായിരുന്നു എന്ന് പണ്ഡിതൻമാർ അഭിപ്രായ പ്പെടുന്നു. ചേരരാജാക്കൻമാരുടെ കാലത്ത് ജനസമുദായത്തിൽ (1) അറിവൻ (2) ഉഴവർ (3) അയ്യർ (4) വെണ്ടുവർ (5) കമ്മാലർ(6) പട ച്ചിയർ (7) വലയർ (8) പുലയർ. എന്ന പ്രകാരമുള്ള വകഭേദങ്ങ ളുണ്ടായിരുന്നു. അറിവർ എന്ന ജ്ഞാനികളെ ബ്രാഹ്മണരെക്കാൾ ശ്രേഷ്ഠൻമാരായി ജനങ്ങൾ വിചാരിച്ചിരുന്നതായി തമിഴ്ഗ്രന്ഥങ്ങ ളിൽ പരാമർശിക്കുന്നുണ്ട്. നടും ചേരലാതന്റെ കാലത്ത് കേരള ത്തിൽ ബുദ്ധമതം കൂടുതൽ പ്രചരിച്ചു. ധർമ്മശാസനൻ എന്ന ബുദ്ധ

ഭിക്ഷു എത്തിയതും വഞ്ചിനഗരത്തിൽ ബൗദ്ധചൈത്യം നിർമ്മി
ച്ചതും ഇദ്ദേഹത്തിന്റെ കാലത്താണ്. മണിമേഖലയിൽ ഈ
വസ്തുത പരാമർശിച്ചിട്ടുണ്ട്. എഡി 300 മുതൽ 500 വരെയുള്ള
കാലത്താണ് ചേരരാജാക്കൻമാരുടെ ആവാസകേന്ദ്രങ്ങളുടെ ര
ണ്ടാംഘട്ട വികസനം നടക്കുന്നത്. ജൈന-ബൗദ്ധ സംസ്കാരങ്ങ
ളുടെ സംഗമ സ്ഥാനമായിരുന്നു മൂഷകവംശം എന്ന് ഗുരു രാജഭ
ട്ട് സൂചിപ്പിക്കുന്നു. ബ്രാഹ്മണപ്രഭാവവും മീമാംസമതവും ഉച്ചനി
ല പ്രപിച്ചതോടെ ജൈനബുദ്ധമതങ്ങൾ ക്ഷയിക്കുകയും അവരു
ടെ വിഹാരങ്ങളോടും ആദർശസംഹിതകളോടും കൂറ് പുലർത്തി
വന്ന സമുദായങ്ങളെ ജാതിക്കാരായി ഗണിക്കുകയും ചെയ്തിരു
ന്നു. നാടുവാഴികളും രാജാക്കൻമാരും പൂജാരികളും എല്ലാം ഇക്കൂ
ട്ടരിൽപ്പെട്ടവർ തന്നെ ആയിരുന്നു ഇവിടെ എട്ടാം ശതകം വരെ
ക്ഷത്രിയരോ പത്താം ശതകം വരെ ശൂദ്രരോ ഉണ്ടായിരുന്നില്ല.
ബ്രാഹ്മണ പ്രീതിക്ക് പാത്രീഭവിച്ചാൽ ആർക്കും ക്ഷത്രിയരായി
ഉയരാമായിരുന്നു നായൻമാരിൽ ഏറ്റവും ഉയർന്നവരായിട്ടാണ്
സാമന്തരെ ഗണിച്ചിരുന്നത്. ക്ഷേത്രഭരണ സമിതിയിലെ അംഗ
ങ്ങളായിരുന്നതുകൊണ്ട് ഭൂസ്വത്തിൽ വലിയൊരു ഭാഗത്തിന്റെ
കൈകാര്യകർതൃത്വം ബ്രാഹ്മണർക്കായിരുന്നു. ക്ഷേത്രം വക
വസ്തുക്കൾ ബ്രാഹ്മണരിൽ നിന്നും കാരാൺമയായി ഏറ്റുവാങ്ങി
കൃഷി ചെയ്തിരുന്ന എല്ലാവരും അവരെ സഹായിക്കാൻ ബാധ്യ
സ്ഥരായിരുന്നു. ചേരചോളയുദ്ധം തീരുമ്പോൾ കേരളചക്രവർത്തി
യായിരുന്ന പെരുമാളിനെക്കൊണ്ട് പ്രായശ്ചിത്തംചെയ്യിക്കാൻ
പോലും ധൈര്യപ്പെടത്തക്കവണ്ണം നമ്പൂതിരിമാരുടെ ശക്തി അത്ര
വർദ്ധിക്കുകയും ചെയ്തിരുന്നു. പ്രാചീന സംഘകാലഘട്ടത്തിലെ
മൂഷിക രാജാക്കന്മാരിൽ നിന്നു തുടങ്ങി ആധുനിക കാലഘട്ട
ത്തിലെ വിപ്ലവകാരികളും ബലിദാനികളും നടത്തിയ വീരശൂര
പരാക്രമങ്ങൾ വരെ സംഭവബഹുലമായ ഗാഥകളായി മൂഷിക
ത്തിന്റെ മണ്ണിലുറങ്ങുന്നുണ്ട്. കേരളത്തിന്റെ ഐതിഹ്യപരമായ
ചരിത്രം ഉൾക്കൊള്ളുന്ന കേരളോൽപത്തി എന്ന ഗ്രന്ഥത്തിൽ ഈ
വംശത്തെപ്പറ്റിയുള്ള സൂചനകളുണ്ട്. പ്രസ്തുത ഗ്രന്ഥത്തിലെ സൂച
നയനുസരിച്ച് അവസാനത്തെ ചേരമാൻ പെരുമാൾ വേളാപുരം
അഥവാ ആര്യാപുരം എന്ന സ്ഥലത്തു നിന്നും ഒരു ജോനക (മാ
പ്പിള) നേയും സ്ത്രീയേയും കണ്ണൂരിലേക്കു ക്ഷണിച്ചു വരുത്തു

കയും ജോനകന് ആലി രാജാവെന്ന ബിരുദം നൽകുകയും ചെയ്തു വത്രെ.

കോലത്തിരി രാജവംശം

കുലശേഖര രാജാക്കന്മാർക്കുശേഷമുണ്ടായ കേരളത്തിലെ ഏറ്റവും പ്രബലമായ രണ്ട് നാടുവാഴികളിൽ ഒന്നാണ് കോലത്തിരി രാജ വംശം. കോലത്തിരികൾ തങ്ങ ളുടെ തലസ്ഥാനം ഏഴിമല, കരി മ്പം, മാടായി, ചിറക്കൽ എന്നിവിട ങ്ങളിലേക്ക് മാറ്റിയിരുന്നു. കോല ത്തുനാലു സ്വരൂപം നാലുകുറ്റി പര ദേവതമാരും കോലത്തുനാടുവാഴു ന്നുടയവരും തൊള്ളായിരത്തി നാല്പത്തിനാലില്ലം മുന്നൂറായിര ത്തമ്പതിനായിരത്തകമ്പടിയും ആറും നാലും പത്തെടത്തിൽ വാഴുന്ന വാണവരും എന്നിങ്ങനെ യുള്ള തെയ്യം മൊഴികളിൽ കോല ത്തുനാലു സ്വരൂപത്തിനും മീതെ കോലത്തുനാടു വാഴുന്ന ഒരു തമ്പു രാൻ എന്ന് വ്യക്തമാകുന്നു. ഇതിൽ പ്രതിപാദിക്കുന്ന ആറും നാലും

പത്തെടത്തിൽ വാഴുന്നവർ നേരിയോട്ട് ചുഴലി സ്വരൂപങ്ങളെയാണ് സൂചിപ്പിക്കുന്നത്. ഒരു കാലത്ത് ഇന്നത്തെ കണ്ണൂർ, കാസർഗോ ഡ്, വയനാട് ജില്ലകളും തുളുനാടിന്റെയും കുടകിന്റെയും ഗുഡല്ലു രിന്റെയും ഭാഗങ്ങളും കോലത്തുനാട്ടിൽ ഉൾപ്പെട്ടിരുന്നു. കോല സ്വരൂപത്തിനു രണ്ടിളം കൂറുകളുണ്ട്. വടക്കിളം കൂറും തെക്കിളം കൂറും. ഒരു കോലത്തിരി, രണ്ടേ കൈത്തിരി; രണ്ടും കൂടി കോത്തിരി മുത്തിരി എന്നൊരു പ്രമാണവാക്യം ചിറയ്ക്കൽ ടി ബാലകൃഷ്ണൻ നായർ തന്റെ പ്രബന്ധങ്ങളിൽ എഴുതി വെച്ചിട്ടുണ്ട്. ഇന്നു കാണുന്ന ചിറക്കൽ കോവിലകം കൊല്ലവർഷം 858 ൽ പണിതതാ ണ്. പഴയകോവിലകം മുപ്പത്തെയ്വരുടെ ആരൂഢസ്ഥാനമാണ്. ചിറക്കൽ കോവിലകം ആറു ഗോപുരങ്ങളും നടുവിലായി നിരീ

ക്ഷണ ഗോപുരവുമുള്ള രൂപ മായിരുന്നു. കോട്ടക്ക് ഗോപു രങ്ങൾ മുൻപേ നശിച്ചു കഴി ഞ്ഞെങ്കിലും അതിന്റെ അടി ത്തറകൾ മാത്രമായിരുന്നു ബാക്കിയായത്. ഉള്ളിലായി ആഴമേറിയ മൂന്നു കിണറു കൾ ഇപ്പോഴും അവശേഷി ക്കുന്നുണ്ട്. പിൽക്കാലത്ത് വിവിധ പ്രകൃതി ക്ഷോഭങ്ങ ളിൽ കോട്ടക്ക് കേടുപാടുകൾ സംഭവിച്ചു മുക്കാൽ ഭാഗവും ഇല്ലാതായി സമീപത്ത് വേറെയും ചില കോട്ടകൾ ഉണ്ടായിരുന്നുവെങ്കിലും അവയെല്ലാം കാലക്രമേണ അവശിഷ്ടങ്ങൾ പോലുമി ല്ലാത്ത രീതിയിൽ നശിച്ചു

കഴിഞ്ഞു,വിലമംഗലം സ്വാമിയാർ 1001 നാളികേരമുടച്ച് ഇവിടെ ഗണപതി ഹോമം നടത്തിയതായി ഐതിഹ്യമുണ്ട്. കോലത്തിരി കൂടാതെ അഞ്ച് കുറുവാഴ്ച ഉണ്ടായിരുന്നതായി നേരത്തെ സൂചി പ്പിച്ചിരുന്നു. തെക്കു നിന്നും വരുന്ന ആക്രമണങ്ങളെ തടയുവാ നായി തെക്കിലംകൂർ തമ്പുരാനായിരുന്നു ചുമതല. വടക്കൻ ദേശ ങ്ങളുടെ ഭരണച്ചുമതല വടക്കിലംകൂറിനായിരുന്നു. നാലാംകൂർ തമ്പു രാൻ കരിവെള്ളൂർ ആസ്ഥാനമാക്കി കുടുംബകാര്യങ്ങളിൽ മേൽനോട്ടം വഹിക്കുകയും ചെയ്തു. അഞ്ചാംകൂർ രാജാവിന്റെ അംഗരക്ഷകനായും വർത്തിച്ചുവന്നു. 350000 നായന്മാരുടെ സൈന്യ ബലവും മന്ത്രി സ്ഥാനങ്ങളും ഉള്ളതായി ഇവിടെ സൂചിപ്പിക്കു ന്നു. തെക്കൻ കൂറിൽ മുരിക്കഞ്ചേരിക്കും മുണ്ടയോടനും വടക്കൻ കൂറിൽ ചേണിച്ചേരിക്കും മാവില ഇല്ലത്തിനും ഇതിൽ പ്രഥമസ്ഥാനം കല്പിച്ചു കൊടുത്തിരുന്നതായി കാണാം. എ.ഡി 1608 ൽ ചിറക്കൽ കോവിലകം അഴിമുഖത്തിനടുത്ത് ഒരു ശക്ത മായ കോട്ട കെട്ടിയിരുന്നു വെന്ന് തെംകുനാടിന ഐതിഹ്യകലു

എന്ന പുസ്തകത്തിൽ ബേക്കൽ രാമ നായക് രേഖപ്പെടുത്തിയിട്ടു
ണ്ട്. മഞ്ചേശ്വരത്ത് ഒരു കോട്ട ഉണ്ടായിരുന്നതായി ദക്ഷിണ കന്നഡ
ജില്ലയ പ്രാചീന ഇതിഹാസ എന്ന പുസ്തകത്തിൽ എം.ജി
ഐഗളും രേഖപ്പെടുത്തിയിട്ടുണ്ട്. കുടകു രാജാവുമായി തുടർച്ച
യായ യുദ്ധങ്ങളിൽ പരാജയം ഏറ്റുവാങ്ങേണ്ടി വന്ന കോലത്തിരി
അഭിജ്ഞമതമനുസരിച്ച് ക്ഷത്രിയനായ ഹരിശ്ചന്ദ്രപ്പെരുമാളെ
മുന്നിൽ നിർത്തി പടനയിച്ചു വെന്നും യുദ്ധത്തിൽ വിജയിച്ച കോല
ത്തിരി കൊട്ടിയൂർ ഉൾപ്പെടുന്ന ഒരു വലിയ പ്രദേശം പുറനാട്ടടി
കൾക്ക് സമ്മാനമായി നൽകിയെന്നുമാണ് ഐതിഹ്യം.
ചിറയ്ക്കൽ കോവിലകത്തിന്റെ പഴയ കളരികളുടെ അവശിഷ്ട
ങ്ങൾ 1909 ലും കാണാമായിരുന്നു എന്ന് തഴ്സറ്റൻ എഴുതിയിട്ടു
ണ്ട്. ചെമ്പിലോട്, മമ്പറം പുഴയ്ക്കും ഇടയിൽ ദേശങ്ങൾ ഉൾപ്പെ
ടുന്നതാണ് രണ്ടു തറ സ്വരൂപം. കോലത്തിരിയുടെ മേൽക്കോയ്മ
യിൽ നാല് നമ്പ്യാർ അച്ഛന്മാരാണ് ഈ നാട് ഭരിച്ചിരുന്നത്. ഇതിന്റെ
ആസ്ഥാനം പ്രസിദ്ധമായ ചാല ഭഗവതി ക്ഷേത്രമാകുന്നു. കോട്ട
കൊട്ടാരം, കൊട്ടിൽ, കൊട്ടുമ്പുറം, കോട്ടം – വാണ വളപടത്ത്
കോട്ട, കൊട്ടാരം – ചാലയിൽ കൊട്ടാരം, കൊട്ടിൽ – അരങ്ങത്ത്
കൊട്ടിൽ, കൊട്ടുമ്പുറം – തളിപ്പറമ്പത്ത് കൊട്ടുമ്പുറം എന്നിങ്ങനെ
നാലിനും ഐശ്വര്യമായിപ്പോർ എണ്ണം കല്പിച്ചുവല്ലോ... തുടങ്ങിയ
തെയ്യം മൊഴികളിൽ ചാലയിൽ കൊട്ടാരത്തെ ഒരു സുപ്രധാന
സ്ഥാനമായി പ്രതിപാദിക്കുന്നു. വളപട്ടണം കോട്ടയിലെ വാള്ളോർ
പെരുങ്കളരി എന്ന് പ്രസിദ്ധമായ പെരുങ്കളരിയിൽ ആരാധിച്ചു
വരുന്ന ഭഗവതിയാണ് കളരിയാൽ ഭഗവതി. കളരി പിന്നീട് നാമാ
വശേഷമാകുകയും കളരിവാതുക്കൽ ക്ഷേത്രവുമായി ഉയർന്നുവ
രികയും ചെയ്തു. ഇന്ന് നാമാവശേഷമായ വളപട്ടണം കോട്ടയുടെ
പഴയപേർ ശിവേശ്വരം കോട്ട എന്നായിരുന്നുവത്രേ. കോട്ടക്കകത്ത്
ശിവക്ഷേത്രമുണ്ടായിരുന്നു. കോട്ടയുടെ രക്ഷകനായി കടലായി
ശ്രീകൃഷ്ണനെയും പ്രതിഷ്ഠിച്ചു. വയനാട്ടു കുലവൻ കോട്ടയുടെ
കാവലാളായ പടനായകനായി അറിയപ്പെടുന്നു. കോട്ടക്കകത്ത് മുപ്പ
ത്തൈവർ കുറ്റി പരദേവതമാരെയും കുടിയിരുത്തിയിരുന്നു. ഇന്ന്
ചിറക്കൽ കോവിലകത്ത് മൂപ്പത്തൈവർ കുറ്റി പരദേവതമാരുടെ
സ്ഥാനം കാണാം.ചിറയ്ക്കൽ കോട്ടയോടു ബന്ധപ്പെട്ട ആയുധ
ഭ്യസ പരിശീലന കേന്ദ്രമായ വാള്ളോർ പെരുങ്കളരിയുടെ വാൾ ഗു

രുക്കളുമായിരുന്നു വയനാട്ടുകുലവനെന്നു ഐതിഹ്യമുണ്ട്. വയ
നാട് ഉപേക്ഷിച്ച മലനാട്ടിലേക്ക് വന്ന വയനാട്ട് കുലവൻ
കോലത്തിരിയുടെ ശക്തി പരീക്ഷണങ്ങൾ വിജയമായി തരണം
ചെയ്തു. കാടില്ലാത്ത ചാലക്കടപ്പുറത്ത് നായാട്ട് കുറിച്ച് നരിയെ
വരുത്തി ചെവിയിൽ ശരം എയ്ത് കുലവൻ നരിത്തോൽ മന്നനു
കാണിക്കവെച്ച് വളപട്ടണം കോട്ടയിലെ സേനാധിപനാകുന്നു.
ഒരിക്കൽ ഏതോ ഒരു ശത്രു വളപട്ടണം കോട്ടയെ ആക്രമിച്ച് പോർ
നടത്തവെ കാവൽ സൈന്യത്തിനു തീപ്പൊളലാതിരിക്കാൻ കൈത്ത
ണ്ടകൾ മൂടത്തക്കവണ്ണം തണ്ടൊാരകളെ തടുപ്പോരായുധം ഉണ്ടാക്കി
ക്കൊടുത്തു കുലവൻ എന്ന് തോറ്റത്തിൽ പറയുന്നു. കോലത്തു
നാട്ടിലുള്ള തെളിവുകളെല്ലാം ഒളിഞ്ഞു കിടക്കുന്നത് ഭൂപ്രഭുക്ക
ന്മാരുടെ കൈവശമുള്ള താളിയോലകളിലാണ്. (ഓല നമ്പർ 528
കൊല്ലവർഷം 896, രേഖാലയം : റീജിയണൽ ആർക്കൈവ്സ്, കോഴി
ക്കോട് മലബാറിൽ 18ാം നൂറ്റാണ്ടിലെ കടം വായ്പ ആധാരത്തിന്റെ
ഒരു രേഖയാണിത്, ഇരിങ്ങണ്ണൂർ ഇല്ലിച്ചേരി വിരുത്തിയിൽ
ചാലത്തെ കോയിത്താൻ രയിരു കണ്ണൻ ഇല്ലയച്ചേരിൽ വീടു
വെയ്ക്കാനും അതിൽ താമസിക്കാനും ചോതപുരത്ത് ചാത്താടി

യിൽ വർക്കി കലന്ദർക്കു കൊല്ല
വർഷം 974 നു എഴുതി
കൊടുത്ത കടംവായ്പ കുഴി
ക്കാണ ഓല ആധാരമാണ് ഈ
രേഖ. മന്ത്ര-തന്ത്രങ്ങളടങ്ങിയ
താണ് ഇത്തരം താളിയോലക
ളെന്ന തെറ്റിധാരണയിൽ പലയി
ടത്തും വിലപ്പെട്ട താളിയോ
ലരേഖകൾ കത്തിച്ചും, കുഴിച്ചി
ട്ടും നശിച്ചു വരികയാണ്.18-ാം
നൂറ്റാണ്ടിൽ ചിറയ്ക്കൽ തമ്പു
രാന് ചേകവപ്പടയാളികൾ ഉണ്ടാ
യിരുന്നു. തമ്പുരാൻ നിർമ്മിച്ച
വലിയ കോട്ടയുടെ ചുറ്റും
അതിന്റെ രക്ഷയ്ക്കായി കാവൽ
നിൽക്കുന്നതിന് ഏതാനും

തീയരെയും അവരുടെ നായകനായി ഒരു തണ്ടാനെയും കൽപ്പിച്ച് നിയമിച്ചു. വയനാട്ടു കുലവന്റെ തോറ്റത്തിലും ചേകോൻപദവിയും തണ്ടാൻസ്ഥാനവും നൽകി ആദരിച്ചുവെന്നും പറയുന്നു. കോല ത്തിരി രാജാവിന്റെ മുമ്പിലെത്തിയാൽ പറയാനുള്ള കാര്യങ്ങൾ നേരിട്ടുപറയാൻ അധികാരമുണ്ടായിരുന്നില്ല. കാര്യസ്ഥനായ നായർ പ്രമാണിയോടു പറഞ്ഞ് അവിടെ നിന്ന് രാജാവിനോട് സന്ദേശം കൈമാറുകയാണ് പതിവ്. തിരിച്ചും രാജാവിന്റെ മറുപടി കാര്യ സ്ഥൻ വഴിയെത്തുന്നു. കോലത്തു രാജാക്കന്മാരുടെ പ്രധാന വാസ കേന്ദ്രങ്ങളിൽ ഒന്നായ വളപട്ടണം നൗറ എന്ന പേരിലാണ് പ്രാചീന കാലത്തു പ്രശസ്തമായത്. കളരി വാതുക്കൽ ഭഗവതി ക്ഷേത്ര ത്തിനു വടക്ക് ഭാഗത്ത് കുറച്ചകലെയായിട്ടാണ് വളപട്ടണം കോട്ട ഉള്ളത്. പൂര ഉത്സവ സമയത്താണ് ദേവീ വിഗ്രഹം കോട്ടയിലേക്ക് എഴുന്നള്ളിച്ചുകൊണ്ടു പോകുന്നത്. ടിപ്പുവിന്റെ അക്രമണത്തി ലാണ് കോട്ട തകർക്കപ്പെട്ടത്. കോട്ടയുടെ അവശിഷ്ടങ്ങൾ ഇന്ന് വളപട്ടണത്ത് അവശേഷിക്കുന്നുണ്ട്. അടുക്കള, അടപ്പൂരകൾ, ധാന്യം പൊടിക്കാനുപയോഗിക്കുന്ന കരിങ്കല്ലിലുണ്ടാക്കിയ അരകല്ല് തുട ങ്ങിയവും ലഭിച്ചു. രണ്ട് കിണറുകൾക്ക് നടുവിൽ സ്ഥിതി ചെയ്യുന്ന വീട് നാണയ മുദ്രണ ശാലയുടെ മേൽനോട്ടക്കാരന്റേതാണെന്ന് വിദഗ്ദർ കരുതുന്നു. എ ഡി ഒന്നാം നൂറ്റാണ്ടിൽ മലബാർ സന്ദർശിച്ച യവന യാത്രികനായ പെരിപ്ലസ് എഴുതിയ എറിത്രി യൻ കടൽത്തീരത്തിലൂടെ ഒരു കപ്പൽ യാത്ര എന്ന ഗ്രന്ഥത്തിൽ

നൗറയെ പ്രതിപാദിക്കു
ന്നുണ്ട്. എ ഡി 77 ൽ
പ്ലീനി എന്നൊരു ലോക
സഞ്ചാരി എഴുതിയ
പുസ്തകത്തിൽ നൗറ
കടൽക്കൊള്ളക്കാരുടെ
വിഹാര കേന്ദ്രമായിരു
ന്നെന്നു പറഞ്ഞു വച്ചിരി
ക്കുന്നു. തെക്ക് ചിത്താ
രിപ്പുഴ മുതൽ വടക്ക്
ചന്ദ്രഗിരിപ്പുഴവരെയും

കിഴക്ക് കല്ലടക്കുറ്റി മുതൽ പടിഞ്ഞാറ് അറബിക്കടൽ വരെയും
വ്യാപിച്ചു കിടക്കുന്ന സ്വരൂപമാണ് ഇളംകുറ്റി സ്വരൂപം. കോലത്തി
രിയുടെ വടക്കിളംകൂറിന്റെ കുറുവാഴ്ചയുണ്ടായിരുന്നതിനാൽ ഇളം
കുറ്റി സ്വരൂപമെന്ന് പേര്. തമ്പുരാക്കന്മാരുടെ കോവിലകങ്ങളായ
ബേകുലകവും കോട്ടികുലകവും നിലനിന്നിരുന്ന സ്ഥലങ്ങളാണ്
ഇന്നത്തെ ബേക്കലും കോട്ടിക്കുളവും. പുടവതി തമ്പുരാന്മാരുടെ
പുടവതി വാഴ്ച നിലനിന്നിരുന്ന സ്ഥലങ്ങളായിരുന്നു ഇത്. ആയ
തിനാൽ ഈ നാടിന് പുടവനാട് എന്നും പേരുണ്ട്. കൃഷികളിൽ
മിക്കതുപ്രമാണികളുടെ ചുമതലയിലാണ് നടത്തപ്പെട്ടിരുന്നത്.
കന്നുകാലികളെ കൊയ്ത്തുകഴിഞ്ഞാൽ അഴിച്ചുവിടാനുള്ള കാലം
കൊട്ടിയറിയിക്കുക, വിതയ്ക്കുന്ന കാലം വരുമ്പോൾ കാലികളെ
പിടിച്ചുകെട്ടുവാൻ പരസ്യപ്പെടുത്തുക, അകാലത്തും അന്യായ
മായും അഴിച്ചുവിടുന്ന കാലികളെ തടഞ്ഞു നിർത്തുക എന്നിങ്ങ
നെയുള്ള പല പ്രവൃത്തികൾക്കും തീയരെയാണ് നിശ്ചയിച്ചിരുന്ന
ത്. 12-13 നൂറ്റാണ്ടു മുതൽ 16-17 നൂറ്റാണ്ടു വരെയുള്ള കാലമാണ്
വടക്കൻ പാട്ടുകളുടെ കാലഘട്ടമായി ചരിത്രകാരന്മാരും സാഹിത്യ
പണ്ഡിതന്മാരും രേഖപ്പെടുത്തിയിട്ടുള്ളത്. വടക്കൻ പാട്ടുകളിലൂടെ
പ്രസിദ്ധമായ തച്ചോളി ഒതേനനും, ആരോമൽ ചേകവരും യഥാ
ക്രമം നായർ – തിയ്യ പോരാളികളായിരുന്നു. മുസ്ലീം അഭ്യാസി
ആരോമൽ ചേകവരുടെ അച്ഛൻ കണ്ണപ്പച്ചേകവരുടെ ശിഷ്യയാണ്.
ചിറയ്ക്കൽ രാജാവിനെ സേവിച്ച പലരുടേയും പൂർവ്വികന്മാർ,
പള്ളിക്കോവിലകം സ്ഥിതി ചെയ്യുന്ന ഈ പ്രദേശത്ത് താമസിച്ച

വരായിരുന്നു. പാരമ്പര്യമനുസരിച്ച് കോലത്തിരിമാരുടെ മന്ത്രി സ്ഥാനം മുരുക്കഞ്ചേരി കുടുംബാംഗങ്ങൾക്കും സൈന്യാധിപ സ്ഥാനം ചിറ്റോത്ത് കുരിക്കൾക്കും ധനകാര്യം മാവിലനമ്പ്യാ ന്മാർക്കും അവകാശപ്പെട്ടതായിരുന്നു. കുറുവാടുള്ള മുരിക്കഞ്ചേരി കേളുവിന്റെ കളരിയെക്കുറിച്ച് ഒരു ക്ഷേത്രത്തിന്റെ ഐതിഹ്യം ചരിത്ര വസ്തുതയായിരുന്നു എന്നു കരുതാം. പ്രതാപത്തോടെ ഏറെക്കാലം വാണ കോലസ്വരൂപം കാലക്രമത്തിൽ ശക്തിഹീന മായതായി അക്കാലത്തെ രേഖകളിൽ നിന്നും വ്യക്തമാണ്. കുടി പ്പുകയും, ശാഖകളും, ഉപശാഖകളും തമ്മിലുള്ള മത്സരങ്ങളും സാമൂ തിരി രാജാക്കന്മാരുമായുണ്ടായ നിരന്തരയുദ്ധങ്ങളും കോലസ്വരൂ പത്തിന്റെ കെട്ടുറപ്പിനെ തളർത്തി. കോലത്തുനാട് അക്കാലത്ത് സന്ദർശിച്ച അലക്സാണ്ടർ ഹാമിൽട്ടൺ രേഖപ്പെടുത്തുന്നത് കല്ലു കെട്ടി ഉയർത്തിയ ആൽത്തറയിൽ വെച്ച് ഈ രാജകുടുംബത്തിലെ നിരവധി അംഗങ്ങളെ വധിക്കുന്നത് നേരിൽ കണ്ടു എന്നാണ് ഇക്കാര്യം ബോർഡ് ഓഫ് റവന്യൂ രേഖകളിൽ വ്യക്തമായി രേഖ പ്പെടുത്തിയിട്ടുണ്ട്. പരുളി, ഉദയമംഗലം ശാഖകളിലെ പതിനൊന്ന് ഉപശാഖകളിൽപ്പെട്ട അംഗങ്ങൾ തമ്മിൽ നടന്ന കിടമത്സരങ്ങൾ ഉദയമംഗലം കോവിലകത്തിലെ ഒട്ടേറെ പേരുടെ വധത്തിനും രാജ്യത്ത് അവർക്കുണ്ടായിരുന്ന അധികാരത്തെ ഇല്ലാതാ

ക്കുന്നതിനും ഇടവരു
ത്തി. അസൂയയും
അധികാര ദുർമോഹ
വും, കിടമത്സരങ്ങളുമാ
യിരുന്നു ചിറക്കൽ
കുടുംബങ്ങളിലൊഴി
കെയുള്ള ശാഖക
ളിലെ സ്ഥിതി. ഇത്
ചിറക്കൽ ശാഖയ്ക്ക്
കൂടുതൽ ഗുണകരമാ
യിത്തീർന്നു. നായന്മാ
രുടെ മുഖ്യസ്ഥാനിക

ളെന്ന നിലയ്ക്കു യൂറോപ്യന്മാരുമായുണ്ടാക്കിയിരുന്ന സഖ്യങ്ങൾ
കൊണ്ട് സ്വതവേ മറ്റുള്ളവരേക്കാൾ പ്രാധാന്യം കൈവന്നതു
കാരണം കാലക്രമത്തിൽ ചിറക്കൽ കോവിലകം കോലത്തുനാ
ട്ടിന്റെ പ്രതിരൂപമായി രൂപാന്തരപ്പെടുകയും മറ്റ് ശാഖകൾ അപ്ര
സക്തമാവുകയും ചെയ്തതായി വ്യക്തമാക്കുന്നുണ്ട്. കോവിലക
ത്തെ പ്രധാനവാണിജ്യമാർഗ്ഗമായിരുന്നു കുപ്പം പുഴ, വിദേശികൾക്ക്
എന്നും പ്രിയപ്പെട്ട കുരുമുളകും സുഗന്ധദ്രവ്യങ്ങളും വിളഞ്ഞിരുന്ന
മലമ്പ്രദേശങ്ങളിൽ നിന്ന് തുറമുഖത്തെത്തിച്ചിരുന്നത് ഈ പുഴ
വഴിയായിരുന്നു.

ഏഴിമല

പ്രാചീന കാലം മുതൽക്കേ അന്താരാഷ്ട്ര പ്രാധാന്യമുള്ള ദക്ഷി
ണേന്ത്യൻ പ്രദേശമായിരുന്നു ഏഴിമല. വടക്കൻ മലബാറിലെ ചരി
ത്രമുറങ്ങുന്ന നിരവധി സ്ഥലങ്ങളിൽ ഏറ്റവും പ്രാധാന്യമേറിയതു
ഇന്നത്തെ കണ്ണൂർ ജില്ലയുടെ ഭാഗമായ ഏഴിമല പർവത നിരക
ളാണ് കേരളത്തിലെ കടൽ തീരത്തു സ്ഥിതി ചെയ്യുന്ന ഏക മല
നിരയായ ഏഴിമലയിലാണ് സംഘകാലത്തെ മൂഷിക രാജവംശ
ത്തിന്റെ ആസ്ഥാനം സ്ഥിതിചെയ്തിരുന്നത്. ഏതാനും നൂറ്റാണ്ടു
കൾക്ക് മുൻപ് ഏഴിമലനാട് എന്ന പേരിൽ അറിയപ്പെട്ടിരുന്നു.
ഏഴിമലക്ക് ചരിത്ര സാംസ്കാരിക പരമായ നിരവധി പ്രത്യേകതക
ളുണ്ട്. നിരവധി മഹായോദ്ധാക്കളുടെ വീരചരിതം തളം കെട്ടി

നിൽക്കുന്ന പ്രകൃതിരമണനീയ
മായതും കച്ചവടപ്രാധാന്യമു
ള്ളതുമായ ഏഴിമലക്ക് ഓരോ
കഥകൾ പറയാനുണ്ട്. ഏഴിമല
കോട്ട ഇതിനകം തന്നെ സ്വകാ
ര്യാവകാശത്തിൽ അകപ്പെട്ടു
പോയി. ഏഴിമലകോട്ടകൊത്ത
ളങ്ങളുടെ കല്ലുകൾ പുതിയ
കെട്ടിടങ്ങൾക്ക് അസ്ഥിവാരമി
ടുന്നു. ഏഴിമല ഇന്ന് ലോക
നാവിക ഭൂപടത്തിൽ ശ്രദ്ധേയ
മായ ഒരിടം നേടിയിരിക്കുകയാ
ണ്. ഏഴിൽമല പ്രദേശത്തിന്റെ
സമീപത്തായി സംഘകാലത്ത
റിയപ്പെട്ട പുഴ പെരുംകാനം

ആയിരുന്നു. ഏഴിൽമല രാജ്യം തലസ്ഥാനനാമത്തെ മുൻനിർത്തി
ഒരുകാലത്ത് കൊൺകാനമായി അറിയപ്പെട്ടിരുന്നു. ആദികാലത്തു
തലസ്ഥാനങ്ങളിൽ ഒന്നായിരുന്ന കൊൺകാനം, പാഴിയും പാരവും
കൊൺകാനവും ഏഴിൽമല രാജ്യത്തിലെ ഓരോ കാലത്തെ തല
സ്ഥാനങ്ങളായിരുന്നു. ഇവയെല്ലാം ഏഴിൽ മലയുടെ സാന്നി
ധ്യത്തിൽ നിലകൊള്ളുന്ന പ്രദേശങ്ങളായിട്ടാണ് കാണപ്പെടുന്ന
ത്. നന്നൻ എന്ന പേര് ഏഴിൽമല രാജാക്കന്മാർ പാരമ്പര്യബിരുദ
മായി ഉപയോഗിച്ചിരുന്നു. ഏഴിമല ചരിത്രവും ഇതിഹാസവും ഇഴ
ചേർന്ന് കിടക്കുന്ന ഒരു പ്രാചീന ജനപദമാണ്. ഏഴിമലക്കോട്ട, ഏഴി
പ്പള്ളി മാഖാമുകൾ, നരയൻ കണ്ണൂർ ക്ഷേത്രം, മൗണ്ട് ഡൽഹി ലൈറ്റ്
ഹൗസ് ഇങ്ങനെ നിരവധി ചരിത്ര സ്മാരകങ്ങൾ ഏഴിമലയിലുണ്ട്.
ഏഷ്യയിലെ തന്നെ ഏറ്റവും വലിയ നാവിക പരിശീലനകേന്ദ്രം ഇവി
ടെയാണ് സ്ഥിതിചെയ്യുന്നത്. ലോകസഞ്ചാരികൾ ഏഴിമലയെക്കുറിച്ച്
രേഖപ്പെടുത്തിയിട്ടുണ്ട്. 1300 നൂറ്റാണ്ടിൽ കേരളം സന്ദർശിച്ച
മാർക്കോപോളോ ഏഴിമലയെക്കുറിച്ച് പരാമർശിച്ചിട്ടുണ്ട്.
ക്രിസ്ത്വബ്ദം 1250 മുതൽ 1291 വരെ (ഹിജ്റ 648 690) നാൽപ്പത്
കൊല്ലത്തോളം ഏഷ്യൻ രാജ്യത്തിൽ പര്യടനം നടത്തിക്കൊണ്ടി
രുന്നു. സുൽത്താൻ ഗിയാസുദ്ദീന്റെ കാലത്ത് ക്രി. 1265 1287 (ഹി.

664   686) അദ്ദേഹം ചൈനയിൽ നിന്ന് മല ബാറിൽ വന്നു. ഇവി ടുത്തെ നഗരങ്ങളിൽ, ഏഴിമല മാടായി എന്നിവ സന്ദർശിച്ചു. അദ്ദേഹം പറയുകയാണ്. ഈ നഗ രങ്ങളിൽ ലോകത്തിന്റെ നാനാ ഭാഗങ്ങളിൽ നിന്നുള്ള കപ്പലുകൾ

വ്യാപാരത്തിനായി വന്നുകൊണ്ടിരിക്കുന്നു. ഇവിടെ നിന്ന് അവ കുരുമുളക്, ചുക്ക്, തേങ്ങ, അടയ്ക്ക മുതലായ സാധനങ്ങൾ കയറ്റി അദൻ, സഹാർ, ഈജിപ്തിലേയും അറേബ്യയിലെയും മറ്റു തുറ മുഖങ്ങൾ എന്നിവിടങ്ങളിലേക്ക് പോവുകയും ചെയ്യുന്നു. കന്യാ കുമാരിയിൽ നിന്നും 300 നാഴിക പടിഞ്ഞാറു ഭാഗത്തായി കടലി ലേക്ക് തള്ളിനിൽക്കുന്ന ഒരു രാജ്യമാണ് ഏഴിമലയെന്ന് അദ്ദേഹം വിവരിക്കുന്നു. കുരുമുളകും ഇഞ്ചിയും മറ്റു സുഗന്ധവസ്തുക്കളും ഇവിടെ ധാരാളമായി വളരുന്നുണ്ടെന്ന് അദ്ദേഹം സൂചിപ്പിക്കുന്നു. ഇബ്നുബത്തുത്ത എന്ന സഞ്ചാരിയും ഏഴിമലയെക്കുറിച്ച് രേഖ പ്പെടുത്തിയിട്ടുണ്ട്.ഇത്രയും വലിയ തുറമുഖം ഈ തീരത്ത് അധി കമില്ലെന്ന് അദ്ദേഹം സൂചിപ്പിക്കുന്നു. ചേരരാജവംശത്തിന്റെ ദേശ ങ്ങൾ ചേർന്നതായിരുന്നു പ്രാചീന മൂഷിക രാജവംശത്തിന്റെ വിഹാ രഭൂമി. ഇദ്ദേഹം സമീപത്തുള്ള ചേര രാജാക്കന്മാരുമായും മറ്റുനാ ടുവാഴികളുമായും യുദ്ധങ്ങൾ നടത്തി ഏതാനും പുതിയ ദേശ ങ്ങൾ രാജ്യത്തോട് ചേർത്തിട്ടുണ്ട്. നന്ദന്റെ വീരഗാഥകളിൽ നിന്നാ ണ് വടക്കൻ മലബാറിന്റെ രേഖപ്പെടുത്തിയ ചരിത്രം ആരംഭിക്കുന്ന ത്. ഏഴിമല സംസ്കൃതത്തിൽ മൂഷികശൈലമെന്ന പേരിലാണ് പരാമർശിക്കപ്പെടുന്നത്. മൂഷകവംശരാജാക്കന്മാരുടെ ആസ്ഥാന മായതിനാലാണ് ഈ പേര് വരാൻ ഇടയായത്. ഉയർന്നമലയും താഴ് വാരവും മൂഷികശൈലത്തിന്റെ സവിശേഷതയായിരുന്നു. പ്രാചീനകേരളത്തെ പരാമർശിക്കുന്ന അതുലന്റെ മൂഷികവംശം കാവ്യത്തിൽ രാജവംശസ്ഥാപനവും ഭരണാധിപത്യവും വിവരിച്ചി ട്ടുണ്ട്. സപ്തശൈലമെന്നാണ് പുരാണങ്ങളിൽ ഏഴിമലയെ വിശേ

ഷിപ്പിക്കുന്നത്. ആഴിയുടെ അടുത്തുള്ള ഉയർന്ന മലയെന്ന നില
യിൽ ആഴിമലയായും പിന്നീട് ഏഴിമലയായും മാറിയെന്നും അഭി
പ്രായങ്ങളുണ്ട്. രാമായണത്തിൽ രാമരാവണ യുദ്ധത്തിന്റെ അവ
സാനഘട്ടത്തിൽ ഇന്ദ്രജിത്ത് ബ്രഹ്മാസ്ത്രം പ്രയോഗിച്ചു. അതോടെ
ലക്ഷ്മണനും വാനരസൈന്യവും മൃതപ്രായരായി വീണു. ഈ വിഷ
മത്തിൽ നിന്ന് രക്ഷപ്പെടുത്താനുള്ള വഴിയെന്തെന്ന് ആലോചന
യായി. മൃതസഞ്ജീവിനികൊണ്ടുമാത്രമേ മരിച്ചവരെ പുനർജീവി
പ്പിക്കുവാൻ കഴിയുകയുള്ളൂ എന്ന നില വന്നുചേർന്നു. ആ ഔഷധം
ഹിമാലയത്തിൽ കൈലാസത്തിന് മഹാമേരുവിനും ഇടയിലുള്ള
ഋഷഭശൃംഗാദ്രിയിൽ മാത്രമാണുള്ളത്. ഹനുമാൻ മൃതസഞ്ജീവനി
തേടി ഹിമാലത്തിലെത്തി. ഏതാണ് മൃതസഞ്ജീവനി എന്ന് തിരി
ച്ചറിയാൻ ഹനുമാന് കഴിഞ്ഞില്ല. അതുകൊണ്ട് ഔഷധം നിറഞ്ഞ
മലപറിച്ചെടുത്ത് ഉള്ളംകൈയിലേന്തി ലങ്കയിലേക്ക് പറന്നു.
ഇങ്ങനെ ലങ്കയിലേക്കുള്ള യാത്രാമധ്യേ മലയുടെ കുറച്ചുഭാഗങ്ങൾ
സമുദ്രത്തിനടുത്ത് അടർന്നുവീണുവത്രേ. ഏഴ് ചെറുഭാഗങ്ങളാണ്
അടർന്നുവീണത്. ആ വീണ ഭാഗങ്ങൾ മലയായി ഉയർന്നുനിന്നു.
അങ്ങനെ ഏഴിമലയെന്നു സപ്തശൈലമെന്നും പേരുണ്ടായതായി
വിശ്വസിക്കപ്പെടുന്നു. ഏഴിമലയിൽ ആഞ്ജനേയ ഗിരി എന്ന് വിളി
ക്കുന്ന ഒരു പ്രദേശമുണ്ട്. അവിടെ നാല്പത്തൊന്ന് അടി ഉയര

മുള്ള ആഞ്ജനേയ പ്രതിമ സ്ഥാപിച്ചിട്ടുണ്ട്. ദക്ഷിണേന്ത്യയിലെ തന്നെ ഏറ്റവും വലിയ പ്രതിമയാണിത്. ഏഴിമലയുടെ മനോഹാരിതയെ കുറിച്ച് കേട്ടറിഞ്ഞു സാക്ഷാൽ ഗൗതമ ശ്രീബുദ്ധൻ ഏഴിമല സന്ദർശിച്ചിട്ടുണ്ട് എന്നുള്ളതാണ് മറ്റൊരു ഐതിഹ്യം. ശ്രീബു ദ്ധൻ വന്നിരുന്നോ എന്നുള്ളത് തീർച്ചപ്പെടുത്താനാകില്ലെങ്കിലും ഏഴിമലയും സമീപ പ്രദേശങ്ങളും ഒരു കാലത്തു ബുദ്ധ-ജൈന മത വിഭാഗങ്ങളുടെ ഇഷ്ടപ്രദേശങ്ങളായിരുന്നു എന്ന് അനുമാനി ക്കാൻ കാരണങ്ങളുണ്ട്. ചെമ്പുനാണയങ്ങൾ തയ്യാറാക്കാനുള്ള അനേകം ചെമ്പുകട്ടകളും ഇവിടെ നിന്നും കണ്ടെത്തിയിട്ടുണ്ട്. മൗണ്ട് ഡി എലി, എലി തുടങ്ങിയ പേരുകളിലാണ് പാശ്ചാത്യർക്കി ടയിൽ ഏഴിമല അറിയപ്പെടുന്നത്. ഗാമയും കൂട്ടരും കപ്പലിലിരുന്നു ആദ്യമായി കണ്ടത് ഏഴിമലക്കോട്ടയുടെ അകലെ നിന്നുള്ള ദൃശ്യ ങ്ങളായിരുന്നല്ലോ. ഒരു കാലത്തു പറങ്കികളുടെ ഇഷ്ടദേശങ്ങളിൽ ഒന്നായിരുന്ന ഏഴിമലയിൽ അവർ ഒരു കോട്ട പണികഴിക്കാൻ ശ്രമിക്കുകയുണ്ടായി. ഏഴിപള്ളി എന്ന പേരിലറിയപ്പെടുന്ന വളരെ പുരാതനമായ ഒരു ഇസ്ലാം തീർത്ഥാടന കേന്ദ്രം കൂടെ ഏഴിമല യിൽ സ്ഥിതി ചെയ്യുന്നുണ്ട്. ഏഴിമലയിൽപ്പെട്ട എട്ടിക്കുളക്കടവിൽ തെയ്യവുമായി ബന്ധപ്പെട്ട ഒട്ടേറെ പുരാവൃത്തങ്ങളുണ്ട്. ഇവിടങ്ങ ളിലെ പാറകളിലും മറ്റും കൊത്തിവെച്ചിട്ടുള്ള വട്ടെഴുത്തുകളും ചില ചിഹ്നസൂചകങ്ങളും ചിത്രങ്ങളും പ്രാചീനമായ തെയ്യരൂപങ്ങളിലേ ക്കാണ് വിരൽചൂണ്ടുന്നത്.

മാടായിക്കോട്ട

കണ്ണൂർ ജില്ലയിലെ മാടായി പഞ്ചായത്തിലെ മാടായിപ്പാറക്ക് മുകളിൽ തെക്കേയറ്റത്തായി സ്ഥിതി ചെയ്യുന്ന ഒരു പുരാതന കോട്ട യാണ് മാടായിക്കോട്ട. തെക്കിനാക്കീൽ കോട്ട എന്നും ഇത് അറി യപ്പെടുന്നുണ്ട്. നാല് സ്വരൂപങ്ങൾക്കും പ്രത്യേകം കേരളോല്പത്തി പട്ടോലയുണ്ട്. ഭൂമണ്ഡലപുഷ്ടിക്കായിക്കൊണ്ട് കേരളഭൂമിയെ കോലം, വേണാട്, ഏറനാട്, പെരുമ്പടപ്പ് എന്നിങ്ങനെ നാല് വാഴ്ച കല്പിച്ചു. എന്നിങ്ങനെയാണ് കോലത്തുനാട്ടിലെ തെയ്യങ്ങളുടെ പീഠവഴക്കം പട്ടോല തുടങ്ങുന്നത്. പ്രാക്തന കാലം തൊട്ട് നാവി കർക്ക് വഴികാട്ടിയായ ഏഴിമലയ്ക്ക് തൊട്ടു കിഴക്കാണ് മാടായി പ്പാറ ഒരു കാലത്ത് ഇവിടെ മുഴുവൻ വെള്ളത്തിനടിയിലായിരു

ന്നു. ഏഴിമലയ്ക്ക് നാല് ചുറ്റും കടലായിരുന്നു എന്ന് കേരളോൽപ്പ
ത്തിയിൽ പരാമർശമുണ്ട്. വെള്ളം നീങ്ങി ഉയർന്നു വന്ന കരഭാഗ
ത്തിന് മാട് എന്ന് പേരുണ്ട്. അങ്ങനെ മാട് ആയ സ്ഥലമാണ് മാടായി
എന്ന് പിന്നീട് അറിയപ്പെടുന്നു 2000 വർഷം മുമ്പ് മൂഷകവംശ
ത്തിലെ ഭല്ലവൻ രാജാവ് പണികഴിപ്പിച്ചതാണ് മാടായിപ്പാറയിലെ
ഈ കോട്ട. പിൽക്കാലത്ത് വിവിധ പ്രകൃതി ക്ഷോഭങ്ങളിൽ കോട്ടക്ക്
കേടുപാടുകൾ സംഭവിച്ചു മുക്കാൽ ഭാഗവും ഇല്ലാതായി. സമീ
പത്ത് വേറെയും ചില കോട്ടകൾ ഉണ്ടായിരുന്നുവെങ്കിലും അവ
യെല്ലാം കാലക്രമേണ അവശിഷ്ടങ്ങൾ പോലുമില്ലാത്ത രീതിയിൽ
നശിച്ചു കഴിഞ്ഞു. 1765-68 കാലഘട്ടത്തിൽ ഹൈദരാലിയുടെയും
കോലത്തുരാജാവിന്റെയും സൈന്യങ്ങൾ ഏറ്റുമുട്ടിയത് ഇതിന് സമീ
പമുള്ള പാളയം ഗ്രൗണ്ടിലാണ്. അനേകം യുദ്ധങ്ങൾക്കും ചരിത്ര
സംഭവങ്ങൾക്കും സാക്ഷ്യം വഹിച്ച കോട്ട പിന്നീട് തകരുകയായി
രുന്നു. കോട്ട ആറു ഗോപുരങ്ങളും നടുവിലായി നിരീക്ഷണ ഗോപു
രവുമുള്ള രൂപമായിരുന്നു. ഗോപുരങ്ങൾ മുൻപേ നശിച്ചു കഴിഞ്ഞെ
ങ്കിലും അതിന്റെ അടിത്തറകൾ മാത്രമായിരുന്നു ബാക്കിയായത്.
ഉള്ളിലായി ആഴമേറിയ മൂന്നു കിണറുകൾ ഇപ്പോഴും അവശേഷി
ക്കുന്നുണ്ട്. മൂഷകവംശത്തിലെ രാജാക്കന്മാർ മലബാർ തീരത്ത്
പണിത കോട്ടകൾ മിക്കവയും മൺകോട്ടകൾ ആയിരുന്നുവെന്നും,
ഏത് ചെറിയ ആക്രമണത്തേയും നേരിടാൻ ഉതകുന്ന തരത്തിൽ

ആ കോട്ടകളിൽ സദാ സമയം എല്ലാ ഭാഗത്തും പട്ടാള ക്കാരെ തയ്യാറാക്കി നിർത്തിയിരുന്നു വെന്നു ചില രേഖക ളിൽ കാണുന്നു. കടൽത്തീരത്ത് സ്ഥിതി ചെയ്യുന്ന മലനിര എന്ന നിലയിൽ യുദ്ധ തന്ത്ര ങ്ങൾ മെനയാൻ പറ്റിയ ഉചിതമായ സ്ഥലങ്ങളിലൊന്നായിരുന്നു മാടായിക്കോട്ട. മാടായിക്ഷേത്രത്തിന് ചുറ്റുമാണ് മാടായിപ്പാറകിട ക്കുന്നത്. 4ാം നൂറ്റാണ്ടിലെ ലിപിയിൽ എന്നു കരുതപ്പെടുന്ന ഒരു ശിലാലേഖനം ക്ഷേത്രത്തിലുണ്ട്. ശരിക്ക് വായിച്ചു മനസ്സിലാക്കാൻ അസാദ്ധ്യമാണ്. പക്ഷെ ഇപ്പോഴതിന്റെ തകർന്ന അവശിഷ്ടങ്ങൾ മാത്രമേ കാണാനുള്ളു. കോലത്തിരി രാജവംശത്തിന്റെ ഉപസ്ഥാ നത്തിന്റെ ആസ്ഥാനമായിരുന്നു മാടായിക്കോട്ടയെന്നു ചരിത്ര ത്തിൽ കാണാം. മാടായിപ്പാറയുടെ സമീപപ്രദേശങ്ങളായ പഴയങ്ങാടിയിലും എട്ടിക്കുളത്തും ഓരോ കോട്ട ഉണ്ടായിരുന്നു. എട്ടിക്കുളത്ത കോട്ടയുടെ ചില അവശിഷ്ടങ്ങളെങ്കിലും ഇപ്പോഴും ഉണ്ട്. ഏഴിമല രാജാക്കന്മാരുടെ സ്ഥാനാരോഹണ ചടങ്ങുകൾക്ക് സാക്ഷ്യം വഹിച്ച സ്ഥലം കൂടിയാണ്. ഈ കോട്ട പിൽക്കാലത്ത് കോലത്തിരി രാജാവിന്റെ പടനായകനായ മുരിക്കഞ്ചേരി കേളു വിന്റെ അധീനതയിലായിരുന്നു. (പ്രതിനാറാം നൂറ്റാണ്ടിൽ ജീവി ച്ചിരുന്ന കോലത്തിരി രാജാവിന്റെ പ്രമുഖ പടനായകനായിരുന്ന വ്യക്തിയാണ് മുരിക്കഞ്ചേരി കേളു നായനാർ.) തെക്കോട്ടുള്ള രാജ വംശത്തിന്റെ ജൈത്രയാത്രയ്ക്ക് നേതൃത്വം നൽകിയ കേളുവിന് പ്രതിഫലമായി രാജാവ് മാടായിപ്രദേശം ദാനം നൽകിയെന്നും, കേളു മാടായിപ്പാറയിലും ഏഴിമലയിലും കോട്ടകൾ കെട്ടുകയും ചെയ്തു എന്നുമാണ് നാടൻപാട്ടുകളിൽ പറഞ്ഞുവരുന്നത്. പ്രദേ ശത്തെ കൃഷിക്കാരെ യുദ്ധതന്ത്രം പഠിപ്പിച്ചു കളരികൾക്ക് ആവ ശ്യമായ സഹായങ്ങൾ നല്കിയും ഒരു രണ്ടാം നിര സൈന്യത്തെ മുരിക്കഞ്ചേരി കേളു ഉണ്ടാക്കിയതായി ചരിത്രരേഖ കാണുന്നു.

ക്ഷേത്രങ്ങൾക്കും പ്രധാനപ്പെട്ട കാവുകൾക്കും സഹായം നല്കി യതോടെ വലിയ വിഭാഗം ജനത കേളുവിനെ തുണച്ചു. കോട്ട കേന്ദ്രീകരിച്ച് കേളു ഭരണം നടത്തി നാട്ടുരാജാക്കൻമാരെ വിശ്വാ സത്തിലെടുത്തും ജനങ്ങളെ ഉപയോഗിച്ച് ഗോറില്ലാ മോഡൽ ആക്ര മണം നടത്തിയും ശത്രുവിനെ പരാജയപ്പെടുത്തുന്ന രീതി അദ്ദേ ഹത്തിന്റെ പ്രത്യേകത ആയിരുന്നു. ചിറക്കൽ സ്വരൂപവുമായുള്ള വാസ്ക്കോ ഡ ഗാമയുടെ ബന്ധത്തിന് ഏറ്റവും എതിർ നിന്നത് ഇദ്ദേഹമായിരുന്നു പോർച്ചുഗീസുകാരുമായി നടന്ന ഏറ്റുമുട്ടലിലാ യിരുന്നു മുരിക്കഞ്ചേരി കേളുവിന്റെ അന്ത്യം. കണ്ണൂരിലെ പയ്യാമ്പ ലത്ത് ഏഴടി നീളമുള്ള ഒരു കല്ലറയിലാണ് അദ്ദേഹത്തെ അടക്കം ചെയ്തത്. ആറടി നീളമുണ്ടായിരുന്ന കേളു ഒരടി നീളമുള്ള വാൾ പിടിച്ചു കൈ മുന്നോട്ടു നീട്ടി കിടന്ന അതേ അവസ്ഥയിലാണ് അടക്കം ചെയ്യപ്പെട്ടത് എന്ന് പറയപ്പെടുന്നു. ഈ പുരാതന കല്ലറ ഇപ്പോൾ അറിയപ്പെടാതെ കാടുമൂടി മറഞ്ഞു കിടക്കുകയാണ് ഇപ്പോൾ കോട്ട ഭാഗീകമായി കാടുമൂടിക്കിടക്കുകയാണ്. ജോന കരും ജൂതന്മാരും നൂറ്റാണ്ടുകളോളം കോളനികളുണ്ടാക്കി താമ സിച്ച സ്ഥലമാണ് മാടായി. ജൂതക്കുളം എന്ന വിചിത്രാകൃതിയി ലുള്ള കുളം, 1124 -ൽ മാലിക് ദിനാർ പണിത പള്ളി തുടങ്ങിയവ ഇന്നും നിലനിൽക്കുന്നു. സംഘംകൃതികളിലും അതുലന്റെ മൂഷി

കവംശത്തിലും വടക്കൻ കേരളത്തിലെ ചില നാടൻപാട്ടുകളിലും തോറ്റംപാട്ടുകളിലും ഈ പ്രദേശങ്ങളുടെ വർണനയുണ്ട്. പലപ്പോ ഴായി പല ചരിത്രകാരന്മാരും ഈ പ്രദേശത്തെക്കുറിച്ച് എഴുതിയി ട്ടുമുണ്ട്. അറൂന്നൂറേക്കറോളം പരന്നു കിടക്കുന്ന മാടായി പാറ പ്രകൃ തി ഭംഗിയാലും ജൈവവൈവിധ്യങ്ങളാലും സമ്പന്നമാണ്. ജൂത ക്കുളത്തിലേക്കുള്ള പ്രവേശന കവാടത്തിന്റെ വലതുവശത്താണ് ആദ്യം ഖനനം ആരംഭിച്ചത്. സ്ഥലപുരാണത്തിൽ എരിപുരം എന്ന പേരിന് കാമദേവനെ എരിച്ചുകളഞ്ഞ പുരം എന്ന് അർത്ഥം നൽകി യിരിക്കുന്നു. പോർച്ചുഗീസുകാരുടെ ഭാഷയിൽ തീ എരിയുന്ന നഗരം (City of Fires) എന്ന് അർത്ഥം വരുന്ന വിധത്തിലാണ് എരി പുരത്തെ പരിഭാഷപ്പെടുത്തിയിരിക്കുന്നത്. വെങ്ങരയിലെയും പഴ യങ്ങാടിയിലെയും അടുത്തിലയിലെയും എരിപുരത്തെയുമെല്ലാം മനുഷ്യരുടെ ഓർമ്മകളിലെ ഏറ്റവും വലിയ ഭൗമസാന്നിദ്ധ്യമായി മാടായിപ്പാറ നിലകൊള്ളുന്നു. മാടായിയിലേതു പോലെ തന്നെ വിസ്മൃതിയിൽ മറഞ്ഞ മറ്റൊരു തുറമുഖം കൂടെ വടക്കൻ മലബാ റിലുണ്ട്. ഇന്ന് കണ്ണൂരിനടുത്തുള്ള വളപട്ടണം എന്ന സ്ഥലത്താ യിരുന്നു പ്രസ്തുത തുറമുഖം. രണ്ടായിരത്തോളം വർഷങ്ങൾക്കു മുൻപ് ഭാരതത്തിലെ തന്നെ വിദേശ വാണിജ്യത്തിന്റെ കേന്ദ്രങ്ങ ളിൽ ഒന്നായിരുന്നു. വളപട്ടണം തുറമുഖം യവനരും ചൈനക്കാരും അറബികളും ശ്രീലങ്കക്കാരുമെല്ലാം കപ്പലടുപ്പിച്ചിരുന്നു പ്രകൃതി രമണീയവുമായ ഈ വളപട്ടണം കോട്ട സംരക്ഷിക്കണമെന്ന ആവശ്യം ശക്തമാണ്. കേരള ചരിത്രത്തിൽ കെ.പി പത്മനാമേ നോൻ ചൂണ്ടികാട്ടിയ ഒരു കാര്യം കൂടി ഇവിടെ പരാമർശിക്കേണ്ട തുണ്ട്. കോലത്തിരി രാജവംശത്തിലെ തലമുതിർന്ന അംഗം കോല ത്തിരി രാജാവായും, തൊട്ടടുത്ത അംഗം തെക്കേളളംകുറായി വട കര കോട്ടയുടേയും, മൂന്നാമൻ വെക്കോളത്ത് കോട്ടയുടേയും ചാർജ്ജിലായിരുന്നു. ഈ വെക്കൊളത്ത് കോട്ട ബേക്കൽ കോട്ട യാണെന്ന് പലരും കരുതുന്നതെന്ന് പത്മനാഭമേനോൻ രേഖപ്പെ ടുത്തിയിട്ടുണ്ട്. ദേലംപാടി പഞ്ചായത്തിലെ അടൂർ മഹാലിംക്കേ ശ്വര ക്ഷേത്രത്തിലെ ശാസനത്തിൽ രണ്ട് ലിഖിതങ്ങളുണ്ട്. കൊല്ലം 1063 ൽ എഴുതപ്പെട്ട മലയാള ലിപിയുള്ള എഴുത്ത് കോവിലിന്റെ കട്ടിലപ്പടിയിലുണ്ട്. ഇവിടത്തെ ആനക്കല്ല് ബലിക്കല്ല് പൂജാവിഗ്രഹം എന്നിവ രാജാവിന്റെ സംഭാവനയാണ് പുള്ളിക്കുറത്തി തോറ്റത്തി

ലും, കുണ്ടോറച്ചാമുണ്ടി തോറ്റത്തിലും കോലത്തിരി രാജവംശവു
മായി ബേക്കൽ കോട്ടക്കുള്ള ബന്ധത്തെക്കുറിച്ചുള്ള സൂചനകൾ
ഉണ്ട്. പതിനാറാം നൂറ്റാണ്ടിൽ കണ്ണൂർ സന്ദർശിച്ച കാസ്റ്റർ
ഹേഡയും മാടായി വലിയ പട്ടണമാണെന്നും പട്ടണത്തിന്റെ അധി
പൻ ബ്രാഹ്മണരാജാവാണെന്നും രേഖപ്പെടുത്തുന്നു. മാടായിക്കാ
വുമായും വടുകുന്ദ ശിവക്ഷേത്രവുമായും ബന്ധപ്പെട്ടതും ഐതി
ഹ്യപ്പെരുമയുള്ളതുമായ പുണ്യമായ തടാകമാണ് വടുകുന്ദതടാകം.
ഏതു കൊടുംവേനലിലും വറ്റാത്ത ഈ തടാകത്തിന് വിശ്വാസി
കൾ ദൈവികത കല്പിച്ചു വരുന്നു. ഏകദേശം രണ്ടേക്കർ വിസ്തൃ
തിയുള്ള കുളത്തിൽ നിന്നും അധികജലം ഒഴുകിപ്പോകുന്നതിന്
വീതിയുള്ള ചെറിയതോട് പോലുള്ള ഓവുചാലുണ്ട്. വിസ്തൃതി
യേറിയ കടുംപാറക്കെട്ടുകൾ നിറഞ്ഞ പ്രദേശത്തുള്ള വടുകുന്ദ
ടാകത്തിന്റെ ഉത്ഭവ കഥ ഇങ്ങനെയാണ്. ദാരികാസുരനെ വധിച്ച
ശ്രീഭദ്രകാളിക്ക് കുളിച്ച് ശുദ്ധിവരുത്താനും ക്ഷീണം തീർക്കാനു
മായി പിതാവായ ശിവമഹാദേവൻ തന്റെ ത്രിശൂലം കൊണ്ട് നില
ത്തേക്ക് ശക്തിയോടെ ആഞ്ഞുകുത്തിയപ്പോൾ കരിമ്പാറക്കെട്ടു
കൾ പിളർന്ന് ഉറവയുണ്ടായി. അത് പരന്ന് തടാകമായി മാറി. ആഴ
മുള്ള തടാകത്തിന്റെ അടിപ്പരപ്പിൽ ത്രിശൂലത്തിന്റെ മൂന്ന് മുനകൾ
തുളച്ചു കയറിയ മൂന്ന് ചെറിയ മണിക്കിണറുകൾ (കുഴികൾ) ഇന്നും
കാണാവുന്നതാണ്. മാടായിക്കാവിലമ്മയുടെ പൂരംകുളി നടക്കു
ന്നത് ഈ പുണ്യമായ തടാകത്തിലാണ്. തിടമ്പും തിരുവായുധവും
ഇറക്കിവെച്ച് പൂജിക്കാനായി മണിത്തറയും മണ്ഡപവും കരയിൽ
നിർമ്മിച്ചിട്ടുണ്ട്. മാടായിക്കാവിലും വടുകുന്ദ ശിവക്ഷേത്രത്തിലു
മെത്തുന്ന ഭക്ത ജനങ്ങൾ പുണ്യസ്നാനം ചെയ്തു ശുദ്ധി വരു
ത്തുന്നു. ഔഷധസസ്യങ്ങളുടെ കലവറയാണ് മാടായിപ്പാറ. അവ
യുടെ ഇലയും പൂവും കായും എല്ലാം അലിഞ്ഞു ചേർന്ന തടാക
ത്തിലെ വെള്ളത്തിൽ കുളിക്കുന്നത് ചർമ്മരോഗങ്ങൾ മാറുന്നതിന്
സഹായമാകുമെന്ന് പഴമക്കാർ പറയുന്നു.

എരമം കോട്ട

എരമം കുന്നിൽ കോട്ട ഉണ്ടായിരുന്നതിന്റെ ചില ലക്ഷണങ്ങ
ളെങ്കിലും ഉണ്ട്. നേരത്തെ സൂചിപ്പിച്ചതുപോലെ. വിരാലം കുന്ന്
കോട്ട, നീലേശ്വരം മട്ടലായി എന്നീ കോട്ടകളോടൊപ്പം 1761 ഫെബ്രു

വരി 19 ന് മേജർ മൺറോയുടെ നേതൃത്വത്തിലുള്ള ബ്രിട്ടീഷ് സൈന്യം ഏറ്റെടുക്കുകയും പിന്നീട് നശിപ്പിച്ചതായും ചരിത്ര രേഖ കളിൽ കാണുന്നു. എരമം നടുവിലെക്കുനി എന്ന സ്ഥലത്ത് കുന്നിൻ മുകളിൽ ഒരു കോട്ടയുടെ അവശിഷ്ടമുണ്ട്. കോട്ടക്കുന്ന് എന്നാണ് ഈ സ്ഥലത്തിന് പറയുന്നത്. ഏഴിമലരാജാക്കന്മാരുടെ കോട്ടയുടെ അവശിഷ്ടമാകാം എരമം കോട്ട. ചെങ്കല്ലുകൊണ്ട് പണിത കോട്ട യുടെ വീക്ഷണഗോപുരത്തിന്റെയും കിടങ്ങിന്റെയും അവശിഷ്ടം മാത്രമേ ഇപ്പോഴുള്ളു.   പയ്യന്നൂർ പ്രദേശത്തെ കോട്ടകൾ പൊതു വെ ഭരണ കേന്ദ്രങ്ങളും യുദ്ധ താവളങ്ങളുമായിരുന്നു. ഇന്നത്തെ പയ്യന്നൂർ താലൂക്കുകളുടെ സാംസ്കാരിക പശ്ചാത്തലത്തിന് ഈ കോട്ടകൾ മഹത്തായ സംഭാവനകൾ നൽകിയിരുന്നു. എരമം പ്രദേ ശത്ത് തെക്കുഭാഗത്തു വയലിനോട് തൊട്ടുകിടക്കുന്നതാണ് എരമം കോട്ട. തോലിന്റെ നാണയങ്ങളും രൂപാകൃതി വ്യക്തമല്ലാത്ത നാണ യത്തുണ്ടുകളും പലപ്പോഴായി ഈ കുന്നിൻ മുകളിൽ നിന്നും ലഭി ച്ചിരുന്നുവത്രേ. പഴയ കോട്ടയുടേതെന്ന് ഊഹിക്കാവുന്ന തരത്തിൽ താറുമാറായി കിടക്കുന്ന കല്ലുകൾ ഇവിടെയുണ്ടായിരുന്നു. എരമം കോട്ടയുടെകിഴക്കൻ ഭാഗങ്ങളടങ്ങളിലും കോട്ടകൾ ഉണ്ടായിരുന്നു. അവയുടെ ഏതാനും അവശിഷ്ടങ്ങൾ   കാണാനുണ്ടായിരുന്നു.

കോട്ടകൾ മൂഷികവംശത്തിലെ ശ്രീകണ്ഠൻ കെട്ടിയതാണെന്നാണ് കരുതി വരുന്നത്. അത് സംബന്ധിച്ച് മറ്റ് ചരിത്ര രേഖകളൊന്നും തന്നെ ലഭ്യമല്ല. കൊട്ടില, കടന്നപ്പള്ളി എന്നീ കോട്ടകൾ ഏഴിമല രാജാക്കന്മാരുടെ കാലത്തു തന്നെ കെട്ടിയതായാണ് കാണുന്നത്. വൈരജാതൻ, ശാസ്താവ് എന്നി തോറ്റം പാട്ടിൽ കോട്ടകളെ പരാ മർശിക്കുന്നുണ്ട്. രാമന്തളി പഞ്ചായത്തിലെ മൈതാനത്ത് നിന്ന് ചന്ദ്രൻ മാസ്റ്റർ ഒരു ശിലാശാസനം കണ്ടെടുത്തിരിക്കുന്നു. ഇതിൽ പെരുമാൾക്ക് എന്ന ഒരു വാക്കു മാത്രം തിരിച്ചറിയപ്പെട്ടിരിക്കുന്നു. പയ്യന്നൂർ സുബ്രഹ്മണ്യക്ഷേത്രത്തിന്റെ പുറത്ത് പടിഞ്ഞാറു ഭാഗത്ത് ശിലാ ലേഖനങ്ങളുണ്ടെങ്കിലും അവ പരിശോധിക്കപ്പെട്ടിട്ടില്ലെന്ന് കാണുന്നു. അതിന്റെ ചില അവശിഷ്ടങ്ങൾ ഇപ്പോൾ കാണാനു മുണ്ട്. പിലിക്കോട് പഞ്ചായത്തിന്റെ പടിഞ്ഞാറെ അതിർത്തിയിൽ ചെറുവത്തൂർ, പടന്ന പഞ്ചായത്തുകളെ അതിരിട്ടു നിൽക്കുന്ന കണ്ണ കൈയിൽ ഒരു കുന്നിൽ പ്രദേശത്താണ് വേട്ടുവ കോട്ട എന്ന പേരിൽ അറിയപ്പെടുന്ന മറ്റൊരു കോട്ട സ്ഥിതി ചെയ്യുന്നത്. ഓണ ക്കുന്ന് കോട്ട, കരിവെള്ളൂർ എന്ന സ്ഥലത്തു നിന്നു ഏകദേശം ഒരു കിലോമീറ്റർ ദൂരത്തും, ക്രി. വ 1410 നൂറ്റാണ്ടിലേതെന്നു കരു തപ്പെടുന്ന കരിവെള്ളൂർ ശാസനത്തിൽ ഊരാളർ എന്ന ഒരു വാക്കു മാത്രമേ മനസ്സിലാവുന്നതുള്ളൂ. പഴയ കാലത്തെ സുപ്രധാനമായ ഈ ചരിത്രത്തെളിവ് അധികൃതർക്ക് സംരക്ഷിക്കാനായിട്ടില്ലെന്നത് ഖേദകരമാണ്. ശാസനം കൊത്തിയതായ ഫലകം ഒരിക്കൽ കൂടി കാണാനായി ചെന്നെങ്കിലും അത് ഒരിടത്തും കണ്ടെത്താനായി ല്ല. കോട്ടയിൽ താവളമടിച്ചിരുന്ന സൈനീകരുടെയും മറ്റ് ഉദ്യോഗ സ്ഥരുടെയും ആഹാര സാധനങ്ങളും മറ്റും സൂക്ഷിച്ചു വെച്ചിരുന്ന ഒരു വീട് പോലെയായിരുന്നുവത്രേ എരമം കോട്ട. ആ കോട്ടയുടെ പരിസരം കോട്ടക്കരെ എന്ന പേരിൽ അറിയപ്പെടുന്നു. പഴയ ചിത്താരി കോട്ടമന അതായത് കോട്ട വീട് എന്നു പേരിലാണ് അത് അറിയപ്പെടുന്നത്.

ഏഴിമലകോട്ട

ഏഴിമലയിൽ നിന്നും ഏകദേശം 1 കിലോമീറ്റർ കിഴക്കായി സ്ഥിതി ചെയ്യുന്ന ഏഴിമല കോട്ട ഏഴിമല രാജാക്കന്മാർകെട്ടിയ തായാണ് കരുതിവരുന്നത്. ഏഴിമല വ്യാപാരാവശ്യത്തിന് കോട്ട

കെട്ടിയെന്നും അത് പിന്നീട്
ഫ്രഞ്ചുകാരും ഇംഗ്ലീഷു
കാരും കീഴടക്കിയെന്നുമാണ്
പത്തൊമ്പതാം നൂറ്റാണ്ടിന്റെ
ഒടുവിൽ മലബാർ കലക്ടറാ
യിരുന്ന സി.എസ്.ഇന്നസ്
മലബാർ ഗസറ്റിയറിൽ രേഖ
പ്പെടുത്തുന്നത്. ഇവിടം
കടൽക്കൊള്ളക്കാരുടെ

പ്രധാന കേന്ദ്രമായിരുന്നുവത്രെ. ഇബ്നുബത്തൂത്ത എന്ന സഞ്ചാ
രിയും ഏഴിമലയെക്കുറിച്ച് രേഖപ്പെടുത്തിയിട്ടുണ്ട്. ഇത്രയും വലിയ
കോട്ട അധികമില്ലെന്ന് അദ്ദേഹം സൂചിപ്പിക്കുന്നു. മൗണ്ട് ഡി.ഏലി.
ഏലിഗിരി, ഏഴിമല, സപ്തശൈലം, എന്നൊക്കെയാണ് സ്വദേശി
കളും വിദേശികളുമായ യാത്രികരും ഗ്രന്ഥകർത്താക്കന്മാരും ഏഴി
മലയെ കുറിച്ച് പറഞ്ഞിട്ടുള്ളത്. മൂഷകവംശത്തിന്റെ തുടർച്ചയായ
കോലത്തിരിഭരണകാലത്തും ഏഴിമല സുപ്രധാന ഭരണസിരാകേ
ന്ദ്രമായിരുന്നു .എഴുക എന്ന ദ്രാവിഡ ധാതുവിന് വളരുക, ഉയരുക
എന്നാണ് അർത്ഥം. ആ അർത്ഥത്തിലാണ് കടൽക്കരയിൽ ഉയർന്നു
നിൽക്കുന്ന ഏഴിമലയ്ക്ക് ആ പേര് വന്നത്. കോലത്തിരിയുടെയും
പ്രധാന നികുതി പിരിവു കേന്ദ്രമായിരുന്നു ഏഴിമലകോട്ട. കോട്ട
ഉണ്ടായിരുന്ന സ്ഥലം കോട്ടംപറബ് എന്ന പേരിലാണ് ഇപ്പോഴും
അറിയപ്പെടുന്നത്. കോട്ടയുടെ കാര്യനടത്തിപ്പുകാരുടെ പിൻമുറ
ക്കാർ ഇപ്പോഴും അവിടെയത്തന്നെയാണ് താമസിക്കുന്നന്നത്.
കോട്ടകൊത്തളങ്ങളുടെ കല്ലുകൾ പുതിയ കെട്ടിടങ്ങൾക്ക് അസ്ഥി
വാരമിടുന്നു.പയ്യന്നൂരിന്റെ കിഴക്കുപടിഞ്ഞാറ് ഭാഗങ്ങളായ
കണ്ടൻകാളി, രാമന്തളി എന്നിവിടങ്ങളിലും കോട്ടകൾ ഉണ്ടായിരു
ന്നു. അവയുടെ അവശിഷ്ടങ്ങൾ ഇപ്പോൾ കാണാനില്ല. . അത്
സംബന്ധിച്ച് മറ്റ് ചരിത്ര രേഖകളൊന്നും തന്നെ ലഭ്യമല്ല. കണ്ടൻകാ
ളി, രാമന്തളി എന്നീ കോട്ടകൾ ഏഴിമല രാജാക്കന്മാരുടെ കാലത്തു
തന്നെ കെട്ടിയതായാണ് കാണുന്നത്. കേളദി നൃപ വിജയം കാവ്യ
ത്തിൽ കവി ലിങ്കണ്ണ കോട്ടകളെ പരാമർശിക്കുന്നുണ്ട്. എന്നാൽ
കണ്ടൻകാളി,കോട്ടയുടെ മുഴുവൻ കല്ലുകളും എടുത്ത് സ്വന്തം വീട്
നിർമ്മിച്ചു എന്നത് ചരിത്രത്തോട് ചെയ്ത നീതികേടാണ്. എ.ഡി

1714 ൽ ഇക്കേരി സോമശേഖരനായ്ക്ക് മലബാർ തീരത്ത് ഏർപ്പെ
ടുത്തിയ യുദ്ധ സന്നാഹങ്ങളുടെ ഭാഗമായി ചെറിയ മൺകോട്ട
കൾ കെട്ടി അവിടെ ചെറിയ സേനാവിഭാഗങ്ങളെ താമസിപ്പിച്ചിരു
ന്നു. മേൽപറഞ്ഞ കോട്ടകൾ ഇക്കേരി സോമശേഖര നായക്കിന്റെ
യോ, ഹൈദരാലിയുടേയോ കോട്ടകളിൽ പെട്ടതായിരിക്കാനുള്ള
സാധ്യതകളും തള്ളിക്കളയാനാവുന്നതല്ല. കണ്ടൻകാരിവർമ്മന്റെ
ശിലാശാസനം ചരിത്രപ്രധാനമാണ്. കണ്ടൻകാരിയുമായി ബന്ധ
മുണ്ട്. കണ്ടൻകാളിക്ക് മഹാശിലാസംസ്കാര കാലത്തെ ശവസം
സ്കാരകേന്ദ്രമായ ചെങ്കൽ പഴുതറകളുമായി ബന്ധമുണ്ട്.
കണ്ടൻകാളിയിലെ ചെങ്കൽപ്പാറയ്ക്കകത്തെ ചുണ്ണാമ്പുപാളികൾ
പൊടിഞ്ഞുണ്ടായ ഗുഹകളിൽ നരികൾ കഴിഞ്ഞിട്ടുണ്ടാകാം.
കണ്ടൻകാളി ശാസനത്തിലെ ഉള്ളടക്ക പ്രകാരം തരിശായ
സ്ഥലത്ത് ഉർവരത ഉണ്ടാക്കാനുള്ള ശ്രമമാണ് ഉപ്പുവെള്ളം കയ
റുന്ന പ്രദേശത്തെപ്പോലും സ്വന്തം ഇച്ഛാശക്തികൊണ്ട് മാറ്റപ്പെ
ടുത്തി പച്ചപ്പുണ്ടാക്കാനാകുമെന്ന പ്രകൃതി സത്യമാണ് എന്ന്
ചിണ്ടൻ മാസ്റ്റർ വ്യക്തമാക്കുന്നു. കണ്ടൻകാളിയിൽ മഹാശിലാ
സംസ്കാര കാലത്തെ അവശിഷ്ടങ്ങൾ മാത്രമേ കാണാനുള്ളൂ

മറ്റ് കോട്ടകൾ

നേരിയോട്ട് സ്വരൂപം ആറ് കോട്ടകളാണ്. ഈറ്റിശ്ശേരി ഇടം,
കുറ്റ്യേരി വടക്കേടം, പുഴാതി ഇടം, കോറോത്തിടം, കണ്ണുപുതിയ
ടം, അഷ്ടമച്ചാൽ പുതിയിടം എന്നിവയാണ് നേരിയോട്ട് സ്വരൂപ
ത്തിന്റെ ആറ്കോട്ടകൾ. കണ്ണുപുതിയിടം, അഷ്ടമച്ചാൽ പുതിയിടം
എന്നീ രണ്ട് പുതിയിടങ്ങൾ പെരുമ്പപ്പുഴക്ക് വടക്കുള്ള കോട്ടകളാ
ണ്. ഇന്ന് അഷ്ടമച്ചാൽ പുതിയിടമൊഴികെ മറ്റെല്ലാ കോട്ടകളും
നാമാവശേഷമായി. പരിയാരം, തലോറ, പൂമംഗലം, കൊട്ടില,
വെള്ളാവ്, കടന്നപ്പള്ളി, കുറ്റ്യേരി, മഴൂർ, കൂവേരി തുടങ്ങിയ പ്രദേ
ശങ്ങളാണ് നേരിയോട്ട് സ്വരൂപത്തിന്റെ പരിധിയിൽ ഉണ്ടായിരു
നകോട്ടകൾ. ചീമേനി കോട്ട ഇക്കേരി രാജാക്കന്മാർ കെട്ടിയതാ
ണെന്ന ഒരു അഭിപ്രായവും ഉണ്ട്. ചീമേനിയിലേല് ഞാണങ്കെ -
കാക്കടവ് റോഡിൽ ഞാണങ്കെ ജംഗ്ഷനിൽ നിന്നും ഏകദേശം
8 കിലോമീറ്റർ ദൂരത്ത് ചീമേനി ഡിസ്റ്റിലറിക്കു സമീപവും ആയിരു
ന്നു. ആ കോട്ട വേട്ടുവക്കോട്ട എന്ന പേരിലും അറിയപ്പെടുന്നു.

മുരിക്കഞ്ചേരി കേളുവും സംഘവും ഇവിടെ വിശ്രമിച്ചതായും വട
ക്കൻ പാട്ടിൽ പറയുന്നുണ്ട്. കോട്ട മൊഗർ വിഭാഗക്കാരുടേതായി
രുന്നുവെന്നും, മൊഗർ യഥാർത്ഥത്തിൽ മായിലന്മാർ തന്നെയാ
യിരുന്നുവെന്നും പറഞ്ഞു വരുന്നുണ്ട്. പ്രധാനമായ മറ്റ് രണ്ട് കോട്ട
കളായിരുന്നു ഓണക്കുന്നും തായിനേരിയും. വടക്കുമ്പാടും ഒരു
കോട്ട ഉണ്ടായിരുന്നതായി ചരിത്ര രേഖകളിൽ കാണുന്നുണ്ടെ
ങ്കിലും അതിന്റെ അവശിഷ്ടങ്ങൾ ഒന്നും തന്നെ കാണാനില്ല.
തായിനേരിയിലെ ക്ഷേത്രത്തിന് തെക്ക് കിഴക്കായും ആ കോട്ട
എന്നാണ് ചില പഴമക്കാരുടെ അഭിപ്രായം. അതല്ല, വെള്ളൂർ പുഴ
മുഖത്തായിരുന്നുവെന്നും പറഞ്ഞു വരുന്നുണ്ട്. പഴയ ഒരു കോട്ട
യുടേതെന്ന് തോന്നിക്കുന്ന തരത്തിൽ ചില അവശിഷ്ടങ്ങൾ
അവിടെ കാണാനുണ്ട്. ഈ കോട്ടകൾക്കെല്ലാം പുറമെ ഏതാനും
ചെറുകോട്ടകളും പയ്യന്നൂർ ഭാഗങ്ങളിലുണ്ടായിരുന്നു. അവയിൽ
പ്രധാനമായവ കാലിക്കടവ്, കൊക്കാനിശ്ശേരി, കാറമേൽ എന്നി
വിടങ്ങളിലായിരുന്നു. വടക്കേ മലബാറിൽ മൈസൂർ സുൽത്താൻ
ഹൈദരാലിയുടെ ആധിപത്യ കാലത്ത് രാജ്യത്ത് സമാധാനം
സ്ഥാപിക്കാനുള്ള ഉദ്ദേശത്തോടെ വീടുകളുടെ സമുച്ചയങ്ങൾ
ഉൾക്കൊണ്ട കോട്ടകൾ കെട്ടി അവയിൽ ചെറിയ സൈന്യങ്ങളെ
താമസിപ്പിക്കുകയും ചെയ്തിരുന്നുവെന്ന് കണ്ണൂർ ജില്ല ഗസറ്റിയ
റിൽ കാണുന്നു. കൊക്കാനിശ്ശേരി ,കാറമേൽ എന്നിവിടങ്ങളിലെ
കോട്ടകൾ വളരെ ഉയരത്തിൽ മണ്ണ് കൊണ്ട് കെട്ടിയവയായിരുന്നു
വെത്രേ. കാലിക്കടവ് പ്രദേശത്തിന്റെ നാലുഭാഗത്തും പൊങ്ങി
ക്കിടക്കുന്നു കാണാൻ വെറും പാറക്കെട്ടു മാത്രം. പിന്നെ കാടും
അവിടെ കോട്ട ഉണ്ടായിരുന്നതിന്റെ യാതൊരു അവശിഷ്ടങ്ങളും
കാണാനില്ല. സുപ്രസിദ്ധമായ അന്നൂർ ക്ഷേത്രത്തിൽ നിന്നും 2
കിലോമീറ്റർ മാത്രം കൊക്കാനിശ്ശേരി എന്ന സ്ഥലത്തു കോട്ട
സ്ഥിതി ചെയ്തിരുന്നു. കോട്ട ഉണ്ടായിരുന്നതിന്റെ അടയാളങ്ങൾ
വെള്ളപ്പൊക്കത്തിൽ വെള്ളമൊഴിഞ്ഞപ്പോൾ കണ്ടതായി കാപ്രത്ത്
ഗോപാലാൻ ഓർമ്മിക്കുന്നു. ആ വെള്ളപ്പൊക്കത്തിൽ തീവണ്ടി
ഗതാഗതം നിലച്ചിരുന്നതായും, ഭീതി പൂണ്ട ജനങ്ങൾ രാത്രിയിൽ
റെയിൽവെ ലൈൻ മുറിച്ച് വെള്ളമൊഴുക്കിക്കളഞ്ഞതായും പുഴ
യിലൂടെ പത്തായങ്ങളും മനുഷ്യശവങ്ങളും ഒഴുകിപ്പോയിരു
ന്നെന്നും പടിഞ്ഞാറേ വീട്ടിൽ ജനാർദ്ദനൻ ഓർക്കുന്നു.

പായ്യ്യംകോട്ട

മുരിക്കഞ്ചേരികേളുവിന്റെ കോട്ട എന്ന് നാട്ടുകാർ വിശേഷിപ്പി ക്കുന്ന ഒരു കോട്ടയുടെ അവശിഷ്ടങ്ങളും കോട്ടക്കുന്നും കിടങ്ങും നിരീക്ഷണ ഗോപുരവും ഉണ്ട്. പായ്യ്യത്തെ ഒരു കൃഷിയിടം കിള ക്കുമ്പോൾ ഒരേ വലിപ്പത്തിലുള്ള കരിങ്കൽ ഗോളങ്ങളും കണ്ടുകി ട്ടുകയുണ്ടായി. ഇവയ്ക്കും കോട്ടമലയുമായി വല്ല ബന്ധവും ഉണ്ടാ യിരിക്കാമെന്നതും തള്ളികളയാനാവുന്നതല്ല. ചാരംപാട്ടിൽ മുരി ക്കഞ്ചേരിക്കേളുവിന്റെ പായ്യ്യത്തെ കോട്ടയെക്കുറിച്ച് പറയുന്നുണ്ട്. ഈ കോട്ടയുടെ 100 മീറ്റർ കിഴക്ക് ഒരു ചതുരക്കിണറുണ്ട്. ഒളിച്ചു താമസിക്കാനോ ആളുകളെ ശിക്ഷിക്കാനോ ആയിരിക്കണം ഈ ചതുരക്കിണർ ഉപയോഗിച്ചിട്ടുണ്ടാവുക.

ദാരുകൻ കോട്ട

തെക്ക്നാക്കൽ കോട്ടയോട് ചേർന്നുകൊണ്ട് തെക്കുഭാഗത്ത് ഏകദേശം നാല് ഏക്കറോളം വിസ്തീർണ്ണമുള്ളതാണ്. ദാരുകൻ കോട്ട. ശ്രീഭദ്രകാളി ദാരുകനെ വധിച്ചത് ഈ കോട്ടയിൽ വെച്ചതാ ണെന്നാണ് വിശ്വസം. കോട്ടയ്ക്കകത്ത് ദാരുകൻ തറ സ്ഥിതി ചെയ്യു ന്നു. പുരോത്സവകാലത്ത് ദേവീ വിഗ്രഹം എഴുന്നള്ളിച്ച് കൊണ്ട് വന്ന് തറയിൽ ഇറക്കി വെച്ച് പ്രത്യേക പൂജകൾ നടത്തുന്നു. ഭദ്ര കാളീ – ദാരുക യുദ്ധത്തിന്റെ പ്രതീകമായ ഇളയ പിടാരൻ നാന്ദകം – തിരുവായുധം കൊണ്ട് യുദ്ധമുറകൾ പ്രദർശിപ്പിക്കും.ഈ കോട്ട യുടെ നാലുവശങ്ങളിലും ചെങ്കല്ലുകൾ കൊണ്ട് നിർമ്മിച്ച പുറംഭി ത്തിയുടെയും ശത്രുക്കളുടെ ആഗമനത്തെ നിരീക്ഷിക്കുവാൻ വേണ്ടി നിർമ്മിച്ച നിരീക്ഷണഗോപൂരങ്ങളുടെയും അവശിഷ്ടങ്ങൾ കാണാവുന്നതാണ്. സമുദ്രനിരപ്പിൽ നിന്നും വളരെ ഉയരത്തിലുള്ള ഈ കോട്ടയുടെ തെക്ക് കിഴക്കുഭാഗത്തു നിന്നാൽ ഏകദേശം ഇരു പത് കിലോമീറ്റർ ദൂരം വരെയുള്ള കാഴ്ചകൾ കാണാൻ കഴിയും. ഒരേ സമയം പഴയങ്ങാടി നഗരവും പുഴയും റെയിൽവേസ്റ്റേഷനും ഏഴിമലയും ലൈറ്റ് ഹൗസും സൂര്യാസ്തമനത്തിന്റെ മനോഹരദൃ ശ്യവും കാണാൻ കഴിയും. ഇതു കാണുന്നതിന് സ്വദേശികളും വിദേശികളുമായ സഞ്ചാരികൾ ദിനം പ്രതി സായംസന്ധ്യയിൽ ഇവിടെയെത്തിച്ചേരുന്നുണ്ട്. ദാരുകൻ കോട്ടയിൽ നിന്നും താഴോ ട്ടിറങ്ങി താഴ്വരയിലെത്തിയാൽ ഒമ്പത് നൂറ്റാണ്ടോളം മുമ്പ് ഇവിടെ

വളർന്നു പന്തലിച്ച ഇസ്ലാം മതസംസ്കാരത്തിന്റെ ചിഹ്നങ്ങൾ കാണാൻ കഴിയും. ഹിജ്റ 518 ൽ (എ ഡി 1124) നിർമ്മിച്ചതാണ് മാടായിപ്പള്ളി. മാലിക് ഇബിൻ ദിനാർ കുടുംബം പള്ളി സ്ഥാപി ക്കുന്നതിനായി കോലത്തിരി രാജാവിനെ സമീപിച്ചപ്പോൾ അവ രുടെ ആവശ്യം അനുവദിച്ചുകൊടുക്കുകയും സ്ഥലം വിട്ടു നൽകു കയും ചെയ്തു.

ജൂതക്കുളം

ജൂതൻമാർ മാടായിയിൽ താവളമടിച്ചിരുന്നുവെന്നതിന്റെ ചരിത്രശേഷിപ്പുകൾ കാണാൻ കഴിയും. ജൂതൻമാരുടെ വാസ്തു വിദ്യാരീതിയിൽ പണിതിട്ടുള്ള കുളം തന്നെയാണ് ഇതിന് തെളി വായിട്ടുള്ളത്. മാടായിപ്പാറയിലെ കൃസ്ത്യൻ പള്ളിക്കും വടുകുന്ന് ശിവക്ഷേത്രത്തിനുമിടയിലെ കൽക്കെട്ടിനോട് ചേർന്നാണ് ദീർഘ ചതുരാകൃതിയിലുള്ള ജൂതക്കുളം സ്ഥിതി ചെയ്യുന്നത്. കിഴക്ക് പടി ഞ്ഞാറ് ദിശയിലേക്ക് നീളത്തിലുള്ള കുളത്തിലേക്ക് പടിഞ്ഞാറ് ഭാഗത്ത് നിന്നും വീതിയേറിയ പടവുകളുണ്ട്. ദൂരെ നിന്നും നോക്കിയാൽ, ചട്ടുകം, കോരിക – വാൽക്കണ്ണാടി എന്നിവ പോലെ തോന്നിക്കുന്ന ആകൃതിയാണ്. ഏകദേശം കാൽഏക്ര വിസ്തീർണ്ണ മുണ്ട്. ഇരുവശത്തും വീതികുറഞ്ഞ കൽപ്പടവുകളുമുണ്ട്. കുളം മുഴു വനായും പാറയിൽ കുഴിച്ചുണ്ടാക്കിയതാണ്. കാലപ്പഴക്കവും മാലി ന്യനിക്ഷേപവും കൊണ്ട് കുളത്തിന്റെ ആഴവും വൃത്തിയും നഷ്ട മായിട്ടുണ്ട്. ഈയടുത്ത കാലത്ത് പുറം ഭിത്തിയുണ്ടാക്കുകയും ശുചീ

കരിക്കുകയും ചെയ്തി ട്ടുണ്ട്. ജൂതൻമാർ ഏഴി മല – മാടായി മേഖല യിൽ രണ്ടായിരം കൊല്ലങ്ങൾക്കു മുമ്പു തന്നെ വാണിജ്യാവ ശ്യങ്ങൾക്കായി കുടി യേറി പാർത്തിരുന്നു വെന്നത് ഒരു ചരിത്ര വസ്തുതയാണ്. 1500 ൽ കേരളം സന്ദർശിച്ച

സഞ്ചാരിയായ ദുറാത്തേ ബർബോസ മാടായിയെക്കുറിച്ചും ഇവി
ടെയുള്ള ജൂതന്മാരെക്കുറിച്ചും വിവരിച്ചിട്ടുണ്ട്.

കുടിയേറ്റപശ്ചാത്തലം

പയ്യന്നൂർ എന്ന നാടിന്റെ കുടിയേറ്റചരിത്രത്തിൽ പ്രധാനമാ
യത് എം.എം.ആനന്ദറാമിന്റെ സിദ്ധാന്തങ്ങളാണ്. തന്റെ
പുസ്തകത്തിൽ ബി.സി 1450 –1470 കാലഘട്ടത്തിനിടയിലാണ് കുടി
യേറ്റം നടന്നതെന്നാണ് അദ്ദേഹത്തിന്റെ നിഗമനം. ഈ ഭാഗത്തു
നിന്നും നരവംശ ശാസ്ത്രജ്ഞന്മാർ കണ്ടെത്തിയ മനുഷ്യാസ്ഥി
കൾ ഇതിനു തെളിവായി അദ്ദേഹം ചൂണ്ടിക്കാട്ടുന്നു. മധ്യേഷ്യ
യിലെ റഷ്യയുടെ കിർഗിസ് റിപ്പബ്ലിക്കിന്റെ മലനിരകളുടെ ഇടയി
ലുള്ള പാമീർ പീഠഭൂമിയിലെ കെട്ടാൻ എന്ന നഗരം 1500 വർഷം
മുമ്പ് തുർക്കികൾ ആക്രമിച്ചു അഗ്നിക്കിരയാക്കിയതായി Indian
Scythin Studies എന്ന പുസ്തകത്തിൽ എച്ച്.ഡബ്ല്യു. ബാൻക് എന്ന
ചരിത്രകാരൻ രേഖപ്പെടുത്തിയിരിക്കുന്നു. ആക്രമണത്തിൽ
സർവ്വതും നഷ്ടപ്പെട്ട വലിയൊരു വിഭാഗം ജനത ജീവൻ ര
ക്ഷാർത്ഥം തെക്കോട്ട് നീങ്ങിയിരിക്കാം. ചിലർ തെക്കു പടിഞ്ഞാറു
സഞ്ചരിച്ച് കന്നടദേശത്തിലെത്തി എന്ന് അഭിപ്രായപ്പെടുന്നു. ബ്രാ
ഹ്മണരും ശൂദ്രരും ഉൾപ്പെടുന്ന ഒരു വലിയ സംഘം കന്നടദേശ
ത്തു നിന്നും തെക്കൻ നാടിലേക്ക് കുടിയേറിപ്പാർത്തു. എന്ന് പഠനം
നടത്തിയ ഡോ. മുണ്ടേക്കർ പറയുന്നു. മഗധയിലെ ഉഗ്രനന്ദൻ
രാജാവ് കുരുപാഞ്ചാല ദേശത്തെ ആക്രമിച്ചപ്പോൾ പരശുരാമ
ഗോത്രം പല്ലതുളുവർ കുരു പാഞ്ചാല ദേശത്തു നിന്നു കേരളത്തി
ലെത്തി എന്ന് കേരളോൽപ്പത്തിയിൽ പറയുന്നുണ്ട്. ഗോഡ്വിൻ ഗിരി
എന്ന മിഷനറിയുടെ അഭിപ്രായത്തിൽ വിജയനഗര സാമ്രാജ്യ
സ്ഥാപനകാലത്ത് ഏഴുസംസ്ഥാനങ്ങൾ ഉണ്ടായിരുന്നു. വിജയ
നഗര സാമ്രാജ്യത്തിന്റെ പ്രതാപകാലത്ത് നേത്രാവതിക്കിപ്പുറമുള്ള
കുമ്പള, നീലേശ്വരം എന്നീ രാജാക്കൻമാർ വിജയനഗരത്തിനു കപ്പം
കൊടുത്തിരുന്നു. പിൽക്കാലത്ത് ഹൈദർ നീലേശ്വരം ആക്രമിച്ചു
കീഴടക്കി. അങ്ങനെ കവ്വായിപ്പുഴയോളം പ്രദേശം വ്യാപിച്ചു. രാജാ
വിന്റെ ഭരണപ്രദേശങ്ങളെ പുരാതനകാലത്ത് സ്വരൂപങ്ങൾ
എന്നാണ് വിവക്ഷിച്ചു കാണുന്നത്.

ജൈന- ബൗദ്ധ മതവിശ്വാസം

എഡി 300 മുതൽ 500 വരെയുള്ള കാലത്താണ് പയ്യന്നൂരിൽ ആവാസകേന്ദ്രങ്ങളുടെ രണ്ടാംഘട്ട വികസനം നടക്കുന്നത്. നാട്ടിലെ ജനങ്ങൾ തങ്ങൾക്കിഷ്ടമുള്ള മതതത്വങ്ങൾ മാത്രം സ്വീക രിച്ചിരുന്നു ജൈനരുടെ പത്തിനി (പത്മാവതി)ദേവിയെ ആരാധി ക്കുന്നതിനോ മറയോരുടെ ആരാധനാകേന്ദ്രങ്ങളിലെ പ്രസാദം സ്വീകരിക്കുന്നതിനോ ദീർഘായുസ്സിനായി യാഗം നടത്തുന്നതിനോ ജനങ്ങൾ മടിച്ചിരുന്നില്ല.   മതവിശ്വാസം മിക്കവാറും വ്യക്തികാര്യ മായിരുന്നു.   ഒരു കുടുംബത്തിൽ തന്നെ വ്യത്യസ്തമതവിശ്വാസി കളെ കാണാമായിരുന്നു. എന്ന് ശ്രീനിവാസ അയ്യങ്കാരുടെ സമുദാ യത്തെക്കുറിച്ചുള്ള പഠനത്തിൽ പറയുന്നുണ്ട്. അക്കാലത്ത് പയ്യ ന്നൂർ പ്രദേശത്ത് ബുദ്ധമത വിശ്വാസികളുണ്ടായിരുന്നു എന്ന് ഇപ്പോഴത്തെ സ്ഥലനാമങ്ങളും സാമൂദായ ചടങ്ങുകളും വ്യക്തമാ ക്കുന്നു. ബുദ്ധത്തൂർ ആണ് പുത്തൂർ എന്നതിന് ധാരാളം തെളി വുകളുണ്ട് കൊക്കാനിശ്ശേരിയിൽ പല പുരാതന ബുദ്ധമത നിർമ്മിതികളുണ്ട്. പയ്യന്നൂർ പ്രദേശത്തെ പള്ളിത്തറ കൂട്ടിയുള്ള സ്ഥലപേരുകൾ പള്ളിത്തറ, പള്ളിമുക്ക് ഈ ഒരു ബന്ധത്തിന്റെ തെളിവാണ്. ക്ഷേത്രങ്ങളോട് ചേർന്ന് ചികിത്സ നല്കിയിരുന്നതും ബുദ്ധമത സ്വാധീനമാണ് ചില മുച്ചിലോടുകാവുകളിൽ പാമ്പിൻ

വിഷ ചികിത്സ നട ത്തിയിരുന്നു. പിത്ത വാതം തുടങ്ങിയ രോഗങ്ങൾക്കുള്ള ചികിത്സ സൗജന്യ മായി നൽകിയിരുന്നു ചില പ്രത്യേക അവ സരങ്ങളിൽ തലമു ണ്ഡനം ചെയ്യു ന്നതും മത്സ്യ മാംസാ ദികൾ ഉപേക്ഷിക്കു ന്നതും ഇതിന്റെ ഭാഗ മാണ്. ബുദ്ധവിഭാഗം പിന്നീട് ഹിന്ദുമത

ത്തിൽ ലയിക്കുകയാണ് ഉണ്ടായത്. ചന്ദ്രനുമായി ബന്ധപ്പെട്ട ആഘോഷങ്ങൾ ബുദ്ധമതത്തിന്റെ ഭാഗമാണ് ആൽമരം വെച്ച് പിടി പ്പിക്കുക വലിയ മണി ഉപയോഗിക്കുക എന്നിവ ബുദ്ധമതത്തിന്റെ പ്രത്യേകതയാണ്. ഉയർന്ന ശ്രീകോവിലുകളിൽ ആരാധിക്കുന്ന ശാസ്താവ് യഥാർത്ഥത്തിൽ ബുദ്ധാരാധനയുടെ ഭാഗമാണ് എന്ന് സംശയിക്കേണ്ടിയിരിക്കുന്നു. ശാസ്താവിന് നല്കുന്ന എള്ള് തിരി കളും ബുദ്ധമതത്തിന്റെ സ്വാധീന ഫലമാണ്. ശാസ്താവിന്റെ മുന്നിലെ ഉറക്കെയുള്ള ശരണം വിളികളും മുദ്രധരിച്ച് കൊണ്ടുള്ള വരും നോക്കുന്ന സമ്പ്രദായവും തേങ്ങയിൽ നെയ്യ് നിറച്ചുള്ള അഭി ഷേകവും ഒക്കെ ഒരു ബൗദ്ധ സ്വാധീനത്തിലാണെന്ന് പി.കെ പിഷാ രടി ലേഖനത്തിൽ സമർപ്പിക്കുന്നുണ്ട്. മതങ്ങൾ തമ്മിലുള്ള അതിർവരമ്പുകൾ അത്രയൊന്നും നിശിതമല്ലാതിരുന്ന അക്കാലത്ത് ഒരു മതം പിൻതുടരുമ്പോൾ തന്നെ മറ്റു മതവിശ്വാസങ്ങൾവെച്ചു പുലർത്തുകയും ആരാധനകൾ നടത്തുകയും ചെയ്യുന്ന പതി വുണ്ടായിരുന്നു. പശ്ചിമഘട്ടത്തിലെ ചുരം വഴി തമിഴ്നാട്ടിൽ നിന്നും കർണ്ണാടക ദേശത്തുനിന്നുമാണ് ജൈനമതം പയ്യന്നൂരിലെത്തിയത്. ജൈനരാജ വംശ ത്തിൽപ്പെട്ടവരായിരുന്ന ഹൊയ്സലരാജാവായ ബിട്ടദേവൻ വൈഷ്ണവമതം സ്വീകരിച്ചപ്പോൾ ജൈനരാജാക്കൻമാർക്ക് അരക്ഷിതാവസ്ഥ അനുഭവപ്പെട്ടു. ജൈനരായി ജീവിക്കാൻ സാധ്യമല്ലാതെ വന്ന സാഹചര്യത്തിൽ അവർ ചുരമിറങ്ങി വന്നു എന്ന് ശ്രീനിവാസ അയ്യങ്കാർ പറയുന്നുണ്ട്. സംഘകാലത്തു ബുദ്ധമതവിശ്വാസികളു ണ്ടായിരുന്നതുപോലെ ഇക്കാലത്തു ജൈനരുടെ സ്വാധീനവും പ്രക ടമാണ്. പുലയർ, മലയർ, തീയ്യർ, വാണിയർ, വണ്ണാൻമാർ, എന്നി വർ വേടരെന്നിവർ ഉന്നതശ്രേണിയിലായിരുന്നു. ജൈനഭരണാ ധികാരികൾ അവർക്കു വിദ്യാഭ്യാസം നൽകുകയും അവരെ നല്ല നിലയിൽ ജീവിക്കാനനുവദിക്കുകയും ചെയ്തു. ശ്രീലങ്കയിൽ നിന്നും തമിഴ് നാട്ടിൽ നിന്നും ബുദ്ധമതക്കാരും പയ്യന്നൂരിലെത്തി. ഉത്തരേന്ത്യയിൽ നിന്നുള്ള കലപ്പകൾ ദക്ഷിണേന്ത്യയിൽ ആദ്യ മായി പ്രചരിപ്പിച്ചത് ബുദ്ധമതക്കാരായിരുന്നു. പ്രദേശങ്ങളിലെ ജന ങ്ങൾ മഴയെ ദൈവമായി ആരാധിച്ചിരുന്നു. വൈദ്യത്തിൽ മുഖ്യ പങ്ക് വഹിക്കുന്ന ബുദ്ധമതക്കാരുടെ ദൈവത്തെ മറ്റുള്ളവരും മുഖ്യ ദൈവമായി അംഗീകരിച്ചു. ആദ്യകാല മതക്കാർ ഥേര വാദികളാ

യിരുന്നു. ഒന്നുമുതൽ മൂന്ന് വരെ നൂറ്റാണ്ടുകളിൽ ഥേരവാദം ഇവിടെ പ്രഭാവം ചെലുത്തിയെന്ന് പ്രൊഫ: പുരുഷോത്തമൻ അഭി പ്രായപ്പെടുന്നു. ഥേരവാദികളുടെ പരമലക്ഷ്യം ആർഹത പദത്തി ലെത്തിച്ചേരുകയെന്നാണ്. അടുത്ത കാലത്ത് ഹേറൂർ ഗ്രാമത്തിൽ ക്രി.വ 1422 ൽ കൊത്തിവെച്ചതാണെന്നു കരുതുന്ന രണ്ടര അടി നീളവും ഒന്നരയടി വീതിയുമുള്ള ബൗദ്ധസ്തൂപം കണ്ടെടുക്കപ്പെ ട്ടിരുന്നു. എ.ഡി 10ാം ശതകത്തിൽ ഉത്തരേന്ത്യയിലെ ആഗ്രക്ക ടുത്ത് കങ്കാളക്കുന്നുകളിൽ ഉണ്ടായിരുന്ന ഒരു ജൈനവിഹാര ത്തിന്റെ കഥ ഡോ. ഹീരാലാൽ ജെയിൻ രേഖപ്പെടുത്തിയിട്ടുണ്ട്. ഇതിന്റെ തുടർച്ച ഭൈരവതെയ്യങ്ങളിൽ പ്രകടമായി കാണാൻ സാധി ച്ചതായി ഫോക്ലോറിസ്റ്റുകൾ അഭിപ്രായപ്പെടുന്നു. ഇവിടെയുള്ള ഒരു സ്തൂപത്തിൽ ഒരേ വിഗ്രഹത്തെ വൈദീകർ ഭൈരവനാഥ നായും ജൈനന്മാർ പാർശ്വനാഥനായും പൂജിച്ചതായി പറയുന്നു. കിരാത പരമേശ്വരി അഷ്ടനാഗങ്ങൾ അണിഞ്ഞ ഭഗവതിയാണ്. പാർശ്വനാഥൻ എന്ന ജൈനതീർഥങ്കരന്റെ തലയിലെ യക്ഷിയാ ണ് ഭഗവതി.ബോധോദയം നേടുകയും ജനിമൃതിചക്രത്തിൽ നി ന്ന് രക്ഷപ്പെടുകയും ചെയ്ത പുണ്യവാൻമാരാണ് ആർഹതൻമാർ. ആർഹതൻമാരെ മനുഷ്യരൂപത്തിലാണ് ചിത്രീകരിക്കുന്നത്. ജൈ ന- ബൗദ്ധ സംസ്കാരം കൂടുതൽ സമ്പന്നമായി. ആളുപർ ശൈ വരായിരുന്നുവെങ്കിലും മതാന്ധരായിരുന്നില്ല. ജൈന ബസ്തികൾ നിർമ്മിക്കുന്നതിന് പ്രോത്സാഹനവും സഹായവും നൽകുകയുണ്ടാ യി. ജൈന- ബൗദ്ധ വൈദ്യത്തിൽ പാണ്ഡിത്യം നേടിയ നിരവ ധി കുടുംബങ്ങളെ സംബന്ധിച്ച് വർണ്ണനകളുണ്ട്. നമ്പൂതിരിമാരു ടെ പ്രഭാവകാലഘട്ടങ്ങൾക്ക് മുമ്പ് ഇവിടെ ബുദ്ധജൈനമതങ്ങൾ ക്ക് നല്ല പ്രചാരവും വിശ്വാസവും ആദരവും ലഭിച്ചിരുന്നുവെന്നു ള്ളതിന് ധാരാളം തെളിവുകളുണ്ട്. അവരുടെ ആരാധനലായങ്ങ ളും വിഹാരങ്ങളും ഓരോ വിദ്യാപീഠങ്ങൾ കൂടി ഉൾക്കൊണ്ടവ യായിരുന്നു. അവരുടെ വിദ്യാപീഠങ്ങളിൽ നിന്നും വിദ്യ അഭ്യസി ക്കുകയും മഹാപണ്ഡിതൻമാരായി പുറത്ത് വരികയും ചെയ്തി രുന്നു. ബ്രാഹ്മണപ്രഭാവവും മീമാംസമതവും ഉച്ചനില പ്രാപിച്ച തോടെ ജൈനബുദ്ധമതങ്ങൾ ക്ഷയിക്കുകയും അവരുടെ വിഹാര ങ്ങളോടും ആദർശസംഹിതകളോടും കൂറ് പുലർത്തി വന്ന സമു ദായങ്ങളെ ജാതിക്കാരായി ഗണിക്കുകയും ചെയ്തിരുന്നു. പ്രധാ

നപ്പെട്ട ഒരു ബുദ്ധവിഹാരം കരിവെള്ളൂരിൽ ഉണ്ടായിരുന്നു. പിൽ ക്കാലത്ത് ശൈവമതക്കാരായ ഹിന്ദുക്കൾ ഇതിന്മേൽ അധിനിവേ ശം നടത്തി അതൊരു ക്ഷേത്രമാക്കി മാറ്റിയതാണ്-കരിവെള്ളൂർ ശിവക്ഷേത്രത്തെക്കുറിച്ച് നിലനിൽക്കുന്ന ഈ അഭിപ്രായം നമു ക്ക് തള്ളിക്കളയാനാവില്ല. ഈ ക്ഷേത്രത്തിന്റെ ഘടനയിൽ പഴയ ബുദ്ധവിഹാര ത്തിന്റെ മാതൃക കാണാനുണ്ട്. ബുദ്ധമതവുമായി ബന്ധപ്പെട്ട വിഹാരങ്ങളെ പള്ളി എന്നാണ് വിളിച്ചിരുന്നത്. കടന്ന പ്പുള്ളിയും നരീക്കാംപള്ളിയും പള്ളിയറകൾ മാത്രമല്ല പള്ളിക്കൊ വ്വലും പള്ളി വയലും പള്ളിവയലിലെ ആറാട്ടും നമുക്കുണ്ട്. ഏഴി മലയോട് തൊട്ട് കിടക്കുന്ന പ്രദേശമാണ് കുഞ്ഞിമംഗലം. ഏഴി എന്നല്ല എയി എന്നായിരുന്നു പഴയ ഉച്ചാരണം ഏഴിമലയ്ക്ക് പണ്ട് മാടായി എന്നും പേരുണ്ടായിരുന്നു. കുഞ്ഞിമംഗലം പ്രദേശങ്ങളെ വേർപെടുത്തിക്കൊണ്ടൊഴുകുന്ന പുതിയപുഴ ആ പേര് സൂചിപ്പി ക്കുന്നത് പോലെ ഒരു പുതിയ പുഴയാണ്. ഏഴിമല, മാടായി, ചാത്ത വട്ടം, കുറിച്ചി, കാരിക്കോട്, വേളൂർ, തുടങ്ങി ഒട്ടേറെ സ്ഥലങ്ങ ളിൽ ബുദ്ധമത സ്ഥാപനങ്ങളുടെ നഷ്ടാവശിഷ്ടങ്ങൾ നമുക്ക് ദർശിക്കാം. പുത്തരച്ചൻ എന്ന പേരിൽ അറിയപ്പെടുന്ന വിഗ്രഹ ങ്ങളെല്ലാം ബുദ്ധന്റേതാണ്. ബുദ്ധൻ ആണ് പുത്തർ ആയിട്ടുള്ള ത്. കണ്ടെത്തിയിട്ടുള്ളതിനേക്കാൾ എത്രയോ ഇരട്ടി മണ്ണിൽ മറഞ്ഞു കിടക്കുന്നുണ്ടാകും.

ശിലാലിഖിതങ്ങൾ

ചരിത്രരചനയ്ക്ക് വൈവിധ്യമാർന്ന പ്രമാണങ്ങൾ ചരിത്രകാ രൻമാർ ഉപയോഗപ്പെടുത്തുന്നു. ശാസ്ത്രീയമായ ചരിത്രരചന രീതി വളർന്നുവരുന്നതിന് മുമ്പ് കെട്ടു കഥകളും പുരാവൃത്തങ്ങളും ചരി ത്രമായി അംഗീകരിക്കപ്പെട്ടിരുന്നു. ചരിത്രരചനയിൽ ഒഴിവാക്കപ്പെ ട്ടിരുന്ന മിത്തുകൾപോലും പഠന വിധേയമാക്കാനും പ്രയോജന പ്പെടുത്തുവാനും ചരിത്രകാരന്മാർ മുന്നോട്ട് വരുന്ന ഒരു കാലമാ ണിത്. ചരിത്ര രചനയിൽ ഉപയോഗപ്പെടുത്തുന്ന ഉപാദാനങ്ങളിൽ ശിലാലിഖിതങ്ങൾക്ക് വലിയ പ്രാധാന്യമുണ്ട്. ഒരു കാലഘട്ടത്തിന്റെ രേഖാചിത്രം ലിഖിതങ്ങളിൽ നിന്ന് നമുക്ക് ലഭിക്കുന്നു. ക്ഷേത്ര ങ്ങൾ ,കൊട്ടാരങ്ങൾ, വീടുകൾ തുടങ്ങിയവയുടെ ഭിത്തികളിലും സ്തൂപങ്ങളിലും പാറകളിലും ഗുഹാഭിത്തികളിലും ആലേഖനം ചെയ്യപ്പെടുന്ന ലിഖിതങ്ങൾ ചരിത്ര രചനയുടെ നിധികുംഭങ്ങളിൽ ഒന്നാണ്. പൗരാണികമധ്യകാല ചരിത്രം വായിച്ചെടുക്കുന്നതിൽ ലിഖിതങ്ങൾ അമൂല്യമായ ഉപാദാനമാണ്. ഭരണരീതി, സാമൂഹിക ബന്ധങ്ങൾ, സാമ്പ ത്തിക സ്ഥിതിഗതി കൾ, രാജവംശങ്ങളും സ്വാധീനവും തുടങ്ങി നിരവധി കാര്യങ്ങളെ കുറിച്ചുള്ള വിവരം ലിഖിതങ്ങളിലൂടെ നമുക്ക് ലഭിക്കുന്നു. ആധികാരികമായ ചരിത്ര രചന ഇല്ലാതി രുന്ന കാലഘട്ടത്തെ

പഠിക്കുന്നതിന് ഇത്തരം ശിലാലിഖിതങ്ങൾ സഹായിക്കുന്നുവെന്ന് മാത്രമല്ല ഭാഷ, ഭാഷയുടെ പരിണാമം തുടങ്ങിയവ നമുക്ക് മനസ്സി ലാക്കുവാനും സാധിക്കുന്നു. കേരള ചരിത്രരചനയിൽ ഇത്തരം നിരവധി ശിലാലിഖിതങ്ങളും മറ്റു ലിഖിതങ്ങളും വളരെ വ്യാപക മായി ചരിത്രകാരന്മാർ ഉപയോഗപ്പെടുത്തി വരുന്നുണ്ട്. പയ്യന്നൂർ അതിർത്തി പ്രദേശമായ ഏറ്റുകുടുക്കയിലും സമീപപ്രദേശങ്ങളിലും ശിലാലിഖിതങ്ങളും മറ്റു ലിഖിതങ്ങളും കണ്ടെത്തിയിരുന്നു. ഗുഹ കളിലും കല്ലറകളിലും പ്രാചീന മനുഷ്യർ കൊത്തിയുണ്ടാക്കിയ അവരുടെ ഇഷ്ട ദൈവങ്ങളുടെ ചിത്രങ്ങൾ / ലിഖിത രൂപങ്ങൾ എന്നിവ ചെങ്കല്ല് ഖനനത്തിന്റെ ഭാഗമായി പാടെയില്ലാതായി വരി കയാണ്. ഈ ലിഖിതത്തിലെ ഭാഷയും ആ ഭാഷ രേഖപ്പെടുത്താ നുപയോഗിച്ച ലിപിയും പലനിലക്കും പ്രധാനമാണ്. അതിന് കേര ളത്തിന്റെ സാംസ്കാരിക ചരിത്രത്തിലേക്കുകൂടി വേരോട്ടമുള്ള തായും പറയാം. പെരുമാൾവാഴ്ചക്കാലത്തെ മറ്റു രേഖകളിൽ ഉപ യോഗത്തിലിരുന്ന ഭാഷയും ലിപിയും പദാവലിയും സാങ്കേതിക ശബ്ദങ്ങളുമൊക്കെത്തന്നെയാണ് കൊടവലത്തെ രേഖയിലും കാണുന്നത്. ഇതിനൽപ്പം വടക്ക് കാസർകോട് പ്രദേശത്ത് പല്ലവ ഗ്രന്ഥം അഥവാ ആര്യ എഴുത്ത് ഉപയോഗിച്ച് എഴുതിയ ലിഖിത ങ്ങളുണ്ട്. അവരുടെ സാംസ്കാരിക പശ്ചാത്തലത്തിൽ നിന്ന് തീർത്തും വ്യത്യസ്തമാണ് കൊടവലത്തെ വട്ടെഴുത്ത് ലിഖിതം. പല്ലവഗ്രന്ഥം വടക്കൻ ബ്രാഫിയിൽ നിന്നുള്ള ഒരു ചിനപ്പാണെ ങ്കിൽ വട്ടെഴുത്ത് വ്യാകരണപരമായും ലേഖന സമ്പ്രദായം കൊണ്ടും തമിഴ് ബ്രാഫിയെയാണ് അവലംബിക്കുന്നത്. തമിഴ് ബ്രാഫിയകട്ടെ പ്രാധാന്യേന ദക്ഷിണേന്ത്യയുടെ തെക്കേ അറ്റമായ തമിഴകത്ത് പ്രചരിച്ച ലിപി ഭേദവുമായിരുന്നു. മധ്യയുഗങ്ങളിൽ ചാലൂക്യ, രാഷ്ട്ര കുട, ഹോയ്സള, വിജയനഗര രാജാക്കന്മാരുടെ അധീനത്തിൽപ്പെട്ടു കിടക്കുന്ന കൊടവലമുൾപ്പെട്ട പുല്ലൂർ പ്രദേശത്ത് വട്ടെഴുത്തിൽ ഒരു പൊതുവിജ്ഞാനം പ്രത്യക്ഷപ്പെടുന്നത് സാംസ്കാരികമായി പ്രാധാന്യമർഹിക്കുന്നത് ഇങ്ങനെയാണ്.

മഹാശിലാസ്മാരകങ്ങൾ

പയ്യന്നൂർ അടുത്തകാലത്ത് കടൽമാറി കരയായ പ്രദേശമാണെ ന്നാണ് ഭൂമിശാസ്ത്രജ്ഞന്മാർ അഭിപ്രായപ്പെടുന്നത്. പ്രദേശ

ത്തിന്റെ വിവിധ ഭാഗങ്ങളിൽ കിണർ കുഴിക്കുമ്പോൾ കടൽ ജീവികളുടെ ഭാഗങ്ങൾ കണ്ടെ ത്താറുണ്ട്. ഈ അവശിഷ്ട ങ്ങൾക്ക് വലിയ കാലപഴക്കം ഇല്ല എന്നതും പ്രത്യേകതയാണ്. മുണ്ട വളപ്പിനടുത്ത് ടി. നാരായണന്റെ വയലിൽ 1992 ൽ ഉണ്ടാക്കിയ കിണറിൽ നിന്നും കണ്ടെത്തിയ അവശിഷ്ടങ്ങൾക്ക് 1000 വർഷങ്ങ ളുടെ പഴക്കമേ ഉള്ളു എന്ന് ടി. ആനന്ദഭണ്ഡാരി അവകാശപ്പെടു ന്നു. അതിനാൽ പയ്യന്നൂരിന്റെ ചരിത്രവുമായി വഡേക്കർ നട ത്തിയ നിരീക്ഷണങ്ങൾ സ്വീകരി

ക്കാവുന്നതാണ്. ഇരുമ്പു യുഗത്തിന്റെ അവശിഷ്ടങ്ങൾ പയ്യ ന്നൂരിൽ പലേടത്തും കാണാൻ കഴിയും. ബി.സി 1000 തൊട്ട് എ ഡി ഒന്നാം നൂറ്റാണ്ട് വരെയുള്ള കാലമാണ് ഇരുമ്പുയുഗമായി ചരി ത്രകാരന്മാർ സങ്കല്പിക്കുന്നത്.ഇരുമ്പായുധങ്ങൾ ഉപയോഗിച്ച് കൊണ്ടുള്ള മഹാശിലാസ്മാരകങ്ങളാണ് രാമന്തളി തൊട്ട് പ്രാപ്പൊ യിൽ വരെയുള്ള പ്രദേശങ്ങളിൽ കാണുന്നത്. രാമന്തളി പഞ്ചായ ത്തിലെ നാട്ടുകല്ലുകളെ എടുത്തു വച്ച കല്ലെന്നാണ് നാട്ടുകാർ വിളി ച്ചിരുന്നത്.

പഴുതറകൾ

ഇരുമ്പുയുഗത്തിന്റെ മറ്റൊരു പ്രധാന ശവസംസ്കാരരൂപമാണ് പഴുതറകൾ. ഇത് രാമന്തളി തൊട്ട് എരമം വരെയുള്ള പ്രദേശങ്ങ ളിൽ വ്യാപിച്ചു കിടക്കുന്നതായിക്കാണാം. ഏഴിമലയിലെ കുതിര ക്കല്ല് (കക്കംപാറ) എന്ന സ്ഥലത്ത് മൂന്ന് സ്വാഭാവികഗുഹകളുണ്ട്. ഒരു ഗുഹയിൽ കൽപീഠം ഉണ്ട്.അർദ്ധഗോളാകൃതിയിൽ, മുകളിൽ കൽത്തുള യോടു കൂടിയവയാണ് ഇവിടുത്തെ ചെങ്കൽ ഗുഹകൾ. 175 മീറ്റർ മുതൽ 2.50 മീറ്റർ വരെ വ്യത്യസ്ത വ്യാസങ്ങളിലാണ് ഇവ നിർമ്മിക്കപ്പെട്ടിരിക്കുന്നത്. ഗുഹകളുടെ ശരാശരി ഉയരം 1

മീറ്ററാണ്. മുകളിലെ കൽത്തുളയ്ക്ക് 3035 സെ.മീറ്റർ വ്യാസമുണ്ട്. പയ്യന്നൂർ മുൻസിപ്പാലിറ്റിയിലെ ഏച്ചിലാംവയലിലുള്ള തീയ്യത്തി മാളികയിൽ ഇത്തരം ഗുഹകളുണ്ട്. എരമം കുറ്റൂർ, കാങ്കോൽ ആലപ്പടമ്പ്, ചാലക്കോട്, കാനായി, നെല്ലിയാട്ട് എന്നിവിടങ്ങളിലും ഇത്തരം പഴുതറകളുണ്ട്. മഹാശിലാസംസ്കാരവുമായി ബന്ധ പ്പെട്ട പയ്യന്നൂർ മുൻസിപ്പാലിറ്റിയിലെ ശവസംസ്കാര സ്ഥാനങ്ങ ളിൽ നിന്നു കിട്ടിയ തെളിവുകളുടെ അടിസ്ഥാനത്തിൽ, അക്കാ ലത്ത് സെക്കന്ററി ബറിയൽ അഥവാ ഫ്രാഗ്മെന്ററി ബറിയലാണ് നിലനിന്നിരുന്നത് എന്നു വ്യക്തമാക്കപ്പെട്ടിട്ടുണ്ട്. ശവം അഴുകാ നായോ പക്ഷിമൃഗാദികൾക്ക് ഭക്ഷിക്കാനായോ തുറന്നുവെക്കുന്ന തിന് പ്ലാറ്റ്ഫോം നിർമ്മിക്കാൻ വേണ്ടയാവാം ഇത്തരം കാൽക്കു ഴികൾ നിർമ്മിച്ചത് എന്ന് കുറ്റൂർ എന്ന സ്ഥലത്തു കണ്ടെത്തിയ കാൽക്കുഴികളെ സംബന്ധിച്ചുള്ള പഠനങ്ങളിൽ പുരാവസ്തു ഗവേ ഷകനായ ഡോ.എം.ജി.എസ്.നാരായണൻ പറയുന്നുണ്ട്. കരിവെ ള്ളൂർ പെരളം പഞ്ചായത്തിൽ ചെമ്പോട്ടികുന്ന് എന്ന സ്ഥലത്തെ ഒരു പറമ്പിൽ തന്നെ ഒമ്പത് കുടക്കല്ലുകൾ നിലനിൽക്കുന്നു. തല യടുക്കത്തെ അപ്പക്കുഞ്ഞിനായരുടെ പറമ്പിൽ നിന്ന് കണ്ടെത്തിയ കല്ലറയിൽ നിന്നും പാത്രങ്ങളോടൊപ്പം ഇരുമ്പിന്റെ കത്തിയും കണ്ടെത്തിയിട്ടുണ്ട്. പെരളത്തെ കരിങ്കല്ലിന്റെ തൊപ്പിക്കല്ല് നില

നിന്നിരുന്ന പറമ്പിന് ചുറ്റും നിരവധി പഴുതറകളുണ്ട്. ഉരുളൻ കല്ലുകൾ പെറുക്കി വെച്ച് രൂപപ്പെടുത്തിയ ചെറിയൊരു കാവുണ്ട്. കണ്ടൻകാരിയുമായി ബന്ധമുണ്ട്. കണ്ടൻകാളിക്ക് മഹാശിലാസംസ്കാര കാലത്തെ ശവസംസ്കാരകേന്ദ്രമായ ചെങ്കൽ പഴുതറകളെയാണ് മുമ്പുള്ള ചെങ്കൽപ്പാറയ്ക്കകത്തെ ചുണ്ണാമ്പുപാളികൾ പൊടിഞ്ഞുണ്ടായ ഗുഹകളിൽ നരികൾ കഴിഞ്ഞിട്ടുണ്ടാകാം. രാമന്തളി പഞ്ചായത്തിലെ നരിമടഗുഹ ഇങ്ങനെ ഉണ്ടായതാണ്. ചെമ്പകമരങ്ങൾ തണൽ നൽകുന്ന ദേവതാസ്ഥാനത്തിന് തൊട്ടടുത്തു തന്നെ നീരുറവയുള്ള ചെങ്കൽക്കുഴിയുമുണ്ട്. കുത്തനെ ചെരിഞ്ഞാണ് ചെങ്കൽക്കുന്നിന്റെ കിടപ്പ്. എട്ടിക്കുളത്ത് തീയന്മാരുടെ ഭഗവതിക്കാവിൽ നിന്ന് അന്തിത്തിരിയൻ മകരം 13,14,15 തീയ്യതികളിലും മേടം ഒമ്പതാം തീയതിയും മടവാതിൽ എന്ന സ്വാഭാവിക ഗുഹയിലേക്കു പോകും ആ ഗുഹയിൽ ചില അനുഷ്ഠാനങ്ങളും ഉണ്ട്. എട്ടിക്കുളം മടവാതിൽ കാവ് എന്നും ഈ കാവിനു പറയും. കാങ്കോൽ – ആലപ്പടമ്പ് പഞ്ചായത്തിലെ ചൂരലിലും ഏറ്റുകുടുക്കയിലും ഏഴിമലയിലും സ്വാഭാവികഗുഹകളുണ്ട്. പഴയകാല മനുഷ്യർ ആചാരാനുഷ്ഠാനങ്ങൾക്കുപയോഗിച്ച ഒരു പീഠം ചൂരലിലെ സ്വാഭാവിക ഗുഹയിൽ കാണാനുണ്ട്. ഇതിനടുത്തായി തെയ്യം വീണ പാറ എന്നൊരു സ്ഥലമുണ്ട്. തെയ്യത്തിന്റെ കാൽമുട്ടും ചിലമ്പടയാളങ്ങളും ഇവിടെ ദൃശ്യമാണ്. കണിയാം പറമ്പിൽ മറ്റൊരു ശവസംസ്കാരരൂപമായ കൽവൃത്തം കാണാം. അതിന്റെ ചുറ്റുവട്ടത്ത് ധാരാളം പഴുതറകളും കുടക്കല്ലിന്റെയും തൊപ്പിക്കല്ലുകളുടെയും അവശിഷ്ടങ്ങളും കാണാനുണ്ട്. ചരിത്രാതീതകാല ഗുഹാചിത്ര സങ്കേതങ്ങളിൽ മുതൽ മഹാശിലാസംസ്കാരത്തിലെ സ്മാരക സ്ഥാനങ്ങളിൽ വരെ കണ്ടു വരുന്നവയാണ് പഴുതറകൾ. കോറോം ഇരൂർ 1999 കാലഘട്ടത്തിൽ കണ്ടെടുത്ത ഗുഹയിൽ നിന്ന് മണ്ണിന്റെ കലത്തിന്റെ ഭാഗങ്ങളും ആയുധങ്ങളും കണ്ടെത്തി. ഈ ഗുഹ പിന്നീട് മണ്ണെടുത്ത് നശിപ്പിക്കുകയാണ് ഉണ്ടായത് നിയമങ്ങൾ കർശനമല്ലാത്ത അക്കാലത്ത് വ്യാപകമായി ഇത്തരം ചരിത്ര സ്മൃതികൾ നശിക്കപ്പെട്ടുണ്ട്. ഭാവിയിലുണ്ടാകാൻ ഇടയിലുള്ള നിയമ പ്രശ്നങ്ങൾ ഇല്ലാതാക്കാൻ കോറോം ഇരൂരിൽ കണ്ടെടുത്ത സ്വാഭാവിക ഗുഹയിലെ സാധനങ്ങൾ രഹസ്യമായി നശിപ്പിച്ചത് നേരിൽ കണ്ടിട്ടുണ്ട്. ഇത് ചരിത്രത്തോട് ചെയ്ത അനീതിയാണ്.

എരമം അരിയാക്കലിലും, മുതിയലത്തും നാടുകല്ലുകൾ കണ്ടെ
ത്തിയിട്ടുണ്ടായിരുന്നു ഇതിന്റെ പ്രാധാന്യം മനസിലാക്കാതെ ഇവ
പശുതൊഴുത്ത് നിർമ്മാണത്തിന് ഉപയോഗിച്ചു എന്നതാണ്.

പോത്തംകണ്ടം അരിയിട്ട പാറ

ഇന്നുവരെ കണ്ടെത്തിയ ചെങ്കൽപ്പാറ കൊത്തുചിത്രങ്ങളിൽ മ
നുഷ്യരൂപമുള്ള ഏക സൈറ്റാണ് പോത്തംകണ്ടം അരിയിട്ട പാറ
യിലേത്. ഒന്നാമത്തെ മനുഷ്യരൂപത്തിന്റെ തെക്കു ഭാഗത്തായാണ്
രണ്ടാമത്തെ രൂപം കൊത്തിവച്ചിരിക്കുന്നത്. ഈ രൂപത്തിന് 144
സെ.മീറ്റർ ഉയരവും 102 സെ.മീറ്റർ വീതിയുമുണ്ട്. ആദ്യത്തെ രൂപ
ത്തിൽ നിന്ന് വിഭിന്നമായി ഈ രൂപം ഇരുകൈകളും ഉയർത്തിയ
നിലയിലാണ് ചിത്രീകരിക്കപ്പെട്ടിരിക്കുന്നത്. ആദ്യത്തെ രൂപവുമാ
യി നിലയിൽ മാത്രമല്ല വലുപ്പത്തിലും ഇതിന് വിത്യാസം കാണു
ന്നു. മാത്രവുമല്ല ജനനേന്ദ്രിയം ചിത്രീകരിച്ചിട്ടുമില്ല. ഈ രൂപത്തി
ന്റെ വലതു കാലിനു സമീപത്തായി രണ്ടു നിരകളിലായി കപ്പ് അ
ടയാളങ്ങൾ കൊത്തിവെച്ചതായി കാണാം. അഞ്ചു കുഴികളുടെ ര
ണ്ട് നിരകളാണ് എണ്ണിയെടുക്കാനാവുന്നത്. അരിയിട്ട പാറയിലെ
ചിത്ര അടയാളങ്ങളുടെ ചിത്രീകരണോദ്ദേശ്യത്തെക്കുറിച്ച് ഇപ്പോ
ഴും കൃത്യമായ ധാരണയിലെത്താൻ പുരാവസ്തു ഗവേഷകർക്ക്
കഴിഞ്ഞിട്ടില്ല.പോത്തംകണ്ടം കവലയിൽ നിന്ന് പടിയോർച്ച പാ
തയിൽ 200 മീറ്ററോളം മുന്നോട്ടു പോയി ഇടത്തോട്ടു കാണുന്ന

ചെമ്മൺ പാതയിലൂ
ടെ കുറച്ചു ദൂരം സ
ഞ്ചരിച്ചാൽ അരിയിട്ട
പാറയിലെത്താം. ചെ
ങ്കൽപ്പാറയിൽ അ
ങ്ങിങ്ങ് ചെറിയ പച്ച
ത്തുരുത്തുകൾ മാറ്റി
നിർത്തിയാൽ വിശാ
ലമായ വെളിമ്പ്രദേശ
മാണ് അരിയിട്ടപാറ.
മാവിലാന്മാർ, പാറമേ

ലമ്മ എന്നു വിളിക്കുന്ന ദേവ
തയെ ആരാധിച്ചു വരുന്ന ചെ
റിയൊരു കാവിനടുത്തുള്ള
പാറയിലാണ് കൊത്തുചിത്ര
ങ്ങളുള്ളത്. ഉത്തര അക്ഷാം
ശം 12 14 54 നും പൂർവ്വ
രേഖാംശം 75 16 49 നും
ഇടയിലാണ് ചിത്രങ്ങളുള്ളത്.
ചിത്രകലയുടെ പൂർവ്വചരിത്ര
മാരംഭിക്കുന്നത് ഏറ്റുകുടുക്ക
ചെങ്കൽമേൽപ്പാറ ചിത്രങ്ങ
ളിൽ നിന്നാണെന്ന് മറ്റു തെളി
വുകൾ കണ്ടെടുക്കുന്നതു
വരെ അനുമാനിക്കാം. ഇരു
മ്പായുധങ്ങളുപയോഗിച്ചതു
പോലുള്ളവരപ്പിന്റെ കൃത്യത

ഈ ചിത്രങ്ങളിൽ കാണാനില്ല. വരകളൊന്നും ഒരേ പോലെയല്ല
എന്നതും ഈ ചിത്രത്തിന്റെ പഴമയെയും പ്രാധാന്യത്തെയും സൂചി
പ്പിക്കുന്നു. ഏറ്റുകുടുക്ക ചെങ്കൽമേൽപ്പാറചിത്രങ്ങൾക്കടുത്തു
കാണുന്ന കുളം വളരെ പ്രാചീനമാണ്. മാടായിപ്പാറയിലെ ജൂത
ക്കുളത്തിന്റെ അതേ വസ്തുശില്പരീതിയാണിതിന്. കുളത്തിന്റെ
മേൽഭാഗത്ത് വൃത്താകൃതിയിലുള്ള 3 സ്തംഭം കൊത്തിയെടുത്തി
ട്ടുണ്ട്. പൊതുവേ പാറചിത്രങ്ങളിൽ മൃഗജീവിതം തന്നെയാണ്
ചിത്രീകരിക്കുന്നത്. ഏറ്റുകുടുക്കയിലും അതുതന്നെ. ഒന്നാം ഘട്ടം
കറുത്ത വരമൃഗങ്ങളുടെ മോണോഗ്രാം നിറയ്ക്കുന്നു. രണ്ടാം ഘട്ടം
രണ്ടു നിറം നിറക്കുന്നു. മൂന്നാംഘട്ടം ബഹുവർണ്ണചിത്രങ്ങൾ –
ഇത് കരിയും വെജിറ്റബിൾ നിറങ്ങളും കൊണ്ട് നിറക്കുന്നു. ഏറ്റു
കുടുക്കയിലെ പല സ്വാഭാവിക ഗുഹകളും വ്യാപകമായ മണ്ണെടു
പ്പിൽ നഷ്ടപ്പെട്ട് പോയതായി കണ്ടെത്തിയിട്ടുണ്ടായിരുന്നു. ഏറ്റു
കുടുക്കയിലും കൽവൃത്തങ്ങളിൽ പൊളിച്ചപ്പോൾ നന്നങ്ങാടി കണ്ടി
രുന്നു ഇവ യഥാക്രമം സംരക്ഷിക്കാൻ അകാലത്ത് സാധിച്ചിരുന്നി
ല്ല. ചെങ്കൽ ഗുഹകൾ മിക്കവാറും മൂവാരി സമുദായത്തിന്റെതാവാൻ
വഴിയുണ്ട്. തുളുനാട്ടിൽ പുത്തിഗ പഞ്ചായത്തിലെ മൂവാരി മൂലയി

ലുള്ള ചെങ്കൽ ഗുഹയുടെ മാത്രകയിലുള്ളതാണ് ഏച്ചിലാംവയ ലിൽ കണ്ടെടുത്തിട്ടുണ്ട്. ഈയൊരു സാമ്യം അവരുടെ തുളുനാട് ബന്ധമാണ് കാണിക്കുന്നത്. ഗുഹയുടെ വായ, അകത്തെ വലിപ്പം, കല്ലുകൊണ്ടുള്ള ഇരിപ്പിടം ഈ സമാനതകൾ പഠന വിഷയമാകേ ണ്ടതാണ്. മൂവാരികൾ മരിച്ചാൽ അവരുടെ ശവസംസ്കാരം ഇത്ത രത്തിലുള്ള ഗുഹയിലാണ് നടത്തിയിരുന്നത്. അവർ ഉപയോഗിച്ച പാത്രങ്ങളും, പണിയായുധങ്ങളും ശരീരത്തോടൊപ്പം സംസ്കരി ക്കുന്ന രീതിയുണ്ട് ഇതേ രീതിയിലുള്ള ഗുഹകളാണ് ചെങ്കോട്ടി കുന്നിൽ നിന്നും കണ്ടെത്തിയത്. ഏച്ചിലാംവയലിൽ നിന്ന് നന്ന ങ്ങാടികൾ ലഭിച്ചിരുന്നു. പക്ഷെ ഇതിന്റെ നിയമ പ്രശ്നങ്ങൾ ഇല്ലാ താക്കാൻവീട്ടുടമസ്ഥൻ ഇത് നശിപ്പിക്കുകയാണുണ്ടായത് .നന്ന ങ്ങാടികളിലാണ് അന്ന് ആയുധങ്ങളും സൂക്ഷിച്ചിരുന്നത്. തറവാ ടുകൾ കേന്ദ്രീകരിച്ച് നന്നങ്ങാടികൾ സൂക്ഷിച്ചിരുന്നു എന്ന് ഈ വിഷയത്തിൽ പഠനം നടത്തിയ ഡോ. അലക്സ് സേവ്യർ പറയു ന്നുണ്ട്. അന്ന് ഉപയോഗിച്ചിരുന്ന എല്ലിന്റെ ആയുധങ്ങളുടെ ബാക്കി ഈ നന്നങ്ങാടിയിലുണ്ടായിരുന്നു എന്ന് രാമൻ കാരണവർ ഓർക്കുന്നു. മഴുപോലെ തോന്നിച്ച ആയുധം കാളയുടെ എല്ലിൽ നിന്ന് ഉണ്ടാക്കിയതിനാൽ സാധ്യത ഉണ്ടെന്ന് സംശയിക്കുന്നു. കൂട്ടമായി നായാടാനും ഈ നായാടൽ കഴിഞ്ഞ് ആയുധങ്ങൾ സൂക്ഷിക്കാൻ ഈ നന്നങ്ങാടികൾ ഉപയോഗിച്ചിരുന്നു. വേട്ട മൃഗ ത്തിന്റെ കൊമ്പും എല്ലും ഉപയോഗിച്ച് ആയുധങ്ങൾ നിർമ്മിച്ചിരു ന്നതായും കണ്ടെത്തിയിട്ടുണ്ട്. ചെങ്കല്ലുകളും പഴുതറകളും രാമ ന്തളി ഏഴിലോട് എരമം എന്നിവിടങ്ങളിലൊക്കെ കണ്ടെത്തിയിട്ടു ണ്ട്. ചെങ്കൽ ഗുഹകൾ സ്വാഭാവികമായി ജനിച്ചവയും സമൂഹം നിർമ്മിച്ചവയും ഉണ്ട് രാമന്തളി, ചൂരൽ, കാങ്കോൽ, എരമം, പ്രാപ്പൊ യിൽ, വെള്ളോറ എന്നീ സ്ഥലങ്ങളിൽ ചെങ്കൽ ഗുഹകൾ കണ്ടെ ത്തിയിട്ടുണ്ടായിരുന്നു. ചിലവ ശവസംസ്കാരത്തിനുവേണ്ടി നിർമി ച്ചവയാണ്. ഏഴിമലയിൽ തന്നെ നാല് സ്വാഭാവികഗുഹകളും മഹാ ശിലാസംസ്കാരത്തിന്റെയും ഇരുമ്പുയുഗത്തിന്റെയും ആരംഭത്തി ലുള്ള പഴുതറകളും ഉണ്ട്.

നന്നങ്ങാടി

4 അടിവ്യാസമുള്ള വൃത്താകൃതിയിൽ മൂടിയുള്ള മൺഭരണിക

ളാണ് ഏഴിലോടിൽ നിന്ന് കണ്ടെടുത്തിട്ടുള്ളത്. ഇത്തരം നന്നാ ങ്ങാടികളിൽ എല്ല്, ഇരുമ്പ് കത്തി, മഴു കല്ലുമണി എന്നിവയാണ് കാണാറ്. ചെങ്കല്ലുകളെ വൃത്തിയിൽ മുറിച്ചെടുത്ത് വട്ടത്തിൽ വിതാ നിച്ചതായി കാണാം. ഏച്ചിലാംവയലിൽ നിന്ന് നന്നങ്ങാടികൾ കിട്ടി യിരുന്നു. പക്ഷെ ഒന്നും സംരക്ഷിച്ചിട്ടില്ല. എരമത്ത് നിന്ന് വീടിന്റെ തറയെടുക്കുന്ന വേളയിൽ കണ്ടെത്തിയ പഴതറയിൽ മണ്ണിന്റെ ചട്ടി കണ്ടെത്തിയിട്ടുണ്ടായിരുന്നു. ഈ ചട്ടി തീയിൽ ചുട്ടെടുത്തതായി രുന്നു കൂടാതെ മാനിന്റെ കൊമ്പുപോലുള്ള പ്രത്യേക ആയുധ ങ്ങളും കണ്ടെത്തിയിട്ടുണ്ട്. എന്നാൽ നല്ലോല വയലിലെ പഴുതറ യിൽ നിന്ന് തുരുമ്പിച്ച കത്തി കിട്ടിയിട്ടുണ്ടായിരുന്നു പഴുതറയിൽ നിന്ന് ഇരുമ്പിന്റെ ഇത്തരത്തിലുള്ള കത്തി കിട്ടാൻ സാധ്യതയി ല്ലെന്ന് കെ.കെ എൻ കുറുപ്പ് തന്റെ ലേഖനത്തിൽ എഴുതിയിരുന്നു .പഴുതറ പിന്നീട് ആൾക്കാർ ഉപയോഗിച്ചിരിക്കാൻ സാധ്യതയു ണ്ട്. സാധാരണ രണ്ടുമീറ്റർ നീളത്തിൽ കാണുന്നതിന് പകരം 3 മീറ്ററിൽ കൂടുതലുണ്ടായിരുന്നത് പിന്നീട് ആ സ്ഥലം ഉടമ വിക സിപ്പിച്ചതായിരിക്കാം എന്ന് നിരീക്ഷിക്കുന്നുണ്ട് ചുമരുകളിലെ മൃഗ ങ്ങളുടെ രൂപങ്ങളെ കുറിച്ചും അദ്ദേഹം എഴുതിയിട്ടുണ്ട്. ഈ രൂപ ങ്ങൾ ഇരുമ്പിന്റെ ആയുധങ്ങൾ കൊണ്ടല്ല വരച്ചിരിക്കുന്നത് കൽമഴു പോലുള്ള പരുക്കൻ ആയുധങ്ങൾ കൊണ്ടാണ് വരച്ചത് എന്ന് നിരീ ക്ഷിക്കുന്നു സാധാരണ ചതുരത്തിൽ കാണുന്ന പ്രവേശന ദ്വാരം ദീർഘചതുരത്തിലാണ് കണ്ടത്. അതിന് പ്രാദേശികമായി പണ്ടു കുഴി എന്നാണ് നാട്ടുകാർ വിളിച്ചതെന്നും അദ്ദേഹത്തിന്റെ ലേഖ നത്തിൽ പരാമർശിക്കുന്നുണ്ട്. കൽത്തുളകൾ, വൃത്താകൃതിയിലുള്ള മുടിക്കല്ലുകൊണ്ട് മൂടിയിരുന്നു. ഇത്തരം ചില കല്ലുകൾ ഇപ്പോഴും ഗുഹകൾക്ക് സമീപത്തായി കാണാം. കവാടത്തിന് ശരാശരി 50 സെ.മീറ്റർ നീളവും 50 സെ.മീറ്റർ വീതിയുമുണ്ട്. ചട്ടങ്ങൾ കൊത്തി വെച്ച് അലങ്കരിച്ചവയാണ് കവാടങ്ങൾ. ഗുഹയുടെ കവാടങ്ങൾ അടച്ചു വെക്കാൻ ഉപയോഗിച്ചിരുന്ന ചതുരാകൃതിയിലുള്ള പാളി ക്കല്ലുകളും സ്ഥലത്തു കാണാനുണ്ട്. ഒരു ഗുഹ ഒഴികെ മറ്റെല്ലാം മുൻകാലങ്ങളിൽ തുറന്നു പരിശോധിച്ചവയാണ്. ഗുഹയ്ക്കകത്തു നിന്നും മൺപാത്രങ്ങളും ഇരുമ്പായുധങ്ങളും ലഭിച്ചതായി സ്ഥല മുടമസ്ഥർ പറയുന്നു. ഈ പഴുതറകളുടെ ചുമരുകൾ മിനുസപ്പെടു ത്തിയിരുന്നു. കാങ്കോൽ ആലപ്പടമ്പ് പഞ്ചായത്തിലും നിരവധി

പഴുതറകളും കുടക്കല്ലിന്റെയും അവശിഷ്ടങ്ങളും ഉണ്ട്. രാമന്തളി പഞ്ചായത്തിലെ സ്വാഭാവിക ഗുഹകളിൽ പ്രാചീന മനുഷ്യൻ ഉപ യോഗിച്ച ചതുരത്തിലുള്ള കൽപീഠം കാണുന്നു. നന്നങ്ങാടിയുടെ അവശിഷ്ടങ്ങൾ ഏച്ചിലാംവയലിൽ നിന്ന് കണ്ടെത്തിയിരുന്നു. കാങ്കോൽ – ആലപ്പടമ്പ് പഞ്ചായത്തിലെ നിടുംകുന്ന് പറമ്പിൽ 8 പഴുതറകൾ ഉണ്ട്. മേനപ്രം കതിരൂർ, പഴയങ്ങാടി, ചിറ്റാരിക്കൽ, ചെറുകുന്ന്, കുഞ്ഞിമംഗലം, ഏറ്റുകുടുക്ക, വെള്ളോറ എന്നിവിട ങ്ങളിലൊക്കെ പഴുതറകളുണ്ടായിരുന്നു. സഹ്യപർവ്വതപ്രദേശങ്ങ ളിലാകെ പഴുതറകൾ വ്യാപകമായി കാണാം. ഏഴിമലയിലും ഇവ ഉണ്ടായിരുന്നു. പണ്ടുകുഴി/മുകൾഭാഗത്ത് ഒരു പഴുതുമാത്രം ഉള്ള വയും രണ്ടു പഴുതുകളുള്ളവയും കാണാം 2&2 മീറ്റർ വലിപ്പത്തി ലാണ് വലിപ്പങ്ങളിലാണ് ഫർക്കയിലെ പഴുതറകൾ പൊതുവെ കണ്ടുവരുന്നത്. ചതുരത്തിലോ അർദ്ധവൃത്താകൃതിയിലോ ഉള്ള ഒരു പ്രവേശനദ്വാരമാണ് പഴുതറകളുടെ വാതിലുകളുടെ പ്രത്യേ കത. പയ്യന്നൂർ ഫർക്കയിൽ കണ്ടെത്തിയ പഴുതറകൾ. അർദ്ധവൃ ത്താകൃതിയിലോ ദീർഘകാല ചതുരാകൃതിയിലോ ഉള്ള പ്രവേ ശന ദ്വാരത്തോടുകൂടിയവയാണ്. ഗുഹയുടെ വായ അകത്തെ വലിപ്പം കല്ലുകൊണ്ടുള്ള ഇരിപ്പിടം ഈ സമാനതകൾ പഠന വിഷ യമാക്കേണ്ടതാണ്

നാട്ടുകല്ല്/മെൻഹിറുകൾ

ഏഴിമലയിലെ കക്കംപാറയിലെ കരിങ്കൽ നാട്ടുകല്ല് ഇതിനെ പ്രതിനിധാനം ചെയ്യുന്നതാകാം. ഏഴിമല കക്കംപാറയിലെ കരി ങ്കൽനാട്ടുകല്ല് ചരിത്രകാരൻമാർ മെൻഹിർ എന്നു വിളിക്കുന്ന ശിലാ സംസ്കാരത്തിന്റെ മുദ്രയാണ്. സംസ്കൃതിയുടെ ചരിത്ര സാക്ഷി യാണ് നാട്ടുകല്ല്. ആദൂർ മല്ലാവരക്ഷേത്രത്തിന് സമീപമാണ് നൂറ്റാ ണ്ടുകൾക്ക് മുമ്പുള്ള നാട്ടുകല്ലുകൾ ഉള്ളത്. പത്തടിയോളം ഉയര ത്തിൽ സമചതുരാകൃതിയിൽ നിർമ്മിച്ച ഇവയ്ക്ക് പിരമിഡിനോട് സാമ്യമുണ്ട്. മുകളിൽ താഴികക്കുടത്തിന്റെ ആകൃതിയുണ്ട്. ചെങ്കല്ലും മണ്ണും ഉപയോഗിച്ചാണ് ഇവ കെട്ടിയിരിക്കുന്നത്. സമുദായ ത്തിൽപ്പെട്ട നാടുവാഴികൾ മരിച്ചാൽ മൃദദേഹം ദഹിപ്പിക്കുന്ന സ്ഥല ത്താണ് ഗോരികൾ നിർമ്മിക്കുന്നത്. ഈ പ്രദേശം ഭഭിച്ചിരുന്ന ബല്ലാൾ സമുദായത്തിലെ നാടുവാഴികളുടെ ശവകുടീരമാണ് ഇവി

ടെയുള്ള ഗോരികൾ. ദുപ്പെ എന്നറിയപ്പെടുന്നതിനാൽ ഇവ നില കൊള്ളുന്ന സ്ഥലത്തിന് ദുപ്പെകണ്ടം എന്നും പേരുണ്ട്. പൊളിച്ചു മാറ്റാൻ പാടില്ലെന്ന വിശ്വാസമാണ് ഈ ചരിത്ര സ്മാരകത്തെ നില നിർത്തുന്നത്.

എരമം ചാലപ്പുറം രേഖകൾ

ഏഴിമല രാജാക്കന്മാരുടെ ഒരു പ്രാദേശിക ഭരണ കേന്ദ്രമാണ് എരമം എന്ന് ചരിത്ര രേഖകളിൽ നിന്ന് മനസ്സിലാക്കാം. എരമത്ത് വലിയ ഒരു കോട്ടയും സൈനിക താവളവും ഉണ്ടായിരുന്നു. ഈ കോലത്തിരിമാരിൽ ഒരാളായ കണ്ടൻകാരിവർമനായ ഇരാമകുട മൂവരെക്കുറിച്ച് എരമം ചാലപ്പുറത്തമ്പലത്തിലെ വട്ടെഴുത്ത് രേഖ യിൽ പറയുന്നുണ്ട്.   കരിങ്കൽ ഫലകത്തിലായി കണ്ടെത്തിയ ശാസനം അക്കാലത്ത് നിലനിന്നിരുന്ന ശാപവചനങ്ങളിലേക്കും സത്യവിശ്വാസങ്ങളിലേക്കും വിരൽചൂണ്ടുന്നതാണ്. വിവിധ വിശ്വാ സകേന്ദ്രങ്ങളും കുളങ്ങളും കിണറുകളും കുഴിച്ച് ജനങ്ങൾക്ക് അഭി വൃദ്ധിയുണ്ടാക്കാനാണ് ശാസനത്തിൽ രേഖപ്പെടുത്തിയിട്ടുള്ളത്. സാമൂഹിക പുരോഗതിയും പരസ്പരസ്നേഹവും വിശ്വാസവും കൊണ്ട് നാടിനെ നന്മയിലേക്ക് നയിക്കാനാണ് ശാസനങ്ങളിലെ ഉപദേശം. എരമം നടുവിലെക്കുനിയിലുള്ള മാവിലാനാരായണൻ നമ്പ്യാർ കാലങ്ങളായി സംരക്ഷിച്ചു വരികയായിരുന്നു ഇത്. അദ്ദേ ഹ ത്തിന്റെ പറമ്പിൽ നിന്ന് രേഖ പയ്യന്നൂർ കോളേജ് മ്യൂസിയത്തിലേക്ക് മാറ്റിയിരുന്നു. അതേ പറമ്പിനു മുന്നിൽ ഒരു പഴുതറയുണ്ട്. ഒരു വിഗ്രഹവും കിണറും അമ്പലത്തിന്റെ അവശി ഷ്ടങ്ങളും ആ പറമ്പിലുണ്ട്. ക്രിസ്തുവർഷം 962-ൽ രാജാവായ ഭാസ്കരരവി ഒന്നാമന്റെ എരമം നടുവിലെക്കുനിയിലുള്ള 58-ാം വർഷത്തിലേ രേഖ. വളഞ്ചിയർ, നാനാതേയരും, പാക്കരനിരവി വർമ്മൻ, കോയിലതികാരി- ഇത്രയും പദങ്ങൾ പ്രതിനിധാനം ചെയ്യുന്നവയാണ്. പണിമക്കൾ മുക്കാൽ വട്ടങ്ങളും തളികളും വൃത്തിയായി നിലനിർത്തിക്കൊണ്ടുപോകുന്നവർ തന്നെയായിരി ക്കണം. വർമൻ, വർമ്മ എന്ന പദം ആശാരിമാർക്കും രാജാക്ക ന്മാർക്കും ഉപയോഗിച്ചുകാണുന്നു. എ.ഡി.1020ലേതാണ് ഈ രേഖ യെന്ന് ഡോ.എം.ജി.എസ്.നാരായണൻ പറയുന്നത് ചരിത്രപരമായി ശരിയായിരിക്കണം. ഇരാമകുടമൂവൻ സ്ഥാപിച്ചതാണ് മുഷകവംശ

രാജ്യമെന്നും മൂഷകമെന്നതിന് വാകയെന്നാണർത്ഥമെന്നും വാക ഏഴിമലരാജാക്കന്മാരുടെ കുലവൃക്ഷമാണെന്നും വിവരിക്കുന്നുണ്ട്. കണ്ടൻകാരിവർമ്മൻ വളഞ്ചിയർ, നാനാതേയരും, പാക്കരനിരവി വർമ്മൻ, കോയിലതികാരി - ചാലപ്പുറത്തുതളി ശിലാരേഖയിലെ ഇത്രയും പദങ്ങൾ പൂർവ്വചരിത്രത്തെ പ്രതിനിധാനം ചെയ്യുന്നവ യാണ്. 1566 ലെ ബാരക്കൂർ ശാസനത്തിൽ രാജാക്കന്മാരുടെ മാപ്പി ളത്തെയ്യമായി അറിയപ്പെടുന്ന ബബ്ബര്യാൻ ദൈവത്തെ സ്മരിക്കു ന്നുണ്ട്. ഓരോ നാട്ടു രാജാക്കന്മാരുടെയും ഭരണകാലത്താണ് രാജാ ധികാരമുള്ള ക്ഷേത്രങ്ങളിലെല്ലാം കൊത്തുവേലകളും, ശാസന കളും രേഖപ്പെടുത്തിവെച്ചിട്ടുള്ളത്. ഈ രേഖയിൽ നിന്ന് ഏഴിമല വംശരാജാവായ കണ്ടൻകാരി വർമനും ഭാസ്കരനിരവി വർമരാജാവും തമ്മിലുള്ള സാമന്തബന്ധവും വളഞ്ചിയർ എന്ന കച്ചവടസംഘത്തിനും നാനാദേശികൾക്കും നല്കിയ കരാറാ ണെന്നു മനസ്സിലാകും. .(പാ)..ക്കരനിരവിവർ(മാ)...കോയിലതികാ രിക്കു നിന്റെ അയമ്മത്തൊട്ട(യ്)ക്കെതിരാമാണ്ടു ഇവാൺ...ടവിയാഴ നിന്റെ നാൾ കൺൻകാരി വരമ്മനായിന ഇ മകടമൂവര തിരവടി വാഴ്ക്ക(കൈ) - ചാലപ്പുറത്ത തളിയുമി വളഞ്ചിയരും നാനാ തേയേ മ്പണിമക്(കളു)മുള്ളളഇടയക്കുടിച്ചെയ്ത സമെയസങ്കേ-തമാവതു കടപപാപപള്ളി..തിരവാ(?)..യാ(കകി)..യി(ന) ഡോ.എം.ജി.എ സ്.നാരായണൻ അതിങ്ങനെ വായിക്കുന്നു. വളിഞ്ചർ എന്ന ഒരു ജാതിസമൂഹം ചാലപ്പുറം എരമം കുറ്റൂർ ഭാഗത്ത് ഇപ്പോഴും നില നിൽക്കുന്നത് ചരിത്രപരമായി ശ്രദ്ധേയമാണ്. കല്ലിന്റെ നാലരി കിലും അക്ഷരങ്ങൾ കൊത്തി വെച്ചിട്ടുണ്ട്. ചാലപ്പുറത്തെ ക്ഷേത്ര ത്തിൽ കണ്ടെത്തിയ ശിലാലിഖിതങ്ങൾ പകർത്തുകയും വായി ച്ചെടുക്കുകയും ചെയ്തിട്ടുണ്ട്. വട്ടെഴുത്ത് ലിപിയിൽ എഴുതിയ ഈ ലിഖിതം കുറെയൊക്കെ കാലപ്പഴക്കത്താൽ മാഞ്ഞു പോയി ട്ടുണ്ട്. ക്ഷേത്രത്തിന്റെ കൽത്തറയിൽ വടക്കു ഭാഗത്തായി 9 വരികളി ലായാണ് ലിഖിതം ആലേഖനം ചെയ്യപ്പെട്ടിരിക്കുന്നത്.

എരമം ചാലപ്പുറം വട്ടെഴുത്ത് മലയാളത്തിൽ ഇങ്ങനെ വിവർത്തനം ചെയ്തിരിക്കുന്നു.

1.   ....ക്കര നിരവിവർ (മ)........
2.   കോലിലതികാരികു................
3.   നിന്റെ അയ്മ്മത് തെട്ട്ട..........

4   (യ്)ക്ക് കെതിരാമാൺടുളവാൺ.......
5.   വിയാഴതിന്റെ നാൾകൺ....
6.   ൻ കാരിവരമ്മനായിനള..
7.   മകട മൂവര തിരുവടി വാഴ്ക (കൈ)
8.   ചാലപ്പുറത്തു തളിയുമ്വള
9.   ഞ് ചായരും നാനാ തേയരുമ്പ
10.   ണിമക് (കളു) മുള്ളിടയക്കു
11.   ടി ച്ചെയ്ത സമൈ യസങ്കേ-
12.   തമാവള കടപ്പ്പ്പ് ട ള്ളി
13.   .... തിരിവാ (?)
14.   .... യാ (ക്കീ)
15.   .... യി (ന)...........

വളഞ്ചിയർ, നാനാദേശികൾ എന്നിങ്ങനെ ദക്ഷിണേന്ത്യൻ ശാസനങ്ങളിൽ പ്രസിദ്ധരായ കച്ചവട സംഘങ്ങളെ കുറിച്ചുള്ള പരാമർശം പ്രാധാന്യം വർദ്ധിപ്പിക്കുന്നു. മൂഷകവംശത്തിലെ ശ്രീക ണ്ടൻ തന്നെയാണ് എരമം ചാലപ്പുറം ലിഖിതത്തിലെ കണ്ടൽകാ രിയെന്ന് പ്രൊഫ. എം.ജി.എസ് അഭിപ്രായപ്പെട്ടിട്ടുണ്ട്. ഏറെ പഠന ഗവേഷമണം നടത്തേണ്ട ഒന്നാണ് തരിസാപ്പള്ളിച്ചെപ്പേട്. പഴ ക്കവും വിലയേറിയതുമായ ഈ ചെമ്പുപട്ടയത്തിലുള്ള ചരിത്ര രേഖ കോട്ടയം സിറിയൻ ക്രിസ്ത്യൻ പള്ളിയിലാണ് സൂക്ഷിച്ചിട്ടു ള്ളത്. ചില ശാസനങ്ങൾ തിരുവല്ല മാർത്തോമ പള്ളിയിൽ സൂക്ഷി ച്ചിട്ടുണ്ട്. വളഞ്ചിയർ, നാനാദേശികൾ എന്നിങ്ങനെ കച്ചവട സംഘ ങ്ങളെ കുറിച്ചുള്ള ഈ ലിഖിതത്തിന്റെ പ്രാധാന്യം വർദ്ധിപ്പിക്കു ന്നു. സംഘകാലത്തോളം പിറകോട്ട് പോകുന്ന കോലത്തിരി വംശ ത്തിന്റെ പഴക്കം തെളിയിക്കുന്നതോടൊപ്പം രാജേന്ദ്രൻ - ഭാസ്ക രരവി - കണ്ടൽ കാരി സമകാലികത്വം പ്രഖ്യാപിക്കുകയും ചേര - ചോള ബന്ധങ്ങളിലേയ്ക്കും ചേര - കോലബന്ധങ്ങളിലേക്കും പുതിയ വെളിച്ചം പ്രസരിപ്പിക്കുകയും പ്രാചീന കേരളത്തിന് ദക്ഷി ണേന്ത്യയുടെ മറ്റ് പ്രദേശങ്ങളുമായുള്ള സാമ്പത്തിക ബന്ധങ്ങ ളുടെ ചില കണ്ണികൾ പുറത്തുകാട്ടുകയും ചെയ്യുന്നതാണ് എരമം ചാലപ്പുറം ലിഖിതങ്ങൾ.

അവലംബം : പയ്യന്നൂർ ചരിത്രവും സമൂഹവും ഇ.എം.എസ്. പഠനകേന്ദ്രം.

നരയൻകണ്ണൂർ രേഖ

ഏഴിമലയിലെ നരയൻകണ്ണൂർ അമ്പലം, ഒരു പ്രധാനപ്പെട്ട അമ്പ ലമാണ്. ആ അമ്പലത്തിലെ ശിലാരേഖകൾ വിലപ്പെട്ട ചരിത്ര വസ്തുക്കളാണ്. മണിഗ്രാമം എന്ന കച്ചവടസംഘത്തെയാണ് ഈ പത്തുകലപ്പാടുവയലിൽ നിന്നുള്ള നെല്ലിൽ നിന്നു നിവൃത്തിക്കാ നുള്ള ഉത്തരവാദിത്ത്വം ഏൽപ്പിച്ചിരിക്കുന്നത്. ഇതിന്റെ മേൽനോ ട്ടത്തിനായി വലമ്പുരിമംഗലത്തുപുക്കല കോപനെയും തായത്തു ചാത്തൻ കണ്ണനെയും വാഴിച്ചിരിക്കുന്നു. യുവരാജാവായ വലിധര നെന്ന വിക്രമരാമൻ വാങ്ങിക്കൊടുത്ത ഈ ഭൂമിയിൽ കൃഷി തട സ്ലപ്പെടുത്തുന്നവർ മൂഴിക്കുളത്തു തേവ ർക്കുനാശം ചെയ്തവരായി കണക്കാക്കപ്പെടും. ഇത് ഒരു പൊഴുതുമുട്ടിയാൽ ശാന്തിക്കാരൻ നൂറുകാണം പൊൻകൊടുത്തല്ലാതെ അകനാഴികയിൽ കടക്കാൻ പാടില്ല. ഈ ദണ്ഡം കണത്താർ (ഗണത്താർ) വാങ്ങി അടക്ക ണം. അടക്കാതിരുന്നാൽ ആ പാപം അവർക്കാണ്. അതു നോക്കി നടത്തേണ്ടത് യുവരാജാവിന്റെ പ്രീതിക്കുപാത്രമായ മണിഗ്രാമക്കാ രാണ്. മുഴിക്കളം കച്ചത്തിന്റെ പ്രാബല്യം കാണിക്കുന്നു എന്നതും

ഈ രേഖയുടെ പ്രത്യേ കതയാണ്. ഏഴിമല യിലെ ശിലാശാസനങ്ങ ളിലെല്ലാം ദൈവശബ്ദ മാണ് ഉപയോഗിച്ചിരുന്ന തെന്ന് ഡോ.ചെന്നപ്പ ഗൗഡ രേഖപ്പെ ടുത്തിയിട്ടുണ്ട്. ക്രിസ്തു വർഷം 1075 ആണ് ഈ ശാസനത്തിന്റെ കാല മെന്ന് എം.ജി.എസ് സ്ഥാപിക്കുന്നു. ശ്രീകുന്ത ആളുവരൈ യാരാല സമ്പാദിച്ചിതു എന്ന രണ്ടാംഖണ്ഡ ത്തിലെ വാക്യം കരി

ങ്കൽ പുതുക്കിപ്പണിതത് 1075 ലാണ് എന്ന് എം.ജിഎസ് വായിക്കു
ന്നു. തുളുനാട്ടിൽ നിന്ന് നരസിംഹമൂർത്തി പത്താംനൂറ്റാണ്ടിനു
മുമ്പു തന്നെ കേരളത്തിൽ എത്തിയിരുന്നു എന്നതിന്റെ തെളിവാണ്
ശിലാരേഖകൾ. നരസിംഹ വിഷ്ണു ശ്രീകോവിൽ കരിങ്കല്ലിൽ
പണിയിച്ചത് തുളുരാജാവായ ശ്രീ കന്താളുവരചൻ എന്നരാജാ
വാണെന്ന് രേഖപ്പെടുത്തിയിട്ടുണ്ട്. പഴയ മൂഷകനാട്ടിലേക്ക് തുളു
രാജാക്കന്മാരുടെ സ്വാധീനം വ്യാപിക്കുന്നതിന്റെ തെളിവാണിത്.
തുളുരാജ്യത്തിന്റെ കിഴക്കൻ അതിർത്തി കടന്ന് അധികാരം മൂഷ
കനാട്ടിലേക്ക് വ്യാപിച്ചു എന്ന് ഈ ലിഖിതം സൂചന നൽകുന്നു.
പെരുമ്പയാണ് തുളുരാജ്യത്തിന്റെ അതിർത്തി എന്ന് കേരളോല്പ
ത്തിയിൽ പറയുന്നതും ഈ സന്ദർഭത്തിൽ ശ്രദ്ധേയമാണ്.

രണ്ടാഖണ്ഡം

സ്വസ്തി ശ്രീ(ഇ) രണ്ണ്യഗർഭൻ തേവർ തിരുവടി പണ്ണിച്ചിതു
ശ്രീ കോയില് കരുങ്കലോടുകൂട ശ്രീ കുന്തആളുവരെയാരാല്
(സമ്പാ) തിച്ചിതു. ചന്തിര ചേകരന് (ഉണ്ണ) കമ് പണ്ണിയ
കാരിയമ്

അഞ്ചുവർണ്ണം, മണിഗ്രാമം, പട്ടിണസ്വാമിമക്കൾ, നാനാദേശി
കൾ എന്നിങ്ങനെയുള്ള കച്ചവടക്കൂട്ടങ്ങളൊക്കെ അക്കാലത്ത് പയ്യ
ന്നൂരിൽ സജീവ സാന്നിദ്ധ്യം കൊണ്ടു ശ്രദ്ധ നേടിയിരുന്നു എന്ന്
ചാലപ്പുറം രേഖ തെളിയിക്കുന്നു.ദേലമ്പാടി പഞ്ചായത്തിലെ
അഡൂർ മഹാലിംഗേശ്വര ക്ഷേത്രത്തിൽ രണ്ട് ലിഖിതങ്ങൾ
കാണാം. കൊല്ലം 1063 (1888) ൽ എഴുതപ്പെട്ട മലയാള ലിപിയി
ലുള്ള ലിഖിതം ക്ഷേത്രത്തിലെ ഒരു കോവിലിന്റെ കട്ടിലപ്പടി മായി
പ്പാടിയിലെ പാർവ്വതി കുട്ട്യമ്മ സംഭാവന ചെയ്തുവെന്ന് മുന്നിലെ
ഒരു സ്ലാബിലാണ് ലിഖിതം ഇവിടെത്തന്നെ ഉൾപ്പെട്ട എല്ലാ
സങ്കേതങ്ങളും ഏറ്റെടുക്കുകയും പിന്നീട് തകർത്ത് നശിപ്പിക്കു
കയും ചെയ്തു. വർഷം 929ൽ താണു മഹായുഗിയായ, സൂര്യപു
ത്രനായ ഭാസ്കര രവിയുടേതാണ് ഈ പ്രദേശം. (മഹോദയപു
രത്തെ പെരുമാൾ രാജാവായ ഭാസ്കര രവിയുടെ ഭരണകാലം 926
– 1021 ആണ്) എ. ഡി 58 ൽ തുടങ്ങുന്ന വിക്രമ സംവത്സരമാണ്
929 എങ്കിൽ ഈ ലിഖിതം എ.ഡി 987 ലേതായിരിക്കും. എ ഡി 78

ൽ ആരംഭിച്ച ശകവർഷമാണ് 929 എങ്കിൽ ഈ ലിഖിതം ഈ കാലനിർണയം സൂചിപ്പിക്കുന്നത് ഒന്നുകിൽ ഭാസ്കരരവിയുടെ 25ാം ഭരണവർഷത്തിലോ, അല്ലെങ്കിൽ 45ാം ഭരണവർഷത്തിലോ ആയിരിക്കണം ഈ ലിഖിതം കൊത്തിവെച്ചത്. പെരുമാക്കന്മാരുടെ അധികാരവ്യാപനത്തെ കുറിക്കുന്ന സുപ്രധാന തെളിവാണ് ഈ ലിഖിതം.

ചെമ്പോല

കേരളത്തിൽ 4 ാം നൂറ്റാണ്ടു മുതൽക്കേ ചെമ്പോലയിൽ കൊത്തി യ ലിഖിതം കാണുന്നുണ്ട്. ചാരുമോതാമരോയം എന്ന കലിവാ കൃത്തിലവസാനിക്കുന്ന ചെമ്പോല ലിഖിതം മാടായിക്കാവിനെ ക്കുറിച്ചുള്ളതാണ്. മേൽപ്പറഞ്ഞ കലിവാക്യം നിർധാരണം ചെയ് താൽ ക്രി.വ 339 – ൽ കൊത്തിയതാണീ ചെമ്പോല ലിഖിതം എന്ന് ബോധ്യപ്പെടും.

കാലം ആഖ്യാനം ചെയ്യാൻ രാജാവിന്റെ ഭരണ വർഷം, കൊല്ല വർഷം, വ്യാഴത്തിന്റെ നില എന്നിവയൊക്കെയാണ് ചെമ്പോലക ളിൽ ഉപയോഗിച്ചുകാണുന്നത്.

കുംഭത്തിൽ വ്യാഴം നിൽക്കുന്ന മകരമാസത്തിൽ എഴുതിയ ചെ മ്പോല (9+8 വരി) കോഴിക്കോട് യൂണിവേർസിറ്റിയുടെ തുഞ്ചൻ താളിയോല ഗ്രന്ഥപ്പുരയിലുണ്ട്. ഈ ചെമ്പോല ലിഖിതം കൊ ത്തിയ കാലം ക്രി.വ 871 ആണെന്ന് പുതിയെടത്ത് കൃഷ്ണൻ നമ്പൂ തിരി ഗണിച്ച് കണ്ടെത്തിയിട്ടുണ്ട്. കൊല്ലം ആഖ്യാനം ചെയ്യാത്ത 2 വരി കോലെഴുത്ത് ലിഖിതം മലപ്പുറം ജില്ലയിലെ പള്ളിക്കൽ ഭ ഗവതി ക്ഷേത്ര വിഗ്രഹത്തിലുണ്ട്.ശിലകൾ, മുളപ്പാളികൾ, വാളു കൾ, ചെമ്പോലകൾ എന്നിവയുടെ പ്രതലങ്ങളിലാണ് കോലെഴു ത്തു ലിഖിതങ്ങൾ കൊത്തിക്കാണുന്നത്.ഇതുവരെ കണ്ടെത്തിയ കോലെഴുത്ത് ലിഖിതങ്ങളുടെ കാലാനുക്രമണിക ചുവടെ കൊടു ക്കുന്നു.

1.   മാടായിക്കാവ് ചെമ്പോല – ക്രി.വ 339

2.   മാതമംഗലം മുളക്കരണം ക്രി.വ 1672

3   ഹോർത്തൂസ് മലബാറിക്സ് ക്രി.വ 1675

4.   എടക്കിളത്തൂർ ചെമ്പോല – ക്രി.വ 1700

5   കുറുവന്തട്ട ചെമ്പോല ലിഖിതം – ക്രി.വ 1724

6.   മോറാഴ ശിവക്ഷേത്ര ലിഖിതം ക്രി.വ 1742

കുറുവന്തട്ട ചെമ്പോല

കുറുവന്തട്ട ക്ഷേത്ര ചെമ്പോലയിൽ കൊല്ലം 899 ളേറാമാണ്ടു കുറുവന്തട്ട പചേതിര തിരുവിളറ്റിമ് കഴക തരളരമ നീറ് കെരം കൂടി ചെമ്പ് 104 പണം, പുരെ 104 നാളും കൊടുതനി ഒരൂറ്റു എന്ന ആദ്യത്തെ രണ്ടുവരിയിൽ തന്നെ കാലവും ലക്ഷ്യവും വ്യക്തമാക്കുന്നു. 4 ചെമ്പോലകളാണിതിലുള്ളത്. 5+4+1+4+5+4+4+2 = 29 വരികളാണ് കോലെഴുത്തിൽ കൊത്തിക്കാണുന്നത്. ഈ ചെമ്പോലകൾ ടി.പി ഭാസ്കരൻ അന്തിത്തിരിയനാണ് സംരക്ഷിച്ചത്.

ആ കോലെഴുത്ത് ലിഖിതപാഠം ഇങ്ങനെ:

1 ാം ചെമ്പോല 1ാം പുറം 5 വരി

1 കൊലലമ് 899 ളേറാമാണ്ടു കുറുവന്തട്ട പചേതിര തിരുവിളറ്റിമ് കഴക തളരമ് നീറ്

2 കെരമ് കൂടി ചെമ്പ് 104 പണമ പു 704 നാളും കൊട്ടുതനി ഒരൂററുറ

3 മൈച്ചി ചിങ്ങകൻ പെരിയെട്ടു മൂനു പൊതിവട്ടു മണികുരുറ്റുറ

4 ലകു കോവിലികെമ് കൂടി 7 പൊതിപ്പാടു 640 പൊതിപ്പാടു മണിക്കുരുറ്റുറ

5 ലനി വെചു കൊടുതമ തളിര

2 ാം പുറം 4 വരി

1 കോയപ്പുള്ളി നാരണപനീട കേയിപടി നാലാടി കൂതകോ കോ ഊട്ടി പൊ

2 തി നറ പൊറകണ്ടനു കൂടി വലുപൊതി പാട്ടു ഒറ്റി വെച്ചി കോ

3 തക് കോയപളി നാരണെപനു വള പൊതിപ്പാടു ഒറ്റി വെപ്പി ചി

4 ട്ടു കൊടുത്തനാള് 101 104

2ാം ചെമ്പോല 1ാം പുറം 1 വരി

1 കാറ, കാണം എന്നിവ സ്വർണനാണയങ്ങളാണ് ലിഖിതത്തി
ലെ 100 കാണമ് കൊട്ടു നികുതി കെട്ടിക പൊതി എന്നത് 100 കാ
ണം വിത്തു പൊതിക്കായി ചെലവാക്കിക്കുന്നതിനെ സൂചിപ്പിക്കു
ന്നു. ഇരെക്കുള കാറ നട്ടതിന് ആക വാങ്ങി കൊണ്ട് എന്നത് മറ്റു
നട്ടുണ്ടാക്കിയതിന് 2 കാറ എന്ന സ്വർണനാണയം ചെലവാക്കാം
എന്ന അർത്ഥത്തെയാണ് കുറിക്കുന്നത്.

തളിര്, തളരമ്, തളി എന്നീ പദങ്ങളാണ് ക്ഷേത്രം എന്ന അർ
ത്ഥത്തിൽ ചെമ്പോലയിൽ പ്രയോഗിച്ചു കാണുന്നത്. നീർ കെരമ്
എന്ന പ്രയോഗം നീർകിണർ എന്ന അർത്ഥത്തെ വഹിക്കുന്നു ചെ
മ്പോലയിൽ ഹ്രസ്വം കൊത്തിയാലും ഗവേഷകൻ അതിനെ സ
ന്ദർഭത്തിനനുസരിച്ച് ദീർഘമായി വായിക്കേണ്ടതുണ്ട് പൊതിപ
ട്ടു, പൊതിപ്പടു, പൊതിപട (1 ാം ചെമ്പോല 1ഉം 2ഉം പുറം) എന്ന
തിനെ പൊതിപ്പാടു എന്ന് വായിക്കണം. കണ്ടതിന്റെ അളവിനെ
യാണത് സൂചിപ്പിക്കുന്നത്. ചെറിയ മണിക്കുതിരും വലിയ മണി
ക്കുതിരും കൈപ്പാട്ടിൽ വിതക്കുന്ന രണ്ട് നെല്ലിനങ്ങളാണ് ഒറ്റി,
എമറ്റി എന്നത് ലിഖിതത്തിൽ പറയുന്നത് താൽക്കാലിക കരാർ
എന്ന അർത്ഥത്തിലാണ്. വെള്ള് 104, വെള്ള് 904, 1042 വെള വാങ്ങി എ
ന്നീ പദങ്ങൾ വെള്ളി പണം 104 വെള്ളിപ്പണം 904, വെള്ളിപ്പണം
1042 എന്നാണർത്ഥമാക്കുന്നത്. പണം 39421 പണം 50, 100 കാണം
എന്നിവ സ്വർണ്ണനാണയത്തെയും സൂചിപ്പിക്കുന്നു.

1018 പൊതി നെല്ലുവിത്ത് രാജാവ് കുറുവന്തട്ട കഴകത്തിനായി
വകയിരുത്തുകയുണ്ടായി. ചെറിയ പൊതിയും വലിയ പൊതിയും
വിത്തിനെ ചെമ്പോലയിൽ പരാമർശിക്കുന്നു. ക്ഷേത്രം ചെമ്പടി
ക്കുന്നതും കിണർ കുഴിക്കുന്നതിന് ചിണ്ടകന് 24 വലിയ പൊതി
വിത്തും 104 പണവും 704 ആളെയും രാജാവ് വകയിരുത്തുന്നു.
കോവിലിനായി 7 പൊതിപ്പാടും 640 പൊതിപ്പാടും കോയപ്പള്ളി
നാരായണന് വകയിരുത്തിയിട്ടുണ്ട്. നാലാടി കൂത്തിന് കോകോ
(രാജരാജൻ) ഊട്ടിനും നല്ല പൊൻകണ്ടനും (നറ് പൊറ് കണ്ടനു
കൂടി) ഒറ്റി വെപ്പിച്ചു കോയപ്പള്ളി നാരായണനു നൽകുന്നു. 104104
കൂട്ടവളവും കൃഷിക്ക് രാജാവനുവദിക്കുന്നുണ്ട്.

കൽക്കുളത്തിനായി ഒരു പൊതിപ്പാടുകണ്ടം കോയപ്പള്ളി നാ
രായണനു നൽകി.

കോയപ്പള്ളി നാണ പനികയി വട്ടി ചെറിയ മണിക്കുമ് വലിയ

മണി കുതിർ എന്നത് കൈപ്പാട്ടിൽ വിതക്കുന്ന ചെറിയ മണിക്കു തിരിനെയും വലിയ മണിക്കുതിരിനെയുമാണർത്ഥമാക്കുന്നത്. പൊ മ് കൊത്താടിഴുകൂടി മൂനു പൊതാപടു എമറ്റി വെപിച്ചുമ് കൊടു ത്താമ് എന്നതിന് നന്നായി കൊത്തി കൃഷി ചെയ്യുന്നതിനുവേണ്ടി മൂന്ന് പൊതിപ്പാട് താൽക്കാലിക കരാറുണ്ടാക്കി നൽകി എന്നാ ണർത്ഥം. വെള് 904 (= വെള്ളിപ്പണം 904) എന്നും കോയപള്ളി നാ രണപനുലെ 1042 വെലു വാങ്ങിക്കൊണ്ടു എന്നതിന് കോയപ്പള്ളി നാരായണപ്പന് ഉള്ള 1042 വെള്ളിപ്പണം വാങ്ങിക്കൊണ്ടു എന്നും ആണ് ചെമ്പോലയിലെ അർത്ഥം തനകുളനെലെ കൊക്കകൈ കോവിലിനെ എന്നതിന് തനിക്കുള്ള നിലവും കല്ലിന്റെ കോവി ലും എന്നാണ് ലിഖിതത്തിലെ അർത്ഥം ഇപടികേറിഴുതചി എന്ന തിന് ഈ കാവിലമ്മയ്ക്കായി എഴുതിക്കൊടുത്ത പടിയോല എ ന്നർത്ഥമാണ് കിട്ടുക. കോ കോ എന്നതിന് രാജരാജൻ എന്നും കോമാമ് എന്നതിന് കോനാം = രാജാവാം എന്ന അർത്ഥവുമാണ് കിട്ടുക. കോലത്തിരി രാജാവായിരിക്കാം ഈ പ്രയോഗത്തിലെ രാജാവ് ഭൂമിയും പണവും വിത്തും വളവും വാങ്ങുന്നത് കോയപ ള്ളി നാരായണപ്പനാണ്. കാറ, പണം, വെള്ളിപ്പണം എന്നിവയൊ ക്കെയാണ് 18ാം നൂറ്റാണ്ടിൽ വിനിമയം ചെയ്യപ്പെടുന്ന നാണയ ങ്ങൾ. നാണയശാസ്ത്ര പഠനത്തിന് ഈ ചെമ്പോല ലിഖിതം ഒ രു മുതൽക്കൂട്ടാകുമെന്ന് പ്രതീക്ഷിക്കാം.

നെയ്തൽ തിണയിലെ പ്രമാണമാണ് ക്രി.വ 1724 ലെ ഈ ചെ മ്പോല ലിഖിതം. കണ്ടത്തിലെ കൃഷിയും കൈപ്പാട്ടിലെ ചെറിയ മണി കുതിർ കൃഷിയും വലിയ മണി കുതിർ കൃഷിയും വഴിയാ ണ് കോയപ്പള്ളി നാരായണൻ എന്ന ഉത്പ്പാദകൻ എല്ലാവർക്കും ആഹരിക്കാനുള്ള നെല്ല് ഉത്പാദിപ്പിക്കുന്നത്. ചെമ്പടിക്കുന്ന ചി ണ്ടകനും കളിയാട്ടത്തിന് നേതൃത്വം നൽകുന്ന പൊർകണ്ടകനും ആശ്രയിക്കുന്നത് നെല്ലിനെയാണ്. കോ കോ (രാജരാജൻ) കോ മാമ് (കോനാം = രാജാവാകുന്ന) എന്ന് ലിഖിതത്തിൽ പരാമർശി ക്കുന്ന ചിറക്കൽ രാജാവും ഈ ഉൽപ്പന്നത്തിന്റെ പങ്കുപറ്റിക്കൊ ണ്ടാണ് ആഹരിക്കുന്നത്. അതിനുതകുന്ന രീതിയിൽ ഭൂമിയും പ ണവും ആളടിയാന്മാരെയും വളവും രാജാവ് നൽകുന്നു. കുറുവ ന്ത്ത, കുഞ്ഞിമംഗലം, അണീക്കര എന്നിവിടങ്ങളെ ഭൂമിയാണ് രാ ജാവ് നൽകുന്നത്.

ഇടുകൾ

പയ്യന്നൂരിന്റെയും മേൽപറമ്പിന്റെയും ഇടയിൽ കാണപ്പെടുന്ന കമാനങ്ങളാണ് ഇട്കൾ. ഇട്ന്റെ അർത്ഥം ലക്ഷ്യം എന്നാണ്. കോട്ടകളുടെ ഒരു ഭാഗം തന്നെയാണ് ഇട്കൾ. ചിങ്ങമാസത്തിൽ അമ്പെയ്ത്ത് മത്സരങ്ങൾ ഇട്ൽ നടത്തിയിരുന്നതായി ചരിത്രരേ ഖകൾ പറയുന്നു. ചെറുവത്തൂർ കരി, ഇടുവിൻ കുന്ന് എന്നിവിട ങ്ങളിലും ഇടുകൾ കണ്ടെത്തുവാനിടയായി. ഇത് ആയോധനക ലയുടെ മഹത്വം വിളിച്ചോതുന്നവയാണ്. ഇഡുഎന്ന വാക്കിന്റെ അർത്ഥവും ഈ വസ്തുതയിലേക്ക് വിരൽചൂണ്ടുന്നു. പഴമക്കാ രുടെ വിവരങ്ങളിൽ നിന്നും ഇഡു കേന്ദ്രീകരിച്ച് അമ്പെയ്ത്ത് വിനോദം നടന്നിരുന്നുവെന്ന് അറിവായിട്ടുണ്ട്. ഇത് ഇഡു പ്രാചീ നകാലത്തെ അമ്പെയ്ത്ത് കളരിയാണെന്ന വിശ്വസത്തിന് ബലമേ കുന്നു. ചെറുവത്തൂർ കൊവ്വലിൽ സമീപപ്രദേശങ്ങളായ ചന്തേര, പള്ളിക്കര, തൃക്കരിപ്പൂർ തുടങ്ങിയ സ്ഥലത്തുനിന്നും വാല്യക്കാർ എയ്ത്തിൽ പങ്കെടുക്കാൻ എത്തിച്ചേർന്നു. വിവിധ ജന സമുദായ ങ്ങളുടെ കൂട്ടായ്മയാണ് ഇതിന്റെ പ്രത്യേകത. ഇടുന്നെയ്ത്ത്, നട ന്നെയ്ത്ത് എന്നിങ്ങനെ എയ്ത്ത് പല പ്രകാരം. മത്സരത്തിൽ പങ്കെ ടുക്കുന്നവർ ഇഡുവിനു മുന്നിൽ മൂന്ന് വരികളിലായി നിലകൊ ള്ളുന്നു. ഇഡുവിന്റെ ഉയരം സാധാരണ ഇരുപത്തിയൊന്ന് ചവിട്ട ടിയാണ്. പ്രാചീന സമൂഹങ്ങളുടെ കൂട്ടായ്മയുടെയും, പരസ്പര സഹകരണത്തിന്റെയും മിഴിവാർന്നൊരു ചിത്രമാണ് ഈ പൂർവ്വ ചരിത്രത്തിലൂടെ അനാവരണം ചെയ്യപ്പെട്ടിരുന്നത്. ആയോധന കലയ്ക്കും വീരാരാധനയ്ക്കും അന്നത്തെ സമൂഹത്തിൽ ഉണ്ടാ യിരുന്ന സ്വാധീനത്തെ ചിത്രീകരിക്കുന്നതാണ് ഇവയെന്ന് കാണ ാം. സാമൂഹ്യ ജീവിതത്തിന്റെ അനുക്രമമായ വികാസപരിണാമ ങ്ങളിൽ ആചാരാമുഷ്ഠാനങ്ങളുടെ തനതായ സ്വാധീനത്തെ പ്രക ടമാക്കുന്ന ഉദാഹരണങ്ങളായി ഇഡു ഇന്നും നിലനിൽക്കുന്നു.

പയ്യന്നൂർ സുബ്രഹ്മണ്യ ക്ഷേത്രം

പയ്യന്നൂർ അമ്പലത്തിൽ സുബ്രഹ്മണ്യനെ പ്രതിഷ്ഠിച്ചത് പര ശുരാമനാണെന്നാണ് ഐതിഹ്യം. പരശുരാമൻ ഉത്തരഭൂമിയിൽ ചെന്ന് ആര്യപുരത്തിങ്കൽ നിന്ന് ആര്യ ബ്രാഹ്മണരെ കേരളത്തി ലേക്ക് കൊണ്ടുവന്ന് അറുപത്തിനാല് ഗ്രാമങ്ങൾ തീർത്തുവത്രേ.

പരശുരാമന്റെ കല്പനയാൽ വിശ്വകർമ്മാവ് പയ്യന്നൂരിയിൽ സ്വർണ്ണവും നവരത്നങ്ങളും കൊണ്ട് നാന്മതിലും മണ്ഡപവും അങ്ങാടിത്തെരുവും നവരത്നമയമായ ക്ഷേത്രവും രത്നമണ്ഡപവും നിർമ്മിച്ചു. കാർത്തിക മാസത്തിൽ ആരാധനാ മഹോത്സവം നിശ്ചയിച്ചു എന്നും പറയുന്നു ഇന്നുനാം കാണുന്ന ക്ഷേത്രം ഗജപൃഷ്ടാകൃതിയിലുള്ള അപൂർവ്വ ക്ഷേത്രങ്ങളിൽ ഒന്നാണ്. ആദ്യകാലത്ത് ഓലയും പുല്ലും മേഞ്ഞതാ

യിരുന്നുവത്രേ ഈ ക്ഷേത്രം. നവീകരണത്തെത്തുടർന്ന് ആദ്യം ഓടിടുകയും പിന്നീട് ചെമ്പുതകിടു പാകി ഇന്നുള്ള നിലയിലേക്ക് എത്തിച്ചേരുകയും ചെയ്തു. പ്രാചീനകോല ത്തുനാട്ടിൽ പെരുമാക്കന്മാരായി അവരോധിച്ചിട്ടുള്ള 5 ക്ഷേത്രദേവന്മാരിൽപ്പെട്ട ദൈവമാണ് പയ്യന്നൂർ ശ്രീ സുബ്ര ഫ്മണ്യ പെരുമാൾ. ധാരാളം സവിശേഷതകൾ പുലർത്തുന്ന ക്ഷേത്രമാണിത്. ഇവിടെ ആരാധനയുടെ ഭാഗമായി മുസ്ലിം കുടുംബക്കാർ പഞ്ചസാരക്കലം കാഴ്ചവെക്കുന്ന പതിവ് ഇന്നും നിലവിലുണ്ട്.

സുബ്രഫ്മണ്യനും പരശുരാമനും പുറമെ കന്യാഭഗവതി, ഭൂത ത്താറ്, ശാസ്താവ്, ഗണപതി എന്നിവരെയുംപൂജയ്ക്കായി കല്പിച്ചു നൽകുകയുണ്ടായി. സമ്പൽ സമൃദ്ധവും സുന്ദരമായ പതി നാറ് മനകളും അമ്പലത്തിന്റെ വടക്കുഭാഗത്തായി അറുപത്തിനാല് നാഴികഭൂമിയും സുബ്രഹ്മണ്യ സ്വാമിയുടെ പൂജയ്ക്കായി നൽകു കയുണ്ടായി. ക്ഷേത്രത്തിന്റെ അകത്തും പുറത്തുമായി രണ്ട് കൊട്ടാ രങ്ങളുണ്ട്. ആദ്യ കാലത്ത് പുറം കൊട്ടാരം മാത്രമായിരുന്നു ഉണ്ടാ യിരുന്നത്. ഇവിടെ വെച്ചാണ് കഴകത്തിനു കീഴിലുള്ള കാവുക ളിലോ ഗ്രാമത്തിനകത്തോ നടക്കുന്ന അസ്വാരസ്യങ്ങൾക്ക് തീർപ്പ്

കല്പിച്ചിരുന്നത്.
സിവിലും ക്രിമിനലുമായി
ട്ടെന്തു കേസ്സുകളുണ്ടാ
യാലും കഴകം ഭരണാധികാ
രികളിടപെട്ട് തീർപ്പ് കല്പി
ക്കുക പതിവായിരുന്നു. കഴ
കസങ്കേതമായിരുന്നതു
കൊണ്ട് ഇവിടെ രാജാ
വിന്ന് ഇടപെടാൻ അവകാ
ശമുണ്ടായിരുന്നില്ല.

അകത്തെ കൊട്ടാരം വന്നതിനു ശേഷം പുറം കൊട്ടാരം ഉപയോ
ഗിക്കാതെയായി. നിലവറയും കലവറയും പുതിയ കൊട്ടാരത്തിന്റെ
ഒന്നാം നിലയിലാണ്. രണ്ടാം നിലയിൽ ക്ഷേത്രത്തിന്റെ കാര്യാ
ലയം പ്രവർത്തിച്ചിരുന്നുവത്രേ. ഐശ്വര്യസമ്പൂർണ്ണമായ പയ്യന്നൂർ
അമ്പലത്തിന് അധോഗതിയാരംഭിക്കുന്നത് പടയോട്ടക്കാലത്താ
ണെന്ന് പട്ടോലയിൽ പറയുന്നു. അഗ്നിക്കിരയായ ക്ഷേത്രം താഴെ
ക്കാട്ട് മനയിലെ അമ്മത്തിരുമുമ്പ് പുനർനിർമ്മാണം നടത്തിയെ
ന്നാണ് ചരിത്രം രേഖപ്പെടുത്തിയിരിക്കുന്നത്. സുബ്രഹ്മണ്യപുരി
എന്ന് വിശേഷിപ്പിക്കപ്പെട്ട ഈ 64 നാഴിക ഭൂമികയുടെ അധിപ
നാണ് പയ്യന്നൂർ പെരുമാൾ. അധിപന്റെ കീഴിലുള്ള ക്ഷേത്രങ്ങ
ളിലും കാവുകളിലും കഴകങ്ങളിലും താന്ത്രിക കർമ്മങ്ങൾ നിർവ്വ
ഹിക്കാൻ തന്ത്രി നിയോഗിക്കപ്പെടുന്നു. ക്ഷത്രിയ വിരോധിയായ
പരശുരാമന്റെ വിഗ്രഹം പ്രതിഷ്ഠിക്കപ്പെട്ടതു കൊണ്ട് ആന കുതിര
തുടങ്ങി രാജപ്രതീകങ്ങളായ ഒന്നിനെയും ക്ഷേത്രത്തിനകത്തേക്ക്
കയറ്റാനേ പാടില്ല. സദ്യക്ക് പപ്പടം പോലും പാടില്ല. കൊടിയേറ്റം
പോയിട്ട് കൊടിമരം തന്നെയില്ല. കാവി വസ്ത്രധാരികളായ സന്യാ
സിമാർ, സ്ഥാനീകരായ മൂത്ത പൊതുവാൾമാർ, അന്തർജനങ്ങൾ
മന്ത്രവാദികൾ എന്നിവർക്കൊന്നും നാലമ്പലത്തിലേക്ക് കടക്കാനേ
പാടില്ല. കൊല്ലവർഷം 988 മുതൽ 1002 വരെ നടന്ന ക്ഷേത്ര
പുനർനിർമ്മാണം നേരിൽ കണ്ട് ആനിടിൽ എഴുത്തച്ഛൻ അതേ
ക്കുറിച്ചെഴുതി. റിക്കാർഡ് നമ്പർ 222 (ഓല നമ്പർ 29 ലിപി തമിഴ്,
ഭാഷ മലയാളം കൊല്ലവർഷം 988 രേഖാലയം: സെൻട്രൽ
ആർക്കൈവ്സ്) വിഷ്ണുത്തിരാതന്റെ കണക്കിൽപടി പ്രതിഷ്ഠ

നടത്തിയതുമായി ബന്ധപ്പെട്ട രേഖയാണിത്. മുമ്പ് ക്ഷേത്രം പണിത് പ്രതിഷ്ഠ നടത്തിയ പരശുരാമകഥ കലശപ്പാട്ടിൽ വിവരിക്കുന്നുണ്ട്. പയ്യന്നൂരമ്പലത്തിലെ തന്ത്രി ആടിയ കലശം അഭിഷേകം ചെയ്യാൻ തന്ത്രിക്കവകാശമില്ല, തെയ്യോട്ട് കാവിൽ. അവിടെ അത് ചെയ്യാൻ നിയോഗിച്ചത് മറ്റൊരാളെയാണ്. എന്നാൽ പൂർവ്വികരിൽ ഒരാൾ അത് പാലിച്ചില്ല. താൻ ആടിയ കലശം മറ്റൊരാൾ അഭിഷേകം ചെയ്യുന്നതിലെ യുക്തിരാഹിത്യം ചോദ്യം ചെയ്തു. അരുതെന്ന് പറഞ്ഞിട്ടും പൂർവ്വികൻ തന്നെ അഭിഷേകം നടത്തി. തിരിച്ച് തന്ത്രിമഠത്തിലെത്തിയപ്പോഴേക്കും മേലാസകലം മാരി നിറഞ്ഞു. വസൂരിക്കുമിളകളുടെ വേദനയകറ്റാൻ പെരുമാളുടെ സമക്ഷം കേണപേക്ഷിച്ചുവെന്നും മഹാമാരി മാറ്റി പൂജ നടത്താൻ തന്ത്രിയെ പ്രാപ്തനാക്കിയ മുച്ചിലോട്ട് ഭഗവതിക്ക് തന്ത്രിമഠത്തിൽ വലിയ സ്ഥാപനമാണുള്ളത്. ഭഗവതി എഴുന്നള്ളത്തിന് ഇറങ്ങിയാൽ നേരെ തന്ത്രിമഠത്തിലെത്തും. അകത്തു കയറി കുറിയിടും. പെരുമാളുടെ തന്ത്രിയെ രക്ഷിച്ചതിനുള്ള നന്ദി സൂചകമായി ഭഗവതിയെ കുടിയിരുത്തിയ സ്ഥലത്ത് കോമരങ്ങൾ ഉറഞ്ഞ് തുള്ളും. ടിപ്പു സുൽത്താന്റെ ആക്രമണത്തിൽ കൊല്ലം 964 ൽ സുബ്രഹ്മണ്യസ്വാമി ക്ഷേത്രം തകർന്നുവെന്നും ക്ഷേത്രത്തിന്റെ മുതലുകളപ്പടി കൊള്ള യടിക്കപ്പെട്ടുവെന്നും പ്രചരിപ്പിക്കപ്പെടുന്നുണ്ട്. അമ്പലത്തിൽ ഒരു കുഴത്തറയുണ്ട്. നെല്ല് തുടങ്ങി ഉൽപന്നങ്ങൾ നൽകുന്നവർ അവിടെ

 ഡോ. എം. കെ. ജയനേഷ്

എത്തിക്കുന്നു. സുബ്രഹ്മണ്യ സ്വാമി ക്ഷേത്രത്തിൽ ഭക്തരിൽ നിന്നും നെല്ല് അളന്നെടുക്കുന്നതിന് പ്രത്യേകമായ നാഴിയുണ്ട്. എൺപത്തിരണ്ടര സേർ നെല്ല് കൊള്ളുന്ന ശ്രീകണ്ഠകുമാരൻ എന്ന് നാഴിയുടെ പേര്! വേട്ടയ്ക്കൊരുമകനും ചങ്ങാരിമാരും അള്ളടം നാടുകേറാൻ പയ്യന്നൂരധിപനായ പെരുമാളുടെ സമ്മതം നേടിയത് മൂന്നു പന്തീരാണ്ടുകാലം ക്ഷേത്രത്തിന് പടിഞ്ഞാറെ അര യാൽത്തറയിൽ തപസ്സിരുന്നിട്ടാണ് എന്നൊരു ദേശപ്രസിദ്ധമായ കഥയുണ്ട്. സോമേശ്വരി ദേവിയുടെ അഭ്യർത്ഥന മാനിച്ച് പയ്യന്നൂർ പെരുമാൾ അള്ളട നാടു കയറാൻ സമ്മതം നൽകി കോരപ്പുഴയ്ക്കും ചന്ദ്രഗിരിപ്പുഴയ്ക്കും ഇടയിലുള്ള നാടുമുഴുവൻ കോലത്തിരിയു ടെതാണെങ്കിലും കൈക്കരുത്തും ആൾബലവുമുള്ള എട്ട് ഇടപ്രഭു ക്കൻമാർ അതു കുത്തകയാക്കി വെച്ചിരുന്നതായി കാണാം. അവർക്കു മുന്നിൽ നിസ്സഹായനായിരുന്ന കോലത്തിരി ആ നാടു മുഴുവൻ പയ്യന്നൂർ പെരുമാൾക്ക് തൃപ്പടിദാനം ചെയ്ത ഐതിഹ്യം ഈ പശ്ചാത്തലത്തിൽ ചരിത്രബന്ധമുള്ളതാണ്. മകനായ കേരള വർമ്മയ്ക്ക് പുതിയൊരു രാജ്യം കൊടുക്കാൻ നിർബന്ധിതനായ കോലത്തിരി ഈ അള്ളട നാടാണ് നൽകുന്നത്. പയ്യന്നൂരമ്പല ത്തിനടുത്തുള്ള പ്രത്യേക നിലങ്ങളിൽ ശ്രദ്ധയോടെ ഉഴുത് വിതച്ച് വിളയിച്ചെടുക്കുന്ന നെല്ല് അരിയാക്കിയെടുത്തതാണ് പയ്യന്നൂർ പഴ യരി. ആദ്യം പത്തായങ്ങളിൽ സൂക്ഷിക്കുന്ന നെല്ല് പിന്നീട് പാക ത്തിൽ പുഴുങ്ങി കുത്തി അരിയാക്കി സൂക്ഷിച്ചു വെച്ചിരുന്നു. ഇതാണ് പയ്യന്നൂർ പഴയരി. ഇന്ന് വയലുകൾ മറഞ്ഞതോടെ പഴ യരിയെന്ന പേരു തന്നെ ഇല്ലാതെയായി.

പയ്യന്നൂർ,തോറ്റം പാട്ടുകളിൽ

പയ്യന്നൂർ പ്രദേശങ്ങളിൽ കെട്ടിയാടുന്ന തെയ്യങ്ങൾ തെക്കു ചങ്കുരിച്ചാലും കിഴക്കു പെരുമ്പുഴയും വടക്കു നാരങ്ങാ ത്തോടും പടിഞ്ഞാറ് കവ്വായി കരിങ്കൽ മോത്തും പുന്നങ്ങാപ്പു ഴയും നിലനിന്നു പോന്ന നാട്ടതിരുനാട് ചതുർഘടിക്കകത്ത് എന്റെ മ്മോൻ നീർവീഴ്ത്തി വഴക്കം തന്നിരിക്കുന്ന ഈ സ്ഥലം മുമ്പേതു വായി എന്ന് വാചാലു പറയുന്നതു കേൾക്കാം .കണ്ണങ്ങാട്ട് ഭഗവ തിയുടെ പുരാവൃത്തത്തിലും പയ്യന്നൂരിനെകുറിച്ച് പറയുന്നുണ്ട്. പയ്യന്നൂർ പെരുമാളുടെ മേൽശാന്തിക്ക് ബാധിച്ച വസൂരി രോഗം

മാറ്റുന്നതിന് കോറോത്ത് നിന്ന് പയ്യന്നൂരിലെത്തിയ ഭഗവതി, മുന്നേ മുക്കാൽ നാഴിക നേരം കൊണ്ട് രോഗശാന്തിയുണ്ടാക്കി എന്നും, ഭഗവതിയെ സഹോദരീ സ്നേഹത്തോടെ സ്വീകരിച്ച് അർഹമായ സ്ഥാനം നൽകിയെന്നുമാണ് തോറ്റത്തിൽപറയുന്നത്. നരമ്പിൽ ഭഗവതി തെയ്യത്തിന്റെപുരാവൃത്തത്തിലും പയ്യന്നൂരിനെക്കുറിച്ച് പറയുന്നുണ്ട്. നരമ്പിൽ ഭഗവതി രയരമംഗലത്ത് ഭഗവതിയെ വണങ്ങി മടിയൻ ക്ഷേത്രപാലകന്റെ 1200 പടനായകന്മാരിൽ നിന്നും നായൻമാരെ തനിക്ക് വഴക്കം ചെയ്യണമെന്ന് അപേക്ഷിക്കുന്നു. സമ്മതം ലഭിച്ച ഭഗവതി ക്ഷേത്രപാലകന്റെ പടനായരായ കൊട ക്കൽ നായരുടെ പടിഞ്ഞാറ്റ ആദാരമായി സാന്നിധ്യം ചെയ്തു. തയ്യിൽ നമ്പിടിയുടെ നീരും നിലവും വഴക്കം വാങ്ങി ഞാൻ കോറ മംഗലത്തൂട്ട് നിലനിന്നു എന്ന് ഭഗവതി യുടെ വരവിളിയിൽ പറയു ന്നുണ്ട്.ഒരു കുടിയേറ്റത്തിന്റെ നായകനാകുന്നതിന് അത്യാവശ്യ മായ വ്യക്തിത്വത്തിന്റെ ഉടമകളായാണ് വൈരജാതനെയും, ക്ഷേത്ര പാലകനെയും വേട്ടയ്ക്കൊരുമകനെയും തോറ്റം പാട്ടുകളിൽ കാണു ന്നത്. വേട്ടയ്ക്കൊരുമകനും ചങ്ങാരിമാരും അള്ളടം (നീലേശ്വരം) നാടുകേറാൻ പയ്യന്നൂരധിപനായ പെരുമാളുടെ സമ്മതം നേടിയത് മൂന്നു പന്തീരാണ്ടുകാലം ക്ഷേത്രത്തിന് പടിഞ്ഞാറെ അരയാൽത്തറ യിൽ തപസ്സിരുന്നിട്ടാണ് എന്നൊരു ദേശപ്രസിദ്ധമായ കഥയുണ്ട്.

 ഡോ. എം. കെ. ജയനേഷ്

അഴർക്കു മുന്നിൽ നിസ്സഹായ നായിരുന്ന കോലത്തിരി ആ നാടു മുഴുവൻ പയ്യന്നൂർ പെരുമാൾക്ക് തൃപ്പടിദാനം ചെയ്തു. സോമേശ്വരി ദേവി യുടെ അഭ്യർത്ഥ നമാനിച്ച് പയ്യ ന്നൂർ പെരുമാൾ അള്ളട നാടു കയറാൻ സമ്മതം നൽകിയ കഥയിൽ നിന്ന് ആ നാടി ന്റെ രക്ഷാകർതൃത്വം പയ്യന്നൂർ പെരുമാൾക്കായിരുന്നു ഇന്നും തൃക്കരി പ്പൂരിലും നിലമംഗ ലത്തും അതുപോലുള്ള പ്രധാന കാവുകളിലും തെയ്യാട്ടം തുടങ്ങും മുമ്പേ ഈ ക്ഷേത്രത്തിൽ നിന്നാണ് ദീപവും തിരിയും കൊണ്ടു

പോകുന്നത്. പുലിയൂർ കാളി തെയ്യത്തിന്റെ ഗദ്യത്തോറ്റത്തിൽ പുലി ദൈവങ്ങൾ തുളൂർ വനത്ത് ഭഗവതിയെ തങ്ങളുടെ നായനാരായി സ്വീകരിച്ച് വാഴുന്ന കാലം. പുലിദൈവങ്ങൾ കാര്യത്ത് മൂത്തത ണ്ടാന്റെ വെള്ളോലക്കുടയാധാരമായി രാമപുരത്തെത്തുന്നു. ദേശാ ധിപനായ രാമരത്ത് ദേവനേയും മുതുകാട്ട് ശാസ്താവിനെയും കണ്ട് വന്ദിച്ച് രാമരത്ത് പടിഞ്ഞാറ്റയിൽ കുടിയിരുന്നു. പയ്യന്നൂർ പെരുമാളെ കൈതൊഴാൻ എത്തിയപുലിദൈവങ്ങൾ പെരുമാ ളുടെ നിർദ്ദേശപ്രകാരം മേലേടത്ത് തറവാട്ടിലേക്ക് എഴുന്നള്ളു ന്നു. മുച്ചിലോടിയുമായി വായും മനസ്സും ചേർന്ന് പുലിയൂർക്കാ ളിയും പുലിയൂർ കണ്ണനും പയ്യന്നൂർ മുച്ചിലോട്ട് തങ്ങളുടെ സാന്നിദ്ധ്യം ഉറപ്പിച്ചു. ഇതേ തുടർന്ന് മറ്റ് മുച്ചിലോട് പള്ളിപീഠങ്ങൾക്ക് ഉടമകളായിത്തീരുന്നു. ്.തെയ്യം പുരാവൃത്ത ങ്ങൾക്ക് പല പുഴകളുമായി പ്രകടബന്ധമുണ്ട്. പെരുമ്പപ്പുഴയുടെ തീരത്താണ് പെരുമ്പുഴയച്ഛന്റെ കാവ്. വള്ളുവരുടെ ആരാധനാ മൂർത്തിയാണ് പെരുമ്പുഴയച്ഛൻ. പെരിയ പിഴച്ച് പെരുമ്പുഴയിൽ ഇറങ്ങിയതുകൊണ്ടാണ് ദൈവം പെരുമ്പുഴയച്ഛനെന്നറിയപ്പെട്ടത്.

ഇതിനെ ഓർമ്മിപ്പിക്കുന്ന പുഴയിറങ്ങൽ എന്ന ഒരു ചടങ്ങ് ഇവിടെ തെയ്യത്തോടനുബന്ധിച്ച് നിലനിൽക്കുന്നുണ്ട്. നാടിനും നാട്ടുകൂട്ടത്തിനും നാനാദേശിക്കും നടുനായകനായി പയ്യന്നൂർ പെരുമാൾക്ക് ദീപവും തിരിയും കെടാതിരിക്കത്തക്കവണ്ണം അന്നു ഭാർഗ്ഗവരാമൻ ഉരിയാടിപ്പറഞ്ഞ വാക്കു വിശ്വാസത്തിന് നീക്കം വരാതവണ്ണം എന്റമ്മോനും പെരുമാൾക്കും ചതുർഘടിക്കകത്ത് സൗഖ്യം തന്നെ യല്ലേ തെയ്യം ഉരിയാടി പറയുന്ന ഈ വാക്കുകൾ പയ്യന്നൂരിന്റെ ചരിത്രത്തിലേക്ക് വഴികാട്ടുന്നവയാണ്. .കുണ്ടോറചാമുണ്ഡി തെയ്യത്തിന്റെ ഗദ്യത്തോറ്റത്തിൽ കുണ്ടോറ തന്ത്രിയുടെ ചെമ്പ് കൂടാരം വഴി കുമ്പഴനാട്ടിൽ എത്തിയ കാളി കുമ്പഴ കൂലോംനാട് വാഴുന്ന ഉടയവർക്ക്   തന്റെ കഴിവും ബലവും കാട്ടികൊടുത്ത് കുണ്ടോറപ്പന്റെ വലതുവശം സ്ഥാനം നേടുന്നു. തുടർന്ന് പയ്യന്നൂർ പെരുമാൾ, അന്നൂർ പെരുമാൾ എന്നി വരെ കൈതൊഴുത് കാറമേൽ പ്രദേശത്ത് പലതറവാടുകളിലും വീട്ടുപരദേവതയായി നാട്ടിൽ നാട്ടുപ രദേവതയായിത്തീർ വെള്ളി ശ്രീപീഠമിട്ട് നിലയുറപ്പിച്ചു എന്ന് വരവിളിയിൽ പറയുന്നുണ്ട്.പൂമാലികയും പൂമാരുതനും ആര്യ

ക്കെട്ടിൽ നിന്നും നേരെ തെക്കോട്ട് യാത്രതിരിച്ച ഏഴി മലയ്ക്ക്   അധിപനായി വാഴുന്ന ശങ്കരനാരായണനെ കണ്ട് വന്ദിക്കുകയും അതിന് ശേഷം പയ്യന്നൂർ പെരുമാളെ കണ്ട് വന്ദിച്ച് മുക്കാതം നാടിനകത്ത് പലപല ക്ഷേത്രങ്ങളിലും തറവാടുകളിലും വീരോജിതമായി വാഴുവാൻ അനുജ്ഞ വാങ്ങുകയും ചെയ്തു. തൃക്കരിപ്പൂരിന്റെ ദേവൻ ചക്രപാണിയും സ്ഥാനം ചക്രപാണി ക്ഷേത്രവുമാണ്. എന്നാൽ ആചാരാനുഷ്ഠാനങ്ങളുടെ ആസ്പദം ഇപ്പോഴും

പയ്യന്നൂരമ്പലവും പെരുമാളുമാണ്. പത്തുവീട്ടിൽ പൊതുവാൾ മാരുടെ ആധിപത്യമാകാം ഒരു കാരണം. ഇപ്പോഴും നിറ-പുത്തരി ഉത്സവങ്ങളുടെ ദിവസം നിശ്ചയിക്കുന്നത് പയ്യന്നൂർ ക്ഷേത്രത്തിലെ പ്രസ്തുത ആഘോഷങ്ങളുമായി ബന്ധിച്ചാണ്. പൂന്തുരുത്തി മുച്ചി ലോട്ടെ ആചാരക്കാരനാവാനുള്ള ഉൾവിളിയോടെ ചന്തേര കിഴക്കെ വീട്ടിൽ മാലിങ്കൻ പൊതിഞ്ഞ അരിയുമായി കാവിലെത്തി.അവി ടെയുള്ളവർ അത് തീരെ ഗൗനിച്ചില്ലെന്നും അരിയും മറ്റും തിരിച്ചു കൊണ്ടുവന്നു എന്നും ഒപ്പം മുച്ചിലോട്ടെ ഭഗവതിയും വന്നു എന്നു മാണ് അന്നൂരിന്റെ ദേശചരിത്രത്തിൽ പയ്യന്നൂരിനെ കുറിച്ച് പറയുന്നത്. കൊട്ടില മാടത്തിൽ മല്ലിശ്ശേരി നമ്പൂതിരിയും അനു ജന്മാരും വർഷത്തിൽ രാവണേശ്വരത്ത് നടക്കുന്ന ഉത്സവങ്ങളിൽ പങ്കെടുക്കാറുണ്ടായിരുന്നു. ഒരുദിവസം ഉത്സവം കഴിഞ്ഞ് രാവിലെ പുറപ്പെട്ട നമ്പൂതിരിയുടെ കൂടെ ഒരു കുറുപ്പും ഉണ്ടായിരുന്നു. ഭഗ വതിയെ പരീക്ഷിച്ചതിനാൽ കൊട്ടില മാടത്തിൽ കുട വെച്ച സ്ഥലത്ത് ക്ഷേത്രം പണിത് കുടിയിരുത്തണമെന്ന് അരുളപ്പാടു ണ്ടായി എന്നുമാണ് പുരാവൃത്തത്തിൽ പറയുന്നത്. ഭൂതത്താർ പയ്യന്നൂർ സുബ്രഹമണ്യ ക്ഷേത്രത്തിലും പയ്യന്നൂർ തെരുവിലും ഉണ്ട്. പയ്യന്നൂരമ്പലത്തിൽ കായ്ക്കാത്ത ഇലഞ്ഞിയുടെ കീഴിലാണ് ഭൂതത്താർ സ്ഥാനം. ബൗദ്ധ സങ്കല്പത്തിൽ നരയന്റെ ആരൂഢ മാണ് ബകുളമരം .ഈ തെയ്യത്തിന്റെ മുമ്പസ്ഥാനത്തിൽ ശങ്കര നാരായണൻ രാമന്തളി അമ്മോൻ പയ്യന്നൂർ പെരുമാള് തളിപ്പറമ്പ ത്തപ്പൻ, പാറോക്കാവ് മാടായിക്കാവ് എന്നീ ദേവതകളും ദേവസ്ഥാ നങ്ങളും അവിടങ്ങളിലെ ഭണ്ഡാരം വെക്കുന്നറകളും പരാമർശി ക്കപ്പെടുന്നു. വടക്കൻ കേരളത്തിലെ ഭൂതത്താർ വിഗ്രഹങ്ങൾ മഹാ യാന ശൈലിയിലുള്ള അവലോകിതേശ്വരനാണ് എന്നതിൽ സംശ യമേയില്ല.മോലോം എന്ന പദം ക്ഷേത്രത്തിനുപയോഗിക്കുന്നു. ഈ മോലോത്തെ കോലത്തിരി രാജാവ് സംരക്ഷിച്ചതായി ചരിത്രം പറയുന്നുണ്ട ്. പ്രമാഞ്ചേരി ഭഗവതി അഴകിൽ ചെട്ടിതൻ കുടമേ ലെഴുന്നള്ളയ പരദേവതയാണ് പ്രമാഞ്ചേരി ഭാഗവതി കുന്നരു പത്തില്ലം ബ്രാഫണരും കാട്ടൂർ നായരും കുന്നരു - രാമന്തളി പ്രദേ ശത്തെ ജനതയാകെയും നെഞ്ചേറ്റുന്ന പരദേവതയാണ് പ്രമാ ഞ്ചേരി ഭഗവതി. പരക്കാത്തീയ്യനുമായി കലശവും തിറ വലം വെക്കുന്ന ഘോരരൂപിണിയെ പലതറവാടുകളിലും കുടിയിരുത്തി

യിട്ടുണ്ട്. പ്രമാഞ്ചേരിക്കാവ് പാടാത്തുരുത്തി, അക്കരക്കാവ് (കുറു ങ്കടവ്) ഇവടങ്ങളിലെല്ലാം ഈ ഭഗവതി വിവിധ ജനവിഭാഗങ്ങ ളുടെ ആരാധനാമൂർത്തിയായി നിലകൊള്ളുന്നുണ്ട്. .തെയ്യത്തിന്റെ സാന്നിധ്യം, കാവുവിധി മാനിക്കാത്തവന് നേരിടേണ്ടി വരുന്ന സാമൂ ദായിക ബഹിഷ്ക്കരണം, മോഷണം, അതിരുതർക്കം, വഞ്ചന, വൃഭിചാരം തുടങ്ങിയവ എല്ലാം അന്ന് കാവിന്റെ തിരുനടയിലാണ് വിചാരണ ചെയ്ത് വിധി നടത്തിയിരുന്നത്. കൊല ചെയ്തവന്റെ വീട്ടിൽ കൊണ്ടു വച്ച് ജഡം കത്തിച്ചതിന്റെ അടയാളമായി ഇന്നും പയ്യന്നൂർ പരിസരങ്ങളിൽ അഞ്ചോളം മഞ്ചൽപ്പറമ്പുകൾ ഉണ്ട്. ശവ മഞ്ചലേറ്റിയ പറമ്പുകളാണവ. ജാതിഭ്രഷ്ടിന്റെ പേരിൽ പുന്നങ്ങാ പ്പുഴ (പുന്നാക്കടവ്) കടത്തിവിട്ട പൊതുവാളുടെ പിന്മുറക്കാരാണ് രാമന്തളിയിലെ മൂന്നു വീട്ടിൽ പൊതുവാൾമാർ എന്ന് പഴയതല മുറ അനുസ്മരിക്കുമ്പോൾ തെയ്യത്തിന്റെ ഉരിയാട്ടും സംബോധ നയും ആ ചരിത്രത്തിലേക്ക് വെളിച്ചം വീശുന്നതു കാണാം ചതുർഘടിക്കിങ്ങേപ്പുറം ശങ്കരനാരായണത്ത് കഴകം കൂട്ടി കുടി യിരുത്തിയ മൂന്നു വീട്ടിൽ പയ്യന്നൂർ ഗ്രാമേ എന്ന് കോടിയത്ത്, പുൽക്കിനാട്ട്, കാവുങ്ങൽ തറവാട്ടുകാരെ തെയ്യം വിളിച്ചുരിയാടു ന്നത് കേൾക്കാം.കളിയാട്ടം തുടങ്ങും മുമ്പെ മാടത്തിൻ കീഴിലും ഉത്തമന്തിലും തൊഴുതുവരവ് നടക്കുന്നത് പയ്യന്നൂർ അമ്പലത്തിൽ നിന്നാണ്. സമാനമായി കുന്നച്ചേരി അറയിലെ പാട്ട് ഉത്സവത്തിനു മുന്നോടിയായി ദീപവും തിരിയും എഴുന്നള്ളത്ത് വരുന്നതും പയ്യന്നൂർ ക്ഷേത്രത്തിൽ നിന്നാണ്. വൃശ്ചികമാസത്തിൽ പയ്യന്നൂർ ക്ഷേത്രത്തിൽ ആരാധനാ മഹോത്സവം നടക്കുമ്പോൾ ് ക്ഷേത്രോത്സവങ്ങളൊന്നും പാടില്ലെന്ന് വിധിച്ചത്.

പയ്യന്നൂർ ചതുർഘടിയും പെരുമാളും
കാർഷികവും കാർഷികേതരവുമായ ജീവിതം സാധ്യമാക്കുന്ന രീതി യിൽ വിഭവങ്ങളുടെ പുനർവിതരണത്തിനുള്ള ഒരു കേന്ദ്രമായി പയ്യന്നൂരമ്പലം വർത്തിച്ചിരിക്കുന്നു എന്ന് പയ്യന്നൂർ പട്ടോല തെളിവു നൽകുന്നുണ്ട്. ഈ പട്ടോലയിൽ ഓരോരുത്തരും എന്തെന്ത് കർമ്മങ്ങൾ ക്ഷേത്രത്തിലേക്കായി ചെയ്യണമെന്നും അതിന് ഓരോരുത്തർക്കും കൊടുക്കേണ്ട പ്രതിഫലമെന്ത് എന്നും വിശദമായിതന്നെ പറയുന്നുണ്ട്. മാത്രമല്ല അങ്ങനെ വിതരണം

ചെയ്യേണ്ട വിഭവങ്ങൾ എങ്ങനെ ക്ഷേത്രത്തിലെത്തുന്നു എന്നതും പരാമർശിക്കുന്നുണ്ട്. ഉദാഹരണത്തിന്. ഈശാനമങ്കലത്തെ മാരാർ പൂജക്കും ശീവേലിക്കും എടക്കെ എടുത്ത കൊട്ടിയാൽ കൊടു ക്കെണ്ടും നെല്ലവള്ളം 3 കൊട്ടില മാരാൻ കൊഴലെടുത്ത വിളി ച്ചാൽ കൊടുക്കണ്ടും നെല്ലവള്ളം 3 പൊങ്കിലാട്ട മാരാർ പള്ളിയു ണർത്തുകയും നീരാട്ടക്കുളിക്കകൊടുകയും ചെയ്താൽ നെല്ലവള്ളം 1 പാവീട്ടിൽക്കൊലാച്ചി മതിൽക്കപ്പുറത്തെ വഴിയും നടയും അടിച്ചു തളിച്ചാൽ കൊടുക്കേണ്ടും നെല്ല വള്ളം 1 അഗ്രത്തിന്ന മൊറ്റിന്ന കൊടുക്കേണ്ടും.വിശദമായിതന്നെ പറയുന്നുണ്ട്.പെരിഞ്ചെല്ലൂർകാരെ പാഠം പഠിപ്പിക്കുകയെന്ന ലക്ഷ്യത്തോടെ കോലത്തിരി രാജാവായ ഉദയവർമ്മൻ ഗോകർണ്ണത്തോട് ഒട്ടിനിൽക്കുന്ന ഗുണവന്ത, വിളക്കൂർ, ഇഡുഗുഞ്ച ഗ്രാമങ്ങളിൽ പോയി ഭൂമിയും അധികാരങ്ങളും വാഗ്ദാനം ചെയ്ത് ബ്രാഹ്മണരെ കൊണ്ടുവന്നു. കോറോമംഗലം, ചെറുതാഴം, അറത്തിൽ, കുളപ്പുറം, കുന്നരു എന്നീ അഞ്ചു ദേശങ്ങളിൽ അധിവസിപ്പിച്ചു. ഭൂമിയും അധികാരവും അംഗീകാരവും നൽകി ദേശാധികാരികളായി വാഴിച്ചു. എന്ന് ശ്രീ നപ്പ ഹെഗഡെ പറയുന്നുണ്ട്. അടിമവ്യവസ്ഥയും അടിമവ്യാപാ രവും ഈ പ്രദേശങ്ങളിൽ നിലനിന്നിരുന്നു.. എന്ന് പുലിമറഞ്ഞ തൊണ്ടച്ചൻ തെയ്യത്തിന്റെ പുരാവൃത്തത്തിൽ പരാമർശിക്കുന്നു. പഴയ കാലത്തെ നാലുകഴകങ്ങളിൽ വടക്കുമാറി സ്ഥിതി ചെയ്യുന്ന

പയ്യന്നൂർ കഴകത്തിന് നാട്ടുപുരാവൃത്തങ്ങളിൽ ചതുർഘടിയെന്നു പേരുണ്ടായിരുന്നു. ഈ പ്രദേശങ്ങളിൽ കെട്ടിയാടുന്ന തെയ്യങ്ങൾ തെക്കു ചങ്കുരിച്ചാലും കിഴക്കു പെരുമ്പുഴയും വടക്കു നാരങ്ങാ ത്തോടും പടിഞ്ഞാറ് കവ്വായി കരിങ്കൽ മോത്തും പുന്നങ്ങാപ്പു ഴയും നിലനിന്നു പോന്ന നാട്ടതിരുനാട് ചതുർഘടിക്കകത്ത് എന്റെ മ്മോൻ നീർവീഴാത്തി വഴക്കം തന്നിരിക്കുന്ന ഈ സ്ഥലം മുമ്പേ തുവായി എന്ന് വാചാലു പറയുന്നതു കേൾക്കാം. സംഘകാലത്ത് കൊൺകാനച്ചേരി എന്നു വിളിക്കപ്പെട്ട ഇന്നാട്ടിന് ഒമ്പതാം നൂറ്റാ ണ്ടോടു കൂടി സ്ഥാപിക്കപ്പെട്ട പയ്യന്റെ (സുബ്രഹ്മണ്യൻ) ക്ഷേത്ര നാമത്തിലാണ് പയ്യന്നൂരായതെന്ന് പറയുന്നു . ഓരോ സ്ഥലദേവ തമാരുടെയും തട്ടകങ്ങൾ നിർണ്ണയിക്കപ്പെടുന്നത് വയൽത്തോടു കളുടെ ഇരുകരകളിലുമായാണ്. പയ്യന്നൂർ ഗ്രാമത്തിന്റെ നാല തിർത്തികളാണ് പുന്നപ്പുഴ, ചങ്കുരിച്ചാൽ, നാരങ്ങാത്തോട്, കല്ലു മോത്ത് എന്നിവയാണ്.ഒരു കാലത്ത് ചൈനീസ് പായക്കപ്പലുക ളായ ചങ്കിന് കടന്നുപോകാൻ തക്കവണ്ണം ആഴമേറിയ കപ്പൽചാ ലുകളായിരുന്നത്രേ ചങ്കുരിച്ചാൽ. എട്ടാമത്തെ കപ്പൽചാൽ എന്നർത്ഥത്തിൽ അഷ്ടമച്ചാൽ എന്നും ഇതറിയപ്പെട്ടു. ഇവിടെ

ജലദുർഗ്ഗയായി പ്രത്യക്ഷപ്പെട്ട മാടായിക്കാവിലെ അച്ചിയാണ് അഷ്ടമച്ചാൽ ഭഗവതിയായി പയ്യന്നൂർ തെരുവിൽ ആരാധി ക്കപ്പെടുന്നത്. അഷ്ടമച്ചാൽ ഭഗവതിക്കാവിലെ കലശത്തോ ടനുബന്ധിച്ച് ഈ ചതുർഘടി കളിൽ ബലിച്ചടങ്ങുകൾ നട ത്തും. മലയാള സാഹിത്യ ത്തിന്റെ ആരംഭം കുറിക്കുന്ന പയ്യന്നൂർ പാട്ട് ഒരു പ്രേമകഥാ ഗാനമാണ്. ശ്രീ സുബ്രഹ്മണ്യ സ്വാമി ക്ഷേത്രം പല പുരാതന വിജ്ഞാനീയങ്ങൾക്കും ആഭി മുഖ്യം അരുളിയിട്ടുണ്ട്. ജ്യോതി സ്സനുണ്ണിയായ   മുരുകൻ

ജ്യോതിശ്ശാസ്ത്ര ത്തിന്റെ സാർവ്വംഗീണമായ മൂർത്തി ത്വത്തിൽ പരികൽപ്പി തനാകയാൽ ആ കാൽ പ്പാട് പിടിച്ചു കൊണ്ട് ശാസ്ത്രം ഇവിടെ തഴച്ചു വളരുന്നു. അതിന് അനുപേ ക്ഷണീയമായ സംസ്കൃത ഭാഷാപരിജ്ഞാനവും പയ്യ ന്നൂരിൽ പുഷ്കലമായി. പടത്തലമ്മാരുടെ ഒരുപറ്റം തന്നെ പയ്യന്നൂരിലുണ്ടായി രുന്നുവെന്ന കഥയും വിസ്മരിച്ചു കൂടാ. ചിറ ക്കൽ രാജവംശത്തിന്റെ പട നായകനായി വാഴിക്കെ പ്പെട്ട ഉത്തമന്തിൽ ചാത്ത പ്പൻ, കോല ത്തിരി – സാമൂ തിരി യുദ്ധത്തിൽ നേരിട്ട്

വെട്ടി വീരമൃത്യുവരിച്ച കല്ലിടിൽ കണ്ണൻ, കണ്ടമ്പത്ത് കണ്ണമ്മാൻ, ഉത്തമന്തിൽ ചിരുകണ്ടൻ തുടങ്ങി തെയ്യക്കോലങ്ങളിലൂടെ ആണ്ടു തോറും മുഖം കാട്ടുന്ന പടവീരന്മാർ പയ്യന്നൂർക്കാരായിരുന്നു. അനേകം തോറ്റം പാട്ടുകളും കലശപ്പാട്ടുകളും രചിച്ച ആനിടിൽ എഴുത്തുച്ഛൻ, കവികളിൽ ഊർബലി എന്നാണ് ഇതറിയപ്പെടുന്ന ത്. ഒരു കാലത്തകേരളത്തിലെ മറ്റു നമ്പൂതിരിമാർക്ക് സമന്മാ രായി പയ്യന്നൂർ ഗ്രാമത്തിലെ 16 ഇല്ലങ്ങളിലായി വ്യാപിച്ചു കിട ക്കുന്ന നമ്പൂതിരിമാരെ കണക്കാക്കാറില്ല. പയ്യന്നൂർ തെയ്യംപട്ടോ ലയിൽ ഇവരെ പതിമൂന്നും പതിനാറും ഇല്ലങ്ങളായാണ് വിവരി ച്ചിരിക്കുന്നത്. കുഞ്ഞിമംഗലമം, തളിയിൽ, കുന്നത്ത് ഇങ്ങനെ മൂന്നും, എടനാട്, താഴക്കാട്ട്, തൈവലക്കാട്ട്, കുറു വേലി, കുരുത്തി ലക്കാട്ട്, കൊക്കുന്നത്, കൊട്ടാരത്ത് കൊഴുവേല, കാതുക്കാൽ, താറ്റി ഏരി, നാറക്കുന്നത്ത്, നൂണിക്കര, താവത്ത് ഇങ്ങനെ പതിമൂന്നും ഈ പതിനാറില്ലങ്ങൾക്കും പയ്യന്നൂരമ്പലത്തിൽ ഊരായ്മാവകാ

ശമുണ്ട്. മാത്രമല്ല ഈ ഊരാളരിൽ നിന്നും ഒരാളെ കോയ്മയായി തിരഞ്ഞെടുക്കുന്ന രീതിയുമുണ്ടായിരുന്നു.

താഴക്കാട്ടു മന

പരശുരാമൻ പാപ പരിഹാരാർത്ഥം കേരളം സൃഷ്ടിക്കുകയും ആ പ്രദേശത്തെ 64 ഗ്രാമങ്ങളാക്കി തിരിക്കുകയും ചെയ്തു എന്നാണ് ഐതിഹ്യം. അവിടെ ജനങ്ങളെ കുടിയിരുത്തുകയും ചെയ്തു. മലയാളഗ്രാമങ്ങളിൽ (32) വടക്കെയറ്റത്തുള്ളതാണു പയ്യന്നൂർ ഗ്രാമം. തിരുമുമ്പ് എന്ന സ്ഥാനപ്പേരോടെ പതിനാറു ബ്രാഹ്മണ കുടുംബങ്ങളെയാണു ഇവിടെ കുടിയിരുത്തിയത്. മരുമക്കത്തായ സമ്പ്രദായം കൈക്കൊണ്ട ഇവർ മറ്റു ബ്രാഹ്മണ സമൂഹങ്ങളിൽ നിന്നു വ്യത്യസ്തരായിരുന്നു, ഇവർ ഭരണാധിപന്മാരുമായിരുന്നു. ഈ 16 കുടുംബങ്ങളിൽ പ്രശസ്തരും പ്രഗത്ഭരുമാണു താഴക്കാട്ടു മനക്കാർ. താഴക്കാട്ടു മനയ്ക്ക് നാടുവാഴി പദവി ലഭിക്കുന്നത് ടിപ്പു സുൽത്താന്റെ പതനത്തിനു ശേഷമാണ് (1729). കാര്യങ്കോട്ടു പുഴയ്ക്ക് തെക്കുള്ള ഭാഗം അന്നത്തെ അമ്മ തിരുമുമ്പിന് ലഭിച്ചു. 20-ാം നൂറ്റാണ്ടിന്റെ ആരംഭത്തിൽ താഴയ്ക്കാട്ട് മന ഒരു വൻകിട ഭൂവുടമാകുടുംബമായി അറിയപ്പെട്ടു. ടി.എസ്.തിരുമുമ്പ് സഹോദരങ്ങളായ ഉണ്ണികൃഷ്ണൻ തിരുമുമ്പ്, ഹരീശ്വരൻ തിരുമുമ്പ് ഇവർ സ്വാതന്ത്ര്യസമരങ്ങളിൽ പങ്കെടുത്തു. ഉപ്പുസത്യാ ഗ്രഹത്തിനും ഗുരുവായൂർ സത്യാഗ്രഹത്തിനും നേതൃത്വം നൽകി. കല, സാംസ്ക്കാരികം, വിദ്യാഭ്യാസം, വൈദികം, സാഹിത്യം, കായികം ഈ രംഗങ്ങളിലൊക്കെ പ്രോത്സാഹനം നൽകി.

അധ്യായം 3

പയ്യന്നൂരിലെ വീരപുരുഷന്മാർ

കൊടക്കൽ കുഞ്ഞിക്കണ്ണൻ

കോറോത്ത് കൊടക്കൽ തറവാട്ടിലെ വീരപുരുഷനായ കൊട
ക്കൽ കുഞ്ഞിക്കണ്ണന്റെ ജീവചരിത്രം നാടിന്റെ ചരിത്രത്തിലെ തന്നെ
ഒരേടാണ്. തന്റെ അധികാരസീമയെ നിരന്തരം ചോദ്യം ചെയ്യുന്ന
ശത്രുവിനെ അടിച്ചമർത്താൻ കോലത്തിരി തമ്പുരാൻ കുഞ്ഞിക്ക
ണ്ണനെ ഏൽപ്പിച്ച കഥ തലമുറകളാൽ പാടിപ്പാടി വന്നിട്ടുണ്ട്. ചിറ
ക്കൽ രാജവംശത്തിന്റെ അധികാരം. വളപട്ടണം മുതൽ നീലേ
ശ്വരം വരെ ഉണ്ടായിരുന്നു. കോലത്തിരി രാജാവിന്റെ മകൻ പുതു
ശ്ശേരി പുതിയ വീട്ടിൽ ചന്തുവിന് ചിരികകെട്ടിനുള്ള ശുഭമുഹൂർത്തം
ജ്യോതിഷികൾ കുറിച്ചുകൊടുത്തു. ഈ വിവരം തമ്പുരാനെ അറി
യിക്കാൻ ചന്തു കോവിലകത്തെത്തി. പിതാവിനോട് കാര്യം
ഉണർത്തിച്ചു. മകന്റെ ചിരികകെട്ട് സാഘോഷം നടത്തണമെന്നും
എല്ലാ ചെലവും കോവിലകം വഴിയാ
യിരിക്കണമെന്നും തമ്പുരാൻ തന്നെ
തീരുമാനിച്ചു. ഇഞ്ചിക്കും നാര
ങ്ങയ്ക്കും കടുത്ത ക്ഷാമമുള്ള കാല
മായിരുന്നു അന്ന്. കോഴിക്കോട്ടങ്ങാ
ടിയിലെ അമ്പുചെട്ടിക്ക് തമ്പുരാൻ
ഓലക്കീറിൽ ഒരു തരകമെഴുതി.
ഇഞ്ചിയും, നാരങ്ങയും കോഴി
ക്കോട്ടു നിന്നും കൊണ്ടുവരാൻ
നായർ യുവാക്കളെ പറഞ്ഞയച്ചു.
അമ്പുച്ചെട്ടി ആദരപൂർവ്വം തരക്
വാങ്ങി വായിച്ചു. അതിൽ പറഞ്ഞ
സാധനസാമഗ്രികൾ മുഴുവൻ നായ
ന്മാർ കൈവശം കൊടുത്തയച്ചു. ചുമ

ടെടുത്ത് അവർ പടുവ
ളായി പറമ്പിലൂടെ
യാത്ര തുടങ്ങി. ഓമന
പടുവളായി കുഞ്ഞൻ
ദേരു എന്ന വില്ലൻ,
വില്ലും ശരവുമെടുത്ത്
പുള്ളിനെയും പ്രാവി
നെയും എയ്തുകൊണ്ടി
രിക്കവെ, അതുവഴി വന്ന
നായന്മാരെ കുഞ്ഞൻ
ദേരു വഴി തടഞ്ഞുവെ
ച്ചു. ചുങ്കപ്പണം ആവശ്യ
പ്പെട്ടു. അവർ അതും

നിരസിച്ചു. ദേരു എല്ലാം പിടിച്ചുവാങ്ങി അവരെ പൊതിരെ തല്ലി
അവശരാക്കി. തമ്പുരാൻ കോപം കൊണ്ട് കലിതുള്ളി. 'ഇവനെ
ഒതുക്കിയിട്ട് മതി ഈ നാട്ടിൽ ചുരികകെട്ട്. എന്ന് തമ്പുരാൻ ഗർജ്ജി
ച്ചു. 'ഇവനോട് പൊയ്ത്ത് നടത്തുവാൻ കഴിവുള്ള ആരാണ് ഈ
നാട്ടിലുള്ളത്.' തമ്പുരാൻ എഴുത്തോലയെടുത്ത് കോറോത്ത് കണ്ണ
ക്കുറുപ്പിനു ഒരു തരകയെഴുതി. തരകും പണവുമെടുത്ത് നായ
ന്മാർ കോറോത്തേക്ക് പുറപ്പെട്ടു. നായന്മാർ കോട്ടത്തെത്തി കണ്ണ
ക്കുറുപ്പിനെകണ്ടു. തരക് കൈമാറി. കണ്ണക്കുറുപ്പ് ആദരപൂർവ്വം തരക്
കൈപ്പറ്റി. അത് തിരിച്ചും മറിച്ചും നോക്കി. കത്തുവായിച്ച കുറു
പ്പിന്റെ കണ്ണിൽ നിന്നും കണ്ണീർത്തുള്ളികൾ അടർന്നു വീണു.
കോവിലകവും കോറോത്ത് കൊടക്കലും തമ്മിലുള്ള അഗാധമായ
ബന്ധത്തെപ്പറ്റി കുറുപ്പ് ഓർത്തുപോയി. തമ്പുരാനുവേണ്ടി ജീവൻ
കൊടുത്തവരെയെല്ലാം കുറുപ്പ് ഓർമ്മിച്ചുപോയി. കണ്ണക്കുറുപ്പിന്റെ
നിർദ്ദേശ പ്രകാരം കൊടക്കലെ പടിപ്പുരയിലെത്തിയ കോമൻ മരുതി
യോട്ടുണ്ണാങ്ങയോട്, കണ്ണനെവിടെയെന്നന്വേഷിച്ചു. 'കരിച്ചേരിക്ക
ല്ലിൽ' വാളിച്ചയ്ക്കു പോയിരിക്കയാണെന്നു പറഞ്ഞു. കോമനോ
ടൊപ്പം കണ്ണൻ കുറ്റൂരിലേക്ക് പുറപ്പെട്ടു. പടിപ്പുരക്കൽ കാത്തിരുന്ന
ചിരുതേയിക്കുഞ്ഞിയുമായി കുശലം പറഞ്ഞശേഷം തെക്കിനിയിൽ
ചെന്ന് പിതാവിന്റെ കാൽക്കൽ ഇരുന്നു. ഞെട്ടി ഉണർന്ന കുറുപ്പ്
നിറമിഴികളുമായി പുത്രനെ ആലിംഗനം ചെയ്തു.എഴുന്നേറ്റ്

ഭക്ഷണം കഴിക്കണമെന്നും കണ്ണൻ പിതാവിനെ നിർബ സ്ഥിച്ചു. മൂവരും ഒരുമിച്ച് ഭക്ഷണം കഴിച്ചു. അച്ഛന്റെ അനുഗ്രഹത്തോടെ കോവില കത്തേക്ക് യാത്ര തിരിച്ച കണ്ണൻ വളപട്ടണം പുഴയിലെ ത്തിയപ്പോൾ 'പരിച' വെള്ള ത്തിൽ മലർത്തിയിട്ടു യാത്ര യായി... ഈ കാഴ്ച ഏഴുനില മാളികയിൽ നിന്ന് തമ്പുരാൻ കണ്ടു. ഇത്ര ഉശിരുള്ള നായ രാരെന്നറിയാൻ കാര്യസ്ഥനെ വിട്ടു. ദേരുവിനോട് അങ്കത്തി നായി കോറോത്ത്കൊടക്ക ലിൽ നിന്നു വരുന്ന വീര നായ

രാണെന്നു തമ്പുരാൻ മനസ്സിലാക്കി. തമ്പുരാൻ അമൃതേത്തിനു ക്ഷണിച്ചു. ദേരുവുമായിട്ടുള്ള പൊയ്ത്തു കഴിഞ്ഞതിന് ശേഷമെ അടിയൻ ഭക്ഷണം കഴിക്കുകയുള്ളൂ' എന്ന് കണ്ണനുണർത്തിച്ചു. ആർപ്പുവിളികളോടുകൂടി മറയുള്ള പല്ലക്കിൽ കുഞ്ഞിക്കണ്ണനും സംഘവും പുറനാട്ടു കളരിയിലെത്തി. പതിനാറുകാരനായ കുഞ്ഞി ക്കണ്ണൻ അങ്കത്തട്ടിലേക്ക് കയറി വന്നു. തമ്പുരാന്മാരെയും തിരു മുൻപൻമാരെയും മാലോകരെയും കളരിദൈവങ്ങളെയും വണങ്ങി. അനുഗ്രഹിക്കണമെന്ന് പ്രാർത്ഥിച്ചു. ദേരുവിന്റെ അടവുകൾ കഴി ഞ്ഞപ്പോൾ കണ്ണൻ തന്റെ അടവുകളെടുത്തു. കണ്ണന്റെ കടകമടി യിൽ ദേരുവിന്റെ രണ്ടുകാലുകളും കഷ്ണങ്ങളായി. പള്ളയടിയിൽ ദേരുവിന്റെ പള്ളയിലെ എല്ല് നുറുങ്ങിപ്പോയി. പൊയ്ത്ത് കളരി യിൽ ദേരു വീണുപോയി. 'കൊല്ലരുതേ' യെന്നു തമ്പുരാൻ വില ക്കുന്നുണ്ടായിരുന്നു. കുഞ്ഞിക്കണ്ണൻ ഇതൊന്നും കേട്ടില്ല.

കുഞ്ഞിക്കണ്ണനും പരിവാരങ്ങളും വിജയശ്രീലാളിതരായി കോവി ലകത്തെത്തി. വേഗം കുളിച്ച് വന്ന് തന്നോടൊപ്പം ഭക്ഷണം കഴി ക്കാൻ തമ്പുരാൻ ക്ഷണിച്ചു. തന്റെ വഴിപാടുകൾ നടത്തിയതിന് ശേഷമെ, താൻ കഞ്ഞി കുടിക്കുകയുള്ളൂ എന്ന് കണ്ണൻ വിനയ

പൂർവ്വം അറിയിച്ചു. കണക്കെഴുത്തുകാരൻ അച്യുതവാര്യരെ വിളിച്ച് അറുനാഴിക്കിരുനാഴിപ്പണം, കുഞ്ഞിക്കണ്ണന് കൊടുക്കാൻ ഉത്തര വിട്ടു. വീരശൃംഖലയും കുഞ്ഞിക്കണ്ണന് നൽകി. കുഞ്ഞിക്കണ്ണൻ കൂപ്പുകൈകളുമായി തമ്പുരാന്റെ പള്ളിയറയ്ക്കു മുൻപിൽ നിൽക്കു ന്നത് തമ്പുരാൻ ശ്രദ്ധിച്ചു. സന്തോഷചിത്തനായ തമ്പുരാൻ പൊന്നുവേണോ? പണം വേണോ? പാതി നാടുവേണോ? എന്ന് കുഞ്ഞിക്കണ്ണനോട് ചോദിച്ചു. കുഞ്ഞിക്കണ്ണൻ കൈകൾ കൂപ്പി വിന യത്തോടുകൂടി 'അടിയനിതൊന്നും വേണ്ട'. എന്റെ കാലശേഷം എന്റെ തലമുറക്കാരും, ബന്ധുക്കളും എന്റെ വീരകൃത്യത്തെ സ്മരി ക്കുന്ന, സനാതനമായ ഒരു അടയാളമായ സമ്മാനം മതി എന്നു പറഞ്ഞു. തമ്പുരാന് കാര്യം മനസ്സിലായി ശ്രീജയന്തി വിളക്കിലാണ് കുഞ്ഞിക്കണ്ണന് താല്പര്യമെന്ന് മനസ്സിലാക്കിയ തമ്പുരാൻ ഭക്ത്യാ ദരവോടുകൂടി ആ ശ്രീജയന്തി വിളക്ക് കുഞ്ഞിക്കണ്ണന് പാരിതോ ഷികമായി നൽകി. കണ്ണൻ ആ വിളക്ക് തന്റെ വിശ്വസ്തനായ രാമനെ ഏൽപ്പിച്ചു. രാമനും പരിവാരങ്ങളും ആ വിളക്ക് ഒരു ഉരു ളിയിൽ വെച്ച് വളപട്ടണം പുഴ നീന്തി ഇക്കരെയെത്തി. വെളുത്തേ ടൻ രാമനും പരിവാരങ്ങളും ശ്രീജയന്തി വിളക്കുമായി കൊടക്കൽ തറവാട്ടിലെത്തി. കുഞ്ഞിക്കണ്ണൻ ആദരപൂർവ്വം ശ്രീജയന്തി വിള ക്കുമായി പടിഞ്ഞാറ്റയിൽ പ്രവേശിച്ച് കിഴക്കോട്ട് തിരിച്ച് അവിടെ സ്ഥാപിച്ചു.

കോറോത്ത് കൊടക്കൽ കുഞ്ഞിചിണ്ടൻ

കുഞ്ഞിചിണ്ടനും കുഞ്ഞിക്കണ്ണും തമ്മിലുള്ള ബന്ധം ഇനിയും ചോദ്യചിഹ്നമായി അവശേഷിക്കുന്നു. മുതിർന്ന തറവാട്ട് കാർണവൻമാരുടെ അഭിപ്രായപ്രകാരം കണ്ണന്റെ മരുമകനാണ് ചിണ്ടൻ എന്നാൽ അതല്ല ഇളയമ്മയുടെ മകനാണ് എന്നൊരു അഭി പ്രായവും ഉണ്ട്. രണ്ടായാലും കണ്ണന് ശേഷം കോലത്തിരിയുടെ കരിവെള്ളൂർ തറയുടെ പ്രധാന കരം പിരിവുകാരനായിരുന്നു ചിണ്ടൻ. മാടായിയുടെ ഭരണത്തിൽ നിന്നാണ് മുരിക്കാഞ്ചേരി കേളു വിനെ പിരിച്ചുവിടുന്നത്. അതിന്റെ പ്രതികാരമെന്നോണം വടക്കിലം കുറുകാരായ നാട്ടുരാജാക്കന്മാരെ കൂട്ടുപിടിച്ച് അറക്കൽ കാപ്പുത മ്പുരാന്റെ സഹായത്തോടെ കോലത്തിരിയെ ആക്രമിക്കുക എന്ന പദ്ധതിയുമായാണ് മുരിക്കഞ്ചേരി കേളു കരിവെള്ളൂർ തറ

യിലെത്തുന്നത്. അവിടെ കേളു കാണേണ്ടവരെയെല്ലാം കണ്ടു. ആദ്യം കാണുന്നത് കാങ്കോലിലെ പനയന്തട്ട ചാത്തുവിനെയാ ണ്. കൂടെ നിന്നില്ലെങ്കിൽ കുടുംബക്കാരെ മുഴുവൻ മതപരി വർത്തനം നടത്തുമെന്ന് ചാത്തുവിനെ ഭീഷണിപെടുത്തു ന്നു.ദുഃഖിതനായ ചാത്തു തന്റെ ഭാര്യയോട് നടന്ന തൊക്കെ വിവരിച്ചു. ഭാര്യ ഉടനെ ചെന്ന് ഓല മുറിച്ചെടുത്ത് കോറോത്ത് കൊടക്കലിലെ തന്റെ അമ്മക്ക് രണ്ടുനായന്മാർ വഴി ഒരു എഴുത്ത് കൊടുത്തയച്ചു. നായന്മാർ വേഗം ചെന്ന് കൊടക്കലിലെ പടി പ്പുരയിലെത്തി തൽസമയം കുഞ്ഞിച്ചിണ്ടൻ നായാട്ടിനായി നെല്ലി യാട്ടേക്ക്പുറപ്പെട്ടതേയുള്ളൂ. നായന്മാർ ധൃതി പിടിച്ചോടി. അവ സാനം പാടാർകുളങ്ങര എത്തി ചിണ്ടനെ കണ്ട് കാര്യം ധരിപ്പിക്കുന്നു. മുരിക്കാഞ്ചേരി കേളുവെ കാണാൻ കരിവെള്ളൂ രേക്ക് നായാട്ടിന്ന് വന്നവരും ചിണ്ടനും ചേർന്ന് യാത്രയായി. കേളു കരിവെള്ളൂർ തറയിൽ നിന്ന് കിഴക്കോട്ട് നോക്കുമ്പോൾ വലീയ ഒരു പടയുടെ വരവാണ് കേളു എഴുന്നേറ്റ് പുഞ്ചിരിതൂകിക്കൊണ്ട് ചിണ്ടന്റെ അടുത്തെത്തി എന്നെ കാണാൻ വരുമ്പോൾ ആളും പടയും വേണോ എന്ന് ചോദിച്ചു? ആളും പടയുമൊന്നുമല്ല. നിത്യവും എന്റെകൂടെയുള്ളവരാണ്. എന്ന് ചിണ്ടന്റെ മറുപടി. വേഗം

പടിപ്പുര കേറ് എന്നിട്ട് മോതിരം മാറി സത്യം ചെയ്യണം ചിണ്ടാ എന്ന് മുരിക്കാഞ്ചേരി കേളു പറഞ്ഞപ്പോ ചിണ്ടൻ പരിഹാസ ത്തോടെ പറഞ്ഞു. ഞാൻ അതെല്ലാം എങ്ങിനെ ചെയ്യും? ഞാൻ ഒരടിവെച്ചാൽ തീയ്യർ നാലടി വെക്കും. അതുമല്ല നായ്ക്കൾ അഞ്ചടി വെക്കും. കരി വെള്ളൂർ പടിപ്പുര തീയ്യർ തൊട്ടാ അശുദ്ധമാവില്ലേ പനയന്തട്ട ചാത്തുവും മറ്റുള്ളവരും നിർബന്ധി ച്ചിട്ടു തന്റെ ചിറക്കലിനോടുള്ള അഗാതമായ കൂറ് ചിണ്ടൻ കാണി ക്കുന്നു. അങ്ങിനെ പ്രതികാര

ദാഹിയായ മുരിക്കാഞ്ചേരി കേളു ഏഴാം ദിവസം മൂവായിരം പട്ടാളത്തോടെ കോറോത്ത് കൊടക്കൽ തറവാട് ആക്രമിക്കാൻ വന്നു. ആക്രമണവാർത്ത ചിണ്ടന്റെ ചെവിയിലും എത്തി. പടനായകർ പടക്ക്പോയ തക്കം നോക്കി കേളു ഇങ്ങനെ ഒരു ആക്രമണം നടത്തുമെന്ന് ചിണ്ടൻ കരുതിയില്ല കുഞ്ഞിച്ചിണ്ടൻ മിന്നൽ വേഗത്തിൽ തന്റെ ആയുധങ്ങളെടുത്ത് കൊടക്കൽ തറവാ ട്ടിലെത്തി അപ്പോഴേക്കും മുരിക്കഞ്ചേരി കേളുവിന്റെ പട്ടാളം പൊയ്ത്ത ക്കുന്നിലെത്തി. അവിടെ ഇരുന്ന് മുറുക്കുകയാണ്. അതാ ഒരു വലിയ പ്ലാവിന്റെ മുകളിലുള്ള കടന്നൽ കൂടിളകി ആർത്തിരമ്പി വരുന്നു. കേളുവിന്റെ പട്ടാളം കടന്നൽ കുത്തേറ്റ് അവശരായി സ്ഥലംവിട്ടു. ശേഷം വന്നവർ കൊടക്കൽ തറവാട്ടിലേക്ക് തന്നെ മടങ്ങിപ്പോ യി. എന്നാൽ ഇതൊരു താൽക്കാലികാശ്വാസം മാത്രമെ ആയിട്ടു ള്ളൂ. ഒരേഴ് ദിവസം കൂടി കഴിഞ്ഞപ്പോൾ കെടക്കലിലെയും സമീപത്തെയും പ്രധാനപ്പെട്ട യോദ്ധാക്കൾ യുദ്ധത്തിന് പോയ സമയത്ത് മുരിക്കഞ്ചേരി കേളുവിന്റെ പട്ടാളം വീണ്ടും വന്നു. ചിണ്ടൻ ഇതികർത്തവ്യതാമൂഢനായി കൊടക്കൽ തറവാട്ടിലെ പടി ഞ്ഞാറ്റക്കകെത്തു ചെന്നു വാതിലടച്ച് പ്രാർത്ഥിച്ചു. അവിടെ ചിണ്ടന്റെ മരുമക്കൾ രണ്ട് കുട്ടികളുണ്ട്. കേളുവും കേളനും അവർ വീട്ടിൽ നിന്ന് രക്ഷപ്പെട്ട് മണിയറ ഏടത്തിലേക്ക് ദ്രുതഗതിയിൽ ഓടി. ആ സമയം മണിയറ നമ്പ്യാർ ഉത്സവപ്പന്തൽ വീതിക്കാൻ പോയിരിക്ക യാണ്. ആകെ പരിഭ്രാന്തയായ അമ്മ തന്റെ മക്കളെ കെട്ടിപിടിച്ച് കരഞ്ഞു. കാര്യം അറിഞ്ഞ നമ്പ്യാർ തന്റെ ആയുധങ്ങളെടുത്ത് കൊടക്കൽ തറവാട്ടിലെക്ക് കുതിച്ചു. മുരിക്കാഞ്ചേരി കേളുവിന്റെ പട്ടാളം പടിക്കലിരിപ്പുണ്ടായിരുന്നു. ഉടനെ പട്ടാളക്കാർ കാണാതെ പുറത്തെ വഴിയിൽ കൂടി അകത്തുകടന്ന് ചിണ്ടനെയുമെടുത്ത് പതുക്കെ പാറമേലെത്തി. അത് മുരിക്കാഞ്ചേരി കേളുവിന്റെ പട യിലധികാരി പാലാട്ടടിയോടി ശങ്കരന്റെ ദൃഷ്ടിയിൽപ്പെട്ടു. ഇതു കണ്ട ഉടൻ ശങ്കരൻ തോക്കെടുത്ത് നമ്പ്യാരുടെ പിറകെ ഓടി. നമ്പ്യാർ തിരിഞ്ഞു നോക്കുമ്പോൾ ശങ്കരൻ അടിയോടി പിന്തുടരുന്നതായി കണ്ടു. തോക്ക് ചൂണ്ടിയിരിക്കുന്ന ശങ്കരനെ വെടി വെക്കുന്നതിന് മുന്നേ മണിയറ നമ്പ്യാർ കൊല്ലുന്നു. ഇത് കണ്ട മുരിക്കഞ്ചേരി കേളുവിന്റെ പട്ടാളം പേടിച്ച് ഓടുന്നു. താമ സിയാതെ നമ്പ്യാർ കുഞ്ഞിച്ചിണ്ടനേയും കൂട്ടി മണിയറ എടത്തി

ലേക്ക് കുതിച്ചു.. പല യുദ്ധങ്ങളിലും ചിണ്ടൻ പങ്കെടുത്തിരിക്കു ന്നതിന് തെളിവുണ്ട്. കുഞ്ഞിചിണ്ടൻ തീയ്യ പടയാളികളുടെ കൂടെ നായാട്ട് നടത്തിയതായി പാട്ടിൽ കാണാം. തന്റെ കുടുംബം പോലും നഷ്ടപ്പെട്ടു എന്ന ഘട്ടത്തിലും തന്റെ തറവാടിന്റെ മാനം കാക്കാൻ ആ ധീര യോദ്ധാവ് പ്രയത്നിച്ചു ഉശിരനായ യോദ്ധാവിന്റെ മുന്നിൽ രണ്ട് പ്രാവശ്യവും മുരിക്കഞ്ചേരി കേളു തോൽക്കുകയായിരുന്നു എന്ന് നമുക്ക് നാൾവഴി ചരിത്രത്തിൽ നിന്ന് മനസ്സിലാക്കാം. കൊട ക്കൽ തറവാട്ടിലെ ഒരാശ്രിതനാ യിരുന്നു മുഹമ്മദ് എന്നുപേരായ ഒരു മുസ്ലീം യുവാവ്. തറവാട് കാരണവരും യുവാക്കളും പടയ്ക്ക് പോയ സമയം ശത്രുക്കളായ മുരിക്കഞ്ചേരി പട ഗ്രാമത്തെ ആക്ര മിക്കാനെത്തി. ആ യുവാവ് എതിരാളികളോടേറ്റുമുട്ടി കൊല്ലപ്പെ ട്ടു. വീരമൃത്യു വരിച്ച ആ യുവാവിന് ദൈവിക പരിവേഷം ലഭിക്കു കയും മമ്മിനാർ എന്നറിയപ്പെടുകയും ചെയ്തു. ഉദ്ദിഷ്ടകാര്യത്തി നായ് ദേശവാസികൾ മമ്മിനാർക്ക് ചക്കര ചോറ് വഴിപാട് നടത്താ റുണ്ട്. ഇതിനാവശ്യമായ സാധനങ്ങൾ അദ്ദേഹത്തിന്റെ വംശപര മ്പരയിൽപ്പെട്ട മുസ്ലീം തറവാട്ടുകാർക്ക് നൽകുകയും അവർ ചക്ക രചോറ് ഉണ്ടാക്കി അന്നദാനം നടത്തുകയും ചെയ്യുന്നു. ആ ചരി ത്രപുരുഷന്റെ വീരചരിത്രം തലമുറകളാൽ വായ്മൊഴിയായ് പാടി പ്പാടി വന്നിട്ടുണ്ട്. ഈ വടക്കൻപാട്ട് ഞാറ് നടുമ്പോഴും നെൽക്ക തിർ കൊയ്യുമ്പോഴും ഗ്രാമത്തിലെ കർഷക സ്ത്രീകൾ ഈണ ത്തിൽ ചൊല്ലാറുണ്ട്.

കൊടക്കൽ കുഞ്ഞിക്കണ്ണന്റെ കാലഘട്ടം

കൊടക്കൽ തറവാട്ടിലെ പടനായന്മാർ അക്കാലത്തെ കരിവെ ള്ളൂർ തറയിലെ തൃക്കൂട്ടത്തിൽ പങ്കെടുത്തിരുന്നതായി മണിയുടെ പുസ്തകത്തിൽ പറയുന്നുണ്ട്... കരിവെള്ളൂരിലെ ഇടമന നമ്പി മാരും വാങ്ങാട്ട്കാരുടെയൊക്കെ മേൽക്കോയ്മ കോലത്തിരിക്കാ യിരുന്നു. നികുതി പിരിവിന്റെ കണക്ക് നോക്കിയിരുന്നത് കൊട ക്കൽ തറവാട്ടിലെ പടനായന്മാരായിരുന്നു ചിറയ്ക്കൽ പടനായകൻ കോറോത്ത് കൊടയ്ക്കൽ കണ്ടനോട് ഇടമനനമ്പി പരാജയപ്പെട്ട പ്പോൾ ഉണിത്തിരിയുടെ പ്രദേശങ്ങൾ മാത്രം കൈവശപ്പെടുത്തി യില്ല. അങ്ങനെ ചിറയ്ക്കൽ കോവിലകത്തിന്റെ ഒരാശ്രിതനായി ത്തീർന്നു ഉണിത്തരി... ഊരായ്മക്കാരായ കൊടുക്കര നമ്പി,

കരിയന്തിൽ നമ്പി, കരിമ്പിൽ നമ്പി, തെങ്ങുംതറ പൊതുവാൾ എന്നീ കുടുംബക്കാർ ചിറയ്ക്കൽ കണ്ടന് രണ്ടിണ പ്പുടവയും മൂന്നുപണവും വീതം കൊടുത്ത് ഊരായ്മസ്ഥാനം കൈവശ പ്പെടുത്തി. എന്ന് താളിയോല ഗ്രന്ഥത്തിൽ കാണുന്നുണ്ട്. ഇന്നത്തെ മടിയൻ കൂലോം പ്രദേശത്തെ അടക്കി ഭരിച്ചിരുന്ന അല്ലോഹലൻകോലത്തിരിക്ക് വലീയ ഭീഷണി ആയിരുന്നു ചെറുവത്തൂർ എടോടക്കം വയലിൽ വെച്ച് കൊടയ്ക്കൽ കണ്ടന്റെ നേതൃത്വത്തിലുള്ള കാലാൾപ്പട അല്ലോഹലനെ പരാജയപ്പെടു ത്തിയിരുന്നു എന്ന് രേഖപ്പെടുത്തിയിട്ടുണ്ട്. കുഞ്ഞിച്ചിണ്ടൻ മുരി ക്കഞ്ചേരി കേളുവിനെ തീയ്യ പടയുമായി വന്ന് കാണുന്നത് ഈ തറയിലാണ്. മുച്ചിലോട്ട് ഭഗവതിയുടെ തോറ്റം പാട്ടിൽ പള്ളിയാ ന്തോളം എന്ന് പറയുന്നത് പല്ലക്കാണ്. ഈ കോട്ടത്തിലെ ചിറയ്ക്കൽ പടനായർക്ക് സ്വന്തമായി പല്ലക്കുണ്ടായിരുന്നു എന്ന് വേണം അനു മാനിക്കാൻ. കരിവെള്ളൂർ മുച്ചിലോട്ട് കോട്ടം എന്നാണ് തോറ്റം പാട്ടിൽ പറയുന്നത്. കൂടാതെ ഇവിടെ പ്രധാന പ്രതിഷ്ഠ കോല ത്തിരിയുടെ രണദേവതയായ തിരുവർക്കാട്ട് ഭഗവതിയാണ് കോട്ട ത്തിലെ മുപ്പിൽസ്ഥാനത്തിരിക്കുന്ന ആളെ പടനായർ എന്നും വിളി ക്കുന്നു. ചിറയ്ക്കൽ കണ്ടൻ ഇടവകപ്രഭുക്കൻമാരുടെ പദവിയും അധികാരവകാശങ്ങളുമുണ്ട്. ഇവർ നടത്തുന്ന സ്ഥാപനങ്ങൾ ഇട

വകകൾ പോലെ സ്വതന്ത്രപദവിയും അധികാരവകാശങ്ങളു മുണ്ടെന്നതായി തഴ്സ്റ്റൺ പ്രസാതാവിക്കുന്നു.മുരിക്കഞ്ചേരി കേളു പ്രസിദ്ധമായ കണ്ണവം നായർ തറവാട്ടിലെ അംഗമാണ്. വീരത്വവും ശൂരത്വവും കണ്ട് കോവിലകം പട്ടും പദവിയും നൽകി. മാടായി കോട്ടയുടെ അധികാരവും നൽകി. കാവിന്റെ നാഴിയും താക്കോലും നൽകി. ഈ മുരിക്കഞ്ചേരി കേളുവിനെ നമുക്ക് വയനാട്ട് കുല വന്റെ തോറ്റത്തിൽ കാണാം വയനാട്ട് കുലവന്റെ തോറ്റം പാട്ട പ്രകാരം കരുത്തനായ നരിയം കോരപണിക്കരുടെ കൂടെയാണ് കോലത്തിരിയുടെ കൊട്ടാരത്തിലെത്തുന്നത്. മുരിക്കാഞ്ചേരി കേളു വിന്റെ കുതിരുമ്മലുള്ള ആസ്ഥാനത്ത് വന്ന് കണ്ട് വയനാട്ട് കുല വൻ തനിക്കും തന്റെ ചങ്ങാതിമാർക്കും കുടികൊള്ളാൻ സ്ഥലം വേണമെന്ന് അറിയിക്കുന്നുണ്ട് തൃക്കണ്യാലപ്പന്റെ അനുമതിയി ല്ലാതെ തരാൻ നിവൃത്തിയില്ലെന്ന് മുരിക്കഞ്ചേരി കേളു അറിയി ക്കുന്നു. തുടർന്ന് ക്ഷേത്രപാലകനോട് സമ്മതം വാങ്ങി പട്ടരെ കന്നിരാശിയിൽ സ്ഥാനം കൊണ്ട് ആനവാതുക്കൽ വരെ എത്തുന്ന കഥ തോറ്റംപാട്ടിൽ പറയുന്നുണ്ട്. ശിവപ്പനായിക് കോട്ടച്ചേരി ആക്രമിച്ച് പുതിയകോട്ട ഉണ്ടാക്കുന്നത് 1654 ലാണ് വയനാട്ട് കുല വൻ കോട്ടച്ചേരി പട്ടരെ കന്നിരാശിയിൽ സാന്നിധ്യമുറപ്പിക്കുന്ന തിന് അനുമതി വാങ്ങുന്നത് നീലേശ്വരം രാജാവിനോടാണ്. അതി നാൽ 1574-1654 കാലഘട്ടത്തിലാണ് കണ്ണനും ചിണ്ടനും ജീവിച്ചി രുന്നത് എന്ന് വേണം കരുതാൻ. 1654-ലാണ് ഇക്കേരി രാജാവ് ഗുപ്പെനായ്ക്കിന്റെ നേതൃത്വത്തിൽ ബാർകൂറിൽ നിന്ന് തൊഴിലാ ളികളെ കൊണ്ട് വന്ന് കോട്ട പണിയുന്നത്. അത് വരെ കോലത്തി രിയുടെ കീഴിലുള്ള നീലേശ്വരം രാജാവിന്റെ കീഴിലായിരുന്നു. കോട്ട ച്ചേരി അതിനാൽ ചിണ്ടന്റെ കാലം വയനാട്ട് കുലവന്റെ വയനാ ട്ടിൽ നിന്നുള്ള മലനാട്ടിലേക്കുള്ള യാത്രയുടെ ഒരു കാലഘട്ടത്തി ലാണെന്ന് സംശയിക്കേണ്ടിയിരിക്കുന്നു. കൊടക്കൽ ചിണ്ടന്റെ കാലഘട്ടത്തിലും തോക്ക് കടന്നുവരുന്നുണ്ട്. അതിനാൽ ചിണ്ടന്റെ കാലഘട്ടം വയനാട്ട് കുലവന്റെ കാലഘട്ടമാണെന്ന് പറയാം.1516 ലാണ് തുളുനാട് തലൈവന്റെ നേതൃത്വത്തിൽ വിജയനഗര സാമ്രാജ്യം കോലത്ത് നാട് ആക്രമിക്കുന്നത് ഓണക്കുന്നിൽ വെച്ച് കൊടക്കൽ കണ്ണന്റെ നേതൃത്വത്തിലുള്ള കാലാൾപ്പട ആ സാമ്രാജ്യപ്പടയെ തിരിച്ചോടിച്ച് ചന്ദ്രഗിരിപ്പുഴ കടത്തി എന്ന് കേരി

വെള്ളൂരിന്റെ ഇന്നലകളിൽ പറയുന്നുണ്ട്. സാമ്രാജ്യപ്പടയെ തടുത്തിട്ട് ഓടിച്ചതുകൊണ്ട് ഓണക്കുന്നിന് തടുത്തിട്ട കൊവ്വൽ എന്നും പേരുണ്ടത്രേ. തറവാട്ടിലുള്ള വിശ്വാസത്തിന്റെ പുറത്താ യിരിക്കണം കോലത്തിരി കുഞ്ഞൻ ദേരുവിനെ നേരിടാൻ നാഴിക കൾ താണ്ടി കണ്ണക്കുറുപ്പിന്റെ മകൻ കണ്ണനെ തേടിയെത്തിയത്. കൊടക്കൽ തറവാടിന് സ്വന്തമായി കളരിയുണ്ടായിരുന്നു. അതിന്ന് ഓലകൊണ്ടുള്ള ഒരുമേൽപുരയും ഉണ്ടായിരുന്നു. ഉറുമി, വാള്, കുന്തം, ഗദ തുടങ്ങിയ ആയുധങ്ങളുടെ പ്രയോഗവും കൊല്ലം തോറും കച്ച കെട്ടി ഉഴിഞ്ഞ് ഇങ്ങനെ അഭ്യസിക്കുക പതിവുണ്ട്. പ്രധാനമായും ഓതിരം, കടകം തുടങ്ങി പതിനെട്ട് അടവുകളാണ് പഠിപ്പിക്കുന്നത്. അച്ഛൻ കണ്ണക്കുറുപ്പ് കളരി ആശാനാണ്. അന്നത്തെ മിക്ക പടനായർ തറവാടുകളിലും തൊണ്ടച്ഛൻ തെയ്യത്തെ ആരാ ധിക്കുന്ന പതിവുണ്ട്. അത് കൊടക്കൽ തറവാട്ടിലും കാണാൻ കഴിയും. കണ്ണൂർ സർവ്വകലാശാലയിൽ സൂക്ഷിച്ച താളിയോല ഗ്രന്ഥത്തിൽ കരിവെള്ളൂർ തറക്ക് തണ്ണീർ പന്തൽ ഇനം 80 പണം എന്ന് പറഞ്ഞിട്ടുണ്ട്. ഈ തറയിലേക്ക് കോലത്തിരി നേരിട്ടെഴു ന്നള്ളിയിരുന്നതായി ചരിത്രരേഖയുണ്ട്. കോട്ടണച്ചേരി മഹാക്ഷേ ത്രത്തിന്റെ മുൻഭാഗത്തെ കോലത്തിരിയുടെ പല്ലക്കിന്റെ സ്തൂപം ഈ ചരിത്രത്തെ ആണ് ഓർമ്മിപ്പിക്കുന്നത്. 1342ന് ശേഷമാണ് ഉദ

യവർമ്മൻ കൊട്ടാരം ഏഴിമലയിൽ നിന്ന് വളപട്ടണത്തേക്ക് മാറ്റി യെന്ന് സംശയിക്കണം. ഇബ്നുബത്തുത്തയുടെ വിവരണത്തിൽ വളപട്ടണം കോട്ടയില്ല. വില്യം ലോഗന്റെ വിവരണത്തിൽ കോല ത്തിരി 206 നായർ പടയാളികളുടെ കൂടെയാണ് ദേശയാത്ര ചെയ്ത തെന്ന് കാണാം. വാളോർ പെരുങ്കളരിയിലെ അഭ്യാസിയായിരുന്നു കണ്ണൻ എന്നതിന് തെളിവുണ്ട്. പക്ഷെ ഓമനപടുവളായിലെ വെറു മൊരു ദേരുവിനെ തോൽപിക്കാൻ കോലത്തിരി എന്തിനാണ് രണ്ട് പുഴയും കടന്ന് കോറോത്ത് നിന്ന് കുഞ്ഞിക്കണ്ണനെ പൊയ്ത്തിന് അയച്ചു എന്നുള്ളത് എനിയും ഉത്തരം കിട്ടാത്ത ചോദ്യമാണ്.

മുരിക്കഞ്ചേരി കേളു

നാടൻ പാട്ടുകളിലും ചരിത്രത്തിലും നിറഞ്ഞു നിൽക്കുന്ന ചി രപുരാതനമായ തറവാടാണ് മുരിക്കഞ്ചേരി. ഒരു കാലത്ത് കോല ത്തുനാട്ടിന്റെ മുഖ്യ കാര്യസ്ഥാനം ഈ തറവാട്ടുകാർക്കായിരുന്നു വെന്ന് പഴയ രേഖകളിൽ കാണുന്നു. ഈ തറവാടിന്റെ താവഴിയാ യി കരുതപ്പെടുന്ന കിളിയറ മുരിക്കഞ്ചേരി വർഷങ്ങൾക്കു മുമ്പ് ചെങ്ങൽത്തടത്തിലായിരുന്നുവത്രെ. ഈ താവഴിക്ക് അന്ന് കോ ട്ടക്കീൽ എന്ന സ്ഥലത്ത് ഒരു കളരിയും ഉണ്ടായിരുന്നു. പ്രാദേശി ക ചരിത്രത്തിൽ ഗംഭീരമായ പാരമ്പര്യമാണ് കിളിയറ മുരിക്കഞ്ചേ രി തറവാടിനുള്ളത്. കോലസ്വരൂപത്തിന്റെ ഉത്തരഭരണമേഖലയാ യ വടക്കുംകൂറു സ്വരൂപത്തിലെ അഞ്ഞൂറുനായന്മാരിൽ പ്രമുഖ നായിരുന്നു മുരിക്കിഞ്ചേരി നായർ. അന്നത്തെ നീതിന്യായ വ്യവ സ്ഥയുടെ ഭാഗമായി കാര്യം പറയുന്നച്ചൻ എന്ന സ്ഥാനപ്പേരും അദ്ദേഹത്തിനുണ്ടായിരുന്നു. മാടായിക്കാവിനുമുമ്പിലുള്ള ആൽത്ത റയിൽ വെച്ചായിരുന്നു പലതർക്കങ്ങൾക്കും തീർപ്പുകല്പിച്ചിരുന്ന ത്. ..ചിറക്കൽ തമ്പുരാൻ, തന്റെ കാര്യക്കാരായ നായന്മാരോട് അ ഴീക്കോട് കൊട്ടാരം വരെ പോകാനും അഴീക്കോട് തറ കാണാനും വാങ്കളത്ത് വഴിയിൽ നടക്കാനും ആഗ്രഹമുണ്ടെന്നറിയിക്കുന്നു. അ മൃതേത്തും കഴിഞ്ഞ് 41 നായന്മാരോടൊപ്പം പല്ലക്കിലേറി തമ്പു രാൻ കൊട്ടാരത്തും പാറക്കെഴുന്നെള്ളുന്നു. അഴീക്കോട് തറ ആ കെ ഒന്ന് നോക്കിക്കാണുമ്പോൾ ഒരു ദൃശ്യം തമ്പുരാന്റെ കണ്ണിൽ പെട്ടു.

ഇരുപത്തിരണ്ടോളം കുട്ടികള്
ഒപ്പനപ്പൊന്തിക കളിപ്പരിശ
ഓമനപ്പൊന്തി കളിപ്പരിശ
വയലിലാ വട്ടത്തില് നിന്നു കൊണ്ട്

പലിശത്തരവ് കളിക്കുന്നു. ഇരുപത്തിരണ്ട് ചെറുവാല്യക്കാ രുടെ കൂട്ടത്തില് വിളങ്ങിനില്ക്കുന്ന ഒരു കുട്ടിയെക്കുറിച്ച് തമ്പു രാന് തിരക്കി.

അയിക്കോട്ട് തറയിലങ്ങുള്ളോര് ഞങ്ങള്
മുരിക്കാഞ്ചേരി വീടെന്ന വീടെന്റേത്
കേളൂന്ന് എന്റേര് തന്റെ പേര്

എന്ന് കേളു മറുപടി നല്കുന്നു. മുരിക്കഞ്ചേരി തറവാട്ടി ലെത്തിയ തമ്പുരാന് കേളുവിനെ തനിക്കു വേണമെന്നും സ്വന്തം മകനെപ്പോലെ വളര്ത്തിക്കൊള്ളാമെന്നും കേളുവിന്റെ അച്ഛനോ ട് പറയുന്നു. ഒമ്പതുവയസ്സുമാത്രം പ്രായമുള്ള തങ്ങളുടെ കുട്ടി യെ തമ്പുരാനോടൊപ്പം അയക്കുന്നതിന് മാതാപിതാക്കള്ക്കിഷ് ടമില്ല. കുട്ടിക്ക് പന്ത്രണ്ടു വയസ്സ് കാണുമല്ലോ എന്ന് തമ്പുരാന് പ റയുന്നു.   തമ്പുരാന് കുട്ടിയെ കളരിയും അഭ്യാസവുമെല്ലാം നല്ല മെയ്വഴക്കത്തില് ശീലിപ്പിച്ചു. മുരിക്കഞ്ചേരി കേളു പയറ്റിത്തെളി ഞ്ഞത് വളപട്ടണത്തുള്ള വാളൂര് പെരുങ്കളരിയിലായിരുന്നു.

അയിക്കോട്ട് തറയിലങ്ങണെന്റേടോ
മുരിക്കഞ്ചേരിക്കേളു കുഞ്ഞിക്കേളു
എന്നെപ്പോലെയോന നോക്കുക വേണം

എന്ന് കല്പ്പിക്കുന്നു. കോഴിക്കോട്ട് മുതല് എട്ടിക്കുളം വ രെയുള്ള നാട്ടിലെ വാരവും പാട്ടവും പിരിക്കാന് തമ്പുരാന് കേളു വിനെ ചുമതലപ്പെടുത്തുന്നു. ചന്തുവിന് എല്ലാവരും വാരവും പാ ട്ടവും കൊടുത്തു വന്നു.

ഒരു ദിവസം തമ്പുരാക്കന്മാര് രാജ്യകാര്യങ്ങളെക്കുറിച്ച് ചര്ച്ച ചെയ്യവേ, വിവിധ കോട്ടകളുടെ സംരക്ഷണച്ചുമതലയുടെ കാര്യ ത്തെക്കുറിച്ച് ആലോചിക്കുന്നു.

തലശ്ശേരിക്കോട്ടയില് കുഞ്ഞിയ്യാത്തു
കണ്ണൂരെക്കോട്ടയില് കുഞ്ഞിച്ചിണ്ടന്
കുപ്പത്ത് പാണ്ടിയാലയില് കുഞ്ഞാഞ്ഞു
ഇനിയെര് കോട്ടക്കങ്ങളുവേണം

കേളുവിനെ മാടായിക്കോട്ടയുടെ ചുമതലയേല്പിക്കാൻ നിശ്ച
യിച്ചു. ചിറക്കൽത്തമ്പുരാന് അത്രത്ര ഇഷ്ടമുള്ള കാര്യമായിരുന്നി
ല്ല. മുരിക്കഞ്ചേരിക്കേളു വിട്ടുപോയാൽ പണ്ടാരം പെട്ടിക്കുറപ്പില്ല
ല്ലോ. എന്നതാണ് തമ്പുരാനെ അലട്ടുന്ന പ്രശ്നം. എന്നാൽ മാടാ
യിക്കാവും ഭഗവതിയും നിലകൊള്ളുന്ന മാടായിപ്പാറയും മമ്പാല
വും എല്ലാം ഭദ്രമായി കെട്ടിയുറപ്പിച്ചാൽ അതുതന്നെയാണ് തന്റെ
ഭണ്ഡാരപ്പെട്ടിയുടെ ഉറപ്പെന്ന് തമ്പുരാൻ സമാധാനിക്കുന്നു. അ
ങ്ങനെ ഒന്നൂറെ മുന്നൂറ് (299) നായന്മാരോടുകൂടി നല്ല ദിവസം
നോക്കി കേളുവിനെ മാടായിക്കോട്ടക്കയക്കുന്നു. ചിറക്കൽ മുതൽ
മാടായിക്കോട്ടവരെയുള്ള വഴികൾ പാട്ടിൽ വിശദമായി വർണ്ണി
ക്കുന്നുണ്ട്. മാടായിയിൽ കേളുവാസം തുടങ്ങി. സ്വന്തം തറയെ
ക്കുറിച്ചുള്ള ഓർമ്മ എന്നും കേളുവിന്റെ മനസ്സിലുണ്ടായിരുന്നു.
മാടായിക്കോട്ടവരെയുള്ള കോവിലകത്തിന്റെ പോരാളികൾക്ക് നേ
തൃത്വം നല്കുന്നത് കേളുവാണ്. അഞ്ചോളം കോട്ടകൾ ചിറക്കൽ
രാജവംശത്തിന്റെ അധീനതയിലുണ്ടായിരുന്നു. കോട്ട ഭരിച്ചു കൊ
ണ്ട് ഒട്ടേറെ ജനോപകാരപ്രദങ്ങളായ വികസന പ്രവർത്തനങ്ങൾ
ക്ക് കേളു നേതൃത്വം നൽകി. വാരവും പാട്ടവും പിരിച്ചത്, ആവശ്യ
മെന്നു തോന്നിയ ഇളവുകൾ നൽകിയായിരുന്നു. എല്ലാ പ്രവർത്ത
നങ്ങളിലും നായർ, മണിയാണി, തീയ്യൻ, മുസ്ലീം തുടങ്ങിയ വി
വിധ ജനവിഭാഗങ്ങളുടെ പങ്കാളിത്തം ഉണ്ടായിരുന്നു. അഴീക്കോ
ട്ടെ വൻകുളം കുഴിപ്പിച്ചത് കേളുവിന്റെ നേതൃത്വത്തിലായിരുന്നു.
പോർച്ച്ഗീസുകാരുമായി നല്ല ബന്ധം കാത്ത് രക്ഷിക്കാൻ ശ്രമിച്ച
കോലത്തിരിയുടെ പ്രവർത്തനത്തിൽ അതൃപ്തനായ കേളു വാ
സ്കോഡഗാമയെ 1524 ഡിസംബർ 24 കാപ്പാട് ഉൾക്കടലിൽ വെച്ച്
സാന്റോ കാറ്ററീന ഡോ മോണ്ടിസായ് എന്ന കപ്പലിൽ വെച്ച് വെ
ട്ടിക്കൊല്ലുന്നു. കേളു പിരിവ് കൃത്യമായി ചിറക്കൽ എത്തിക്കാറു
ണ്ടായിരുന്നെങ്കിലും കാലാന്തരത്തിൽ തമ്പുരാൻ കേളുവിനെ ഓർ
ക്കാതായി. നാട്ടുകാരുടെ പൂർണ്ണ പിന്തുണ കേളുവിന്നുണ്ടായിരു
ന്നു. അവരുടെ സഹായത്തോടെ ഒട്ടേറെ ജനോപകാരപ്രദമായ
കാര്യങ്ങൾ ആ പ്രദേശത്തിനുവേണ്ടി കേളു ചെയ്തു. അഴീക്കോ
ട്ടെ വലിയ കുളം നിർമ്മിച്ചത് മാടായിക്കോട്ടയുടെ ചുമതലക്കാര
നായിരുന്ന മുരിക്കഞ്ചേരി കേളുവാണെന്നാണ് അഴീക്കോട്ടെ ഐ
തിഹ്യം. മാടായിക്കുന്നിന്റെ വടക്കു ഭാഗത്ത് പടിഞ്ഞാറേക്കിറങ്ങാൻ

ഏണിപ്പടി നടകൊത്തി (ഇന്ന് നടക്കു താഴെ എന്ന പ്രദേശത്തിനു സമീപം) മുട്ടത്തെ ജോനകർ ഒരിക്കൽ തമ്പുരാൻ എഴുന്നള്ളുമ്പോൾ കളിയാക്കിയതിന് പകരം വീട്ടി മുട്ടത്തെ ജോനകരെ അടക്കാനായി കേളു വെടിവെക്കുകയും അതു മൂലം മുട്ടത്തെ പള്ളിയുടെ താഴിക ചെരിയുകയും ചെയ്തു. കൊല്ലം മൂന്ന് കഴിഞ്ഞു. മാടായിക്കോട്ട കാണാനും ക്ഷേത്ര ദർശനത്തിനും തമ്പുരാനും തമ്പുരാട്ടിക്കും മോഹമുണ്ടായി. കേളുവിന്ന് ഓല എഴുതി അയച്ചു. ധാരാളം ആളുകളെയും കൂട്ടി തമ്പുരാൻ വരുന്നുവെന്നു കേട്ടപ്പോൾ കേളുവിന് രസിച്ചില്ല. ഇത്രയും ആളുകളെയും കൂട്ടി വരുമ്പോൾ ചെലവിടാൻ തന്റെ കൈയിൽ സമ്പാദ്യമൊന്നും ഇല്ലെന്നും ജനങ്ങളു ടെ സഹകരണം കൊണ്ടു മാത്രമാണ് താൻ കാര്യങ്ങൾ നടത്തു ന്നതെന്നും കേളു അറിയിക്കുന്നു.

ആളേയും കൂട്ടി വരുന്നെങ്കില്
കൈമുതൽ ഞാനേതും കൊണ്ടന്നതില്ല
തമ്പുരാന്റെ കൈയാലേ തന്നതുമില്ല
എന്ന മറുപടിയാണ് തരകുമായിച്ചെന്നവർക്ക് കേളു നൽ കിയത്. തമ്പുരാൻ പരിവാര സമേതം മാടായിക്കോട്ടക്ക് പുറപ്പെടു ന്നു. പഴയങ്ങാടിക്കടവിന്നടുത്തെത്തിയപ്പോൾ ചങ്ങാടമൊന്നും കേ ളു ഏർപ്പാടുത്തിയതായിക്കണ്ടില്ല. പഴയങ്ങാടിയിലെ ജോനകർ ചങ്ങാടമിറക്കി തമ്പുരാനെയും സംഘത്തെയും കടവു കടത്തി. ചെങ്ങൽക്കോവിലകത്തെ വിശ്രമമന്ദിരത്തിൽ അവർ തങ്ങുന്നു. തന്നെ ധിക്കരിച്ച കേളുവിനെ ഒരു പാഠം പഠിപ്പിക്കാൻ തന്നെ ത മ്പുരാൻ നിശ്ചയിക്കുന്നു. തമ്പുരാൻ കേളുവിനെ വിസ്തരിച്ചപ്പോൾ കേളുവിന്നും ചിലത് പറയുവാനുണ്ടായിരുന്നു. തന്റെ കൂടെ തമ്പു രാനയച്ച മുന്നൂറ് നായന്മാരും താവം വളരെ വന്നശേഷം തിരിച്ചു പോയ വിവരം അയാൾ അറിയിക്കുന്നു. അവരെ തിരിച്ച് വിളിച്ചത് തമ്പുരാൻ തന്നെ ആയിരുന്നുവെന്നും കേളു ആരോപിക്കുന്നു. ത മ്പുരാൻ പറഞ്ഞ വാക്കുകേട്ട് സ്വന്തം വീട് വിട്ടിറങ്ങിയശേഷം മാ ടായിക്കോട്ടയിലിരുന്നു കൊണ്ട് ഏറിയ സമ്പാദ്യവും പ്രശ്തിയും താൻ തമ്പുരാന്നുണ്ടാക്കിക്കൊടുത്തുവെങ്കിലും മറ്റുള്ളവരുടെ ഏ ഷണി കൊണ്ടോ മറ്റോ തമ്പുരാൻ തന്നെ അവഗണിക്കുകയാണ് ചെയ്തതെന്നും കേളു പറയുന്നു. ക്ഷുഭിതനായ തമ്പുരാൻ നാഴി യും താക്കോലും വെക്കാൻ കല്പിക്കുന്നു. തനിക്കാരും നാഴിയും

താക്കോലും തന്നില്ലെന്ന് കേളു മറുപടി പറയുന്നു. തെക്കിനീം അരയാൽത്തറയിൽ നിന്ന് നാഴി എടുത്തോളാൻ താനാണ് കേളു വിനോട് പറഞ്ഞതെന്ന് ശാന്തിക്കാരൻ ബോധിപ്പിക്കുന്നു. പൂട്ടി സൂക്ഷിക്കത്തക്ക സമ്പത്തൊന്നും അന്നവിടെ ഇല്ലാതിരുന്നതുകൊ ണ്ട് താക്കോലിന്റെ ആവശ്യം ഉണ്ടായിരുന്നില്ലെന്നും കേളു കൂട്ടി ചേർക്കുന്നു. നാഴിയും താക്കോലും തമ്പുരാന്റെ മുമ്പാകെ വെച്ച് തന്നോട് ചെയ്ത കടും കൈക്ക് കാലം പകരം ചോദിക്കുമെന്ന് പ റയുമ്പോഴേക്കും കലിയിളകിയ തമ്പുരാൻ കേളുവിനെ പിടിച്ചു കെട്ടാൻ ആജ്ഞാപിക്കുന്നു. എന്നാൽ കേളു മിന്നൽ പോലെ അ പ്രത്യക്ഷനാകുന്നു. മാടായിക്കോട്ടയുടെ അധികാരം തമ്പുരാൻ ചേറ്റുവായ് കരിമ്പനാട്ട് കുഞ്ഞികോരന്ന് നൽകുന്നു. ദേഷ്യം പൂ ണ്ട കേളു കണ്ണിൽകണ്ട അമ്പലങ്ങളെല്ലാം തച്ച് തകർക്കാൻ തുട ങ്ങി. മുട്ടംപള്ളിയടക്കം അനേകം ആരാധനാലയങ്ങൾ വെടിവെ ച്ച് തകർത്തു. അങ്ങനെ പുത്തുരമ്പലം ലക്ഷ്യമാക്കി നീങ്ങിയ കേ ളു പോകുന്ന വഴി പുത്തൂർ ശിവക്ഷേത്രത്തിന്റെ കിഴക്ക് വാണി യംകുന്നിൽ കേന്ദ്രീകരിക്കുകയും അവിടെ നിന്ന് ശിവക്ഷേത്രത്തി ലേക്ക് വെടിയുതിർക്കുകയും ചെയ്തു. ആ വെടിയുണ്ടകൾ ഇ ന്നും പുത്തൂരമ്പലത്തിന് ചുറ്റുവട്ടങ്ങളിലെ ചില വീടുകളിൽ സൂ ക്ഷിച്ചിട്ടുണ്ട്. കേളു അറക്കൽ രാജാവിനെ ചെന്നു കാണുന്നു. അ റക്കൽ രാജാവ് കേളുവിന് ഒരു വെള്ളക്കുതിരയെ സമ്മാനിക്കു ന്നു. പൊതുവെ ചിറക്കലും അറക്കലും തമ്മിൽ സ്വരച്ചേർച്ചയില്ലാ യ്മ നിലവിലുണ്ടായിരുന്നു. മുരിക്കഞ്ചേരികോരൻ തന്റെ ജ്യേഷ്ഠ സഹോദരനായ കുഞ്ഞിക്കണ്ണനെ ചിറക്കലും അറക്കലും തമ്മിലു ള്ള യുദ്ധത്തിൽ വധിക്കുന്നു. ഈ ഇതിവൃത്തഭാഗം മറ്റൊരു പാട്ടി ലും കാണാനില്ല. മുരിക്കഞ്ചേരി കേളുവിന്റെ അച്ഛന്റെ പേർ സൂചി പ്പിക്കുന്നതേയില്ല. നമ്പ്യാർ എന്നു മാത്രമേയുള്ളു. ജ്യേഷ്ഠനാ യ മുരിക്കഞ്ചേരിച്ചിണ്ടൻ വളപട്ടണം കോട്ടയുടെ അധിപനായിരു ന്നു എന്ന വസ്തുതയും ഇതേ പാട്ടിലുണ്ട്. കേളുവിന്റെ ശൈശവ ത്തിൽ കൊട്ടാരത്തും പാറയിൽ വെച്ച് കൂട്ടുകാരുമായി പയറ്റിത്തെ ളിയുന്നതും, അതുകണ്ട് ചിറക്കൽ തമ്പുരാൻ കേളുവിനെ മാതാ പിതാക്കളുടെ അനുമതിയോടെ കൊട്ടാരത്തിലേക്ക് കൊണ്ടുപോ കുന്നതും പാഠം ഒന്നിലേയുള്ളു. കേളുവിന് രണ്ട് ഭാര്യമാരുണ്ടാ യിരുന്നെന്നും അതിൽ തെയ്യത്തെ കുഞ്ഞാതിയിൽ ചാത്തുവെ

ന്നൊരു മകനുണ്ടായിരുന്നുവെന്നും പാഠം അഞ്ചിൽ കാണുന്നു. മാത്രവുമല്ല, അറക്കലെ തങ്ങളുടെ അനന്തിരവൾ പൂമ ഉമ്മയിൽ പൂമ എന്നൊരു മക്കളുണ്ടായിരുന്നുവെന്നും ഈ പാട്ട് വ്യക്തമാ ക്കുന്നുണ്ട്. കേളുവിനെപ്പോലൊരു പടയാളിയെ നേരിട്ട് എതിർ ത്ത് തോല്പിക്കുവാനുള്ള ശേഷി ചിറക്കൽ തമ്പുരാനോ പടയളി കൾക്കോ ഇല്ലായിരുന്നു. രാജവാഴ്ച ക്ഷയോന്മുഖമായിക്കഴിഞ്ഞി രുന്നു എന്ന വസ്തുതയിലേക്കാണ് ഇത് വിരൽ ചൂണ്ടുന്നത്. പാ ട്ടിൽ പരാമർശിക്കപ്പെടുന്ന ചേറ്റുവായ് കരിമ്പനാട്ട് കുഞ്ഞികോര ന്റെ പണക്കിഴിയുടെ (ഏഴ് ചെല്ലം പൊന്ന്) പരാമർശവും അത് ക ണ്ട് തമ്പുരാൻ അനുചിതമായ തീരുമാനം എടുക്കുന്നതും ചിറ ക്കൽ രാജവംശത്തിന്റെ സാമ്പത്തിക ഭദ്രത തകർന്നു കഴിഞ്ഞതി നെ ഉദാഹരിച്ചു കാട്ടുന്നു. അന്ന് ഒരു തീർത്ഥാടന കേന്ദ്രം എന്ന നിലയിൽ മാടായിക്കാവ് പ്രശസ്തി നേടിയിരുന്നു പാഠം ഒന്ന് അ ഞ്ച് എന്നിവയിൽ ചിറക്കൽ മുതൽ മാടായിക്കോട്ടവരെയുള്ള വഴി കൃത്യമായി സൂചിപ്പിച്ചിട്ടുണ്ട്. എരിപുരത്തെ കോലത്തിരിയുടെ വി ശ്രമകേന്ദ്രം, ഇട്ടമ്മൽ ഇല്ലം (പിടാരരുടെ) നടക്കൽ വാട് (തീയ്യർ) തുടങ്ങിയവയൊക്കെ ഇന്നും ഉണ്ട്. മാടായിക്കോട്ട തെക്കിനിക്കോ ട്ട, വടുകുന്നച്ചിറ, വള്ളിക്കെട്ട്, ദാരികൻകോട്ട, ഏണി നട, മുട്ടത്തെ പള്ളി തുടങ്ങിയ ഒട്ടേറെ ചരിത്രപരാമർശങ്ങൾ പാട്ടിലുണ്ട്. വളപ ട്ടണം കോട്ട, മൂന്നു പെറ്റുമ്മയുടെ ജാറൽ (കാട്ടിലെ പ്പള്ളി) തുട ങ്ങിയവയും പരാമർശ വിധേയമാകുന്നുണ്ട്. കേളു ഒരേ സമയം ആയിരങ്ങൾക്ക് ആയോധന പരിശീലനം നൽകിയിരുന്ന കളരി എവിടെയാണ് സ്ഥിതി ചെയ്തിരുന്നതെന്ന് നിർണ്ണയിക്കാൻ ത ക്ക തെളിവുകളൊന്നും ഇന്ന് അവശേഷിക്കുന്നില്ല. കളരിവാതു ക്കൽ എന്ന നാമ സൂചനയനുസരിച്ച് സ്ഥലം നിർണ്ണയിക്കാൻ മാ ത്രമേ തരമുള്ളൂ. ഇന്ന് നാഷണൽ ഹൈവേ കടന്നു പോകുന്ന സ്ഥലത്തു വരെ വ്യാപിച്ചു കിടന്നതായിരുന്നു പെരുങ്കളരിയെന്ന് പഴമക്കാർ പറയുന്നു. മുരിക്കഞ്ചേരികേളുവിന്റെ കോട്ട എന്ന് നാ ട്ടുകാർ വിശേഷിപ്പിക്കുന്ന ഒരു കോട്ടയുടെ അവശിഷ്ടങ്ങളും കോ ട്ടക്കുന്നും കിടങ്ങും നിരീക്ഷണ ഗോപുരവും പായ്യൃത്ത് ഉണ്ട്. ചാ രംപാട്ടിൽ മുരിക്കഞ്ചേരിക്കേളുവിന്റെ പായ്യൃത്തെ കോട്ടയെക്കുറി ച്ച് പറയുന്നുണ്ട്. ഈ കോട്ടയുടെ 100 മീറ്റർ കിഴക്ക് ഒരു ചതുരക്കി ണറുണ്ട്. ഒളിച്ചു താമസിക്കാനോ ആളുകളെ ശിക്ഷിക്കാനോ ആ

യിരിക്കണം ഈ ചതുരക്കിണർ ഉപയോഗിച്ചിട്ടുണ്ടാവുക. മാടാ
യിയുടെ ഭരണത്തിൽ നിന്ന് മുരിക്കഞ്ചേരി കേളുവിനെ പിരിച്ചുവി
ടതിന്റെ പ്രതികാരമെന്നോണം കോലത്തിരിയുടെ പയ്യന്നൂർ പ്ര
ദേശത്തെ കൊറ്റിയിലെത്തുന്നത്. രാമന്തളി പ്രദേശം അന്നും ചി
റയ്ക്കൽ കോവിലകത്തിന്റെ കൈപ്പിടിയിലായിരുന്നു. കോലത്തി
രി നായനാർ സ്ഥാനം നൽകി ആദരിച്ചിരുന്ന വേങ്ങയിൽ ദേശാ
ധിപതിയെ കാണുന്നു. പിന്നീടാണ് കരിവെള്ളൂരേക്ക് വരുന്നത്.
ആദ്യം കാണുന്നത് കാങ്കോലിലെ പനയന്തട്ട ചാത്തുവിനെയാ
ണ്. പിന്നീട് തന്റെ കൂടെ നിൽക്കാത്ത കൊടക്കൽ കുഞ്ഞിചിണ്ട
ന്റെ തറവാട് നശിപ്പിച്ച് വസൂരി രോഗത്തിൽ മരിച്ച കൊടക്കൽ കു
ഞ്ഞിക്കണ്ണന്റെ ശവകുടീരം കിളച്ച് അസ്ഥികൂടവും തല മുടിയും
മെടുത്ത് തൊട്ടടുത്ത് കൊക്കോട്ടാലിന്റെ കൊമ്പിൽ കെട്ടിത്തൂക്കി
പ്രതികാരമെന്നോണം ആട്ടിയാട്ടി വെടിവച്ച് മുരിക്കഞ്ചേരി കേളു
മടങ്ങിപ്പോയി എന്ന് വടക്കൻപാട്ടിൽ പറയുന്നുണ്ട്. അറക്കൽ രാ
ജാവുമായി പിന്നീട് ബന്ധം പുലർത്തിയ കേളുവിന് കോലത്തിരി
എന്നും ഭീഷണിയായിരുന്നു. താൻ ഏറെക്കാലം വാണ മാടായി
ക്കോട്ടയുടെ പരിസരങ്ങളിലെ ജനങ്ങളോട് യാത്ര ചോദിക്കാനാ
യി കേളു പോകുമ്പോൾ ചിറക്കൽ തമ്പുരാന്റെ പട കേളുവിനെ
വേട്ടയാടുന്നു. തന്റെ അഭ്യാസപാടവം കാരണം കേളു രക്ഷപ്പെടു
ന്നു. കുതിരപ്പുറത്ത് അതിവേഗം ഓടിച്ചു പോകവേ പയ്യാമ്പലത്തെ
ത്തിയപ്പോൾ മറിഞ്ഞ് വീണു ചരമം പ്രാപിക്കുന്നു. കേളു വല
ത്തും കുതിര ഇടത്തുമായിട്ടാണ് വീണത്. തമ്പുരാന്റെ പടയാളി
കൾക്ക് കേളുവിനെ ജീവനോടെ പിടക്കാൻ കഴിഞ്ഞില്ല. കേളുവി
നെ പോർച്ച്ഗീസുകാർ കൊന്നതാണെന്നും അല്ല തനിക്ക് ഭീഷ
ണിയാവുമെന്ന് കരുതി ചിറക്കൽ രാജാവ് കൊന്നതാണെന്നും ര
ണ്ടഭിപ്രായങ്ങളുണ്ട് അഴീക്കോട്ടെ ജനങ്ങൾ ശവമെടുക്കാനായി എ
ത്തിയെങ്കിലും ശവം അവിടെ നിന്നനക്കാൻ ആർക്കും കഴിഞ്ഞി
ല്ല. വീണ സ്ഥലത്തു തന്നെ കേളുവിന്റെയും കുതിരയുടെയും ജ
ഡം സംസ്കരിച്ചു.

കണ്ടനാർ കേളൻ

രാമന്തളിയിലെ കുന്നരു എന്ന പ്രദേശത്ത് ഭൂപ്രഭുവായിരുന്ന
മേലേടത്ത് ചക്കിക്ക് തന്റെ സ്ഥലമായ വയനാട്ടിലെ പൂമ്പുനം എ

ന്ന കാട്ടിൽ വെച്ച് ഒരു ആൺകുട്ടിയെ കളഞ്ഞു കിട്ടി. അവന് കേ
ളൻ എന്ന് നാമകരണം ചെയ്ത് സ്വന്തം പുത്രനെപ്പോലെ ആ അ
മ്മ വളർത്തി.പ്രായപൂർത്തിയായ കേളന്റെ ബുദ്ധിയും വീര്യവും
ആരോഗ്യവും ആ അമ്മയിൽ സന്തോഷം വളർത്തി. അവന്റെ അ
ധ്വാന ശേഷി അവരുടെ കൃഷിയിടങ്ങളിൽ നല്ല വിളവു കിട്ടാൻ അ
വരെ സഹായിച്ചു. ചക്കിയമ്മയുടെ അധീനതയിലായിരുന്ന കുന്ന
രു പ്രദേശം കേളന്റെ മിടുക്കു കൊണ്ട് സമ്പൽസമൃദ്ധമായി. ഒരു
നിയോഗം പോലെ തീയ്യ സമുദായാംഗമായ മേലേടത്ത് ചെമ്മര
ത്തിയെന്ന ഈ ചക്കിയമ്മയുടെ ഭവനത്തിലാണ് കുഞ്ഞാലിയുടെ
ഗൃഹത്തിൽ നിന്നും പ്രയാണം തുടരുന്ന കുലവനെത്തിച്ചേർന്നത്.
അപൂർവ്വതേജസ്സോടുകൂടി ഒരു വൃദ്ധൻ തന്റെ വീട്ടുമുറ്റത്തെത്തി
ച്ചേർന്നതുകൊണ്ട് ഭയസംഭ്രമത്തോടെ നില്ക്കുന്ന ചെമ്മരത്തിയോ
ട്, പൈദാഹം തീർക്കുവാൻ അല്പം കള്ള് തരുമോ എന്നായിരു
ന്നു സൗമൃതയോടെ കുലവന്റെ ചോദ്യം. വീട്ടിനകത്ത് ഒരു കുടം

നിറയെ കള്ള് കേളന് നല്
കുവാൻ സൂക്ഷിച്ചതായിരു
ന്നു. ഒരു തുള്ളി കള്ള് പോ
ലും കുറയുന്നത് കേളന് ഇ
ഷ്ടമില്ലാത്ത കാര്യവുമായി
രുന്നു കേളന്റെ സ്വഭാവം ന
ന്നായറിയാവുന്ന ചക്കിയമ്മ
ആകെ ധർമ്മ സങ്കടത്തിലാ
യി. മുറ്റത്ത് നില്ക്കുന്ന ദി
വ്യരൂപത്തെ നോക്കി അസ
ത്യം പറയാനുള്ളത് ചിന്തി
ക്കുവാൻ പോകുമാകുമായി
രുന്നില്ല. ഒടുവിൽ സത്യാവ
സ്ഥ തുറന്നു പറയുന്നതായി
രിക്കും ഉചിതമെന്ന് മന
സ്സിൽ കണ്ടു അതുവരേയ്
ക്കും മുറ്റത്തു തന്നെ നില്
ക്കുകയായിരുന്നു കുലവ
നോട് സത്യാവസ്ഥ മുഴുവ

നും തുറന്നു പറഞ്ഞു തന്റെ ചോദ്യത്തിനുള്ള ഉത്തരം ലഭിച്ചപ്പോൾ മന്ദഹാസം പൊഴിച്ചു കൊണ്ട് സാരമില്ല എന്നു മാത്രം മൊഴിഞ്ഞ് അവിടെ നിന്നും നട കൊണ്ടു. കുലവൻ തിരികെ പോയിട്ട് ഏതാ നും നിമിഷങ്ങൾക്കകം വേട്ടയാടി കിട്ടിയ ചെറിയൊരു മലാനേ യും (മ്ലാവ്) ചുമലിലിട്ടു കൊണ്ട് മറ്റൊരു വഴിയിൽ കൂടി കേള നും വീട്ടുമുറ്റത്തെത്തിച്ചേർന്നു. എത്തിച്ചേർന്നയുടൻ ഒരു പാത്രം നിറയെ കള്ള് കഴിച്ച് ക്ഷീണമകറ്റുക കേളന്റെ പതിവു ശീലങ്ങളി ലൊന്നായിരുന്നു. കേളന്റെ വരവ് കണ്ട് കള്ളെടുക്കുവാൻ ചെന്ന ചെമ്മരത്തി ഞെട്ടിപ്പോയി. ഒരു തുള്ളി കള്ളു പോലും പാത്രത്തി ലില്ല. പകരം കുടം നിറയെ മാറാല ചൂടിയിരിക്കുന്ന കാഴ്ചയാണ് ചെമ്മരത്തിയെ എതിരേറ്റത്. ഒരു തരം നിലവിളിയോടെ പുറത്തേ ക്കോടിയ ചെമ്മരത്തിയോട് കേളൻ വിവരങ്ങളാരാഞ്ഞു. നടന്നു കഴിഞ്ഞ സംഭവങ്ങൾ വിശദമായി കേട്ടു കഴിഞ്ഞപ്പോൾ വീട്ടിൽ വന്നെത്തിയത് അസാധാരണമായ ശക്തികളുള്ള ഏതോ ദിവ്യനാ യിരിക്കുമെന്ന് കേളൻ ഊഹിച്ചു. ആഗതൻ തിരിച്ചു പോയ വഴി ചോദിച്ചറിഞ്ഞ്. ഉടൻ തിരിച്ചു വരാമെന്നു പറഞ്ഞ കേളൻ ശരവേ ഗത്തിൽ അവിടെ നിന്നും ഓടിപ്പോയി. അല്പസമയത്തിനകം ത ന്നെ കുലവന്റെ പിൻഭാഗം കേളൻ ദൃഷ്ടിയോടെ പതിഞ്ഞു തുട ങ്ങി. ഒരു തേജോരൂപം വായുവിൽ കൂടി ഒഴുകി നീങ്ങിക്കൊണ്ടിരി ക്കുന്നതുപോലെയൊന്ന് കേളന് തോന്നിയത്. പരമാവധി വേഗ ത്തിലോടി സമീപമെത്തിയ കേളൻ ഒരുതരം ശബ്ദം പുറപ്പെടുവി ച്ചു കൊണ്ട് കുലവന്റെ ശ്രദ്ധയാകർഷിച്ചു. കിതപ്പൂമൂലം ശ്വസിക്കു വാൻ പ്രയാസപ്പെട്ടുകൊണ്ട് തന്റെ നേരെ കൈകൾ കുപ്പികൊണ്ട് ഭയ, ഭക്തി ബഹുമാനത്തോടെ നില്ക്കുന്ന കേളനെയാണ് തിരി ഞ്ഞു നോക്കിയ കുലവൻ കണ്ടത്. ആംഗ്യത്താൽ എന്താണ് കാര്യ മെന്നാരാഞ്ഞപ്പോൾ അങ്ങ് അടിയന്റെ കൂടെ എഴുന്നള്ളണമെന്ന് വിനയപൂർവ്വം കേളൻ അപേക്ഷിച്ചു. സ്നേഹപൂർവ്വമുള്ള അപേ ക്ഷയെ മാനിച്ചുകൊണ്ട് കുലവൻ ചെമ്മരത്തിയുടെ വീട്ടിലേക്ക് തിരികെയെത്തി.

ഇരുവരും മുറ്റത്ത് വന്നിരുന്നതിനുശേഷം അകത്തു വെച്ചിട്ടു ള്ള പാത്രത്തിൽ വല്ലതുമുണ്ടോയെന്ന് നോക്കി വരുവാൻ കുലവ നാജ്ഞാപിച്ചു. അവിശ്വസനീയമായ കാഴ്ചയായിരുന്നു അകത്തു ചെന്ന ചെമ്മരത്തിയെ എതിരേറ്റത്. ഉണങ്ങി വരണ്ടു കിടന്നിരുന്ന

പാത്രത്തിൽ നിന്നും നു
രഞ്ഞ് പതഞ്ഞ് കള്ള് പു
റത്തേക്കൊഴുകിക്കൊ
ണ്ടിരിക്കുന്നു. അത്ഭുത
ത്തോടും, ആനന്ദാശ്രു
ക്കൾ പൊഴിച്ചു കൊണ്ടാ
ണ് നിറഞ്ഞ കള്ളിൻ കു
ടം, ചെമ്മരത്തി ഇരുവ
രുടേയും മുൻപിൽ കൊ
ണ്ടുവച്ചത്. സന്തോഷ
ത്തോടു കൂടി രണ്ടുപേ
രും ഓരോ പാത്രം ക
ള്ള് കുടിച്ചു. കേളൻ മൃ
ഗത്തിന്റെ തൊലിയുരി
ഞ്ഞ് കരളും ഹൃദയവും
തീയിൽ ചുട്ടെടുത്തു. ചു
ട്ടെടുത്ത മാംസത്തോ
ടൊപ്പം ഇരുവരും വീ
ണ്ടും മദ്യാപനമാരംഭിച്ചു.
ഈ സമയം കൊണ്ട് ചെ

മ്മരത്തി ബാക്കി മാംസം രുചികരമായി പാകം ചെയ്തു കൊടു
ത്തു. തുടർന്ന് രണ്ടുപേരും തൃപ്തിയാവോളം മദ്യവും, മാംസവും
കഴിച്ചു. രുചികരമായി പാചകം ചെയ്ത വിവിധ കാട്ടുമൃഗങ്ങളുടെ
മാംസവും ഇഷ്ടാനുസരണം മദ്യപാനവും ചെയ്തു കൊണ്ടിരി
ക്കുന്നതിനിടയിൽ ദിനങ്ങൾ കൊഴിഞ്ഞുപോയ്ക്കൊണ്ടിരുന്നത് അ
തിവേഗതയിലായിരുന്നു. അലൗകിക തേജസ്സ് വഴിഞ്ഞൊഴുകുന്ന
കുലവനെ വിനാഴിക പോലും പിരിഞ്ഞിരിക്കുവാൻ കഴിയാത്തവി
ധം ആകർഷിക്കപ്പെട്ടുപോയിരുന്നു കേളൻ. കേളന്റെ മിടുക്കുകൊ
ണ്ട് സമ്പൽസമൃദ്ധമായ കുന്നരു പോലെ തന്റെ വയനാട്ടിലുള്ള
കൃഷിയിടവും സമ്പൽസമൃദ്ധമാക്കണമെന്ന് ആ അമ്മയക്ക് തോ
ന്നി. അവർ കേളനെ വിളിച്ച് കാര്യം പറഞ്ഞു. അമ്മയുടെ വാക്കു
കൾ മനസ്സാവരിച്ച കേളൻ നാലു കാടുകൾ കൂടിച്ചേർന്ന പൂമ്പുനം
വെട്ടിത്തെളിക്കാൻ ഉരുക്കും ഇരുമ്പും കൊണ്ട് തീർത്ത പണിയാ

യുധങ്ങളും തന്റെ ആയുധമായ വില്ലും ശരങ്ങളും എടുത്ത് പുറ
പ്പെട്ടു. തനിക്ക് അടിയന്തിരമായി ചില ജോലികൾ ചെയ്ത് തീർ
ക്കുവാനുണ്ടെന്നും ജോലികൾ തീർത്ത് ഉടൻ തിരിച്ചെത്തിക്കൊ
ള്ളാമെന്ന് കുലവനോടുണർത്തിച്ചു. ദിവ്യദൃഷ്ടിയിൽ കാര്യം ഗ്ര
ഹിച്ച കുലവൻ, താനും കൂടെ വരുന്നുണ്ടെന്ന് കല്പിച്ചു. എന്തെ
ങ്കിലും ചെറിയ ജോലികൾക്കായിരിക്കാം താൻ പോകുന്നതെന്ന
ധാരണയിലായിരിക്കാം കുലവനും കൂടെ വരുന്നെന്നായിരുന്നു കേ
ളന്റെ ധാരണ. യാഥാർത്ഥ്യമറിഞ്ഞാൽ കൂടെ വരില്ലെയെന്നുള്ള
ചിന്തയാൽ പുനത്തിന് തീവെക്കുവാനാണ് താൻ പോകുന്നതെ
ന്നും അങ്ങുകൂടി വന്നാൽ വല്ലാതെ വിഷമിച്ചു പോകുമെന്നും കേ
ളൻ താഴ്മയോടെ പറഞ്ഞു. ജോലികളൊക്കെ തീർത്തിട്ട് പെട്ടെ
ന്നു തന്നെ തിരിച്ചു വരാമെന്ന് കേളൻ വീണ്ടും താഴ്മയോടപേ
ക്ഷിച്ചു. എന്തുപറഞ്ഞിട്ടും കേളന്റെ എതിർപ്പിനെ വകവയ്ക്കാതെ
തന്റെ തീരുമാനത്തിന് ഇളക്കമില്ലായെന്ന് പറഞ്ഞ് കുലവൻ എഴു
ന്നേറ്റ് പുറപ്പെടുകയാണ് ചെയ്തത്. പോകുമ്പോൾ വീട്ടിലുണ്ടാ
യിരുന്ന കള്ള് ആവോളം എടുത്ത് കുടിച്ചു. വഴിയിൽ വെച്ച് കുടി
ക്കാനായി ഒരു കുറ്റി കള്ള് കയ്യിലും മറ്റൊന്ന് മാറാപ്പിലുമായി യാത്ര
തുടർന്നു. കേളൻ പുനത്തിന് തീവെക്കേണ്ട രീതികളെക്കുറിച്ച് വി
ശദമായി വിവരിച്ചു കൊണ്ട് കുലവന്റെ പിറകിലായി നടന്നു തുട
ങ്ങി. അല്പസമയത്തിനകം ഇരുവരും പൂമ്പുനത്തിൽ എത്തി നാല്
കാടുകളും വെട്ടിത്തെളിച്ചു. നാലാമത്തെ പൂമ്പുനത്തിൽ ഒരു നെ
ല്ലിമരം ഉണ്ടായിരുന്നു. അതുമാത്രം കേളൻ വെട്ടിയില്ല. ആ നെല്ലി
മരത്തിനു മുകളിലായിരുന്നു കാളിയും കരാളിയും എന്നും പേരു
ള്ള രണ്ട് നാഗങ്ങൾ വസിച്ചിരുന്നത്. പൂമ്പുനം നാലും തീയിടാൻ
കേളൻ ആരംഭിച്ചു. കാടിന്റെ നാല് മൂലയിലും തീയിട്ട് അതിസാ
ഹസികമായി അതിനു നടുവിൽ നിന്നും പുറത്തുചാടി. രണ്ടു കാ
ടുകളിൽ നിന്നും അങ്ങനെ പുറത്തേക്ക് ചാടിയ കേളന് പിന്നീട്
അതൊരു രസമായി തോന്നി. മൂന്നാം പൂമ്പുനവും കഴിഞ്ഞ് നെല്ലി
മരം നിൽക്കുന്ന നാലാമത്തേതിൽ അവൻ എത്തി. നാലാമത്തേ
തും തീയിട്ടു. അഗ്നിയും വായുവും കോപിച്ചു. എട്ടു ദിക്കിൽ നി
ന്നും തീ ആളിപടർന്നു. കേളന് പുറത്ത് ചാടാവുന്നതിലും ഉയര
ത്തിൽ അഗ്നി പടർന്നു. നെല്ലിമരം മാത്രമേ രക്ഷയുള്ളൂ എന്നു ക
ണ്ട കേളൻ അതിന്റെ മുകളിലേക്ക് ചാടിക്കയറി രണ്ട് നാഗങ്ങളും

മരണഭയം കൊണ്ട് കേളന്റെ ദേഹത്തേക്ക് പാഞ്ഞുകയറി. കേളൻ അമ്മയെ വിളിച്ചു കരഞ്ഞു. ഇടതുമാറിലും വലതുമാറിലും നാഗ ങ്ങൾ ആഞ്ഞുകൊത്തി. കേളനും നാഗങ്ങളും അഗ്നിയിലേക്ക് വീ ണു. നാഗങ്ങളേയും കേളനെയും അഗ്നി വിഴുങ്ങി. വയനാട്ടു കുല വൻ മാറിൽ രണ്ട് നാഗങ്ങളുമായി വെണ്ണീരായി കിടക്കുന്ന കേള നെ കണ്ടു. ദേവൻ തന്റെ പിൻകാലു കൊണ്ട് വെണ്ണീരിൽ അടിച്ചു. ദേവന്റെ പിൻകാലു പിടിച്ച് കേളൻ എഴുന്നേറ്റു. മാറിൽ രണ്ട് നാഗ ങ്ങളുമായി പുനർജന്മം വെച്ച കേളൻ ദൈവക്കരുവായി മാറി. ഞാൻ കണ്ടത് കൊണ്ട് നീ കണ്ടനാർ കേളൻ എന്ന് പ്രശസ്തനാകും എ ന്ന് അനുഗ്രഹിച്ചു. തന്റെ ഇടത് ഭാഗത്ത് ഇരിക്കാൻ പീഠവും ക യ്യിൽ ആയുധവും കൽപ്പിച്ചു കൊടുത്തു. പൂമ്പുനം ചുട്ട കരിമ്പുന ത്തിൽ കാട്ടിൽ കരുവേല മൂർഖൻ വന്നു മാറിൽ കടിച്ചു വിഷം ചൊരിഞ്ഞു അഗ്നിയിൽ വീണിട്ടുഴലും നേരം മറ്റാരുമില്ല കണ്ടുടൻ മേലേടത്തമ്മയപ്പോൾ വാഴ്ക നീ വളർക നീ കണ്ടനാർ കേളാ. വ ണ്ണാൻ സമുദായക്കാരാണ് വളരെയധികം അപകടമുണ്ടായേക്കാവു ന്ന ഈ തെയ്യക്കോലം കെട്ടിയാടുന്നത്. കോലത്തുനാട്ടിലെ കണ്ട നാർ കേളൻ ദൈവത്തിൽ നിന്നും ചടങ്ങുകളിൽ ഒരുപാട് വ്യത്യ സ്തമാണു അള്ളടം – ഇളം കുറ്റി – തുളുനാട് സ്വരൂപങ്ങളിലെ കേളൻ, കോലത്തു നാട്ടിൽ വയനാട്ടു കുലവൻ ദേവസ്ഥാനങ്ങ ളിൽ പ്രതിവർഷം കേളനെ കെട്ടിയാടിക്കുന്നു. പക്ഷെ അഗ്നി പ്ര വേശനത്തിനാണു പ്രാധാന്യം. ഐതിഹ്യത്തെ ഓർമ്മിപ്പിക്കുന്ന തു തന്നെയാണു ഈ ചടങ്ങും നാലുഭാഗത്തു നിന്നുമുള്ള തീ യിൽപ്പെട്ട് ചേതനയറ്റു കിടക്കുന്ന കേളനെ വയനാട്ടു കുലവനാ ണു ദൈവക്കരുവാക്കുന്നത്. പക്ഷെ തെയ്യം കെട്ടുകളിൽ കേളന്റെ ബപ്പിടൽ ചടങ്ങിനാണു പ്രാധാന്യം നൽകുന്നത്. വളരെ പ്രഗൽഭ നായ ഒരു കോലധാരിക്കു മാത്രമേ ചടങ്ങുകൾ അതിന്റെ പൂർണ്ണ തയോടെ നിർവ്വഹിക്കാൻ സാധിക്കൂ. അതിനാൽ തന്നെ കോല ധാരിയെ വളരെ നാൾ മുൻപ് തന്നെ തീരുമാനിക്കും

വെള്ളോറച്ചൻ

കരിംപൂരാടത്തിൽ പിറന്ന കുട്ടിയെ തറവാട്ടുകാരണവർ കാട്ടി ലുപേക്ഷിച്ച കഥയാണ് വെള്ളോറച്ഛന്റെ കഥ. കറുത്ത പൂരാടത്തിൽ

പിറക്കുന്ന കുട്ടി തറവാടിന് ക്ഷയം വരുത്തിക്കുമത്രെ. കുഞ്ഞിമം ഗലത്തിനടുത്തോ മറ്റോ ആണ് അന്ന് കുട്ടി ജനിച്ച തറവാട്. അന്ന തിന് വെള്ളോറത്തറവാടെന്ന് പേരില്ല - കാട്ടിലുപേക്ഷിക്കപ്പെട്ട കുട്ടിയെ മക്കളില്ലാത്തൊരു ദമ്പതിമാർക്ക് കിട്ടുകയും അവർ വളർ ത്തുകയും ചെയുതുവത്രെ. പിന്നീട് ആ കുട്ടി വളർന്ന് വലുതായി. ആയിടയ്ക്കാണ് ഒരു സന്യാസി, ആ ദമ്പതിമാരുടെ ഗൃഹം സന്ദർ ശിക്കാനിടയായത്. കരിം പൂരാടക്കാരനെ കണ്ട സന്യാസി, പക്ഷേ ദമ്പതിമാരോടു കുട്ടിയുടെ നക്ഷത്രഗുണത്തെപ്പറ്റിയാണ് പറഞ്ഞു കേൾപ്പിച്ചത്. ഇവൻ വലിയൊരു പ്രഭുകുമാരനായി വളരുമെന്നും, നിങ്ങൾക്കിവൻ നഷ്ടപ്പെടുമെന്നും സന്യാസി അവരെ ഓർമ്മിപ്പി ച്ചു. ആ ദമ്പതിമാർ കുട്ടിക്കുണ്ടാവാൻ പോകുന്ന സൗഭാഗ്യത്തെ ക്കുറിച്ച് കേട്ട് സന്തോഷിക്കുകയും, എന്നാൽ അവൻ വേർപെടാൻ പോകുന്നെന്ന് അറിഞ്ഞപ്പോൾ ദു:ഖിക്കുകയും ചെയ്തു.സന്യാസി പറഞ്ഞതുതന്നെ സംഭവിച്ചു. ഒരുനാൾ അവൻ ആ വീട് വിട്ട് ഇറ ങ്ങിപ്പോയി. നേരെ പോയത് ചിറക്കൽ തമ്പുരാന്റെയടുത്തേക്കാ ണ്. തനിക്കിവിടെ ജോലി തരണമെന്ന് അവനഭ്യർ ത്ഥിച്ചു. സൗന്ദ ര്യത്തിന്റെ നിറകുടം, മെയ്യൂക്കിന്റെ ഓജസ്സ്, യൗവ്വനം - ഇതെല്ലാം കണ്ടറിഞ്ഞ തമ്പുരാൻ, അവനെ അവിടുത്തെ കാര്യസ്ഥനാക്കി. നാളുകൾ വീണ്ടും കുറെ കടന്നുപോയി. ഒരു ദിവസം ഉച്ചനേരം. ചിറക്കൽ പടിപ്പുരയിൽ വിശ്രമിക്കുകയായിരുന്നു അവൻ. ഒറ്റനോ ട്ടത്തിൽ തന്നെ സന്യാസിക്കവനെ തിരിച്ചറിയാൻ കഴിഞ്ഞു. നീ ഇവിടെയുമെത്തിയോ ? സന്യാസി സ്നേഹത്തോടെ പറഞ്ഞു കു ട്ടീ, നീ ഇവിടെ കഴിയേണ്ടവനല്ല. നീയൊരു നാടിന്റെ പ്രഭുവാകേ ണ്ടവനാണ്. തമ്പുരാനുമായുള്ള അഭിമുഖത്തിനിടയിൽ സന്യാസി അക്കാര്യം അദ്ദേഹത്തോട് സൂചിപ്പിക്കുകയും ചെയ്തു. അവനെ ഇവിടെ നിന്നും പറഞ്ഞയക്കുക. ഇല്ലെങ്കിൽ അവൻ ഇവിടുത്തെ അനന്തരാവകാശിയാകും. സനായാസിയുടെ വാക്കുകേട്ട്, തമ്പു രാൻ ഇഷ്ടമില്ലാമനസ്സോടെ അവനെ വിളിക്കാൻ ആളയച്ചു. അ പ്പോഴവൻ മുറ്റത്ത് പുല്ല് പറിക്കുകയായിരുന്നു. പുല്ല് പറിക്കുന്നതി നിടയിൽ ഒരു ചെമ്പുപാത്രം അവന്നു കിട്ടി. അതിൽ നിറയെ സ്വർ ണ്ണമായിരുന്നുവത്രെ. വിളിക്കാൻ ആളുപോയപ്പോൾ ചെമ്പുപാത്ര വുമായി തമ്പുരാനടുത്തേക്ക് അവൻ നടന്നു വരികയായിരുന്നു.... തമ്പുരാൻ പറഞ്ഞു - കുട്ടി നിനക്കൊരുപാട് സൗഭാഗ്യം ഇനിയും

വരാനുണ്ട്. നീയൊരു കാര്യം ചെയ്യൂ. ചെമ്പുപാത്രത്തിലെ നിറ ഞ്ഞ സ്വർണ്ണനാണയവുമായി ഏതെങ്കിലുമൊരു നാട്ടിൽ പോയി, രാജാവിനെ പോലെ കഴിയൂ. തമ്പുരാനെ വേർപിരിയാൻ അവന്നു മനസ്സുവന്നില്ലെങ്കിലും അവൻ അവിടെ നിന്നും പോയി. അങ്ങ് മാ തമംഗലത്തിനപ്പുറത്തൊരു കുന്നിൻപ്രദേശം അവൻ വിലക്കുവാ ങ്ങി - ഒരു വലിയ നാട് അവന്റേതായി. അവനവിടെ ഒരു സാമ്രാ ജ്യം ഉണ്ടാക്കി. ജനവാസമില്ലാതിരുന്ന ഒരു പ്രദേശമായിരുന്നു അ ന്നത്. ജലദൗർല്ലഭ്യമാണ് കാരണം. ജനത്തെ ആകർഷിക്കുവാൻ, വെള്ളോറച്ചൻ ചെയ്തത് ഒട്ടെറെ കിണറുകളും കുളങ്ങളും കുഴി ക്കുകയായിരുന്നു. ആന വീണാലും നീന്താവുന്ന കിണർ അയാളു ണ്ടാക്കിയ കിണറിനെ ജനം വിശേഷിപ്പിച്ചത് അങ്ങനെയാണ്. പ തിമൂന്നോളം കിണർ അയാളുടെ മേൽനോട്ടത്തിൽ നിർമ്മാണം പൂർത്തിയാക്കി. വെള്ളം ഊറിവരാൻ തുടങ്ങി - വെള്ളോറയെന്ന് പേരുമുണ്ടായി. പയ്യന്നൂരമ്പലത്തിൽ പത്താം കാരായ്മയായി, വെ ള്ളോറ വീട്ടുകാരെ ഉൾപ്പെടുത്തിയത് പിന്നീടായിരിക്കാം. പരശു രാമൻ കൊണ്ടുവന്ന പത്തു നായന്മാരിലേതെങ്കിലും നായരുടെ തറവാട് സന്തതി പരമ്പരകളില്ലാതെ കുറ്റിയറ്റുപോയിട്ടുണ്ടാകാം. അവരുടെ ഒഴിവു നികത്തുന്നത്, പ്രതാപിയായ വെള്ളോറച്ഛനെ ഉൾപ്പെടുത്തികൊണ്ടാണ്. അങ്ങനെയാണ് വെള്ളോറച്ഛനും കുടും ബവും കാറമേലിൽ താമസമാക്കിയിട്ടുണ്ടാവുക. കാറമേൽ പ്രദേ ശത്തെത്തിയ ഇവർ, ഈ നാട്ടിൽ അറിയപ്പെടുന്ന പ്രതാപികളാ യി മാറി.വെള്ളോറയച്ഛന്റെ നിരവധി കഥകളാണ് ഇവിടുത്തുകാർ ക്ക് പറയാനുള്ളത്. രാമൻ കുളവും മറ്റു രണ്ടു കുളങ്ങളും നിർമ്മി ച്ച കഥ., അച്ഛന്റെ കണ്ടത്തിൽ സ്വർണ്ണം വിളഞ്ഞ കഥ, പറമ്പിൽ നിധി നിറച്ച കഥ.... ഇങ്ങനെ ഒരുപാട് കഥകൾ.

പയ്യന്നൂരും പ്രാചീനസാഹിത്യവും :

ദൈവികവും മാനുഷികവുമായ മാഹാത്മ്യത്താൽ പുകൾപെറ്റ പ്രദേശം എന്നാണ് ചിറയ്ക്കൽ ടി.ബാലകൃഷ്ണൻ നായർ പയ്യ ന്നൂരിനെ വിശേഷിപ്പിച്ചത്. മലയാളഭാഷയുടെയും സാഹിത്യത്തി ന്റെയും വളർച്ചയ്ക്ക് ഈ നാട് നൽകിയ സംഭാവനകൾ ഏറെയാ ണ്. മലയാളഭാഷയിൽ ആദ്യത്തെ സ്വതന്ത്രകൃതി ഏതാണെന്നു ചോദിച്ചാൽ ഉത്തരം (പയ്യന്നൂർ പാട്ട് എന്നു തന്നെയാണ്. ഭാഷ

യിലും ഇതിവൃത്തത്തിലും പരിപൂർണ്ണസ്വതന്ത്രമാണ് ഈ പാട്ട് കാവ്യം. ഡോ. ഗുണ്ടർട്ടാണ് ഈ പാട്ട് ശേഖരിച്ചത്. ഭാഷാസാഹി ത്യത്തിലെ അമൂല്യരത്നം എന്ന് ഉള്ളൂർ പയ്യന്നൂർ പാട്ടിനെ വില യിരുത്തുന്നു. ആനിടിൽ എഴുത്തച്ഛൻ 'പോത്തേര രാമൻ എഴുത്ത ച്ഛൻ, കരിപ്പത്ത് കമ്മാരനെഴുത്തച്ഛൻ, സാഹിത്യതിലകൻ പി.കെ. കൃഷ്ണൻ മൂത്തനമ്പ്യാർ, കേസരി വേങ്ങയിൽ കുഞ്ഞിരാമൻ നായ നാർ, കരിവെള്ളൂരിലെ ശങ്കരനാഥ ജ്യോത്സ്യർ, ആയുർവേദാചാ ര്യൻ വി.പി.ശ്രീകണ്ഠപ്പൊതുവാൾ, കവി കെ.കെ.പൊതുവാൾ, ഗണിത ജ്യോതിഷ ചക്രവർത്തി വി.പി.കെ.പൊതുവാൾ, പാടുന്ന പടവാൾ ടി.എസ്. തിരുമുമ്പ്, എ.വി.ശ്രീകണ്ഠപൊതുവാൾ, സി. പി.ശ്രീധരൻ പുതിയ തലമുറയിലെ സിവി.ബാലകൃഷ്ണൻ തുട ങ്ങി പയ്യന്നൂരിന്റെ സാഹിത്യപ്പെരുമയെ വാഴ്ത്തിപ്പറയുന്നവർ ഏ റെയുണ്ട്. ആനിടിൽ എഴുത്തച്ഛൻ രചനാമികവിൽ മുന്നിട്ടുനില്ക്കു ന്നു. തെയ്യത്തോറ്റം, പൂരക്കളി, കോൽക്കളി, കളംപാട്ട്, പുതുവൻ പാട്ട് എന്നിങ്ങനെ വിവിധ മേഖലകളിൽ അദ്ദേഹം സൃഷ്ടി നട ത്തി. മഹാനായ ഗുണ്ടർട്ടും മലബാർ കലക്ടറായിരുന്ന വില്യം ലോഗനും പയ്യന്നൂരിൽ താമസിച്ച് ആനിടിൽ എഴുത്തച്ഛനെക്കുറി ച്ചും പോത്തേര എഴുത്തച്ഛനെക്കുറിച്ചും പഠനം നടത്തിയിരുന്നു. ആനിടിൽ എഴുത്തച്ഛനെഴുതിയ വരികളാണ് ഇന്ന് പയ്യന്നൂർ കോൽ ക്കളിയിൽ പാടുന്നത്. ഇത് കലശപ്പാട്ട് എന്നാണറിയപ്പെടുന്നത്. കാളിനാടകം, അന്നപൂർണ്ണാനാടകം എന്നിവയും ആനിടിൽ എഴു ത്തച്ഛന്റെ കൃതികളാണ്.

പലിയേരി എഴുത്തച്ഛൻ

പഴയ ചിറക്കൽ താലൂക്കിൽ വടക്ക് കരിവെള്ളൂരിൽ മണക്കാട് ഗ്രാമത്തിൽ പലിയേരി വീട് എന്നൊരു നായർ തറവാടുണ്ടായിരു ന്നു. മണക്കാട് ഗ്രാമം പണ്ടേ കേളികേട്ട പലരുടെയും പേരിൽ ക രിവെള്ളൂരും പ്രാന്തപ്രദേശങ്ങളും ഇന്നും പ്രശസ്തമാണ്. കോല ത്തിരിത്തമ്പുരാന്റെ ഇംഗ്ലീഷ് കോയ്മയ്ക്ക് രാജ്യഭാരം വിട്ടൊഴി ഞ്ഞു കൊടുക്കാൻ തീരുമാനിച്ച കാലമാണത്. കോലത്തിരിയുടെ പടനായകന്മാരിൽ പലിയേരി നായന്മാർക്കുള്ള സ്ഥാനം ഒന്ന് വേറെ തന്നെയായിരുന്നു. അവരുടെ രാജഭക്തിയും കാര്യപ്രാപ്തിയും ബോധ്യപ്പെട്ട കോലത്തിരിത്തമ്പുരാൻ പ്രീതനായി പലിയേരി നാ

യമ്മാരെ കയ്മൾ എന്ന സ്ഥാനപ്പേര് നല്കി അംഗീകരിച്ചിരുന്നു. പലിയേരി എഴുത്തച്ഛന്റെ ശരിയായ പേര് നിശ്ചയമില്ല. ആവശ്യമാ യ വിദ്യാഭ്യാസം യഥാസമയം നൽകുവാൻ അച്ഛനമ്മമാർ ശ്രദ്ധിച്ചി രുന്നു. വിദ്യാഭ്യാസം ഒരളവിൽ പൂർത്തിയായപ്പോൾ കൃഷിപ്പണി യിലും മറ്റും ശ്രദ്ധിക്കാൻ തുടങ്ങി. കാളപൂട്ടായിരുന്നു പഥ്യമായ തൊഴിൽ. പ്രകൃത്യാ ശാന്തനായ ആ ചെറുപ്പക്കാരൻ കാള പൂട്ടു മ്പോൾ കൈയിലെ കാലിക്കോലുകൊണ്ട് കാളകളെ തട്ടിത്തെളി ക്കുകയല്ലാതെ തല്ലുക പതിവില്ലായിരുന്നു. മിണ്ടാപ്രാണികളെങ്കി ലും അവയ്ക്കുമൊത്ത് കഴിയുമ്പോൾ ആ ചെറുപ്പക്കാരൻ സന്തോ ഷം കൊണ്ട് സ്വയം മറക്കാറുണ്ട്. കണ്ടം മുറിയുന്നില്ല കാലിച്ചാലി നും കയം പോരാ എന്നെല്ലാം കാരണവന്മാർ ശകാരിച്ചാലും കാ ളകളെ തല്ലിത്തെളിക്കണം എന്ന് ഗുണദോഷിച്ചാലും ആ സാധു ശീലനായ ചെറുപ്പക്കാരന് അങ്ങനെയൊന്നും ചെയ്യാൻ കഴിഞ്ഞി രുന്നില്ല. ഒരു ദിവസം ക്ഷമകെട്ട കാരണവർ, തല്ല് മൂരിക്കല്ല നിന ക്കാണ് വേണ്ടത് എന്നു പറഞ്ഞ് മരുമകനെ പൊതിരെ തല്ലി. രാ ത്രി എല്ലാവരും ഭക്ഷണം കഴിച്ച് ഉറങ്ങാൻ കിടന്നു. പ്രഭാതത്തിന് മുമ്പ്, പതിവുപോലെ കാരണവർ മരുമകനെ വിളി തുടങ്ങി വിളി കേൾക്കാൻ മരുമകൻ അവിടെയൊന്നും ഉണ്ടായിരുന്നില്ല. അയൽ പ്രദേശങ്ങളിലും തിരഞ്ഞു. ഒരു തെളിവും കിട്ടിയില്ല. അറിഞ്ഞവ രെല്ലാം ദു:ഖിച്ചു. വർഷം നാല്പത് കഴിഞ്ഞു. ഒരു നാൾ പ്രഭാത ത്തിൽ പലിയേരി വീട്ടിൽ ഒരു സന്യാസി വന്നു കയറി ജടയും താ ടിയുമുണ്ട്. ഭസ്മലേപനവും ചന്ദനക്കുറിയും ഗോപിസിന്ദൂരവും തേ ജസ്സുള്ള മുഖം ആരോഗദൃഢമായ ശരീരം. അരയിൽ ചരടും കൗ പീനവും മാത്രം പുലിത്തോലും ഒരു സഞ്ചിയും കുറേ ഗ്രന്ഥങ്ങ ളും യോഗാദണ്ഡും വഹിക്കുന്ന തടിച്ച നീണ്ട കൈകൾ, കാലിൽ മെതിയടി, പലിയേരി വീട്ടുകാർ സന്യാസിയെ ആദരപൂർവ്വം സ്വാ ഗതം ചെയ്തു. സന്യാസി നല്ല മലയാളം സംസാരിക്കുന്നു. ചിരപ രിചിതത്വം പ്രകടിപ്പിക്കുന്നു. ക്രമത്തിൽ നാട്ടുകാർക്ക് ആളെ മന സ്സിലായി. വൈദ്യം, ജ്യോതിഷം, മന്ത്രവാദം, ശില്പിതന്ത്രം എ ന്നിവയിലെല്ലാം അഗാധമായ പാണ്ഡിത്യമുള്ള അദ്ദേഹത്തെ നാ ട്ടുകാർ പലിയേരിയെഴുത്തച്ഛൻ എന്ന് വിളിക്കാൻ തുടങ്ങി.അദ്ദേ ഹത്തിന്റെ കീർത്തി പരിസരപ്രദേശങ്ങളിലെല്ലാം പരന്നു. നേരി ലൊന്ന് കാണാനും അനുഗ്രഹം വാങ്ങാനും എന്നും അകലങ്ങ

ളിൽ നിന്നു പോലും ആളുകളെത്തും. പണ്ഡിതന്മാരും ശാസ്ത്ര വിദ്യാർകളും. വിദഗ്ദ്ധന്മാരും വന്ന് സംശയ നിവൃത്തി സാധിച്ചു പോകും. വൈദികമായ മഹാ ബ്രാഹ്മണന്മാർ പോലും തന്ത്രമന്ത്ര പ്രവീണനായ പലിയേരിയെഴുത്തച്ഛന്റെ സാന്നിധ്യം പരമപവിത്ര മെന്ന് സാദരം വിശേഷിപ്പിച്ചു പോന്നു.

തന്റെ വീട്ടിൽ മാത്രമല്ല, തനിക്ക് ഹൃദ്യമെന്ന് തോന്നുന്ന ഭവന ങ്ങളിലെല്ലാം അദ്ദേഹം അന്തിയുറങ്ങും. ഭിക്ഷ സ്വീകരിക്കും. അ ഷ്ടാംഗയോഗങ്ങളുടെ നിരന്തരാഭ്യാസം കൊണ്ട് അണിമാദി സി ദ്ധികൾപോലും ആ മഹാശയനിൽ പ്രഭാസിച്ചിരുന്നു. എന്നു പറ ഞ്ഞു കേട്ടിട്ടുണ്ട്. ഉത്തരഭാരതത്തിലെ പ്രഖ്യാതഗുരുകുലങ്ങളിൽ നിന്നാണത്രെ ഇവയെല്ലാം എഴുത്തച്ഛൻ അഭ്യസിച്ചത്.അക്കാലത്ത് പലിയേരി വീട്ടിനടുത്ത് നിടുവപ്പുറം എന്ന പ്രദേശത്ത് പാച്ച വാ ദ്ധ്യാർ എന്നൊരു ബ്രാഹ്മണശ്രേഷ്ഠൻ താമസിച്ചിരുന്നു. ബ്രാഹ്മ ണ വാദ്ധ്യാരെ വാദ്ധ്യാർശൻ എന്നാണ് ഇതരസമുദായക്കാർ വി ളിച്ചു പോന്നത്. അദ്ദേഹം എഴുത്തച്ഛനെക്കാൾ വയോധികനും തി കഞ്ഞ വൈദികനും കർമ്മനും തപസ്വിയുമായിരുന്നു. ഇവർ ത മ്മിൽ അടുപ്പമായി, ക്രമത്തിൽ ഉറ്റ സുഹൃത്തുക്കളുമായി.അതൊ രു കർക്കിടമാസമായിരുന്നു. തോരാതെ പെയ്യുന്ന മഴ. വാദ്ധ്യാർ ശൻ കലശലായ ശീതജ്വരം പിടിപെട്ട് കിടപ്പിലായിരുന്നു. അക്കാ ലത്ത് പലിയേരിയെഴുത്തച്ഛൻ ദുരദേശസഞ്ചാരത്തിലായിരുന്നതി നാൽ വാദ്ധ്യാർശന് മറ്റൊരു വൈദ്യനെ തേടേണ്ടി വന്നു. ചികി ത്സ തുടർന്നു. ഒരു ദിവസം വാദ്ധ്യാർശന്റെ മൂത്തമകൻ ഇല്ലത്തെ തെക്കേ വലയകത്തിരുന്ന് കഷായത്തിന് മരുന്നൊരുക്കുകയായി രുന്നു. അന്നേരമാണ് യാത്രകഴിഞ്ഞ് എഴുത്തച്ഛനെവിടെ കയറി വ രുന്നത്. വാദ്ധ്യാർശനുമായി വളരെ നേരം പല കാര്യങ്ങളെക്കുറി ച്ചും സംസാരിച്ചു. ഇറങ്ങാൻ നോക്കുന്ന നേരത്ത് എഴുത്തച്ഛൻ. വാദ്ധ്യാൻ എനിക്കൊരു പാൽപായസം വേണം എപ്പോഴാണവസ രം എന്ന് ചോദിച്ചു. വാദ്ധ്യാർശൻ ഭക്തിപൂർവ്വം തൊഴുതുകൊ ണ്ട്.നാളെത്തന്നെയാകാമല്ലോ എന്ന് മറുപടി പറഞ്ഞു. അത് ഒരു മഴക്കാലമായിരുന്നു. വട്ടളത്തോടു കൂടി വെച്ച പായസം മുഴുവൻ നിവേദ്യമെന്നപോലെ എഴുത്തച്ഛന്റെ മുന്നിൽ വെച്ചു കൊണ്ടാണ് വാദ്ധ്യാർശൻ വിളമ്പുന്നത്. പത്തിടങ്ങഴിപ്പായസമത്രയും എഴുത്ത ച്ഛൻ കുടിച്ചു. വാദ്ധ്യാർ, പായസം കേമമായി എനിക്കു തൃപ്തിയാ

യി എന്ന് പറഞ്ഞ് എഴുന്നേറ്റ് എഴുത്തച്ഛൻ കൈ കഴുകി. പിന്നീടദ്ദേ
ഹം അവിടെ നിന്ന് എങ്ങോട്ടോ നടന്നു പോയി. എഴുത്തച്ഛൻ പി
ന്നെ വളരെക്കാലം ജീവിച്ചിരുന്നില്ലെന്നും അദ്ദേഹത്തിന്റെ മഹാ
സമാധി സ്വഗൃഹത്തിൽ വെച്ചു തന്നെയായിരുന്നുവെന്നും പറഞ്ഞു
കേട്ടിട്ടുണ്ട്. അദ്ദേഹമുപയോഗിച്ചിരുന്ന ഗ്രന്ഥങ്ങളും മറ്റ് വിശിഷ്ട
വസ്തുക്കളും ഇന്നും പലിയേരി വീട്ടിൽ സൂക്ഷിച്ചു വരുന്നുണ്ടെ
ന്നാണറിവ്.

കേസരി വേങ്ങയിൽ കുഞ്ഞിരാമൻ നായനാർ

മലയാളത്തിലെ ആദ്യത്തെ ചെറുകഥയെഴുതിയ കേസരി വേങ്ങ
യിൽ കുഞ്ഞിരാമൻ നായനാരുടെ സാന്നിധ്യം കൊണ്ടും കോറോം
പുകൾപെറ്റതാണ്. കോറോത്തിനടുത്ത കുറ്റൂരിലാണ് വേങ്ങയിൽ
തറവാട്. എന്നാൽ വേങ്ങയിൽ നായനാർമാരുടെ ഭരണ ആസ്ഥാനം
കോറോം വില്ലേജിലെ കാനായി പ്രദേശമായിരുന്നു. തറവാട്ടുമൂ
പ്പൻ അവിടെയാണ് താമസിക്കുക. കുഞ്ഞിരാമൻ നായനാർ തറ
വാട്ടു മൂപ്പൻ ആയപ്പോഴും കാനായിലാണ് താമസിച്ചത്. അതിനായി
അവിടെ പ്രത്യേകം മാളികയുണ്ടായിരുന്നു. കേരളത്തിലെ അറിയ
പ്പെടുന്ന എഴുത്തുകാരും സായിപ്പന്മാരും കുഞ്ഞിരാമൻ നായനാ
രുടെ അതിഥികളായെത്താറുണ്ടായിരുന്നു. ഇംഗ്ലീഷ് വിദ്യാഭ്യാസം
നേടി മദിരാശിയിൽ ചെന്ന് തുടർ പഠനം നടത്തിയ വ്യക്തിയാണ
ദ്ദേഹം. കാർഷിക ശാസ്ത്രത്തിലും അദ്ദേഹം ബിരുദം നേടി. കൃഷി
ശാത്ര സർവ്വകലാശാലയിൽ പഠിച്ച ആദ്യ മലബാറുകാരൻ എന്ന
ബഹുമതിയും അദ്ദേഹത്തിനാണ്. ജന്മിയും നാടുവാഴിയുമായ
അദ്ദേഹം പത്രപ്രവർത്തകനും ഉപന്യാസകാരനും ചെറുകഥാ
കൃത്തും നിയമസഭാംഗവുമായി. ആകെ പതിനൊന്ന് കഥകളദ്ദേഹ
മെഴുതി. വാസനാ വികൃതിയാണ് ആദ്യകഥ. മലബാർ ഡിസ്ട്രിക്ട്
ബോർഡിലും മദിരാശി നിയമസഭയിലും അംഗമായിരുന്നു. കേസരി
എന്ന പേരിലാണദ്ദേഹമെഴുതിയത്. കോറോത്തെ കാനായിൽ അദ്ദേ
ഹമാണ് സ്കൂൾ സ്ഥാപിച്ചത്. അദ്ദേഹത്തിന്റെ മേൽനോട്ടത്തിൽ
കാനായിയിൽ കളരിയും കഥകളിയോഗവുമുണ്ടായിരുന്നു. കൊട്ടാ
രത്തിൽ ശങ്കുണ്ണിയുടെ ഐതിഹ്യമാല രണ്ടാം ഭാഗത്തിന് അദ്ദേഹം
ആമുഖമെഴുതിയത് കാനായിയിലെ മഠത്തിലിരുന്നാണ്. പുരോഗ
മന വീക്ഷണം വെച്ചുപുലർത്തിയ അദ്ദേഹം ജന്മിസഭയിൽ കൂടി

യാന്മാർക്ക് വേണ്ടി വാദിച്ചു. മനുഷ്യത്വപരമായി കുടിയാന്മാരെ കാണണമെന്ന് 1911ൽ തിരൂരിൽ ചേർന്ന കേരള ജന്മി മഹാസഭ യിൽ അദ്ദേഹം ആവശ്യപ്പെട്ടു. വ്യവസായങ്ങളും ബാങ്കുകളും തുട ങ്ങാനും സ്ത്രീകൾക്കും കുട്ടികൾക്കും ചികിത്സാ കേന്ദ്രങ്ങൾ തുട ങ്ങാനും അദ്ദേഹം നിർദ്ദേശിച്ചു. ഹിന്ദു സമുദായങ്ങളിലെ അനാ ചാരങ്ങളെയും ഉദ്യോഗസ്ഥന്മാരുടെയും പ്രമാണിമാരുടെയും അഴിമതികളെയും അദ്ദേഹം അതിനിശിതമായി വിമർശിച്ചു. കോഴിക്കോട് നിന്ന് കണ്ണൂരിലേക്ക് തീവണ്ടിപ്പാതയുണ്ടാക്കണ മെന്ന് ആവശ്യപ്പെട്ടതും അദ്ദേഹമാണത്രെ. കേരളം മലയാളിക ളുടെ മാതൃഭൂമി എന്ന കൃതിയിൽ ഇ.എം.എസ്. കേസരിയെക്കു റിച്ച് വിവരിക്കുന്നുണ്ട്. 1914 നവംബർ 14ന് മദിരാശി നിയമസഭ യിൽ പ്രസംഗം കഴിഞ്ഞയുടനെ ഹൃദയസ്തംഭനം മൂലം അദ്ദേഹം ചരമമടയുകയായിരുന്നു.

മണക്കാടൻ ഗുരുക്കൾ

ചിറക്കൽ താലൂക്കിലെ കരിവെള്ളൂരംശം മണക്കാട് ദേശത്ത് അവർണ്ണവിഭാഗത്തിൽപ്പെട്ട വണ്ണാൻ സമുദായത്തിലാണ് ഗുരുക്കൾ ജാതനായത്. മാതാപിതാക്കളുടെയോ, ഗുരുനാഥന്റെയോ, തന്റെ യോ പേര് അജ്ഞാതമാണ്. എന്നാൽ-താതൻ ചിരുകണ്ടൻ സൂ തൻ കാപ്പാട്ടതിൽ കുഞ്ഞാരൻ താനുറ്റുരചെയ്ത കവിമാല ഇവ യോരഞ്ചും. എന്ന വരികളിൽക്കൂടി (മുച്ചിലോട്ടു ഭഗവതിയുടെ തോ റ്റം പാട്ടിലെ വരികൾ) പിതാവിന്റെ പേര് ചിരുകണ്ടൻ എന്നും ത ന്റെ പേര് കുഞ്ഞാരൻ ആണെന്നും തെളിയുന്നു. (പയ്യന്നൂരിന്നടു ത്ത് കാപ്പാട് എന്ന സ്ഥലമുണ്ട്. തദ്ദേശക്കാരനായ ചിരുകണ്ടന്റെ മ കനാണ് കുഞ്ഞാരനാമാവായ മണക്കാടൻ ഗുരുക്കൾ എന്ന് തോ റ്റംപാട്ട് വ്യക്തമാക്കുന്നു. എന്നാൽ മണക്കാട് ദേശത്തെ അമ്മ വീ ട്ടിലായിരിക്കണം ഗുരുക്കൾ ചെറുതിലെ താമസിച്ചുവന്നത് എന്നു കണക്കാക്കേണ്ടിയിരിക്കുന്നു. മണക്കാടൻ എന്ന സംജ്ഞ അ ങ്ങിനെ വരാനാണ് സാധ്യത). ഏതായാലും ബ്രഹ്മചാരിയും അ സാധാരണത്തം കൊണ്ട് തദ്ദേശവാസികൾക്കെല്ലാം ഗുരുവായതി നാൽ ദേശനാമത്തിനൊപ്പം ഗുരുക്കൾ എന്ന ബഹുമതിയും കൂടി ച്ചേർന്ന കഥാപുരുഷൻ മണക്കാടൻ ഗുരുക്കൾ എന്ന പേരിൽ ഖ്യാ തി നേടി. മാന്ത്രികനും കവിയും സംസ്കൃതപണ്ഡിതനുമൊക്കെ

യായിരുന്ന വണ്ണാൻ രാമൻ അനുഷ്ഠാന പരമായ കോലം കെട്ടി യാടലിനെ ഉദാത്തകലയുടെ മാനങ്ങൾ നൽകി പരിഷ്ക്കരിച്ചതെ ങ്ങനെയെന്ന് വിശദീകരിക്കുന്ന ലിഖിതചരിത്രങ്ങൾ ഒന്നും ഇല്ല. എന്തായാലും ഇങ്ങനെ കോലത്തുനാടിന്റെ ഭാഗമായ കരിവെള്ളൂ രിലെ മണക്കാട്ടിരുന്ന് ഒരു കലാകാരൻ തെയ്യം കെട്ടിന് രൂപപ്പെ ലിമയേകിക്കൊണ്ടിരുന്ന വാർത്ത ചിറക്കൽ കോലത്തിരിയുടെ ചെ വിയിലെത്തുന്നതോടെയാണ് ഐതിഹ്യപ്പെരുമകൾ പലതും കട ന്നുവരുന്നത്. കോവിലകത്ത് ഒന്നൂറെ നാല്പത് (നൂറ്റി നാൽപ്പ തോ അതോ ഒന്ന് കുറെ നാല്പത് (40-1) അതായത് മുപ്പത്തി ഒ മ്പതോ?) ആരാധനാ മൂർത്തികളെ കോലങ്ങളായി കെട്ടിയാടിക്ക ണമെന്നായിരുന്നു കോലത്തിരി മണക്കാടൻ ഗുരുക്കളോട് പരീ ക്ഷണാർത്ഥം ആവശ്യപ്പെട്ടത്. തന്റെ കഴിവുകൾ പരീക്ഷിക്കാൻ വേണ്ടി രാജാവ് ആവശ്യപ്പെട്ട കാര്യം കാണിച്ചുകൊടുക്കേണ്ടത് ഗുരുക്കളുടെ ബാദ്ധ്യതയായി. അന്ന് രാത്രി കൊട്ടാരമുറ്റത്ത് വാദ്യ ഘോഷങ്ങളുയർന്നു. തോറ്റം തുടങ്ങി. ചമയപൂർത്തിയോടെ തെ യ്യങ്ങളോരോന്നായി അരങ്ങത്തെത്തി ആടിത്തിമിർത്തുവത്രേ. വ ളഭരാജാവിന്റെ പരീക്ഷണങ്ങളെ അതിജീവിച്ച് അത്ഭുത സിദ്ധിക ളാൽ നിമിഷനേരം കൊണ്ട് മുച്ചിലോട്ട് ഭഗവതിയേയും മുപ്പത്തൊൻ പത് തെയ്യങ്ങളേയും രാജാവിന് മായയാൽ കെട്ടി കാണിച്ചു. അ

ത്ഭുത സ്തംബ്ധനായ രാജാവ് സന്തോഷിച്ച് അനേകം പാരിതോ
ഷികങ്ങളും മണക്കാടൻ ഗുരുക്കൾ എന്ന സ്ഥാനപ്പേരും വണ്ണാന്
നൽകി. ഏതാനും വർഷങ്ങൾക്കു ശേഷം നീലേശ്വരത്തെ തന്റെ
കൊട്ടാരത്തിലെത്തിയ തമ്പുരാൻ മണക്കാടനെ വരുത്തി. അവി
ടെവെച്ചും വിവിധ പരീക്ഷണങ്ങൾക്ക് വിധേയനാക്കി. എല്ലാം അ
തിജീവിച്ച ഗുരുക്കൾ വിജയശ്രീലാളിതനായി. ഒരു വൈശാഖമാ
സത്തിൽ– തീയതി നിശ്ചയമില്ല–തന്റെ മുപ്പത്തിരണ്ടാമത്തെ വയ
സ്സിലായിരുന്നു ഗുരുക്കൾ സമാധി ആയതെന്നാണ് കേട്ടുകേൾവി.
(അടുത്തായി നടത്തിയ തറവാട്ടു പ്രശ്നത്തിൽ സമാധി 35-മത്തെ
വയസ്സിലായിരുന്നു എന്നാണ് പ്രവചനം.)കരിവെള്ളൂർ മുച്ചിലോ
ട്ടു കാവിനു മുന്നിൽ ഗവൺമെന്റ് ഹൈസ്കൂളിന് സമീപത്തായി മ
ണക്കാടൻ ഗുരുക്കൾ മഹാസമാധിസ്ഥാനം സ്ഥിതി ചെയ്യുന്നു.
അന്ത്യം സ്പർശിക്കാത്ത ഗുരുക്കൾ ജീവൽസമാധിയിൽ ഇരിക്കു
കയാണെന്നാണ് ഐതിഹ്യം. ജനവിശ്വാസവും അങ്ങനെ തന്നെ.

പയ്യന്നൂർ സ്ഥലനാമ ചരിത്രം

ഭൂപ്രകൃതിയുടെ അടിസ്ഥാനത്തിൽ മൂന്നു പ്രത്യേക മേഖലകക ളായി തിരിക്കാം. തീരദേശം, ഇടനാട്, മലനാട് എന്നിവ. കടലോ രത്ത് നിന്നു തുടങ്ങി കിഴക്കോട്ട് കൂടിയത് 3 കിലോമീറ്റർ വീതിവ രെ വ്യാപിച്ചു കിടക്കുന്ന മേഖലയാണ് തീരദേശം. സമുദ്രനിര പ്പിൽ നിന്നും ഏകദേശം 10 മീറ്റർവരെ ഉയരമുള്ളതും, മണലും ഏ ക്കൽ മണ്ണും കൂടിയതുമായ പ്രദേശമാണിത്. പയ്യന്നൂരിലെ സ്ഥല പ്പേരുകൾ മിക്കതും ഭൂപ്രകൃതിയുമായി ബന്ധപ്പെട്ട് ഉരുത്തിരുഞ്ഞു വന്നതാണ്. ചാലക്കോട് എന്നാൽ ഉയർന്ന സ്ഥലം എന്നർത്ഥം. ചാലക്കോട് വയൽ എന്നറിയപ്പെടുന്ന സ്ഥലത്തിന്റെ ഉയർന്ന ഭാ ഗങ്ങളിൽ പണ്ട് കാലത്ത് എണ്ണ ആട്ടുന്ന ചക്കാലകളുണ്ടായിരു ന്നു. ഈ ചക്കാലക്കോട് പിന്നീട് ചാലക്കോട് ആയി. ഈ പ്രദേശ ത്തെ സ്ഥലങ്ങളിൽ ഏറെയും ബന്ധപ്പെട്ട വയലുകളുടെയും കൃ

ഷിസ്ഥലങ്ങളുടെ
യും പറമ്പുകളുടെ
യും പേരുകളാണ്.
വെളുത്ത പുഴി വെ
ള്ളൂരിന്റെയും പുഴി
യും പശിമരാശിക
ലർന്ന കറുത്ത മ
ണ്ണും കരിവെള്ളൂരി
ന്റെയും പേരിന് അ
ടിസ്ഥാനമായി. പെ
രുംപുഴ, പെരുംകടവ്
ഇവയിലേതെങ്കിലു

മാകാം പെരുമ്പയുടെ ഉറവിടം. കരുവാച്ചേരി കരുവാന്മാരുടെയും

കാറമേൽ കുശവന്മാരുടെയും സാന്നിധ്യത്തെക്കുറിക്കുന്നു. അതി നാൽ വയൽ, കണ്ടം, പറമ്പ്, വളപ്പ് എന്ന അർത്ഥം വരുന്ന ആൾ പ്പ് എന്ന സാമാന്യവാചീപദങ്ങളുടെ ധാരാളിത്തം ഈ പ്രദേശ ത്തെ സ്ഥലപ്പേരുകളിൽ കാണാവുന്നതാണ്. കൊവ്വൽ മൺതിട്ടക ളെ സൂചിപ്പിക്കുന്നു. മൂരിക്കൊവ്വൽ മൂരികളുടെയും ചിറ്റാരിക്കൊ വ്വൽ ചിറ്റാരികളുടെയും സാന്നിധ്യത്തെയാണ് കാണിക്കുന്നത്. കി സാൻ കൊവ്വലിന്റെ കിഴക്ക് ഭാഗത്ത് കോത്തായിമുക്ക്. കള്ളനായ കോത്തായി കളവ് മുതൽ കുഴിച്ചിട്ട സ്ഥലം. അത് തിരിച്ചെടുക്കു ന്നതിനുമുമ്പേ മറ്റൊരു കേസിൽ ജയിലിലായി. ജയിലിൽ നിന്ന് തിരിച്ചുവരുമ്പോൾ കളവ് മുതൽ കുഴിച്ചിട്ട സ്ഥലം നാഷണൽ ഹൈ വേ ആയിമാറി. ആ മുതൽ തിരിച്ചെടുക്കാനാവാതെ ഹൈവേയിൽ കണ്ണും നട്ടിരിക്കുന്ന കോത്തായിയുടെ ചിത്രവും സ്ഥല പുരാണ മായി. വയലുകളിൽ മിക്കതിന്റേയും പേരുകൾ അവയുടെ അക്കാ ലത്തെ ഉടമസ്ഥരുടെ വീട്ടുപേരുകളാണ് സൂചിപ്പിക്കുന്നത്. ഉദാ: കൊക്കോട്, കൂർക്കര,പനങ്ങാട്ട്, മണിയറ. കൂടാതെ പല ജാതിക ളിൽപ്പെട്ട പല തൊഴിലുകൾ ചെയ്യുന്നവരും ഈ പ്രദേശങ്ങളിൽ താമസിച്ചിരുന്നതായി സ്ഥലനാമങ്ങൾ വ്യക്തമാക്കുന്നുണ്ട്. ഉദാ: തീയപറമ്പ്, വണ്ണത്താൻചാൽ, ആശാരിക്കുളം, കൊല്ലൻപറമ്പ്, ചി ലപ്പോൾ വ്യക്തികളുടെ പേരും സ്ഥലനാമത്തിന് കാരണമായതാ യി മനസ്സിലാക്കാം. ഉദാ: കോരൻമുക്ക്, കോത്തായിവയൽ, രാമൻ കുളം, നരിയഞ്ചേരിക്ക് പടിഞ്ഞാറായി ആശാരിക്കുളം, വടക്ക് കാ റോൽ (കാരോൽ എന്നാൽ മൺകല നിർമ്മാണവുമായി ബന്ധ പ്പെട്ട സ്ഥലം) പിന്നെ ആശാരിക്കുളത്തിന് വടക്ക് കിഴക്കായി അ വ്വാവൂർ വയൽ, തെക്ക് ഭാഗത്ത് കണ്ടക്കോരൻ മുക്ക്, പടിഞ്ഞാറ് കുറ്റിപ്പനം, അന്നൂർ അമ്പലം, തലയന്നേരിക്കാവ്, പാടിക്കടവ്, ത ട്ടാർക്കടവ്, കണിയാൻകുണ്ട്, കൂനൻകൂടിയിരുന്ന പറമ്പ്, കാരക്കോൽ തുടങ്ങിയ സ്ഥലങ്ങളുണ്ട്. കാർഷികവൃത്തിയുമായി ബന്ധപ്പെട്ട പേരുകളും അങ്ങിങ്ങായി കാണാവുന്നതാണ്. മുതിയലം – ഇത് കാർഷിക വൃത്തിയിൽ നിന്നുണ്ടായ പേരാണ്. നെല്ല് മൂർന്ന് വയ ലിന്റെ ഉയർന്ന ഭാഗത്ത് കൂട്ടിയിടുകയും പിന്നീട് നെല്ലാക്കി മാറ്റു ന്ന മുതിർന്ന നിലം മുതിയലമാകാനാണ് സാധ്യത. കൊയ്ത് മെ തിക്കുന്ന വയലുകളാണ് മുതിയലത്തിന്റെ പിറകിലെന്ന് പയ്യന്നൂർ ചരിത്രവും സമൂഹവും എന്ന പുസ്തകത്തിൽ രേഖപ്പെടുത്തിയി

ടുണ്ട്. കുസൃത്ക്കര ലോപിച്ചാണ് കൂർക്ക ര ആയതെന്നും അഭി പ്രായമുണ്ട്. കൂർക്കര – കൂർ എന്ന് തുടങ്ങു ന്ന സ്ഥലനാമങ്ങൾ നെൽവയലുകളുടെ സമീപത്തായി കൃഷി ചെയ്യുന്ന അടിയാൻ മാർ കൂട്ടമായി താമ സിക്കുന്നത് എന്നാ

ണ്. അതിനാൽ കൂർക്കരയുടെ വിവിധ ഭാഗങ്ങളിൽ ധാരാളം നെൽ കൃഷി നടന്നിരുന്നു. പുഴ തുളുവന്നൂരമ്പലത്തിനടുത്ത് എത്തുമ്പോൾ അത് പാൽത്തിരപ്പുഴയും വണ്ണാത്തിപ്പുഴനിലവുമായി മാറുന്നുണ്ട്. തായിനേരി എന്ന സ്ഥലനാമം തായി – അമ്മ, നേരി – കാവ് (തു ളുഭാഷ) എന്നീ പദങ്ങളിൽ നിന്നും അമ്മദൈവത്തിന്റെ കാവ് എ ന്ന അർത്ഥത്തിൽ വന്നതാണ് എന്നൊരു പക്ഷമുണ്ട്. അമ്മദൈവ ത്തിന്റെ ഒരു സ്ഥാനം ഇപ്പോഴും തായിനേരി തുളുവന്നൂർ ക്ഷേത്ര സമീപത്തുണ്ട്. അന്നൂർ, തായിനേരി, പയ്യന്നൂർ എന്നിവയുടെ ദേ ശചരിത്രവഴികളിൽ പാടിക്കടവ് സുപ്രധാന സ്ഥാനം വഹിക്കുന്നു. ഈ പ്രദേശങ്ങളിൽ കാണപ്പെടുന്ന തുളു സംസ്കാരത്തിന്റെ അ ധിനിവേശം നടന്നത് ഈ ഭാഗത്തുകൂടെയായിരിക്കണം. അതി ന്റെകേന്ദ്രം തായിനേരിയുമായിരിക്കണം. തുളുവന്നൂർ കൊവ്വൽ എന്നത് ലോപിച്ച് തൊണ്ണൂർ കൊവ്വലായതായിരിക്കാം. ഒളവറ ത ണ്ടയാനെ കണ്ടതിൻശേഷം തുളുവന്നൂർ നല്ലമ്പലത്തിലെ നല്ല ദേവനെ കൈതൊഴുതു. നാരങ്ങാത്തോടിൽ നീരാടി കരകയറി കാപ്പാട്ട് കഴകത്തിലും ശേഷിപ്പെട്ടു. എന്ന് കുണ്ടോറ ചാമുണ്ഡി യുടെ മുമ്പ് സ്ഥാനം ഉരിയാട്ടിൽ ഉണ്ട്. ഇവയെല്ലാം തന്നെ തുളു വിന്റെ ചരിത്രപരതയെ വെളിപ്പെടുത്തുന്നു. കോലത്തിരി രാജ്യ ത്തിന് വടക്കായി 32 തുളുഗ്രാമങ്ങൾ ഉണ്ടായിരുന്നതിൽ പൂമല ക്കാവ്- കാറമേൽ പുതിയങ്കാവ് വരെയും കിഴക്കു ഉദ്ദേശം ഏച്ചി ലാംവയലിനോട് ചേർന്നുകിടക്കുന്ന പ്രദേശമുൾപ്പെടെയുള്ള ഭൂ വിഭാഗത്തിന് സവിശേഷമായ സ്ഥാനമുണ്ടായിരുന്നു. ഓരോ കൊ വ്വലിലും വൃത്യസ്ത ജാതിയിൽപ്പെട്ട കുടുംബക്കാർ ഒറ്റയായും

കൂട്ടായും കുടിപാർത്തു. ഓരോ കൊവ്വലിലെയും വീട്ടുവളപ്പുകൾ ആൾപൊക്കത്തിൽ കയ്യാലകോരി അതിര് വേർതിരിച്ച് നിർത്തി യിരുന്നു. ജനങ്ങൾ കൃഷിപ്പണിയും കുലത്തൊഴിലും ചെയ്ത് ജീ വിച്ചു വന്നു. കണ്ടങ്ങളുടെ നാടാണ് കണ്ടോത്ത്. മമ്പലം മണ്ണുമാ യി ബന്ധപ്പെട്ടതാണ്. കൊറ്റിയും കൊറ്റിക്കടവും കൊറ്റിനക്ഷത്ര ത്തിന്റെയും കൊറ്റി എന്ന പക്ഷിയുടെയും പേരുകളുമായി ബന്ധ പ്പെടുന്നു. മൂഷകവംശരാജാവായ ഇരാമകുടമൂവരുടെ കേന്ദ്രമായി രുന്നു എരമം. ഏഴിമല രാജാക്കന്മാരുടെ കാര്യാലയമായതിനാലോ രാമന്റെ തളി (അമ്പലം) ഉള്ളതിനാലോ ആകാം രാമന്തളി ഉണ്ടാ യത്.തെങ്ങ് കയറുന്ന തീയ്യരുടെ ആവാസ സ്ഥലങ്ങളെ സാധാര ണ പരവ കൂട്ടി വിളിക്കാറുണ്ട്. ഉദാ: പരവനടുക്കം, പരവംചാൽ. അതിനാൽ തീയ്യരുടെ ആവാസത്തെ സൂചിപ്പിക്കുന്നതാണ് പരവ ന്തട്ട. പള്ളിത്തറ - പള്ളിയറ എന്ന വാക്ക് ക്ഷേത്രങ്ങളുമായി ബ ന്ധപ്പെട്ടിട്ടുള്ളതാണ്. സഹസ്രാബ്ദങ്ങൾക്ക് മുമ്പ് കടൽ പിന്മാറി യാണത്രേ ഈ പ്രദേശം ഉണ്ടായത്. അപ്പോൾ ഉയർന്നുവന്ന മൺ തിട്ടകൾ പിന്നീട് കൊവ്വലുകളായി. കൊവ്വൽ, കോൽ എന്നീ പദ ങ്ങളുടെ അർത്ഥം കൊഴുത്തപ്രദേശം, കുന്ന് എന്നെല്ലാമാണ്. കൊ വ്വൽ എന്നതിന്റെ കൂടെ വിശേഷവാചീപദം കൂടി വരുന്ന സ്ഥല നാമങ്ങളാകുന്നു. ശാസ്താവിനെ ആരാധിക്കുന്ന പള്ളിയുള്ള തറ യാണ് പള്ളിത്തറ. വണ്ണാത്തികളുടെ സാന്നിധ്യം വണ്ണാത്തിപ്പുഴ ക്കും ഏതോ സ്വാമി സ്വാമിമുക്കിനും പേരു നൽകാനിടയാക്കി. തോണിവഴി കല്ല് കൊണ്ടു വന്നതിനാൽ കല്ലേറ്റുംകടവും പരവന്ത ട്ട പരവന്മാരുടെയും കണിയേരി കണിയാൻന്മാരുടെയും ആവാസ ത്തെ സൂചിപ്പിക്കുന്നു. പുതുതായി ഉയർന്നുവന്ന കാവാണ് പുതി യങ്കാവ്. കൈക്കോട്ടുകടവ് കൃഷിയുടെയും കുറുങ്കടവ് കടവിന്റെ യും സൂചകമാണ്. ധരാളം നെല്ലി മരങ്ങളുയിരുന്നതിനാൽ നെ ല്ലിയാട്ടായി. നെല്ലിയാട്ട് - പഴയ കാലത്ത് നെല്ല് പൊടിച്ച് വാറ്റി യെടുക്കുന്ന നാടൻ ചാരായം ധാരാളം ലഭിച്ച സ്ഥലമാണ്. നെല്ല് ആട്ടി വാറ്റിയ കേന്ദ്രം നെല്ലിയാട്ടായി. മുക്കൂട് മൂന്നു സ്ഥലങ്ങളുടെ സംഗമസ്ഥലത്തെയാണ് മുക്കൂട് എന്ന് പറയുന്നത്. കാനായിലെ ചിറ്റാരി - ചിറ്റാരിമാരുടെ ആവാസ സ്ഥലമാണ്. പോരാട്ടങ്ങളുടെ ചരിത്രം എന്ന പുസ്തകത്തിൽ ഈ ചിറ്റാരിയെ കുറിച്ച് പറയുന്നു ണ്ട്. വള്ളിക്കെട്ട് - ധാരാളം വള്ളിച്ചെടികളുണ്ടായിരുന്നു. കമ്മ്യൂ

ണിസ്റ്റുകാരെ വേട്ടയാടിയിരുന്ന കാലത്ത് ഇ.എം.എസ് ഇവിടെ ഒ ളിച്ചിരുന്നതായി പാർട്ടി പിറന്ന ചരിത്രത്തിൽ പറയുന്നു. കളത്തേ ര - കാർഷീക വൃത്തിയുമായി ബന്ധപ്പെട്ട പേരാണ്. നെല്ല് കളങ്ങ ളുള്ള സ്ഥലമാണ് കളത്തേര ആയത്. കോറോത്തിന്റെ അതിർത്തി യായ പങ്ങടത്തിൽ മൂവാരിമാരുടെ കഴകം സ്ഥിതി ചെയ്യുന്നു. അ വരുടെ നീലംകൈ ചാമുണ്ഡി കുടികൊള്ളുന്ന പാങ്ങുള്ള ഇടമാ ണ് പങ്ങടമെന്ന് അജാനൂരിന്റെ ഗ്രാമ ചരിത്രത്തിൽ രേഖപ്പെടു ത്തിയിട്ടുണ്ട്. കുഞ്ഞി പൊയിൽ – എന്നും മഴവെള്ളം കെട്ടികിട ക്കുന്ന ചെറിയ പൊയിൽ ആണ് കുഞ്ഞിപൊയിൽ.– ധാരാളം കൃ ഷി നടന്നിരുന്ന കോൾ പാടങ്ങളെ സാധാരണയായി കോളാഞ്ചി എന്ന് വിളിക്കാറുണ്ട്. മംഗണംചാൽ – മൺപാത്രങ്ങളുണ്ടാക്കുന്ന തിനാവശ്യമായ മണ്ണ് ധാരാളം ലഭിച്ചിരുന്ന സ്ഥലമാണ് മംഗ ണം,ചാൽ എന്ന പ്രവാഹം ഇവ രണ്ടും ചേർന്ന് മങ്കണം ചാൽ ആ യി. പൊന്നെലം മുതൽ വടക്ക് വരിക്കച്ചാൽ മുതൽ നീണ്ടു പര ന്നു കിടക്കുന്ന വിശാലമായ നെൽപ്പാടം. ഒരു കാലത്ത് പൊന്ന് വിളഞ്ഞിരുന്ന നിലമാണ് പൊന്നെലമായത് അടുക്കം എന്നാൽ തുളുവിൽ പാറനിറഞ്ഞ ചെങ്കൽ പ്രദേശം ആണ്. തുളു ഷേണാ യിമാർ താമസിച്ചിരുന്ന സ്ഥലമാണ്. അതിനാൽ ഇത് തുള്ളടക്ക മായി മാറി. ചെട്ടിയുടെ വരവാണ് എട്ടിക്കുളത്തെ നിർണയിച്ചതെ ങ്കിൽ പട്ടന്മാർകൊവ്വൽ തമിഴ് ബ്രാഹ്മണരുടെ അധിവാസത്തെ അ ടയാളപ്പെടുത്തുന്നു.

ഭൂപ്രകൃതി

മത്സ്യബന്ധനവും കൃഷിയുമാണ് സാധാരണ ജനങ്ങളുടെ പ്ര ധാന ഉപജീവന മാർഗങ്ങൾ. തീരപ്രദേശത്ത് നിന്നു കിഴക്ക് 10 മു തൽ 300 മീറ്റർ വരെ സമുദ്രനിരപ്പിൽ നിന്നും ഉയരത്തിൽ കിടക്കു ന്ന പ്രദേശത്തെയാണ് ഇടനാട് എന്നു പറയുന്നത്. ഇവിടങ്ങളിൽ പ്രധാനമായും ചെറിയ പ്രദേശങ്ങളും ഇടയ്ക്ക് നദീതട പ്രദേശ ങ്ങളുമാണ് കാണപ്പെടുന്നത്. പയ്യന്നൂരിലെ പടിഞ്ഞാറു വശത്തേ ക്ക് പൊതുവെ ചരിവുള്ളതും ക്രമേണ തീരദേശവുമായി ലയിക്കു ന്നതുമാണ്. ചെങ്കൽപാറകളും ചെങ്കൽ മണലും പുഴയോരങ്ങളി ലെ എക്കൽ മണ്ണും ചേർന്ന പ്രദേശമാകയാൽ ജനങ്ങൾ വിവിധ കൃഷികളിൽ വ്യാപൃതരായി ഉപജീവനം കഴിക്കുന്നു. ഉപ്പട്ടി ആ

ണ് ഈ മേഖലയിലെ ക
ണ്ടൽ മരങ്ങളിൽ പ്രധാ
നം. കണ്ണാമ്പൊട്ടി, പൂ
ക്കണ്ടൽ, റൈസോഫോ
റ, ബ്രുഗേരിയ തുടങ്ങി
യ കണ്ടൽ മരങ്ങൾ പയ്യ
ന്നൂരിലെ പ്രദേശത്ത് വ
ളരുന്നുണ്ട്. തീരദേശങ്ങ
ളിൽ പല പ്രദേശങ്ങളി

ലും മച്ചിത്തോൽ (അക്രോസ്റ്റാക്കിയം) വ്യാപകമായി കാണപ്പെടു
ന്നുണ്ട്. ഒരു കാലത്ത് സമൃദ്ധമായ കണ്ടൽ വനങ്ങൾ ഉണ്ടായിരു
ന്നതിന്റെ സൂചനയാണ് ഈ പന്നൽ ചെടികളുടെ സാന്നിധ്യം. പ
യ്യന്നൂരിന്റെ ചുറ്റുമുള്ള പ്രദേശങ്ങളുടെ ഭൂപ്രകൃതിക്ക് അതിന്റേതാ
യ സവിശേഷതകളുണ്ട്. സമുദ്രനിരപ്പിൽ നിന്നും നാലു മുതൽ
ഏഴു മീറ്റർ വരെ മാത്രം ഉയർന്നു നിൽക്കുന്ന മണൽമണ്ണു നിറ
ഞ്ഞ തീര സമതല ഭൂമിയാണിവിടെ. കടുത്ത കരിങ്കൽ പാറകളോ,
ചെങ്കല്ലോ(വെട്ടുകല്ല്) ഈ പ്രദേശത്ത് കാണാനില്ല. സമുദ്രത്തിന്റെ
പിൻമാറ്റത്തിനുശേഷം കരയായിത്തീർന്ന ഈ സമതല പ്രദേശ
ത്ത് മനുഷ്യവാസം തുടങ്ങിയതാണെന്നതിനു ചരിത്രപരമോ, പു
രാവസ്തുപരമോ ആയ സൂചനകൾ ലഭ്യമല്ല. കിഴക്ക് ഏച്ചിലാംവ
യലിലും, തെക്ക് എടാട്ടും, മാടായിയിലുമുള്ള ചെങ്കൽ കുന്നുകളി
ലും ചെരിവുകളിലും മഹാശിലായുഗത്തിൽ ജനവാസമുണ്ടായിരു
ന്നതിന്റെ തെളിവുകൾ കണ്ടെത്തിയിട്ടുണ്ട്. ചെങ്കൽ കുന്നുകളെ
ക്കാൾ എളുപ്പം ഉഴുതുമറിക്കാനും കൃഷിയിറക്കാനും വയലുകളാ
ക്കി മാറ്റാനും പറ്റിയ ഭൂപ്രകൃതി, നിലത്ത് പതിക്കുന്ന മഴയുടെ ഏ
റിയ ഭാഗവും വലിച്ചെടുത്ത് ഈർപ്പമാക്കാനും, ഭൂഗർഭ ജലമായി
സംരക്ഷിക്കാനും കഴിവുള്ള മണൽ നിറഞ്ഞ എക്കൽമണ്ണ്, അതി
നാൽ തന്നെ അധികം ആഴത്തിലല്ലാതെ എക്കാലവും ലഭ്യമായ
ശുദ്ധജലം ഇവയെല്ലാമാണ് ഈ പ്രദേശത്തിന്റെ സവിശേഷതകൾ.
ഒരു കാലത്ത് പ്രദേശത്ത് ജലസ്രോതസ്സുകളായി തറവാടുകളുടെ
യും ക്ഷേത്രങ്ങളുടേയും വകയായി ഒരുപാട് കുളങ്ങളുണ്ടായിരു
ന്നു. പരന്ന നെൽ വയലുകളോടൊപ്പം ഈ കുളങ്ങളും മഴവെള്ള
സംഭരണികളായി വർത്തിച്ചിരുന്നു. എന്നാൽ ഇന്ന് ഈ കുളങ്ങ

ളിൽ മിക്കവയും നികന്നു പോവുകയോ ഉപയോഗ ശൂന്യമാവുക
യോ ചെയ്തു. വയലുകൾ നികത്തുകയും, പുരയിടങ്ങൾ മതിലു
കൾ കെട്ടി വേർതിരിക്കപ്പെടുകയും, വയലുകൾക്ക് കുറുകെ റോ
ഡുകൾ ഉയർന്നുവരികയും ചെയ്തതിന്റെ ഫലമായി സാവാഭാവി
ക നീരൊഴുക്കു മാർഗ്ഗങ്ങൾ അടഞ്ഞുപോവുകയും, മഴക്കാലത്ത്
അവിടങ്ങളിൽ വെള്ളം കെട്ടി നിൽക്കുകയും, മറ്റിടങ്ങളിൽ നീരൊ
ഴുക്കു വർദ്ധിക്കുകയും ചെയ്തു. പരിണിതഫലം ഭൂഗർഭ ജല സ
മൃദ്ധി കുറയുകയും, കിണറുകളിൽ ജലവിതാനം താഴുകയും ചെ
യ്തു എന്നുള്ളതാണ്. അന്നൂർതായിനേരി പ്രദേശത്തിന്റെ പശ്ചിമ
ഭാഗത്ത് ഒളവറ-തട്ടാർ കടവ് - പാടിപ്പുഴ തീരങ്ങളിൽ തണ്ണീർ ത
ടങ്ങളും, ചതുപ്പുകളും, കണ്ടൽ ചെടികളും കണ്ടുവരുന്നു. പലത
രം മത്സ്യങ്ങളും ഞണ്ടുകളും, ചെമ്മീനും, കക്കയും ഇവിടെ സമൃ
ദ്ധമാണ്. ഒരു കാലത്ത് നീർനായകളുടെ വിഹാരകേന്ദ്രമായിരുന്നു
ഇവിടം. ഈ ചതുപ്പുകളും, പുഴയും, കണ്ടലുകൾ നശിപ്പിച്ച് ചതു
പ്പുനിലങ്ങൾ (കൈപ്പാടുകൾ) നികത്തി തെങ്ങ് വെക്കുന്ന പ്രവണ
തയുടെ പരിണിതഫലം ഇവിടത്തെ ആവാസ വ്യവസ്ഥ തകർക്ക
പ്പെട്ടു എന്നുള്ളതാണ്. പാടശേഖരങ്ങൾ കയ്യണ്ണി, മാങ്ങാനാറി, മു
ത്തിൾ, ബ്രഫി, തകരം, അടയ്ക്കാമണിയൻ, തേക്കിട, നീരാരൽ
തുടങ്ങി നിരവധി ഔഷധച്ചെടികൾ പയ്യന്നൂരിന്റെ ചുറ്റുമുള്ള പാ
ടങ്ങളിൽ കളകളായി വളരുന്നു. വെളുത്ത പൂക്കളുള്ള അടയ്ക്കാമ
ണിയൻ ഉപ്പിന്റെ അംശമില്ലാത്ത ഉയർന്ന പ്രദേശങ്ങളിലെ വയലു
കളിലും വളരുന്നു റൈസസ്റ്റൈവ എന്നനെൽച്ചെടിയും ഒറൈസ
പെരിനിസ് എന്ന വരിനെല്ലുമാണ് വയലിലെ പ്രധാന നെൽസ്പി
ഷീസുകൾ. കോഴിവാലൻ, കരിഞ്ചൻ, തൗവൻ, വെള്ളത്തൗവൻ,

വാച്ചൻ, കയമ, മാ
ലക്കാരൻ, ചെന്നെ
ല്ല്, ജീരകശാല, ഗ
ന്ധകശാല, കരന്ത
ക്കാടൻ, തവളക്ക
ണ്ണൻ തുടങ്ങി നി
രവധി നാടൻ
നെൽവിത്തുകൾ
പയ്യന്നൂരിന്റെ

നെൽപാടങ്ങളിൽ കൃഷിചെ
യ്തുവരുന്നുണ്ട്. കുറുവേലി
ത്തോട്, തവിടിശ്ശേരിത്തോ
ട്, പെരുന്തട്ടത്തോട്, പാടി
ച്ചാൽത്തോട് എന്നിവ തൗ
വ്വരയിൽവെച്ച് ഒരുമിച്ചു ചേ
രുന്നു. പെരുവാമ്പപ്പുഴ, കു
റ്റൂർ - പേരൂർപ്പുഴ, എട
ക്കോംപുഴ ഇവയോടൊക്കെ
ചേർന്ന് ഒടുവിൽ പെരുമ്പ
യിലും കവ്വായിയിലും ചെ

ന്നെത്തി എട്ടിക്കുളത്തുവെച്ച് കടലിൽ ചേരുന്നു. മുട്ടം - പാലക്കോ
ട് പുഴക്ക് അറക്കൽ രാജാവ് തോട് നിർമ്മിച്ചതോടെ വളപട്ടണം
പുഴയും പെരുമ്പപ്പുഴയും തമ്മിലുള്ള ജലഗതാഗതം സുഗമമാ
യി.പുൽമേടുകൾക്കിടയിൽ അവിടവിടെയായി കാണപ്പെടുന്നു. കു
റ്റിക്കാടുകൾ ലാറ്ററൈറ്റ്, സ്ക്രബ് എന്ന പേരിൽ അറിയപ്പെടുന്നു.
കണ്ണാമ്പൊട്ടി, കാഞ്ഞിരം, പേഴ്, ചന്ദനം, പിള്ളമരുത്, കാശാവ്
കാര, പുല്ലാഞ്ഞി, മോതിര വള്ളി, മോതിരക്കണ്ണി, മലനാരകം എ
ന്നിവയാണ് ഈ ഇടനാടൻ കുറ്റിക്കാടുകളിലെ പ്രധാന ചെടികൾ.
വീട്ടുതൊടികളിൽ ഫലവൃക്ഷങ്ങൾക്കൊപ്പം നിരവധി വൃക്ഷങ്ങൾ
വളർന്നു നില്ക്കുന്നുണ്ട്. ഈ മേഖലയിൽ കാണപ്പെടുന്ന കുയിറ്റി
(മുള്ളിലവ) ഒണ്ടോൻ പുളി തുടങ്ങിയ മരങ്ങൾ തെക്കൻ കേരള
ത്തിൽ തീരെ സാധാരണമല്ല. മുള്ളുവേങ്ങ, വങ്കണ(കരേലിയ പ്രാ
ക്കിയേറ്റ) വട്ട, നുകമരം (ട്രീമാ ഓറിയന്റാലിസ്) തുടങ്ങിയവ വീ
ട്ടുതൊടികളിൽ സർവ്വസാധാരണമാണ്. പൂവം അഥവാ ചൗക്കൊ
ട്ട പച്ചിലവളത്തിനായി തോട്ടങ്ങളിൽ അവിടവിടെയായി സംരക്ഷി
ച്ചിരിക്കുന്നു. വീട്ടുതൊടികൾ നിരവധി ഔഷധ സസ്യങ്ങളുടെ വി
ളനിലമാണ്. സർപ്പഗന്ധി, മുക്കുറ്റി, ആനച്ചുവടി, പൊലുവള്ളി, സൂ
ത്രവള്ളി, കാട്ടുചേന, ശതാവരി, ഈശ്വരമൂലി, അടവിക്കച്ചോലം,
അടപതിയൻ, പാൽമുതുക്ക് തുടങ്ങി നിരവധി ഔഷധച്ചെടികൾ
ഈ മേഖയിൽ വളരുന്നു. വീട്ടുതൊടികളിൽ കാണപ്പെടുന്ന വെളു
ത്ത ആനയടി അഥവാ നിലമുച്ചാള അതുല്യമായൊരു ഔഷധി
യാണ്.

അധ്യായം 5
പയ്യന്നൂർ ജനത

ഓരോ ഗ്രാമസമൂഹത്തിലും തൊഴിൽ കൂട്ടങ്ങളുടെ എണ്ണം ഏ റിയും കുറഞ്ഞും കാണാവുന്നതാണ്.കൃഷിയുമായി ബന്ധപ്പെട്ട് നി രവധി തൊഴിലുകൾ   ഉയർന്നു വന്നു. അതോടൊപ്പം പുതിയ തൊഴിൽക്കൂട്ടങ്ങളും ഇത്തരം തൊഴിൽ കൂട്ടങ്ങളെ സൂചിപ്പിക്കു ന്ന അനേകം സ്ഥലനാമങ്ങൾ കാണാൻ കഴിയും. ഇരുമ്പ് പോലു ള്ള ലോഹങ്ങൾ ഉപയോഗിച്ച് പണിയായുധങ്ങൾ നിർമ്മിക്കാനും മരം ഉപയോഗിച്ചുകൊണ്ടുള്ള കലപ്പപോലലുള്ള ഉപകരണങ്ങളും പ്രധാനപ്പെട്ട സാമൂഹികാവശ്യമായി മാറി. ഈ ഒരു സാമൂഹിക വും സാമ്പത്തികവുമായ സാഹചര്യത്തിലാണ് മരപ്പണിക്കാരും ലോ ഹപ്പണിക്കാരും സമൂഹത്തിൽ ഉയർന്നു വന്നത്. മഹാശിലാ സം സ്കാരത്തിന്റെ കാലം മുതൽ ഈ തൊഴിൽ കൂട്ടം ഇവിടെ സജീ വമാണ്. വാസ്തുവിദ്യ, ദാരുശില്പ നിർമിതി, ജല വിജ്ഞാനം എ ന്നീ മേഖലകളിൽ ഇവർ അദ്വിതീയരായിരുന്നു. പുലയർ ,മാവി ലൻ,മലക്കുടിയ എന്നിവർ കാർഷിക സമൂഹത്തിന്റെ ആവശ്യങ്ങൾ നിറവേറ്റുന്നതിനുവേണ്ടി പയ്യന്നൂരിൽ ഉയർന്നുവന്ന പട്ടികവർഗ സമുദായമാണ്. ശാലിയൻ അങ്ങാടികളുടെ സമീപത്ത് കൂട്ടമായും തീയ്യർ തെങ്ങുകൃഷിയുമായി ബന്ധപ്പെട്ട സ്ഥലങ്ങളിലും അധി വാസമുറപ്പിച്ചു.വണ്ണാനും, കണിശനും, സാമൂഹിക ജീവിതത്തിന്റെ ഭാഗമായി മാറി. ചുരുക്കത്തിൽ മധ്യകാലഘട്ടത്തിലെ ഗ്രാമീണ സമൂഹങ്ങളുടെ ആവശ്യങ്ങൾ നിറവേറ്റുന്നതിനുവേണ്ടി വിവിധ തൊഴിൽ കൂട്ടങ്ങൾ ഉയർന്നുവരികയും ക്രമേണ അതൊക്കെ ജാ തികളായി പരിണമിക്കുകയും ചെയ്തു. കണിയൻ, ശാലിയൻ, വ ണ്ണാൻ, മൂശാരി തുടങ്ങിയ നിരവധി തൊഴിൽകൂട്ടങ്ങൾ പയ്യന്നൂരിൽ ഉയർന്നുവന്നു. സാംസ്കാരിക വൈജാത്യം കൊണ്ടും സ്വാതന്ത്ര്യ സമര പരമ്പരകൾ കൊണ്ടും സ്വദേശാഭിമാനികളുടെ വീരോജ്വല

മായ പ്രവർത്തനങ്ങൾ കൊണ്ടും ചരിത്ര പ്രാധാന്യമുള്ള സ്ഥല മായ പയ്യന്നൂർ ഇന്നിപ്പോൾ നിരവധി വ്യാപാര സ്ഥാപനങ്ങൾ തിങ്ങി നിറഞ്ഞ പട്ടണമായി രൂപാന്തരപ്പെട്ടിരിക്കുന്നു. ഓരോ ഗ്രാ മസമൂഹത്തിലും പ്രസ്തുത തൊഴിൽ കൂട്ടങ്ങളുടെ എണ്ണം ഏറി യും കുറഞ്ഞും കാണാവുന്നതാണ്. പയ്യന്നൂരിലെ ജനജീവിതം കേരളത്തിന്റെ പൊതുബോധത്തോട് ചായ്‌വ് പുലർത്തുന്നതായി രുന്നു.   ആദികാലത്ത് മരുമക്കത്തായ സമ്പ്രദായമാണെങ്കിലും ക്രമേണ അത് മാറി. ഈ നാട്ടിലേക്ക് കുടിയേറിവന്നവരുടെ ശീല ങ്ങളും ചിന്തകളും ജനതയെ സ്വാധീനിച്ചിരുന്നു. ജന്മി കുടിയാൻ വിഭജനം നിലവിലുണ്ടായിരുന്നതിനാൽ കുടിയാന്മാർ ഉല്പാദകർ മാത്രമായിരുന്നു. കുടിയാന്മാർ അരക്ഷിതരായിരുന്നു. അവരെ കുടി യൊഴിപ്പിക്കാൻ ജന്മിക്കധികാരമുണ്ടായിരുന്നു. പാട്ടം, വാരം എന്നി ങ്ങനെയുള്ള നികുതി വ്യവസ്ഥപ്രകാരമാണ് നിലം കാർഷികാവ ശ്യത്തിന് വാങ്ങിയിരുന്നത്. ബ്രാഹ്മണ്യത്തിലും ക്ഷേത്രസംസ്കാ രത്തിലും ഊന്നിയ ഒരു സാമൂഹ്യക്രമം ഇവിടെ വളർന്നുനിന്നിരു ന്നു. സാമൂഹിക ജീവിതത്തിന്റെ ഭാഗമായി മാറി.

മാവിലാന്മാർ

പയ്യന്നൂരിന്റെ വടക്കൻ മലയോരങ്ങളിലും ഇന്നും കഴിഞ്ഞു വരുന്ന ഒരു വിഭാഗമാണ് പട്ടിക ജാതിയിൽ പെട്ട മാവിലന്മാർ. കദംബവംശാധിപത്യത്തിന് മുമ്പ് കടൽക്കരയിൽ നിന്ന് പശ്ചിമ ഘട്ടം വരെയുള്ള നാടുമുഴുവനും ആദിവാസികളായ മാവിലന്മാരു ടെതായിരുന്നുവത്രേ. മാവിലന്മാരുടെ ഇടയിൽ ആദ്യകാലത്ത് ചെറു മൻ എന്ന പേരിലും പിൽക്കാലത്ത് മാവിലാൻ എന്ന പേരിലും അറിയപ്പെട്ടു കാങ്കോൽ – അലപ്പട മ്പ്, കരിവെള്ളൂർ, പെരിങ്ങോം, എന്നീ പഞ്ചായത്തുകളി ലാണ് താമസിച്ചിരു ന്നത്. ഭൂമിയിൽ അവ കാശമില്ലാത്ത മാവി ലൻ ഭൂവുടമ പഴയു

മ്പോഴൊക്കെ താമസ സ്ഥലം മാറ്റേണ്ടിവന്നിട്ടുണ്ട്. ഭൂവുടമകൾ മാവിലരെ ഏതാണ്ട് അടിമകളെപ്പോലെ കൃഷിപ്പണിക്ക് ഉപയോഗപ്പെടുത്തിപ്പോന്നു. ഇവർ മര, ചാമ, കേത, വരക്, കിഴങ്ങ്, കായൽ,

ഓട എന്നിവയാണ് തിന്നിരുന്നത്. നായാടിയും ഇവർ ഇര തേടിയിരുന്നു. നായാട്ടുനായയെ വളർത്തുമൃഗമായി ഇവർ എന്നും കൂടെ കൊണ്ടു നടക്കാറുണ്ട്. പുനംകൃഷിയിലായിരുന്നു. ഇവർക്ക് വൈദഗ്ദ്ധ്യം ധനു 25ന് ആരംഭിച്ച് കർക്കടകം 18ന് അവസാനിക്കുന്നതാണ് പുനംകൃഷിരീതി. തൈലപ്പുല്ല്, ഓടപ്പുല്ല് എന്നിവ ഉപയോഗിച്ചുള്ള പന്തലുകൾ നിർമ്മിച്ച് ആ പന്തലിൽ ചിങ്ങം മുതൽ കന്നിവരെ കാവൽ നിന്നാണ് മാവിലന്മാർ കൃഷിയെ സംരക്ഷിക്കുന്നത്. മാവിലന്മാർ സസ്യാദികൾക്കുള്ള രോഗത്തിന് ആവണക്കെണ്ണയാണ് കീടനാശിനിയായി ഉപയോഗിച്ചിരുന്നത്. കാവൽ സമയത്ത് വികസിപ്പിച്ചെടുത്ത കലാരൂപങ്ങളാണ് തുടിയും കൊട്ടും പാട്ടും. മംഗലംകളി മാവിലന്മാരുടെ സംഭാവനയാണ്. കൊയ്ത്തിനുശേഷം ധാന്യം പൊതിയാക്കി വെക്കുന്നതിലും ഇവർ വിദഗ്ധരായിരുന്നു. കൂട്ടുകുടുംബവ്യവസ്ഥ ആയിരുന്നു. മാവിലന്മാർക്കിടയിലും ആദ്യകാലത്ത് ഉണ്ടായിരുന്നത്. മറ്റ് ആദിവാസി വിഭാഗങ്ങളെപ്പോലെ മൂപ്പനാണ് ഇവിടെയും ആചാരാനുഷ്ഠാനങ്ങൾ നിയന്ത്രിച്ച് സാമൂഹ്യനീതി ഉറപ്പുവരുത്തുന്നത്. മേലാളന്മാരോട് സംസാരിക്കുന്നതിനു മാവിലന്മാർക്ക് പ്രത്യേകം ശൈലിയുണ്ട്. വിവാഹം, മരണം, തെയ്യം എന്നിങ്ങനെയുള്ള മിക്ക ചടങ്ങുകളിലും മൂപ്പന് കാർമികത്വമുണ്ട്. പയ്യന്നൂർ, കരിവെള്ളൂർ, പെരളം എന്നിവിടങ്ങളിലും മത്സ്യബന്ധനം ജീവിതവൃത്തിയാക്കിയവരുണ്ട്. പക്ഷികളെ കെണിവെച്ച് പിടിച്ച് ജീവിതം നയിച്ചു വന്ന മായിലന്മാർ ഇടനാടൻ കുന്നുകളോ കിഴക്കൻ കുന്നുകളോ ആണ് ആവാസകേന്ദ്രമായി തെരഞ്ഞെടുത്തത്. .വെറ്റിലയും, പഴുത്തടക്കയും, ചുണ്ണാമ്പും, കൂടി

യുള്ള മുറുക്ക് മാവിലന്മാരുടെ ഇടയിൽ സർവ്വ സാധാരണമായിരു
ന്നു. അതിഥികൾ വീട്ടിലെത്തിയാൽ ആദ്യമായി നൽകുന്നതും ഈ
മുറുക്ക് സൽക്കാരമാണ്. സമൃദ്ധമായി വെറ്റിലത്തോട്ടങ്ങളും, കവു
ങ്ങിൻ തോട്ടങ്ങളും ഇവർക്ക് ഉണ്ടായിരുന്നതായി വിദേശ സഞ്ചാ
രികളുടെ കുറിപ്പുകളിൽ കാണുന്നുണ്ട്. ഭൂമിയിൽ ആദ്യകാലങ്ങ
ളിൽ ഇലവ് എന്ന മരം ഉണ്ടായിരുന്നു. ഈ മരത്തിന്റെ വീതിയുള്ള
ഇലകൾ വസ്ത്രമായും മരത്തിന്റെ തോല് ചെരിപ്പായും, ഇവർ
ഉപയോഗിച്ചിരുന്നത്രേ. ഈ മരത്തിലുള്ള പ്രത്യേക ഔഷധ ഗുണ
മുള്ള മരുന്ന് എടുക്കാനുള്ള കഴിവ് മാവിലൻമാർക്ക് മാത്രമേ ഉണ്ടാ
യിരുന്നുള്ളൂ. ഇതു കൊണ്ടാണ് മാവിലൻ എന്ന പേർ വന്നതെന്നും
പറയപ്പെടുന്നു. തനതായ ആചാരനുഷ്ഠാനങ്ങൾ ഈ സമുദാ
യത്തെ മറ്റുസമുദായങ്ങളിൽ നിന്നും വേർതിരിച്ചു നിർത്തിയിരുന്നു.
ആചാരങ്ങളും അനുഷ്ഠാനങ്ങളും അതിന്റേതായ ചിട്ടയോടും ഭയ
ത്തോടും ഭക്തിയോടും കൂടി കൊണ്ടാടുന്നു. ജനനസമയത്തും
വിവാഹസമയത്തും മരണസമയത്തും എല്ലാം ഇവർ വിപുലമായ
ചടങ്ങുകൾ നടത്തുന്നു. ഒരു സ്ത്രീ പ്രസവിച്ചാൽ അവർക്ക് കുളി
ക്കാൻ വേണ്ടി പ്രത്യേകം മറപ്പുര കെട്ടുമായിരുന്നു, 16-ാം ദിവസം
പ്രസവിച്ച സ്ത്രീ അറ പൊളിച്ച് വീടു മുഴുവൻ ചാണകവും തേച്ച്

പുഴയിൽ കുളിക്കാൻ പോകും. അന്നേ ദിവസം പുല പോകുന്ന ദീവസം കൂടിയാണ്. പ്രസവം എടുക്കുന്നത് മലവേട്ടുവൻ വിഭാഗ ത്തിൽപ്പെട്ട മുതിർന്ന സ്ത്രീയായിരുന്നു. ഈ ദിവസം തന്നെ കുഞ്ഞിന് നൂല് കെട്ട് ചടങ്ങും നടത്തും. കറുത്ത നൂല് അരയിൽ കെട്ടുന്നതാണ് പ്രധാന ചടങ്ങ്. പിന്നീട് 6, 7 വയയസ്സ് ആകുമ്പോൾ കാരമുള്ള് കൊണ്ട് കുഞ്ഞിന്റെ കാത് കുത്ത് മംഗലം നടത്തും. ഇത് മംഗലം എന്നാണ് അറിയപ്പെടുന്നത്. ഇത്തരം ആചാരങ്ങ ളൊക്കെ ഇന്ന് അന്യം നിന്നു കൊണ്ടിരിക്കുകയാണ് .സാധാരണ വിവാഹ പ്രായം പണ്ട് കാലത്ത് 11 മുതൽ 13 വരെയാണ്. സ്വന്തം ഇല്ലത്ത് നിന്നും കല്യാണം കഴിക്കാറില്ല. ആൺ വീട്ടിൽ നിന്ന് ആളുകൾ വന്ന് ഇരുമ്പിന്റെ മോതിരവും അഞ്ച് വെറ്റിലയും ഏഴ് അടയ്ക്കയും വെച്ച് മംഗലം നിശ്ചയിക്കും. കല്ല്യാണ ചെക്കൻ പെണ്ണ് കാണാൻ വരാറില്ല. മംഗലം നിശ്ചയിച്ച ശേഷം മടങ്ങി വന്ന് ജൻമി യുടെ അടുത്ത് വന്ന് വിവരം അറിയിക്കുകയും ചെയ്യുന്നു. ജൻമി യാണ് പെൺവീട്ടിൽ കൊടുക്കേണ്ടണ്ട കാണം കൊടുക്കുന്നത്. 10 ഇടങ്ങഴി നെല്ലും ഒരണയും ഒരു മുറിപ്പുടവയും കാണമായി കൊടു ക്കും. പെൺവീട്ടിലേക്ക് പോകുന്ന സംഘങ്ങളിൽ 7 തുടിയും, 7 കുടുംബക്കാരും വേണം. തുടി കൊട്ടി പാടാനുള്ളവരെ 5 വെറ്റില യും, അടയ്ക്കയും വെച്ച് ക്ഷണിച്ച് വരുത്തണം. ഇതിന് പറോട്ടി വിളിക്കൽ എന്നാണ് പറയുന്നത്. പെൺവീടിന്റെ അതിർത്തിയിൽ എത്തിയാൽ ആൺവീട്ടുകാരുടെ തുടിക്കാർ പ്രവേശിക്കാമോ എന്ന് മൂന്ന് പ്രാവശ്യം തുടിയിലൂടെ ചോദിക്കും. അപ്പോൾ പെൺവീ ട്ടിലെ തുടിക്കാർ പ്രവേശിക്കാമെന്ന് മൂന്ന് വട്ടം തുടിയിലൂടെ മറു പടി കൊടുക്കും. ഈ ചടങ്ങിന് ശേഷം ആൺ വീട്ടുകാർ പെൺവീ ട്ടുകാരുടെ പറമ്പിലേക്ക് കയറുന്നു. പന്തലിൽ കയറുന്നതിന് മുമ്പ് പെണ്ണിന്റെ സഹോദരൻ വന്ന് വരന്റെ കാലിൽ കിണ്ടി കൊണ്ട് വെള്ളം ഒഴിക്കും. അപ്പോൾ വരൻ ആ കിണ്ടിയിൽ പത്തേകാൽ പണം ഇടണം. ഇത് ധാരപ്പണം എന്നാണ് അറിയപ്പെടുന്നത്. പെൺവീട്ടിൽ കൊടുക്കുന്ന കാണവും ധാരപ്പണവും പുരുഷധന മായി കണക്കാക്കാം. വധുവിന്റെ വീട്ടിൽ മംഗലം കൂടിയതിന്റെ രണ്ടാംദിവസം ഉച്ച തിരിഞ്ഞാണ് വരന്റെ വീട്ടുകാർ പെൺവീട്ടി ലെത്തുന്നത്. മൂന്ന് ദിവസം നീണ്ടു നിൽക്കുന്ന വിവാഹത്തിൽ ആദ്യദിവസം പന്തലിടൽ ചടങ്ങാണ്. ആഘോഷമായിട്ടാണ് ഈ

ചടങ്ങ് നടക്കുന്നത്.
പെണ്ണിന്റേയും ചെക്ക
ന്റേയും കുടിലിന്റെ
മുമ്പിൽ 5 തൂണി
ലാണ് പന്തൽ
ഉയർത്തുന്നത്. നാല്
വ ശ ങ്ങ ളി ലാ യി
ഒരാൾ മധ്യത്തിലും
നിന്നിട്ട് ഒരേ സമ
യത്ത് ആണ് പന്തൽ

ഉയർത്തുന്നത്. നടുവിൽ ഉള്ള തൂൺ ഉപയോഗിച്ച് പന്തൽ അലങ്ക
രിക്കും. പിന്നീട് പെണ്ണിനെ പന്തലിൽ കൊണ്ടുവന്ന് മധ്യത്തിലെ
തൂണിനടുത്ത് പായ വിരിച്ച് ഇരുത്തും. നാത്തൂൻ എന്ന് വിളിക്കുന്ന
എണങ്ങത്തി മഞ്ഞളും എണ്ണയും ചേർത്ത് ധാര ഒഴിക്കും. കല്യ്യാ
ണത്തിനോടനുബന്ധിച്ച് തെയ്യം കെട്ടിയാടാറുണ്ട്. കുടുംബതെയ്യ
മാണ് പെണ്ണിനെ കരിമണി മാല അണിയിക്കുന്നത്. ഇത് താലി
യായി പരിഗണിക്കുന്നു മാവിലൻ സമുദായത്തിലെ പെൺകുട്ടി
കൾ ആദ്യമായി ഋതുമതിയാകുമ്പോൾ പുരുഷന്മാരുടെ കണ്ണിൽ
പെടാതെ കുടിലിൽ പ്രത്യേകം തയ്യാറാക്കിയ മുറിയിലിരുത്തും,
ഏഴു ദിവസം വരെ. ഏഴാം ദിവസം കുടുംബത്തിലെ മരുമക്കൾ
പെൺകുട്ടിയെ കുളിപ്പിച്ച് മധുരം നൽകും. ഏഴ് ദിവസം വരെ
ഭക്ഷണം പാകം ചെയ്യാനോ കിണറിൽ നിന്ന് വെള്ളം എടുക്കാനോ
ദൈവസ്ഥാനങ്ങളുടെ അടുത്ത് പോകാനോ പാടില്ല. ആദ്യത്തെ
പ്രസവത്തിന് ചെക്കന്റെ വീട്ടിൽ നിന്നും പെണ്ണിനെ വീട്ടിലേക്ക്
കൊണ്ടുപോകുന്നു. പെണ്ണിന്റെ മാതാപിതാക്കളും ബന്ധുക്കളും
തലേദിവസം തന്നെ അരിയും സാധനങ്ങളുമായി ചെക്കന്റെ വീട്ടി
ലെത്തും. അടുത്ത ദിവസം സൂര്യോദയത്തിനു മുമ്പ് ഗർഭിണിയെ
കുളിപ്പിച്ച് കോടിമുണ്ടുടുപ്പിച്ച് ഇരുത്തും. പിന്നീട് തലമുടി പകുത്ത്
മധ്യത്തിൽ കോടി നൂലിൽ ഒരു പച്ച മഞ്ഞൾ കെട്ടുന്നു. ഒറ്റം
ബന്ധുക്കൾ പുറകിൽ നിന്ന് പിടിക്കുന്നു. മഞ്ഞൾ കെട്ടിയ അറ്റം
ഇരുകാലിന്റെയും പെരുവിരൽ തൊടുന്ന രീതിയിൽ വയ്ക്കുന്നു.
ഈ നൂലിൽ കൂടി മഞ്ഞൾ ചാലിച്ച എണ്ണ ആദ്യം മാതാപിതാ
ക്കളും പിന്നീട് ബന്ധുക്കളും തേക്കുന്നു. തലയിൽ നിന്നും എണ്ണ

നൂലിലൂടെ ഒഴുകി ആദ്യം ഏത് കാലി ലാണ് വീഴുന്ന തെന്ന് ശ്രദ്ധിക്കും. വലതു പെരുവിര ലിലാണ് വീഴുന്ന തെങ്കിൽ ആൺകു ട്ടിയും, ഇടത് പെരു വിരലിലാണ് വീഴു ന്ന തെ ങ്കിൽ പെൺകുട്ടിയാണ് ജനി ക്കു ന്ന തെ

ന്നാണ് വിശ്വാസം. ഉച്ചക്ക് സദ്യയ്ക്ക് ചക്കരചോറുണ്ടാകും. സൂര്യൻ അസ്തമിക്കുന്നതിനു മുമ്പേ പെണ്ണിനെയും കൊണ്ട് വീട്ടിൽ പോകും. ഗൃഹനിർമ്മാണ സമയത്ത് ഗൃഹപ്രവേശനം വരെ വീട്ടി നു മുന്നിൽ തീ കത്തിക്കുകയോ മറ്റ് ആഹാരസാധനങ്ങൾ അക ത്ത് കയറ്റുകയോ ഇല്ല. ചൊവ്വാഴ്ച മകളെ ഭർത്തൃഗൃഹത്തിലേക്ക യക്കുന്നതും ഭർത്തൃഗൃഹത്തിൽ നിന്നും സ്വഗൃഹത്തിലേയ്ക്കു വ രുന്നതും കുടുംബത്തിൽ അന്ത:ഛിദ്രത്തിനു കാരണമാകുമെന്നും വിശ്വസിക്കുന്നു. തെയ്യോട്ട് കാവുമായി ബന്ധപ്പെട്ട് മാവിലന്മാർക്ക് ഊരിലടക്കുക എന്നൊരു ചടങ്ങുണ്ട്. മുപ്പത് ദിവസവും തെയ്യോട്ട് തെയ്യമുണ്ടാവും. മാവിലാർ കെട്ടുന്ന തെയ്യം. നല്ല കനമുള്ള വെള്ളോട്ട് വിഗ്രഹം തലയിലേറ്റിയാണ് തെയ്യോട്ടം. മുടിയഴിക്കാറാ കുന്ന ഘട്ടത്തിൽ ഒറ്റ വാചകത്തിൽ അരുളപ്പാട് – എന്റെച്ചൻ പയ്യ ന്നൂർ പെരുമാൾ ഗുണം വരുത്തും. കളിയാട്ടം അവസാനിക്കുന്ന തിന് രണ്ട് ദിവസം മുമ്പ് നാലെപ്പാടി ഒക്കെപ്പോരി എന്ന് വിളിച്ചു പറഞ്ഞുകൊണ്ട് ചോദിക്കുഞ്ഞികൾ എന്നറിയപ്പെടുന്ന അഞ്ച് പത്ത് പേരടങ്ങിയ സംഘം പ്രദേശത്തെ എല്ലാ വളപ്പിലും എത്തും. മുമ്പിൽ നിന്ന് ഒരാൾ നാലെപ്പാടി ഒക്കെപ്പോരി എന്ന് വിളിക്കുമ്പോൾ ഒക്കേണ്ടെ, ഒക്കേണ്ടെ എന്ന് വിളികേട്ട് അപരർ. അവർ വീട്ടിനടുത്ത് വന്നു നിൽക്കുമ്പോൾ അവിടെ നെല്ല് കൊണ്ടു ക്കൊടുക്കണം. ചോദിക്കുഞ്ഞികൾ വന്നു നിൽക്കുന്ന സ്ഥലം ചാണകം മെഴുകി പാവനമാക്കി വെക്കണം. അധ:സ്ഥിതരായ മാവി

ലരാണ് തെയ്യോട്ട് കാവിന്റെ ആളുകളെന്നതിനാൽ മാവിലരുടെ സംഘമാണ് ചോദിക്കുഞ്ഞികളായി എത്തുന്നത്. ഊരിലടക്കൽ മാവിലരുടെ അവകാശമാണ്. ഏത് വളപ്പിലും വന്ന് ആരോടും ചോദിക്കാതെ തേങ്ങയോ കായക്കുലയോ അടക്കാക്കുലയോ താഴ്ത്താം. ഒരു തെങ്ങിന്റെ, ഒരു കവുങ്ങിന്റെ, ഒരു വാഴയുടെ ഫലം, അത് മുഴുവൻ എടുക്കണമെന്നില്ല. ആവശ്യമുള്ളത് എടു ക്കും. ബ്രാഹ്മണനും നായരും ഈഴവനുമെല്ലാം ഊരിലടക്കൽ ദിവസം മാവിലരെ ബഹുമാനിക്കുന്നു. മാവിലൻമാർ മരിച്ചാൽ ആളെ അപ്പോൾ തന്നെ ധരിച്ച വസ്ത്രം മാറ്റി വെള്ള വസ്ത്രമുടു പ്പിക്കും. ഒരു വെള്ളമുണ്ട് ദേഹത്തിടും. പിന്നീട് ഇണങ്ങൻ മൃതദേഹം പുറത്തെടുത്ത് പച്ചോല മെടഞ്ഞതിൽ കിടത്തുന്നു. അതിന് ശേഷം ശരീരം എണ്ണയും മഞ്ഞളും തൊട്ട് കുളിപ്പിച്ച് വസ്ത്രം ധരിപ്പിക്കും. പിന്നീട് ചെന്നാർ വള്ളി കൊണ്ട് ശവത്തിന്റെ ഇടത്തും വലത്തും തല്ലുന്നു. തച്ചെണീപ്പിക്കൽ എന്നാണിതിനെ പറയുന്നത്. അതിന് ശേഷം പരേതന്റെ ഉടുവസ്ത്രത്തിൽ തുടങ്കും കത്തിയും നവധാന്യങ്ങളും കെട്ടുന്നു. പിന്നെ കുടത്തിൽ വെള്ള വുമായി ശ്മശാനത്തിൽ പോകുന്നു. ശ്മശാനത്തിൽ എത്തിയാൽ 3 കല്ലുകളെടുത്ത് ചെന്നാർവള്ളിയെടുത്ത് ശവത്തിനെ തല്ലുന്നു. മരിച്ചയാൾ വീണ്ടും എഴുന്നേറ്റ് വരാതിരിക്കാനാണ് ഇങ്ങനെ തല്ലു ന്നത് എന്ന് വിശ്വാസം. തെയ്യം കെട്ടുന്ന ആളാണ് മരിച്ചതെങ്കിൽ മൃതദേഹത്തിൽ തെയ്യത്തിന്റെ മുഖത്തെഴുത്ത് വരച്ചിട്ടാണ് മൃത ദേഹം കൊണ്ടുപോയി ദഹിപ്പിക്കുന്നത്. മാവിലന്മാർ പണ്ടുമുതലേ ദൈവങ്ങളോട് ഏറെ അടുത്ത് നിൽക്കുന്നവരാണ്. അതുകൊണ്ട് തന്നെ ഒരുപാട് ആചാരാനുഷ്ഠാനങ്ങൾ പാലിക്കുന്നവരാണ്. തെയ്യംകെട്ടിയാടാറുള്ള ഈ സമുദായക്കാരുടെ വീടുകളിൽ പതി ഉണ്ടാകാറുണ്ട്.

പുലയർ

പയ്യന്നൂരിന്റെ ആദിമ നിവാസികളായ പുലയർ ഫലഭൂയിഷ്ട മായ പുഴയുടെ തീരങ്ങളിലും ഇടനാട്ടിലുമായിരുന്നു വസിച്ചിരു ന്നത്. പിന്നീട് വടക്കു നിന്ന് ബ്രാഹ്മണരുടെ കുടിയേറ്റം തദ്ദേശീയ രായ ഇക്കൂട്ടരെ അടിമത്തത്തിലേക്ക് നയിച്ചു. പയ്യന്നൂരിൽ കൃഷി പ്പണിക്കായിരുന്നു ഇവരെ ഉപയോഗിച്ചിരുന്നത്. വളരെ ശോചനീ

യമായിരുന്നു എല്ലാ നിലകളിലും അവരുടെ സ്ഥിതി. ആയുധം ധ
രിക്കാനോ എന്തിന് വസ്ത്രധാരണത്തിന് പോലും ചില പരിമിതി
കൾ ഉണ്ടായിരുന്ന ഇക്കൂട്ടർക്ക് മറ്റ് ജാതിക്കാരുടെ സമീപത്തേക്ക്
പോകുന്നതിന് പോലും അവകാശം ഉണ്ടായിരുന്നില്ല. അടിമകളാ
യ ഇവർക്ക് കോലത്തിരിമാർ ചില ചെറുജൻമാവകാശം കൽപ്പിച്ചു
നൽകുകയുണ്ടായി. പൊള്ള എന്ന സ്ഥാനപ്പേര് നൽകുന്ന ചടങ്ങു
ണ്ടായിരുന്നു. പുലം എന്ന വാക്കിൽ നിന്നും പുലയർ എന്ന് ഉ
ത്ഭവിച്ചത് എന്നാണ് എൽ. കെ. അനന്തകൃഷ്ണയ്യർ പറയുന്നത്.
കൃഷി ജോലികൾക്കാണ് പ്രധാനമായും പുലയരെ നിയോഗിച്ചി
രുന്നത്. നെല്ലായിരുന്നു കൂലി. കേരളത്തിൽ എല്ലായിടത്തും മുമ്പ്
അടിമത്വവ്യവസ്ഥ നിലനിന്നിരുന്നു. കന്നുകാലികളുടെ വിപണന
മൂല്യം മാത്രമേ അടിമകൾക്കുണ്ടായിരുന്നുള്ളൂ. പയ്യന്നൂരിന്റെ വ
ടക്കൻ മലയോര പ്രദേശത്ത് അടിമവ്യാപാരം നില നിന്നിരുന്നു
എന്ന് തുളുതോറ്റത്തിൽ പ്രതിപാദിക്കുന്നുണ്ട്. അടിമത്വം 19-ാം
നൂറ്റാണ്ടിൽ തന്നെ നിരോധിക്കപ്പെട്ടുവെങ്കിലും പുലയർ ഇരുപ
താം നൂറ്റാണ്ടിന്റെ മധ്യകാലഘട്ടം വരെ ഈ നില പിന്തുടർന്നു.
കാരണം അവർക്ക് വേറേ മാർഗമുണ്ടായിരുന്നില്ല. വയൽ ഉഴുതു
മറിക്കൽ, കൊയ്ത്ത്, വിത, കറ്റമെതിക്കൽ, വരമ്പ് കെട്ടൽ മുതലാ
യ വയൽ പണികളാണ് പുലയർ സാമാന്യേന ചെയ്യാറുള്ളത്. ക
രകൃഷികളിലും അവർ ഏർപ്പെട്ടിരുന്നു. മണ്ണിൽ അദ്ധ്വാനിക്കുക
യും മണ്ണിനെ സ്നേഹിക്കുകയും ചെയ്യുന്ന പുലയർ ഒരുതുണ്ടു ഭൂ

മിപോലും സ്വന്തമാ
യി ഇല്ലാതെ എത്ര
യോ നൂറ്റാണ്ടുകൾ ക
ഴിഞ്ഞുകൂടി. മാടായി
ക്കാവുമായി ബന്ധ
പ്പെട്ടും ഏഴിയിലെ ശ
ങ്കരനാരായണക്ഷേ
ത്രവുമായി ബന്ധപ്പെ
ട്ടും അടിമകളായ പു
ലയരെ കൈമാറ്റം
ചെയ്യുന്ന പതിവു
ണ്ടായിരുന്നവത്രെ. ര

യരമംഗലത്ത് മനക്കാരുടെ പാടങ്ങളിൽ പണിയെടുത്തിരുന്നത് ഈ
രണ്ടു സ്ഥലങ്ങളിൽ നിന്നും കൊണ്ടുവരപ്പെട്ട പുലയരായിരുന്നു.
പുലയൻ അടിമയായിത്തീർന്നുവെങ്കിലും പുലത്തിന്റെ മേലുള്ള
അവന്റെ അവകാശം നിഷേധിക്കാൻ സമൂഹത്തിന് ധൈര്യമുണ്ടാ
യില്ല. പൂമാതൈ പൊന്നമ്മയുടെ പാട്ടുകഥ.' ദളിത്‌സ്ത്രീ ചരിത്ര
നിർമ്മിതിയുടെ ഉപാദാനമായി ഈ പാട്ടിനെ സ്വീകരിക്കാവുന്ന
താണ്. പൂമാതൈപൊന്നമ്മയുടെ പാട്ടിൽ ധീരയായ ജന്മിത്തവ്യ
വസ്ഥിതിയുടെ അധികാരമോഹത്തിന് അടിമപ്പെടാത്ത ഒരു പുല
യപ്പെണ്ണിന്റെ കഥയാണ് പറയുന്നത്. അധികാരവ്യവസ്ഥിതിക്കു
നേരെ കൈചൂണ്ടി, "എന്നെ തൊടറെന്റെ മെയ് തൊടറ്" എന്നു പ
റഞ്ഞ പുലയപ്പെണ്ണിന്റെ 'ധാർഷ്ട്യം' മുഖ്യധാരാചരിത്രത്തിലിടം
നേടില്ല. ആധിപത്യത്തിനും, അനീതിക്കും എതിരേയുള്ള അധഃ
സ്ഥിതന്റെ പോരാട്ടങ്ങളുടെ ചരിത്രമാണ് നാടൻ പാട്ടുകളിലുള്ള
ത്. കർക്കിടകമാസത്തിലെ നിറയ്ക്ക് ആദ്യമായി പുന്നെല്ല് പറി
ക്കാനുള്ള അവകാശം അത് മാടായിക്കാവിലായാലും ചെറുകുന്ന
മ്പലത്തിലായാലും തലപ്പുലയന്നുള്ളതാണ്. കുഞ്ഞിമംഗലം മോ
ലോം എന്നു കൂടി അറിയപ്പെടുന്ന വീരചാമുണ്ഡി ക്ഷേത്രത്തിന്
മുമ്പിലും എടാട്ട് കണ്ണങ്ങാടിനു മുമ്പിലും വയലിലായി ഒരു കൽ
ത്തറ കാണാം. നിറയ്ക്ക് പുലയൻ കതിർ വെച്ചിരുന്ന കല്ലായിരു
ന്നു അത്. കണ്ണങ്ങാട് ഭഗവതി നീരാട്ടുകുളി കഴിഞ്ഞ് അരയാൽ
ത്തറയിൽ വന്ന് വിശ്രമിക്കുമ്പോൾ പുലയന്മാർ ആ കല്ലിനു സമീ

പത്തായി വന്ന് നൃത്തം ചെ
യ്യാറുണ്ടായിരുന്നുവത്രെ.
കർഷക തൊഴിലാളികളായ
പുലയന്മാരെ ഉപയോഗപ്പെ
ടുത്തിയാണ് കൃഷി നടത്തി
മനകളിലേക്ക് വാരവും പാ
ട്ടവും എത്തിച്ചിരുന്നത്. കൃ
ഷിപ്പണിക്ക് പുറമെ കൈത
ഓലകൾ കൊണ്ട് പായ, കു
രിയ എന്ന പേരിൽ അറിയ
പ്പെടുന്ന കൊട്ട, സഞ്ചി മു
തലായവ ഉണ്ടാക്കിയിരു

ന്നു. നാടുവാഴികളുടെ അധീനതയിൽ വരുന്ന ക്ഷേത്രങ്ങളിൽ അ
ടിമപ്പണം എന്ന പേരിൽ നിശ്ചിതമായ തുക ഏൽപ്പിക്കേണ്ടതും
ഇവരുടെ ബാധ്യതയായിരുന്നു. പുലയർ 10 ഇല്ലക്കാരാണ്. തായ്
വഴി എന്നാണ് ഇല്ലം എന്ന പദം കൊണ്ട് അർത്ഥമാക്കുന്നത്. തീ
പ്പൊട്ടനാണ് കുലദൈവം. പൊട്ടൻ തെയ്യത്തിന്റെ തോറ്റം ജാതിയു
ടെ വേർതിരിവിന്റെ നിരർഥകത വെളിപ്പെടുത്തുന്നു. ജാതി മേധാ
വിത്വത്തിന്റെ ക്രൂരമായ ഇടപെടലുകൾ അന്ന് സമൂഹത്തിൽ പതി
വായിരുന്നു. അയിത്ത ജാതിക്കാരെ മാറ്റി നിർത്തുക, തൊട്ടു കൂടാ
യ്മയും തീണ്ടികൂടായ്മയും നിർത്തുക, ഇങ്ങനെ വലിയ വിഭാഗം
ജനങ്ങളെ ബഹിഷ്കൃതരാക്കാൻ ജാതിബോധത്തിന്റെ പേരിൽ ആ
ളുകൾ തയ്യാറായി. ഇതിനാലാണ് ഹരിജനോദ്ധാരണം പയ്യന്നൂ
രിൽ ഗാന്ധിജി കർമ്മപദ്ധതിയായി ഏറ്റെടുത്തത്. അക്കാലത്ത് അ
ന്നൂരമ്പലത്തിൽ ഉത്സവം നടക്കുകയായിരുന്നു. പരവതാനിയൊ
ക്കെ വിരിച്ച് മറ്റെല്ലാ ഒരുക്കങ്ങളും നടത്തിയിട്ടുണ്ടായിരുന്നു. നൃ
ത്തം തുടങ്ങാൻ വാദ്യം തുടങ്ങി. അപ്പോഴാണ് സ്വാമി ആനന്ദതീർ
ത്ഥൻ ഏതാനും പുലയക്കുട്ടികളെയും കൂട്ടി അവിടെ എത്തിയത്.
വന്നപാടെ കുളത്തിൽ ഇറങ്ങി കൈയ്യും കാലും ഒക്കെ കഴുകി
ക്ഷേത്രനടയിൽ വന്ന് തൊഴുത് ക്ഷേത്രത്തിനകത്തേക്ക് പ്രവേശി
ക്കാൻ ശ്രമിച്ചു. അപ്പോൾ പ്രകോപിതരായ ക്ഷേത്ര കമ്മറ്റിക്കാരും
ചിലരും ഒരുക്കങ്ങളൊക്കെ വലിച്ച് നശിപ്പിച്ചു. ഉത്സവം തന്നെ വേ
ണ്ടെന്നു വച്ചു. എല്ലാവരും മടങ്ങിപ്പോയി. പയ്യന്നൂരിൽ ഉച്ചനീചത്വ

ങ്ങൾക്കെതിരെയുള്ള പോരാട്ടവും പ്രധാനമായിരുന്നു. ഏലാ.....
ഏലോ എന്ന് ശബ്ദിച്ചുകൊണ്ട് മാത്രമേ പുലയർക്ക് പൊതുസ്ഥ
ലങ്ങളിൽ സഞ്ചരിക്കുവാൻ അവകാശമുണ്ടായിരുന്നുള്ളു. മേൽ ജാ
തിക്കാർ അതുവഴി വരികയാണെങ്കിൽ പോ.... പോ.... എന്ന് പ്രതി
വചിക്കും. ചാള എന്ന പേരിലാണ് പുലയരുടെ താമസസ്ഥലം അ
റിയപ്പെട്ടിരുന്നത്. അത് വയലിൽ ഏതെങ്കിലും മൂലയിലായിരിക്ക
ണം. പോത്തേരി കുഞ്ഞമ്പുവിന്റെ സരസ്വതി വിജയം എന്ന നേ
വലിൽ പുലയരുടെ ചാളയെപ്പറ്റി ഒരു വിവരണം നൽകിയിക്കുന്ന
ത്. ഇപ്രകാരമാണ്.   ചാള വയലിലെ ഒരു കുനിയിൻമേൽ ആകു
ന്നു. ആറുഫീറ്റ് കോൽക്ക് സുമാറ് 3 കോൽ ദീർഘതയും 2 2 1/2
കോൽ വീതിയും ഉണ്ട്. അതിൽ മൂന്നകം ഉണ്ട്. ഒന്ന് അടുക്കളയാ
യി ഉപയോഗിക്കുന്നു. ഒന്നിനും ജാലകം ഇല്ല. കൈതോല ഉപ
യോഗിച്ചുള്ള പായനെയ്ത്ത്, പയ്യന്നൂരിലെ വിവിധപ്രദേശങ്ങളിൽ
നിലനിന്നിരുന്നു. പരമ്പരാഗതമായി ഇത് സ്ത്രീകളായിരുന്നു ചെ
യ്തു വന്നത്. തോട്ടുവക്കിൽ നിന്നും പുഴയോരത്തുനിന്നും കൈ
തോല അരിഞ്ഞു കൊണ്ടുവന്ന് മുള്ള് കളഞ്ഞ് ഉണക്കി പുഴുങ്ങി
പതം വരുത്തി കീറിയെടുത്ത് ആവശ്യത്തിനനുസരിച്ചുള്ള വലിപ്പ
ത്തിൽ പായ മെടഞ്ഞുണ്ടാക്കുന്നു. കുട്ടികൾക്കുള്ള പായ, പുകുര്യ

എന്നിവയും വളരെ മനോഹര
മായി ഉണ്ടാക്കി വീടുകളിൽ എ
ത്തിച്ചുകൊടുത്തിരുന്നു. മറ്റെല്ലാ
ഉല്പന്നങ്ങൾക്കുമെന്നപോലെ
വില നെല്ലായിട്ടായിരുന്നു ലഭി
ച്ചിരുന്നത്. പയ്യന്നൂരിൽ കണ്ടങ്കാ
ളി, കവ്വായി, തായിനേരി, തായ
ത്തുവയൽ, കരിവെള്ളൂർ, പാല
ത്തര, പലിയേരി കൊവ്വൽ, പു
ത്തൂർ, രാമന്തളിയിലെ കുന്നരു,
വടക്കുമ്പാട് എന്നീ പ്രദേശ
ങ്ങൾ പ്രധാന പായനെയ്ത്തു
കേന്ദ്രങ്ങളായിരുന്നു. ഇവിടങ്ങ
ളിൽ അപൂർവ്വമായിമാത്രം ഈ
വ്യവസായം ഇന്നു നിലനിൽക്കു

ന്നു. കട്ടിലും കിടക്കയും കിടപ്പുമുറിയിൽ സ്ഥാനം പിടിച്ചതോടു കൂടി തഴപ്പായ അന്യമായിക്കൊണ്ടിരിക്കുന്നു. പഴയകാലത്ത് അ തിഥികൾ വീട്ടിൽ വന്നാൽ പായാണ് ഇരിക്കുവാൻ കൊടുക്കുക. ഓണക്കാലത്ത് മാർക്കറ്റിൽ പോയി പൂവാങ്ങിക്കുന്നതിനാൽ പു കുര്യ ഇന്ന് മലയാളിക്ക് ആവശ്യമില്ലാത്ത വസ്തുവായിരിക്കുന്നു. ജന്മിമാരുടെ കീഴിൽ കൃഷിപ്പണിക്കാരായിരുന്നു ഇവർ. ജാതി- ജൻമി വ്യവസ്ഥ മറ്റെല്ലാ സ്ഥലങ്ങളിലെന്നപോലെ തന്നെ പ്രദേശ ങ്ങളിലും പുലയരെ വേട്ടയാടിയിരുന്നു.പുലർച്ചെമുതൽ വൈകു ന്നേരം വരെ നെൽ വയലുകളിൽ പണിയെടുത്താൽ 3 ഇടങ്ങഴി നെല്ലാണ് കൂലിയായി കിട്ടുക. വൈകുന്നേരം വരെ പണിയെടു ത്താൽ മാത്രം പോരാ, രാത്രി കാലത്ത് ജൻമിയുടെ പുനം കാക്കു ന്ന ജോലിയും ഇവർക്കായിരുന്നു. നന്നേ ചെറുപ്പത്തിൽ തന്നെ കാർഷിക ജോലികൾക്കായി ആൺ പെൺ വ്യത്യാസമില്ലാതെ വ യലിൽ ഇറങ്ങണമായിരുന്നു. ജാതീയതയുടെ പ്രശ്നങ്ങൾ നേരി ടേണ്ടിവന്ന പുലയരുടെ ജീവിതം യാതനകൾ നിറഞ്ഞതായിരു ന്നു പൊതു ഇടങ്ങളിൽ നടക്കാൻ പാടില്ല, കിണറിൽ നിന്ന് വെ ള്ളമെടുക്കാൻ പാടില്ല, മേൽജാതിക്കാരുടെ വീട്ടിൽ പ്രവേശനമി ല്ല, തൊട്ടുകൂടായ്മ തുടങ്ങിയ അനാചാരങ്ങൾ അടുത്ത കാലംവ രെ നേരിടേണ്ടിവന്നവരാണിവർ. കോറോം ചെങ്ങൽ കോട്ടം

ശ്രീ കരിമ്പാലൻ തമ്പുരാട്ടിയുടെ ദേവസ്ഥാനമാണ്. കോറോം മുച്ചിലോട്ട് കാവുമായി ബന്ധപ്പെട്ട ഐതിഹ്യങ്ങൾ ഈ കാവിലെ സ്ഥാനികരുമായുണ്ട്. പെരുങ്കളിയാട്ട വേളയിൽ

സ്ഥാനികർക്ക് ഇരിക്കാനുള്ള തഴപ്പായയയും ചോറ് കൂട്ടുവാനുള്ള വല്ലപ്പായയും എത്തിക്കുന്നത് ഈ തറവാടുമായി ബന്ധപ്പെട്ടവരാണ്. നിറ സമയത്ത് ക്ഷേത്രത്തിൽ കതിർ എത്തിക്കേണ്ടതും ഈ സമുദായക്കാർ തന്നെ. കണ്ടക്കോരൻ ദൈവം ചെങ്കൽ കോട്ടത്ത് കള്ള് ചെത്താൻ വന്ന ആളായിരുന്നു. തമ്പുരാട്ടി അയാളോട് ഒരു ഇളനീർ ചോദിച്ചു. മറുപടിയായി ആവശ്യമുള്ളവർ കയറി പറിക്ക ണമെന്ന് കണ്ടക്കോരൻ പറഞ്ഞു. തുടർന്ന് കള്ള് ചെത്തിക്കൊണ്ടി രിക്കേ അയാൾ വീണ് മരിക്കുന്നു. തുടർന്ന് നടത്തിയ പ്രശ്ന ചി ന്തയിൽ അയാൾ ദൈവ കരുവായി കാണപ്പെട്ടു. കോലംകെട്ടി ആ ടിക്കണമെന്നും വിധിയുണ്ടായി. അങ്ങനെ വർഷം തോറും കണ്ട ക്കോരൻ തെയ്യത്തെ കെട്ടിയാടിക്കുന്നു. തെങ്ങിൽ കയറി ഇളനീർ പറിച്ചിടുന്ന പ്രകൃതത്തിലാണ് തെയ്യം ഉറഞ്ഞാടുന്നത്. പ്രദേശ ത്തുകാരുടെ കാർഷിക വിളവുകൾ പന്നിക്കൂട്ടം നശിപ്പിച്ചുകൊണ്ടി രുന്നു. ഇതിൽ മനം നൊന്ത പ്രദേശത്തുകാർ തമ്പുരാട്ടിയോട് ആ വലാതി ബോധിപ്പിച്ചു. ഇതിന് പരിഹാരമായിട്ടാണ് പന്നിയും മ ക്കളും എന്ന രീതിയിൽ കോട്ടത്ത് കോലം കെട്ടി ആടിക്കുന്നത്. അതോടെ പന്നി ശല്യം ഇല്ലാതായി. അച്ഛനും അമ്മയും രണ്ട് മ ക്കളും ചേർന്നുള്ള തരത്തിലാണ് പന്നിയും മക്കളും കെട്ടിയാടു ന്നത്. ഈ പ്രദേശത്തുള്ള തെയ്യകാവുകളിലും പുലയർക്ക് പ്രവേ ശനമുണ്ടായിരുന്നില്ല. തീയ്യ- വാണിയ സമുദായങ്ങളുടെ കാവുക ളിൽ നിന്ന് 60 അടിയെങ്കിലും മാറിനിന്നുമാത്രമേ തെയ്യം കാണു വാൻ പറ്റുമായിരുന്നുള്ളു. ഇല്ലങ്ങളുടെ പേരുകൾക്ക് പ്രാദേശിക

വ്യത്യാസമുണ്ട്. തെയ്യത്തിനു പുറമേ , തുടിപ്പാട്ട്, അടിതെളിപ്പാട്ട്, കലശപ്പാട്ട്, ചൂളപ്പാട്ട്, മംഗലംകളി, മുതലായ നിരവധി പാട്ടുകളും അനുഷ്ഠാനങ്ങളും പുലയസമുദായക്കാർക്കിടയിലുണ്ട്. പുലയർ കൃഷിക്ക് പുറമേ തെയ്യം കെട്ടൽ, പായനെയ്ത്ത്, കൊട്ടമെടയൽ, മത്സ്യം പിടിക്കൽ, ചെമ്മീൻ കണ്ടിയിൽ തപ്പൽ തുടങ്ങിയ തൊഴി ലുകളിലും ഏർപ്പെട്ടിരുന്നു. ആധുനിക ഉപകരണങ്ങളുടെ കടന്നു കയറ്റം ഇവരുടെ തൊഴിലിൽ ഒട്ടൊന്നുമല്ല വിഘാതം സൃഷ്ടിച്ച ത്. പട്ടികജാതി വിഭാഗത്തിൽ പെടുന്ന പുലയസമുദായം 1975 കൾക്കുമുമ്പ് വരെ പട്ടികവർഗത്തിൽ പെടുന്ന വിഭാഗത്തിലായി രുന്നു. ഇക്കാലഘട്ടത്തിൽ നിരവധി പുലയയുവാക്കൾക്ക് റെയിൽ വേ, മറ്റ് കേന്ദ്ര-സ്റ്റേറ്റ് ഗവൺമെന്റ് സർവ്വീസുകളിൽ നിയമനം ലഭി ച്ചു. പട്ടികവർഗത്തിൽ പെട്ട ഇവർ പിന്നീട് ചില ഇടപെടലുകളു ടെ ഭാഗമായി പട്ടികജാതിയിൽ തന്നെ തുടർന്നു. പുലയർ വസി ക്കുന്ന പ്രദേശങ്ങളിലെല്ലാം തെയ്യാരാധനാകേന്ദ്രങ്ങളുണ്ട്. പുല യ സമുദായത്തിന്റെ തെയ്യം കെട്ടിന്റെ ഇടങ്ങളിലെല്ലാം പരമ്പരാ ഗതമായി പതി എന്നുംകോട്ടം എന്നും പറയാറുണ്ട്. പതിക്ക് വേ ർ എന്നർത്ഥമുണ്ട്. സമുദായത്തിന്റെ ഏറ്റവും കീഴെ നിൽക്കുന്ന വേരിന് സമം അധകൃത സമൂഹത്തിന്റെ സ്ഥാനമാണ് എന്നർത്ഥം. ഉച്ചനീചത്വങ്ങൾക്കെതിരെ പ്രതികരിച്ച ദൈവങ്ങളാണ് പുലയതെ യ്യങ്ങൾ. ഒന്നുകുറയനാല്പത് തെയ്യങ്ങളാണ് പുലയർക്കുള്ളത്. അ തായത് 39 തെയ്യങ്ങൾ. പുലയരുടെ തെയ്യങ്ങൾ അവരുടെ സമുദാ യത്തിലാണ് മിക്കപ്പോഴും കെട്ടിയാടുന്നത്. എല്ലാ ഇല്ലക്കാർക്കും പ്രത്യേകം തെയ്യാരാധന സ്ഥാനങ്ങൾ ഇപ്പോഴുമുണ്ട്. പുലയർ കെ ട്ടിയാടുന്ന തെയ്യങ്ങളും തിറകളും വിഭിന്ന ധർമ്മങ്ങളും സങ്കല്പ വിശേഷങ്ങളും ഉള്ളവയാണ്. തനി ഗ്രാമീണ ശൈലിയിലുള്ളതാ ണ് ഇവരുടെ തെയ്യങ്ങൾ. പ്രകൃതിയിൽ നിന്ന് എളുപ്പം കിട്ടുന്ന വ സ്തുക്കളാണ് തെയ്യ ചമയങ്ങളായി ഉപയോഗിക്കുന്നത്. പശ്ചാ ത്തല സംഗീതമായി തുടി ഉപയോഗിക്കുന്നു ചെണ്ട ഇപ്പോഴും ഇ വരുടെ പ്രധാന വാദ്യ ഉപകരണമാണ് അടുത്തകാലത്തായി പുല യരുടെ തെയ്യ ചമയങ്ങൾ മോടികൂടിയിട്ടുണ്ട്. അനുഷ്ഠാനകർമ്മ ങ്ങളിൽ മാറ്റമൊന്നുമില്ല.

വേലൻ

മലയിലെ വേലരെയാണ് മാവിലർ എന്നു വിളിക്കുന്നത്. തുളുവേ ലൻ കുണ്ടോറവേലൻ എന്നും അറിയപ്പെടുന്നു. തുളുവേലരെ കോ ലത്തിരി തമ്പുരാൻ കോലധികാരി അവകാശികളായി കല്പിക്കു കയായിരുന്നു. ഇവർ തുളുവേലന്മാരെന്നും കോപ്പാളന്മാർ എന്നും അറിയപ്പെടുന്നു. ഗോകർണ്ണത്തുനിന്നും തുളുബ്രാഹ്മണരെ ഉദയ വർമ്മൻ കോലത്തിരി ചെറുതാഴത്ത് കുടിയിരുത്തി. പിന്നീട് വെ ള്ളൂർ, കുന്നരു, കുഞ്ഞിമംഗലം കടന്നപ്പള്ളി പ്രദേശങ്ങളിൽ കുടി യേറിപ്പാർത്തു. ഇവർ കുണ്ടോർ ചാമുണ്ഡി, കുറത്തി, പുള്ളിക്കു റത്തി, അയ്യപ്പൻപരവ തുടങ്ങിയ തെയ്യങ്ങൾ ഇവർ കെട്ടിയാടു ന്നു. കാളി സങ്കല്പമായ കുണ്ടോർചാമുണ്ഡിയാണ് ഇവരുടെ പ്രധാന ആരാധനാമൂർത്തി പയ്യന്നൂരിലെയും പരിസര പ്രദേശങ്ങ ളിലെയും ചില പൊതുവാൾമാരുടെ സ്ഥാനങ്ങളിലും മണിയാണി, തീയ്യത്തറവാടുകളിലും കുണ്ടോർ ചാമുണ്ഡി കുടിയിരുത്തപ്പെട്ടി ട്ടുണ്ട്. തെയ്യാട്ടക്കാലം സമാരംഭിക്കുന്നത് തെക്കടവൻ തറവാട്ടിൽ തുലാം ഒമ്പതിന് വോലന്മാരുടെ തെയ്യത്തോടുകൂടിയാണ്. അതു

കൊണ്ടാണ് വേലൻപക്കൽ കോ ലം, തെയ്യാട്ടത്തിൽ മുമ്പൻ വേ ലൻ എന്നീ ചൊല്ലുകളുണ്ടായത്. ഈറ്റകൊണ്ടും, മുളകൊണ്ടും കു ട്ട, വട്ടി, മുറം തുടങ്ങിയ ഗൃഹോ പകരണങ്ങൾ നിർമ്മിക്കലാണ് കുണ്ടോറ വേലന്മാരുടെ കുല ത്തൊഴിൽ. തെയ്യാട്ടത്തിൽആട്ട ക്രമത്തിലും അനുഷ്ഠാനത്തി ലും ആടയാഭരണങ്ങളിലും മു ഖത്തെഴുത്തിലും മാറ്റം വരു ത്താതെ വേലൻ കണിശത പാ ലിക്കുന്നു. കുണ്ടോറചാമുണ്ഡി, കുറത്തി തുടങ്ങി നിരവധി തെ യ്യങ്ങൾക്കുള്ള അവകാശം വേ ലർക്കുണ്ട്. ചേനങ്കു ഭഗവതി ക്ഷേ ത്രത്തിലെ കോലം കെട്ടാനുള്ള

അവകാശം അന്നൂരൻമാർക്കും മൂലകൊവ്വൽ തറവാട്ടുകാർക്കുമാ
ണ്. തായിനേരി മുച്ചിലോട്ട്കുണ്ടോറചാമുണ്ഡിയുടെകോലം കെ
ട്ടുന്നത്വേലരാണ്. കുണ്ടോറചാമുണ്ഡിയും മോന്തിക്കോലവുമാ
ണ് മുച്ചിലോട്ട് വേലർ അവകാശികളായ തെയ്യങ്ങൾ. പെരുകളി
യാട്ടത്തിന് മൂന്നു ദിവസവും ഈ രണ്ടു തെയ്യവുമുണ്ടാകും ഇവരു
ടെ പ്രധാന തൊഴിൽ തെയ്യം കെട്ടും വൈദ്യവുമാണ്. പുരുഷൻ
മാർ മുഖ്യമായും തെയ്യക്കോലങ്ങൾ കെട്ടിയാടുന്നതിലും അതോ
ടനുബന്ധിച്ച് ജോലികളിലും മുഴുകുന്നു. കാവ്,തുരുത്തി എന്നി
വിടങ്ങളിലാണ് പ്രധാനമായും കോലങ്ങൾ കെട്ടാറുള്ളത്. അതു
പോലെ ദിവസങ്ങളോളം നീണ്ടു നിൽക്കുന്ന പെരുങ്കളിയാട്ടങ്ങ
ളിൽ പ്രധാന കോലങ്ങൾ വേലൻമാരും വണ്ണാൻമാരുമാണ് കെട്ടി
യാടാറുള്ളത്. സാധാരണയായി മറ്റുള്ളവരെ പോലെ വേലൻ സ്
ത്രീകൾ തെയ്യം കെട്ടിന് കൂടെ പോകാറില്ല. സ്ത്രീകൾ പ്രസവമെ
ടുക്കാൻ പോകും. വളരെ ചെറിയ വേതനമാണ് ഇവർക്ക് ലഭിച്ചിരു
ന്നത്. 11 ഇടങ്ങഴി അരി, അഞ്ച് പണം (1 രൂപ) ഒന്നരകുറ്റി എണ്ണ
എന്നിവയായിരുന്നു തെയ്യത്തിനുള്ള കോള്. ഇതിൽ ചെറിയ വ്യ
ത്യാസങ്ങൾ സ്ഥലഭേദമനുസരിച്ചുണ്ടാകും. തെയ്യത്തിനുള്ള കോ
ള് സംബന്ധിച്ച് ഒരു കാലഘടന അനിവാര്യമായിട്ടുണ്ട്. തെയ്യഗ
വേഷണ പഠനത്തിന് ഉതകുന്ന സങ്കീർണമായ ഒരു വിഷയം കൂടി
യാണിത്. തെയ്യക്കോലം കെട്ടാൻ
പറ്റാത്ത സന്ദർഭങ്ങളിൽ കൂട്ട, മു
റം ഇവയുണ്ടാക്കി വിറ്റു കിട്ടുന്ന
കാശു കൊണ്ട് ജീവിതം ഒരു താ
ളത്തിൽ കൊണ്ടുപോകാൻ അവ
രെ സഹായിച്ചു. പുതിയ കാലത്ത്
തുന്നൽപണി മറ്റു നാടൻ പണി
കൾ ഇവ ചെയ്ത് സാമൂഹ്യപദ
വി നിലനിർത്തിപോരുന്നു. തെ
യ്യത്തിനുള്ള മുഖത്തെഴുത്ത് വേ
ലൻ സ്വയം ചെയ്യണം. ഇപ്പോൾ
വണ്ണാൻമാർ സഹായിക്കും. കല്ല്
മനയോല, കല്ല് ചായില്യം എന്നി
വ കല്ലിൽ അരച്ച് ഊറ്റിയെടുത്താ

 ഡോ. എം. കെ. ജയനേഷ്

ണ് മുഖത്തെഴുത്ത് നടത്തുന്നത്. ഇപ്പോൾ പൗഡർ ലഭ്യമായതോ
ടെ മുഖത്തെഴുത്തും എളുപ്പമായി. ചെണ്ട, തകിൽ, ഇലത്താളം തു
ടങ്ങിയ വാദ്യങ്ങളോടെ അകമ്പടിയോടെ അരങ്ങേറുന്ന ഒരു തെ
യ്യക്കോലം കെട്ടിയാടണമെങ്കിൽ ചുരുങ്ങിയത് അഞ്ചുപേരെങ്കിലും
വേണം തെയ്യം കെട്ടുന്നതിന് പ്രത്യേക സ്ഥല പരിധിയോ, ചെറു
ജൻമാവകാശമോ ഇല്ല. തെയ്യക്കാരായ വേലൻ ഒന്നിച്ചു ചേർന്നാ
ണ് വിവിധ ഇടങ്ങളിൽ തെയ്യം കെട്ടുന്നത്. തെയ്യം കെട്ടിനും, ചെ
ണ്ട വാദ്യത്തിനും പുറമേ തുടികൊട്ടി തോറ്റം ചൊല്ലുന്നത് വേല
രുടെ പ്രധാന അനുഷ്ഠാനമാണ്. മിക്ക തെയ്യങ്ങളും അണിയറ
യിൽനിന്ന് അരങ്ങത്തേക്ക് വരുമ്പോൾ തുടിയായിരിക്കും പ്രധാ
ന വാദ്യം. മണ്ണിനോടും പ്രകൃതിയോടും ചേർന്ന ജീവിതം പോ
ലെ തന്നെയാണ് വേലത്തെയ്യങ്ങളും. അനേകം തെയ്യങ്ങൾ വേ
ലർ കെട്ടിയാടുന്നു. ഓരോ കുടുംബക്കാർക്കും പ്രധാന തെയ്യങ്ങൾ
ഉണ്ട്. തെയ്യം കഴിഞ്ഞാൽ കൂമനാട്ടി അടിച്ചുതെളി ശുദ്ധിചെയ്യൽ
ചടങ്ങ് ഇവരുടെ പ്രത്യേകതയാണ്. ചുവപ്പ് ഉടുത്ത് തലപ്പള്ളി അ
ണച്ചാണ് ഈ കർമ്മം ചെയ്യുന്നത്. ചിലകാവുകളിൽ മാത്രമാണ്
വേലതെയ്യങ്ങൾ മറ്റ് തെയ്യങ്ങളോടൊപ്പം ഉള്ളത്, എന്നാൽ വേല
തെയ്യങ്ങൾ അവിടെയും അയിത്തം അനുഭവിക്കുന്നു. അവർ ചു
റ്റുമതിലിനു പുറത്താണ്, കണ്ണഞ്ചിപ്പിക്കുന്ന വേഷവിധാനങ്ങളോ,
സംസ്കൃതതോറ്റങ്ങളോ ഈ തെയ്യങ്ങൾക്കില്ല. വേലതെയ്യത്തി
ന്റെ അണിയലങ്ങൾ രണ്ടുവിധമുണ്ട്. തൽസമയം ഉണ്ടാക്കുന്നവ
യും മുൻകൂട്ടി ഉണ്ടാക്കി വെക്കാൻ പറ്റുന്നവയും കൂടുതൽ അധ്വാ
നവും ധാരാളം സമയവും ആവശ്യമായി വരുന്ന രണ്ടാമത്തെ വി
ഭാഗത്തിൽ പെടുന്നവയുടെ നിർമ്മാണത്തിലാണ് വേലരുടെ ക
ലാനിപുണത പ്രകടമാവുന്നത്. ഇവയുടെ നിർമ്മാണത്തിനും പു
തുക്കലിനും വേണ്ടിയാണ് വേലർ ഒഴിവുകാലം ഉപയോഗിക്കുന്ന
തും. താൽക്കാലികമായി ഉണ്ടാക്കുന്ന കുരുത്തോല ഒലിയും ഒട
യും അടുത്തടുത്ത ദിവസങ്ങളിൽ തെയ്യം നടത്തുന്ന സന്ദർഭങ്ങ
ളിൽ മാത്രമേ ഒന്നിലധികം പ്രാവശ്യം ഉപയോഗിക്കുവാൻ സാധി
ക്കുകയുള്ളൂ. തെയ്യക്കോലങ്ങളുടെ ഏറ്റവും മുഖ്യമായ സവിശേ
ഷത അവയിലെ കുരുത്തോലച്ചമയങ്ങളാണ്. പ്രകൃതിയിൽ നി
ന്നും ലഭിക്കുന്ന അസംസ്കൃത വസ്തുക്കൾ ഉപയോഗിച്ച് അല
ങ്കാരം നടത്തിയ പ്രാചീന മനുഷ്യനെയാണ് ഇവ പ്രതിനിധീകരി

ക്കുന്നത്. മൂർത്തികളുടെയെല്ലാം പ്രധാന ചമയം കുരുത്തോല കൊ ണ്ടുള്ളതാണ്. ആദ്യകാലത്ത് എല്ലാ തെയ്യങ്ങളുടെയും അണിയല ങ്ങൾ കുരുത്തോല കൊണ്ടുള്ളതായിരുന്നുവെന്നും പിന്നീട് വെ ളിമ്പനുടുപ്പിലേക്കും വിധാനത്തിലേക്കും മാറിയത് പെട്ടെന്നുണ്ടാ ക്കുവാനുള്ള വിഷമം കാരണമാണെന്ന് വേലർ അഭിപ്രായപ്പെടു ന്നു. തെയ്യത്തിന് അടയാളം കിട്ടിക്കഴിഞ്ഞാൽ ബ്രഹ്മചര്യം അനു ഷ്ഠിക്കുകയും മധുമാംസാദികൾ വർജ്ജിക്കുകയും വേണം. രജ സ്വലകളെ കാണുകയോ അവരോട് സംസാരിക്കുകയോ അരുത്. ചില തെയ്യക്കോലം കെട്ടുന്നതിന് തലേ ദിവസം തന്നെ കോല ക്കാരൻ പച്ചത്തെങ്ങോലയിൽ മാത്രമേ ശയിക്കാവു. തെയ്യം കെട്ടു ന്നവൻ പൂജാരിയിൽ നിന്നും ജലം സ്വീകരിക്കുമ്പോഴും കൊടിയി ല വാങ്ങുമ്പോഴും തന്റെ പൂർവ്വികരെ തൊട്ട് വന്ദിക്കണം. അണി യറയിലുള്ള മുതിർന്നവരെ വണങ്ങണം. ഉറയുക, ഉരിയാടുക മു തലായവയിൽ തന്റെ സാമർത്ഥ്യം പ്രകടമാക്കണം. തെയ്യം കെട്ടി യാടാൻ കഴിഞ്ഞ് വീട്ടിലെത്തുമ്പോൾ കലശം വച്ച് തന്റെ കുല ദൈവത്തോട് കാര്യങ്ങളെല്ലാം ഭംഗിയായി നടത്തിയതിന് കൃത ജ്ഞത പ്രകടിപ്പിക്കേണ്ടതുണ്ട്. സാമുദായികമായി തങ്ങളിൽ താ ഴ്ന്നവരുടെ   ക്ഷേത്രങ്ങളിൽ പോയിരുന്നില്ല. അവരുടെ വീടുക ളിൽ നിന്ന് ഭക്ഷണവും കഴിക്കുകയില്ല. പണ്ടുകാലങ്ങളിൽ ഈ വിഭാഗത്തിൽ പെട്ടവരെ തൊട്ടുകഴിഞ്ഞാൽ കുഴിച്ചതിനുശേഷം മാത്രമേ വീട്ടിൽ കയറിയിരുന്നുള്ളുവെന്ന് ഓർമ്മിക്കുന്നു. വേലരു ടെ വീടു നിർമ്മാണത്തിനും മറ്റും പനയോലയാണ് മുമ്പുകാലങ്ങ ളിൽ ഉപയോഗിച്ചിരുന്നത്. പുരാതന മനുഷ്യന്റെ ദൈവിക സങ്കല് പം ഇവിടെ വ്യക്തമാവുന്നുണ്ട്. അതോടൊപ്പം മാന്ത്രിക മൂർത്തി കളുടെ പ്രാചീനതയും കാട്ടു മനുഷ്യരിൽ നിന്ന് ആരംഭിച്ച മാന്ത്രി ക വിശ്വാസത്തിന്റെ തുടർച്ചയാണ് വേലരുടെ മന്ത്രമൂർത്തികൾ. മ റ്റ് സമുദായങ്ങൾ കെട്ടിയാടുന്ന തെയ്യങ്ങൾക്കെല്ലാം ചെണ്ട കൊ ട്ടുന്നത് മലയ സമുദായാംഗങ്ങളാണെന്നിരിക്കെ വേലരുടെ തെയ്യ ങ്ങൾക്ക് വാദ്യത്തിനുള്ള അവകാശം വേലർക്ക് തന്നെയാകുന്നു. തെയ്യങ്ങൾ ധാരാളമുണ്ടെങ്കിലും ഓരോ സ്ഥാനത്തും വേലരുടെ തെയ്യങ്ങൾക്ക് അതിന്റെതായ സ്ഥാനം നൽകിപ്പോരുന്നതായി കാ ണാം. സാത്വികാചാരമുള്ള ദേവതമാർ പ്രധാന ദേവതമാരായിരി ക്കുന്ന കാവുകളാണെങ്കിൽ, വേലരുടെ ദേവതമാർക്ക് പ്രത്യേകം

മുണ്ട്യകൾ ചുറ്റുമതിലിനു പുറത്തായുണ്ടാവും. രക്തചാമുണ്ഡി, മടയിൽ ചാമുണ്ഡി, കുണ്ടോർ ചാമുണ്ഡി, വിഷ്ണുമൂർത്തി ദൈ വങ്ങൾ ഒന്നിച്ചു വാഴുന്ന മുണ്ട്യകളിൽ പോലും കുണ്ഡോർ ചാ മുണ്ഡിക്ക് പ്രത്യേകം പള്ളിയറയുള്ളതായിക്കാണാം. തെയ്യം കെട്ടുന്നതിനുള്ള പ്രതിഫലമായി പഴയ കാലത്ത് നെല്ല്, അരി, തേങ്ങ, എണ്ണ മുതലായവ കോളായി കൊടുത്തിരുന്നു. സാധന ങ്ങൾക്ക് പകരം ഇപ്പോൾ അരിയുടെ വില പണമായി കൊടുത്ത് തുടങ്ങിയിരിക്കുന്നു. കെട്ടുന്ന തെയ്യങ്ങളുടെ എണ്ണം, ദിവസങ്ങൾ മുതലായവ അടിസ്ഥാനമാക്കിയാണ് പ്രതിഫലം നിശ്ചയിക്കുന്ന ത്. വേലർ പ്രായമുള്ളവരെ ഏറെ ആരാധിക്കുന്നു. തെയ്യം പോലു ള്ള ചടങ്ങുകളിൽ ഇവരെ ആദരിക്കുകയും ഇവരിൽ നിന്ന് അനു ഗ്രഹം നേടുകയും ചെയ്യുന്നു. പ്രായാധിക്യത്താൽ കോലം കെട്ടി യാടാൻ വയ്യാത്ത മുതിർന്നവരെ അണിയറയിൽ പ്രത്യേകം ഇടം നല്കിയിരുത്തുകയും തെയ്യം കെട്ടിയാൽ കിട്ടുന്ന വരുമാനത്തി ന്റെ ഒരുഭാഗം അവർക്ക് പകർന്നു കൊടുക്കുന്നു. വേലർ പ്രത്യേക മായ ഒറ്റപ്പെട്ട ജീവിതം നയിച്ചത് എല്ലാ പ്രദേശത്തും തെയ്യം കെ ട്ടാൻ വേണ്ടിയാണ്. കല്യാ ണം, മരണം തുടങ്ങിയ അ വസരങ്ങളിൽ ഇവർ ഒത്തു ചേരുന്നു. ആദ്യകാലം മരു മക്കത്തായം തന്നെയായിരു ന്നു ദായക്രമം. ഇന്നു പൂർ ണ്ണമായും മക്കത്തായത്തി ലേക്ക് മാറിയിരിക്കുന്നു. അ മ്മാമന് വയ്യാത്ത അവസ്ഥ യിൽ തെയ്യാവകാശം മരു മക്കൾക്ക് നല്കിയിരുന്നു. എന്നിരുന്നാലും തെയ്യപ്ര തിഫലം നേരിട്ടു വാങ്ങാൻ മരുമക്കൾക്ക് അനുവാദമില്ല. സംബന്ധക്കാർ വിട്ടുപോ യാലും കാരണവർ സംര ക്ഷിക്കുമെന്നാണവരുടെ

വിശ്വാസം. മരണത്തോടെ ജീവിതം അവസാനിക്കുന്നില്ലെന്നും മ
രിച്ചവരുടെ ആത്മാവ് അന്തരഗാമികൾക്ക് ശക്തിയാണെന്നും വി
ശ്വസിച്ചിരുന്നുവെന്ന് തെളിയിക്കുന്നതാണ് ഇവരുടെ ശവ സംസ്
കാര ചടങ്ങുകൾ. മരിച്ചവർ കുടുംബത്തിന്റെ സന്തതികളിൽ ശ്ര
ദ്ധാലുക്കളാണെന്ന് വിശ്വസിക്കുന്ന ഗോത്രജനതയുടെ ആരാധന
രീതിക്ക് വിധേയരാണ് ഈ കാര്യത്തിൽ പൂങ്ങൻ, വിവാഹം, ബ
ലി തുടങ്ങിയ ആചാരങ്ങളിലെല്ലാം ആര്യ സമ്പർക്കത്തിന്റെ സ്വാ
ധീനം കാണാം. ഇങ്ങനെ ആത്മപരിശുദ്ധിയും കർമ്മപൂർത്തിയും
നേടിയ വ്യക്തിക്ക് മോക്ഷം ലഭിക്കുമെന്ന് ഇവർ കരുതുന്നു. പ്രാ
ചീനകാലം മുതലേ തെയ്യക്കാർ എന്ന നിലയിൽ ഈ വിഭാഗം ബ
ഹുമാനിക്കപ്പെട്ടിരുന്നു. സ്വന്തം സമുദായത്തിനിടയിൽ മുഴുവനാ
ളുകളെയും സമഭാവനയോടെ പരിഗണിച്ചിരുന്നു. സാമ്പത്തികമാ
യി അത്രയൊന്നും ഉയർന്ന നിലയിലല്ലാത്തതിനാൽ ഇവർക്കിട
യിൽ സാമ്പത്തികാസമത്വത്തിന് സാധ്യതയുമുണ്ടായിരുന്നില്ല. മേ
ലാളന്മാരുടെ കാവുകളിൽ തെയ്യം കെട്ടുകയും അവരുടെ വീടുക
ളിൽ ബലിക്കളപോലുള്ള മാന്ത്രിക കർമ്മങ്ങൾ നടത്തിയിരുന്നു.
തുളുനാട്ടിലെ മംഗലാപുരത്തിനടുത്തുള്ള കണ്ഡോർ എന്ന പ്ര
ദേശത്തുകാരായിരുന്നുവത്രേ വേലന്മാർ. ഇവർ ഏറ്റവും കൂടുത
ലായി കെട്ടിയാടപ്പെടുന്ന കുണ്ഡോർ ചാമുണ്ഡിയുടെ പേരിൽ
നിന്നു തന്നെ ഈ വസ്തുത വ്യക്തമാണ്. മാത്രമല്ല ഇവരുടെ തെ
യ്യങ്ങളെല്ലാം തന്നെ തുളുനാടൻ പാരമ്പര്യമുള്ളവയാണ്. തോറ്റം
പാട്ടുകളിലെല്ലാം തുളുനാടിനെ വിവരിക്കുന്നതായി കാണാം. മ
റ്റു തെയ്യങ്ങളുടേതു പോലെ വിശാലമായ എഴുത്തുകളുമില്ല. തേ
പ്പും കുറിയും എന്നാണ് മുഖത്തെ അലങ്കാരത്തിന് പറയുന്നത്. മ
നയോലതേച്ച് ചുണ്ണാമ്പ് കലർത്തിയ മഞ്ഞൾപ്പൊടി (ചോക്ക) കൊ
ണ്ട് കുറിയിടുന്നു. പരവചാമുണ്ഡി തുടങ്ങിയ തെയ്യങ്ങൾക്ക് അ
രിച്ചാന്തും ചോക്കയുമാണുപയോഗിക്കുന്നത്. തെയ്യാട്ടരംഗത്ത് നാ
ന്നൂറോളം തെയ്യങ്ങൾ കെട്ടിയാടിക്കപ്പെടുന്നുണ്ടെന്ന പണ്ഡിത
ഭാഷ്യമനുസരിച്ച് അവയിൽ കുണ്ഡോർ ചാമുണ്ഡി, പുള്ളിക്കു
ത്തി, മൂവന്തിക്കോലം, കുഞ്ഞാർകുറത്തി, അയ്യപ്പൻ തെയ്യം പരവ
ചാമുണ്ഡി, കാലചാമുണ്ഡി, ധൂമഭഗവതി, പടിഞ്ഞാറെ ചാമുണ്
ഡി, വെങ്കണ ചാമുണ്ഡി, പന്നിപ്പുറത്ത് ചാമുണ്ഡി, ചുടല ഭദ്ര
കാളി, കൊടൃത്ത് പഞ്ചരുളി, വിഷ്ണു ചാമുണ്ഡി, മലങ്കുറത്തി,

പുള്ളി ചാമുണ്ഡി തുടങ്ങിയ ഇരുപതോളം തെയ്യങ്ങൾ മാത്രമാ
ണ് വേലവിഭാഗം കെട്ടിയാടപ്പെടുന്നത്. മദ്യവും, കോഴിയും ഉണ
ക്കമീനും, ചക്കരച്ചോറും സ്വീകരിക്കുന്നവയാണ് ഇവരുടെ തെയ്യ
ങ്ങൾ. നാടെഴുന്നള്ളി നേർച്ച സ്വീകരിക്കുന്ന തെയ്യങ്ങളും ഇതിലു
ണ്ട്. ഇക്കാരണങ്ങളാൽ തന്നെ വേലരുടെ തെയ്യങ്ങൾക്ക് പ്രത്യേ
കം പള്ളിയറ തന്നെ കാവുകളിലുണ്ടാവും. മാന്ത്രിക വിദ്യയിലും
ഔഷധവിദ്യയിലുമുള്ള കഴിവ് സമൂഹഘടന നിയന്ത്രിക്കുന്നതിൽ
പ്രധാനമായിരുന്നു. തെയ്യങ്ങൾക്ക് കവുങ്ങിൻ തടി, മുള, കാട്ടവ
ള്ളികൾ എന്നിവ പകുത്തെടുത്ത് കോളിനാർ കൊണ്ട് കെട്ടിയുറ
പ്പിച്ചാണ് വൈവിധ്യമാർന്ന ഒടകളും മുടികളും കെട്ടിയുണ്ടാക്കു
ന്നത്. അരയോട എന്നിവയാണ് തിരി കൊണ്ടുണ്ടാക്കുന്ന അരച്ച
മയങ്ങൾ, വാഴത്തടഅരയോടത്തട്ട് കെട്ടി കുരുത്തോലയും പാന്ത
ഈർക്കിലിയും ചേർത്ത് അരയോട ഉണ്ടാക്കുന്നു. മക്കത്തായമാ
യതുകൊണ്ട് അച്ഛനിൽ നിന്നുമാണ് വേലർക്ക് തെയ്യാട്ടത്തിനു
ള്ള അവകാശം കിട്ടുന്നത്. മരിച്ച ആളിന്റെ മൂത്ത മകനാണ് കർ
മ്മം നടത്തുന്നത്. ബലികർമ്മങ്ങളിൽ കാക്കകൊത്തുന്നതുമായി
ബന്ധപ്പെട്ട് ഒരു വിശ്വാസവും നിലനിൽക്കുന്നുണ്ട്. കാക്ക അടിയ
ന്തിരകഞ്ഞി എടുത്തില്ലെങ്കിൽ മരിച്ച ആൾക്ക് എന്തോ പ്രയാസമു
ണ്ടെന്നാണ് വിശ്വാസം. കാക്ക അടിയന്തിരകഞ്ഞി എടുക്കുന്നത്
നോക്കിയാണ് ഈ കാര്യങ്ങൾ തിട്ടപ്പെടുത്തുന്നത്. വിവാഹവുമാ
യി ബന്ധപ്പെട്ട് സ്ത്രീധന സമ്പ്രദായമോ, മറ്റു നിബന്ധനകളോ
അക്കാലത്തുണ്ടായിരുന്നില്ല. മുൻകാലങ്ങളിൽ സ്ത്രീകൾ വിവാ
ഹത്തിന് പുടവയും ബ്ലൗസുമാണ് ധരിച്ചിരുന്നത്. ഇന്ന് സാരിയും
ബ്ലൗസും സാർവത്രികമായിത്തീർന്നു. കേരളത്തിലെ വേലരെ വി
ലയിരുത്തുമ്പോൾ മറ്റുഭാഗങ്ങളിൽ നിന്നും വ്യത്യസ്തമായി വള
രെ സാമൂഹികമായും സാമ്പത്തികമായും പിന്നോക്കം പോയത്
എന്തുകൊണ്ടാണ് എന്ന് കൃത്യമായി പരിശോധിക്കേണ്ടതുണ്ട്. ഇ
ന്നും അടിച്ചമർത്തപ്പെട്ട ഒരു ജനതയായി നിലകൊള്ളുന്നു. ഉന്ന
ത സമുദായങ്ങളുടെ ക്രൂരതയ്ക്ക് അടിമപ്പെട്ട് തരംതാഴ്ത്തപ്പെട്ട
സമുദായമാണ് വേലർ.

വേട്ടുവർ

പയ്യന്നൂർ, കരിവെള്ളൂർ, പഴയങ്ങാടി കുഞ്ഞിമംഗലം കാങ്കോൽ

- ആലപ്പടമ്പ് എന്നീ പഞ്ചായത്തുകളിലാണ് വേട്ടുവർ താമസിച്ചി രുന്നത്. വേട്ടയാടലിൽ വിദഗ്ധരായിരുന്നതു കൊണ്ടാണ് ഈ ആ ദിവാസി വിഭാഗത്തിന് വേട്ടുവൻ എന്ന പേരുകിട്ടിയത്. പണ്ട് കാ ലം മുതൽക്കേ കാടുകളിലും മലമുകളിലും കുടിലുകൾ കെട്ടി വേ ട്ടയാടിയും കായ്കനികൾ ഭക്ഷിച്ചും കഴിഞ്ഞിരുന്ന ഒരു സമൂഹമാ ണ് വേടൻ അല്ലെങ്കിൽ വേട്ടക്കാരൻ എന്നറിയപ്പെട്ട വേട്ടുവൻ. ആദ്യ കാലങ്ങളിൽ കാട്ടുമൃഗങ്ങളെ വേട്ടയാടലും കായ്കനികൾ ശേഖ രിക്കലുമായിരുന്നു ഈ വിഭാഗത്തിന്റെ പ്രധാന തൊഴിൽ. പിന്നീ ടത് കൃഷിയിലേക്കുമാറി. കാട്ടിൽ നിന്നും മൃഗങ്ങളെ വേട്ടയാടിപ്പി ടിച്ച് അതിന്റെ മാംസവും പുഴയിലെ മീനുകളും കാട്ടുകിഴങ്ങുകളാ യ നര, മുടുക്ക, ചാവ, കാച്ചിൽ തുടങ്ങിയവ കഴിച്ചിരുന്നു. മുതിര യില, ചീര, മുരിങ്ങ, ചേമ്പില, മത്തനില, തവര തുടങ്ങിയവ ഇല കളും, കൊട്ടപ്പഴം, ചൂരി, കാരപ്പഴം പഴങ്ങളും പച്ചയായും വേവി ച്ചും കഴിച്ചിരുന്നു. ഈ ആഹാരപദാർത്ഥങ്ങളിൽ പോഷകങ്ങൾ അധികമുള്ളതിനാലും ഇവരുടെ ആരോഗ്യവും അത്രതന്നെ മെച്ച പ്പെട്ടതായിരുന്നു. പിന്നീട് സ്വന്തമായി കൃഷിചെയ്തുണ്ടാക്കിയ നെ ല്ലും പച്ചക്കറികളും ഇവരുടെ ഭക്ഷണപദാർത്ഥങ്ങളായി. തനതാ യ ആചാരനുഷ്ഠാനങ്ങൾ ഈ സമുദായങ്ങളെ മറ്റു സമുദായങ്ങ ളിൽ നിന്നും വേർതിരിച്ചുനിർത്തിയിരുന്നു ആചാരങ്ങളും അനു ഷ്ഠാനങ്ങളും അതിന്റേതായ ചിട്ടയോടും ഭയത്തോടും ഭക്തിയോ ടും കൂടി കൊണ്ടാടിയിരുന്നു. ജനനസമയത്തും വിവാഹസമയ ത്തും മരണസമയത്തും എല്ലാം ഇവർ വിപുലമായ ചടങ്ങുകൾ ന ടത്തിയിരുന്നു. ഈ സമുദായങ്ങളുടെ ചില തനതായ കലാരൂപ ങ്ങൾ വേറിട്ട രൂപത്തിലും ഭാവത്തിലും അവതരണത്തിലും കാ ണപ്പെടുന്നു. 1901 മദ്രാസ് സെൻസസ് റിപ്പോർട്ടിൽ മലവേട്ടുവൻ കാർഷിക കുടിയാൻമാരും, നായാട്ടുകാരും, വനവിഭവങ്ങൾ ശേഖ രിച്ച് ജീവിക്കുന്നവരുമാണന്ന് കണ്ടെത്തിയിരുന്നു. വേട്ടുവൻ സമു ദായത്തിന് അവരുടെ തനതായ ഭാഷ ഉണ്ടായിരുന്നു. ഇന്നത്തെ മ ലയാള ഭാഷയെ ശക്തമായ ഉച്ചാരണ രീതിയിലൂടെ ഇവർ ഉപ യോഗിച്ചു. ഓരോ ഇല്ലത്തിനും ഒരു തലവൻ ഉണ്ടായിരിക്കും. തല വൻ മൂപ്പൻ ആയിരിക്കും. പുനംകൃഷി, നായാട്ട് എന്നിവയ്ക്ക് മൂപ്പ നെ സഹായിക്കാൻ മറ്റ് ഇല്ലങ്ങളിലെ മൂപ്പൻമാരെ ഉൾപെടുത്തി ച ങ്ങാതി മൂപ്പൻമാർ ഉണ്ടായിരിക്കും. മൂപ്പൻമാർ കിരാൻമാർ എന്നാ

ണ് അറിയപ്പെട്ടിരുന്നത്. ജന്മികൾ പട്ടും വളയും നൽകുമ്പോഴാ
ണ് ഒരാൾ കിരാനാകുന്നത്. വനാന്തരങ്ങളിൽ താമസിക്കുവാൻ
ഏറെ ഇഷ്ടപ്പെടുന്നവരാണ് വേട്ടുവൻ. സ്വന്തമായ ഭരണക്രമവും
ആചാരനാനുഷ്ഠാംങ്ങളും കലാ പൈതൃകവും ഇവരെ മറ്റുള്ളവരിൽ
നിന്ന് വേറിട്ട് നിർത്തിയിരുന്നു. വനവിഭവശേഖരണക്കാരും വന
നശീകരണത്തിന് ചുക്കാൻ പിടിച്ചവരും ഇവരുടെ നന്മകൾ ചോര
ത്തുന്നതിൽ പ്രധാന പങ്കുവഹിച്ചു. മീൻപിടിച്ചും വേട്ടയാടിയും വ
നവിഭവങ്ങളെ ആശ്രയിച്ചുമായിരുന്നു. ഇവർ ജീവിതം കഴിച്ചിരു
ന്നത്. കുടുംബസമേതം കാട്ടിൽ താമസിച്ച് തേൻ, തള്ളി, പുളിഞ്ചി
ക്കായ തുടങ്ങിയവ ശേഖരിച്ച് ആഴ്ചകളോ മാസങ്ങളോ കഴിഞ്ഞ്
തിരിച്ച് വരുന്നു. വന്യജീവികളുടെ ആക്രമണം കുറവുള്ളതുരുത്തു
കൾ, സുരക്ഷിതമായ താഴ്വരകൾ, എന്നിവിടങ്ങളിൽ താല്ക്കാ
ലികമായി കെട്ടിയുണ്ടാക്കുന്ന വീടുകളിലാണ് അവർ താമസിക്കു
ക. സംഘബോധം പ്രകടമാക്കുന്ന നായാട്ടും വനജീവിതവുമായി
ബന്ധപ്പെട്ടതാണ് വേട്ടുവരുടെ കലാരൂപങ്ങൾ. പ്രായഭേദമന്യ ആ
ടാനും പാടാനും ഇവർ താൽപര്യം കാണിക്കുന്നു. സ്ത്രീകൾ മു
ടിയഴിച്ചിട്ടും കൈകൾ പൊക്കി പിടിച്ചും ആടുന്ന രീതിയുമുണ്ട്.
അക്ഷരാഭ്യാസത്തിന്റെ കാര്യത്തിൽ ഇവർ വളരെ പുറകിൽ നിൽ
ക്കുന്നു. വനവിഭവ ശേഖരണം തന്നെയാണ് പ്രധാന തൊഴിൽ. വ
നത്തിൽ ഈറ്റക്കൊണ്ടു കുടിലുകെട്ടി അതിനുള്ളിൽ താമസിക്കു
ന്നു. ഇതിനു ചുറ്റും തീയിട്ട് രാത്രികാലങ്ങളിൽ തണുപ്പിൽ നി
ന്നും വന്യമൃഗങ്ങളിൽ നിന്നും രക്ഷപ്രാപിക്കുന്നു. ഇവരുടെ എ
ല്ലാചടങ്ങുകൾക്കും മദ്യം ഒരുപ്രധാനഘടകമാണ്. പ്രായഭേദമന്യേ
എല്ലാവരും മദ്യം ഉപയോഗിക്കുന്നു. അത് പോലെ പുകവലി എ
ല്ലാ പ്രായക്കാരിലും കണ്ടു വരുന്നു. രോഗം ബാധിച്ചാൽ മന്ത്ര
വാദം ഇപ്പോഴും നടത്താറുണ്ട്. പ്രായമായവർ പഴയ ആചാരങ്ങ
ളെ മുറുകെ പിടിക്കുന്നുണ്ടെങ്കിലും പുതിയവർ അത് പിൻപറ്റണ
മെന്ന് നിർബന്ധിക്കുന്നില്ല. ഓടയുപയോഗിച്ച് പല തരത്തിലുള്ള
കുട്ടകൾ മെടഞ്ഞുണ്ടാക്കുന്നതിൽ ഇവർ സമർത്ഥരാണ്. ചൂരൽ,
കാട്ടിൽ നിന്നും ശേഖരിക്കുന്ന വള്ളികൾ, മുള, ഓട എന്നിവ ഉപ
യോഗിച്ച് കാർഷികാവശ്യത്തിനും മറ്റുമുള്ള വിവിധയിനം കൂട്ടക
ളുടെ നിർമ്മാണം പ്രാചീന കാലം തൊട്ടുതന്നെ പയ്യന്നൂരിൽ നി
ലനിന്നിരുന്നതായി കാണാം. വേട്ടുവർ ഏഴിമല, മറ്റുകിഴക്കൻ മല

യോര പ്രദേശങ്ങൾ, പുഴയോരം എന്നിവിടങ്ങളിൽ നിന്നും ചൂ
രൽ, ഓട, ഈറ്റ, കാട്ടുവള്ളി എന്നിവ ശേഖരിച്ച് വിവിധയിനം കു
ടകൾ നിർമ്മിച്ചിരുന്നു. മുപ്പിടിക്കുന്ന കൂട്ട, പാറക്കൂട്ട, ചേറ്റുകൂട്ട,
പൂക്കൂട്ട, വളക്കൂട്ട, കോഴികൂട്ട, തടുപ്പ, മുറം എന്നിവ നിർമ്മിച്ച് വീ
ടുകളിലും ചന്തകളിലും എത്തിച്ച് വിപണനം ചെയ്തിരുന്നു. രാമ
ന്തളിയിലെ ചിറ്റടി, ആലപ്പടമ്പ, കാനം, വടക്കെകര, വെള്ളോറ,
കായപ്പൊയിൽ, കൊക്കോട്ട് പാത്തി എന്നിവിടങ്ങളിൽ ഈ സമു
ദായക്കാർ ഇന്നും ഈ പ്രവൃത്തി ചെയ്തുവരുന്നു. എന്നാൽ ഇന്ന
ത്തെ പ്ലാസ്റ്റിക് തടുപ്പകളും റബ്ബർ കൂട്ടകളും ഈ പരിസ്ഥിതിഹിത
ഉല്പന്നങ്ങൾക്ക് ഭീഷണിയായി വന്നിരിക്കുകയാണ്.   ഇവരുടെ
കൂട്ടത്തിൽ സാമ്പത്തികമായി വളരെ പിന്നോക്കം നിൽക്കുന്നവ
രും വളരെ ഉയർന്ന സാമ്പത്തിക സ്ഥിതിയുള്ളവരുമുണ്ട്. കുടിയേ
റ്റ കർഷകരുടെ ആഗമനത്തോടുകൂടി അവരുടെ പരമ്പരാഗത കൃ
ഷിരീതിയിൽ കാര്യമായ മാറ്റം വന്നിട്ടുണ്ട്. ഇതിനു വേണ്ട അസം
സ്കൃത പദാർത്ഥങ്ങൾ ഇവിടെ കിട്ടാത്തതിനാൽ   ചെറുപുഴയി
ലെ എഴ്യംകല്ല്, മുതുവം എന്നിവിടങ്ങളിൽ നിന്നാണ് കൊണ്ടുവരു
ന്നത്. ഇതിൽ നിന്നും മെടയുന്ന കുട്ടയും മറ്റ് ഉൽപ്പന്നങ്ങളും മാർ
ക്കറ്റുവിലയുടെ നേർപ്പകുതി വിലയ്ക്ക് മദ്ധ്യവർത്തികളായ കച്ചവ
ടക്കാർക്ക് ഇവർ വിൽക്കാൻ നിർബന്ധിക്കപ്പെടുന്നു. ചൂരൽ, മുള,
പലതരം കാട്ടുവള്ളികൾ എന്നിവ ഉപയോഗിച്ചാണ് കൂട്ടകളുണ്ടാ
ക്കുന്നത്. ഇപ്പോൾ ബീഡി തെറുപ്പ്, കല്ല്വെട്ട്, കൃഷിപ്പണി എന്നീ
നാടൻ തൊഴിലുകൾ ചെയ്യുന്നു. കുട്ട, തുടുപ്പ, മുറം, ഓട്ടമുറം, പൂ
ക്കൂട്ട, മുതലായവ നിർമ്മിക്കുന്നു. ഇവയെ വീടുവീടാന്തരം വിറ്റ്
കിട്ടിയ തുകകൊണ്ട് ജീവിക്കുന്നു. വീടുകളിൽ വിൽപ്പന നടത്തു
മ്പോൾ കാശിനു പകരം ആഹാരസാധനങ്ങൾ വാങ്ങുന്നു. സ്ത്രീ
കളും പുരുഷൻമാരും തമ്മിൽ കൂടുതൽ സംസാരിക്കുന്നതോ ഒ
രുമിച്ച് യാത്ര ചെയ്യുന്നതോ നിഷിദ്ധമല്ല. അപൂർവ്വം നാട്ടിൽ നി
ന്നും ആരെങ്കിലും വന്നാൽ സ്ത്രീകൾ പുറത്തിറങ്ങുകയോ അവ
രുമായി സമ്പർക്കം പുലർത്തുകയോ ചെയ്യാറുണ്ട്. ചെണ്ടയാണ്
വാദ്യോപകരണം. ചെണ്ടയുടെ അഭാവത്തിൽ വടികൊണ്ട് പാട്ട
യിൽ പ്രത്യേകരീതിയിൽ ചുരണ്ടിയും കൊട്ടിയും ശബ്ദമുണ്ടാ
ക്കുന്നു. മുൻകാലങ്ങളിൽ വിവാഹ ചടങ്ങുകൾക്ക് ചിട്ടപ്പെടുത്തിയ
വ്യവസ്ഥയുണ്ടായിരുന്നു. സംസ്കാരചടങ്ങുകളിൽ അന്ത്യമായതാ

ണ് പരേതക്രിയ. പരേതാത്മാവിന്റെ ശക്തിക്കുവേണ്ടിയുള്ളതാണ്
ഈയൊരു കർമ്മം. ശ്രദ്ധയോടും നിഷ്ഠയോടും കൂടി ചെയ്യുന്ന
താണ് മരണാനന്തര കർമ്മങ്ങൾ. ഒരാൾ മരിച്ചു കഴിഞ്ഞാൽ സ്
ത്രീകൾ ഉച്ചത്തിൽ കരഞ്ഞ് മറ്റുള്ളവരെ അറിയിക്കുന്നു. പഠനപ്രാ
യമെത്തിയ കുട്ടികൾ മിക്കവരും ഹോസ്റ്റലുകളിൽ താമസിച്ചോ
സ്കൂളുകളിൽ പോയോ പഠിക്കുന്നു. എങ്കിലും ഇനിയും കുറേ
പേർ ഈ പൊതുഒഴുക്കിൽപ്പെടാതെ മാറിനിൽക്കുന്നു. ഉത്സവം, മ
രണാനന്തരചടങ്ങ്, തെരണ്ടുമംഗലം, പുങ്ങമംഗലം, കാതുകുത്ത്
മംഗലം എന്നിവയ്ക്ക് നേതൃത്വം നൽകുന്നത് മൂപ്പനാണ്. പന്ത
ലിൽ സജ്ജമാക്കിയ ഇരിപ്പിടത്തിൽ കുഞ്ഞിനെ ഇരുത്തി ബന്ധു
ക്കളുടെയും ക്ഷണിതാക്കളുടേയും സാന്നിധ്യത്തിൽ തലയിൽ അ
രിയിട്ട് അനുഗ്രഹിക്കുന്നു. തുടർന്ന് ചടങ്ങിൽ എത്തിച്ചേർന്ന ബ
ന്ധുമിത്രാദികളും പാരിതോഷികമോ പണമോ സമ്മാനിച്ച് അരി
യിട്ട് അനുഗ്രഹിക്കുന്നു. കാലം മാറിയതോടെ പല പൂർവ്വകാല
ആചാരങ്ങളും മൺമറഞ്ഞപ്പോൾ വീട്ടിൽവെച്ച് നടത്തിവന്ന മംഗ
ലവും അപ്രത്യക്ഷമായി. കൂന്തൻതല്ല്, പാവകളി, എന്നീ ആഘോ
ഷങ്ങളും നിലനിന്നിരുന്നു. കൂടാതെ ജ്യോതിഷം, മന്ത്രവാദം, വൈ
ദ്യചികിത്സ എന്നീ രീതികളും അന്നും ഇന്നും നിലനിൽക്കുന്നു.
വേട്ടുവന്മാരുടെ കുടുംബവീട്ടിൽ തെയ്യം കെട്ടിയാടാറുണ്ട്. ഇവർ
തെയ്യം കെട്ടാറില്ലെങ്കിലും മാവിലന്മാരാണ് ഇവിടെ തെയ്യം കെട്ടു
ന്നത്. പതി സമ്പ്രദായങ്ങളും ചിലയിടങ്ങളിലുണ്ട്. ഈ സമുദായ
ക്കാരുടെ വലിയൊരു ചടങ്ങാണ് കല്യാണം. കല്യാണത്തിന് പ
ന്തലിടുന്നത് ഒരാഘോഷമാണ്. പന്തലുകൂടി കളിപ്പാം പെണ്ണെകു
ഞ്ഞുമണവാട്ടി പെണ്ണെ (2)എന്ന ഈരടികളോടും ചുവടുവെപ്പു
കളോടുംകൂടിയാണ് കല്യാണപന്തൽ ഒരുങ്ങുന്നത്.

ചക്ലിയർ

കാങ്കോൽ - ആലപ്പടമ്പ് പഞ്ചായത്തിലും പരിസര പ്രദേ
ശങ്ങളിലും താമസിച്ചുവരുന്ന ഒരു ജനവിഭാഗമാണ് ചക്ലിയർ, ആ
ന്ധ്രപ്രദേശിൽ മാദിഗർ എന്നും കർണ്ണാടകയിൽ മാദിഗ, മാതരം,
ആദികർണ്ണാടക എന്നും കേരളത്തിലും തമിഴ്നാട്ടിലും ചക്ലിയർ
എന്നും അറിയപ്പെടുന്ന ഈ ജനവിഭാഗം ചെരിപ്പ് നിർമ്മിക്കൽ, ക
ക്ക നീറ്റി കുമ്മായം ഉണ്ടാക്കൽ തുടങ്ങിയ തൊഴിലുകളാണ് ചെ

യ്തു വരുന്നത്. കരിവെള്ളൂർ പെരളം പഞ്ചായത്തിലും ഇവരുടെ കോളനികൾ കാണാം. കൃഷി ഭൂമികളിൽ പണിയെടുക്കാൻ വേണ്ടി നിലവിലുണ്ടായിരുന്ന ആദിവാസികൾക്കു പുറമേ ഇടനാട്ടിൽ നിന്നും ചക്ലിയരേയും കൊണ്ടുവന്നിരുന്നു. വയലുകളും മലഞ്ചെ രിവുകളും കൃഷിക്കായുപയോഗിച്ചിരുന്നു. ചിറയ്ക്കൽ കൂലോം, കുറ്റൂർ വേങ്ങ, താഴക്കാട്ട് മന, ചെറുതാഴം ഇല്ലം, വാരണക്കോട്ട് ഇ ല്ലം തുടങ്ങിയ നാടുവാഴികളുടെ കൈവശമായിരുന്നു കൃഷിയിട ങ്ങൾ മുഖ്യകൃഷി നെല്ലായിരുന്നതുകൊണ്ട് വയലുകളെ ആശ്രയി ച്ചാണ് ചക്ലിയർ നിലനിന്നിരുന്നത്. ഇവർ സംസാരിക്കുന്നത് ദ്രാ വിഡ ഭാഷകളിലൊന്നായ ചക്ലിയ ഭാഷയാണ് തുളു, കർണ്ണാടകം, മലയാളം എന്നിവയിലെ പദങ്ങൾ ചക്ലിയ ഭാഷയിൽ ഉണ്ടെങ്കി ലും സ്വന്തമായ വ്യാകരണമുള്ള ഒരു ഭാഷ തന്നെയാണ് ചക്ലിയ ഭാഷ കോട്ടകളുടെ കാവൽക്കാരായി ചക്ലിയർ ജീവിച്ചുവന്നു. ച ക്ലിയ സമുദായത്തിന്റെ ആരാധനമൂർത്തിയായ മാരിയമ്മനും ഇ തേവിശ്വസത്തിലുള്ളതുതന്നെ. നടപ്പുദീനം വന്നാൽ ചീർമ്മക്കാ വിലെ ആയത്താൻ വീടുകൾ സന്ദർശിച്ച് ദേവീപ്രസാദമായ മഞ്ഞൽ ക്കുറി വിതരണം ചെയ്യുന്ന പതിവ് പതിറ്റാണ്ടു മുമ്പുവരെ പയ്യന്നൂ രിൽ സാധാരണമായിരുന്നു. മാദിഗർക്ക് ഏഴു താവഴികൾ ഉണ്ട്. ഹെട്ട്കാറ്, ഹെൻകാറ്, മാലൂറ്, ബെളോറു, മാലോറു, മായളതോ റു, മാറിതഭൈരവ എന്നിവയാണ് താവഴികളുടെ പേര്. ചക്ലിയരിൽ ചിലർക്ക് അഞ്ചുദിവസത്തെ പുലയും മറ്റുചിലർക്ക് മൂന്നു ദിവസ ത്തെ പുലയുമാണുള്ളത്. ചക്ലിയ വർഗ്ഗക്കാർക്ക് പ്രധാനപ്പെട്ടവ യാണ് ആചാരങ്ങളും വിശ്വാസങ്ങളും. ചക്ലിയ ജാതിയിലെ വി വാഹ പ്രായം പുരുഷന്മാർക്ക് പത്തൊൻപതിനും, ഇരുപത്തിയൊ ന്നിനുമിടയിൽ സ്ത്രീകൾക്ക് പതിമൂന്ന് വയസ്സുമാണ്. നിശ്ചയത്തി ന് അച്ഛനും കാരണവരും മറ്റു ബന്ധുക്കളും ചേർന്ന് വെറ്റിലയും അടക്കയുമായി പോകുന്നു. അച്ഛന്റേയും അമ്മയുടെയും വീട്ടിലും തുടർന്ന് മറ്റ് ബന്ധുക്കളുടെ വീട്ടിലും ഇവർ തന്നെ പോയി വിവാ ഹക്കാര്യം അറിയിക്കുന്നു. വിവാഹം രാത്രികാലങ്ങളിലായിരുന്നു നടന്നിരുന്നത്. വരൻ ചങ്ങാതിമാരും ഒരു കുട്ടിയോടും കൂടി (ഈ കുട്ടിയുടെ ഇല്ലം വരന്റെയും വധുവിന്റെയും ആയിരിക്കരുത്, മാ ത്രവുമല്ല മുറുക്കാനുള്ളതും, അന്നപ്പുടവയും പിടിക്കേണ്ടത് മുൻ കാലങ്ങളിൽ വിവാഹ ചടങ്ങുകൾക്ക് ചിട്ടപ്പെടുത്തിയ വ്യവസ്ഥ

യുണ്ടായിരുന്നു സംസ്കാരചടങ്ങുകളിൽ അന്ത്യമായതാണ് പരേ
തക്രിയ. വിവാഹപ്രായമായ ഒരു കുട്ടിതന്റെ കുടുംബത്തിലുണ്ടെ
ന്നറിയിക്കുന്ന ഒരു വിളംബരമായിരുന്നു. പന്തൽമംഗലം ബന്ധു
ക്കളുടേയും നാട്ടുകാരുടേയും സ്ഥാനികരുടേയും സാന്നിദ്ധ്യം ഈ
കർമ്മത്തിന് അനിവാര്യമായിരുന്നു. വിവിധ തെയ്യങ്ങൾ ഈ സമു
ദായത്തിൽ നിലനിന്നിരുന്നു. പെൺകുട്ടി ഋതുമതിയായിക്കഴി
ഞ്ഞാൽ ഏഴുദിവസത്തേക്ക് വീടിനോടു ചേർത്തുകെട്ടിയ തീണ്ടാ
രിപ്പുരയിലാകുന്നു. ഏഴാം ദിവസം അവകാശപ്പെട്ടവർ പെൺകുട്ടി
യെ പുഴയിൽ കൂട്ടികൊണ്ടുപോകും. കയ്യിൽ ഓടിന്റെ കിണ്ണവും
താളിയും (ഉന്നത്തിന്റെയില, ചടച്ചിൽ, കുറുന്തോട്ടി ഇവയിൽ ഏ
തെങ്കിലും) കരുതും. കൂടെ പോകുന്നയാളിന്റെ കയ്യിൽ പെൺകു
ട്ടിക്ക് ഈറൻ മാറാനുള്ള തോർത്തും ഉണ്ടായിരിക്കും. തലയിൽ
എണ്ണ തേച്ച് മൂന്നുപ്രാവശ്യം പുഴയിൽ മുങ്ങിക്കുളിക്കണം. കുളി
ച്ചുവരുമ്പോൾ വീട്ടിലെത്തുന്നതുവരെ മറ്റാരെയും നോക്കാതെ കി
ണ്ണത്തിലെടുത്ത വെള്ളത്തിൽത്തന്നെ നോക്കി ഈറനോടെ വര
ണം. പിന്നീട് പുതിയ മുണ്ടുടുത്ത് അതിന്റെ മേലെ തോർത്ത് മട
ക്കിക്കെട്ടിപന്തലിലിരുത്തുന്നു. പിന്നീടു നടത്തുന്ന സദ്യയോടൊ
പ്പം ചക്കരക്കഞ്ഞി നിർബന്ധമാണ്. തെരണ്ടമംഗലത്തിലെ പരി
കർമികൾ ഭൂരിഭാഗവും സ്ത്രീകളായിരിക്കും.   മലയാള ഭാഷയെ
വ്യത്യസ്തമായ ഉച്ചാരണ ശൈലിയിൽ ഇവരുടെ സ്വന്തം സംസ്
കാരത്തിനൊത്ത് ഉപയോഗപ്പെടുത്തി. ജന്മിമാരുടെ പീഡനങ്ങളിൽ
നിന്നും രക്ഷനേടാൻ ഈ ഭാഷ ഇവരെ സഹായിച്ചിരുന്നു. ആദ്യ
കാലങ്ങളിൽ സ്ത്രീകൾക്ക് മാറുമറക്കാൻ പോലുമുള്ള അവസരമു
ണ്ടായിരുന്നില്ല. പിന്നീട് ഇലകളും മൃഗങ്ങളുടെ തോലുകളും ചാ
ക്കുകളും വസ്ത്രമായി ഉപയോഗിച്ചിരുന്നു. ഇതിനും ശേഷമാണ്
ജന്മിമാർ നൽകിയ പുടവ (വെള്ളമുണ്ട്) വസ്ത്രമാക്കി മാറ്റിയത്.
ഇത് പുരുഷന് ഒന്ന് സ്ത്രീക്ക് രണ്ട്. ഒന്ന് ഉടുക്കാനും മറ്റൊന്ന് മാ
റ് മറയ്ക്കാനും എന്ന ക്രമത്തിലായിരുന്നു നല്കിയിരുന്നത്. ഈ
രീതിയിൽ മാറ്റം വരികയും പിന്നീട് സ്ത്രീകൾ മുണ്ടും ബ്ലൗസും,
പുരുഷൻമാർ മുണ്ടും തോർത്തും (മേൽമുണ്ട്) എന്നരീതിയിലേ
ക്കെത്തിപ്പെട്ടു. ഈ രീതി മാറ്റം വന്നപ്പോൾ നിലവിലുള്ള ആധു
നികരീതിയിലുള്ള വസ്ത്രരീതിയിലേക്കെത്തിപ്പെടുകയും ചെയ്
തു. അവരുടെ പ്രധാനപ്പെട്ട തെയ്യങ്ങളാണ് കലിയൻ, കലിച്ചി, ധർ

മ്മ തെയ്യം തുടങ്ങിയവ തോറ്റം പാട്ടുകൾക്കും പ്രധാനപ്പെട്ട സ്ഥാ
നമുണ്ട്, കൊയ്ത്തുപാട്ട്, വിതപ്പാട്ട്, തുടങ്ങിയ പാട്ടുകളും സമുദാ
യത്തിൽ പ്രചാരത്തിലുണ്ട്. ആദ്ധ്യാത്മിക ചിന്തയും കാർഷിക സം
സ്കാരത്തിന്റെ പ്രതിഫലനവും ഈ പാട്ടുകളിൽ കാണാം. പുഞ്ച
വയൽ, ആല, കാളപൂട്ട്, വിതയ്ക്കൽ എന്നിങ്ങനെ കൃഷി സംബ
ന്ധമായ വിഷയങ്ങൾ വർണ്ണിക്കുന്നു. എരമം മുതുകാട്ടുകാവിൽ
അടിമപ്പണം വെക്കുന്ന ആചാരം നിലവിലുണ്ടായിരുന്നു.   വീടു
കൾ വയൽക്കരകളിലായിരുന്നു. ജൈവവളങ്ങൾ മാത്രമാണ് ചക്ലി
യർ കൃഷിക്കുപയോഗിച്ചിരുന്നത്. പുനംകൃഷി, വയൽകൃഷി എ
ന്നിങ്ങനെ രണ്ടുരീതിയിൽ കൃഷിചെയ്തിരുന്നു. മലഞ്ചെരുവുക
ളിലെ കാട് വെട്ടിത്തെളിച്ച് കൃഷിയിറക്കുന്നതാണ് പുനംകൃഷി.
കൊയ്ത്ത് നടത്തുന്നത് സ്ത്രീകളാണ്. കൊയ്തെടുത്ത നെൽക്ക
തിർ കറ്റകളാക്കി കെട്ടുന്നു. മൂന്നുപിടിയാണ് ഒരു കറ്റ. പന്ത്രണ്ട് ക
റ്റ കൊയ്താൽ പതിമൂന്നാമത്തെ കറ്റ കൊയ്ത്തുകൂലിയായെടു
ക്കുന്നു. ഇതിന് പതക്കറ്റ എന്നുപറയും. നാല് നാഴി ഒരിടങ്ങഴി ഒ
രു സേറിന് ഒന്നര ഇടങ്ങഴി വേണം. ഫലപുഷ്ടിയുള്ളതും ധാരാ
ളം വെള്ളം ലഭിക്കുന്നതുമായ സ്ഥലമാണ് നെൽകൃഷിക്കും തങ്ങ
ളുടെ താമസത്തിനും ചക്ലിയർ തെരഞ്ഞെടുത്തത്.

കുടിവേട്ടുവർ

പയ്യന്നൂർ, കരിവെള്ളൂർ, പഴയങ്ങാടി കുഞ്ഞിമംഗലം, കാങ്കോൽ
– ആലപ്പടമ്പ എന്നിവിടങ്ങളിൽ ഇവർ താമസിക്കുന്നു. ജന്മിമാരു
ടെ കീഴിൽ കുടിയാന്മാരായി ജീവിച്ചിരുന്ന ഇവർക്ക് ഭുപരിഷ്കര
ണ നിയമത്തിനുശേഷം സ്വന്തമായി ഭൂമി ലഭിച്ചു. മുൻകാലങ്ങളിൽ
ഉയർന്ന സമുദായത്തിൽപ്പെട്ടവർ ഇവരെ കൂലിവേലക്ക് ക്ഷണി
ക്കുമായിരുന്നു. അവിടെ ചെറിയ കുടിൽ നിർമ്മിച്ച് താമസിക്കു
വാൻ അനുവദിച്ചിരുന്നു. എന്നാൽ മരങ്ങൾ കൃഷി ചെയ്യാൻ പാടി
ല്ലായിരുന്നു. വേട്ടയാടി ലഭിക്കുന്ന കാട്ടുമൃഗങ്ങൾ, പോറ്റി വളർ
ത്തുന്ന കോഴി മുതലായവയാണ് ഭക്ഷണം. അതുപോലെ അവർ
കൃഷിചെയ്തുണ്ടാക്കുന്ന കിഴങ്ങു വർഗ്ഗങ്ങളും മറ്റും ആഹാരത്തി
നുപയോഗിക്കുന്നു. പ്രധാനതൊഴിൽ കൃഷിയായതുകൊണ്ടും അ
വർ ഒരേ പ്രദേശത്തുതന്നെ സ്ഥിരതാമസം തുടങ്ങിയിട്ടുള്ളതു
കൊണ്ടും ഓല കൊണ്ടു നിർമ്മിച്ച കുടിലുകളിൽ കുടിവേട്ടുവർ

വസിക്കുന്നു. ഗവൺമെന്റ് സഹായത്തോടെ അടുത്ത കാലത്താ
യി ഓടുകൊണ്ടുള്ള വീടുകൾ ഇവർക്കുവേണ്ടി നിർമ്മിച്ചുകൊടു
ത്തിട്ടുണ്ട്. മൃഗങ്ങളെ നായാടുക, വനവിഭവശേഖരണം, ചെറുവ
ള്ളങ്ങൾ, കൊട്ട, വട്ടി, ചവിട്ടി എന്നിവയുടെ നിർമ്മാണം തുടങ്ങി
യവയാണ് ഇവരുടെ പരമ്പരാഗത തൊഴിലുകൾ. കാടുകളിൽ ജീ
വിച്ചിരുന്ന ഇവർ പിന്നീട് നാട്ടുകാരുടെ ആധിപത്യത്തിൻ കീഴിലാ
യി. കാട്ടിലെ നൂറ് കിഴങ്ങ്, കാഞ്ഞിരക്കിഴങ്ങ്, ചാവൽ, പിടാൻ എ
ന്നിവയാണ് ഇവരുടെ പ്രധാന ഭക്ഷ്യവസ്തുകൾ. ഉയർന്ന ജാതി
ക്കാരെ കണ്ടാൽ കുടിവേട്ടുവർ വഴി മാറിപ്പോകും. ആ വഴിയിൽ പ
ച്ചിലവെച്ച് അതിൽ മണ്ണിടണം. സ്ത്രീകൾ കഴുത്തിൽ കല്ല് എന്ന
മാലയണിയുമായിരുന്നു. ദൈവങ്ങളെ പതി എന്നാണ് വിളിക്കുന്ന
ത്. ആഘോഷ ദിവസം ദൈവങ്ങൾക്ക് പ്രത്യേക പൂജയും ബലി
യും നൽകുന്നു. പലതരത്തിലുള്ള നൃത്തവും പാട്ടും അവതരിപ്പി
ക്കുന്നു. ഈ പാട്ടിനെ പൊലിപ്പാട്ട് എന്നാണ് പറയുന്നത് പൂജയ്
ക്ക് മദ്യം കാഴ്ചവെയ്ക്കും പച്ചരി വെച്ച് ചോറു വിളമ്പുന്നതോടെ
ആഘോഷം അവസാനിക്കുന്നു. ജീവിതശൈലികൊണ്ടും കഠിന
ദ്ധ്വാനംകൊണ്ടും പോഷകാഹാരക്കുറവുകൊണ്ടും സമയാസമയ
ങ്ങളിൽ ലഭ്യമാകാത്ത ആരോഗ്യപരിചരണവ്യവസ്ഥ കൊണ്ടും ആ
രോഗ്യപരമായി പിന്നോക്കം നിൽക്കുകയാണ് കുടിവേട്ടുവർ. മൂ
ന്നാന്റെ നേതൃത്വത്തിലായിരിക്കും വിവാഹം. ഇല്ലക്കാരിൽ കല്യാ
ണം കഴിച്ചവരായിരിക്കും മൂന്നാമൻ. കല്യാണം. പന്തലിനരികിൽ
കാൽകഴുകാൻ കിണ്ടിയിൽ വെള്ളം വെച്ചിരിക്കും. മൂന്നാൻ പെൺ
കുട്ടിയുടെ ഇല്ലമാകാൻ പാടില്ല. എന്നാണ് നിയമം അഥവാ വരൻ
എത്തിച്ചേർന്നില്ലെങ്കിൽ മൂന്നാൻ തന്നെ പെൺകുട്ടിയെ കല്യാണം
കഴിക്കണമെന്നാണ് നിയമം. മൂന്നാന് കല്യാണം അറിയിക്കുന്നതി
നെ ചങ്ങാതി വിളിക്കാൻ എന്നാണ് പറയുന്നത് വിരുന്നിന് വ
ന്നാൽ വധുവും വരനും പടിഞ്ഞാറ്റയിൽ കിടക്കണം എന്നാണ് നി
യമം. ഇന്നത്തെ വിഭവങ്ങളൊന്നും കുടിവേട്ടുവരുടെ കല്യാണസ
ദ്യക്ക് അന്നുണ്ടായിരുന്നില്ല. പണ്ട് കാലത്ത് സ്വയം പാകപ്പെടുത്തി
എടുത്ത ധാന്യങ്ങളും പച്ചക്കറികളും പച്ചിലകളും കായ്കനികളും
കാട്ടുകിഴങ്ങുകളായ നര, ചാവ, കുരുണ്ട്, കാട്ടുതാള്, കണില, തക
രയില, വൈച്ചത്തും പുലി, കാട്ടിലെ മൃഗങ്ങളുടെ മാസം, തോട്ട്
മീൻ, ഞണ്ട് മുതലായവയാണ് ഭക്ഷിച്ചിരുന്നത്. അതുകൊണ്ടുത

ന്നെ ആരോഗ്യവും ആയുസ്സും ഈ വിഭാഗത്തിന് ആവശ്യത്തിന് ഉണ്ടായിരുന്നതായും രോഗങ്ങൾ ഒന്നും തന്നെ ഇവരെ കീഴടക്കി യിരുന്നില്ല എന്നതും ഒരു പ്രത്യേകതയായിരുന്നു. കഠിനാധ്വാനി കളായിരുന്നു അന്നത്തെ കുടിവേട്ടുവ സമൂഹം. രാവന്തിയോളം വിശ്രമമില്ലാതെ പണിയെടുക്കുകയും തുച്ഛമായ കൂലികൊണ്ട് കു ടുംബം പുലർത്തുകയും ചെയ്തിരുന്നു. എന്നാൽ ഇന്ന് സ്വന്തമാ യി കൃഷിചെയ്യാൻ ഭൂമിയില്ലാത്തതുകൊണ്ടും അവസരമില്ലായ്മ കൊണ്ടും ആഹാരപദാർത്ഥങ്ങളെല്ലാം തന്നെ മാർക്കറ്റിൽനിന്നും വിലകൊടുത്തുവാങ്ങേണ്ടി വന്നിരിക്കുന്നു. ജന്മിത്തം നിലനിന്നി രുന്ന കാലത്ത് ജന്മിമാരുടെ കീഴിൽ കാടുവെട്ടിത്തെളിച്ച് നെല്ല്, പ ച്ചക്കറികൾ തുടങ്ങിയവ കൃഷി ചെയ്തിരുന്നു. കാലക്രമേണ ഈ അവസ്ഥയിൽ നിന്നും മാറ്റം വരികയും ജന്മിത്ത വ്യവസ്ഥ അന്യം നിന്നുപോവുകയും ചെയ്തതോടെ കൂലിപ്പണി കുടിവേട്ടുവരുടെ പ്രധാന വരുമാനമാർഗമായി. കൂലിപ്പണിചെയ്ത് മതിയാകാതെ വരുമ്പോൾ പരമ്പരാഗതതൊഴിലുകളെ ആശ്രയിക്കുകയും ചെയ് തു. കൂലിപ്പണിക്ക് ശേഷമുള്ള സമയങ്ങളിൽ കൂട്ട, വട്ടി, മുറം, തു ടങ്ങിയ വസ്തുക്കൾ വളരെ ഭംഗിയായി മലക്കുടിയർ നിർമ്മിക്കു കയും ആവശ്യക്കാർക്ക് വിറ്റഴിക്കുകയും ചെയ്യുന്നു. ഇതിൽ നി ന്നും വരുമാനം ഇവർ നേടിയിരുന്നു. എന്നാൽ ഇന്ന് ഇങ്ങനെയു ള്ള പരമ്പരാഗത വസ്തുക്കൾ നിർമ്മിക്കുന്നതിൽ ഇവർ വിമുഖത കാണിക്കുന്നു. ഇതിനുപ്രധാനകാരണം അസംസ്കൃത വസ്തുക്കൾ ലഭ്യമല്ലാത്തതും ഈ വസ്തുക്കളുടെ ഉപയോഗക്കുറവും കൊണ്ടു തന്നെയാണ്. വിദ്യാഭ്യാസം നേടാനുള്ള സാഹചര്യമില്ലായ്മകൊ ണ്ടും വിദ്യാഭ്യാസത്തിന്റെ മൂല്യമറിയാത്തതുകൊണ്ടും വിദ്യാഭ്യാ സ മേഖലകളിൽ പിന്നോക്കം നിൽക്കുന്ന കുടിവേട്ടുവർ ജന്മിമാ രുടെ കാലികളെ നോക്കിയും ഇളയ സഹോദരങ്ങളെ വളർത്തി യും വിദ്യാഭ്യാസമില്ലാത്തവരായി മാറി. കുഞ്ഞുങ്ങളെ സ്ക്കൂളില യക്കാൻ മാതാപിതാക്കൾ തയ്യാറായിരുന്നില്ല. ആദ്യകാലങ്ങളിൽ അടിസ്ഥാന സൗകര്യങ്ങളായ ഭൂമി, റോഡ്, വീട്, കക്കൂസ്, വൈ ദ്യുതി ഇവയൊന്നുമില്ലാത്തിരുന്ന ഈ സമൂഹം കാടിനോട് ചേർ ന്ന് പുല്ല്, ഓട്, ഈറ, മണ്ണ്, കല്ല് തുടങ്ങിയ സാധനങ്ങളുപയോഗി ച്ച് ചെറിയ കുടിൽ കെട്ടി കുടുംബങ്ങളായി താമസിച്ചിരുന്നു.

മലയർ

പയ്യന്നൂരിലെ എല്ലാ ഗ്രാമപ്രദേശങ്ങളിലും ഓരോ മലയ കുടും ബങ്ങൾ ഉണ്ട്. ഇവരുടെ പ്രധാനപ്പെട്ട തൊഴിൽ തെയ്യംകെട്ട്, തച്ച് മന്ത്രം, മന്ത്രവാദം, വൈദ്യം എന്നിവയും സ്ത്രീകൾക്ക് പ്രസവമെ ടുക്കലുമാണ്. മലയരാണ് ഗുളികൻ, വിഷ്ണുമൂർത്തി പരദേവത, ചാമുണ്ഡി, രക്തേശ്വരി, പൊട്ടൻ, എന്നീ തെയ്യങ്ങൾ കെട്ടുന്നത്. തങ്ങളുടെ ചെറുജന്മത്തിലുള്ള പ്രദേശങ്ങളിൽ മാത്രമേ തെയ്യങ്ങൾ കെട്ടാനുള്ള അവകാശമുള്ളു. പാലാറ്റി പറപ്പൻ, അള്ളോടൻ, പെ രുമലയൻ തുടങ്ങിയ തറവാട്ടാചാര പേരുകൾ തമ്പുരാൻ നൽകി വരുന്നു. തറവാട്ടിലെ മുപ്പൻ കച്ചും ചുരികയും കൊടുത്താൽ ആ ചാരപ്പേരു വിളിക്കാം. ഗാർഹിക പരിസരങ്ങളിൽ ചെയ്യുന്ന ചില ശമനാനുഷ്ഠാനങ്ങളും നാട്ടു വൈദ്യത്തിന്റെ ഭാഗം തന്നെ. തച്ചൂ മന്ത്രമാണിവയിൽ പ്രധാനം കണ്ണേറു ദോഷം തീർക്കാനാണ് തച്ചൂ മന്ത്രം ചെയ്യുന്നത്. നാട്ടാചാര പ്രകാരം മന്ത്രവാദികളായ മലയ രാണ് തച്ചുമന്ത്രം നടത്തുന്നത്. കരിനൊച്ചിയില കൊണ്ട് ആ സകലം തലോടലാണ്

തച്ചുമന്ത്രത്തിലെ പ്രധാന കൃത്യം. അന്നൂരിലെ ചില പൊതുവാൾ തറവാട്ട് കാവു കളിൽ നടക്കാറുള്ള കെട്ടി പ്പാടിക്കണ്ണേറും ഉച്ചബ ലിയും മലയർ നടത്തുന്ന ശമനാനുഷ്ഠാനമാണ്. സ് ത്രീകളുടെ തൊഴിൽ പ്രസ വം എടുക്കലാണ്. പരിചയ സമ്പന്നരായ ഇവർ ചില നാടൻ മരുന്നുകളും കൊടു ക്കാറുണ്ട്. പ്രസവമെടു ത്താൽ 10 ഇടങ്ങഴി നെല്ല്, അരി, വെളിച്ചെണ്ണ, മുണ്ട് എ ന്നിവ നൽകും. ഒരു കൂട്ടാ യ്മയുടെ വിശ്വാസങ്ങൾ അവരുടെ ആചാരനുഷ്ഠ

നങ്ങളിലും ജീവിത രീതിയിലും പ്രതിഫലിച്ചു കാണാം. കാലങ്ങളിലൂടെ അവർ നേടിയെടുത്ത അനുഭവ പരിചയത്തിന്റെയും ജീവിത വിജയത്തിന്റെയും സന്ദേശങ്ങളാണവ. പ്രപഞ്ചശക്തിയെ മലയർ ശിവനിലൂടെയാണ് കാണുന്നത്. രോഗം

സൃഷ്ടിക്കുന്നതും അവ ഇല്ലാതാക്കുന്നതും ശിവൻ സൃഷ്ടിച്ച യക്കുന്ന മൂർത്തികളാണ്. മനുഷ്യരെ ശിക്ഷിക്കുന്നതും രക്ഷി ക്കുന്നതും ശിവനാണെന്നാണ് മലയരുടെ വിശ്വാസം. ഈ വിശ്വാ സത്തിന്റെ സ്വാധീനം അവരുട തെയ്യക്കോലങ്ങളിലും മാന്ത്രിക മൂർത്തികളിലും കാണാം. മലയരാണ് ഗുളികൻ, വിഷ്ണുമൂർത്തി പരദേവത. ചാമുണ്ഡി, രക്തേശ്വരി, പൊട്ടൻ, എന്നീ തെയ്യങ്ങൾ കെട്ടുന്നത്. തെയ്യം, തോറ്റം, പടയണി മുതലായ അനുഷ്ഠാന കലാ രൂപങ്ങൾ കൊടുങ്ങല്ലൂർ കേന്ദ്രീകരിച്ചാണ് ഉൽഭവം കൊണ്ടതെന്ന് സ്ഥാപിക്കാൻ വിവിധ ശിലാലിഖിതങ്ങളും ശിലാശാസനങ്ങളും തെളിവ് നൽകുന്നു. കൊടവലത്തു നിന്നും പെരുമാൾക്കുള്ള ആട്ടൈക്കോള (വാർഷിക വരുമാനം) എന്ന കാർഷിക വരവിനത്തെ സംബന്ധിച്ചിട്ടുള്ളതാണ് കൊടവലം രേഖയിലെ ഉള്ളടക്കം. ഇതിൽ കോലത്തുനാട്ടിലാണ് കോലത്തിരിരാജാവ് തെയ്യം കെട്ടിയാടാൻ അനുമതി നല്കിയത്. തൃക്കണ്ണ്യാവ് ത്രയംബകേശ്വര ക്ഷേത്ര ത്തിലെ മൂവാളംകുഴി ചാമുണ്ഡിയുടെ പട്ടോലയിൽ കോലത്തു നാട്ടിലെ മലയരുടെ തെയ്യങ്ങളുടെ വരവും ആരൂഢങ്ങളും സംബ ന്ധിച്ച് വിശദമായ വിവരണങ്ങളുണ്ട്. കോട്ടപ്പുറം വിഷ്ണുമൂർത്തി ക്ഷേത്രത്തിൽ പാലായി പരപ്പെൻ വായിക്കുന്ന പട്ടോലയിലും തെയ്യത്തിന്റെ ആരൂഢചരിത്രം വ്യക്തമാക്കുന്നുണ്ട്. പട്ടോലകൾ വായനക്കായി അനുഷ്ഠാനച്ചടങ്ങുകൾക്ക് മാത്രമേ പുറത്തെടുക്കാ

റുള്ളു. പട്ടോല വായന കഴിഞ്ഞാൽ ഇവ ദ്രമായി തിരിച്ചു സൂക്ഷിച്ചുവെക്കാറാണ് പതിവ്. ഇവയെല്ലാം പിരശോധനാ വിധേ യമാക്കാൻ ലഭ്യമാക്കുന്ന പക്ഷം തെയ്യങ്ങളെക്കുറിച്ചുള്ള ആധികാ രിക പഠനങ്ങൾ നടത്താനുള്ള കൂടുതൽ വിവരങ്ങൾ ശേഖരിക്കാ നാകും. ദേവതമാരിൽ സദ്ദേവതമാരും ദുർദേവതമാരും ഉണ്ടെന്ന വിശ്വാസം മലയരിലുണ്ട്. പൊട്ടൻ ദൈവം, ഭൈരവൻ, ചാമു ണ്ഡിത്തെയ്യങ്ങൾ എന്നീ ദേവതമാരുടെയും പിള്ളതിന്നി, കരു കലക്കി, ഉടൽ വരട്ടി തുടങ്ങിയ മൂർത്തികളുടെയും ആരാധനാ രീതികളിൽ പ്രകടമായ വ്യത്യാസമുണ്ട്. വേഷവിധാനത്തിലും നിവേദ്യ സമർപ്പണത്തിലും വാചാലിലുമെല്ലാം ഈ വ്യത്യാസം കാണാം. വിവാഹം നിശ്ചയിച്ചു കഴിഞ്ഞാൽ മലയർ താൻ അവ കാശിയായ പ്രദേശങ്ങളിലെ ക്ഷേത്രങ്ങളിലും പ്രഭുകുടുംബങ്ങ ളിലും കല്യാണമറിയിക്കുന്ന ചടങ്ങുണ്ട്. വെറ്റിലയും, അടക്കയും വെച്ചു തൊഴുന്ന ഈ ചടങ്ങിന് കെട്ടുവെക്കൽ എന്നു പറയു ന്നു. മൂന്നു കഷണം അടക്കയും മൂന്ന് വെറ്റിലയും ചേർത്ത മൂന്ന് കെട്ടുകൾ ഇലയിലാക്കി ക്ഷേത്രനടയ്ക്കൽ വെച്ച് കുട്ടിപ്പാടി യാർക്ക് കല്യാണം വന്നിട്ടുണ്ടെന്ന് അവിടുത്തെ അറിയിക്കുന്നു. എന്ന് മൂന്നു പ്രാവശ്യം പറഞ്ഞ് തൊഴണം. ശേഷം ക്ഷേത്ര ത്തിന്റെ അധികാരികൾ വിവാഹച്ചെലവിലേക്ക് നെല്ലും

പൈസയും മലയന് നൽകുന്നു. സ്വന്തം പ്രദേശത്തുള്ള വീടുക ളിൽ ഒരു വെറ്റിലക്കെട്ട് ഇലയിൽ വെച്ച് തൊഴുതുകൊണ്ടാണ് കല്യാണത്തിന് സമ്മതം വാങ്ങുന്നത്. കല്യാണത്തിനാവശ്യമായ അരി, തേങ്ങ, വെളിച്ചെണ്ണ തുടങ്ങിയവയാണ് വീട്ടുകാർ നൽകു ന്നത്. ജാതിയിൽ തങ്ങളിൽ താഴ്ന്നവരുടെ വീടുകളിൽ പോവു കയോ അവരുടെ സഹായം സ്വീകരിക്കുകയോ ചെയ്യുന്നില്ല. മര ണസമയത്ത് പഞ്ച പ്രാണങ്ങളിൽ എല്ലാ പ്രാണനും നശിക്കു ന്നില്ലെന്നും അവ ഭൂതപ്രേതങ്ങളായി മാറുന്നുവെന്നും മലയർ വിശ്വസിക്കുന്നുണ്ട്. അതുപോലെ മരണത്തിലൂടെ ശരീരത്തെ വിട്ടുപിരിയുന്ന ആത്മാവ് നശിക്കുന്നില്ലെന്നും അവർ കുടുംബ ത്തിന്റെ ശക്തിയാണെന്നും വിശ്വസിക്കുന്നു. മലയരുടെ കർമ്മ ങ്ങളുടെയെല്ലാം അടിസ്ഥാനമായി വർത്തിക്കുന്നത് ഗുരുസങ്ക ല്പമാണ്. വാമൊഴിയായി പ്രചരിച്ചുവന്ന മന്ത്രവും തന്ത്രവും അവർക്ക് ഗുരുവിൽ നിന്ന് ലഭിക്കുന്നതാണ്. ഗുരുകടാക്ഷമി ല്ലാതെ ആ വിദ്യ പ്രയോഗിക്കാനും ഫലപ്രദമാക്കുവാനും കഴി യില്ലെന്ന് മലയർ ഉറച്ചു വിശ്വസിക്കുന്നു. ഇവർ മലയനെ മന ത്താരേ എന്നും മലയികളെ മനത്തിത്ത്യാരെ എന്നുമാണ് ബഹു മാനാർത്ഥത്തിൽ സംബോധന ചെയ്തിരുന്നത്. തെയ്യം കെട്ടി യാടുന്നതിനും മന്ത്രവാദം ചെയ്യുന്നതിനും ഓരോ മലയകുടും ബത്തിനും പ്രത്യേക തട്ടകമുണ്ട്. ഇതിൽ നിന്ന് ഒരാളും വ്യതി ചലിക്കാൻ പാടില്ല. ഒരു തെയ്യം അതിന്റെ പൂർണ്ണതയിൽ എത്തു ന്നത് തലമുറകളായി വായ്മൊഴികളായും പട്ടോലകളായും കൈമാറി വന്ന പദ്യങ്ങളിലൂടെയും ഗദ്യങ്ങളിലൂടെയുമാണ്. എന്നാൽ ഈ ആധുനികയുഗത്തിൽ തെയ്യം ഒരു പരിധിവരെ കലാ സ്വാധനത്തിനുള്ള വേദിയായി മാറിയിരിക്കുന്നു. എഴുതപ്പെടാത്ത പലതോറ്റങ്ങളും മൊഴികളും പല പട്ടോലകളും നാമാവശേഷമാ യി. ഒരു പ്രദേശത്തെ അവകാശിയായ മലയന്റെ അനുവാദമി ല്ലാതെ മറ്റൊരു പ്രദേശക്കാരന് അവിടുത്തെ ആചാരമനു ഷ്ഠാനങ്ങളിൽ ഇടപെടാനുള്ള അധികാരമില്ല. മന്ത്രശക്തി കൊണ്ട് പ്രശ്നങ്ങൾ പരിഹരിക്കാനാവുമെന്ന് മലയർ വിശ്വസി ക്കുന്നുണ്ട്. പ്രേതബാധ, കണ്ണേറ്, നാവേറ് ഇവയ്ക്കെല്ലാം മന്ത്ര വാദത്തിന്റെ അതാതിന്റെ മാർഗങ്ങളുണ്ട്. തെയ്യം എന്ന അനു ഷ്ഠാനം മലയരുടെ ജീവിതത്തിൽ പിന്നീട് വന്നു ചേർന്നതാ

ണെന്ന് പഴഞ്ചൊല്‍
സ്വരൂപത്തില്‍ നിന്ന്
മനസ്സിലാക്കാന്‍
കഴിയും. തെയ്യം
കെട്ടുന്ന മലയര്‍ക്ക്
കോമരങ്ങളോള
മുള്ള കടുത്ത ചിട്ട
വേണ്ട തില്ല.
അവര്‍ക്ക് വൈദ്യ
വൃത്തി സ്വീകരി
ക്കാം. മാന്ത്രിക

കര്‍മ്മങ്ങള്‍ നടത്തി പ്രതിഫലം പറ്റാം. സാധാരണഗതിക്ക് മദ്യം
സേവിക്കാം. മാംസം ഭക്ഷിക്കാം വിശേഷപ്പെട്ട കോലങ്ങളെ കെട്ടുന്ന
കാലത്തേ അവര്‍ക്ക് കടുത്ത ചിട്ട വേണ്ടതുള്ളു. മലയരുടെ
തെയ്യങ്ങളുടെയെല്ലാം മുഖത്തെഴുത്തുകള്‍ ഒന്നിനൊന്ന് വ്യത്യ
സ്തമാണ്. മലയരുടെ അനുഷ്ഠാനങ്ങളിലെല്ലാം മലയത്തിക്ക്
സ്ഥാനമുണ്ട്. പയ്യന്നൂരില്‍ പ്രായഭേദമന്യേ മലിയേട്ടി എന്നു
വിളിക്കുന്ന വയറ്റാട്ടി മറ്റൊരു കാഴ്ചയായിരുന്നു. മലയ
സമുദായത്തില്‍ പെട്ടവര്‍ പേറെടുക്കാന്‍ വിദഗ്ധരായിരുന്നു.
പ്രസവം ഒരു രോഗമാകാതിരുന്ന പഴയകാലത്ത് പേറെടുപ്പ് നാട്ടു
മലയികളുടെ കടമയായിരുന്നു. കുഞ്ഞിനെ ആദ്യമായി കുളിപ്പിച്ച്
അമ്മയ്ക്ക് കയ്യേല്‍ക്കുന്ന ചടങ്ങിന് പാടുന്ന കലശപ്പാട്ടില്‍ ആരെടാ
എന്നു ചോദിച്ചാല്‍ ഞാനടാ എന്നു പറയാനും കാമദേവന്റെ അഴ
കുണ്ടാക്കാനും നാട്ടുമലയി ആഗ്രഹിക്കുന്നു. വിഷമകരമായ പ്രസ
വമെടുക്കാന്‍ ലാംഗലി പ്രയോഗം എന്ന ഗൂഢപ്രയോഗമുണ്ടായി
രുന്നു മുന്‍കാലങ്ങളില്‍ ഇവര്‍ക്ക്, ശിവന്‍, ശക്തി എന്നിങ്ങനെ
പേരുള്ള മേത്തോന്നിയുടെ രണ്ട് കിഴങ്ങുകള്‍ ഉപയോഗിച്ച് യോഗീ
മുഖം വികസിപ്പിക്കുകയും ചുരുക്കുകയും ചെയ്ത് പ്രസവമെടു
ക്കുന്ന രീതിയായിരുന്നു ഇത്. വെള്ളൂരിലെ ചീയേയി, കരിവെ
ള്ളൂരിലെ മാണി, ചെറിയ ആലപ്പടമ്പ് ലക്ഷ്മി തുടങ്ങി നിരവധി
നാട്ടുമലയികളുടെ കൈത്തഴക്കത്തിന്റെ സുകൃതമാണ് പയ്യന്നൂരിലെ
അറുപതുവയസ്സു പിന്നിട്ടവരില്‍ മിക്കവാറും എന്നത് ഒരതിശയോ
ക്തിയാവില്ല. മലയന്‍ തെയ്യം കെട്ടിയാടുമ്പോള്‍ മലയികളാണ്

സാധാരണയായി തോറ്റം പാടുന്നത്. ഒറ്റക്കോലം നന്നായി കെ ട്ടി തന്റെ കഴിവ് തെളിയിച്ചാൽ നാട്ടിലെ തമ്പുരാൻ പട്ടും വളയും നൽകി പണിക്കർ എന്ന ആചാര സ്ഥാനം നൽകുന്നു. ഒറ്റക്കോ ലം തെയ്യത്തെക്കുറിച്ച് വ്യക്തമായി അറിയുന്ന ഒരാൾക്ക് മാത്രമേ അത് വിജയിപ്പിക്കാൻ കഴിയുകയുള്ളൂ. ഒറ്റക്കോലത്തിന്റെ പുരാ വൃത്തവും അതുമായി ബന്ധപ്പെട്ട പുരാണകഥയും കോലക്കാ രൻ നന്നായി അറിഞ്ഞിരിക്കണം. തെയ്യത്തിന്റെ പുഷ്പം കൊണ്ടുണ്ടാക്കുന്ന തലത്തണ്ട, ചെന്നിപ്പൂവ്, പൂവള തുട ങ്ങിയവയും കുരുത്തോലയുടെ നഖവുമെല്ലാം തെയ്യാട്ടദിവസ ങ്ങളിൽ ഉണ്ടാക്കുന്നവയാണ്. തെക്കൻ കുറ്റി സ്വരൂപത്തിൽ കള രിവാതുക്കൾ ഉൾപ്പെടുന്ന ചിറക്കൽ ദേശത്തെ മലയ വിഭാഗത്തിന്റെ ആചാരമാണ് കോലപ്പെരുമലയൻ. ഇവിടെ കോലം എന്ന പദം കോലസ്വരൂപവുമായി ബന്ധപ്പെട്ടുകിടക്കുന്നു. ചിറക്കൽ കൂലോത്ത് ചാമുണ്ഡി കോട്ടത്തെ പെരുങ്കളിയാട്ടം പ്രസിദ്ധമാണ്. തീചാമു ണ്ഡിയുടെ അഗ്നിപ്രവേശനത്തെ സംബന്ധിച്ച് അഗ്നിയുടെ മദം അടക്കുവാൻ എന്ന സങ്കല്പത്തിനുമപ്പുറം കോലം വാഴുന്ന ഭുവൻ ദൈവത്തെ പരീക്ഷിച്ചുവെന്ന സങ്കല്പം കൂടിയുണ്ടല്ലോ. വജ്രം കൊണ്ടുണ്ടാക്കിയ കോട്ടയ്ക്കു ചുറ്റും ആയിരത്തൊന്ന് വടവൃക്ഷ ത്തിന്റെ മേലേരി കൂട്ടി ഏഴുദിവസം ആറ്റവും തോറ്റവും കഴിഞ്ഞ് എട്ടാംനാൾ മേലേരിയും തകർത്ത് കോട്ടക്കകം കടുന്നുവെന്ന് പുരാ വൃത്തം. പട്ടുവം തൊട്ട് പനമ്പൂർ വരെ പതിനാലുനഗരം എന്ന് വിശേഷിപ്പിക്കാറുള്ള ശാലിയ - ഇടങ്ക വിഭാഗത്തിന്റെ പട്ടുവ ത്തൊരു സ്ഥിതിചെയ്യുന്നത് ഇവിടെയാണ്. തെരുവത്തെ മൂവാളം കുഴി ചാമുണ്ഡി കോലപ്പെരുമലയന്റെ ഒരു പ്രധാന തെയ്യമാണ്. അതിനാൽ തന്നെ പെരുമലയൻ വംശപരമ്പരയിൽ ഉൾപ്പെട്ട വരാണ് ചീനിവാദ്യത്തിൽ കൂടുതലും. കലശപ്പെരുങ്കളിയാട്ടത്തിൽ ഇവർക്ക് തെയ്യമില്ലെങ്കിലും ദേവസന്നിധിയെ സംഗീത മുഖരിത മാക്കാൻ ചീനിക്കുഴൽ വിളിക്കേണ്ടതായുണ്ട്.എട്ട് തുളകളാണ് ചീനിക്കുഴലിനുള്ളത്. ചീനിക്കുഴലിന്റെ പ്രധാന ഭാഗം വീട്ടി പോലുള്ള മരം കൊണ്ട് നിർമ്മിക്കുന്നതാണ്. ഓട്, വെള്ളി, ചെമ്പ് തുടങ്ങിയ ലോഹങ്ങളും പനയോലയും ചീനിയുടെ വിവിധ ഭാഗങ്ങൾ നിർമ്മിക്കാൽ ഉപയോഗിക്കുന്നു. വിലക്ക് ലംഘിച്ചാൽ അവർക്ക് സമുദായ ഭ്രഷ്ടും കല്പിക്കാറുണ്ട്. പയ്യന്നൂരിൽ കോരോ

ത്തുനിന്നും രണ്ട് പരവന്തട്ട പടത്രോൻ ആചാരം കൊള്ളാറുണ്ട്. കണ്ടോത്ത്, കോറോത്ത്, പരവന്തട്ട തുടങ്ങിയ നാടുകൾ കൂടാതെ പാടിച്ചാൽ ഭാഗത്തും ഇവർ തെയ്യം നടത്തിവരുന്നു. കണ്ടോത്ത് കുറുമ്പക്കാവ്, അടുകുന്നത്ത് കാവ്, കോറോം പാടാർക്കുളങ്ങ കാവ്, പങ്ങടം നീലങ്കെ, കുത്തൂർ മണിയാണി തറവാട്, ചേനങ്കാവ്, ഉദ യപുരം ക്ഷേത്രം, മരങ്ങാട്ടില്ലം, മൂക്കോത്തടം ഒറ്റക്കോലം, കോറോം മുച്ചിലോട്ട് തുടങ്ങി പാടിച്ചാൽ നാട്ടിൽ പുലിങ്ങോത്ത്, വാതിൽ മാട, ചന്ദ്രനെല്ലൂർ ചന്ദ്രവയൽ, എടവരമ്പ്, പോത്തംകുണ്ട്, പെരിങ്ങോം നരമ്പിൽ പള്ളിയറ, വയക്കര മുണ്ഡ്യക്കാൽ, പാടി ച്ചാൽ തട്ടുമ്മൽ ദിവ്യരൂപം, ചരൽക്കൂട്ടം എന്നിങ്ങനെ ഒട്ടേറെ ക്ഷേത്രങ്ങളിൽ   തെയ്യം കെട്ടിയാടുന്നു. പയ്യന്നൂർ സുബ്രഹ്മണ്യ സ്വാമി ക്ഷേത്രം തൊട്ട് നരകത്തോട് വരെ മലയസമുദായക്കാർക്ക് തെയ്യം കെട്ടാനുള്ള ഊര് വിലക്ക് അന്നത്തെ നാടുവാഴികൾപ്പിച്ച തിനു പിന്നിൽ ഒരു കഥയുണ്ട്. ഒറ്റക്കോലത്തിന്റെ ഉത്ഭവകഥയിൽ മലയരുടെ വിദ്യാസമ്പന്നതെക്കുറിച്ചും, പാണ്ഡിത്യത്തെക്കുറിച്ചും പരാമർശമുള്ളതുപോലെ ഇവിടെയും മലയരുടെ പാണ്ഡിത്യ മാണ് പ്രശ്നകാരണം. പണ്ഡിതശ്രേഷ്ഠനായ ചാലപ്പെരുമലയൻ ബ്രാഹ്മണന്റെ വേഷത്തിൽ പയ്യന്നൂരിലെ ഒരു പൊതുവാളുടെ വീട്ടിലെ ഒരു സ്ത്രീയെ വിവാഹം കഴിച്ചു. അതിൽ അഞ്ചാറു കുട്ടി കളുമുണ്ടായി. അങ്ങനെയിരിക്കെ

പൊതുവാൾ തന്റെ വീട്ടിൽ മല യൻകെട്ടും കണ്ണേറും കഴിക്കാ നുള്ള ഏർപ്പാടുണ്ടാക്കി. ശാസ്ത്ര വിധി പ്രകാരം നടത്തിവന്ന ഈ ആചാരങ്ങളിൽ അവസാനത്തെ ശാസ്ത്രമായ തിരുവാറമ്മുള ശാസ്ത്രത്തിൽ കണ്ണേറ് നട ത്തുന്ന മലയിക്ക് പിഴവ് പറ്റി. ഒരു സ്തോത്രം വിട്ടിട്ടാണ് അത് അവസാനിപ്പിച്ചത്. ഇത് മുകളിലി രുന്ന് ബ്രാഹ്മണൻ ചമഞ്ഞ സംബ ന്ധക്കാരൻ   മനസ്സിലാക്കി. അയാൾ ഉച്ചത്തിൽ വിട്ടപദത്തി

നുള്ള കാരണം ആരാഞ്ഞുപോൽ. ഇത് കേൾക്കെ മലയിക്ക് ദേഷ്യം വന്നു. അവളും ഉച്ചത്തിൽ വിളിച്ചു പറഞ്ഞത്രേ. ഏതോനാണ് ഇത് പറയുന്നത്. ഒരു മലയന്റെ മോനല്ലാതെ മറ്റാർക്കും അത് തിരിച്ചറി യാൻ കഴിയില്ല. ഓനെ ഉടൻ പരിശോധിക്കണം. ഓന്റെ കൈയിൽ ഉച്ചവലിക്കുത്ത് കാണും. ഇത് കേൾക്കേണ്ട താമസം വേഷം മാറി വീട്ടിൽ താമസിച്ച മലയൻ വീടുപേക്ഷിച്ച് ഓടുകയായിരുന്നത്രേ. പയ്യന്നൂർ തെരുവിനടുത്ത് എത്തിയപ്പോൾ അയാൾ കല്ലായി മറഞ്ഞു എന്നുമാണ് ഐതീഹ്യം. തമ്പുരാന്റെ അടുത്ത് പരാതി ബോധിപ്പിച്ചപ്പോൾ അദ്ദേഹം ഉടനെ മലയസമുദായക്കാർക്ക്, ഒന്ന ടങ്കം പയ്യന്നൂർ ഭാഗത്ത് തെയ്യം കെട്ടുന്നതിൽ ഊര് വിലക്ക് കല്പി ച്ചത്രേ. ഈ വിലക്ക് ഇന്നും നിലനിൽക്കുന്നു എന്നത് ചരിത്ര സത്യ മായതിനാൽ പയ്യന്നൂർ ഭാഗത്തെ മലയക്കോലങ്ങളെല്ലാം വണ്ണാ ന്മാർ നടത്തണം. സ്ഥലപ്പേരുകളോട് ചേർന്ന പേരുകൾ ആചാര പ്പേരായി നൽകിയിരുന്നു. തെയ്യക്കാരെ ആചാരപ്പെടുത്തുമ്പോൾ ഇന്നും ആ പതിവ് കാണുന്നുണ്ട്.

വണ്ണാൻ

മലയസമുദായത്തെപ്പോലത്തന്നെ പയ്യന്നൂരിൽ വണ്ണാൻ കുടും ബങ്ങൾക്കും ചെറുജന്മാവകാശങ്ങളുണ്ട്. പുരുഷന്മാർക്ക് പ്രധാ ന തൊഴിൽ തെയ്യംകെട്ട്, മന്ത്രവാദം, വൈദ്യം സ്ത്രീകളുടെ തൊ ഴിൽ അലക്ക്, മാറ്റ് കൊടുക്കൽ എന്നിവയാണ്. പ്രധാനമായും ഭഗ വതി കോലങ്ങളാണ് അവർ കെട്ടുന്നത്. വണ്ണാൻ സമുദായത്തി ലെ സ്ഥാനപ്പേരുകൾ പണ്ടുകാലത്ത് ചിറക്കൽ തമ്പുരാക്കൻമാർ കൽപ്പിച്ചു നൽകിയതാണ്. തെയ്യം കെട്ടാൻ പ്രാപ്തി തെളിയിച്ച കുടുംബത്തിലെ അവകാശികൾക്ക് തമ്പുരാൻ ക്ഷേത്ര ഈശ്വര വൻമാരുടെ അംഗീകാരം നൽകിയിരുന്നു. കരിവെള്ളൂർ കൂലോത്തെ നാടുവാഴുന്ന ഉടയവരെ തൃക്കൈമോതിരത്തിനും തിരുവടയാള ത്തിനും ഏകരാജ്യം വാഴിച്ച സ്ഥാനത്തിനും മേനിഭണ്ഡാരത്തിനും വെള്ളി ചിത്രപീഠത്തിനും പഴയ ചേരിക്കല്ലിനും ഉകയതായി രക്ഷി ച്ചോളേ എന്ന തെയ്യം മൊഴി കരിവെള്ളൂർ ആസ്ഥാനമാക്കിയ കോലത്തിരിയുടെ നാലാം കൂർവാഴ്ചയെ വ്യക്തമാക്കുന്നു. പയ്യ ന്നൂരിൽ ഓരോ പ്രദേശത്തേയും കോലങ്ങൾ കെട്ടാനുള്ള അവ കാശം ഓരോ കുടുംബക്കാർക്കാണ്. ഇളയാണിശ്ശേരി, കോട്ടപ്രോൻ,

കുന്നാവ് പെരുവണ്ണാൻ, അഴീക്കോടൻ പെരുവണ്ണാൻ പുഴാതി പെരു
വണ്ണാൻ, അരോളി പെരുവണ്ണാൻ എന്നിവരാണ് പ്രധാന വണ്ണാൻ
കുടുംബങ്ങൾ കാവ്, കഴകം, മുച്ചിലോട്ടുകൾ എന്നിവിടങ്ങളിലാണ്
പ്രധാനമായും വണ്ണാൻമാർ കോലങ്ങൾ കെട്ടാറുള്ളത്. അതു
പോലെ ദിവസങ്ങളോളം നീണ്ടു നിൽക്കുന്ന പെരുങ്കളിയാട്ടങ്ങ
ളിൽ പ്രധാന കോലങ്ങൾ വണ്ണാൻമാരാണ് കെട്ടിയാടാറുള്ളത്.
സാധാരണയായി മറ്റുള്ളവരെ പോലെ വണ്ണാത്തി സ്ത്രീകൾ
തെയ്യം കെട്ടിന് കൂടെ പോകാറില്ല. അരി, പണം ,ഒന്നരകുറ്റി എണ്ണ
എന്നിവയായിരുന്നു തെയ്യത്തിനുള്ള കോള്. ഇതിൽ ചെറിയ വ്യത്യാ
സങ്ങൾ പയ്യന്നൂരിൽ സ്ഥലഭേദമനുസരിച്ചുണ്ടാകും. കല്ലമനയോ
ല, കല്ല് ചായില്യം എന്നിവ കല്ലിൽ അരച്ച് ഊറ്റിയെടുത്താണ്
വണ്ണാൻമാർ മുഖത്തെഴുത്ത് നടത്തുന്നത്. ഇപ്പോൾ പൗഡർ ലഭ്യ

മായതോടെ മുഖത്തെഴുത്തും എളുപ്പമായി. ചെണ്ട, തകില്‍, ഇല ത്താളം തുടങ്ങിയ വാദ്യങ്ങളുടെ അകമ്പടിയോടെ തെയ്യക്കോലം അരങ്ങേറുന്നു. പ്രാചീന കാലങ്ങളില്‍ തെയ്യം കെട്ടിയാടുക എന്നത് ആചാരം തന്നെയായിരുന്നു. എല്ലാ വര്‍ഷവും ആചാരപ്രകാരം തെയ്യക്കോലങ്ങള്‍ ആടിയിരുന്നു. പയ്യന്നൂരില്‍ ജന്മിമാരുടെ വീടു കളിലും തെയ്യം ആടും. പയ്യന്നൂരില്‍ വണ്ണാന്‍ അടുത്തബന്ധം പുലര്‍ത്തുന്ന ഒരു ജാതി വിഭാഗമാണു തീയന്‍ തീയനും വണ്ണ ാനും അന്യോന്യം ഒരു കുടുംബത്തിലെ അംഗങ്ങളെപ്പോലെയാണ് കഴിഞ്ഞു വന്നത്. താലികെട്ടുകല്യാണം, ശവസംസ്കാരം തുടങ്ങിയ ചടങ്ങുകളില്‍ പ്രധാനികളാണ് വണ്ണാത്തി. കാവില്‍ അടിയന്തിരാ ദികളും കളിയാട്ടവും നടക്കുന്ന സമയങ്ങളിലൊക്കെ മറ്റ് ആവശ്യ ങ്ങള്‍ക്കുള്ളതുമായ മുഴുവന്‍ തുണികളും അലക്കി കൊടുക്കുന്നത് വണ്ണത്തിമാരാണ്. വാലായ്മയും പുലയും നീങ്ങാനും നിശ്ചിത ദിവസം വണ്ണാത്തിമാറ്റ് ഉടുത്ത് കുളിക്കണം. രണ്ട് മാറ്റുടുക്കലുണ്ട് - കുളിക്ക് മുമ്പും കുളി കഴിഞ്ഞിട്ടും. കാവുകളില്‍ അന്തിത്തിരി യന്‍, വെളിച്ചപ്പാടന്‍, കുടക്കാരന്‍ തുടങ്ങിയ അടിയന്തിരക്കാര്‍ വണ്ണാ ത്തിമാറ്റ് ഉടുത്തേ അനുഷ്ഠാനങ്ങള്‍ നിര്‍വഹിക്കാന്‍ പാടുള്ളു. കതി വന്നൂര്‍ വീരന്‍, മുത്തപ്പന്‍, പൊട്ടന്‍ തെയ്യം എന്നീ തെയ്യങ്ങള്‍ക്ക് നോറ്റിരിക്കുന്ന കോരവും മടയനും മന്ത്രവാദിയും വണ്ണാത്തിമാറ്റ് ഉടുക്കണം. കോലത്തുനാട്ടില്‍ ഒരുകളിയാട്ടക്കാലത്തിന് പരിസ മാപ്തി കുറിക്കുന്ന കളരിവാതുക്കലെ കലശപ്പെരുങ്കളിയാട്ടത്തില്‍ തിരുമുടിയണിയുന്നതിനുള്ള ആചാരങ്ങളാണ് മുത്താണിശ്ശേരി. ഇതില്‍ തെക്കെന്‍കുറ്റി പരദേവതയും തെയ്യാട്ടരംഗത്തെ നിലവി ലുള്ള ഏറ്റവും വലിയ പെരുമുടിക്കോലവുമായ കളരിയാല്‍ ഭഗവ തിയുടെ പെരുമുടിയണിയുന്നതിനുള്ള ആചാരമാണ് മുത്താണി ശ്ശേരി. വിഷുവിന് കണിയൊരുക്കാനും ആഹാരങ്ങള്‍ പാചകം ചെയ്യാനും ആവശ്യമായ മണ്‍കലങ്ങള്‍ വണ്ണാന് എത്തിച്ച് കൊടു ക്കുന്നത് കുശവന്മാരാണ്. വിഷുവിന് കണിവെയ്ക്കാനുള്ള പാത്രം എത്തിക്കുന്നതും ഇവര്‍ തന്നെയാണ്. വെറ്റില മുറുക്കിനുള്ള ചുണ്ണാമ്പും, വീടു വെള്ളയടിക്കാനുള്ള കുമ്മായവും മറ്റും കൊടു ക്കുന്നത് വള്ളുവ സമുദായത്തില്‍പ്പെട്ടവരാണ്. കണിയാന്‍ സമു ദായത്തില്‍പ്പെട്ടവരാണ് കളിയാട്ടത്തിന്റെ ദിവസവും വണ്ണാനെയും മറ്റും പ്രശ്നചിന്ത നടത്തി തീരുമാനിക്കുന്നത്. കളിയാട്ടത്തിന്റെ

തിരുമുടിക്കാവശ്യമായ തുണി
കൾ നെയ്തെടുക്കുന്നതു
ചാലിയ സമുദായത്തിൽപ്പെട്ടവ
രാണ്. തെയ്യച്ചമയങ്ങളായ ഓട്ടക
രുക്കൾ. ചെലമ്പ്, പറ്റുംപാടകം,
വിവിധതരം മിന്നുകൾ, എന്നീ
ഓട്ടുകരുക്കൾ തെയ്യക്കാർക്ക്
വേണ്ടി നിർമ്മിച്ചുകൊടുക്കു
ന്നത് മൂശാരിമാരാണ്. നല്ല തരി
യിളക്കമുള്ളതും, കാലിൽ
ഇണങ്ങുന്നതുമായ ചിലമ്പ്
പണിയുന്നത് ആചാരിമാരാണ്.
പയ്യന്നൂരിൽ ഇരുമ്പ് പണിക്കാ
രായ കൊല്ലൻ ഉത്സവകാലങ്ങ

ളിൽ തെയ്യത്തിന്റെ വാളും പരിചയും എണ്ണയിട്ട് രാകി വൃത്തിയാ
ക്കുന്നു. ഇങ്ങനെ വിഭിന്ന ജാതിക്കാരുടെ ഒരു കൂട്ടായ്മ വണ്ണാന്റെ
ജീവിതത്തിൽ കാണാം പയ്യന്നൂരിന്റെ നാട്ടു വൈദ്യത്തിന്റെ ദീപ്ത
മായ മുഖം. വംശീയ വൈദ്യത്തിൽ ഇന്നും ഏറ്റവും സജീവമായി
രിക്കന്നെത് വണ്ണാൻ സമുദായത്തിന്റെ ചികിത്സാരീതിയാണ്. ബാല
വൈദ്യത്തിലാണ് ഇവർക്കേറെ പ്രാവീണ്യം. അപൂർവ്വമായ പച്ചമ
രുന്നുകളും കുഴിയാന നീറ്റാരി (ചോണനുറുമ്പിന്റെ മുട്ട), ഭൂനാഗം
(മണ്ണിര) തുടങ്ങിയ ജാന്തവൗഷധങ്ങളും ചേർത്ത് കാച്ചിയെടു
ക്കുന്ന പലതരം നെയ്കളാണ് അപസ്മാരം പോലുള്ള രോഗ
ങ്ങൾക്ക് ഈ ബാലചികിത്സകർ ഉപയോഗിക്കുന്നത്. മുലപ്പാലും
ഇവരുടെ മരുന്നിലെ ഒരു പ്രധാനഘടകമാണ്. തായിനേരിയിലെ
കോടി വൈദ്യർ കഴിഞ്ഞ നൂറ്റാണ്ടിന്റെ അവസാനം വരെ പയ്യന്നൂ
രിന്റെ ചികിത്സാഭൂമികയിൽ അദ്വിതീയനായി നിലകൊണ്ടിരുന്ന
പെരുവണ്ണാൻ സമുദായത്തിൽപ്പെട്ട വൈദ്യനായിരുന്നു. കുട്ട്യമ്പു
മണക്കാടനും മകൻ തെയ്യം കലയുടെ കുലപതികൂടിയായ കൊട
ക്കാട് കണ്ണപ്പെരുവണ്ണാനും ഈ പാരമ്പര്യത്തെ പ്രോജ്ജ്വലമാക്കി
പാരമ്പര്യലബ്ധമായ അറിവിനോടൊപ്പം സ്വപ്രയത്നസിദ്ധമായ
ആയുർവ്വേദ പരിചയവും നേടിയ ഇവർ ബാലവൈദ്യർ എന്നതി
ലുപരി ആയുർവ്വേദ ചികിത്സകർ എന്ന നിലയിലും പ്രശസ്തരാ

യി. ഇ.കെ വൈദ്യർ (കോറോം), രാമൻ കുട്ടൻ (കാനായി)തുട
ങ്ങിയവരും പ്രശസ്ത നാട്ടുചികിത്സകനായിരുന്നു. സ്വരൂപത്തിന്റെ
അടിസ്ഥാനത്തിൽ വേർതിരിച്ചാൽ മംഗലാപുരം രാജാവിന്റെയും
മായിപ്പാടി രാജാവിന്റെയും നീലേശ്വരം രാജാവിന്റെയും ചിറക്കൽ
രാജാവിന്റെയും അധികാര പരിധിക്കകത്ത് വണ്ണാൻ പ്രധാനപ്പെട്ട
തെയ്യ അവകാശാചാരങ്ങൾ സ്വീകരിക്കുകയും, പ്രധാന ഉത്സവ
വേളയിൽ സമുദാചാര പ്രകാരം   തെയ്യം ചെയ്തുവരുന്നു. പയ്യ
ന്നൂരിൽ എല്ലാ ഗ്രാമപ്രദേശങ്ങളിലും ഓരോ വണ്ണാൻ കുടുംബ
ങ്ങൾ ഉണ്ട്. തങ്ങളുടെ ചെറുജന്മത്തിലുള്ള പ്രദേശങ്ങളിൽ മാത്രമേ
തെയ്യങ്ങൾ കെട്ടാനുള്ള അവകാശമുള്ളു. കണ്ണൂർ ജില്ലയിലെ പഴ
യങ്ങാടിയിൽ ഒരു ഹരിജന്റെ വീട്ടിൽ തെയ്യം കെട്ടിയാടിയതിന്
ജൂലായ് മാസം 1994 ന് ഏഴോ ശ്രീ കുറുമ്പ ഭഗവതി ക്ഷേത്ര
കമ്മറ്റി മണക്കാടൻ രാമപ്പെരുവണ്ണാന് ഭ്രഷ്ട് കല്പിച്ചു. അവസാനം
പിഴയടച്ച് കേസ് രാജിയാകയുണ്ടായി. വണ്ണാൻ പഴയകാലങ്ങളിൽ
തൃക്കൂട്ടയോഗങ്ങളിൽവച്ചാണ് സാമുദായിക പ്രശ്നങ്ങൾക്കു പരി
ഹാരം കണ്ടിരുന്നത്. തിരുസന്നിധിയിൽവെച്ച് എല്ലാ കാവിലെയും
പ്രതിനിധികൾ കൂട്ടമായി ആലോചിച്ചു തീരുമാനമെടുക്കുന്നതുകൊ
ണ്ടായിരിക്കാം ഇതിനു തിരുകൂട്ടയോഗം എന്നു പേരുവന്നത്. വ
ണ്ണാൻ അന്യജാതിയിൽ വിവാഹം ചെയ്താൽ, വിവാഹ ബന്ധം
വേർപെടുത്താൻ എന്നു തുടങ്ങി പ്രധാന പ്രശ്നങ്ങളെല്ലാം ചർച്ച
ചെയ്തു തീരുമാനിക്കുന്നത് തൃക്കൂട്ടയോഗത്തിൽ വച്ചാണ്. യോഗ
ശേഷം തീരുമാനമെന്തായാലും അത് അക്ഷരാർത്ഥത്തിൽ നടപ്പിൽ
വരുത്തിയിരുന്നു. വണ്ണാൻ ഉദ്ദിഷ്ടകാര്യം സാധിക്കുന്നതിനുവേ
ണ്ടിനേർച്ചകൾ നേരുന്നു. ഗർഭകാലത്ത്, രോഗമുക്തിക്ക്, ബാധ
യൊഴിപ്പിക്കാൻ, സന്താനഭാഗ്യത്തിന്, എന്നിങ്ങനെ പലതിനും
ഇവർ നേർച്ചകൾ നേരാറുണ്ട്. തുലാഭാരം നടത്തുക, ഭഗവതിക്ക്
ചുവന്ന പട്ടും ആൾരൂപവും തൊഴുക തുടങ്ങിയ നേർച്ചകൾ രോഗ
ശമനം വരുത്തുമെന്ന് വിശ്വസിക്കുന്നു. പയ്യന്നൂരിൽ കളിയാട്ടങ്ങ
ളിൽ വണ്ണാൻ സമുദായക്കാർ പ്രത്യേകം പാകം ചെയ്താണ്
ഭക്ഷണം കഴിച്ചിരുന്നത്. അതിനുള്ള അരിയാണ് ഊണരി. പല
കാവുകളിലും ഊണരി എന്ന പേരിൽ നെല്ല് ആണ്
കൊടുത്തിരുന്നത്. സർഗ്ഗാത്മകമായ കഴിവുകളുടെ ദൃശ്യരൂപമാണ്
വണ്ണാൻ തെയ്യത്തിന്റെ അണിയലങ്ങൾ. തികച്ചും വ്യത്യസ്തത

യാർന്ന മുടിയും അലങ്കാരങ്ങളും ഉപയോഗിക്കുന്നവരാണ് വണ്ണാൻമാരുടെ തെയ്യക്കോലങ്ങൾ. എല്ലാ അനുഷ്ഠാന കർമ്മ ങ്ങളിലും ഏറ്റവും പ്രധാന ചടങ്ങാണ് തലപ്പാളി കെട്ടൽ. ഇരുപ ത്തിയൊന്ന് ഗുരുക്കൻമാരുടെ സങ്കല്പമാണ് ഇതിനുള്ളത്. തല പ്പാളി കെട്ടുമ്പോഴും മന്ത്രവാദം ചെയ്യുമ്പോഴും പാട്ട് പാടാറു ണ്ട്. മുടിയും, ഒടയും മറ്റണിയലങ്ങളുമണിഞ്ഞ് മണിക്കൂറുക ളോളം നിൽക്കേണ്ടിവരുമ്പോഴുള്ള വിഷമതകളും ജനതയുടെ മുമ്പിൽ അവതരിച്ച് വിജയിപ്പിക്കുന്നതിനുള്ള പരിമിതിയും കണ ക്കിലെടുക്കുമ്പോൾ വണ്ണാൻമാരുടെ തെയ്യാട്ടം ബുദ്ധിമുട്ടുള്ളതാ ണെന്ന് മനസ്സിലാക്കാൻ കഴിയും. വണ്ണാൻ സമുദായം കെട്ടുന്ന പ്രധാന തെയ്യങ്ങൾ ഭൈരജാതൻ, മടിയൻ ക്ഷേത്രപാലൻ, എരോ ത്ത് ഭഗവതി, പുതിയോതി, പുള്ളിക്കരിങ്കാളി, പുല്ലൂർ കാളി, മുത്ത പ്പൻ, മുച്ചിലോട്ട് ഗവതി, വയനാട്ടു കുലവൻ, മുതലായവയാണ്. സമൂഹപരമായും വിദ്യാഭ്യാസപരമായും ഏറെ പിന്നോക്കം നിൽക്കുന്നവരാണ് വണ്ണാൻ. പണ്ടു കാലത്ത് അയിത്തത്തിന്റെ പ്രധാന ഇരകളായിരുന്നു ഇവർ. തോറ്റം പാട്ടുകൾ ഉണ്ടാകുന്നതി നുമുമ്പ് തെയ്യങ്ങളും തെയ്യാട്ടങ്ങളും ഉണ്ടായിരുന്നതായി ഒട്ടുമിക്ക ഫോക്‌ലോറിസ്റ്റുകളും അനുമാനിക്കുന്നുണ്ട്. കേരളോത്പത്തി

യെയും സ്വരൂപോല്പത്തിയെയും പറ്റി വിശദീകരിക്കുന്നതാണ് കീഴാചാരം പട്ടോല. അള്ളട സ്വരൂപത്തിന്റെ രൂപീകരണം വരെ യുള്ള ഭാഗങ്ങളായാണ് ഇതിലെ മുഖ്യ പ്രതിപാദ്യ വിഷയം. കോലത്തു നാട്ടിലെ കീഴാചാരം പട്ടോലയിൽ കേരളോല്പത്തി മുഖ്യവിഷയമായി വരുമ്പോൾ അള്ളട സ്വരൂപത്തിലെ കീഴാചാരം പട്ടോലയിൽ അള്ളട സ്വരൂപത്തിന്റെ രൂപീകരണത്തിന് പ്രാധാന്യം നൽകിക്കാണുന്നു. തെയ്യത്തിന് കൂടുതൽ പരിഷ്കാരങ്ങൾ വരു ത്തിയ കാലഘട്ടത്തിലാണ് പ്രത്യേക താളക്രമത്തിലും രീതിയിലും തോറ്റംപാട്ടുകൾ ചിട്ടപ്പെടുത്തിയത്. വൈരജാതൻ, മടയിൽ ചാമുണ്ഡി എന്നീ തെയ്യങ്ങളുടെ തോറ്റം പാട്ടുകൾ രചിച്ചത് 1774 മുതൽ 1824 വരെ ജീവിച്ച പയ്യന്നൂരിലെ ആനിടിൽ എഴുത്തച്ഛനാ ണെന്ന് അഭിപ്രായമുണ്ട്. ക്ഷേത്രങ്ങളിൽ കയറുവാനുള്ള അവ കാശം ഇല്ലായിരുന്നു. മേലാളൻമാർക്ക് വഴിമാറി കൊടുക്കേണ്ടി വരുന്ന ഇവർ ഷർട്ട് ധരിക്കാനോ മുണ്ട് താഴ്ത്തി ഉടുക്കാനോ പാടില്ലായിരുന്നു. കുട്ടികളെ സ്കൂളിൽ ചേർക്കാനുള്ള അവകാ ശവും നിഷേധിച്ചിരുന്നു. വിജയനഗരസാമ്രാജ്യത്തിൽ നിന്നും പുരാ വസ്തു വകുപ്പ് വിവിധസാധനങ്ങൾ കണ്ടെത്തിയിട്ടുണ്ട്. വിട്ടല, ക്ഷേത്രം, കൃഷ്ണ ക്ഷേത്രം, വിരൂപാക്ഷ ക്ഷേത്രം, ശിവക്ഷേത്രം എന്നിവിടങ്ങിലെ കൊത്തുവേലകളും, വിഗ്രഹങ്ങളും, ശിലാലിഖി തങ്ങളും തെയ്യത്തിന്റെ പൂർവചരിത്രങ്ങളിലേക്ക് അറിവുനൽകു ന്നതാണ്. ഡോ. എം.ജി.എസ് നാരായണൻ നടത്തിയ രേഖപ്പെടു ത്തലുകൾ തെയ്യങ്ങളെക്കുറിച്ചും പഴയ രാജ്ഭരണത്തെക്കുറിച്ചുമുള്ള ഒട്ടേറെ അറിവു നൽകുന്നതാണ്. പ്രധാന വൈദ്യന്മാർ വണ്ണാൻ സമുദായത്തിൽപ്പെട്ടവരായിരുന്നു. പലർക്കും പരമ്പരാഗതമായി കിട്ടിയതാണീ സിദ്ധി. ബാല ചികിത്സാ പ്രഗത്ഭരാണിവർ. നവര ക്കിഴി, പിഴിച്ചിൽ, എന്നിവയ്ക്ക് പ്രാവീണ്യം തെളിയിച്ചവരുമുണ്ട്. വെള്ളം മന്ത്രിച്ചുകെട്ടൽ, നൂല് മന്ത്രിച്ചു കൊടുക്കൽ, ഉറുക്ക് എഴു തൽ, കുഴിയണുങ്ങ് നീക്കൽ, മന്ത്രവാദം തുടങ്ങിയവ നടത്താറു ണ്ട്. വണ്ണാൻസമുദായത്തിന്റെ കല്യാണ സമ്പ്രദായങ്ങൾ പഴയ രീതിയിൽ വളരെയേറെ സവിശേഷവയുള്ളവയായിരുന്നു. പെണ്ണ് ചോദിച്ച് പോയതിന് ശേഷം പെണ്ണിന് പുടവ കൊടുക്കുന്ന സമ്പ്ര ദായമായിരുന്നു. കല്യാണാഭരണങ്ങളായി ഉപയോഗിച്ചത് പിത്തള കൊണ്ടുള്ള ആഭരണങ്ങളായിരുന്നു. വിവാഹത്തിന് അമ്മയുടെ

ഇല്ലം വർജ്ജ്യമാണ്. അമ്മയുടെ ഇല്ലക്കാരെ രക്തബന്ധത്തിൽപെ
ട്ടവരായിട്ടാണ് കരുതുന്നത്. സ്വന്തം ജാതിയിൽ നിന്നു മാത്രമെ
വിവാഹം കഴിക്കാൻ പാടുള്ളുവെന്ന് നിയമമുണ്ട്. താഴ്ന്ന ജാതി
യിൽ നിന്ന് ഒരാൾ വിവാഹം കഴിച്ചാൽ സമുദായം ജാതിഭ്രഷ്ട്
കല്പിച്ചിരുന്നു. പൂർവ്വകാലത്ത് തിരുവർക്കാട്ട് ഭഗവതിയുടെ കോലം
ധരിച്ചിരുന്നത് അഞ്ഞൂറ്റാന്മാർ ആയിരുന്നുവത്രെ. ഭഗവതിയുടെ
തിരുമുടി കെട്ടുവാനുള്ള അഞ്ഞൂറ്റാൻ കല്ല് അവിടെ കാണാം. ഒരി
ക്കൽ കോലത്തിരിയുടെ കോപത്തിനിരയായ അഞ്ഞൂറ്റാൻ
കുടുംബം അവിടെ നിന്നും പാലായനം ചെയ്തുവെന്നും പകരം
ഭഗവതിയുടെ തിരുമുടിയണിയുവാൻ മാടായിയിലെ വണ്ണാനെ
മാടായി പെരുവണ്ണാൻ എന്ന സ്ഥാനം നൽകി കല്പിച്ചു കൊടു
ത്തുവെന്നും പറയപ്പെടുന്നു. മാടായി പെരുവണ്ണാൻ ഉൾപ്പെടെ ഏഴു
കൂട്ടം പെരുവണ്ണാന്മാരാണ് കാലങ്ങളായി ഇവിടെ തിരുമുടി നിവൃ
ത്തിച്ചുവരുന്നത്. മാവില വിഭാഗത്തിൽ മാടായി ചിങ്കം എന്ന് കോല
ത്തിരി തമ്പുരാൻ ആചാരം കല്പിച്ചു കൊടുത്തിട്ടുണ്ട്.

യോഗികൾ/ചോയികൾ

മഹർഷി പരമ്പരയിൽ തമിഴ്‌നാട്ടിലെ കാഞ്ചിപുരത്തു താമസ
മാക്കിയ ശൈവ സിദ്ധാന്തക്കാരിൽ ചിലരെ ശുചീന്ദ്രം, ക്ഷേത്ര
ത്തിലെ പൂജകൾക്കായി തിരുവിതാംകൂർ രാജാവ് കൊണ്ടുവന്നു.

പൂജാദി കർമങ്ങളിൽ യോഗിമാർക്കു പ്രത്യേകം ചിട്ടകളുണ്ട്. ബു
ദ്ധമതവുമായി ബന്ധപ്പെട്ട് ആചാരാനുഷ്ഠാനങ്ങൾ സൂക്ഷിക്കുന്ന
ഒരു ജാതി സമൂഹമാണ് യോഗികൾ. നാട്ടുമൊഴിയിൽ ചോയികൾ
എന്നു പറയുന്നു. മരിച്ചു കഴിഞ്ഞാൽ ഇവരെ സന്ന്യാസിമാരെ ചെ
യ്യുന്നതുപോലെ സമാധിയിലിരുത്തിയാണ് ശവസംസ്കാരം നട
ത്തുന്നത്. കേളീപാത്രം എന്ന അനുഷ്ഠാന കലാരൂപം ഇവരുടെ
താണ്. ഗണപതി ഹോമം നടത്താൻ പ്രത്യേകം അവകാശം ലഭി
ച്ചവരാണു യോഗിമാർ എന്നാണു വിശ്വാസം. വീട്ടിൽ പൂജാമുറി
നിർബദ്ധമാണ്. ആ പൂജാമുറിയിൽ ധർമ്മദേവതകളുടെ ഫോട്ടോ
യും ഭണ്ഡാരങ്ങളും സൂക്ഷിക്കുന്നു. ഓരോ ഗ്രാമത്തിലെയും ഗ്രാ
മദേവതയുടെ ഭണ്ഡാരത്തിൽ എല്ലാ ശുഭകാര്യങ്ങൾ ഇറങ്ങുമ്പോ
ഴും ചോയികൾ നേർച്ചകൾ സമർപ്പിക്കുന്നു.യോഗികളുടെയും യോ
ഗീശ്വരരുടെയും ജീവിത രീതികളും ആചാരങ്ങളും ആരാധന ക്ര
മങ്ങളും സമാനമാണ്. മാടായിക്കാവും വളപട്ടണം കളരിവാതുക്കൽ
ക്ഷേത്രവും ഇരിക്കൂർ മാമാനിക്കുന്ന് ക്ഷേത്രവും നീലേശ്വരം മ
ന്നൻപുറത്തുകാവും വടകരയിലെ പിഷാരികാവും കോഴിക്കോട്
വളയനാട് കാവും ഇവരുടെ ആരാധനാ കേന്ദ്രങ്ങളാണ്. ഈ കാ
വുകളും ക്ഷേത്രങ്ങളുമാണ് ഇവരുടെ ജീവിത പരിസരം. ശൈവ
ചൈതന്യമുള്ള ഭൈരവനാണു യോഗികളുടെ കുലദൈവം, ഭൈര
വന്റെ കൽമണ്ഡപം എല്ലാ യോഗീമങ്ങളുടെ തിരുമുറ്റങ്ങളിലും
കാണാം. ശാക്തേയ ദേവിയും ഇഷ്ടദൈവം തന്നെ. കിണർ ഏ
റെ പാവനമായിരുന്നു. ഋതുമതികളും പ്രസവിച്ച് തികയാത്ത സ്
ത്രീകളും, പുലവാലായ്മയുള്ളവരും കിണർ സ്പർശിക്കരുത്. പ്ര
ഭാതത്തിൽ എഴുന്നേറ്റ ഉടനെ ഒരു കുടംവെള്ളം കോരണം. ഈ
വെള്ളം കൊണ്ട് തുളസിത്തറ നനച്ച് ബാക്കികൊണ്ട് മുഖം കഴുക
ണം. തുളസിത്തറയിൽ നിന്ന് മണ്ണുതൊട്ട് കുറിതൊടണം. സന്ധ്യാ
നേരത്ത് തുളസിത്തറയിൽ സന്ധ്യാദീപം കൊളുത്തുന്നു. മിക്കവാ
റും വീടുകളിൽ പലതരം ഓലക്കുടകൾ കാണാം. പനയോല കൊ
ണ്ട് നിർമ്മിക്കുന്ന ഇത്തരം കുടകൾ ഉപയോഗിക്കുന്നതിന്റെ അടി
സ്ഥാനത്തിൽ വ്യത്യസ്തത പുലർത്തുന്നവയാണ്. കേരളത്തിൽ
ശാക്തേയ പൂജയ്ക്കും പേരുകേട്ടവരാണിവർ. യോഗീവിഭാഗത്തി
ലെ പൂജാരിമാരെ ഗുരുക്കൾ എന്നാണ് വിളിക്കുക. പൊതുവെ ഇ
വരെ ഗുരുക്കന്മാർ എന്നും വിളിക്കാറുണ്ട്. ഇവർക്കിടയിലെ ഉപന

യനവും പൗരോഹിത്യവും അംഗീകരിക്കുന്നതു ഗുരുക്കളാണ്, ഗു
രുക്കളായാൽ അവർ കാതിൽ കടുക്കൻ ധരിക്കും, വേദം പഠിക്ക
ലും പൂജാദി കർമ്മങ്ങൾ ശീലിക്കലും ശാസ്ത്ര തത്വങ്ങളുമായി
ഇടപഴകലുമെല്ലാം ഗുരുക്കളുടെ നേതൃത്വത്തിലായിരിക്കും ജപി
ച്ചു നൽകുന്നതടക്കം ആചാര ശീലങ്ങൾ ഇന്നും യോഗിമാർ പാ
ലിക്കുന്ന വളരെക്കാലംമുമ്പ് ഒരു നിയോഗംപോലെ ഭിക്ഷാടനം
തൊഴിലായി സ്വീകരിച്ച സാമൂഹ്യവിഭാഗമായിരുന്നു യോഗിമാർ.
ചന്ത്രാക്കൊവ്വലിലും തായിനേരി കൊവ്വലിലുമായി അന്ന് യോഗി
കുടുംബങ്ങൾ താമസിച്ചുവന്നു. യോഗി സമുദായക്കാരാണ് കേളീ
പ്പാത്രം കെട്ടിയിരുന്നത്. ഗുരുക്കളാണ് കേളിപ്പാത്രം കെട്ടി ഓരോ
വീട്ടിലും എത്തുന്നത്. അരി, പണം എന്നിവ കാണിക്കയായി സ്വീ
കരിക്കും. കേളിപ്പാത്രം വേഷം അഴിക്കുന്നതുവരെ ഒന്നും ഉരിയാ
ടാറില്ല. പട്ടുടുത്ത് ദേഹത്തു നിറയെ ഭസ്മം പൂശി ഒരു കയ്യിൽ ഓ
ട്ടുമണിയും ചൂരൽ കോലും മറുകയ്യിൽ ചൂരൽ പാത്രവുമായി പു
ലർച്ചെ ഓരോ വീട്ടുമുറ്റത്തുമെത്തും. തലയിൽ തുമ്പയും തുളസി
യും കൊണ്ടുള്ള ചെറിയ കിരീടം. കിരീടത്തിൽ വെള്ളികൊണ്ടു
ള്ള നാഗരൂപവും ചന്ദ്രക്കലയും എന്നിവയാണ് കേളീപാത്രത്തി
ന്റെ പ്രധാന വേഷം. ഓരോ പ്രദേശത്തെയും യോഗി സമുദായം
ഓരോ മഠങ്ങളുടെ (ഇല്ലങ്ങളുടെ) കീഴിലാണ് അറിയപ്പെടുന്നത്.
അതിയാമ്പൂർഇല്ലം, പുളിയക്കാട്ട് മഠം, കാഞ്ഞങ്ങാട്ട് മഠം, കണ്മമ
ഠം, കണ്ണന്നൂർ മഠം, കൊളത്തൂർ മഠം എന്നിവയാണ് ഇവയിൽ പ്ര
ധാനം. ഉത്തരേന്ത്യയിൽ നിന്നും വന്ന യോഗീശ്വരന്മാരുടെ പരമ്പ
രയിൽപെട്ടവരാണ് ഇവിടുത്തെ യോഗികളെന്നു വിശ്വസിക്കുന്നു.
ആ വിശ്വാസത്തിന്റെ ഭാഗം തന്നെയാണ് ഘോരക്പൂർ ക്ഷേത്ര
വും ആശ്രമവും ഇവരുടെ പ്രധാന ആത്മീയ കേന്ദ്രമായത്. മംഗ
ലാപുരത്തെ കദ്രിക്ഷേത്രവും യോഗിമഠവും യോഗികളുടെ പ്രധാ
ന കേന്ദ്രമാണ്. മന്ത്രവാദം, എഴുത്തു പള്ളിക്കൂടങ്ങൾ എന്നിവ ന
ടത്തിയിരുന്ന യോഗികളെ ഗുരുക്കന്മാർ എന്നു വിളിച്ചിരുന്നു. വള,
ചാന്ത്പൊട്ട്, സിന്ദൂരം എന്നിവ ഓരോ വീടുകളിലും കൊണ്ട് ചെ
ന്ന് വിൽക്കുന്ന ജോലി യോഗീസ്ത്രീകൾക്ക് ഉണ്ടായിരുന്നു. കദ്രി
ക്ഷേത്രത്തിൽ പോയി ആചാരം കൊള്ളുന്ന ഇവരെ പിന്നീട് ഗുരു
ക്കൾ എന്നാണ് വിളിക്കുക. ചെറുകുന്നിലമ്മയുടെ അനുഗ്രഹാ
ശിസ്സുകളുള്ളതായിവിശ്വസിക്കപ്പെട്ട ജനവിഭാഗങ്ങളായിരുന്നു ഇ

വർ. പെൺകുട്ടി പ്രായപൂർത്തിയായതിന്റെ വിവരം ആദ്യം അമ്മ അറിയുന്നു. അമ്മ കുട്ടിയെ പെട്ടന്നു തന്നെ വീടിന്റെ മൂലയിൽ ഇരുത്തുന്നു. കുട്ടി മറ്റുളളവരിൽ നിന്ന് മാറി നിൽക്കണം. പെൺകുട്ടി വയസ്സറിയിച്ചുണ്ടെന്ന കാര്യം മറ്റുളളവരെയും ബന്ധുക്കളെയും അറിയിക്കുന്നു. കായ, പച്ചപ്പയറ്, ഇളനീർ എന്നിവയാണ് കഴിക്കുന്നത്. വയറ്റിൽ ഉണ്ടാകുന്ന അസ്വസ്ഥത മാറാനാണ് ലഘുഭക്ഷണം നൽകുന്നത്. ഇതോടൊപ്പം പ്രാകൃതരീതിയിലുള്ള പരിചരണവും വിശ്രമവും കുട്ടിക്ക് നൽകുന്നു. സംസ്കാരചടങ്ങുകളിൽ അന്ത്യമായതാണ് പരേതക്രിയ. ബലികർമ്മങ്ങളിൽ അടിയന്തിര കഞ്ഞിവെച്ച് വിളമ്പുന്നു. പച്ചക്കറികൾ, നാളികേരം, എള്ള്, എന്നിവ ഉപയോഗിക്കുന്നു. അടിയന്തിരകഞ്ഞിവെച്ച് വിളമ്പലാണ് മരണാനന്തരക്രിയയിലെ അതിപ്രധാനമായ ഒരു ചടങ്ങ്. മരിച്ച ആളുടെ വീട്ടിൽ രാവിലെ വാഴയിലയിൽ അടിയന്തിരക്കഞ്ഞി വച്ചു കൊടുക്കും ചെമ്പുകിണ്ടിയിൽ വെള്ളം വെക്കുന്നു. .ഇവരിലെ പ്രായമുള്ള പുരുഷന്മാരെ ഇതര വിഭാഗക്കാർ ബഹുമാനപൂർവ്വം കുരിക്കൾ (ഗുരുക്കൾ) എന്ന് അഭിസംബോധന ചെയ്തു. പൊതുവാളന്മാർ കഴിഞ്ഞാൽ കരിപ്പത്തെ കുളത്തിൽ അന്ന് കുളിക്കാൻ അനുമതിയുള്ള ഏക ഇതര ജാതിവിഭാഗം കൂടിയായിരുന്നു ഇവർ.

പറയർ

പയ്യന്നൂരിലെ ആദിമ നിവാസികളിൽപ്പെട്ട ഒരു ജനസമൂഹമാണ് പറയർ. കേരളത്തിലെ ഒരു പ്രാചീന ജാതി സമൂഹമാണ് പറയരുടേത്. ആദിമ മൗലിക പറയർ വിവിധ സ്ഥലങ്ങളിൽ പാർപ്പിച്ചവരാണ് സ്വന്തം സാംസ്കാരിക തനിമ ഇന്നും നിലനിർത്തി ജീവിക്കുന്ന ഈ വിഭാഗം പ്രകൃതിയുമായി ഇണങ്ങി ജീവിതം നയിക്കുന്നു. പയ്യന്നൂർ മുനിസിപ്പാൽ ഏരിയയിലും രാമന്തളി പഞ്ചായത്തിലുമായി ഇവർ താമസിക്കുന്നു. മേലാളരുടെ അടിമപണിക്ക് വേണ്ടി നിയോഗിച്ചവരാണെന്നും പൊതുവേ പറയപ്പെടുന്നു. കേരളത്തിൽ എല്ലായിടത്തും മുമ്പ് അടിമത്വവ്യവസ്ഥ നിലനിന്നിരുന്നല്ലോ. ജാതി- ജൻമി വ്യവസ്ഥ മറ്റെല്ലാ സ്ഥലങ്ങളിലെന്നപോലെ തന്നെ പയ്യരെ വേട്ടയാടിയിരുന്നു. മറ്റു ജാതിക്കാർ ഇവർക്ക് അയിത്തം കൽപ്പിച്ചിരുന്നു ഈ പ്രദേശത്ത് പ്രധാനമായും മുസ്ലീം സമുദായക്കാരാണ് ഭൂമിയുടെ അവകാശികളായി ഉണ്ടായിരുന്നത്.

പറയരുടെ സംരക്ഷകരായാണ് മുസ്ലിം ജൻമിമാർ പൊതുവേ അ
റിയപ്പെട്ടിരുന്നത്. അക്കാലത്ത് ക്ഷേത്രത്തിലോ, ചന്തയിലോ, പൊ
തു ഇടങ്ങളിലോ പറയർക്ക് പ്രവേശനമുണ്ടായിരുന്നില്ല. പറയന്റെ
ഉല്പന്നങ്ങൾ മുസ്ലിം സമുദായം മുഖേനയാണ് ചന്തകളിൽ കൊ
ടുക്കൽ/ വാങ്ങൽ നടത്തിയിരുന്നത്. മുസ്ലീം സമുദായക്കാർ ഇവ
രുമായി അടുപ്പം കാണിച്ചിരുന്നതിനാൽ ഈ പരസ്പര ബന്ധ
ത്തിന്റെ സ്വാധീനം പറയരുടെ ആഹാരരീതിയിൽ ഭാഷയിൽ പെ
രുമാറ്റ രീതിയിൽ ഉപചാരങ്ങളിൽ എല്ലാം പ്രകടനമാണ്. ഓരോ
പ്രദേശത്തും പറയർ സംഘമായിട്ടാണ് അദിവസിക്കുന്ന്. പയ്യന്നൂ
രിലെ പറയർ കേരളത്തിലെ മറ്റു പറയരുടെ ജീവിത സംസ്കാര
വുമായി വ്യത്യാസപ്പെട്ടിരിക്കുന്നു. പറയൻ എന്ന ജനവിഭാഗം പറ
കൊട്ടി പറയുന്നവർ എന്ന പ്രയോഗത്തിൽ നിന്നാണ് ഉണ്ടായതെ
ന്ന് പറയുന്നു. മുമ്പ് മലയോരങ്ങളിൽ കൂട്ടങ്ങളായി താമസിക്കു
മ്പോൾ ആൾക്കാർ മരിച്ചാലോ മറ്റു വിശേഷങ്ങളോ ഉണ്ടായാൽ
ഒരു മലയിൽ നിന്നും മറ്റൊരു മലയിലെ കുടിലിലേക്ക് വിവരങ്ങൾ
എത്തിച്ചിരുന്നത് പറകൊട്ടിയായിരുന്നുവത്രേ. നാടുവാഴി കാലഘ
ട്ടത്തിൽ പ്രധാന കാര്യങ്ങൾ ഇവർ പറകൊട്ടി അറിയിക്കുമായിരു
ന്നു. ആദിമ നിവാസികൾ ഘടനാപരമായി പൊതുവെ ഇല്ലങ്ങളാ
ലോ കുലങ്ങളാലോ മന്റങ്ങളാലോ വേർതിരിക്കപ്പെട്ടവരാണ്. കൂട്ട
മായി താമസിക്കുക എന്നത് പൊതുസ്വഭാവമാണ്. എല്ലാ ആദിവാ
സി ജനവിഭാഗങ്ങൾക്കും തലവന്മാരുണ്ട്. അവരുടെ നേതൃത്വവും
നിയന്ത്രണവുമെല്ലാം അവരുടെ ജീവിതത്തിൽ പ്രതിഫലിച്ചു കാ
ണാം. പറയസമുദായത്തിൽ ദേശക്കാരൻ എന്ന പേരിലറിയപ്പെടു
ന്ന സമുദായ മുഖ്യനാണ് തലവൻ. വിവാഹം, മരണാനന്തര കർ
മ്മം മറ്റു വിശേഷപ്പെട്ട ആചാരങ്ങൾ എന്നിവയ്ക്ക് ദേശക്കാരന്റെ
നേതൃത്വം അനിവാര്യമായിരുന്നു. ഇല്ലങ്ങളിൽ അധിഷ്ടിതമായ
കുടുംബസമ്പ്രദായമാണ് പറയർക്കുള്ളത്. 7ഉം 14 ഉം ഇല്ലക്കാർ
എന്ന പേരിലാണ് ഇവർ അറിയപ്പെട്ടിരുന്നത്. അരീച്ചരൻ, ഈപ്പി
ലരീച്ചരൻ, മടയേരിപ്പറയൻ, മേലൊട്ടു പറയൻ, ഇയ്യാടുംപറയൻ തു
ടങ്ങിയവയാണ് പ്രധാനപ്പെട്ട ഇല്ലങ്ങൾ, ഒരേ ഇല്ലങ്ങളിൽപ്പെട്ടവർ
തമ്മിൽ വിവാഹബന്ധം നിഷിദ്ധമാണ്. മരുമക്കത്തായ രീതിയിൽ
അധിഷ്ഠിതമായ ദായക്രമമാണ് പറയന്മാരുടെ ഇടയിൽ നിലനി
ന്നിരുന്നത്. അമ്മ വഴിക്കുള്ള ഈ ദായക്രമം പരമ്പരാഗതമായി

ചെയ്യുന്ന കുലത്തൊഴിലുകൾ തലമുറകളിലേക്ക് കൈമാറാൻ സ
ഹായിച്ചിട്ടുണ്ട്. കുടുംബ ബന്ധങ്ങളും ദായക്രമവും ഇല്ലവ്യവസ്ഥ
യുമെല്ലാം ഈ ജനവിഭാഗത്തെ ഒന്നിച്ചു നിർത്താൻ ഏറെ സഹാ
യിച്ചു. ദേശക്കാരൻ എന്ന സ്ഥാനം മരുമക്കത്തായ രീതിയിലായി
രുന്നു കൈമാറിയിരുന്നത്. ജീവിതത്തിന്റെ ഒരോ ഘട്ടത്തിലും ചെ
യ്യേണ്ടുന്ന സംസ്കാരാദികാര്യങ്ങൾ ഏതൊക്കെയെന്ന് ഓരോ സ
മൂഹത്തിലും തിട്ടപ്പെടുത്തിയിട്ടുണ്ട്. പറയ സമുദായത്തിലും മനു
ഷ്യമനസ്സിനെ ശുദ്ധീകരിക്കുന്ന സംസ്കാരാദിക്രിയകൾ വേണ്ടു
വോളമുണ്ട്. പുങ്ങൻ ചടങ്ങിൽ കോലം കെട്ടൽ ചടങ്ങ് നടത്താറു
ണ്ട്. ഏങ്കാടൻ വേഷം എന്ന കോലം കെട്ടി ഭർത്താവിനെയും മറ്റും
കളിയാക്കുന്നതാണ് ഈ വേഷം. ഭർത്താവ് ഈ സമയത്ത് രംഗ
ത്തുണ്ടായില്ല. മാറിനിൽക്കും. അശ്ലീലച്ചുവയുള്ള സംഭാഷണങ്ങ
ളും വായ്ത്താരികളും അംഗവിക്ഷേപങ്ങളും ഏങ്കാടൻ വേഷധാ
രിയുടെ സവിശേഷതയാണ്. ചടങ്ങിനോടനുബന്ധിച്ച് കുട്ടിച്ചാ
ത്തൻ, ഭൈരവൻ തുടങ്ങിയ കോലങ്ങളെയും കെട്ടിയാടാറുണ്ട്.
പേറ്റുപണം ആണിന്റെ വീട്ടുകാർ കൊടുക്കണം. മറ്റു ആദിമനിവാ
സികളിൽ നിന്നും വ്യത്യസ്തമായി പറയന്മാരുടെ ഇടയിലുള്ള ഒ
രു പ്രധാനപ്പെട്ട ചടങ്ങാണ് ഭർത്താവിന്റെ വ്രതാനുഷ്ഠാനം. ആദ്യ
ത്തെ പ്രസവം കഴിഞ്ഞാൽ ഭർത്താവ് ഏതാനും ദിവസം അരിയാ
ഹാരം ഉപേക്ഷിച്ച് താടിയും മുടിയും വളർത്തി വ്രതമിരിക്കണം.
കുട്ടി ആണെങ്കിൽ കുട്ടിയുടെ അച്ഛന്റെ അച്ഛന്റെ പേരും പെൺകു
ട്ടിയാണെങ്കിൽ അച്ഛന്റെ അമ്മയുടെ പേരും നൽകുന്നു. രണ്ടാമ
ത്തെ കുട്ടിക്ക് അമ്മ വഴിക്കാണ് പേരുകൾ നൽകുക. ഇതോടനു
ബന്ധിച്ച് കുട്ടിയെ തൊട്ടിൽ തൂക്കൽ (തുണിയിൽ തൂക്കൽ) ചട
ങ്ങുകൂടി നടത്താറുണ്ട്. പെൺകുട്ടിയെ സംബന്ധിച്ചിടത്തോളം ഒ
രു മുഖ്യമായ ചടങ്ങാണ് തിരണ്ടു കല്യാണം. പുരുഷൻമാരും തു
ടികൊട്ടി പാട്ടുപാടി ആഹ്ലാദം പ്രകടിപ്പിക്കും വിവാഹം പറയൻമാ
രുടെ ഇടയിലെ ഒരു പ്രധാനപ്പെട്ട സംസ്കാര കർമ്മമാണ്. പെൺ
പണം കൊടുത്ത് പെണ്ണു കെട്ടുന്നവരായിരുന്നു പറയർ. വിവാഹ
സമയത്ത് ആണിന്റെ വീട്ടുകാർ പെൺപണമായി 14 1/4 പണം പെ
ണ്ണിന്റെ വീട്ടുകാർക്ക് നൽകും. പെണ്ണുകാണൽ ചടങ്ങ് ഇല്ല. പെ
ണ്ണിന്റെ കൈപിടിച്ചു കൊടുക്കൽ ചടങ്ങാണ് പ്രധാനം. മലകളിൽ
താമസിച്ചിരുന്ന ഇവർ പ്രകൃതിദത്തമായി ലഭിക്കുന്ന ഓട, മുള എ

ന്നിവ ഉപയോഗിച്ച് കൊട്ട, മുറം, കുരിയ തുടങ്ങിയവ ഉണ്ടാക്കി ഉ
പജീവനം കഴിച്ചുവന്നിരുന്നു. ഈ ഉൽപന്നങ്ങളുടെ വിപണന സാ
ധ്യത പരിമിതമായതുകൊണ്ട് പുതിയ ജീവനോപാധി തേടി നഗ
രങ്ങളിലേക്ക് നീങ്ങാൻ ഇവർ പ്രേരിതരായി. പായനെയ്ത്ത്, കൊ
ട്ടമെടയൽ, മത്സ്യം പിടിക്കൽ, തുടങ്ങിയ തൊഴിലുകളിലും ഏർ
പ്പെട്ടിരുന്നു. കൈതച്ചെടിയുടെ ഓലകൾ അരിഞ്ഞെടുത്ത് ഉണ
ക്കി പാകപ്പെടുത്തിയാണ് തഴപായകൾ ഉണ്ടാക്കുന്നത്. മുതിയലം
- പടിഞ്ഞാറ് ഭാഗവും കണ്ടോത്തും ഈ വിഭാഗത്തിൽപ്പെട്ട ആളു
കൾ പായ ഉണ്ടാക്കിയിരുന്നു. ഇവയെ വീടുവീടാന്തരം വിറ്റ് കിട്ടി
യ തുകകൊണ്ട് ജീവിക്കുന്നു. വീടുകളിൽ വിൽപ്പന നടത്തുമ്പോൾ
കാശിനു പകരം ആഹാരസാധനങ്ങൾ വാങ്ങുന്നു. കൈത ഓല
യുടെ മുള്ള് ചെത്തിമിനുക്കിയാണ് പായ നെയ്തിരുന്നത്. പായ
കൂടാതെ കൈത ഓലയുടെ തളിരില എടുത്ത് ഉണ്ടാക്കുന്ന പാച്ച
കുരിയ എന്ന (ഒരു ചെറിയ ബാഗ്) വസ്തു ആ കാലഘട്ടത്തിലെ
ആഡ്യത്വത്തിന്റെ ലക്ഷണം കൂടിയാണ്. തലയിണയുറ അന്ന് ഒരു
അപൂർവ്വ വസ്തുവാണ്. കുരുമുളകിന്റെ ചെതുമ്പല് ഉണക്കി കൈ
തോല കൊണ്ട് ഉറയുണ്ടാക്കി അതിലിട്ട് അത് തലയിണ (കുരിയ
തലയിണ)യാക്കി ഉപയോഗിക്കാറുണ്ട്. രണ്ട് വർഷംവരെ കേട്
കൂടാതെ സൂക്ഷിക്കാമെന്നു മാത്രമല്ല പലവിധ അസുഖങ്ങൾക്കും
ഒരു മരുന്നുകൂടിയാണ് ഇത്തരം തലയിണകൾ . എന്നാൽ ഇന്ന്
ഇങ്ങനെയുള്ള പരമ്പരാഗത വസ്തുക്കൾ നിർമ്മിക്കുന്നതിൽ ഇ
വർ വിമുഖത കാണിക്കുന്നു. ആധുനിക ഉപകരണങ്ങളുടെ കട
ന്നുകയറ്റം ഇവരുടെ തൊഴിലിൽ ഒട്ടൊന്നുമല്ല വിഘാതം സൃഷ്ടി
ച്ചത്. പ്രാചീനമായ ആരാധനാ രീതികൾ കൈമുതലുള്ളവരാണ്
വസിക്കുന്ന പ്രദേശങ്ങളിലെല്ലാം തെയ്യാരാധനാകേന്ദ്രങ്ങളുണ്ട്. വൃ
ക്ഷങ്ങളുടെ ചുവടുകളിലും കല്ലുകൾ അടുക്കി വെച്ച് തെയ്യാരാധ
ന കേന്ദ്രങ്ങൾ ഉണ്ടാക്കുന്ന പതിവും ഉണ്ട്. കെട്ടിയാടുന്ന തെയ്യ
ങ്ങളും തിറകളും വിഭിന്ന ധർമ്മങ്ങളും സങ്കല്പ വിശേഷങ്ങളും ഉ
ള്ളവയാണ്. തനി ഗ്രാമീണ ശൈലിയിലുള്ളതാണ് ഇവരുടെ തെ
യ്യങ്ങൾ. സ്വന്തമായി കൃഷിയോ, കൃഷിയുമായി ബന്ധപ്പെട്ട തൊ
ഴിലോ ഇവരെ ഇടയിലുണ്ടായിരുന്നില്ല. അതുകൊണ്ട് ദാരിദ്ര്യവും
പട്ടിണിയും ഇവരുടെ കൂടപ്പിറപ്പുകളായിരുന്നു. ചികിത്സ, മന്ത്രിച്ചു
കെട്ടൽ എന്നിവ നടത്തിപോന്നവരാണ് പറയൻമാർ, വീടുകൾ ക

യറിയിറങ്ങി മുഖലക്ഷണം പറയലാണ് പ്രധാന തൊഴിൽ. ചിന്താ മണി എന്ന ലക്ഷണ ശാസ്ത്രഗ്രന്ഥത്തെ അടിസ്ഥാനമാക്കിയാ ണ് മുഖലക്ഷണം പറഞ്ഞിരുന്നത്. സ്വന്തമായി ഉണ്ടാക്കുന്ന വീ ണ വായിച്ചുകൊണ്ടാണ് വീടുകൾ കയറിയിറങ്ങുക. പറയർ അവ രുടെ പൂർവ്വീകരുടെ വരവിനേയും പൈതൃകത്തേയും അനുസ്മ രിച്ചുകൊണ്ട് പാടാറുണ്ട്. വിവാഹത്തിന് വരൻ വധുവിന്റെ ഗൃഹ ത്തിലേക്കു പോകുമ്പോൾ ആചാരക്കാരും പോകുന്നു. കുടുംബ ത്തിലെ കാരണവരായിരുന്നു എല്ലാം നിശ്ചയിച്ചിരുന്നത്. കല്യാ ണത്തിന് വിരലിലെണ്ണാവുന്നവർ മാത്രമേ പങ്കെടുത്തിരുന്നുള്ളൂ. കൂടുതൽ ആളുകൾ പങ്കെടുത്തിരുന്നത് കുടുംബത്തിന് കുറച്ചിലാ യിരുന്നു. പിൽക്കാലത്ത് കല്ല്യാണ ചെലവിനുള്ള പണം ബന്ധു ക്കളും അയൽക്കാരും നൽകുന്ന രീതി നിലവിൽ വന്നു. ഈപണം കൃത്യമായി രേഖപ്പെടുത്തുകയും സമാനസന്ദർഭങ്ങളിൽ തിരിച്ചു നൽകുകയും ചെയ്തു. സ്ത്രീധനം പഴയകാലത്ത് കേട്ടുകേൾവി പോലുമില്ലാത്തതായിരുന്നു. മന്ത്രവാദം ചെയ്യുന്നതിനും ഓരോ പറയ കുടുംബത്തിനും പ്രത്യേക തട്ടകമുണ്ട്. ജ്യോതിഷത്തിൽ വിശ്വസിക്കുന്നവരാണ് പറയർ ഇവരുടെ അനുഷ്ഠാനങ്ങൾക്കെ ല്ലാം ജോതിഷവുമായി ബന്ധമുണ്ട്. പരമ്പരാഗതമായി കൈനോ ട്ടവും മുഖലക്ഷണവും പറയുന്ന ഇവരുടെ ഇടയിൽ നല്ല കലാകാ രന്മാരുണ്ടായിരുന്നു. കണ്ണേറും നാവേറും വ്യക്തിയെ ബാധിക്കു ന്നതെങ്ങിനെയെന്നും. അതിന്റെ കാരണമെന്താന്നുമാണ് തലമുറ കളായി കൈമാറി വന്ന വാങ്മയ ചൊല്ലിൽ പറയർ പറയുന്നത് മുന്നിലെ പല്ലു കൊണ്ട് ചിരിക്കുന്നതായി നടിക്കുകയും അണലി ലെ പല്ലുകൊണ്ട് അരിശത്തോടെ അമർത്തി കടിക്കുകയും ചെയ്യു ന്നവരുടെ നോട്ടമാണ് കണ്ണേറായി ഭവിക്കുന്നതെന്നും ഉറക്കെ യും പറയുന്ന വാക്കുകൾ നാവേറായും പരിണമിക്കുന്നതെന്നും സ്വന്തമായി ഉണ്ടാക്കുന്ന വീണ വായിച്ചുകൊണ്ടാണ് പറയുന്നത്. കരിമ്പാറ പോലും പൊട്ടിക്കാൻ കഴിവുള്ള കരിങ്കണ്ണ് സൃഷ്ടിക്കു ന്ന രോഗങ്ങളും ദുരിതങ്ങളും മാന്ത്രിക കർമ്മങ്ങളിലൂടെ പറയർ ഇല്ലായ്മ ചെയ്യുന്നു. കിന്നരി (തൊപ്പി) ഉണ്ടാക്കുന്നതിൽ അസാ മാന്യ പാടവം പ്രകടിപ്പിക്കുന്നു. തുണികൊണ്ട് തുന്നി ഉണ്ടാക്കു ന്ന തൊപ്പിയുടെ ചാരുതപ്രത്യേകം എടുത്ത് പറയേണ്ടതാണ്. ഭക്തി ഭാവത്തിന്റെ പൂർണ്ണതയിൽ ശബ്ദമാധുരിയോടും താളക്കൊഴുപ്പോ

ടും കൂടി പാടുന്ന പാട്ടുകളാണ് അറമറാട്ടി. ഭക്ഷണവും ജീവനോ
പാധിയായും തേടിയാണ് പിൽക്കാലത്ത് ഇവർ നഗരപ്രദേശങ്ങ
ളിൽ കുടിയേറാൻ തുടങ്ങിയത്. ശുചീകരണ തൊഴിലും പാരമ്പ
ര്യമായി ഇവർ ചെയ്തു പോന്നു. അക്ഷരാഭ്യാസത്തിന്റെ കാര്യ
ത്തിൽ ഇവർ വളരെ പുറകിൽ നിൽക്കുന്നു. സ്ത്രീകളും പുരുഷൻ
മാരും തമ്മിൽ കൂടുതൽ സംസാരിക്കുന്നതോ ഒരുമിച്ച് യാത്ര ചെ
യ്യുന്നതോ നിഷിദ്ധമല്ല അപൂർവ്വം നാട്ടിൽ നിന്നും ആരെങ്കിലും
വന്നാൽ സ്ത്രീകൾ പുറത്തിറങ്ങുകയോ അവരുമായി സമ്പർകം
പുലർത്തുകയോ ചെയ്യാറുണ്ട്. സ്ത്രീകൾ സാരിയും ബ്ലൗസും അ
ല്ലെങ്കിൽ മുണ്ടും ജാക്കറ്റും. പുരുഷൻമാർ മുണ്ടും ഷർട്ടും ധരി
ക്കുന്നു.

കമ്മാളർ

കമ്മാളർ എന്ന പേരിൽ അറിയപ്പെടുന്നത് ആശാരി, മൂശാരി,
കൊല്ലൻ, തട്ടാൻ, എന്നിവരാണ്. കമ്മാളർ തെലുങ്ക്, കർണ്ണാടകം,
തുളു എന്നീ ഭാഷകളിലെ കർമ്മകാര എന്ന പദവുമായി ബന്ധപ്പെ
ട്ടതാണ്. കമ്മാളർ വിശ്വകർമ്മാവിന്റെ പിൻഗാമികളെന്ന് അവകാ
ശപ്പെടുന്നു. ഇന്ത്യയിലെ എല്ലാ ഭാഗങ്ങളിലും ഇവർ കാണപ്പെടു
ന്നു. വിവിധ സ്ഥലങ്ങളിൽ വിവിധ ജാതിപ്പേരുകളാണുള്ളത്. പ്ര
ധാനമായും ഇരുമ്പു പണിക്കാർ, മരപ്പണിക്കാർ, ഓട്ടുപണിക്കാർ,
കൽപ്പണിക്കാർ, സ്വർണ്ണപ്പണിക്കാർ എന്നിവർ ഈ വിഭാഗത്തിൽ
പെടുന്നു. കേരളം,
തമിഴ്നാട്, കർണാ
ടക എന്നിവിടങ്ങ
ളിൽ പൊതുവേ
ആശാരി, ആചാ
രി, കമ്മാളർ (കർ
മ്മാളർ) എന്നീ പേ
രുകളിൽ അറിയ
പ്പെടുന്നു. ഇവിടു
ത്തെ പ്രധാന ആ
രാധനാ ദേവത
കാളികാംബികയാ

ണ്. ഇന്നത്തെ അജാനൂർ ഗ്രാമത്തിലെ കമ്മാളരുടെ ദേവസ്ഥാന മാണ് വിശ്വകർമ്മക്ഷേത്രം. ഇവിടുത്തെ പ്രധാന ആരാധന വിശ്വ കർമ്മനാണ്. സാമൂഹ്യ ജീവിതത്തിൽ ക്ഷേത്രങ്ങൾക്ക് വലിയ പ്രാ ധാന്യമുണ്ടായിരുന്നു. സാമുദായികമായി എല്ലാ കാര്യങ്ങളും തീ രുമാനിച്ചിരുന്നത് പ്രധാനപ്പെട്ട ഗ്രാമങ്ങളിലും കമ്മാളരുടെ ദേവ സ്ഥാനങ്ങൾ കാണാം. കന്നടവിഭാഗത്തിലുള്ള കമ്മാളർ പൊതു വെ കാളികാംബ ദേവിയേയും വിശ്വകർമ്മനെയും ആരാധിക്കു ന്നു. വിശ്വകർമ്മജർ ബ്രാഹ്മണ വിഭാഗത്തിന്റെ ഒരു ഉപവിഭാഗമാ യതു കൊണ്ട് ഇവർ വിശ്വബ്രാഹ്മണർ എന്നും അറിയപ്പെടുന്നു. ഒ രു കാലത്ത് ഇവർ വാസ്തുവിദ്യ, തച്ചുശാസ്ത്രം, ശില്പ ശാസ് ത്രം, ജ്യോതിഷം എന്നിവയിൽ പ്രഗൽഭരായിരുന്നു. ചിലർ ഇപ്പോ ഴും പാരമ്പര്യം കാത്തു സൂക്ഷിക്കുന്നു. പയ്യന്നൂരിൽ ക്ഷേത്രോത്സ വങ്ങൾക്ക് തുടക്കം കുറിക്കുന്ന ദിവസം തന്നെ ആയുധം കടയു ന്ന ചടങ്ങുണ്ട്. ഇവിടുത്തെ അവകാശി പെരുങ്കൊല്ലനാണ്. അള്ള ട സ്വരൂപത്തിന്റെ അധിദേവതയായ തളിയിലപ്പന്റെ ഇഷ്ടദൈവം വിഷ്ണുമൂർത്തി എന്ന പാലാന്തായി കണ്ണൻ മംഗലാപുരത്ത് നി ന്ന് നടന്നുവന്ന വഴിയിൽ മൂലപ്പള്ളി പെരുങ്കൊല്ലന്റെ കൊട്ടിലിൽ ചുരികയും കുടയും വെച്ച് വിശ്രമിച്ചതായി പറയപ്പെടുന്നുണ്ട്. വി ഷ്ണുമൂർത്തിയുടെ തോറ്റം പാട്ട് പ്രകാരം കണ്ണന്റെ ചുരിക കട ഞ്ഞ് മൂർച്ച വെപ്പിച്ചത് മൂലപ്പള്ളി പെരുങ്കൊല്ലനാണ്. വിശ്വകർമ്മാ വിന്റെ പിൻഗാമികളായതു കൊണ്ട് വിശ്വകർമ്മജർ എന്നു വിളി ക്കുന്നെങ്കിലും ഇതിനും വളരെ മുമ്പു തന്നെ ഇവർ കർമ്മാളാർ എന്നറിയപ്പെട്ടിരുന്നു. കമ്മാളർ എന്ന പദം കണ്ണാളർ അല്ലെങ്കിൽ കണ്ണാളൻ എന്ന തമിഴ് വാക്കിൽ നിന്നുണ്ടായതാണ്. വിശ്വകർമ്മ ജർ എന്ന വാക്ക് വിസ്സാ എന്ന പാലി പദമോ വൈശ്യ എന്ന സം സ്കൃത പദമോ ദ്രാവിഡ വാക്കായ കർമ്മാളർ എന്ന പദവുമായി ചേർന്നാണ് ഉണ്ടായത് എന്നും പറയുന്നു. അതി പുരാതനമായ സനാതന ധർമ്മം കർമ്മാധിഷ്ഠിതമായിരുന്നു. സൃഷ്ടി ബ്രഹ്മകർ മ്മത്തിന്റെ ഭാഗമാണ്. അതുകൊണ്ട് വിശ്വകർമ്മാവിന് കർമ്മാളർ അല്ലെങ്കിൽ ബ്രഹ്മകർമ്മം ചെയ്യുന്നവൻ എന്ന പേർ ലഭിച്ചു. നിർ മ്മിക്കപ്പെട്ട ക്ഷേത്രങ്ങളുടെയും അവയിലെ ദാരുശില്പങ്ങളുടെ യും സൃഷ്ടി വിഖ്യാതമായ ഒരു തച്ചുശാസ്ത്ര പാമ്പര്യത്തെയാ ണ് സൂചിപ്പിക്കുന്നത്. ദാരുശില്പങ്ങളോട് കൂടിയ ക്ഷേത്രങ്ങളി

ലെ അകത്തളങ്ങൾ ഇവിടുത്തെ ആശാരിമാരുടെ കരവിരുതിനെ സാക്ഷ്യപ്പെടുത്തുന്നു. കുഞ്ഞിമംഗലത്തെ പ്രശസ്തമായ വീരചാ മുണ്ഡി ക്ഷേത്രം പണിയവേ ചിറക്കൽ രാജാവ് ഇവരെ നീലേ ശ്വരത്തു നിന്നും ക്ഷണിച്ചു വരുത്തി എന്നാണ് ഐതിഹ്യം. ശില് പികളെ കൂടാതെ ക്ടാരന്മാർ എന്നൊരു മറ്റൊരു കലാകാര സമൂ ഹവും കുഞ്ഞിമംഗലത്തുണ്ട്. മൂശാരി, കൊല്ലൻ, തട്ടാൻ, ഓടിന്റെ യും, ഇരുമ്പിന്റെയും പണിക്കാർ ഇങ്ങനെ ശിൽപികലയുടെ നിര വധി വകഭേദങ്ങളിൽ പെടുന്ന സർഗ്ഗപ്രതിഭകൾ താമസമുറപ്പിച്ചി രിക്കുന്ന കുഞ്ഞിമംഗലത്തു മൂശാരിക്കൊവ്വൽ എന്നറിയപ്പെടുന്ന ഒരു പ്രദേശം തന്നെയുണ്ട്. ശിൽപികളുടെ താഴ്വര എന്നറിയപ്പെ ടുന്ന വേറൊരു ദേശവും ഏഴിമലയോട് ചേർന്നുണ്ട്. കേരളീയ ജീ വിതത്തിലും സംസ്ക്കാരത്തിലും വിലപ്പെട്ട സംഭാവനകൾ നൽ കുന്നവരാണ് ആശാരിമാർ. ദേവശിൽപിയായി മയനിൽ നിന്നാ ണ് ആശാരി സമൂഹം ഉദ്ഭവിച്ചതെന്ന് വിശ്വസിക്കുന്നു. ആശാരി, മൂശാരി, കൊല്ലൻ, തട്ടാൻ എന്നീ വിഭാഗങ്ങളെ എന്റെ നാങ്കുവർ ണ്ണത്തേവർ എന്ന് തെയ്യങ്ങൾ സംബോധന ചെയ്യാറുണ്ട്. മരം ചെ ത്തിയും മിനുക്കിയും കൂട്ടിചേർത്തും പണിത്തരങ്ങൾ ഉണ്ടാക്കു ന്നവരാണ് ആശാരിമാർ. ഇവർ തച്ചുശാസ്ത്ര വിദഗ്ധരുമാണ്. പാ ണ്ഡിത്യത്തിലും ശിൽപചാരുതയിലും ഇവർക്ക് പ്രാവിണ്യമുണ്ട്. അതുകൊണ്ട് തന്നെ മൂത്താശാരിമാരെ പട്ടും വളയും നൽകി ആ ദരിക്കുന്ന പതിവുണ്ട്. മുച്ചിലോട്ട് കാവിലെ പെരുങ്കളിയാട്ടത്തിന് നാൾമരം മുറിക്കുക എന്ന പ്രധാനപ്പെട്ടൊരു ചടങ്ങുണ്ട്. ഇതിനു ള്ള അവകാശം ജന്മാശാരിക്കാണ്. കളിയാട്ടത്തിൽ ഭഗവതിക്ക് വേ ണ്ടി പുതിയ പീഠം ഒരുക്കേണ്ടതുണ്ട്. നിർമ്മാണ പ്രവൃത്തികളി ലെല്ലാം ഇവർ സാന്നിദ്ധ്യമരുളുന്നു. വടക്കൻ കൊവ്വലിൽ ശിൽപി കൾക്കു സ്വന്തമായി ഒരു ക്ഷേത്രമുണ്ട് വടക്കൻ കൊവ്വൽ ഭഗവതി ക്ഷേത്രം. വടക്കേ മലബാറിലെ ജനജീവിതത്തിൽ കാവുകളും ക്ഷേ ത്രങ്ങളും മറ്റു താനങ്ങളും തെയ്യങ്ങളും ചെലുത്തുന്ന സ്വാധീനം വളരെ വലുതാണ്. സമൂഹത്തിലെ ഓരോ ജനവിഭാഗങ്ങൾക്കിട യിലും പ്രത്യേകമായി ആരാധിക്കുന്ന ദേവതാ സങ്കേതങ്ങളും തെ യ്യങ്ങളും കാണാം.

മൂശാരികൾ

ഓട്ടുപണി ചെയ്യുന്നവരെ ശി
ല്പാചാരി എന്നും മൂശാരി എ
ന്നും അറിയപ്പെടുന്നു. ഇവരുടെ
പണിശാല മൂശ എന്നീ പേരിൽ
അറിയപ്പെടുന്നു. പിച്ചള, ചെമ്പ്,
ഓട് എന്നിവ ഉരുക്കുന്ന Furnace
ആണ് മൂശ, ഇതിൽ നിന്നും മൂ
ശാചാരി എന്നും, പിന്നെ മൂശാ
രി എന്ന പദം ഉണ്ടായി. ഓടു
കൊണ്ടുള്ള പാത്രങ്ങൾ, വിഗ്രഹ
ങ്ങൾ, ശില്പങ്ങൾ, വിളക്കുകൾ
എന്നിവ ഉണ്ടാക്കുന്നു. പഞ്ചലോ
ഹ വിഗ്രഹങ്ങൾ, ആറന്മുളക്ക
ണ്ണാടി മുതലായ അമൂല്യ വസ്
തുക്കൾ ഉണ്ടാക്കുന്നതും ഈ വി

ഭാഗമാണ്. ഇവർ ത്വഷ്ടാവ് എന്ന ഋഷിയുടെ പിൻഗാമികൾ എ
ന്നു വിശ്വസിക്കുന്നു. മൂശാരികൾ ഓട്ടുപാത്രങ്ങളും, ഉരുളികളും
വട്ടളങ്ങളും പഞ്ചലോഹ വിഗ്രഹങ്ങളും രൂപപ്പെടുത്തുന്നവരാണ്.
പയ്യന്നൂരിലെ മൂശാരിമാരുടെ പ്രധാനപ്പെട്ട ആവാസകേന്ദ്രമാണ്
പയ്യന്നൂരിലെ പടോളി. നല്ല ശില്പവൈദഗ്ധ്യമുള്ള ശില്പങ്ങളും
ഉപകരണങ്ങളും നിർമ്മിക്കുന്നത് ഇവരാണ്. നൂറ്റാണ്ടുകൾക്ക് മു
മ്പ് ക്ഷേത്രനിർമ്മാണവുമായി ബന്ധപ്പെട്ടാണ് മൂശാരികളും മറ്റും
പയ്യന്നൂരിൽ വന്നത്. ക്ഷേത്രങ്ങളുടെ നാടായ പയ്യന്നൂരിലും പരി
സരങ്ങളിലും വീടുവെച്ച് താമസിക്കുന്നതിനും കാരണം മറ്റൊന്നാ
വില്ല. അക്കാലത്ത് അല്പമെങ്കിലും വാസയോഗ്യമായ പ്രദേശവും
പയ്യന്നൂർ ആയിരുന്നു. മൂശാരിമാർ തായിനേരി കണ്ടംകാളി, കരു
വാച്ചേരി തുടങ്ങിയ സ്ഥലങ്ങളിൽ താമസിച്ച് പണി ചെയ്തു വരു
ന്നു. ഓട്ടുപാത്രവ്യവസായത്തിന് പേരുകേട്ട പ്രദേശമാണ് പയ്യന്നൂർ.
മൂശാരി സമുദായക്കാരാണ് ഇത് പരമ്പരാഗതമായി നിർമ്മിച്ചിരു
ന്നത്. ഇവർ അതിവിദഗ്ദ്ധരായ കരകൗശല തൊഴിലാളികളാണ്
പയ്യന്നൂരിലെ പടോളി, തായിനേരി, തുമ്പക്കൊവ്വൽ, കോറോം എ
ന്നീ പ്രദേശങ്ങളിലാണ് മുഖ്യമായും ഈ വ്യവസായം കേന്ദ്രീകരി

ച്ചിരിക്കുന്നത്. പണ്ടു കാലത്ത് മരുമക്കത്താ യ രീതിയിൽ കല്യാ ണത്തിന്റേതായ എല്ലാ ചടങ്ങുകൾക്കും പ്രാ ധാന്യം അമ്മാവനാ ണ്. വിവാഹം ഒരു പ്ര ധാനപ്പെട്ട സംസ്കാര കർമ്മമാണ്. അത്രവ

രെയുള്ള കാര്യങ്ങളും പെണ്ണുകാണലുമൊക്കെ അച്ഛനും അമ്മാവ നും ബന്ധുക്കളുമാണ് നടത്തുന്നത്. മുറുക്കാനുള്ളവ മൂന്നാൻ വി തരണം ചെയ്യുന്നു. മാല, വള തുടങ്ങിയ ആഭരണങ്ങളണിയിച്ച് പുതിയ മുണ്ടടുപ്പിച്ച് പെണ്ണിനെ കൂട്ടുകാരികൾ പന്തലിലിറക്കുന്നു. ഇതിനു ശേഷം പൊടമുറിയാണ്. വിവാഹചടങ്ങുകളിൽ വച്ചേറ്റ വും പ്രധാനപ്പെട്ടതാണിത്. ചെറുക്കൻ വധുഗൃഹത്തിലേക്കു വരു മ്പോൾ പുടവ കൊണ്ടുവരും. പന്തലിൽ വെച്ച് നീളമുള്ള പുടവ ഞൊറിച്ച് വരൻ വധുവിന് കൊടുക്കുന്നു. നീലേശ്വരത്തെ പാലാ ഴിയിൽ നിന്നുമാണ് കുഞ്ഞിമംഗലത്തെ മൂശാരിമാർ വന്നതെന്ന് പറയപ്പെടുന്നു. ക്ഷേത്രങ്ങളിലേക്കും സമ്പന്നതറവാടുകളിലേക്കും ആവശ്യമായ വിഗ്രഹങ്ങൾ, പൂജാപാത്രങ്ങൾ, ദീപസ്തംഭം, കൊ ടിമരം, മാലവിളക്ക് കൊടിവിളക്ക്, ചങ്ങലവട്ടവിളക്ക്, കിണ്ടി, ചെ ല്ലം, കിണ്ണം വാൽക്കണ്ണാടി തുടങ്ങിയ ഇനങ്ങൾ ഈടോടും ഭംഗി യോടും കൂടി പയ്യന്നൂരിലെ മൂശാരിമാർ നിർമ്മിച്ചിരുന്നു. മെഴുകു കൊണ്ട് രൂപമുണ്ടാക്കിയാണ് വിഗ്രഹങ്ങളും വസ്തുക്കളും ഉണ്ടാ ക്കുന്നത്. മെഴുകു രൂപത്തിൽ പാകപ്പെടുത്തിയ മണ്ണ് പൊതിഞ്ഞ് ചൂടുപിടിപ്പിച്ച് മെഴുക് പുറത്തേക്ക് കളഞ്ഞശേഷം അതിൽ ഉരു ക്കിയ ലോഹം ഒഴിക്കുന്നു. പയ്യന്നൂരിലെ (കുഞ്ഞിമംഗലം ഉൾപ്പെ ടെ) മൂശാരിമാർ ഉണ്ടാക്കുന്ന ലോഹമിശ്രിതം ഭാരതത്തിൽത്ത ന്നെ ഏറ്റവും ഗുണമേന്മയുള്ളതാണെന്ന് കേന്ദ്രകരകൗശല മന്ത്രാ ലയത്തിലെ വിദഗ്ദന്മാർ അഭിപ്രായപ്പെട്ടിട്ടുണ്ട്. ഈ കാരണത്താൽ ഇന്ത്യാഗവൺമെന്റ് പയ്യന്നൂരിൽ കോടിക്കണക്കിന് രൂപ മുതൽ മു ടക്കിക്കൊണ്ട് ഒരു ബെൽമെറ്റൽ വ്യവസായ-ക്ലസ്റ്റർ സ്ഥാപിക്കു ന്നതിനുള്ള നടപടികളാരംഭിച്ചിട്ടുണ്ട്. കമ്പനി നിർമ്മിത ഉല്പന്ന

ങ്ങളുടെ വരവ് ഈ വ്യവസായത്തെ ഇന്ന് ഏറെ പ്രതിസന്ധിയി ലായിരിക്കുന്നു. 200ഓളം കുടുംബങ്ങൾ ഈ തൊഴിലിൽ ഏർപ്പെ ട്ടിരിക്കുന്നു. ചെമ്പ്, നാകം, കാരീയം ഇവ പ്രത്യേക അനുപാത ത്തിൽ ചേർത്താണ് പിച്ചളയുണ്ടാക്കുന്നത്. ചെമ്പും, വെള്ളിയും ചേർത്ത് വെള്ളോട് നിർമ്മിക്കുന്നു. ഇപ്പോൾ പ്രചാരത്തിലില്ലാ ത്ത സ്വദേശിക്കിണ്ടി – ഓടും പിച്ചളയുമുണ്ടാക്കുന്ന അനുപാത ത്തിൽ നിന്നും വ്യത്യസ്തമായിരുന്നു. കൂടാതെ പഞ്ചലോഹം, സ്വർ ണ്ണം, വെള്ളി, ഈയം, ഇരുമ്പ്, ചെമ്പ്, എന്നിവ ചേരുന്നതാണ്. ഈ ലോഹം നിർമ്മിക്കുമ്പോൾ ഇരുമ്പ് രാകി പൊടിച്ചാണ് ചേർ ക്കുക. പഞ്ചലോഹം ഉപയോഗിച്ച് വിഗ്രഹങ്ങൾ നിർമ്മിക്കാൻ ചി ലവ് ഏറെയാണ്. മൂശാരിപ്പണി ചെയ്യുന്ന ഇടം കൊട്ടിൽ എന്നാ ണ് അറിയപ്പെടുന്നത്. പണിയായുധങ്ങൾ മിക്കതും പുരാതനമാ യ പേരുകളിൽ തന്നെയാണ് ഇന്നും അറിയപ്പെടുന്നത്. മെഴുകാ ണിക്കോൽ, കണ്ണിക്കോൽ, വാരുന്നകത്തി, ഒല, കാനോനി, പെയു ന്നകല്ല്, എരിക്കുന്ന തോൽ, കടയുന്ന മരം, അമ്മി, അച്ചുകോൽ, മൂ ശ, മൂശയെടുക്കുന്ന വളഞ്ഞ കൊടിൽ, കൊടിൽ തുടങ്ങിയവയാ ണ് ഉപകരണങ്ങൾ. ലക്ഷ്മിവിളക്ക്, തൂക്കുവിളക്ക്, നിലവിളക്ക്, കുത്തുവിളക്ക്, കൈവിളക്ക്, ദീപസ്തംഭം കിണ്ടി, മുരുട, ലോട്ട, കി ണ്ണം, ഭദ്രവിളക്ക്, തടവിളക്ക് കൊടിമരം, പറ, താഴിക, ആൽവിള ക്ക്, വട്ടളം തുടങ്ങിയവരെല്ലാം മൂശാരിമാർ നിർമ്മിക്കുന്നവയാണ്. ക്ഷേത്രാനുബന്ധ ഇരുമ്പ് സൃഷ്ടികളായ തിരുവായുധവും, വിള ക്കും മറ്റും നിർമ്മിക്കുന്ന മനു ശില്പികൾ പടോളി ക്ഷേത്ര കുടും ബങ്ങളിലെ ഒരു പ്രധാന താവഴി തലമുറക്കാരായി കരുതപ്പെടു ന്നു. ഈ ക്ഷേത്രത്തിന്റെ ഉൽപത്തിയിൽ തന്നെ ഇരുമ്പിന്റെ തിരു വായുധവുമായി ബന്ധപ്പെട്ടുള്ള ഐതിഹ്യം ശ്രദ്ധേയമാണ്. ത്രി ലോഹ ശില്പികളുടെ ഒരു പ്രമുഖ വിശ്വകർമ്മജക്ഷേത്രമാണ് പ ടോളി ക്ഷേത്രം. തായ്പരദേവത, ബാലി, കന്നിക്കൊരുമകൻ, ഗു ളിയാങ്കഭഗവതി, വിഷ്ണുമൂർത്തി, രക്തചാമുണ്ഡി, മടയിൽ ചാ മുണ്ഡി, കുണ്ഡോർ ചാമുണ്ഡി, ഗുളികൻ എന്നീ തെയ്യങ്ങളെ ഈ ക്ഷേത്രത്തിൽ ആരാധിച്ചു വരുന്നു. സമുദായക്കാരുടെ ഇടയിൽ പണ്ടു കാലത്തു സാമുദായിക പ്രശ്നങ്ങൾ ചർച്ച ചെയ്യാൻ ചേർ ന്നിരുന്ന യോഗത്തിനാണു തൃക്കൂട്ടയോഗം എന്നു പറഞ്ഞിരു ന്നത്. ഭഗവതിയുടെ തിരുസന്നിധിയിൽവച്ച് നടക്കുന്ന ഈ യോഗ

ത്തിൽ നാട്ടിലെ എല്ലാം കാവുകളിൽനിന്നും അന്തിത്തരിയന്മാരോ കോമരങ്ങളോ പങ്കെടുക്കണമായിരുന്നു. പഴയകാലങ്ങളിൽ തൃക്കൂ ട്ടയോഗങ്ങളിൽവച്ചാണ് സാമുദായിക പ്രശ്നങ്ങൾക്കു പരിഹാരം കണ്ടിരുന്നത്. നൂറ്റാണ്ടുകളായി കൊക്കാനിശ്ശേരിയിൽ കേന്ദ്രീകരി ച്ച് കുലധർമ്മവും കർമ്മവും നിർവ്വഹിച്ചു വന്നിരുന്ന മനുശിൽപി കളുടെ പരമ്പര വിവിധ ദേശങ്ങളിൽ ഉപജീവനാർത്ഥം പോയി താമസമുറപ്പിച്ചിട്ടുണ്ട്. പൂർവ്വീകരാൽ തിരി തെളിച്ച് ഇന്നും ആരാ ധന അഭംഗുരം തുടരുന്ന ഇവരുടെ ക്ഷേത്രമാണ് കൊക്കാനിശ്ശേ രി മനുവാചാരി ദേവസ്ഥാനം. കരിവെള്ളൂർ പഞ്ചായത്തിലെ ചെ മ്പോട്ടിക്കുന്ന് എന്ന സ്ഥലം ചെമ്പോട്ടികളുടെ ആദ്യകാല ആവാ സകേന്ദ്രമാണ്. വളരെ കുറച്ചുപേർ മാത്രമേ ഇന്ന് ഈ ഫർക്കയിൽ ഉള്ളൂ. ചെമ്പോട്ടികൾ ചെമ്പുപാത്രങ്ങൾ ഉണ്ടാക്കുകയും കാവുക ളുടെ മേൽക്കൂരകൾ ചെമ്പടിക്കുകയും ചെയ്തുവരുന്ന ജനസമൂ ഹമാണ്. പരമ്പരാഗതമായ ശില്പനിർമ്മാതാക്കൾക്കു പുറമെ കോൺക്രീറ്റിലും മണ്ണിലും ശിൽപങ്ങൾ നെയ്യുന്നവരും കുഞ്ഞിമം ഗലത്തുണ്ട്. ഇങ്ങനെ കേരളത്തിന്റെ ശിൽപകലയുടെ തലസ്ഥാ നം എന്ന് പറയത്തക്ക വിധത്തിൽ കുഞ്ഞിമംഗലത്തിന്റെ ചരിത്ര പരവും സാംസ്കാരികപരവുമായ പ്രാധാന്യം വളരെ വലുതാണ്.

കൊല്ലമ്മാർ

ഈ സമുദായത്തിന്റെ മുഴുവൻ കുലനാമം ആചാരി എന്നാണെ ങ്കിലും തൊഴിൽ, ദേശം, ഭാഷ എന്നിവകൊണ്ട് വിവിധ പേരിൽ അറിയപ്പെടുന്നു. ഇരുമ്പുപണി ചെയ്യുന്നവർ കൊല്ലൻ എന്നും ക രുവാൻ എന്നും അറിയപ്പെടുന്നു. കൊല്ലൻ എന്ന വാക്കിന്റെ മൂലപ ദമോ എങ്ങനെ ഉണ്ടായെന്നോ അറിയില്ല. കർമ്മാര (ലോഹപ്പ ണിക്കാരൻ) എന്ന സംസ്കൃത പദത്തിൽ നിന്നാവണം കരുവാൻ എന്ന വാക്ക് ഉണ്ടായത്. ഇവരുടെ പണിശാല ആല, ഉല എന്നീ പേരുകളിൽ അറിയപ്പെടുന്നു. അവർ കാർഷിക ഉപകരണങ്ങൾ, അടുക്കള ഉപകരണങ്ങൾ എന്നിവ ഇരുമ്പിൽ ഉണ്ടാക്കുന്നു. ഇവർ മനു ഋഷിയുടെ പിൻഗാമികൾ എന്നു വിശ്വസിക്കുന്നു. കൊല്ലൻമാ രാണ് ഭൂമിക്കടിയിൽ നിന്ന് ഇരുമ്പു കുഴിച്ചെടുക്കുകയും ആ ഇരു മ്പ് സംസ്കരിച്ചെടുത്ത് പലതരം ആയുധങ്ങളും ഉപകരണങ്ങളും നിർമ്മിക്കുകയും ചെയ്യുന്നത്. ഇങ്ങനെ ഇരുമ്പ് കുഴിച്ചെടുത്ത സ്ഥ

ലങ്ങളാണ് ഊത്താലകൾ എ
ന്നറിയപ്പെട്ടത്. ഈ ഇരുമ്പു
സംസ്കാരത്തിന്റെ അവശിഷ്
ടങ്ങളാണ് പുരാണക്കിട്ടം എ
ന്ന പദം സൂചിപ്പിക്കുന്നത്.
തുളുനാട്ടിൽ കൊല്ലമാരെ മു
വ്വാലി എന്നു കൂടി വിളിച്ചിരു
ന്നു. ഓരോ പ്രദേശത്തും
കൊല്ലൻ സമുദായത്തിൽപ്പെ
ട്ട ഒരു കുടുംബത്തിനാണ്
പെരുങ്കളിയാട്ടത്തിൽ ആയു

ധം കടയാനുള്ള അവകാശമുള്ളത്. തികഞ്ഞ ഭക്തിയോടെയാണ്
വിശ്വകർമ്മൻ ഈ കർമ്മം അനുഷ്ഠിക്കുന്നത്. വ്രതം നോറ്റ് വേ
ണം ആയുധം കടയാൻ. പഴക്കമുള്ള തിരുവായുധങ്ങൾക്ക് കേടു
പറ്റിയിട്ടുണ്ടെങ്കിൽ അതിന് പകരം പുതിയത് ഉണ്ടാക്കും. പ്രധാന
തിരുവായുധങ്ങളെല്ലാം ഇരുമ്പാണ്. പഴയ ആയുധത്തിലെ ശക്തി
ആവാഹിച്ച് പുതിയതിലേക്ക് പകരും. പഴയ ആയുധം വെള്ള
ത്തിലൊഴുക്കുകയോ അഗ്നിമൂലക്ക് കുഴിച്ചു മൂടുകയോ ചെയ്യുന്ന
ചടങ്ങ് വിശ്വകർമ്മൻ നടത്തുന്നു. പെരുങ്കളിയാട്ടം വരുമ്പോൾ വ
രച്ചുവെക്ക ലിന്റെ തലേന്ന് ആയുധം കടഞ്ഞ് വൃത്തിയാക്കി സമർ
പ്പിക്കുന്നു. കളിയാട്ടത്തിന് മൂന്ന് ദിവസവും കായയും വെള്ളരി
യും വെളിച്ചെണ്ണയും വിശ്വകർമ്മന് കിട്ടും. കൊല്ലൻ സമുദായത്തിൽ
പ്പെട്ട കമ്മാളരുടെ അന്തിത്തിരിയൻ വ്യത്യസ്ത പേരുകളിൽ വ്യ
ത്യസ്ത ദിക്കുകളിലറിയപ്പെടുന്നു. പാരമ്പര്യമായി അനന്തരവൻ
മാരെയാണ് നിയോഗിക്കുന്നത്. അപൂർവ്വം ചില സന്ദർഭങ്ങളിൽ
ദൈവാവേശത്തിന്റെ അടിസ്ഥാനത്തിലും ആചാരം കൊളളാറുണ്ട്.
തറവാട്ടു മൂപ്പുസ്ഥാനമനുസരിച്ചുള്ള കാരണവസ്ഥാനാരോഹണ
രീതി സമുദായങ്ങളിലുമുണ്ട്. സാമുദായികവും ധാർമ്മികവുമായ
കാര്യങ്ങളിൽ ഇവരുടെ സാന്നിധ്യം അത്യന്താപേക്ഷിതമാണ്. വി
വാഹപ്രായം പുരുഷന്മാർക്ക് പത്തൊൻപതിനും, ഇരുപതിയൊ
ന്നിനുമിടയിൽ സ്ത്രീകൾക്ക് പതിമൂന്ന് വയസ്സുമാണ്. നിശ്ചയത്തി
ന് അച്ഛനും കാരണവരും മൂന്നാനും മറ്റു ബന്ധുക്കളും ചേർന്ന്
വെറ്റിലയും അടക്കയുമായി പോകുന്നു. അച്ഛന്റേയും അമ്മയുടെ

യും വീട്ടിലും തുടർന്ന് മറ്റ് ബന്ധുക്കളുടെ വീട്ടിലും ഇവർ തന്നെ പോയി വിവാഹക്കാര്യം അറിയിക്കുന്നു. വിവാഹം രാത്രികാലങ്ങളിലായിരുന്നു നടന്നിരുന്നത്. വരനും ചങ്ങാതിമാരും മൂന്നാനും ഒരു കുട്ടിയോടും കൂടി ഈ കുട്ടിയുടെ ഇല്ലം വരന്റെയും വധുവിന്റെയും ആയിരിക്കരുത്, മാത്രവുമല്ല മുറുക്കാനുള്ളതും, അന്നപ്പുടവയും പിടിക്കേണ്ടത് ഈ കുട്ടിയാണ് കുട്ടിക്ക് ഉടുക്കാനുള്ള തോർത്ത് വരന്റെ വീട്ടുകാരാണ് നൽകേണ്ടത്) വധുവിന്റെ വീട്ടിലേക്ക് പോകുന്നു. പയ്യന്നൂരിൽ മിക്കവാറും എല്ലാ ഗ്രാമങ്ങളിലും കൊല്ലന്റെ ആല കാണാവുന്നതാണ്. പിലിക്കോട് പഞ്ചായത്തിലെ പിലിക്കോട് വയലിൽ നിന്നും കണ്ടെത്തിയ ചെങ്കൽ ഗുഹ ചതുരാകൃതിയിലാണ് നിർമ്മിച്ചിരിക്കുന്നത് ഗുഹയിൽ നിന്നും കാലുകളോട് കൂടിയ കുജ പോലുള്ള മൺപാത്രങ്ങളും ഇരുമ്പിന്റെ അവശിഷ്ടങ്ങളുമാണ് കണ്ടെത്തിയത്. ആലപ്പടമ്പിലെ പറമ്പിൽ നിന്നും കണ്ടെത്തിയ കല്ലറയിൽ മറ്റുള്ളവയിൽ നിന്നും വ്യത്യസ്തമായ ചില സവിശേഷ ഇരുമ്പിന്റെ അവശിഷ്ടങ്ങൾ ഉണ്ടായിരുന്നു. ഇരുമ്പിന്റെ സ്മാരകങ്ങളും വ്യക്തമാക്കുന്നത് കൊല്ലൻമാർ മഹാശിലാ സംസ്കാരം മുതൽ ഇവിടെ സജീവമാണ് എന്നാണ്. ഇരുമ്പു യുഗത്തിന്റെ അവശിഷ്ടങ്ങൾ പയ്യന്നൂരിൽ പലേടത്തും കാണാൻ

കഴിയും. ബി.സി 1000 തൊട്ട് എ ഡി ഒന്നാം നൂറ്റാണ്ട് വരെയുള്ള കാലമാണ് ഇരുമ്പുയുഗമായി ചരിത്രകാരന്മാർ സങ്കല്പിക്കുന്നത്. ഇരുമ്പായുധങ്ങൾ ഉപയോഗിച്ച് കൊണ്ടുള്ള മഹാശിലാസ്മാരക ങ്ങളാണ് രാമന്തളി തൊട്ട് പ്രാപ്പൊയിൽ വരെയുള്ള പ്രദേശങ്ങ ളിൽ കാണുന്നത്. ഈ സമുദായത്തിന്റെ മുഴുവൻ കുലനാമം ആ ചാരി എന്നാണെങ്കിലും തൊഴിൽ, ദേശം, ഭാഷ എന്നിവകൊണ്ട് വിവിധ പേരിൽ അറിയപ്പെടുന്നു. ഇരുമ്പുപണി ചെയ്യുന്നവർ കൊ ല്ലൻ എന്നും കരുവാൻ എന്നും അറിയപ്പെടുന്നു. കൊല്ലൻ എന്ന വാക്കിന്റെ മൂലപദമോ എങ്ങനെ ഉണ്ടായെന്നോ അറിയില്ല.   അ വർ കാർഷിക ഉപകരണങ്ങൾ, അടുക്കള ഉപകരണങ്ങൾ എന്നിവ ഇരുമ്പിൽ ഉണ്ടാക്കുന്നു. കൃഷി ചെയ്യാനാവശ്യമായ ഉപകരണങ്ങൾ, പ്രധാനമായും കലപ്പ, കൊഴു, കൈക്കോട്ട് തുടങ്ങിയവയുടെ നിർ മ്മാണം ഇരുമ്പ് സാങ്കേതിക വിദ്യയുമായി ബന്ധപ്പെട്ടുകിടക്കുന്നു. കൊല്ലന്മാരുടെ സാമൂഹിക പ്രാധാന്യം ഇതുമായി ബന്ധപ്പെട്ടതാ ണ്. കൊല്ലക്കുടികൾ ഉയർന്നുവന്നതിന്റെ പാശ്ചാത്തലമിതാണ്. കൃഷിയുടെ വ്യാപനവും ഇരുമ്പുപകരണങ്ങളുടെ കടന്നുവരവും പരസ്പര പൂരകമായി വർത്തിച്ചു. ഇവർ മനു ഷ്യിയുടെ പിൻഗാ മികൾ എന്നു വിശ്വസിക്കുന്നു. മുൻകാലങ്ങളിൽ കൊല്ലന്റെ വിവാ ഹ ചടങ്ങുകൾക്ക് ചിട്ടപ്പെടുത്തിയ വ്യവസ്ഥയുണ്ടായിരുന്നു. സം സ്കാരചടങ്ങുകളിൽ അന്ത്യമായതാണ് പരേതക്രിയ. പരേതാത്മാ വിന്റെ ശക്തിക്കുവേണ്ടിയുള്ളതാണ് ഈയൊരു കർമ്മം. ശ്രദ്ധയോ ടും നിഷ്ഠയോടും കൂടി ചെയ്യുന്നതാണ് മരണാനന്തര കർമ്മങ്ങൾ. മരണാനന്തരക്രിയകൾ ഭാവിദോഷങ്ങൾ ഒഴിവായി കിട്ടുവാനുള്ള ള ഉത്കണ്ഠയോടെ മന്ത്രതന്ത്രങ്ങളോടു കൂടി പ്രാക്തനജനങ്ങൾ നിർവ്വഹിച്ചിരുന്നു. പന്തൽമംഗലം പെൺകുട്ടികൾക്ക് മാത്രം നട ത്തുന്ന ചടങ്ങാണ്. വിവാഹപ്രായമായ ഒരു കുട്ടിതന്റെ കുടുംബ ത്തിലുണ്ടെന്നറിയിക്കുന്ന ഒരു വിളംബരമായിരുന്നു. പന്തൽമംഗ ലം ബന്ധുക്കളുടേയും നാട്ടുകാരുടേയും സാമുദായിക ക്ഷേത്ര സ്ഥാനികരുടേയും സാന്നിദ്ധ്യം ഈ കർമ്മത്തിന് അനിവാര്യമാ യിരുന്നു. പ്രാശ്നികവിധിയനുസരിച്ച് ശുഭമുഹൂർത്തത്തിൽ നടത്ത പ്പെടുന്ന പന്തൽമംഗലത്തിന് മുന്നോടിയായി മൂന്ന് ദിവസം മുമ്പ് പെൺകുട്ടിയെ ചില ചടങ്ങുകളോടെ പടിഞ്ഞാറ്റയിൽ ഇതര കു ടുംബാംഗങ്ങളിൽ നിന്ന് മാറ്റിപ്പാർപ്പിക്കുന്നു. കൊല്ലൻ വീട്ടിൽ ഗൃ

ഹപ്രവേശന സമയത്ത് നടത്തുന്ന ഗണപതി പൂജയുടെ ഭസ്മം ഒ
രു മൺചട്ടിയിലാക്കി സൂക്ഷിക്കുന്നു. പയ്യന്നൂരിലെ പാടാർകുളങ്ങ
ര ഭഗവതി യുടെ പുരാവൃത്തത്തിലും പെരുംകൊല്ലനെകുറിച്ച് പറ
യുന്നുണ്ട്.   ഐപ്രത്ത് നായർ, കാരിമൂല മീത്തലെ വീട്ടിലെ പെ
രുങ്കൊല്ലനേയും കൂട്ടി മണിനായാട്ടിന് പോയപ്പോൾ പെരുംകൊ
ല്ലൻ വള്ളിക്കുടിലിൽ പരാശക്തി ഇരിക്കുന്നതായി കണ്ടെന്നും
പാടാർകുളങ്ങരഭഗവതിയുടെ അനുഗ്രഹത്താൽ പെരുംകൊല്ലൻ
തട്ടാൻകോടി എന്ന ദൈവമായി മാറിയെന്നുമാണ് പാടാർകുളങ്ങ
ര ഭഗവതിയുടെ ഗദ്യ തോറ്റത്തിൽപറയുന്നത്. ബൊബ്ബരിയൻ തെ
യ്യത്തിന്റെ തോറ്റത്തിൽ കമ്മാളരുടെ കപ്പൽ നിർമ്മാണത്തെക്കുറി
ച്ച് പറയുന്നുണ്ട്. ഭിർന ആൾവയുടെ തുളു വാചാലിൽ കമ്മാളരെ
കുറിച്ച് പറയുന്നുണ്ട്. നെക്രാജ എന്ന സ്ഥലത്ത് പെരിയകൊള്ളി
എന്ന കമ്മാളന് മിന്നലിന്റെ രൂപത്തിലുള്ള വാൾ കിട്ടിയെന്നും. ഒ
രു ഭിർന ആൾവ പള്ളിവാൾ എടുത്ത് തെയ്മായി മാറിയെന്നും
വാചാലിൽ പറയുന്നുണ്ട്. ഭിർന ആൾവയുടെ തോറ്റത്തിൽ ആ
ശാരി, മൂശാരി, കൊല്ലൻ തട്ടാൻ എന്നിവർ പരസ്പരം വിവാഹ
ബന്ധത്തിൽ ഏർപ്പെടുന്നു എന്നാണ് വിശേഷിപ്പിച്ചിരിക്കുന്നത്.
ആശാരിമാരുടെ പര്യായമായി തച്ചൻ എന്ന ഉപയോഗിക്കുന്നുണ്ട്.
പയ്യന്നൂരിൽ പെരുകളിയാട്ടത്തിന്   ആശാരിക്കും, പെരും കൊല്ല
നും , പ്രത്യേക സ്ഥാനമുണ്ട്.

തട്ടാന്മാർ

വിശ്വകർമ്മാവിന്റെ അഞ്ചു സന്താനങ്ങളായ ആശാരി, മൂശാരി,
കൊല്ലൻ, തട്ടാൻ, ശില്പി എന്നിവരിലൊരാളായ തട്ടാൻ സ്വർണ്ണ
പ്പണി പാരമ്പര്യ തൊഴിലായി ഉള്ളവരാണ്. ആഭരണക്കിടക്കയിൽ
മുഖ്യസ്ഥാനം സ്വർണ്ണാഭരണത്തിനുള്ളതുകൊണ്ടു തന്നെ സ്വർണ്ണ
പ്പണിക്കാരായ ഇവർക്കും സമൂഹത്തിന്റെ പ്രത്യേക സ്ഥാനം പ
ണ്ടുമുതലേ ഉണ്ടായിരുന്നു. ഓരോ ആളുകളുടേയും അഭിരുചിക്കൊ
ത്ത് ഇവർ ആഭരണങ്ങൾ പണിതു നല്കിയിരുന്നു. സ്വർണ്ണം ഒര
പൂർവ്വ വസ്തുവായിരുന്ന കാലഘട്ടമായിരുന്നു നമ്മുടെ പൂർവ്വിക
രുടേത്. വളരെ അപൂർവ്വമായി മാത്രമേ സ്വർണ്ണം ധരിച്ചിരുന്നുള്ളൂ.
സ്വർണ്ണപ്പണിക്കാരായി പൂർവ്വികരുടെ ഓർമ്മയിലുള്ളത് കോറോം
വില്ലേജ് ഓഫീസ് പരിസരത്ത് താമസിച്ചവരാണ് ആ സ്ഥലം പി

നീട് തട്ടാൻ വളപ്പ് എന്ന് അറിയപ്പെട്ടു. പഴയകാലത്ത് ഇവ രുടെ അധ്വാനത്തി ന് നെല്ല്, ഓട്ടമു ക്കാൽകാൾ എന്നി വയാണ് ലഭിച്ചത്. നിർമ്മിക്കപ്പെട്ട സ്വർണ്ണാഭരണങ്ങൾ വിഖ്യാതമായ ഒരു

പാരമ്പര്യത്തെയാണ് സൂചിപ്പിക്കുന്നത്. തൊഴിലിന്റെ പ്രാമുഖ്യത്തിൽ തട്ടാൻ വിഭാഗത്തിലും സാമൂഹ്യപരമായ പിന്നോക്കാവസ്ഥ കാ ണാം. തട്ടാൻ ഉയർന്ന സമുദായക്കാരുടെ സ്വർണ്ണപ്പണി തൊഴിലാ ളികളായും ജിവിച്ചിരുന്നു. അവരുടെ വിടുകളിൽ പ്രവേശനം ഉ ണ്ടായിരുന്നു. പയ്യന്നൂരിൽ പഴയകാലത്ത് സാമ്പത്തിക ശേഷിയ നുസരിച്ച് സ്ത്രീകൾ സ്വർണ്ണാഭരണങ്ങൾ ധരിക്കാറുണ്ട്. പ്രായം കൂടുന്നതിനനുസരിച്ച് കാതിലെ തുളക്ക് വലുപ്പം വർദ്ധിച്ച് തോട കളോ, കുരുത്തോല വാട്ടി വളച്ചതോ കാതിലിടാറുണ്ട്. സ്വർണ്ണപ്പ ണി ചെയ്യുന്നവർ പൊന്നാചാരി എന്നും തട്ടാൻ എന്നും അറിയ പ്പെടുന്നു. തട്ടാൻ എന്ന പദം എങ്ങനെ ഉണ്ടായെന്ന് അറിയില്ല. സ്വർണ്ണം, വജ്രം, രത്നാഭരണങ്ങൾ, പവിത്രമായ താലി, തിരുവാ ഭരണങ്ങൾ മുതലായവയിൽ ഉണ്ടാക്കുന്നു. ഇവർ വിശ്വജ്ന എന്ന ഋഷിയുടെ പിൻഗാമികൾ എന്നു വിശ്വസിക്കുന്നു. സ്വർണ്ണം ഒര പൂർവ്വ വസ്തുവായിരുന്ന കാലഘട്ടമായിരുന്നു പൂർവ്വികരുടേത്. ചിങ്ങമാസത്തിലെ പഞ്ചമി നാളിൽ സമുദായം ഋഷി പഞ്ചമി ആ ഘോഷിക്കാറുണ്ട്. മനു, മയ തുടങ്ങിയ അഞ്ച് ഋഷികളും, ദൃഢ ഐക്യത്തോടെ തങ്ങളുടെ സൃഷ്ടാവിനെ (വിരാട് വിശ്വകർമ്മാ വ്) പ്രാർത്ഥിക്കുകയും പൂജിക്കുകയും ചെയ്ത ദിവസമായി ഈ ദിനത്തെ കാണുന്നു. വളരെ അപൂർവ്വമായി മാത്രമേ സ്വർണ്ണം ധ രിച്ചിരുന്നുള്ളൂ. വിവാഹിതയായ സ്ത്രീ കഴുത്തിൽ സ്വർണ്ണമംഗള സൂത്രം അണിയുന്നു. കുപ്പിവളയും കുങ്കുമപ്പൊട്ടും സാധാരണമാ ണ്. തട്ടാന്മാരുടെ സാമുദായികഘടകമാണ് ചേരി. ജനങ്ങൾ കൂട്ട മായി താമസിക്കുന്ന സ്ഥലം എന്ന അർത്ഥമാണ് ചേരിക്കുള്ളത്.

തട്ടാന്മാർ അധിവസിക്കുന്ന തട്ടാച്ചേരി പയ്യന്നൂരിലാണ് പയ്യന്നൂ
രിന്റെ പേരും പെരുമയും നാട്ടിലാകെ എത്തിച്ചതിൽ പവിത്രമോ
തിരത്തിന് പ്രഥമസ്ഥാനമാണുള്ളത്. പയ്യന്നൂരിലെ ചൊവ്വട്ട വള
പ്പിൽ പെരുന്തട്ടാൻ കുടുംബത്തിൽപ്പെട്ടവർ പാരമ്പര്യമായി പവി
ത്രമോതിരം നിർമ്മിച്ചു വരുന്നു. വളരെ ദൂരെ നിന്നടക്കം നിരവധി
യാളുകൾ ഇപ്പോഴും ഇതിന് ഓർഡർ ചെയ്യുന്നുണ്ട്. പവിത്രമോ
തിരത്തിന്റെ നിർമ്മാണ രഹസ്യം പെരുന്തട്ടാൻ കുടുംബത്തിൽ
പ്പെട്ടവർക്കേ അറിയൂ. മുൻകൂട്ടി അളവ് എടുത്ത് സാധാരണ ഏഴ്
തൂക്കങ്ങളിലായിട്ടാണ് പവിത്രമോതിരം ഉണ്ടാക്കി വരുന്നത്. വല
തുകൈയിൽ പവിത്രം ധരിക്കുന്നതോടു കൂടി ആകെ പരിശുദ്ധമാ
ക്കുന്നുവെന്നാണ് സങ്കൽപം ഒരു പവിത്ര മോതിരം ധരിക്കുന്ന
സാധകനോ അർച്ചകനോ അവന്റെ കുണ്ഡലിനി ശക്തി ഉണർ
ത്തുവാനും പരിണതഫലമായി ദക്ഷിണഭാഗത്തു കൂടിയുള്ള അ
മൃതധാരയെ പരിശുദ്ധമാക്കാനും സാധിക്കുന്നുവെന്ന് പവിത്ര ധാ
രണതത്വം പറയുന്നു. മൂന്ന് ദിവസത്തെ അതി സൂക്ഷ്മമായ ജോ
ലി ഒരു മോതിരം നിർമ്മിക്കുന്നതിന് ആവശ്യമാണ്. വ്രതശുദ്ധി വ
രുത്തിയാണ് മോതിരം നിർമ്മിക്കുന്നത്. ക്ഷമയും അർപ്പണമനോ
ഭാവവും ഉണ്ടെങ്കിൽ മാത്രമേ പവിത്രമോതിരം നിർമ്മിക്കുവാൻ
കഴിയുകയുള്ളൂ. പുതിയ തലമുറ ഈ രംഗത്തേക്കു കടന്നുവരു
ന്നില്ലെന്ന് അഭിപ്രായമുണ്ട്. സ്വർണ്ണം വെള്ളി ആഭരണനിർമ്മാണ
വും പയ്യന്നൂർ, കരിവെള്ളൂർ, പെരളം തുടങ്ങിയ ഗ്രാമങ്ങളിൽ ധാ
രാളമായി ഉണ്ടായിരുന്നു. തട്ടാൻ സമുദായത്തിൽപ്പെട്ടവരാണ് മുൻ
കാലങ്ങളിൽ ഈ തൊഴിൽ ചെയ്തിരുന്നത്. കരകൗശല വൈദഗ്
ദ്യമുപയോഗിച്ച് വിവിധ തരത്തിലുള്ള മാല, കമ്മൽ, അരഞ്ഞാ
ണം, പാദസരം, വള, മോതിരം എന്നിവയും നിർമ്മിച്ചിരുന്നു. എ
ന്നാൽ ഈ അടുത്തകാലത്തായി യന്ത്രനിർമ്മിത ആഭരണങ്ങളു
ടെയും ജ്വല്ലറികളുടെയും വരവോടു കൂടി ഈ പരമ്പരാഗത തൊ
ഴിൽ മേഖല പ്രതിസന്ധിയിലായിരിക്കയാണ്. ഇതുവരെയായി ക
ണ്ടെത്തിയതിൽ വെച്ച് ഏറ്റവും വലിയ സ്വർണ്ണനാണയശേഖരം
കിട്ടിയ പയ്യന്നൂരിൽ പുരാതന കാലത്തുതന്നെ പവിത്ര മോതിരം
പ്രധാന കച്ചവടമാക്കിമാറ്റിയിട്ടുണ്ടാവണം. പവിത്രമോതിരമാണെ
ന്ന് അവകാശപ്പെട്ട് പലേടത്തും ഇതിനെ അനുകരിച്ച് മോതിരം
നിർമ്മിച്ചു വിൽക്കുന്നുണ്ട്   പവിത്രമോതിരത്തിന് പിന്നിൽ ഒരു

കഥയുണ്ട്. പയ്യന്നൂർ സുബ്രഫ്മണ്യ സ്വാമി ക്ഷേത്രത്തിന്റെ പുനർ നിർമ്മാണം കഴിഞ്ഞ് പുന:പ്രതിഷ്ഠ നടക്കുന്ന സന്ദർഭം. ക്ഷേ ത്രാധികൃതർ ഇരിങ്ങാലക്കുടയിൽ ചെന്ന് തരണനല്ലൂർ തന്ത്രിയെ ക്ഷണിക്കുന്നു. പുന:പ്രതിഷ്ഠക്ക് വരാൻ ആ ദിവസം അവിടെ ആ രുമില്ല. ക്ഷണിക്കാൻ പോയ ആൾ ദു:ഖിതനായി മടങ്ങി. പക്ഷെ അധികം വൈകാതെ ഒരാൺകുട്ടി ക്ഷേത്രത്തിലെത്തി. തരണനെ ല്ലൂർ തന്ത്രി കുടുംബത്തിലെ ഒരു കുട്ടി അമ്മയുടെ അനുമതി വാ ങ്ങി താന്ത്രികവൃത്തിക്കായെത്തി. തരണനല്ലൂർ തന്ത്രിയായ ആ പയ്യനാണ് പുതിയൊരു നിർദ്ദേശം മുന്നോട്ടു വെച്ചത്. പയ്യൻ (സു ബ്രഫ്മണ്യൻ) മൂന്നുനേരം മുടങ്ങാതെ പൂജ വേണം. മൂന്നുനേര വും ദർഭ പറിച്ച് മോതിരമുണ്ടാക്കി പവിത്രമായി വിരലിലണി ഞ്ഞാലേ പൂജ നടത്താൻ പറ്റൂ. ഇത് പ്രയാസകരമാണ്. പവിത്രം അബദ്ധത്തിലെങ്ങാൻ താഴെ വീണാൽ ഭൂമിദേവിയുടെ കോപമു ണ്ടാകും. അതുകൊണ്ട് സ്വർണം കൊണ്ട് പവിത്രമുണ്ടാക്കുന്ന താണ് സൗകര്യവും; ബുദ്ധി എന്നായിരുന്നു തന്ത്രിയുടെ നിർദ്ദേ ശവും ഉപദേശവും. ചൊവ്വാട്ടിൽ പെരുന്തട്ടാൻ കുടുംബത്തിന് പ വിത്രനിർമ്മാണാവകാശം നൽകിയതും തന്ത്രിയാണെന്നാണ് വി ശ്വാസം.നിർമ്മാണത്തിൽ ഒട്ടേറെ സവിശേഷതകൾ പവിത്രമോ തിരത്തിനുണ്ട്. ഒറ്റനോട്ടത്തിൽ തന്നെ ആകർഷകം. ആരോഗ്യവു മായി ബന്ധപ്പെട്ട ശാസ്ത്രവിധിക്കനുസൃതമാണ് മോതിരത്തിന്റെ നിർമ്മാണമെന്നും നിർമ്മാതാക്കൾ അവകാശപ്പെടുന്നുണ്ട്.

കക്കോട്ടികൾ

പയ്യന്നൂരിൽ ഗാർഹിക ആവശ്യങ്ങൾക്കും ആരാധനാപരമായ ആവശ്യങ്ങൾക്കും കരിങ്കൽ വസ്തുക്കളും ഉപകരണങ്ങളും വിഗ്ര ഹങ്ങളും നിർമ്മിക്കുന്നവരാണ് കക്കോട്ടികൾ. കക്കംപാറ കക്കോ ട്ടികളുടെ പ്രദേശമാണ്. കല്ല്, കരിങ്കല്ല്, കോട്ടുന്ന അഥവാ വളക്കു ന്നവരാണ് കക്കോട്ടികൾ, തമിഴ്നാട്ടിലെ നാഗർകോവിൽ ഭാഗത്തു നിന്നാണ് ആട്ടുകല്ല്, പലക അമ്മി, വിഗ്രഹം, എന്നിവ ഉണ്ടാക്കാൻ ചിറക്കൽരാജാവ് അവരെ ഏഴിമലയിലേക്ക് കൊണ്ടുവന്നത് കുന്ന രു കല്ലിങ്ങച്ചാലിൽ 65 ഓളം കുടുംബങ്ങൾ താമസിക്കുന്നുണ്ട്. ക ളനാടും മറ്റും കക്കോട്ടികളുടെ ആവാസകേന്ദ്രമുണ്ട്. രാമന്തളി കാ രന്തട്ടു കക്കോട്ടി സമുദായക്കാർ കരിങ്കൽ ബിംബങ്ങളും മറ്റു ശി

ല്പങ്ങളും നിർമ്മിക്കുന്നതിൽ അതിവിദഗ്ധരാണ്. കക്കോട്ടികൾ എന്ന കരിങ്കൽ ശില്പാശാരികൾ ഏഴിമലയിൽ മാത്രം നിലനിൽ ക്കുന്നു. കരിങ്കൽശില്പങ്ങളും മറ്റും അവരാണ് നിർമ്മിക്കുന്നത്. കണ്ണാളൻ എന്നാൽ നേത്ര-മാംഗല്യം (ദക്ഷിണേന്ത്യയിൽ, ശില് പ്പി ഒരു വിഗ്രഹം - തടി, ലോഹം, കല്ല് ഏതുമാവാം പൂർത്തിയാ ക്കിയ ശേഷം അതിന്റെ ചെവിയിൽ മൂലമന്ത്രം ജപിച്ചും തേൻ കൊണ്ടു കണ്ണെഴുതിയും വിഗ്രഹത്തെ ദൈവചൈതന്യം കൊടു ത്ത് ദേവൻ (ദേവി) ആക്കുന്ന ചടങ്ങ് നടത്തുന്ന ആൾ എന്നാണ്. മറ്റൊരഭിപ്രായം തന്റെ കർമ്മത്തിൽ (തൊഴിലിൽ) സ്വന്തമായി നി യമം, വ്യവസ്ഥ, നിയന്ത്രണം ഉള്ള ആൾ എന്ന അർത്ഥം വരുന്ന കർമ്മാളാർ എന്നാണ്. നല്ലയിനം കരിങ്കല്ല് ഏഴിമലയിൽ സുലഭ മായതിനാലാവണം ഇവരെ ഇവിടെ പാർപ്പിച്ചത്. ഇന്നും വിദഗ്ധ രായ ശില്പികൾ ഇവിടെ ഈ തൊഴിലിൽ ഏർപ്പെട്ടിട്ടുണ്ട്. പേറ്റി ച്ചിയമ്മയാണ് ഇവരുടെ ആരാധനാ മൂർത്തി. കണ്ണൂർ കോമാക്ഷി യമ്മൻ കോവിലിൽ നിന്ന് ഇവരെ അമ്പലങ്ങളുടെ വിഗ്രഹങ്ങളു ണ്ടാക്കാനും മറ്റും കൊണ്ടുവന്നതാണ്. തളിപ്പറമ്പ് രാജരാജേശ്വര ക്ഷേത്രത്തിലെ ചാക്യാർമഠത്തിൽ താമസിച്ചതു കൊണ്ടു രാഘ വൻ എന്ന ശില്പിയുടെ വീട്ടുപേര് ചാക്യാർമഠം രാഘവൻ എന്നാ ണ്. അമ്പലത്തിന്റെ വാതിലുകൾ, സോപാനങ്ങൾ, പള്ളിയിലെ കരിങ്കൽ മിമ്പറുകൾ, അമ്പലത്തിന്റെ മുമ്പിലുള്ള വലിയ ബലിക്ക ല്ല്, അമ്പലത്തിലെ ഓവുകൾ, വിഗ്രഹങ്ങൾ, വിഗ്രഹം പ്രതിഷ്ഠി ക്കുന്നതിനുള്ള പീഠം, ശിവലിംഗം, നവഗ്രഹസങ്കല്പത്തോടെയു ള്ള ഒമ്പതു ബലിക്കല്ലുകൾ, അഷ്ടദിക്പാലകന്മാരുടെ എട്ടുബലി ക്കല്ലുകൾ, ശിവൻ, വിഷ്ണു, കൃഷ്ണൻ, സുബ്രഹ്മണ്യൻ, സരസ്വ തി എന്നിങ്ങനെ നാനാതരത്തിലുള്ള വിഗ്രഹങ്ങൾ എന്നിവയൊ ക്കെ ഇവർ നിർമ്മിച്ചു വരുന്നു. പലതരം അക്ഷരങ്ങളും ശാസന ങ്ങളും ഇവർ കൊത്തിവെയ്ക്കുന്നു. അമ്പലത്തിലെ വിഗ്രഹങ്ങൾ കൊത്തുന്നതുകൊണ്ട് ഭൂമി ദേവസ്വം ജന്മിമാർ ദാനമായി കൊടു ത്തതാണ്. വിഗ്രഹനിർമ്മാണത്തിനും അമ്മിയും കുഴിയമ്മിയുമെ ല്ലാം നിർമ്മിക്കാനാവശ്യമായ കൃഷ്ണശില ധാരാളമായുള്ള പ്ര ദേശമാണ്. കുന്നരു - പയ്യന്നൂരിൽ തമിഴ്‌വംശജരായ ഈ കൊ ത്തുപണിക്കാർ താമസിക്കുന്ന ഏക പ്രദേശവും കുന്നരുവാണ്. വാസ്തുശില്പത്തിന്റെ ആദിരൂപങ്ങളായി വേണം ഏഴിമലയിലെ

കക്കംപൊറയിലെ നാട്ടുകല്ലുകളെ കാണാൻ. പയ്യന്നൂരിൽ. ഇവർ നിർമ്മിച്ച കെട്ടിടങ്ങളെ കാലത്തിന്റെ കടന്നാക്രമണം ഏറെ ബാധിച്ചു കാണുന്നുമില്ല. പയ്യന്നൂർ സുബ്രഹ്മണ്യ ക്ഷേത്രത്തിന്റെ സവിശേഷത മതിൽക്കെട്ട് ഇവരുണ്ടാക്കിയതാണ്. പന്ത്രണ്ടടിയോളം പൊക്കത്തിൽ പുറത്തേക്കുന്തിയ നിലയിൽ മതിൽക്കെട്ട് ഇവരുണ്ടാക്കിയതാണ്. ഒരു കാലത്ത് കണ്ണൂർ, തലശ്ശേരി പട്ടണങ്ങൾ പോലെ തന്നെ പയ്യന്നൂരും കരിങ്കൽ ബിംബങ്ങളാലും മറ്റു ശില്പങ്ങളാലും പ്രാമുഖ്യം നേടിയിരുന്നു. പയ്യന്നൂർ സുബ്രഹ്മണ്യ ക്ഷേത്രത്തിന്റെഅമ്പലത്തിന്റെ വിഗ്രഹവും ശ്രീപീഠവും ഓവുചാലും അമ്മികളും തിരികല്ലുകളും ഇവരുണ്ടാക്കിയതാണ് .ശ്രീപീഠംതന്ത്രി എന്ന് വിളിച്ചുകൊണ്ടാണ് തെയ്യം കക്കോട്ടികളെ അനുഗ്രഹിക്കുന്നത്. ആറടി പൊക്കത്തിൽ സുബ്രഹ്മണ്യന്റെ പൂർണകായ വിഗ്രഹമാണ് ശ്രീ കോവിലിൽ. കട്ടിയുള്ള കരിങ്കൽപാളികൊണ്ട് തീർത്ത അഞ്ച് ചവിട്ടുപടികകളും ഇവരുണ്ടാക്കിയതാണ് ഗർഭഗൃഹത്തിന്റെ ഇരുഭാഗത്തും മൂന്ന് തലയുള്ള സർപ്പത്തിന്മേൽ ചവുട്ടി, ദ്വാരപാലകരും ശ്രീകോവിലിലേക്കും കടക്കാനുള്ള വാതിലുകളുടെ കട്ടിളകൾ കട്ടികൂടിയ കരിങ്കൽ പാളികൾ കൊണ്ടുണ്ടാക്കിയതാണ്. ആദ്യമായി പെൺകുട്ടി വയസ്സറിയിച്ചാൽ കക്കോട്ടി സ്ത്രീകൾ കുരവയിട്ട് ആഹ്ലാദപ്രകടനം നടത്തും. ബന്ധുക്കൾ പലഹാരങ്ങൾ കൊണ്ടുവന്ന് കൊടുക്കുമായിരുന്നു. അയൽവാസികൾക്ക് സദ്യ കൊടുക്കുന്ന സമ്പ്രദായവും ഉണ്ടായിരുന്നു. നാടുവാഴികളുടെയും ഇടപ്രഭുക്കന്മാരുടെയും അധികാരശക്തി സമൂഹത്തിൽ നർത്തനമാടിയ ഈ ഒരു കാലഘട്ടം മുതൽ തന്നെ കക്കോട്ട്ജാതിക്കാർക്കിടയിൽ പോലും തറയും കഴകവും കൂട്ടവുമായി വിഭജിച്ചിരുന്ന ഒരു കഴകവ്യവസ്ഥ നിലനിന്നിരുന്നു. ജന്മിനാട് വാഴുന്ന കാലഘട്ടത്തിൽ ഈ വിഭാഗത്തിനിടയിൽ വിദ്യാഭ്യാസം എന്നത് കാണപ്പെടാത്ത ഒന്നായിരുന്നു. ആശാൻ കളരിയിലെ വിദ്യാഭ്യാസം നേടിയ ചുരുക്കം ചിലർ ഈ സമൂഹത്തിലുണ്ടായിരുന്നു. പണ്ട് കാലത്ത് സ്കൂളിൽ പോകുന്നതിനോ വിദ്യാഭ്യാസം നേടുന്നതിനോ അനുവദിച്ചിരുന്നില്ല. എന്നാൽ പിന്നീട് ഈ അവസ്ഥയിൽ നിന്നും മാറ്റം വരികയും പതിയെ പതിയെ സ്കൂളുകളിലേക്ക് എത്തിപ്പെടുകയും ചെയ്തു. കുട്ടികളെ ചെറുപ്പത്തിൽ കുഞ്ഞി എന്ന് പേരിന്റെ മുന്നിൽ ചേർത്ത് വിളിക്കാറുണ്ട്. പിന്നീട് അവൻ വളർ

നാലും ആ പേര് അങ്ങനെ തന്നെ നിലനിന്നിരുന്നു. രാമനെ വാൽ സല്യപൂർവം കുഞ്ഞിചേർത്ത് കുഞ്ഞിരാമൻ എന്നു വിളിച്ചു. കുഞ്ഞി അമ്പു - കുഞ്ഞമ്പുവും കുഞ്ഞി കേളു - കുഞ്ഞിക്കേളുവും, കുഞ്ഞി പൊക്കൻ - കുഞ്ഞിപ്പൊക്കനും, കുഞ്ഞിക്കോരൻ - കുഞ്ഞിക്കോരനുമായി. ബാഫണരുടെകാലം കഴിയുന്തോറും മരുമക്കത്തായത്തിൽ നിന്നും മക്കത്തായത്തിലേക്ക് കക്കോട്ടികൾ മാറി. ചില ചിട്ടകളും അചരാനുഷ്ഠാന ക്രമങ്ങളും മറ്റു സമുദായക്കാരിൽ നിന്നും വ്യത്യസ്തമായി അനുഷ്ഠിച്ചുപോരുന്നു. ഇവരുടെ തറവാട്ടു സ്ത്രീകളെ വിവാഹം കഴിച്ചവരെ ഇണങ്ങനെന്നും, തറവാട്ടു പുരുഷൻമാർ വിവാഹം കഴിച്ച സ്ത്രീകളെ ഇണങ്ങത്തിയെന്നും ഇന്നും പ്രായമായവർ സംബോധന ചെയ്യുന്നതായി കേൾക്കാം. മക്കൾക്ക് സ്വത്തവകാശമുള്ള ജാതിമുറയാണ് മക്കത്തായം. പിതൃമേൽക്കോയ്മയുള്ള സമ്പ്രദായമാണിത്. ഈ സമ്പ്രദായത്തിൽ പിതാവാണ് പരമാധികാരി. പിതാവിൽ നിന്നും പുത്രനിലേക്കാണ് പിൻതുടർച്ചാവകാശം. മരുമക്കത്തായസമ്പ്രദായത്തിൽ നിന്ന് ഒരുപടി പുരോഗമിച്ച രീതിയായി മക്കത്തായം പരിഗണിക്കപ്പെടുന്നു. ഒരു കാലത്ത് ഇന്ത്യയുടെ തന്നെ മഹാൽഭുതങ്ങളായ ക്ഷേത്രങ്ങളും കൊട്ടാരങ്ങളും നിർമ്മിച്ച മഹാശില്പികളുടെ പിൻഗാമികൾ, ബ്രാഹമണ്യവും പൂണുലും അഴിച്ചുവെച്ച് ദിവസവേതനത്തിൽ തൊഴിൽ ചെയ്യുകയാണിപ്പോൾ.

മുവാരികൾ

മൂവാരി, സമുദായക്കാരുടെ അധിനിവേശത്തെയും പേരിലെ പൊരുളും സംബന്ധിച്ച് ആധികാരികമായ പഠനങ്ങളൊന്നും തന്നെ നടത്തിയിട്ടില്ല ക്ഷേത്രനിർമ്മാണം, ഭവനനിർമ്മാണം, കുളം, കിണർ തുടങ്ങിയ നിർമ്മാണങ്ങൾക്ക് പയ്യന്നൂരിൽ ചെങ്കല്ലുകളാണ് ഉപയോഗിച്ചിരുന്നത്. ചെങ്കൽ കൊത്തിയെടുത്ത് ചെത്തിക്കെട്ടുന്ന കൽപ്പണി മൂവാരി സമുദായക്കാരുടെ കുലത്തൊഴിൽ ആയിരുന്നു. കോലത്തിരി രാജാവിന്റെ നിർദ്ദേശപ്രകാരം എമ്പ്രാന്തിരിമാർ വനപ്പോൾ പത്മതീർത്ഥ കുളങ്ങര എന്ന ഗോകർണ്ണ ഗ്രാമത്തിൽ നന്നും ബ്രാഹമണരുടെ ദാസ്യവേലകൾക്കായി വന്നവരാണ് എന്നാണ് പറയപ്പെടുന്നത്. ഈ സമൂഹത്തെ പൂവാരി, മൂവാരി തുടങ്ങിയ പേരുകളിൽ വിളിച്ചുവരുന്നുണ്ട്. ക്ഷേത്രത്തിൽ പൂജയ്ക്കും മ

റ്റും വേണ്ട പൂക്കുടകളായിരുന്നു ആദ്യ കാലത്ത് ഇവർ ഉണ്ടാക്കി യിരുന്നത്. ആ എമ്പ്രാന്തിരിമാരുടെ പൂജാദികർമ്മങ്ങളിലെ പൂവ് വാരുന്നവരായതുകൊണ്ട് പൂവാരികളായി. പിന്നീടാപദം മൂവാരി എന്നായി മാറി. കുട്ടിച്ചാത്തൻ തെയ്യത്തിന്റെ ഗദ്യത്തോറ്റത്തിൽ എ ഴുതുവാൻ കനകപ്പൊടിയും ഇരിക്കുവാൻ പുലിത്തോലുമെടുത്ത് ശങ്കരപൂവാരിയുടെ എഴുത്തു പള്ളിയിലേക്കാണ് ചെല്ലുന്നതും വ ലത്ഭാഗത്തവിളക്കും നിറനാഴിയും പൊടിച്ചുണ്ടാക്കി ഗുരുവിനെ അത്ഭുതപ്പെടുത്തിയെന്നും പറയുന്നുണ്ട്. ഇത് തെളിയിക്കുന്നത് പണ്ടുകാലത്ത് മൂവാരി സമുദായങ്ങളിൽ നിന്നും പ്രശസ്തരായ എഴുത്താശാന്മാർ എഴുത്തുട്ട് എന്നറിയപ്പെട്ട എഴുത്തുപള്ളിക്കൂട ങ്ങൾ നടത്തിയിരുന്നു. തൊണ്ടിൽ നല്ല പൂഴി നിറച്ച് പട്ടുകോണക വും കരയുള്ള ചെറുമുണ്ടുമുടുത്ത് എഴുത്തുവീട്ടിലെ കുട്ടികൾ യാ ത്ര ചെയ്തിരുന്നത് ഗദ്യതോറ്റത്തിൽ പറയുന്നുണ്ട്. ഊർപ്പഴച്ചിതെ യ്യത്തിന്റെ പുരാവൃത്തത്തിലും പൂവാരികളായ മൂവാരിയെക്കുറിച്ച് പറയുന്നുണ്ട്. ഊർപഴശ്ശിയുടെ ഗദ്യത്തോറ്റത്തിൽ മേലൂർ കോട്ട പണിതീർക്കണം. അതിനാലൊരു കുറവില്ലല്ലോ അവനും അവ ന്റെ മാടം തൊറന്ന് മൗ എട്ക്കണം കൂട്ടം തൊറന്ന് ഉളിയെടുക്ക ണ് എന്നും പറയുന്നുണ്ട്. ഊർപ്പഴശ്ശി മേലൂർ കോട്ടയിൽ നിന്ന് ബാലുശ്ശേരി കോട്ടയിലെത്തി വേട്ടയ്ക്കൊരുമകൻ. ദൈവവവുമാ യി സുഹൃദ്ബന്ധം സ്ഥാപിച്ച് അള്ളടം സ്വരൂപത്തിലും കോല സ്വ രൂപത്തിലും നിരവധി മൂവാരി തറവാടുകളിലും കാവുകളിലും സ്ഥാനം പിടിച്ചതായി തോറ്റത്തിൽപറയുന്നുണ്ട്. കുന്നരു, ഓണ പ്പറമ്പ്, എരമം, ചെങ്ങളം, കോറോം, മണിയറ, ചെറുമൂല, പുത്തൂർ, പാലത്തറ കിഴക്ക് എന്നീ പ്രദേശങ്ങളിൽ മൂവാരി സമുദായക്കാർ കല്പണി രംഗത്തുണ്ടായിരുന്നു. കാട്ടുകുളങ്ങരയിലെ കുതിരക്കാ ളിയമ്മയുടെ പുരാവൃത്തത്തിലും മൂവാരിയെക്കുറിച്ച് പറയുന്നുണ്ട്. കർണ്ണാടകയോട് അടുത്ത് പുത്തിഗെയിലെ കിന്നിമാണി പൂമാണി ദേവസ്ഥനത്ത് മുഖാരി അഥവാ മുവാരി സമുദായംഗങ്ങൾക്കാണ് ബബരിയ ദൈവത്തിന്റെ പ്രതിപുരുഷനാകാനുള്ള അവകാശം. ത ലമുറകളായി ഈ തറവാട്ടുകാരാണ് സ്ഥാനം വഹിക്കുന്നത് മൂവാ രി ചെങ്കൽ വാസ്തുരൂപങ്ങൾ നിർമ്മിക്കുന്നതിൽ വിദഗ്ദരായി ത്തീർന്നു. ഭാരതീയ വാസ്തുശില്പവിധി പ്രകാരം രൂപകല്പന ചെയ്ത് ക്ഷേത്രങ്ങൾ. നാലുകെട്ട്, ക്ഷേത്രക്കുളങ്ങൾ, കിണർ, നാ

ഗാലയ ചിത്രകൂടം എന്നിവ ഉറപ്പിലും ഭംഗിയിലും നിർമ്മിച്ചിട്ടുള്ള ത് നമ്മുടെ പ്രദേശത്തിന്റെ ശിലാശില്പവിദ്യയുടെ മേന്മയും തൊ ഴിൽ സംസ്കാരത്തിന്റെ മികവും ഉയർത്തിക്കാട്ടുന്നു. അറക്കൽ രാജവംശം ഈ ജാതിസമൂഹം പരിണമിച്ചുണ്ടായതാണെന്നും മൂ വാരി എന്ന പദം മൂവർ എന്ന പദത്തിൽനിന്നാണ് ഉണ്ടായത് എ ന്ന് എം.ജി.എസ്.നാരായണൻ പറയുന്നത്. മണിയാണി സമുദായ ത്തിന്റെ ഒരു ഉപസമുദായമാണ് മൂവാരിമാർ എന്ന് ചരിത്രവും സമൂ ഹവും എന്ന പുസ്തകത്തിൽ രേഖപ്പെടുത്തിയിട്ടുണ്ട്. പഴയ കാല ത്ത് ചെങ്കല്ല് പടുത്ത് കെട്ടുകയും അതിൽ കുമ്മായം തേച്ചുപിടിപ്പി ക്കുകയും ചെയ്തിരുന്നു മഴു, ഒളമ്പ, അമനം തുടങ്ങിയവയാണ് പണിയായുധങ്ങൾ. ഇംഗ്ലീഷിൽ എ എന്നെഴുതിയതിനു നടുവിലൂ ടെ ഒരു ചരട് കെട്ടിത്തൂക്കിയതുപോലെയുള്ള മരം കൊണ്ട് നിർ മ്മിച്ച ഉപകരണമാണ് അമനം. പഴയ കാലത്ത് ഇവർ കുമ്മായവും ശർക്കരയും കൽപ്പൊടിയും ചേർത്ത്, പുളിപ്പിച്ച് തയ്യാറാക്കിയ പ ശപോലുള്ള മിശ്രിതത്തിൽ കല്ലുകൾ ചേർത്ത് കെട്ടി യിരുന്നു. ആ ദ്യകാലങ്ങളിൽ തെങ്ങിൻതടി, മട്ടൽ, ഓല എന്നിവ തന്നെയാണ് ചുമരിന്റെ സ്ഥാനത്ത് കെട്ടി വീടിനെ ഭദ്രമാക്കിയിരുന്നത്. ക്രമേ ണ മണ്ണുകൊണ്ടും കല്ലുകൊണ്ടുമുള്ള ചുമരുകൾ പണിയാൻ തുട ങ്ങി. മാടിന്റെ ജോലി പൂർത്തിയായാൽ മുകളിൽ ഓലയോ, ഓ ടോ മേയുന്നു. ഓല കെട്ടി പുല്ല് പുതയ്ക്കുന്ന സമ്പ്രദായവും അ ടുത്തകാലംവരെ ഉണ്ടായിരുന്നു. ശവക്കല്ലറകളിൽ നിന്ന് മൂവാരി മാരുടെ ആയുധങ്ങൾ, ഉപകരണങ്ങൾ, പാത്രങ്ങൾ, കണ്ടെടുക്ക പ്പെട്ടിട്ടുണ്ട്. കണ്ടെത്തിയ ഒരു കല്ലറയിൽ മറ്റുള്ളവയിൽ നിന്നും വ്യത്യസ്തമായ ചില സവിശേഷതകൾ ഉണ്ടായിരുന്നു. ചതുരാ കൃതിയിലുള്ള കവാടത്തിലെ അകത്തുകടന്നപ്പോൾ അറയുടെ മ ധ്യഭാഗത്ത് ചെത്തിമിനുക്കിയ വലിയൊരു കൽത്തൂൺ ഉണ്ടായിരു ന്നു. മുവാരി വിഭാഗത്തിൽപ്പെടുന്ന ആൾക്കാർ താമസിക്കുന്ന സ്ഥലങ്ങളിലെല്ലാം തന്നെ കഴകങ്ങൾ കാണാവുന്നതാണ്. ആയി രംതൊങ്ങ്, നീലങ്കൈ, കിഴക്കേഅറ, കൂട്ടിക്കര എന്നീ നാലുകഴക ങ്ങളുടെ കീഴിലാണ് ഈ സമുദായം നിലകൊള്ളുന്നത്. നാലു ത റവാട്ടുകാർക്ക് സമുദായത്തിൽ പ്രത്യേകമായ സ്ഥാനമുണ്ട്. നല ച്ചൻമാർ എന്ന പേരിലാണ് ഇവർ അറിയപ്പെടുന്നത്. വലിയ വീട്, മീത്തലെ വീട്, കോരച്ചൻ വീട്, കിഴക്കേ വീട് എന്നീ തറവാട്ടിലെ

മൂപ്പൻമാർക്കാണ് ഈ സ്ഥാനം കല്പിച്ചിട്ടുള്ളത്. വിവാഹാദിചട ങ്ങുകളിൽ സദ്യയ്ക്ക് നാലച്ചന്മാരെ പ്രത്യേകം കൊടി ഇലവെച്ച് മാന്യസ്ഥാനത്ത് ഇരുത്തും, ഇവർക്ക്പ്രത്യേകം താമ്പൂലം നൽകു കയും ചെയ്യും. പന്ത്രണ്ട് ഇല്ലങ്ങളിൽ പെട്ടവരാണ് മുവാരിമാർ. അജാനൂരിലെ കാട്ടുകുളങ്ങര, നീലേശ്വരം അങ്കകളരി, അറത്തിൽ അങ്ങനെ രൂപപ്പെട്ട് വരുന്നതാണ്. ഇവിടെയുള്ള നാലു സ്ഥാനി കർ. സമുദായത്തിലെ പ്രശ്നങ്ങൾക്ക് പറഞ്ഞു തീർക്കുന്നതിന്റെ ചുമതലയും ഇവർക്കുണ്ട്. പയ്യന്നൂരിലും ഇവരുടെ ഒന്നോ രണ്ടോ കുടുംബങ്ങൾ താമസിക്കുന്നത് കാണാം. മൂവാരികളുടെ കാസർ കോട് ജില്ലയിലെ പ്രധാന കേന്ദ്രമാണ് കാട്ടുകുളങ്ങരയിലേത്. മൂ വാരികൾ പൂരക്കളി അവതരിപ്പിക്കുന്നവരാണ്. കാട്ടുകുളങ്ങര കു തിരക്കാളിയമ്മ താനത്തിൽ പൂരക്കളിയും മറത്തുകളിയും കളിക്കാ റുണ്ട്. കല്യാണ ചടങ്ങിൽ സവിശേഷമായ ഒരു പ്രത്യേകതയു ണ്ട്. ആൺവീട്ടുകാർ വരുമ്പോഴേക്കും പെൺവീട്ടുകാർ രാമായണ ത്തിലെ സീതാസ്വയംവരം വായിക്കുന്ന ചടങ്ങ് വളരെ പ്രധാന പ്പെട്ടതാണ്. നദീതീരങ്ങളോ, സമുദ്രതീരങ്ങളോ അല്ല ഇവർ താമ സിക്കാൻ തിരഞ്ഞെടുത്ത സ്ഥലങ്ങൾ. കുന്നിൻ ചെരുവുകളിലാ ണ് കൂടുതലായും ഇവർ താമസിച്ചുവരുന്നത്. ചെങ്കൽപ്പണി തൊ ഴിലായി സ്വീകരിച്ചതുകൊണ്ടായിരിക്കാം ഇത്തരം പ്രദേശങ്ങൾ അവർ താമസിക്കാനായി തിരഞ്ഞെടുത്തത്. മഞ്ഞംപൊതിക്കുന്നി ന്റെ പടിഞ്ഞാറെ ചെരിവിൽ കാട്ടിന് നടുവിലെ വലിയ നീരുറവയ് ക്ക് സമീപമായിരുന്നു മൂവാരികളുടെ ആദ്യത്തെ അധിവാസ കേ ന്ദ്രം. സ്വാഭാവികമായും കാട്ടുകുളത്തിന്റെ അധികാരാവകാശം മാ ക്കരംകോട്ട് ഇല്ലത്തിന് സ്വന്തമായപ്പോൾ ആ പ്രദേശം വിട്ട് മുവാ രികൾ പുതിയ സ്ഥലം തേടി എന്ന് കാസർഗോഡ് ചരിത്രവും സ മൂഹവും എന്ന് പുസ്തകത്തിൽ ഡോ.സി.ബാലൻ രേഖപ്പെടു ത്തിയിട്ടുണ്ട്.പയ്യന്നൂരിൽ നഗരത്തിലെ സ്മാരകങ്ങളും വ്യക്ത മാക്കുന്നത് മൂവാരിമാർ മഹാശിലാ സംസ്കാരം മുതൽ ഇവിടെ സജീവമാണ് എന്നാണ്. നിർമ്മിക്കപ്പെട്ട ക്ഷേത്രങ്ങളുടെയും അ വയിലെ ദാരുശില്പങ്ങളുടെയും സൃഷ്ടി വിഖ്യാതമായ ഒരു ചെ ങ്കല്ല് കരവിരുത് പാമ്പര്യത്തെയാണ് സൂചിപ്പിക്കുന്നത്. ക്ഷേത്രങ്ങ ളിലെ അകത്തളങ്ങൾ ഇവിടുത്തെ മൂവാരിമാരുടെ കരവിരുതിനെ സാക്ഷ്യപ്പെടുത്തുന്നു. വടക്കുനിന്നുള്ള രാജാക്കന്മാരുടെ ആക്രമ

ണങ്ങളെ ചെറുത്തു നിൽക്കാൻ കഴിവില്ലാതിരുന്ന തുളുനാടുവാഴി കൾ കോലത്തിരി, അള്ളട രാജാക്കന്മാരോട് വില്ലാളികളെ അയ ച്ചുകൊടുക്കാൻ ആവശ്യപ്പെടുകയായിരുന്നു. അങ്ങനെ എത്തപ്പെ ട്ട മുവാരി വിഭാഗത്തിൽപ്പെടുന്ന വില്ലാളികൾ തുളുനാട്ടിൽ സ്ഥി രതാമസം ഉറപ്പിക്കുകയും ചെയ്തു എന്ന് കാട്ടുകുളങ്ങരയിലെ കു തിരക്കാളിയമ്മയുടെ പുരാവൃത്ത പുസ്തകത്തിൽ രേഖപ്പെടുത്തി യിട്ടുണ്ട്. പാലക്കുന്ന് കഴകത്തിലെ ചരിത്രരേഖകളിൽ പട്ടുവം തൊ ട്ട് പണമ്പൂര വരെയുള്ള പതിനാലു നരകത്തിന്റെ കേന്ദ്രമായ കീ ഴൂർ അഗ്രശാലയുടെ കീഴിൽ വില്ലാളികളായ മൂവാരിയോദ്ധാക്കളു ണ്ടായിരുന്നു എന്ന് പറയുന്നു. കീഴൂർ ശാസ്താവിന്റെ ഉപദേവത യായ കുതിരക്കാളി അമ്മയാണ് മൂവാരികളുടെ കാട്ടുകുളങ്ങരയി ലെ കുലദേവത. അത് കൊണ്ട് കീഴൂരും മൂവാരികളും തീർച്ചയാ യും ഒരു ബന്ധമുണ്ട്. കീഴൂർ ഒരു സ്ഥാനിക കേന്ദ്രമായിരുന്നു. അ വിടുത്തെ പ്രധാന നേർച്ച ചുരികയാണ്. കീഴൂരിന്റെ അഗ്രശാലക്ക ടുത്ത് മൂവാരിത്തട്ട് എന്ന സ്ഥലം ഇന്നും ഉണ്ട്. കളരിയുടെ ചെറി യ ഒരു ഭാഗമാണ് മൂവാരിക്കഴകങ്ങളിലെ പൂരക്കളി. പൂരക്കളിയി ലെ പല ചുവടുകളും ഇവർ കളരി അഭ്യാസികളാണെന്ന് റവ. ഏ. മാനർ പൂരക്കളിയെ കുറിച്ചുള്ള പഠനത്തിൽ പറയുന്നുണ്ട്. കോട്ട യുടെ അർദ്ധവൃത്താകൃതിയിലുള്ള കൊത്തളങ്ങൾ പ്രതിരോധത്തി ന് ചതുരാകൃതിയുള്ള കൊത്തളങ്ങളേക്കാൾ മേന്മയുള്ളതാണെ ന്ന കാര്യം 1801 ൽ ബ്രിട്ടീഷ് സർക്കാരിന്റെ ചരിത്രരേഖകളിൽ പ്ര ത്യേകം എടുത്തു പറയുന്നുണ്ട്. പയ്യന്നൂരിന്റെ ചരിത്രത്തിൽ മൂവാ രികൾക്ക് ചെറുജന്മാവകാശമുണ്ടായിരുന്നത് കാണാം. ഓരോ പ്ര ദേശത്തെയും കാവും അമ്പലവും പുതുക്കി പണിയാനും കുളം നിർമ്മിക്കാനും മൂവാരികുടുംബങ്ങളെ ചുമതലപ്പെടുത്തിയിരുന്നത്.

ആശാരിമാർ

മരപ്പണി ചെയ്യുന്നവർ തച്ചൻ എന്നും ആശാരി എന്നും അറിയ പ്പെടുന്നു. തച്ചൻ എന്ന പദം തക്ഷു (മരം) എന്ന സംസ്കൃത പദ ത്തിൽ നിന്നാണ് ഉണ്ടായത്. ആശാരി എന്നതു ആചാരി പദത്തി ന്റെ തെറ്റിദ്ധരിക്കപ്പെട്ട വാമൊഴി ആണ് (ആചാരി എന്നാൽ മരപ്പ ണി മാത്രം ചെയ്യുന്നവർ എന്നു കാലങ്ങളായി തെറ്റിദ്ധരിക്കപ്പെട്ടി രിക്കുന്നു) ഇവർ വിഗ്രഹങ്ങൾ ക്ഷേത്രത്തിന്റെയും ഭവനങ്ങളുടെ

യും വാതിലുകൾ, മേൽക്കൂരക്കൂ
ട്ട്, ഗൃഹോപകരണങ്ങൾ എന്നിവ
തടിയിൽ ഉണ്ടാക്കുന്നു. ഇവർ ഗ
ണിതം ശാസ്ത്രം എന്നിവ കർ
ശനമായി പാലിക്കുന്നു. ഇവർ മ
യ ഋഷിയുടെ പിൻഗാമികൾ എ
ന്നു വിശ്വസിക്കുന്നു. പ്രഗൽഭരാ
യ ആശാരിമാർ പെരുന്തച്ചൻ എ
ന്ന പേരിൽ അറിയപ്പെടുന്നു. ദ
ക്ഷിണേന്ത്യയിലെ ജാതി വ്യവ
സ്ഥയിൽ ഈ സമൂഹത്തിന് ബ്രാ
ഹ്മണരിൽ നിന്നും 34 അടി ദൂരം
കല്പ്പിച്ചിട്ടുണ്ടായിരുന്നു. എങ്കി
ലും അളവു കോലായ മുഴക്കോൽ
ആചാരിയുടെ കയ്യിലുള്ളപ്പോൾ
അയിത്തം ഇല്ലായിരുന്നു. കുല

ത്തൊഴിൽ ചെയ്യുമ്പോൾ ആ വീതം എന്ന പൂണൂൽ ധരിച്ചിരുന്നു
എങ്കിലും (കർമ്മത്തിൽ ബ്രഹ്മത്വം ഉള്ള അബ്രാഹ്മണർ ഉപനയ
നം കൂടാതെ ധരിക്കുന്നതാണ്. ആ വീതം, ഷോഡശസംസ്കാര
ങ്ങളിൽ ഒന്നായ ഉപനയനത്തോടു കൂടി ധരിക്കുന്ന പൂണൂൽ ഉപ
വീതം) ബ്രാഹ്മണർ കമ്മാളർക്കും പല കാര്യങ്ങളിലും അയിത്തം
കല്പിച്ചിരുന്നു. ബ്രാഹ്മണർക്ക് സ്വന്തം എന്നവകാശപ്പെടുന്ന ബ്രാ
ഹ്മണഗൃഹങ്ങൾസ്ഥാനപ്പേരുകൾ പണ്ടുകാലത്ത് തമ്പുരാക്കൻമാർ
കൽപിച്ചു നൽകിയതാണ്. ആശാരിമരുമക്കത്തായത്തിൽ കാരണ
വസ്ഥാനത്തിനുള്ള അവകാശം കുടുംബത്തിലെ ഏറ്റവും മുതിർ
ന്ന പുരുഷനായിരുന്നു ലഭിച്ചത്. അതുനു യാതൊരു വിധത്തിലു
ള്ള തെരഞ്ഞെടുപ്പുകർമ്മങ്ങളോ അവരോഹണ ചടങ്ങുകളോ ഇ
ല്ല. പ്രാപ്തി തെളിയിച്ച കമ്മാളകുടുംബത്തിലെ അവകാശികൾ
ക്ക് തമ്പുരാൻ പെരുന്തച്ചൻ സ്ഥാനം നൽകുകയാണ് പതിവ്. ആ
രാധനാലയങ്ങൾ, വീടുകൾ, വ്യാപാരസ്ഥാപനങ്ങൾ, കിണറുകൾ,
കുളങ്ങൾ എന്നിവയ്ക്കെല്ലാം സ്ഥാനം കണ്ടെത്തുകയും അവയെ
ആസൂത്രണം ചെയ്ത് നിർമ്മിക്കുകയും ചെയ്യുന്ന വാസ്തു ശില്
പികളാണ് ആശാരിമാർ, കോട്ടകൾ, കൊട്ടാരങ്ങൾ, എല്ലാ മതങ്ങ

ളുടെയും ആരാധനാലയങ്ങൾ എന്നിവയിലെല്ലാം പ്രതിഫലിക്കു
ന്നത് ഇവരുടെ വാസ്തുശില്പശൈലികളാണ്. ഒരു വൃക്ഷവും ജ
ലസാമീപ്യവും തമ്മിലുള്ള പരസ്പര്യം തിരിച്ചറിഞ്ഞാണ് കിണ
റുകളുടെ സ്ഥാനം കാണുന്നത്. കിണറിന്റെ സ്ഥാനം കാണുകയും
വെള്ളത്തിന്റെ ലഭ്യത ഉറപ്പുവരുത്തുകയും ചെയ്യുന്നതിന് ഏഴിമല
യിൽ നിന്ന് മുറിച്ചു കൊണ്ടുവരുന്ന ഇംഗ്ലീഷ് ഭാഷയിലെ വി ആ
കൃതിയിലുള്ള ഭൃകുടിപൂവ് എന്ന മരത്തിന്റെ ചെറിയ കൊമ്പാണ്
കിണറിന്റെ സ്ഥാനം കാണാൻ സ്ഥാപതിമാർ ഉപയോഗിച്ചു വരു
ന്നത്. ഓരോ കൊമ്പും നില്ക്കുന്ന സ്ഥലത്തു നിന്ന് ഇത്രകോൽ
കുഴിഞ്ഞാൽ വെള്ളത്തിന്റെ ഒരിക്കലും വറ്റാത്ത ഉറവ ഉണ്ടാകും
എന്നതാണ് ഈ അറിവിന്റെ അടിസ്ഥാനം. ഉദകാർഗളം എന്ന ശാ
സ്ത്രശാഖയെ നമ്മുടെ പാരമ്പര്യ-സ്ഥാപതിമാർ ഉപയോഗിച്ചു
വരുന്നുണ്ട്. ഈ ശാസ്ത്രത്തിന്റെ പിൻബലത്തോടെ സ്ഥാനപതി
മാരുടെ നിമിത്തശാസ്ത്രവും നമ്മുടെ സമൂഹം സ്വന്തമായിതന്നെ
വിശ്വസിച്ച് വരാറുണ്ട്. അറയ്ക്കലേക്ക് തട്ടാൻ രാമൂട്ടി എഴുതി നൽ
കിയ കൈച്ചീട്ട് ബണ്ടിൽ നമ്പർ 47, ഓല നമ്പർ 36, 1023, രേഖാ
ലയം : റീജിയണൽ ആർക്കൈവ്സ്, കോഴിക്കോട് അറക്കലേക്ക്
നാരാംപ്രത്ത് പെരിങ്കൊല്ലന്റെ മകൻ തട്ടാൻ രാമൂട്ടി എഴുതി കൊ
ടുത്ത കച്ചീട്ടിൻ പ്രകാരം കൊല്ലവർഷം 1023 ലെ പാട്ടം ചാർത്തി
പടിചാലിൽ പാറങ്കണ്ടി പറമ്പിനു പാതിക്ക് പാട്ടതുക കാലംതോ
റും ഗഡു പ്രകാരം അറയ്ക്കൽ വന്നു ശീട്ടു വാങ്ങിക്കൊള്ളാം. പ
യ്യന്നൂരിലെ മുതുകാട്ക്കാവിലും മറ്റും കാണുന്ന ദാരുശില്പങ്ങൾ
കാവുകളുടെയും അമ്പലങ്ങളുടെയും മുകപ്പുകൾ, അതിലുള്ള വ്യാ
ളീരൂപങ്ങൾ, ചിത്രപ്പണിയുള്ള കട്ടിലകളും ജനലുകളും വാതിലു
കളും തൊട്ടിലുകളും പല്ലക്കുകളും കിണറ്റിൽ നിന്ന് വെള്ളം വലി
ക്കാൻ ഉപയോഗിക്കുന്ന മരത്തുടികളും എല്ലാം നിർമ്മിക്കുന്നത്
ഈ ജന സമൂഹമാണ്. മുസ്ലീംപള്ളികൾ ഖത്തിബിന് പ്രസംഗി
ക്കാനുള്ള പ്രസംഗ പീഠങ്ങളായ മിമ്പറുകൾ, ആവണിപലകകൾ,
അടിച്ചൂറ്റികൾ, ചിരവകൾ എന്നീ സമസ്ത മേഖലകളിലെയും ഉപ
കരണങ്ങളും കലാവസ്തുക്കളും നിർമ്മിക്കുന്നതിവരാണ്. കൃഷി
യുടെ വ്യാപനത്തിന് പുതിയ ഉപകരണങ്ങൾ ആവശ്യമായി വ
ന്നു. കലപ്പയും കൊഴുവും കൃഷിയുടെ വ്യാപനത്തെ സഹായിച്ച
ഉപകരണങ്ങളാണല്ലോ. വീടിന്റെ സ്ഥലം നിർണ്ണയം കുറ്റിയിടൽ,

കിണറിന് സ്ഥാനം നിർണ്ണയിക്കൽ തറകെട്ടിക്കൽ, കട്ടിലവെക്കൽ, ഗൃഹപ്രവേശനത്തിന് തൊട്ട് തലേദിവസമുള്ള ആസുരക്രിയ നട ത്തൽ ഇതിലൊക്കെ ആശാരിക്കാണ് പ്രധാന പങ്ക്. ആശാരി നൽ കുന്ന തച്ചുശാസ്ത്രകണക്കൊപ്പിച്ച് നിർമ്മിക്കാനുള്ള വൈദഗദ്ധ്യ മാണ് ഇവർക്കുണ്ടായിരിക്കേണ്ടത്. പഴയകാലങ്ങളിൽ ഉണ്ടാക്കി യിരുന്നതും, ഇപ്പോൾ അപൂർവ്വമായി കാണാറുള്ളതുമായ പറ, മ രത്തിന്റെ നിലവിളക്ക്, മരത്തിന്റെ ചങ്ങലക്കണ്ണിയോടു കൂടിയ ഭ സ്മത്തട്ട് എന്നിവ പഴയ കാല ഓർമ്മകൾ ഉണർത്തുന്ന ശേഷിപ്പു കളാണ്. ആശാരികളിൽ നാല് വിഭാഗങ്ങൾ ഉണ്ട്. പെരുന്തച്ചൻ, ത ച്ചൻ, മേലാശാരി, ഇളയാശാരി എന്നീ നാലുപേരുകളിൽ അവർ അറിയപ്പെടുന്നു. ഈ വിഭാഗങ്ങളുടെ തൊഴിലുകളിലും വ്യത്യാ സങ്ങളുണ്ട്. സ്ഥാനനിർണ്ണയം ചെയ്യുന്നതിന് മേലാശാരിക്കും പെ രുന്തച്ചനുമാണ് അധികാരം. മേലാശാരിക്ക് സ്ഥാപതി ആചാരി എന്നും പേരുണ്ട്. ഈ വിഭാഗവും പെരുന്തച്ചരുമാണ് പൂണൂൽ ഉപ യോഗിക്കുക. ഇളയാശാരിയാണ് കർമ്മം ചെയ്യാറുള്ളത് സമുദായ ത്തിലെ ആളുകൾമരിച്ചാൽ ചെയ്യാറുള്ള ചടങ്ങുകളും മറ്റുമാണ് കർ മ്മം. ഇവരെ കുറുപ്പ് എന്നും വിളിക്കാറുണ്ട്. ഇവരുടെ സ്ത്രീകൾ ക്ക് അലക്കും പ്രസവശേഷമുള്ള പരിചരണവുമാണ് ജോലി. മാറ്റ് കൊടുക്കുക എന്നാണ് ഈ ജോലിക്ക് പറയാറ്. ഒരു വീടു നിർമ്മാ ണത്തിന്റെ തുടക്കം മുതൽ ഒടുക്കം വരെ ആശാരി വേണം. പുതി യ വീടുകളുടെ വാതിലുകളിലെ കൊത്തുപണികളും കോഴിക്കൂടു കളും വീടിന്റെ സ്ഥല നിർണ്ണയം, കുറ്റിയിടൽ, കിണറിന് സ്ഥാനം നിർണ്ണയിക്കൽ, തറകെട്ടിക്കൽ, കട്ടിലവെക്കൽ, ഗൃഹപ്രവേശനത്തി ന് തൊട്ട് തലേദിവസമുള്ള ആസുരക്രിയ നടത്തൽ ഇതിലൊക്കെ ആശാരിക്കാണ് പ്രധാന പങ്ക്. രണ്ടാം സ്ഥാനമാണ് കൽപ്പണിക്കാ രന്. ആസുരക്രിയയിൽ ഗണപതിയെയും ഭൂതഗണങ്ങളെയും തൃ പ്തിപ്പെടുത്തലാണ് പ്രധാന ചടങ്ങ്. ഇതിനായി അരി, നെല്ല്, തേ ങ്ങ (പ്രത്യേക അളവിൽ) അവൽ, മലർ, പഴം, ശർക്കര, കോടിവ സ്ത്രം, പണം, വെറ്റില, അടക്ക, കോഴി, മദ്യം തുടങ്ങിയ വിശേഷ പ്പെട്ട സാധനങ്ങളൊക്കെ ആവശ്യമാണ്. ഭൂതഗണങ്ങളെ തൃപ്തി പ്പെടുത്താനാണ് കള്ളും, കോഴിയും, കോഴിയെ കുരുതി കൊടു ത്തതിന് ശേഷം മോന്തായം കടത്തി എറിയുക എന്നൊരു ചടങ്ങു ണ്ട്. ഇന്ന് കോഴിയില്ലെങ്കിലും മറ്റു ചടങ്ങുകളൊക്കെയുണ്ട്. ഗൃഹ

പ്രവേശനത്തിന് മുൻപ് ആശാരിമാരെയും കൽപ്പണിക്കാരെയും തൃപ്തിപ്പെടുത്താനുള്ള ചടങ്ങാണിത്. വീടിന്റെ അളവ് കോൽക ണക്കിലാണ് നിർണ്ണയിച്ചിരുന്നത്. പ്രത്യേക മുഹൂർത്തത്തൽ ഗണ പതി വന്ദനത്തോടു കൂടി നിറദീപം സാക്ഷിയായി ആശാരിമാർ വിടിനു കുറ്റിയിടുന്നു. വീടിന്റെ മുഖം കിഴക്കോട്ടോ വടക്കോട്ടോ ആയിരിക്കണമെന്ന വിശ്വാസം നാട്ടിലുണ്ട്. വീടിന്റെ മാടിന്റെ ഗ ണിതവും ആശാരി തന്നെയാണ് നിർണ്ണയിച്ചിരിക്കുന്നത്. കഴുക്കോ ലിന്റെ എണ്ണം ഒറ്റസംഖ്യയായിരിക്കണം ശിൽപ്പിയുടെ ഭാവനകൾ ക്കനുസരിച്ച് ഉളിയും, കത്തിയും കൊണ്ട് പലതരം രൂപങ്ങൾ കൊ ത്തിയുണ്ടാക്കുന്നു. ബൃഹത് സംഹിത, ശിൽപ്പശാസ്ത്രം തുടങ്ങി യ കൃതികളിൽ പലതരം മരങ്ങൾ, മരത്തടികൾ മരം മുറിക്കേണ്ട രീതി, തടി പാകപ്പെടുത്തൽ എന്നിവയെകുറിച്ച് വിശദമായ പരാ മർശങ്ങളുണ്ട്.വിശ്വകർമ്മസമുദായത്തിലുള്ളവർക്ക് മാത്രമേ ഇള യാശാരികൾ ഈ പ്രവർത്തികൾ ചെയ്യാറുള്ളു.മരപ്പണിയിലും ദാ രുശില്പവേലയിലും പയ്യന്നൂരിൽ ധന്യമായ ഒരു പാരമ്പര്യമുള്ള തായി കാണാം. പയ്യന്നൂർ, കരിവെള്ളൂർ, രാമന്തളി, കോറോം, എ രമം, കുറ്റൂർ കാങ്കോൽ, ആലപ്പടമ്പ, പെരിങ്ങോം തുടങ്ങിയ ക്ഷേ ത്രങ്ങളിൽ ഇന്നും കാണുവാൻ കഴിയുന്ന ദാരുശില്പങ്ങളും വാ സ്തുശില്പചാതുര്യവും നമ്മെ വിസ്മയിപ്പിക്കുന്നതാണ് പുത്തൂ ർ ശിവക്ഷേത്രത്തിലെ ദാരുശില്പങ്ങൾക്ക് ഉപയോഗിച്ച ചായങ്ങൽ നൂറുകണക്കിന് വർഷങ്ങൾക്കു ശേഷവും തനിമയോടെ നിലനിൽ ക്കുന്നതായിക്കാണാം. വിവിധ ക്ഷേത്രങ്ങളിലും കാവുകളിലും തീർ ത്ത വ്യാളീമുഖം ഈ രംഗത്തെ ശില്പികളുടെ നൈപുണ്യം പ്ര കാശിപ്പിക്കുന്താണ്. അലമാര, ഉടുപ്പുപെട്ടി, കസേര, ഭസ്മക്കൊട്ട, മന്ത്, ചിരട്ടക്കയിൽ, മരപ്പെട്ടി എന്നിവ കൃത്യമായ അളവുകളോടു കൂടി കരകൗശലവിദ്യ ഉപയോഗിച്ച് നിർമ്മിച്ചിരുന്നു. കുന്നരുതെ ക്കേഭാഗം, കരിവെള്ളൂർ കുണിയൻ, എരമം, വടശ്ശേരി, കോറോം, പ്രാന്തംചാൽ തുടങ്ങിയ പ്രദേശങ്ങളിൽ ഇന്നും പാരമ്പര്യരീതി യിൽ ഈ രംഗത്തു പ്രവർത്തിക്കുന്നവരുണ്ട്. ക്ഷേത്രങ്ങൾ എന്നി വിടങ്ങളിൽ പണിയായുധവുമായി വിശ്വകർമ്മന് കയറുവാൻ അ നുവാദം ഉണ്ടായിരുന്നു. തയ്യൻമാർക്ക് സംസ്കൃത ജ്ഞാനം, വാ സ്തു ശാസ്ത്ര വിജ്ഞാനം തച്ചുശാസ്ത്ര പരിജ്ഞാനം ഇത്യാദി ഗുണങ്ങൾ ഉണ്ടായിരുന്നു. പൂണുനൂൽ ധരിച്ച മുത്താശാരി നമ്പു

തിരിയുടെ കൂടെ നടക്കുമ്പോൾ കയ്യിൽ മുഴക്കോൽ പിടിച്ചിരിക്കണം എന്ന വ്യവസ്ഥയും ഉണ്ടായിരുന്നു. പരദേശി ബ്രാഹ്മണരിലും ഒരു വിഭാഗം ആചാരിസ്ഥാനപ്പേര് ഉപയോഗിച്ചിരുന്നു. മരപ്പണി ഇന്ന് കൈത്തൊഴിലിൽ നിന്നും യന്ത്രങ്ങളുപയോഗിച്ച് ചെയ്യുന്നതിലേ ക്ക് അതിവേഗം വളർന്നുകൊണ്ടിരിക്കയാണ്. അതിവിദഗ്ദ്ധരായ നിരവധി ദാരു ശില്പികൾ പയ്യന്നൂരിലുണ്ട്. നാട്ടിൽ വളരെ സുല ഭമായി ലഭിച്ചിരുന്ന ചൂത് (ഒരുതരം പുല്ല്) അടുക്കിവെച്ച്, മുണ്ടനാ ർ ചെത്തിയെടുത്ത കയറ് കൊണ്ട്, മുറുക്കിയാണ് ചൂതുമാച്ചി. ഉ ണ്ടാക്കുന്നത്. ആശാരി വീടുകളിലെ ആളുകൾ ഈ തൊഴിൽ ഒരു കാലഘട്ടം വരെ ചെയ്തിരുന്നു.ഈർക്കിൽ മാച്ചി, പട്ട മാച്ചി എ ന്നിവയെ അപേക്ഷിച്ച് ചൂതുമാച്ചിക്ക് കൂടുതൽ പവിത്രതയുണ്ട്. ക്ഷേത്രങ്ങളിലും കാവുകളിലും എന്തിനേറെ ഒരു കാലഘട്ടത്തിൽ നമ്മുടെയൊക്കെ പടിഞ്ഞാറ്റകളിൽ വരെ ഇവയ്ക്ക് വലിയ പ്രാ ധാന്യമുണ്ടായിരുന്നു.. കെട്ടുറപ്പുള്ളതും ഇഴയടുപ്പമുള്ളതുമായ ന ല്ലയിനം ചൂതുമാച്ചികൾ ഉണ്ടാക്കി ഇവർ നൽകിയതായി നാട്ടുകാ രിൽ ചിലർ സാക്ഷ്യപ്പെടുത്തുന്നു. തൂവക്കാലി എന്ന ത്വക് രോഗം കുട്ടികൾക്കും മുതിർന്നവർക്കും ഒക്കെ വന്നാൽ കൊട്ടണച്ചേരി യിൽ തെയ്യത്തിന് ചൂതുമാച്ചി സമർപ്പിക്കുന്ന ചടങ്ങും ഉണ്ടായിരു ന്നു. അങ്ങനെ സമർപ്പിച്ചാൽ തൂവക്കാലി എന്ന ചൊറിഞ്ഞുപൊ ട്ടുന്ന അസുഖം നിശ്ശേഷം മാറും എന്ന് പഴമക്കാർ വിശ്വസിച്ചു പോന്നു.

ജ്യോതിഷി (കണികൻ)

പയ്യന്നൂരിലെ കുന്നരു കരിവെള്ളൂർ, രാമന്തളി, കോറോം, എര മം, കുറ്റൂർ കാങ്കോൽ, ആലപ്പടമ്പ, കുണിയൻ, എരമം, വടശ്ശേരി, കോറോം, ഏത്തടുക്ക, എന്നീ പ്രദേശങ്ങളിലാണ് ജ്യോതിഷ സമു ദായത്തിൽപ്പെട്ടവർ താമസിക്കുന്നത്. പയ്യന്നൂരിലെ ഗ്രാമവാസിക ളുടെ സാമൂഹിക ജീവിതത്തിൽ സുപ്രധാനമായ പങ്കാളിത്തമുള്ള ജാതിവിഭാഗമാണ് കണിയാന്മാർ. കാവിലെ ജ്യോതിഷസംബന്ധി യായ എല്ലാ സംശയനിവൃത്തിക്കും സമയനിർണ്ണയത്തിനും ജന്മ കണിശൻ എത്തണം. കളിയാട്ടക്കാലത്ത് കോലധാരിയെ നിശ്ച യിക്കേണ്ടതും, തിരുമുടി ഉയരുന്നതിനുള്ള സമയവും കളിയാട്ടം ഭംഗിയായി നടത്തുന്നതിന് ഫലപ്രവചനം നടത്തേണ്ടതും ജന്മക

ണിശനാണ്. വരച്ചു വെക്കലിന് ഗണപതിക്ക് നിവേദിക്കുന്ന ചട ങ്ങാണ് ആദ്യം നടത്തുക. സവിശേഷമായ സാംസ്കാരികത്തനിമ യും വാംശീയപാരമ്പര്യവും ഇന്നും വച്ചു പുലർത്തുന്ന ഈ വിഭാ ഗത്തെക്കുറിച്ചുള്ള അന്വേഷണം എന്തുകൊണ്ടും പ്രസക്തമായ വി ഷയമാണ്. ജ്യോതിഷം കുലത്തൊഴിലായി സ്വീകരിച്ചവരാണ് ഗ ണകന്മാർ. ഗണകൻ എന്ന പേരിന് ഗണിക്കുന്നവൻ എന്ന അർത്ഥ മാണുള്ളത് (കണിയാൻ). ഗണക പത്താം നൂറ്റാണ്ടിലുണ്ടായതെ ന്നു പറയപ്പെടുന്ന രജപുത്താനയിലെ സിയാദോണിക്ലിഖിതങ്ങ ളിൽ ആ ഭാഗത്തു പ്രബലരായ ജ്യോതിഷ സംഘങ്ങൾ ഉണ്ടായി രുന്നതായി സൂചനയുണ്ട്. സംഘത്തിനു നാലു പേരടങ്ങിയ ഒരു എക്സിക്യൂട്ടീവും ഉണ്ടായിരുന്നു. ആഭാഗത്തെ വ്യത്യസ്തങ്ങളാ യ രണ്ടമ്പലങ്ങളിൽ ജ്യോതിഷി ആരാണു എന്നു തീരുമാനിച്ചിരു ന്നത്. പയ്യന്നൂരിലും അതിന്റെ പ്രാന്തപ്രദേശങ്ങളിലും വ്യത്യസ്ത മായ നിരവധി ജ്യോതിഷ സമൂഹങ്ങൾ നിലവിലുണ്ടായിരുന്നു. മാന്ത്രികവിദ്യയിലും ഔഷധവിദ്യയിലുമുള്ള കഴിവ് സമൂഹഘട ന നിയന്ത്രിക്കുന്നതിൽ പ്രധാനമായിരുന്നു. ജനജീവിതത്തെ ശ ക്തമായി സ്വാധീനിക്കുന്നതായിരുന്നു മുകളിൽ പറഞ്ഞ രണ്ടു വി ദ്യകളും. എ.ഡി. 1691 എന്നു രേഖപ്പെടുത്തിയ മദ്രാസ് റസിഡൻ സിയിൽപ്പെട്ട കടപ്പയിൽ നിന്നു കിട്ടിയ ലിഖിതത്തിൽ ജ്യോതി ഷി എന്ന് പറഞ്ഞിട്ടുണ്ട്. കണിക്കുക എന്ന പദത്തിന് ഓലക്കുടയു ടെ ചട്ടം ഉണ്ടാക്കുക എന്ന അർത്ഥം നൽകിക്കാണുന്നു. പണി ക്കർ, ആകാൻ, ഗുരുക്കൾ (കുരിക്കൾ) എഴുത്തച്ഛൻ, കണികൾ, ക ണിയാർ തുടങ്ങിയ പദങ്ങൾ ജാതിസൂചകങ്ങളായി പ്രയോഗിക്കാ റുണ്ട്. കണിയാൻ സമുദായത്തിൽപ്പെട്ട സ്ത്രീകളെ കണിയാട്ടി കൾ എന്നാണ് പറയുന്നത്. കണികത്തി, കണിയാടിച്ചി എന്നീ രൂ പങ്ങളും നടപ്പിലുണ്ട്. കണിയാന്മാരുടെ വംശോത്പത്തിയെ സം ബന്ധിച്ച് അവരുടെ ഇടയിൽ ചില പുരാസങ്കല്പങ്ങൾ നിലവിലു ണ്ട്. ബ്രാഹ്മണ സമൂഹത്തിൽ നിന്നും പുറന്തള്ളപ്പെട്ട ഒരാൾ വെ ളുത്തേട സ്ത്രീയെ വിവാഹം കഴിച്ചതിലുള്ള സന്താനപരമ്പരയാ ണ് കണിയാന്മാർ എന്ന് കാസർഗോഡ് ചരിത്രവും സമൂഹവും എ ന്ന പുസ്തകത്തിൽ ഡോ.സി.ബാലൻ രേഖപ്പെടുത്തിയിട്ടുണ്ട്. പാ ഴൂർ കണിയൻ സമുദായത്തിന്റെ ഒരു പ്രശസ്തകേന്ദ്രമായിരുന്നു വെന്നും അവിടെ നിന്നും ഒരു ഗുരുനാഥൻ പലേടത്തും വസിച്ച്

സമാധിയായെന്നുമുള്ള ഐതിഹ്യം നിലവിലുണ്ട്. പയ്യന്നൂരിലെ ഗ്രാമവാസികളുടെ നിത്യജീവിതത്തിലെ ഏതൊരു സത്കർമ്മത്തി നും മൂഹൂർത്തം കുറിക്കാൻ കണിയാന്മാരെയാണ് വിളിക്കുന്നത് നിലമുഴുന്നതിനും വിത്തിടുന്നതിനും മറ്റ് കാർഷികാവശ്യങ്ങൾക്കും ആരംഭം കുറിക്കേണ്ടുന്ന സമയം കണക്കാക്കേണ്ടത് കണിയാന്മാ രാണ്. ഗർഭകാലചടങ്ങുകൾക്കും ജനനം മുതലുള്ള സംസ്കാരച്ച ടങ്ങുകൾക്കും കണിയാന്മാർ മൂഹൂർത്തം കുറിക്കുന്നു. കണിയാ ന്മാരിൽ ഒരു വിഭാഗം ഓലക്കുട നിർമ്മിക്കുന്നവരാകയാൽ ഈ തൊഴിലും ജാതിസംജ്ഞയെ അന്വർത്ഥമാക്കുന്നു. കരവിരുതിൽ പനയോലയും മുളയും ഉപയോഗിച്ച് വിവിധതരത്തിലുള്ള ഓല ക്കുട നിർമ്മാണം പയ്യന്നൂരിൽ നടത്തിയിരുന്നത് കണിയാൻ സമു ദായക്കാരായിരുന്നു. ക്ഷേത്രങ്ങളിലേക്കും വീടുകളിലേക്കും ആവ ശ്യമായ കുടകൾ ഉണ്ടാക്കി എത്തിച്ചു കൊടുക്കുക കണിയാരുടെ ഉത്തരവാദിത്വമായിരുന്നു. കൂടാതെ പനയോലയിൽ ജാതകം ത യ്യാറാക്കുന്നതും ജോത്സ്യം പറയുന്നതും ഇവരായിരുന്നു. സാമ്പ ത്തികമായി അത്രയൊന്നും ഉയർന്ന നിലയിലല്ലാത്തതിനാൽ ഇ വർക്കിടയിൽ സാമ്പത്തികാസമത്വത്തിന് സാധ്യതയുമുണ്ടായിരു ന്നില്ല. മേലാളന്മാരുടെ വീടുകളിൽ ബലിക്കളപോലുള്ള മാന്ത്രിക കർമ്മങ്ങളിൽ പങ്കെടുക്കുകയും വഴി ധാരാളം ഭക്ഷണ സാധന ങ്ങൾ ലഭിച്ചതിനാൽ പട്ടിണി ഇവർക്കിടയിൽ കുറവായിരുന്നു. ക്ഷേ ത്രങ്ങളിലേക്കാവശ്യമായ പൂക്കുട, ആചാരക്കുട, സ്ത്രീകൾ വയ ലിൽ ജോലിക്കു പോകുമ്പോഴുള്ള കളക്കുട, പുരുഷന്മാരുടെ തല ക്കുട ആൺകുട്ടികൾക്കുള്ള നീണ്ടകാലുള്ള കുട, പെൺകുട്ടികളു ടെ കുട എന്നിവ വ്യത്യസ്തമായ രീതിയിൽ മനോഹരമായി നിർ മ്മിച്ചു എത്തിച്ചുകൊടുക്കുമായിരുന്നു. പയ്യന്നൂരിൽ മൂലക്കൊവ്വൽ കുഞ്ഞമ്പുഗുരുക്കളുടെ ഭാര്യ കല്ല്യാണിയാണ് കുടകൾ നിർമ്മിച്ചി രുന്നത്. ആചാരക്കുടകൾക്ക് പ്രത്യേകം ചായം നൽകി ഭംഗിപ്പെടു ത്തണമായിരുന്നു. ചുവന്ന കല്ലും ചുണ്ണാമ്പും കരിയും പൊടിച്ചു ണ്ടാക്കുന്ന ചായക്കൂട്ടാണ് നിറം പിടിപ്പിക്കാൻ ഉപയോഗിക്കുക. പ നയോല കൊണ്ടാണ് കുടകൾ നിർമ്മിച്ചിരുന്നത്. അതിന്റെ പിടി യും വക്കുകളും മുളകൊണ്ട് നിർമ്മിക്കും. പനങ്കൈ നാരുകൊണ്ട് കെട്ടിയുറപ്പിക്കുന്നു. ജന്മകണിശന് മുച്ചിലോട്ട് കാവിൽ നിരവധി അവകാശങ്ങൾ ഉണ്ട്. കാവിലെ ജ്യോതിഷ സംബന്ധിയായ എ

ല്ലാ കാര്യങ്ങളും അദ്ദേഹം നിർവ്വഹിക്കണം. കളിയാട്ടക്കാലത്ത്
കോലധാരിയെ പ്രശ്നത്തിലൂടെ നിശ്ചയിക്കേണ്ടതും അദ്ദേഹം
തന്നെ. തിരുമുടി ഉയരുന്ന സമയവും ജന്മകണിശൻ കണ്ടെത്ത
ണം. കളിയാട്ടം ഭംഗിയായി അവസാനിക്കുമെന്ന പ്രവചനം ഉണ്ടാ
കേണ്ടതും അദ്ദേഹത്തിൽ നിന്നാണ്. പയ്യന്നൂരിലെ കുന്നരു, കരി
വെള്ളൂർ, രാമന്തളി, കോറോം എന്നീ പ്രദേശങ്ങളിൽ ഗണക – ക
ണിശ വിഭാഗങ്ങളെപ്പോലുള്ള പരമ്പരാഗത പണ്ഡിത സമുദായ
ങ്ങളെ കാണാം. കണിശന്മാർ എന്നാണ് പഴയകാലത്ത് അറിയപ്പെ
ട്ടത് കലണ്ടറുകളുടെ നിർമ്മാതാക്കളും കാലഗണനാ വിദഗ്ധരുമാ
ണവർ. കരിവെള്ളൂരിലെ പലിയേരി, പുത്തൂർ, എരമം, പേരൂൽ,
മാവിച്ചേരി, മമ്പലം, കുന്നരു, കാരന്താട് എന്നീ പ്രദേശങ്ങളിൽ അ
ടുത്തകാലം വരെ കുടയും പനയോല ജാതകങ്ങളും ഉണ്ടാക്കിയി
രുന്നു. ആധുനികത ഈ പരമ്പരാഗത വ്യവസായത്തെ വിസ്മൃതി
യിലാക്കി. പഴയകാലത്തെ ഗ്രന്ഥരചന, ജാതകം എന്നിവ പൂർണ്ണ
മായും പനയോലകളിലായിരുന്നു. ശത്രുദോഷം, ഗുളികദോഷം
എന്നിവയകറ്റാൻ സമുദായത്തിലെ പ്രായമുള്ളവർക്കു മാത്രമറിയാ
വുന്ന ചടങ്ങുകളുണ്ട്. ഒരു പലകയുടെ മുകളിൽ ഏതെങ്കിലും ഒരു
ചെറിയ പാത്രം കമിഴ്ത്തി വച്ചു വലിക്കും. അങ്ങനെ വലിക്കുമ്പോൾ
ശത്രുദോഷമുണ്ടെങ്കിൽ മനസ്സിലാകുമത്രേ! ഇപ്രകാരം കണ്ടുപി
ടിച്ച് പരിഹാരം ചെയ്യുന്നു. ഗുരുസി കൂട്ടുക കണിശന്മാർക്ക് മാത്ര
മറിയാവുന്ന ചടങ്ങാണ്. ഗുരുസി കൂട്ടിയിട്ട് രണ്ടുവശത്തും തിര
ശ്ശീലവച്ചുഴിഞ്ഞിട്ട് വടക്കുഭാഗത്ത് ഗുരുസിപാത്രം കമിഴ്ത്തണം.
ഈ പരിഹാരപ്രക്രിയയിലൂടെ ശത്രുദോഷമുണ്ടെങ്കിൽ, അത് മാ
റിക്കിട്ടുമെന്ന് ഇവർ വിശ്വസിക്കുന്നു. ഗൗളിശബ്ദം നോക്കി ഭാവി
നിർണ്ണയിക്കുന്ന രീതിയുണ്ട്. ഏതു ദിക്കിലിരുന്ന് ഗൗളി ശബ്ദിച്ചു
എന്നു മനസ്സിലാക്കി പ്രായമുള്ളവർ ഇന്ന ദിക്കിലേക്ക് യാത്രവേ
ണ്ട എന്നു നിർദേശിക്കും. കാതുകുത്തൽ എന്ന സംസ്കാരചടങ്ങ്
നിലവിലുണ്ട്. കുട്ടി ജനിച്ച് ഏഴാമത്തെ മാസം നടക്കുന്ന ചടങ്ങാ
ണ് കാതുകുത്തൽ. അമ്മയുടെ അമ്മ ഇല്ലെങ്കിൽ വീട്ടിൽ വയസ്സാ
യ സ്ത്രീകൾ അതിന് നേതൃത്വം കൊടുക്കുന്നു. കരുവാൻ വനമൂർ
ത്തിയായും മന്ത്രമൂർത്തിയായും ആരാധിക്കപ്പെടുന്ന ദേവതയാ
ണ്. കരുവാൻ മലയിൽ ജനിച്ചതിനാലാണ് ഈ പേർ ലഭിച്ചത്. മ
ലബാറിലെ പതിനെട്ട് മന്ത്രവാദ കുടുംബങ്ങളിലും കരുവാൻ ആ

രാധിക്കപ്പെടുന്നു. പാർവ്വതിയും പരമേശ്വരനും വള്ളുവത്തിയും വള്ളുവനുമായി അവതാരമെടുത്തപ്പോൾ കുട്ടിച്ചാത്തന്റെ മൂത്തസ ഹോദരിയായി പിറന്നതാണ് കരുവാളെന്ന് പാണന്മാരുടെ തോറ്റ ത്തിൽ പറയുന്നു. പുലയരുടെ തോറ്റത്തിൽ പരാമർശിക്കുന്നത്. ഗർഭിണികളെ ബാധിക്കുന്ന ദുർദേവതയാണ്. പുലയരുടെ ഗന്ധർ വ്വൻ പാട്ടിന് പാടാറുള്ള കരുവാൾ തോറ്റത്തിലും പരാമർശമുണ്ട്. രണ്ട് കുട്ടികൾ വരത്തിനായി ശ്രീഭഗവാനെ സമീപിക്കുന്നതായും ഭഗവാന്റെ ഉപദേശപ്രകാരം അവർ നാൽപത് ദിവസം ഹോമം ചെയ്യുന്നതായും നാൽപത്തിയൊന്നാം ദിവസം ഹോമാഗ്നിയിൽ നിന്ന് അനേകം മൂർത്തികൾ പൊടിച്ചുണ്ടായതായും ഈ തോറ്റ ത്തിൽ പറയുന്നു.ഗർഭരക്ഷയ്ക്കും സുഖപ്രസവത്തിന്നും വേണ്ടി ബാധകളെ അകറ്റി കളയുന്നതിനുള്ള ഒരനുഷ്ഠാന കർമ്മമായിരു ന്നു കളമ്പാട്ട്. കണിശന്മാരായിരുന്നു ഇതിന്റെ പ്രയോക്താക്കൾ.ചാ ണകം മെഴുകി പരിശുദ്ധമാക്കിയ വീട്ടുമുറ്റത്ത് പ്രത്യേകം കെട്ടി യൊരുക്കിയ പന്തലിൽ പഞ്ചവർണ്ണപൊടികൾകൊണ്ട് ഭൈരവൻ, വിമാനഗന്ധർവ്വൻ, രക്തേശ്വരി തുടങ്ങിയ ബാധരൂപങ്ങൾ നിർമ്മി ക്കുന്നു. ബാധോച്ചാടനത്തിന്നായി നടത്തപ്പെടുന്ന ബലികർമ്മം, ഉഴിഞ്ഞു കളയൽ തുടങ്ങിയ മന്ത്രവാദച്ചടങ്ങുകളോടെ കണിശ ന്മാർ ആ ബാധകളെ അകറ്റിക്കളയുന്നു. കല്യാണത്തിന് കണി ശന്മാർ പ്രശ്നം പറയുന്ന ചടങ്ങ് മംഗലപ്രശ്നം എന്ന പേരിലറി യപ്പെടുന്നു.നാടൻ ചികിത്സാപാരമ്പര്യവും മാന്ത്രികപാരമ്പര്യവും കണിയാൻ സമുദായത്തിൽപ്പെട്ടവർക്കെല്ലാം പൊതുവെ ഉള്ളതാ ണ് നാടൻ ചികിത്സാരീതികളടങ്ങിയ ഗ്രന്ഥങ്ങൾ ഇവരുടെ ഗ്രന്ഥ പ്പുരകളിൽ കണ്ടെത്താൻ കഴിഞ്ഞിട്ടുണ്ട് ഇവർ നടത്തിവരുന്ന ഗർ ഭബലികർമ്മങ്ങൾ ഒരു തരത്തിൽപ്പറഞ്ഞാൽ മാന്ത്രികകർമ്മങ്ങൾ തന്നെയാണ്.

മണിയാണിമാർ (ആയന്മാർ)

കോലയാൻ നായർ ശ്രീകൃഷ്ണന്റെ യാദവ വംശജരാണെന്ന് സ്വയം അവകാശപ്പെടുന്നു. ശ്രീകൃഷ്ണന്റെ സ്വർഗാരോഹണത്തോ ടെ ഇവർ കൂട്ടത്തോടെ പലായനം ചെയ്തു എന്നും കോലത്തു നാട്ടിലെത്തിയ ഇവർ മണിയാണി, കോലയാൻ, യാദവൻ എന്നി ങ്ങനെ അറിയപ്പെട്ടെന്നുമാണ് വിശ്വാസം. കൽപ്പണിയിൽ ഏർപ്പെ

ട്ടതിനാൽ കർണ്ണാടക ദേശത്തു
കാർ നൽകിയ പേരാണ് മണിയാ
ണിയെന്ന് പറയപ്പെടുന്നുണ്ട്. അള്ള
ട നാടിന്റെ അധികാരം നീലേശ്വ
രം രാജവംശത്തിന്റെ കൈകളിൽ
എത്തിച്ചേരുന്നതിന് മുന്നെ ഇവിടെ
ഭരിച്ചിരുന്ന നാടുവാഴികൾ ഭൂരിഭാ
ഗവും മണിയാണി വിഭാഗത്തിൽപ്പെ
ട്ടവരായിരുന്നു എന്ന് അനുമാനിക്കാ
വുന്നതാണ്. ക്ഷത്രിയ വിഭാഗ
ത്തിൽപ്പെട്ടവരായിരുന്നു എന്ന്
കരുതാവുന്നതാണ്. ക്ഷത്രിയ വി
ഭാഗത്തിൽപ്പെട്ടവർ. അല്ലോഹല
നും മന്നോനും മാത്രമല്ല, നേരോ
ത്തും മൊളവന്നൂരുമൊക്കെ ഇതേ
സ്ഥിതിയിലാണ്. ഈ കോവിലക

മൊക്കെ മണിയാണിമാരുടെ കേന്ദ്രങ്ങളായിട്ടാണ് ഇപ്പോഴുമുള്ള
ത്. ഇടനാട്ടിൽ കന്നുകാലി മേയ്ച്ചും കൃഷി ചെയ്തും ജീവിച്ചു വ
ന്ന ആയർ വിഭാഗത്തിൽപ്പെട്ട മണിയാണിമാർ ക്രമേണ ശക്തി
പ്രാപിക്കുകയും അധിവാസ സ്ഥലങ്ങൾ നിയന്ത്രിക്കുകയും ചെ
യ്യുന്ന ഘട്ടത്തിലെത്തി. ഇന്നും കർണ്ണാടകത്തിലേക്ക് പരമ്പരാഗ
തമായി പോകുന്ന കുടുംബക്കാർ കോലത്തുനാട്ടിലുണ്ട് എന്നത്
വസ്തുതയാണ്. ദുർഗയാണ് ഇവരുടെ ആരാധനമൂർത്തി. പയ്യന്നൂ
രിൽ മണിയാണിമാർ പശുപാലകരാണ്. മണിയാണിമാരുടെ ആ
ദ്യകാല അധിവാസ കേന്ദ്രങ്ങളാണ് കഴകങ്ങളായി മാറിയത്. കഴ
കങ്ങൾ നാടുവാഴികളുടേയും പ്രമുഖ ജന്മി കുടുംബങ്ങളുടേയും
കേന്ദ്രങ്ങളിലാണ് കാണപ്പെടുന്നത്. തമിഴകം, കേരളം, തുളുനാട്
തുടങ്ങിയ ഭാഗങ്ങളിൽ യാദവർ ജീവിച്ചിരുന്നതായി ചരിത്രകാര
ന്മാർ രേഖപ്പെടുത്തുന്നു. മണിയാണിമാരെ ആറ് കിരിയത്തുള്ളവ
രേ എന്നാണ് തെയ്യം സംബോധന ചെയ്യുന്നത്. ഓടങ്കര, മാടങ്കര,
എടക്കാവ്, പൂങ്കാവ്, ഉമ്മണാറ്, കരിന്തോളം എന്നിവയാണ് ആറ്
കിരിയം എന്നും അതല്ലാ അത് മണിയാണിമാരുടെ ആറ് കളരിമാ
രുടെ പേരാണ് എന്നും അഭിപ്രായമുണ്ട്. കോലയാൻ മണിയാണി

മാരെ സമ്പ്രദായേ എന്നാണ് തെയ്യം വിളിക്കുന്നത്. നാല് സമ്പ്ര
ദായങ്ങളാണ് കോലായന്മാർക്ക് കണ്ണോത്ത്, കാപ്പാട്ട്, കല്യോട്ട്, മു
ളയന്നൂർ, ആറ് കിരിയത്തിങ്കൽ തായിയും (കണ്ണങ്ങാട്ട് ഭഗവതി)
കോലസ്വരൂപത്തിങ്കൽ തായിയും ആണ് മണിയാണിമാരുടെ കു
ലപരദേവതകൾ. കോലത്തിരിരാജാക്കന്മാർ കോലായന്മാരായിരു
ന്നു എന്നു ഐതിഹ്യം കോലാൻ, കോലായൻ, കോൻ, ആനായർ,
ആയൻ, മായൻ എന്നീ വിവിധ പേരുകളിലാണ് യാദവർ അറിയ
പ്പെട്ടിരുന്നത്. കിരിയങ്ങൾ എന്നറിയപ്പെടുന്ന ഗോത്രസംജ്ഞ മ
ണിയാണിമാരിൽ നിലനിന്നിരുന്നു. ആയന്മാർക്ക് (കോലൻ) 6 കി
രിയവും മായന്മാർക്ക് 6 കിരിയവും നന്ദനാർ കിരിയം അമ്പാടികി
രിയം, ചെട്ടിയാർ കിരിയം, കോട്ടാർ കിരിയം, പനയാർ കിരിയം,
പുളിയിലാർ കിരിയം. എന്നിവ ആയന്മാരുടെ കിരിയങ്ങളാണ്. മാ
യൻ വിഭാഗത്തിന്നും (എരുമാൻ) ആറ് കിരിയങ്ങൾ ഉണ്ട്. യാദവ
ന്മാരെ തെയ്യം സംബോധന ചെയ്യുന്നത് ആറ് കിരിയത്തവരെ എ
ന്നാണ്. ആറ് കിരിയത്തിന് വാട്ടം വന്നാൽ പന്ത്രണ്ട് കിരിയവും
വാടിപ്പോകുമെന്നാണ് പ്രാചീനമതം. യാദവർ പരമ്പരയായി ശാ
ക്തേയരാണ്. ശ്രീകൃഷ്ണന്റെ കാലഘട്ടത്തിൽ ആരംഭിച്ച ശക്തി
പൂജ ആധുനിക കാലഘട്ടത്തിലും അഭംഗുരം തുടരുകയാണ്. പ
രാശക്തിയായ കോലസ്വരൂപത്തിങ്കൽ തായിയെ കോലായന്മാർ
ആരാധിച്ചുവരുന്നു. ആയന്മാരുടെ കണ്ണമംഗലം, കാപ്പാട്ട്, കല്ല്യോ
ട്ട്, മുളവന്നൂർ എന്നീ കഴകങ്ങളിലും ഓടങ്കര, മാടങ്കര, കുമ്മണാർ,
കരിന്തളം, എടക്കാവ്, പൂങ്കാവ് എന്നീ കളരികളിലും ആരാധനമൂർ
ത്തി ഒരേ രൂപത്തിലുള്ള ഭഗവതിമാരാണ്. കുമരൻ, കരിന്തളം എ
ന്നീ കളരിയാണ് തുളുനാടൻ കളരികൾ. തച്ചോളി ഒതേനൻ കരി
ന്തളം കളരി സന്ദർശിക്കുകയും ചില അടവുകൾ അഭ്യസിപ്പിക്കുക
യും ചെയ്തിരുന്നു എന്നാണ് കരിന്തളം കളരിയുടെ ഐതിഹ്യം.
എന്ന് ഡച്ച് പുരോഹിതനായിരുന്ന ജേക്കബ് വിഷർ രേഖപ്പെടു
ത്തിയിട്ടുണ്ട്. കളരി അഭ്യാസികൾ യുദ്ധത്തിന് പടക്കളത്തിലിറങ്ങി
നേതൃത്വം നൽകുക എന്നത് രാജനയമായിരുന്നു. സാധാരണ പട
യാളി യാദവരും ആയിരുന്നു. വ്യൂഹരചനയെക്കുറിച്ചും ശാസന
ങ്ങളിൽ കാണാം. ഉദ്യാവരത്തിലെ ഒരു വീരക്കല്ലിൽ ചക്രവ്യൂഹ
ത്തെക്കുറിച്ച് പറയുന്നു. വാൾ, അമ്പ്, പലക ഇവയായിരുന്നു അ
ന്നത്തെ ആയുധങ്ങൾ. ചിത്രവാഹനൻ ഒന്നാമന്റെ കാലത്ത് കളരി

അഭ്യാസികൾ മംഗലാപുരത്ത് മഹാരഥന്മാരെ തോൽപ്പിച്ചതായി വേൾവക്കുടി ശാസനത്തിൽ പറയുന്നുണ്ട്. പ്രാചീന ആളുകൾ പടക്കളത്തിൽ തേരുംകുതിരയും ഉപയോഗിച്ചിരുന്നുവെന്ന് ഈ മഹാരഥ പരാമർശത്തിൽ നിന്നും ഗ്രഹിക്കാം. കോലായന്മാരുടെ കഴകങ്ങളുടെയും കളരികളുടേയും കേന്ദ്രസ്ഥാനം അലങ്കരിച്ചിരുന്നത് കണ്ണമംഗലം കഴകമായിരുന്നു. ബി.സി നാലാം നൂറ്റാണ്ടിൽ മെഗസ്തനീസ് എന്ന ചൈനസഞ്ചാരി കേരളം സന്ദർശിച്ചു. ഇവിടുത്തെ ഭരണസമ്പ്രദായം എങ്ങനെയൊക്കായിരുന്നുവെന്ന് അദ്ദേഹം വിവിരിച്ചു. അന്നത്തെ ജനസമൂഹത്തെ തറക്കൂട്ടങ്ങളായും നാട്ടുകൂട്ടങ്ങളായും വേർതിരിച്ചിരുന്നു. ഓരോ യാദവ തറയ്ക്കും നന്നാലു കാരണവന്മാർ, എന്നുപേരുള്ള സ്ഥാനികരുണ്ട്. മണിയാണി സമുദായത്തിൽ ആമ്പിലേരിക്കോലാൻ, വെള്ളുക്കോലൻ എന്നിങ്ങനെ രണ്ട് വിഭാഗങ്ങളുണ്ടായിരുന്നു. ആമ്പിലേരി കോലത്തിൽ ഇരുപത്തിയൊന്ന് ഇല്ലക്കാരും, വെള്ളുക്കോലാനിൽ ഇരുപത് ഇല്ലക്കാരും ഉൾപ്പെടുന്നു. തുടക്കത്തിൽ വെള്ളുക്കോലാനിലും ഇരുപത്തിയൊന്ന് ഇല്ലക്കാർ ഉണ്ടായിരുന്നുവെങ്കിലും പിന്നീട് മര്യാദിക്കാരൻ എന്ന ഒരു ഇല്ലം ഇതിൽ നിന്ന് വിട്ടുപോയതോടെ ഇരുപതില്ലമായി ചുരുങ്ങി. മണിയാണി സമുദായത്തിൽ നില നിന്നിരുന്ന പന്തൽ മംഗലത്തിനും ജനനശേഷവും മരണശേഷവും നടത്തിയിരുന്ന ശുദ്ധികർമ്മവും ചെയ്തിരുന്ന വിഭാഗമായിരുന്നു മര്യാദിക്കാരൻ. ഇരുവിഭാഗങ്ങളിലും പെടാത്തവരായിരുന്നു പാറ്റേൻ, മക്കാക്കോടൻ, കേക്കടവൻ, കാടൻ, കനത്താടൻ, പുതിയോടൻ, താത്രോൻ, ബമ്മണക്കോടൻ, പട്ടുക്കാരൻ, കാഞ്ഞങ്ങാടൻ തുടങ്ങിയവർ. തെയ്യങ്ങൾക്ക് അടയാളം കൊടുക്കുന്ന ചടങ്ങുകളിലും പിന്നീട് കലശാദികളിലും നേതൃത്വം നൽകുന്നതു ഇവരാണ്. സംഘകാലത്തിന്റെ നഷ്ടാവശിഷ്ടമാണ് ഈ സമുദായമെന്നും അതിനാൽ ഇവരൊരിക്കലും പുറമേ നിന്നും വന്നവരെല്ലെന്നുമാണ് ഡോ. സുധീർ പറയുന്നത്. യാദവന്മാരും നായന്മാരും തമ്മിൽ കൂട്ടായ്മയിൽ വലിയ വ്യത്യാസമില്ലെന്ന് ഇ.എം.എസ് മലയാളികളുടെ മാതൃഭൂമിയെന്ന പുസ്തകത്തിൽ പറയുന്നുണ്ട്. മണിയാണി, കോലയാൻ, മൂവാരി എന്നിങ്ങനെയുള്ള ജാതി സമൂഹങ്ങളാണ് പിൽക്കാലത്ത് ചിറക്കൽ, നീലേശ്വരം, അറക്കൽ എന്നീ രാജവംശങ്ങളായി പരിണമിച്ചുണ്ടായതെന്നും എം.ജി.എസ്.നാരായണൻ പ

റയുന്നു ചെങ്കല്ല് പടുത്ത് കെട്ടുകയും അതിൽ കുമ്മായം തേച്ചുപി
ടിപ്പിക്കുകയും ചെയ്യുന്ന സമുദായമാണ് മണിയാണി സമുദായം.
കരിവെള്ളൂർ, മണക്കാട്, പലിയേരി, പുത്തൂർ എന്നിവിടങ്ങളിലെ
മണിയാണി (കോലയാൻ) സമുദായക്കാർ കല്പണിയിൽ ഇപ്പോ
ഴും ഏർപ്പെട്ടിരിക്കുന്നതായി കാണാം. യാദവ ചേകോൻ, ചേക
വർ – അങ്കം വെട്ടുന്നവൻ. നാടുവാഴികൾക്കും രാജാക്കന്മാർക്കും
വേണ്ടി അങ്കം വെട്ടി ചാകുന്ന ഈ ചേകവന്മാരെക്കുറിച്ച് അവരു
ടെ മാതാപിതാക്കൾക്ക് അഭിമാനവും സംതൃപ്തിയുമുണ്ടായിരു
ന്നു. വടക്കൻ പാട്ടിൽ ഇത് സവിസ്തരം പ്രതിപാദിക്കുന്നു. യാദ
വസമുദായത്തിലെ ധാർമ്മിക സാസ്കാരിക ജീവിതത്തിന്റെ അ
വിഭാജ്യ ഘടകമാണ് കാരണവൻമാർ. കഴകം നടത്തിപ്പുമായി ബ
ന്ധപ്പെട്ട കാര്യങ്ങൾ ചർച്ച ചെയ്ത് തീരുമാനിക്കുവാൻ വിവിധ ത
റവാടുകളിലെ ഏറ്റവും മുതിർന്ന അംഗങ്ങളായ കാരണവന്മാരാ
ണ്. പയ്യന്നൂരിൽ കാലിച്ചാൻ കാവുകളുണ്ട്. യാദവസമുദായത്തി
ന്റെ കാലിച്ചാൻ തെയ്യം കന്നുകാലികളുടെ സംരക്ഷകനാണ്. കാ
ലിച്ചാൻ തെയ്യം കൃഷിക്ക് അവകാശികളായ യാദവരുടെ കൃഷി
യും കാലിവളർത്തലുമുൾക്കൊള്ളുന്ന സമഗ്രമായ ഒരു ഉർവ്വരതാ
സങ്കല്പത്തിന്റെ പ്രതിഫലനമാണ്. കൃഷി കാക്കുന്ന ദൈവമാണ്
കാലിച്ചാൻ. ഉർവ്വരാധന യാദവരുടെ പ്രധാന ആരാധനാരീതി
യാണ്. പ്രകൃത്യാരാധനയും ഉർവ്വരാധനയുടെ ഭാഗമാണ്. മുഹൂർ
ത്തം കുറിച്ച് വിത്തിറക്കുമ്പോൾ യാദവർ നടത്തുന്ന ഭൂമിപൂജയാ
ണ് പോതുകൊള്ളൽ കളരികളും കളരിപരദേവതകളും കളരിഗു
രുക്കന്മാരും നിരവധി. ഗുരുക്കന്മാർക്കു പൊതുവെ മേലാള കീഴാള
ഭേദമുണ്ടെങ്കിലും അതു പ്രകടമായിരുന്നില്ല. നാട്ടുവഴക്കങ്ങളിൽ
യാദവഗണത്തിൽപെട്ട ആയന്മാരുടെ നാലുകളരികൾ പ്രസിദ്ധം
ഓടങ്കര, മാടങ്കര, കുമ്മണാർ, കരിന്തളം ഇവയിൽ കാസറഗോഡ്
ജില്ലയിൽ രണ്ടു പ്രധാന കളരികളാണ് കരിന്തളം കളരിയും കുമ്മ
ണാർ കളരിയും, യോഗിമാരുടേയും യാദവന്മാരുടേയും ഇടയിൽ
കളരി ഗുരുക്കന്മാർ (ഗുരുക്കളച്ഛന്മാർ) ആദരണീയരായിത്തന്നെ
കഴിഞ്ഞു പോരുന്നു. വേട്ടയാടൽ, ആയുധപരിശീലനം, വ്യായാമം
എന്നിവയിൽ നിന്നും ആരും വ്യത്യസ്തരായിരുന്നില്ല നാടുവാഴി
കളെ സഹായിക്കുവാൻ പരിശീലനം നൽകി ഒരു സംഘത്തെ സ
ജ്ജമാക്കുന്നതിന് വേണ്ടിയായിരിക്കും ഇത്തരം കളരികൾ രൂപം

കൊണ്ടത്. ക്രമേണ ഇത്തരം കളരികൾ സ്ഥലനാമങ്ങളായി മാറി. വിവിധഭാഗങ്ങളിൽ മണിയാണിമാരുടെ ആവാസ കേന്ദ്രങ്ങളിൽ കളരിക്കാൽ കാണാം. കളരികൾ പലതും പിന്നീട് തെയ്യങ്ങളുടെ പള്ളിയറകളായി മാറുകയുമുണ്ടായി. കളരി ആയോധനകലയ്ക്ക് മണിയാണിമാരുടെ നാട്ടിൽ വളരെ പ്രാധാന്യമുണ്ട്. കളരിയുടെ പെരുമ വിളിച്ചോതുന്ന വടക്കൻപാട്ടുകൾ മണിയാണിമാരുടെ കള രിയുടെ ചരിത്രത്തേയും വിളിച്ചറിയിക്കുന്നതാണ്.പുറമെ നിന്നു ള്ള അക്രമണങ്ങളിൽ നിന്ന് രക്ഷ നേടാൻ കളരി ഉപകരിക്കും എ ന്നതിനാൽ അധികാരികൾ മണിയാണിമാരുടെ കളരി അഭ്യസന ത്തിന് പ്രത്യേക സാമ്പത്തിക സഹായം നൽകിയിരുന്നു.. ആദ്യ കാല കളരി അഭ്യാസികളും ഗുരുക്കന്മാരും. ഗതാഗത സൗകര്യം നന്നേ കുറവായിരുന്ന ഒരു കാലഘട്ടത്തിൽ മംഗലാപുരം മുതൽ കന്യാകുമാരി വരെ യാത്ര ചെയ്ത് വട്ടേൻ തിരിപ്പും മലക്കക്കളരി യുമൊക്കെ സ്വായത്തമാക്കി പ്രതിഫലേച്ഛ കൂടാതെ തന്റെ ശിഷ്യ ന്മാർക്ക് പകർന്ന് നൽകിയ ഗുരുക്കങ്ങളുണ്ടായിരുന്നു. ഭദ്രകാളി യായ കോലസരൂപത്തിങ്കൽ തായി ആയന്മാരുടെ ആരാധനാമൂർ ത്തിയാണ്. മായന്മാരുടേതു യശോദനന്ദിനിയായ കണ്ണങ്ങാട്ടു ഭഗ വതിയും, യാദവ കുലത്തിന്റെ സംരക്ഷണമാണ് രണ്ടുഭഗവതിമാ രുടേയും ലക്ഷ്യം. പൗരാണികർ രണ്ടുഭഗവതിമാരേയും ഒരേ കഴ കത്തിൽ വിവിധ നാമങ്ങളിൽ ആരാധിക്കുവാനും പ്രത്യേകം ശ്ര ദ്ധിച്ചതായി കാണാം. ആയന്മാരുടെ കഴകത്തിൽ വട്ടമുടി ഭഗവതി മാരും മായന്മാരുടെ ആരാധനാകേന്ദ്രങ്ങളിൽ ദീർഷമേറിയ തിരു മുടിയുള്ള ഭഗവതിമാരേയും കാണാം. ഭഗവതിമാരെല്ലാം സർവൈ ശ്വര്യപ്രദായിനിയായ ദേവിയുടെ ഭിന്നരൂപങ്ങളാണ്. ഭക്തന്മാരു ടെ ഹൃത്തടത്തിൽ കണ്ണമംഗലം ഭഗവതി, കണ്ണങ്ങാട്ട് ഭഗവതി, പ ണയക്കാട്ട് ഭഗവതി എന്നീ ദേവീ സങ്കല്പങ്ങളെല്ലാം സച്ചിദാനന്ദ സ്വരൂപിണിയായ സാക്ഷാൽ മഹേശ്വരിതന്നെയാണ്. പണയമാ യി നിന്ന ഭഗവതിയാണ് അതായത് പണയം കാട്ടിയ ഭഗവതിയാ ണ് പയക്കാട്ട് ഭഗവതി

തിയ്യർ

പയ്യന്നൂരിൽ ജനസംഖ്യയിൽ മുൻതൂക്കമുള്ള വിഭാഗമാണ് തീയർ. ബ്രാഹ്മണ കുടിയേറ്റത്തോടൊപ്പമോ അതിനു മുമ്പോ കോ

ലത്തുനാട്ടിൽ കുടിയേറിയവരായിരിക്കണം ഇവർ. ഡോ. സദാശി വന്റെ അഭിപ്രായത്തിൽ ബുദ്ധമതക്കാരായിരുന്നു തിയ്യന്മാർ എ ന്നാൽ ബ്രാഹ്മണ ആധിപത്യത്തോടെ ഇവർ കുടിയാൻമാരാവുക യും ഇവരെ താഴ്ന്ന ജാതിയിലേക്ക് തരംതാഴ്ത്തുകയും ചെയ്തു. തിയ്യന്മാർ സിലോണിൽ നിന്നുവന്ന ബുദ്ധമതാനുയായികളാണെ ന്നും നാട്ടിൽ വന്നതിനു ശേഷമാണ് ഹിന്ദുമതം സ്വീകരിച്ചതെ ന്നും പൊതുവേ ഒരഭിപ്രായമുണ്ട്. എന്നാൽ ശ്രീ. സി.വി കുഞ്ഞി രാമനെപ്പോലുള്ള പണ്ഡിതന്മാർ ഇതിനോടു യോജിക്കുന്നില്ല. യഥാർത്ഥത്തിൽ തിയ്യന്മാർ ആദികാലം മുതൽക്കേ കേരളത്തിലു ണ്ടായിരുന്നുവെന്നും മറ്റുള്ളവരുടെ സങ്കടവൃത്തിക്കായി ബലിദാ നികളാവാൻ തയ്യാറായിരുന്നവരായിരുന്നുവെന്നും ശ്രീ അച്യുത മേനോനെപ്പോലുള്ളവർ അഭിപ്രായപ്പെടുന്നുണ്ട്. കൂലോം പ്രദേ ശത്തെ അടക്കി ഭരിച്ചിരുന്ന അല്ലോഹലനും ഉദിനൂർ കേന്ദ്രമാക്കി ഭരിച്ചിരുന്ന മന്നോനും-തിയ്യരാജാക്കന്മാരായിരുന്നു. ഇവരെ പരാ ജയപ്പെടുത്തിയാണ് ചിറക്കൽ കോവിലകം വടക്കൻ മേഖലകളി ലേക്ക് വളരുന്നത്. അന്ന് തിയ്യ

രുടെ പട കവ്വായിപുഴയോര ത്തും ഉദിനൂരും ചെറുവത്തൂർ എടോടക്കം വയലിലും അതി ഞ്ഞാലിലും ഏറ്റുമുട്ടിയിരുന്നു. അന്ന് ഏറ്റുമുട്ടി പരാജയപ്പെട്ട എട്ടുകുടക്കൽ പ്രഭുക്കളൊക്കെ തീയ്യരായിരുന്നു. ഡോ:എം. ആർ. രാഘവവാര്യർ വടക്കൻ പാട്ടുകളുടെ പണിയാലയിൽ പ റഞ്ഞതുപോലെ സംസ്കൃതാല ങ്കാരികന്മാരുടെ ആര്യൻനാട്ടി ലെ ആര്യരാജാവിന്റെ മകളായ പൂമാല ആയിരം തോഴിമാരോ ടൊപ്പം ആയിരക്കണക്കിന് ചേ കോന്മാരുടെയും അകമ്പടിയോ ടെ കപ്പലിറങ്ങി.

ഓരായിരമേറും ചേകോരരം താനുമായ്
കപ്പലും കൈക്കൊണ്ടിട്ടാർത്താരേ
ഏഴായിരമേറും കപ്പലും താനുമായ്
ഏഴിമുനമ്പുകണ്ടാർത്താരേ. പൂമാലയ്ക്ക് അകമ്പ
ടിയായി വന്ന യോദ്ധാക്കൾ ആയിരക്കണക്കിനു ചോകോന്മാരാ
ണെന്ന് മരക്കലപ്പാട്ടിൽ പലയിടത്തും പരാമർശമുണ്ട്. തിയ്യന്മാർ
കൂട്ടമായി താമസിക്കുന്ന സ്ഥലത്തിനെ കുതിരെന്നു വിളിക്കപ്പെടു
ന്നു. പയ്യന്നൂരിൽ തിയ്യർക്ക് നല്ല വീടുവെയ്ക്കാൻ അവകാശമു
ണ്ടായിരുന്നില്ല. കുടുംബക്കാർ പുതിയ വീടുവെച്ച് വെള്ളയടിച്ച
പ്പോൾ ചുവരിൽ ചാണകം തേച്ച് വൃത്തി കേടാക്കിയ സംഭവം ഉ
ണ്ടായിരുന്നതായി ചിലർ ഓർമ്മിക്കുന്നു. നല്ല പേരുകൾ ഉപയോ
ഗിക്കാൻ അവർക്കവകാശമുണ്ടായിരുന്നില്ല. തിയ്യൻ അവരുടെ പേ
രിന്റെ കൂടെ ജാതിപ്പേരും ഉപയോഗിക്കണമെന്നായിരുന്നു. ഉദാ:
തിയ്യൻ കണ്ണൻ, തിയ്യൻ രാമൻ, എന്നിങ്ങനെ. തിയ്യ സ്ത്രീകൾ ന
ല്ല പേരിട്ടാൽ അതുമാറ്റി അതിന്റെ പ്രാകൃതരൂപം ഉപയോഗിക്കാൻ
നിർബന്ധിക്കപ്പെട്ടിരുന്നു.

നല്ല ചെരിപ്പിട്ട് നടക്കാനുള്ള
തിയ്യരുടെ അവകാശം ചോ
ദ്യം ചെയ്യപ്പെട്ടിരുന്നു. പയ്യ
ന്നൂരിൽ ഇതിനെതിരെ പ്ര
തിഷേധവും, കഴിഞ്ഞ നൂ
റ്റാണ്ടിൽ ഉയർന്നുവന്നിരു
ന്നു. മംഗലാപുരത്തു പോ
യി ചെരിപ്പുകൊണ്ടു വരി
കയും അതു ധരിച്ച് പ്രതി
ഷേധം അറിയിക്കുകയുണ്ടാ
യി. ചേരമാൻമാർ പെരു
മാൾ ഓലകൊടുത്തയച്ചതു
പ്രകാരം ഈഴത്തുനാട്ടിൽ
നിന്ന് അയക്കപ്പെട്ടവരുടെ
സന്തതി പരമ്പരകളാണ്
ചേകോൻമാർ എന്ന് വട
ക്കൻപാട്ടുകളിൽ പരാമർശ

മുണ്ട്. കണ്ണൂരേയും തലശ്ശേരിയിലെയും സ്ത്രീകൾ യൂറോപ്യൻ സ്ത്രീകളെപ്പോലെ സുന്ദരികളാണെന്ന് വില്യം ലോഗൻ രേഖപ്പെ ടുത്തിയിട്ടുണ്ട്. നാളികേരവും അവയുടെ പ്രാധാന്യത്തേയും കുറി ച്ച് 520 – 550 എ.ഡിയിൽ ചെമ്പുതകിടിലും മലബാർ മാന്വലിലും എഴുതപ്പെട്ടതായ രേഖകളിലുണ്ട്. ഇതിൽ തിയ്യർ നാളികേരവുമാ യി ബന്ധപ്പെട്ട ജാതിസമൂഹമാണെന്ന് വ്യക്തമാക്കുന്നു. തിയ്യന്മാ രും നായന്മാരും തമ്മിൽ കൂട്ടായ്മയിൽ വലിയ വ്യത്യാസമില്ലെന്ന് ഇ.എം.എസ് മലയാളികളുടെ മാതൃഭൂമിയെന്ന പുസ്തകത്തിൽ പ റയുന്നുണ്ട്. ചേകോൻ, ചേകവർ – അങ്കം വെട്ടുന്നവൻ. അവർക്ക് രാജപദവി പോലും ഉണ്ടായിരുന്നതായി വടക്കൻ പാട്ടുകളിൽ പറ യുന്നു. തെങ്ങിൽ കയറി തങ്ങളുടെ പരമ്പരാഗതമായ ശൈലിയി ലാണ് കള്ള് ചെത്ത് നടത്തിയിരുന്നത്. നേർ കത്തി എന്ന ഉപകര ണം ഉപയോഗിച്ച് തെങ്ങിന്റെ പൂക്കുല ശൈശവ ദശയിലുള്ള വി ടരാത്ത ഭാഗം ഒരു പ്രത്യേക അകലത്തിൽ വെച്ച് മുറിച്ച് അതിൽ മുകളിൽ ചില പച്ചമരുന്ന് തേച്ച് പിടിപ്പിച്ച് മുറുക്കി കെട്ടുന്നു തുടർ ന്ന് ഒരു മൺ കുടം കമിഴ്ത്തി വെക്കുന്നു. തെങ്ങ് ചെത്തിന് പ്രത്യ കം പരിശീലനം ആവശ്യമായിരുന്നു. പയ്യന്നൂരിൽ തിയ്യർക്ക് കള രിയും കളരി ആശാൻമാരും ഉണ്ടായിരുന്നു. നാടുവാഴികൾക്കും രാജാക്കന്മാർക്കും വേണ്ടി അങ്കം വെട്ടി ചാകുന്ന ഈ ചേകവന്മാ

രെക്കുറിച്ച് അവരുടെ മാതാപി
താക്കൾക്ക് അഭിമാനവും സം
തൃപ്തിയുമുണ്ടായിരുന്നു. പയ്യ
ന്നൂരിൽ തിയ്യരുടെ പ്രധാന ദേ
വി ചീർമ്പയാണ്. ഓരോ ചീർ
മ്പക്ഷേത്രവും കൊടുങ്ങല്ലൂരി
ന്റെ ദൃഷ്ടിയിലാണെന്നാണ് സ
ങ്കല്പം. അതുകൊണ്ട് കൊടു

ങ്ങല്ലൂരിലെ മധുപൂജയ്ക്ക് തുല്യമായ കലശാട്ടം നടത്താൻ ചീർ
മ്പക്കാവുകളിൽ വ്യവസ്ഥയുണ്ട്. ചീർമ്പക്കാവുകളിൽ പൂക്കുട, ആ
ചാരക്കുട എന്നിവ ഉപയോഗിച്ചു വന്നു. കുടപ്പനയോലകൾ കൊ
ണ്ടാണ് ഇവയെല്ലാം നിർമ്മിച്ചുവന്നത്. ഇവയുടെ നിർമ്മാണത്തി
ന് മുളയുടെ ചീളുകളും ഉപയോഗിച്ചു. മുളയുടെ ചീളുകൊണ്ട് നിർ
മ്മിക്കുന്നത് അനേകം ഉപകരണങ്ങൾ അന്ന് സുലഭമായിരുന്നു.
തിയ്യരെക്കുറിച്ച് ദക്ഷിണേന്ത്യയിലെ ജാതികൾ എന്ന പുസ്തക
ത്തിൽ രേഖപ്പെടുത്തിയിരിക്കുന്നത് വടക്കേ മലയാളത്തിൽ തി
യ്യർ മരുമക്കത്തായക്കാരാണ്. ഈഴവരെ തങ്ങളെക്കാൾ കീഴെയാ
യിട്ടാണ് തിയ്യർ വിചാരിച്ചു കാണുന്നത്. തീയ്യർ ഒരു പ്രത്യേകവം
ശമാണ് എന്നതിന് ഏറ്റവും വലിയ തെളിവാണ് അവരിൽ കാണു
ന്ന ഗോത്രീയത (ഇല്ലം സമ്പ്രദായം). എട്ട് ഇല്ലങ്ങൾ ചേർന്ന വം
ശമാണ് തിയ്യർ. കഴകവ്യവസ്ഥയെ അനുകരിച്ചും അനുസരിച്ചുമാ
യിരുന്നു ഈ കഴകവ്യവസ്ഥ. ബ്രാഹ്മണർ തളികളെ ആസ്ഥാനമാ
ക്കി കഴക വ്യവസ്ഥ തുടർന്നതുപോലെ മറ്റ് സമുദായങ്ങളും അ
താത് സമുദായ ദേവതാ സങ്കേതങ്ങളെ കേന്ദ്രമാക്കി. മണിയാ
ണി, മൂവാരി സമുദായങ്ങൾക്കും കഴകങ്ങൾ എന്ന പേരിൽ തന്നെ
സ്ഥാനങ്ങൾ ഉണ്ടെങ്കിലും ഏറ്റവും ശക്തമായത് തിയ്യസമുദായ
ത്തിന്റെ കഴകങ്ങൾ തന്നെയാണ്. വളപട്ടണം പുഴക്ക് തെക്കുള്ള
ദേശങ്ങളിൽ തീയ്യസമുദായത്തിന്റെ ചീർമ്പയെ ആരാധിക്കുന്ന ക
ഴകങ്ങൾ നിരവധിയാണ്. അഴിക്കോട്, തെക്കുമ്പാട്, കീച്ചേരി, അ
തിയടം, മല്ലിയോട്ട് പാലോട്ട് കാവുകളും ഇത്തരത്തിലുള്ള കഴക
സ്ഥാനങ്ങളാണ്. തിയ്യ സമുദായത്തിന് ചീറുമ്പയുടെ പതിനെട്ടര
കഴകങ്ങൾ ആണ് മുൻകാലങ്ങളിൽ ഉണ്ടായിരുന്നതത്രെ. തീരദേ
ശങ്ങളിലുടനീളം ഇത്തരത്തിലുള്ള കഴകങ്ങൾ കാണാം. പൗരാ

ണികത്വവും പാരമ്പര്യവും നിലനിർത്തുന്ന വംശങ്ങളുടെ പ്രത്യേ
കതയാണിത്. പയ്യന്നൂരിൽ തിയ്യരുടെ അലക്കുവേലകൾ നിർവ്വ
ഹിക്കുന്നത് വണ്ണാത്തിയാണ്. തിയ്യവിഭാഗങ്ങളിലെ സ്ത്രീകൾക്ക്
ഋതുമതികളായാൽ അശുദ്ധം നീങ്ങാൻ വണ്ണാത്തിമാറ്റ് വേണം.
വാലായ്മയും പുലയും നീങ്ങാനും നിശ്ചിത ദിവസം വണ്ണാത്തി
മാറ്റ് ഉടുത്ത് കുളിക്കണം. തിയ്യരെക്കാൾ താഴ്ന്നവർ എന്ന് കരുത
പ്പെടുന്നവർക്ക് ആ ഏർപ്പാടില്ല. തിയ്യർക്കുമാത്രമല്ല മേൽജാതിക്കും
– നമ്പൂതിരമാർക്കു പോലും – മാറ്റു കൊടുക്കാനുള്ള അധികാരം
വണ്ണാത്തിക്കാണെന്നതാണ് ആശ്ചര്യകരമായ സംഗതി. തിയ്യർക്ക്
രണ്ട് മാറ്റുടുക്കലുണ്ട് – കുളിക്ക് മുമ്പും കുളി കഴിഞ്ഞിട്ടും. കുളിച്ച്
ശുദ്ധയായ സ്ത്രീ വണ്ണാത്തിമാറ്റുടുത്ത് സ്വയം അലങ്കരിക്കുന്നു.
സവർണർക്ക് മാറ്റുടുത്ത് കുളിമാത്രമേയുള്ളൂ. അലങ്കാര വസ്തു
വായി സ്വന്തം അലക്കുജാതിക്കാർ കൊണ്ടുവന്ന തുണികൾ ത
ന്നെ വേണം. ഉത്തര കേരളത്തിലെ തിയ്യരുടെ കാവുകളിൽ അന്തി
ത്തിരിയൻ, വെളിച്ചപ്പാടൻ, കുടക്കാരൻ തുടങ്ങിയ അടിയന്തിരക്കാർ
വണ്ണാത്തിമാറ്റ് ഉടുത്തേ അനുഷ്ഠാനങ്ങൾ നിർവഹിക്കാൻ പാടു
ള്ളു. കതിവന്നൂർ വീരൻ, മുത്തപ്പൻ, പൊട്ടൻ തെയ്യം എന്നീ തെയ്യ
ങ്ങൾക്ക് നോറ്റിരിക്കുന്ന കോരവും മടയനും മന്ത്രവാദിയും വണ്ണാ
ത്തിമാറ്റ് ഉടുക്കണം. അതുപോലെ തിയ്യരുടെ ക്ഷുരകവൃത്തി/മര
ണാനന്തര കർമ്മങ്ങൾ ചെയ്യുന്നത് കാവുതീയ്യനും. തീയ്യകഴകങ്ങ
ളിലെയും,കാവിലെയും ആചാരസ്ഥാനികരായവർക്ക് വേണ്ടി ഇ
വരിത് തുടർന്ന് പോരുന്നു. എന്നാൽ അതുപോലെ തീയ്യരുടെ ത
ണ്ടാൻ എന്ന സ്ഥാനപ്പേർ പാരമ്പര്യവും നിലനിർത്തുന്ന വംശങ്ങ
ളുടെ പ്രത്യേകതയാണ്.

തണ്ടാന്റെ കെട്ടും ചുറ്റും
കുറിയും ഞൊറിയും തീ
യ്യ സമുദായത്തിലെ പ്ര
മാണിത്ഥത്തിന്റെ തെളി
വാണ്. അധികാരി, ന്യാ
യാധിപൻ എന്നൊക്കെ
യാണ് തണ്ടാൻ അറിയ
പ്പെടുന്നത്. സാമന്ത നാ
ടുവാഴിസ്ഥാനം വരെയു

ള്ള തണ്ടാൻ തറവാടുകൾ കാണാം. ശ്രീകൂർമ്പയുടെ ആചാരക്കാ രനെയും വെളിച്ചപ്പാടിനെയുമാണ് ആയത്താന്മാർ എന്നു വിളിക്കു ന്നു. ആചാരക്കാരെ സമുദായത്തിലെ മറ്റുള്ളവർ അച്ചന്മാർ എന്നാ ണ് വിളിച്ചിരുന്നത്. കാരണവന്മാരെപോലെ തന്നെ കാരണവത്തി കളും ഉണ്ട്. അമ്മമാർ, മൂലോത്തികൾ എന്നൊക്കെയാണ് കാരണ വത്തികൾ അറിയപ്പെട്ടിരുന്നത് ഈ സ്ഥാപനമാണ് വിവാഹമോ ചനം പോലുള്ള കാര്യങ്ങളിൽ തീർപ്പ് കല്പിക്കുന്നത്.പണ്ട് വലി യ നായർ തറവാട്ടിലെ കാരണവർ മരിച്ചാൽ മൃതശരീരം ദഹിപ്പി ക്കാൻ വേണ്ടിയുള്ള മരം മുറിക്കാൻ തണ്ടാന്റെ അനുവാദം തേടി യുള്ള ചടങ്ങുണ്ട്. മരം മുറിക്കാൻ തണ്ടാൻ അനുവാദം നൽകണം. കൊല്ലൻ, തട്ടാൻ, ആശാരി, തിയ്യൻ എല്ലാം താമസിക്കുന്നത് വീട് അല്ലെങ്കിൽ കുടിയും, അധികാരസ്ഥാനമുള്ള ആൾക്കാർ താമസി ക്കുന്നത് ഇടവും രാജാവ് കോവിലകത്തോ കൊട്ടാരത്തിലോ വ സിക്കുന്നു. തിയ്യർ അധഃപതിച്ചു കിടന്നിരുന്ന ഒരു സമുദായമാ ണെന്നും ശ്രീനാരായണ ഗുരുവാണു തീയ്യരെ ഉയർത്തിയതെന്നും പ്രചരിപ്പിക്കുന്നു. അത് തെറ്റാണ്. ഗുരു തന്നെ കണ്ണൂരിൽ വന്നിട്ട് തീയ്യരെ കുറിച്ച് പറഞ്ഞത്, തിയ്യർക്ക് സാമൂഹ്യ പരിഷ്കരണത്തി ന്റെ ആവശ്യകത ഇല്ലെന്നാണ്. കുമാരനാശാൻ തീയ്യരെക്കുറിച്ച് ത യ്യാറാക്കിയ റിപ്പോർട്ടിൽ പറഞ്ഞത് തിയ്യർ മലബാറിലെ ഉയർന്ന സാമൂഹ്യ സാംസ്കാരിക സ്ഥിതി ഉള്ള, വളരെ പുരോഗമിച്ച ഒരു സമുദായമാണെന്നാണ് കോലത്തിരിയുടെ വാളോർ പെരുങ്കളരി ക്ക് ഗുരുവായ വയനാട്ടുകുലവൻ ഇങ്ങനെ വീരൻമാരും പ്രമാണി മാരും, വൈദ്യൻമാരും ഉള്ളവരാണ് തീയ്യ സമുദായം. സമാന്തനാ ടു വാഴി പദവി പലങ്കരിച്ച ചിറക്കൽ രാജാവിൽ നിന്നും കച്ചും ചു രികയും വാങ്ങി ഇന്നും ആചാരപ്പെടുന്ന അനേകം തണ്ടാൻ സ്ഥാ നക്കാർ ചേകവന്മാരാണ്.തീയ്യരുടെ പൂരക്കളിയും മറത്തു കളി യും കാവും കഴകവുമെല്ലാം ഈഴവർക്ക് തീർത്തും അജ്ഞാതമാ ണ്.വടക്കൻപാട്ടുകളിലെ ഒരു വിഭാഗമായ പുത്തൂരംപാട്ടുകളിൽ വലിയ ആരോമലിന്റെ അങ്കയാത്ര എന്നഭാഗത്തു പരാമർശിച്ചു കാ ണുന്നു. തമ്പുരാന്റെ വഴിപാടു കണക്കിൽ തിയ്യക്കളരികളിലെ പര ദേവതമാർക്ക് ആണ്ടുവഴിപാടുകൾ കൽപിച്ച് അനുവദിച്ചിരുന്നു.ക ളരിയെ നികുതിയിൽ നിന്ന് ഒഴിവാക്കിയതായും കളരി ഗുരുക്കൻ മാർക്ക് പ്രത്യേക പരിഗണന നൽകുന്നതിനും കോലത്തിരിരാജാ

വ് ഉത്തരവിട്ടിരുന്നു.ജീവിതവീക്ഷണത്തെ രൂപപ്പെടുത്തിയെടുക്കു
ന്നതിൽ ഈ തിയ്യ കളരിയുടെ സ്വാധീനം വലുതായിരുന്നു എന്ന്
തഴ്സ്റ്റൻ എഴുതിയിട്ടുണ്ട്. ഈ സമുദായത്തിൽ വിവാഹം രാത്രി
കാലത്താണ് നടക്കുക. പുടവമുറി എന്നാണ് പൊതുവെ ഇതിനു
പറയുക ആദ്യം പെണ്ണുകാണൽ ചടങ്ങ് ആണ് നടത്തുക പെണ്ണി
നെ ഇഷ്ടപ്പെട്ടാൽ ജ്യോതിഷ വിധിപ്രകാരം മുഹൂർത്തവും ദിവ
സവും കുറിക്കുന്നു. വിവാഹം ക്ഷണിക്കാൻ വരനും വരന്റെ കൂട്ടു
കാരനുമാണ് പോവുക. വെറ്റിലയും അടക്കയ്ക്കും വെച്ചിട്ടാണ്
ബന്ധുജനങ്ങളെ ക്ഷണിക്കുക. അങ്ങനെ ചെയ്തില്ലെങ്കിൽ അവർ
വിവാഹത്തിൽ പങ്കെടുക്കുകയില്ല. പതിനൊന്നു മുറി പുടവയും,
വെറ്റിലക്കയും ചുമന്നു കൊണ്ടു ഒരാൾ പ്രത്യേകം വരന്റെ കൂടെ
യുണ്ടാകും വിവാഹത്തിന് രണ്ടു ദിവസം മാത്രമേ ആഘോഷ
ങ്ങളുണ്ടായിരുന്നുള്ളൂ. വിവാഹമുഹൂർത്തത്തിൽ വധുവിനെ വ
ധുവിന്റെ അമ്മായി പടിഞ്ഞാറ്റയിൽ കൊണ്ടു വിടുന്നു.കർഷക
തൊഴിലാളികളായി ഇന്ന് ഉപജീവനം തേടുന്ന തീയ്യർ ഒരുകാല
ത്ത് ഇവിടത്തെ കൃഷിക്കാരായിരുന്നിരിക്കണം. കാർഷിക ജ്ഞാ
നവും പ്രയത്നോത്സുകതയും സമർത്ഥമായി ഉപയോഗിച്ചു കൊ
ണ്ടായിരുന്നു തീയ്യപ്രദേശങ്ങളിൽ നെൽകൃഷി അഭിവൃദ്ധിപ്പെട്ടത്.
സമ്പന്നരായ തീയ്യകർഷകരുടെ വീടുകളുടെ മുന്നിൽ നെല്ല് കൊ
യ്തതിനുശേഷം മനോഹരമായ പല ആകൃതികളിൽ പുല്ല് കൂന
കളാക്കി കൂട്ടിയിടുന്നതിനെയാണ് പൂക്കയ എന്നു പറയുന്നത്. പു
തിയ ജനവിഭാഗങ്ങളുടെ കടന്നു വരവ് ഈ വിഭാഗത്തെ കൃഷിഭൂ
മിയിൽ നിന്ന് പിന്തള്ളി. നാട്ടുവൈദ്യത്തിൽ പ്രഗത്ഭരാണ് തീയ്യർ

എല്ലാ രോഗങ്ങൾക്കും
ചികിത്സ നടത്തുമ്പോൾ
സ്ത്രീകൾ പ്രസവ ചികി
ത്സയിലും പ്രസവാനന്ത
ര ഔഷധ കൂട്ട് തയ്യാറാ
ക്കുന്നതിലും പ്രഗത്ഭരാ
ണ്.ഇവർ മന്ത്രവാദി ചി
കിത്സയിലും വിദഗ്ധരാ
ണ്. വെള്ളം മന്ത്രിക്കൽ,
തേങ്ങ മന്ത്രിക്കൽ എന്നി

വ ഇവർ നടത്തിപോന്നു.നടുവുളുക്കിയതിന് നടത്തിയ നാട്ടുവിദ്യ യാണ് തിറമ്പു പിടുത്തം, ഇവിടെയും വിശ്വാസവും മരുന്നും ഒ ന്നിച്ചു പ്രവർത്തിക്കുന്നു. രോഗിയും ചികിത്സകന്റെ സഹായിയും കൂടി നടുവിന് ഇരുവശവും ചേർത്ത് പിടിച്ച മണ്ണൻ വാഴപ്പോളയ് ക്കിടയിൽ വൈദ്യൻ ആനയടി എന്ന പച്ചമരുന്ന് തിരുമ്മി ഒഴിക്കു ന്നു. അതോടെ വാഴപ്പോളകൾ അന്യോന്യം അടുക്കാൻ തുടങ്ങു ന്നു. അവ ചേർന്ന് വരുമ്പോൾ കൊത്തിയറുക്കുന്നു. അതോടെ ന ടുവുളുക്കിയതു മാറും എന്നാണ് വിശ്വാസം. ശരീര നാഡികളെ യും ഞരമ്പുകളെയും ഉത്തേജിപ്പിച്ച് രോഗശമനം വരുത്താൻ ശേ ഷിയുള്ള പച്ചമരുന്നിന്റെ പ്രഭാവവുമാകാം ഇവിടെ യഥാർത്ഥത്തിൽ രോഗശമനം വരുത്തിയത്. പൊയ്യപാറൽ എന്നറിയപ്പേടുന്ന ഒരു തരം പനി ബാധിച്ചാൽ ശിരസ്സുമുതൽ പാദം വരെ പുന്നയില കൊണ്ടോ കാഞ്ഞിരത്തിലകൊണ്ടോ ഒഴിഞ്ഞു കളയുന്ന പൊയ്യ എടുക്കൽ എന്ന ചടങ്ങ് ഈ മേഖലയിൽ പ്രാബല്യത്തിലുണ്ട്. ഇ ലയുഴിഞ്ഞ് രോഗിയുടെ കാൽക്കീഴിൽ വെച്ചിരിക്കുന്ന പാത്രത്തി ലെ വെള്ളത്തിൽ കഴുകുന്നു. ഈ വെള്ളത്തിൽ മണൽത്തരികൾ ഉണ്ടാകുമെന്നും അത് അസുഖകാരണമായ പൊയ്യയാണെന്നും വിശ്വസിക്കുന്നു. കഴിഞ്ഞ കാലത്ത് തീയ്യരുടെ പ്രധാന തൊഴിൽ ശർക്കര ഉത്പാദനം തന്നെയായിരുന്നു. ശർക്കര ചെത്തിന് മാറ്റു പാനി (കള്ളുകുടം) യിൽ നിശ്ചിത അളവിൽ ചുണ്ണാമ്പ് ചേർക്കേ ണ്ടതും രണ്ടു നേരങ്ങളിലായി ഊറ്റി എടുക്കുന്ന നീര പുളിച്ചു പോകാതിരിക്കാൻ അതാത് നേരം തന്നെ ചൂടാക്കേണ്ടതുമുണ്ട്. പിന്നീട് അരിപ്പവെച്ച് അരിച്ച് ശുദ്ധമാക്കിയ കള്ള് കുറുക്കി വറ്റിച്ച് പാവ് പരുവത്തിൽ ഇറക്കിവെച്ച്, ചട്ടുകം കൊണ്ട് കടഞ്ഞ്, ഓല കൊണ്ട് നിർമ്മിച്ച അച്ചുകളിൽ ചൂടാറും മുമ്പെ ഒഴിച്ച് ആറ്റുമ്പോൾ എടുത്തുവെക്കുന്നു . കള്ളാവണക്കിന്റെ തണ്ട് ഉപയോഗിച്ച് ഇതി നെ പാകപ്പെടുത്തും. അതിന്ശേഷം ഓലവളച്ച് ഒരണചക്കര, ഒ ന്നരണചക്കര എന്നിങ്ങനെ വിവിധ തരത്തിലുള്ള ചക്കരയുണ്ടാ ക്കുന്നു. കള്ളിന് പകരം നെല്ലുപയോഗിച്ചും ചക്കരയുണ്ടാക്കുന്ന പതിവുണ്ട്. ഈ ഉത്പന്നം കൂടുതലായും മാർക്കറ്റ് ചെയ്തിരുന്ന ത് മുട്ടം, പഴയങ്ങാടി ഭാഗങ്ങളിലായിരുന്നു. കടലിൽ പോകുന്ന തൊഴിലാളികൾക്കും മറ്റും അവിലും ശർക്കരയും അക്കാലത്തെ പഥ്യ ഭക്ഷണമായിരുന്നു ഇരുനാഴി നെല്ലിന് ഒരിടങ്ങഴി ചക്കര എ

ന്ന കണക്ക് പഴയകാലത്ത് പ്രചാരത്തിലുണ്ടായിരുന്നു. തീയ്യർക്ക് സദ്യകൾക്ക് ഇലവെക്കുന്നതിനും ഓരോ കറിയും ക്രമമായി വിള മ്പുന്നതിനും ചിട്ടകളുണ്ടായിരുന്നു. വിശേഷദിവസങ്ങളിൽ സ സ്യഭക്ഷണം നിർബന്ധമായിരുന്നു. പഴയകാലത്ത് ഓലക്കുടയാ ണുപയോഗിച്ചിരുന്നത്. വയലിൽ പണിക്കു പോകുന്ന സ്ത്രീകൾ കളക്കുട ഉപയോഗിച്ചു വന്നു. പുരുഷന്മാർക്ക് തലക്കുടയാണുണ്ടാ യിരുന്നത്. പലതരം കുടകൾ അന്ന് ഉപയോഗത്തിലുണ്ടായിരുന്നു.ഭ ക്ഷണകാര്യത്തിൽ വളരെയേറേ മിതത്വവും ശുദ്ധിയും നിഷ്ക്കർ ഷിച്ചിരുന്നു.

പുള്ളുവർ

പിന്നോക്ക സമുദായത്തിൽപ്പെട്ട ഒരു ജനവിഭാഗമാണ് പുള്ളു വർ. രാമന്തളി, കോറോം, എരമം, കുറ്റൂർ, കാങ്കോൽ, ആലപ്പടമ്പ, കുണിയൻ, ഇട്ടുമ്മൽ, തൃക്കരിപ്പൂർ, കുട്ടക്കനി, പൂച്ചക്കാട്, നീലേ ശ്വരം, എന്നിവിടങ്ങളിലായി ഏകദേശം 15 കുടുംബങ്ങളായി ഇ വർ അധിവസിക്കുന്നു. ഗ്രാമീണ ജീവിതത്തിൽ ഒരു കാലത്ത് പു ള്ളുവക്കുടത്തിന്റെയും മണിവീണയുടെയും സംഗീത സ്വരധാരയിൽ ഐശ്വര്യത്തിന്റെ കീർത്തനമാലപിച്ചെത്തുന്ന പുളളവ ദമ്പതികളു ടെ ചിത്രം പഴയ മനസ്സുകളിൽ മായാതെ നിൽക്കുന്നുണ്ടാവാം. ക ന്നിക്കൊയ്ത്ത് കഴിഞ്ഞ ഇടവേളകളിൽ കുചേല കുബേര വ്യത്യാ സമില്ലാതെ എല്ലാ വീടുകളിലും പുള്ളുവനും പുള്ളുവത്തിയുമൊ ത്ത് മണി വീണ മീട്ടി താളാത്മകമായി പാടി. പുതുനെല്ല് സന്തോ ഷത്തോടെ സ്വീകരിച്ച് പടിയിറങ്ങിയ പഴയ നാളുകൾ ചിലരെങ്കി ലും ഇന്ന് ഓർക്കുന്നുണ്ടാവാം. മലബാറിന്റെ വിവിധ ഭാഗങ്ങളിൽ കുടിയേറിപ്പാർത്ത ജനസമൂഹം തൃക്കരിപ്പൂരിൽ താവളമുറപ്പിച്ചിട്ട് ഏതാണ്ട് ഒരു നൂറ്റാണ്ട് കഴിഞ്ഞു. പ്രസവമെടുക്കലായിരുന്നു ഇവ രുടെ സ്ത്രീകളുടെ ആദ്യകാലത്തെ പ്രധാന തൊഴിൽ. പുരുഷ ന്മാർക്ക് നാട്ടുവൈദ്യവും, എന്നാൽ കാലം മാറിയതോടുകൂടി കു ലത്തൊഴിലുകളിൽ നിന്നും വിട്ട് കൂലിപ്പണിയിൽ വ്യാപൃതരായി. വിവിധ ദൈവങ്ങളെ ആരാധിക്കുന്ന ഈ സമുദായത്തിന്റെ കുല ദൈവം കുഞ്ഞാറ് കുറത്തിയമ്മയാണ്. തളിപ്പറമ്പിനടുത്ത് ചുടല യിലും കണ്ണൂർ പാലക്കാട്, ഒറ്റപ്പാലം, ഷൊർണ്ണൂർ തുടങ്ങി കേരള ത്തിന്റെ വിവിധ പ്രദേശങ്ങളിൽ ഈ സമുദായം നിലയുറപ്പിച്ചിട്ടു

ണ്ട്. ഇക്കൂട്ടത്തിൽ കണ്ണൂർ ജില്ലയിലെ തളിപ്പറമ്പിൽ നിന്ന് വന്നവ
രുമുണ്ട്. പുരാണത്തിലെ പുള്ളുവപ്പക്ഷിയുടെ മക്കളാണ് പുള്ളു
വൻമാർ എന്നാണ് വിശ്വാസം. ഇവരുപയോഗിക്കുന്ന സംഗീത ഉ
പകരണം പുള്ളുവക്കുടം എന്ന പേരിലാണ് അറിയപ്പെടുന്നത്. മൺ
കലം തുരന്ന് മുണ്ടനാർ വലിച്ചുകെട്ടി ആട്ടിൻ തോല് വലിഞ്ഞു
ണ്ടാക്കുന്ന പുള്ളുവക്കുടം ഇവരുടെ തനത് വാദ്യോപകരണമാ
ണ്. പണ്ട് ദേവസഭയിൽ, സംഗീത സദസ്സിൽ വിവിധ വിഭാഗങ്ങൾ
സംഗീതാലാപനം നടത്തുന്ന വേളയിൽ ഇവരുടെ പുള്ളുവകുടം
പൊട്ടുകയും സഭയിൽ നിന്നും പുറത്താക്കപ്പെടുകയും ചെയ്തുവ
ത്രേ. ഇതോടെ ഈ സമുദായം പിന്നോക്കമായെന്ന് വിശ്വാസം പു
ള്ളുവൻമാർക്ക് പ്രധാനമായി നാല് ഇല്ലങ്ങളാണ് നിലവിലുള്ളത്.
കല്യാട്ട് കിരിയം, ചേരിക്കിരിയം, പാലാക്കിരിയം, യോണകുടി കീ
രിയം എന്നിവയാണവ. കല്യാട്ട് കീരിയക്കാരാണ് കാസർഗോഡ്
ജില്ലയിൽ കൂടുതലായി കാണപ്പെടുന്നത്.ഇവരുടെ സംസ്കാരാദി
ചടങ്ങുകൾ സാധാരണ ജനവിഭാഗങ്ങളുടെതുമായി സാമ്യം പു
ലർത്തുന്നവയാണ് കുട്ടിക്ക് മൂന്നുമാസം പ്രായമാകുമ്പോഴാണ് കാ
തുകുത്തൽ ചടങ്ങ്. പ്രസവശുശ്രൂഷയിൽ വിദഗ്ധകളാണ് പുള്ളു
വ സ്ത്രീകൾ. അതുകൊണ്ട് പ്രസവത്തിന് ആശുപത്രികളെ പൊ
തുവെ ഇവർ ആശ്രയിക്കാറില്ല. പെൺകുട്ടിക്ക് 13ാം വയസ്സിലും പു
രുഷന് 16 വയസ്സിലും വിവാഹം നടത്തുമായിരുന്നു.അമ്മദൈവ
ങ്ങളാണ് പുള്ളുവൻമാരുടെ ആരാധനാമൂർത്തികൾ, പുള്ളിക്കൊറ
ത്തി, കൊറത്തിയമ്മ എന്നിവയാണ് പ്രധാന ആരാധനാ മൂർത്തി
കൾ, മരണാനന്തര ചടങ്ങുകൾ ഇവരുടെ ഇടയിൽ 12 ദിവസം വ
രെ നീണ്ടു നിൽക്കും. ഇവരുടെ കുടുംബക്ഷേത്രം നീലേശ്വരത്തെ
സുബ്രഹ്മണ്യക്ഷേത്രമാണ്. അവിടെ ആണ്ടിയൂട്ട് നടത്താറുണ്ട്. പൂ
ജാദികർമ്മങ്ങൾ സ്വസമുദായാംഗങ്ങൾ തന്നെ നടത്തുന്നു. പത്താ
മുദയം (പുതിയോടുക്കൽ) ആണ്ടിയൂട്ട് എന്നിവയാണ് പ്രധാനപ്പെ
ട്ട ഉത്സവങ്ങൾ.മറ്റു ആദിമ നിവാസികൾക്കുള്ളതുപോലെ പുള്ളു
വൻമാർക്കും തനതുകലകളുണ്ട്. വിളവെടുപ്പ് സമയങ്ങളിൽ വീ
ടുവീടാന്തരം കയറിയിറങ്ങി പുള്ളുവപ്പാട്ട് പാടുന്നു. ശ്രീകൃഷ്ണനെ
പ്രകീർത്തിക്കുന്ന പാട്ടുകൾ, മോക്ഷപ്പാട്ട്, കുനിപ്പാട്ട്, സന്താനഗോ
പാലം പാട്ട്, കുലേചവൃത്തം പാട്ട് എന്നിവയാണ് പ്രധാന പാട്ടു
കൾ. കൊയ്ത്തുകാലത്ത് ഭാര്യ ഭർത്താക്കൻമാർ ഒന്നിച്ചാണ് പു

ള്ളുവപ്പാട്ട് പാടി വീടുകൾ കയറിയിറങ്ങുന്നത്. ഇവരുടെ കലാവി രുത് പ്രകടമായി കാണുന്നത് പുള്ളുവക്കുട നിർമ്മാണത്തിലാണ്. ഇതുപോലെ ചിരട്ടയും ഉടുമ്പിന്റെ തോലും ഉപയോഗിച്ച് വീണ പോലുള്ള ഒരു സംഗീതോപകരണവും ഇവർ ഉണ്ടാക്കാറുണ്ട്. സ്ത്രീ കൾ വിദഗ്ധകളായ വയറ്റാട്ടികളാണ് മുമ്പ് എല്ലാ സമുദായക്കാരു ടെയും വീടുകളിൽ പ്രസവശുശ്രൂഷയ്ക്ക് ഇവരെയാണ് ആശ്രയി ച്ചിരുന്നത്. ഇത് ഇവരുടെ കുലത്തൊഴിലായി തുടരുന്നു. വീടുക ളിൽ നിന്നും വെളിച്ചെണ്ണ, അരി, നെല്ല്, തേങ്ങ, പണം എന്നിവ പ്ര തിഫലമായി ലഭിക്കും. പുള്ളുവപ്പാട്ടുപാടി ചിങ്ങം, കന്നി, ധനു മാ സങ്ങളിൽ വീടുകൾ കയറിയിറങ്ങി ധാന്യങ്ങളും മറ്റും ശേഖരിക്കു മായിരുന്നു. ഇന്ന് ഈ സമ്പ്രദായങ്ങൾ ഏതാണ്ട് ഇല്ലാതായിരി ക്കുകയാണ്. പുതിയ ജീവനോപാധി കണ്ടെത്താനുള്ള ശ്രമത്തി ലാണ് ഇന്ന് ഇവർ. ആശുപത്രികളെ ജനങ്ങൾ ആശ്രയിക്കുന്നത് ഇവരുടെ ജീവനോപാധിയെ ഇല്ലാതാക്കുന്നു.

നാട്ടുവൈദ്യത്തിൽ പ്രഗത്ഭരാണ് പുള്ളുവന്മാർ, പുരുഷന്മാർ എല്ലാ രോഗങ്ങൾക്കും ചികിത്സനടത്തുമ്പോൾ സ്ത്രീകൾ പ്രസ വ ചികിത്സയിലും, പ്രസവാനന്തര ഔഷധ കൂട്ട് തയ്യാറാക്കുന്നതി ലും പ്രഗത്ഭരാണ്. ഇപ്പോൾ സ്ത്രീകളും പുരുഷന്മാരും സാധാരര ണ തൊഴിലുകളിൽ ഏർപ്പെട്ടുകാണുന്നു. ഇവർ മന്ത്രവാദ ചികി ത്സയിലും വിദഗ്ധരാണ്. ഉറുക്കു കെട്ടൽ, വെള്ളം മന്ത്രിക്കൽ തേ ങ്ങ മന്ത്രിക്കൽ എന്നിവ ഇവർ നടത്തി പോന്നു. പട്ടികജാതി വിഭാ ഗത്തിൽ പെട്ട ഇവർക്ക് പഠനത്തിനും തൊഴിലിനും സംവരണാ നുകൂല്യം ലഭിക്കുന്നുണ്ട്. ഇവരുടെ ഇടയിൽ ഉന്നത വിദ്യാഭ്യാസം നേടിയവരോ സർക്കാർ ജോലിയുള്ളവരോ ആരുമില്ല. പുതിയ ത ലമുറ പൊതു സമൂഹവുമായി ഇണങ്ങി പുത്തൻ രീതികളും ജീവി ത മാർഗ്ഗവും കണ്ടെത്തി ജീവിക്കുന്നു.

മുകയർ

നാടുവാഴികളുടെയും ജന്മിമാരുടെയും പല്ലക്കും മഞ്ചലും ചുമ ന്നിരുന്ന ജനസമൂഹമാണ് മുകയർ. മത്സ്യം പിടിത്തവും വ്യാപാര വും ഇവരുടെ കുലവൃത്തിയാണ് ചീർമ്പയാണ് (കൂർമ്പ) ഇവരു ടെ കുലദേവത. അമിതമായ ശാരീരിക അധ്വാനമുള്ള പ്രവൃത്തിക ളൊക്കെ ഇവർ ചെയ്തു വന്നു. കുന്നക്കാൽ ഭഗവതി ഇവരുടെ പ്ര

ധാനപ്പെട്ട ദേവതയാണ് ആയിറ്റി ഭഗവതി. പയ്യക്കാൽ ഭഗവതി പ ഞ്ചുരുളി, ഉച്ചുളികടവ് ഭഗവതി, മേച്ചേരി ചാമുണ്ഡി, വേട്ടക്കൊരു മകൻ, വിഷ്ണുമൂർത്തി, ഗുളികൻ എന്നീ ദേതകളെയാണ് ഇവർ ആരാധിക്കുന്നത്. കരിവെള്ളൂർ പഞ്ചായത്ത് ഈ സമൂഹത്തിന്റെ പ്രധാനപ്പെട്ട ആവാസകേന്ദ്രമാണ്. നൂറ്റാണ്ടുകളായി മത്സ്യബന്ധ നം ചെയ്ത് ജീവിച്ചു വരുന്നവരാണ് എട്ടിക്കുളം, രാമന്തളി, കവ്വാ യി എന്നിവടങ്ങളിലെ മുക്കുവർ, കവ്വായി മുക്കുവരുടെ പ്രധാന പ്പെട്ട കേന്ദ്രമാണ്. കടൽ കോടതിയിലാണ് മുക്കുവച്ചേരിയിലെ സാ മൂഹിക തർക്കങ്ങളൊക്കെ പറഞ്ഞു തീർത്തിരുന്നത്. കടലിനെ മാ ത്രം ആശ്രയിച്ചു ജീവിക്കുന്നവരാണ് മുക്കുവ സമൂഹം ഇപ്പോഴും. കടലിൽ പോയി മീൻ പിടിച്ചു വരുന്ന പുരുഷന്മാർക്ക് വീട്ടുചെല വുകൾക്കും മറ്റുമായി ഒരു ഓടക്കാരനോട് പണം മുൻകൂറായി വാ ങ്ങേണ്ടി വരുന്നു. അങ്ങനെ മുൻകൂറായി വാങ്ങിയാൽ ആ ഓട ക്കാരൻ തന്നെ സ്ഥിരം പണിക്കാരനായി നിൽക്കാൻ ബാധ്യസ്ഥ നാണ്. ആ ഓടക്കാരനുമായി പിണങ്ങി മറ്റു ഓടക്കാരന്റെ പണി ക്കാരനായി തീരാൻ തുലാം പത്തിനുമുമ്പായി കൊടുക്കാനുള്ള പണം കൊടുത്തു തീർക്കണം. അല്ലെങ്കിൽ ഉണ്ടാക്കുന്ന തർക്ക ങ്ങൾ കടൽകോടതിയിലേക്ക് എത്തുന്നു. പരുത്തി നൂൽവല കേടു പാടുകൾ തീർത്ത് വല കോർത്തുണ്ടാക്കി ഓടത്തിൽ പോയി ഓ രോ സീസണിലും വാമീൻ, പൂമീൻ, ഐല, മത്തി, നാരൻ, ചെ മ്മീൻ, കരിംചെമ്മീൻ, ചൂടൻ ചെമ്മീൻ, തിരുത, നോങ്ങോൽ, ഏ രി, കറ്റില, പുയ്യാപ്പിള, മാലാൻ, ചെമ്പല്ലി, കച്ചായി, കരിമീൻ, കടു വ, ഒതല, കേതൽ, അയക്കൂറി, ആവോലി, കൊയല, തളയൻ, എ ന്നിങ്ങനെയുള്ള കടലിലെയും പുഴയിലെയും മീനുകളെല്ലാം വീ ശുവല, ഒഴുക്കുവല, വലിക്കാരുടെ വല, ചേവുവല, ഓടംവല, കോ രുവല, കുറ്റിവല എന്നിവ ഉപയോഗിച്ച് പിടിച്ച് ആഹാരമായി സമൂ ഹത്തിന് ആകെ വിതരണം ചെയ്തിരുന്ന സമൂഹമാണ് മുക്കുവർ, ഒറ്റമരപ്പാത്തി, ഓടം എന്നിവയെല്ലാം ഉപയോഗിച്ച് മീൻ പിടിച്ചു വ രുന്ന ഇവരുടെ ഇടയിലേക്ക് യമഹയന്ത്രം പിടിപ്പിച്ച ഓടങ്ങളും ഫിഷിങ്ങ് ബോട്ടുകളും നൈലോൺ വലകളും കടന്നു വന്നത് ഉപ കരണ വ്യവസ്ഥയിൽ തന്നെ മാറ്റമുണ്ടാക്കി.എന്നാൽ ചാകര പോ ലുള്ള മീൻ കൊയ്ത്തുണ്ടാക്കുന്ന സന്ദർഭങ്ങളിൽ ഉണക്കി സംര ക്ഷിച്ച് ഉപ്പ് കൂടുതൽ ചേർത്ത് വളമാക്കി മാറ്റി അത് വിറ്റാണ് ഇവർ

ജീവിക്കുന്നത്. മുക്കുവർ പൊതുവെ മുന്നില്ലക്കാരും നാലില്ലക്കാ
രുമാണ്. മുക്കുവക്കാരണവരാണ് ജനനം, വിവാഹം, മരണം പോ
ലുള്ള ആചാരാനുഷ്ഠാനങ്ങൾക്കൊക്കെ ഉപദേശ നിർദ്ദേശങ്ങൾ
നല്കി പോരുന്നത്. കാരണവർ എന്ന പദം എല്ലാ ഇല്ലങ്ങളിലും
തുടർന്നു വരുന്നുണ്ട്. ഈ സ്ഥാനപ്പേർ നല്കുന്നത് ചില ജ്യോതി
ഷക്രിയകളിലൂടെ തെളിഞ്ഞതിനുശേഷമാണ്. ഭഗവതിയുടെ ഉത്സ
വസമയത്ത് ചമയങ്ങൾ അണിയിക്കേണ്ടത് ഈ കാരണവന്മാരാ
ണ്. മാലിദ്വീപുകൾ, ലക്ഷ ദ്വീപുകൾ എന്നീ പ്രദേശങ്ങളുടെ മേൽ
അറക്കൽ രാജവംശത്തിന് ആധിപത്യം ഉണ്ടായിരുന്നതിനാൽ സു
സജ്ജമായ ഒരു നാവിക വിഭാഗത്തെ അറക്കൽ കുടുംബക്കാർ നി
ലനിർത്തിയിരുന്നു. ഹിന്ദുക്കൾക്ക് അവരുടെ പരമ്പരാഗത നിയമ
മനുസരിച്ച് സമുദ്രപര്യടനം നിഷിദ്ധമായതിനാൽ ഈ ദ്വീപിനു
മേൽ കേരളക്കരയിൽ നിന്നും അവർക്ക് എതിർപ്പുകൾ നേരിടേ
ണ്ടി വന്നിരുന്നില്ല. ഈ ദ്വീപുകളിൽ നിന്ന് കയർ, കൊപ്ര, ഉണക്ക
മീൻ, കവിടികൾ എന്നിവ കണ്ണൂരിൽ കൊണ്ടുവരികയും ഇവിടെ
നിന്ന് അരി, തുണി, പഞ്ചസാര മറ്റ് നിത്യോപയോഗസാധനങ്ങൾ
തുടങ്ങിയവ ദ്വീപിലേക്കയക്കുകയും ചെയ്തിരുന്നു. കണ്ണൂർ തുറ
മുഖത്തിലെ കടൽ വാണിജ്യവും നാവിക സംരക്ഷണവും എല്ലാം
നിർവ്വഹിച്ചിരുന്നത് മമ്മാലി കുടുംബമാണ്. കടൽയാത്രക്കാവശ്യ
മായ പത്തേമാരികളും പായ്ക്കപ്പലുകളുമെല്ലാം സജ്ജമാക്കിയിരു
ന്നതും ഈ കുടുംബക്കാരായിരുന്നു. പയ്യന്നൂരിലെ ഒരുന്യൂനപ
ക്ഷ ജനസമൂഹമാണ് മുകയർ. മുകയ്ക്കുന്നവർ, മൊഴിചൊല്ലപ്പെ
ട്ടവർ, മുകയന വന്നവർ എന്നിങ്ങനെ വ്യത്യസ്തങ്ങളായ അർത്ഥ
ങ്ങൾ മുകയ ശബ്ദത്തിനുണ്ട്. മുകയ ജാതി സമൂഹം പരമ്പരാഗ
തമായി പല്ലക്ക് ചുമക്കുന്നവരായിരുന്നു. ഇതിനു പുറമേ വലനെ
യ്ത്തും മത്സ്യബന്ധനം, മത്സ്യവിൽപന, കടവ് കടത്ത് കൃഷി തുട
ങ്ങിയ വ്യത്യസ്ത തൊഴിലുകളിലും മുകയർ ഏർപ്പെട്ടിരുന്നു. നാ
ലുപേർ ചേർന്ന് ചുമക്കുന്ന മഞ്ചലുകളാണ് പയ്യന്നൂരിൽ മുകയർ
വഹിച്ചിരുന്നത്. ചിലപ്പോൾ ഒന്നിൽ കൂടുതൽ പ്രഭുക്കന്മാരെയും
ഇവർ വഹിച്ചിരുന്നു. ഗതാഗത സൗകര്യം പരിമിതമായിരുന്ന പഴ
യകാലങ്ങളിൽ മലയോരത്തെ ഉൽപന്നങ്ങൾ കാഞ്ഞങ്ങാട്, പയ്യ
ന്നൂർ തുടങ്ങിയ റെയിൽവെസ്റ്റേഷനിൽ മുകയർ ചുമന്നാണ് എ
ത്തിച്ചിരുന്നത് രാജകൊട്ടാരങ്ങളിലെ കലവറ സൂക്ഷിപ്പുകാർ അ

പൂർവ്വ സന്ദർഭങ്ങളിൽ സൈനിക സേവനം അനുഷ്ഠിക്കുക തുട
ങ്ങിയ തൊഴിലുകളിലും മുകയർ വ്യാപൃതരായിരുന്നു. ഇങ്ങനെ
പയ്യന്നൂരിൽ പഴയകാല പ്രഭുകുടുംബങ്ങളുടെ സാമൂഹികവും സാ
മ്പത്തികവുമായ വളർച്ചയിൽ മുകയർ ഗണ്യമായ പങ്കുവഹിച്ചു.
പുഴകളിൽ കടവുകടത്തും അതോടു ചേർന്ന് തീരപ്രദേശങ്ങളിൽ
സുലഭമായ തെങ്ങോല ചകിരി, ചിരട്ട തുടങ്ങിയവയുടെ വാണിഭ
വും മുകയരുടെ തൊഴിലായിരുന്നു. എടയിലക്കാട്, പയ്യന്നൂരിനടു
ത്ത കവ്വായി, അഞ്ചരക്കണ്ടി പുഴ എന്നിവിടങ്ങളെ കേന്ദ്രീകരിച്ചു
കൊണ്ടാണ് പ്രസ്തുത തൊഴിലുകളിൽ ഏർപ്പെട്ടിരുന്നത്. കടവു
കടത്തുമായി ബന്ധപ്പെട്ട കടവൻ മൊയോൻ എന്ന ഒരു പ്രത്യേക
വിഭാഗം തന്നെ മുകയർക്കിടയിലുണ്ട്. കട്ടമരം, കെട്ടുവള്ളം, ഒറ്റ
ത്തടിവള്ളം ഒറ്റത്തടിവള്ളം എന്നിവയാണ് പരമ്പരാഗത മത്സ്യ
ത്തൊഴിലാളികൾ ഉപയോഗിക്കുന്ന തൊഴിലുപകരണങ്ങൾ. പയ്യ
ന്നൂരിൽ ഒറ്റത്തടി വള്ളമാണ് പരമ്പരാഗതമായി ഉപയോഗിച്ചു വ
രുന്നത്. ഇപ്പോൾ ഫൈബർ ഗ്ലാസ് വള്ളവും ഉപയോഗിക്കുന്നു
ണ്ട്. യന്ത്രവത്കൃത ബോട്ടുപയോഗിച്ചുള്ള മീൻ പിടുത്തത്തിലും
ഏർപ്പെട്ടുവരുന്നു. നൈലോൺ വലകൾ പ്രചാരത്തിൽ വരുന്നതി
ന് മുൻപ് വലകൾ കൈകൊണ്ടു കെട്ടിയുണ്ടാക്കുകയായിരുന്നു.
ശ്രമകരമായ ജോലിയാണിത്. തൊഴിലുപകരണങ്ങൾ ഇറക്കുന്ന
തുമായി ബന്ധപ്പെട്ട് വള്ളപ്പടിയിൽ തേങ്ങയുടക്കൽ മേവല പിടി
ക്കൽ എന്നീ ചടങ്ങുകളുണ്ടായിരുന്നു. കണ്ണേറു തീർക്കുക എന്ന ഉ
ദ്ദേശത്തോടെയാണ് ഈ ചടങ്ങ് അനുഷ്ഠിക്കുന്നത്. ആചാരക്കാ
രും മറ്റു വലക്കാരും ഈ ചടങ്ങിൽ സന്നിഹിതരാകാറുണ്ട്. ഓരോ
വള്ളത്തിലും ജോലിക്കുപോകുന്നവർ വള്ളം മാറുന്നുവെങ്കിൽ വ
ള്ളമുടമയോട് തുലാം പത്തിനു മുൻപായി പറയേണ്ടതുണ്ട്. മുൻ
കൂറായി പറ്റിയ തുകയുടെ ഒരു ഭാഗം തുലാം മുപ്പതിനുമുൻപ്
കൊടുത്തുതീർക്കണം. അല്ലാതെ മറ്റുവള്ളങ്ങളിൽ പ്രവേശിക്കുക
യില്ല. കടം തീർക്കാതെയുള്ളവരെ കയറ്റുന്ന വള്ളങ്ങൾക്കും തോ
ലുവെക്കുന്ന പതിവ് മുൻകാലങ്ങളിലുണ്ടായിരുന്നു. പയ്യന്നൂരിൽ
സ്ത്രീകൾ പരമ്പരാഗത തൊഴിലെന്ന നിലയിൽ മീൻ കച്ചവടത്തിൽ
ഏർപ്പെട്ടു വരുന്നുണ്ട്. മുമ്പൊക്കെ വീടുകൾ തോറുമുള്ള വിൽപ
നയായിരുന്നു. വസ്തു കൈമാറ്റ വ്യവസ്ഥയനുസരിച്ചായിരുന്നു ആ
ദ്യ കാലത്തുള്ള മീൻ കച്ചവടം. ഇപ്പോൾ കൂടുതലും ചെറുകിട

മാർക്കറ്റിൽ ഇരുന്നു കൊണ്ടുള്ള കച്ചവടമാണ്. പഴയ തലമുറയി ലുള്ളവർ പ്രായമേറെയാകുന്നതുവരെ തൊഴിലിൽ ഏർപ്പെട്ടുവന്നി രുന്നു. പുതിയ തലമുറക്കാർ മത്സ്യക്കച്ചവടത്തിനു പോകുന്നതിൽ പൊതുവെ വിമുഖരാണ്.ഭഗവതിതാന കേന്ദ്രിതമാണ് മുകയ ജാ തിസമൂഹത്തിന്റെ ജീവിതം. ഭഗവതിയുടെ ഇഷ്ടാനിഷ്ടങ്ങളാണ് തങ്ങളുടെ ഭാഗധേയത്തെ നിയന്ത്രിക്കുന്നതെന്ന് ഇവർ വിശ്വസി ക്കുന്നു. താനത്ത് നേർച്ചകൾ നേരാതെ ശുഭകാര്യങ്ങൾക്ക് ഇവർ ക്ക് തുടക്കം കുറിക്കുന്നില്ല. ചൊവ്വ വിളക്ക്, നടാവളി ദിനങ്ങളിലെ ഉരുളുസേവ, തുലാഭാരം തുടങ്ങിയ നേർച്ചകൾ രോഗപീഡകളിൽ നിന്നും മുക്തിനൽകുന്നു. തറവാട്ടിലും താനത്തും ഗുളികന് പ്ര ത്യേകമായും കോഴിബലി, ദേവിക്ക് പട്ട്, പൂവ്, പൂർവ്വികർ മീത്, താനത്തെ ഉപദേവതകൾക്ക് ആൾരൂപം തുടങ്ങിയ നേർച്ചകൾ അ ശു ശാന്തിക്കായി ചെയ്താൽ വിജയം സുനിശ്ചിതമാണെന്ന് മുക യർ വിശ്വസിച്ചുപോരുന്നു. കാരണവൻമാർ, പൂജാരികൾ, വെളിച്ച പ്പാടന്മാർ തുടങ്ങിയ താനത്തെ ആചാരക്കാർ ഉത്സവകാലങ്ങളിൽ വ്രതനിഷ്ഠായിരിക്കണം. സ്വയംപാകം ചെയ്തതോ, വ്രതശുദ്ധ രായ മറ്റു പുരുഷന്മാർ പാകം ചെയ്തതോ ആയ ഭക്ഷണം മാത്ര മേ ഇവർ കഴിക്കുവാൻ പാടുള്ളൂ. മരണം, വിവാഹം തുടങ്ങിയ സംസ്കാരക്രിയകൾക്ക് ഈ കാലത്ത് പങ്കെടുക്കുന്നില്ല. പയ്യന്നൂ രിൽ ഉത്സവത്തിന് കൊടിയേറിയാൽ സ്ഥലവാസികൾ അന്യദേശ സഞ്ചാരം ചെയ്യരുതെന്നും അന്യദേശത്തുള്ളവർ സ്വദേശത്ത് മട ങ്ങിയെത്തി ഉത്സവാദികളിൽ പങ്കെടുക്കണമെന്നും മുകയർ വിശ്വ സിക്കുന്നു. കലശ സ്നാന്തരമേ അർച്ചകർ താനത്തു പ്രവേശിക്കു വാൻ പാടുള്ളൂ. വ്രതം, പ്രസാദസേവ തുടങ്ങിയവ അർച്ചകരുടെ പ്രായശ്ചിത്തത്തിന്നുള്ള ശുദ്ധിക്രിയകളാണ്. പണ്ടൊക്കെ പേന എ ടുക്കൽ എന്നൊരു ചടങ്ങും ഉണ്ടാവാറുണ്ട്. ഇപ്പോഴൊന്നും അതി ല്ല. എന്തെങ്കിലും തെറ്റുകൾ ചെയ്തവർ മരിച്ചാൽ മുക്തി കിട്ടാത്ത ആത്മാക്കളായി പ്രേതങ്ങളായി മാറും എന്ന് പണ്ടത്തെ വിശ്വാ സം. അവരുടെ കുടുംബാംഗങ്ങൾ മരിച്ചു പോയവർ ചെയ്ത തെ റ്റിന് പ്രായശ്ചിത്തം ചെയ്ത് ദോഷം തീർക്കുന്നു. അതാണ് പേന എടുക്കൽ ചടങ്ങ്. ചെത്തുകാർക്ക് തെങ്ങിൻകുലയ്ക്ക് ഉരച്ചുപിടി പ്പിക്കാൻ കുരുന്നിലകൾ പറിച്ച് എത്തിക്കുന്നവരും കടവ് കടത്തു ന്നവരുമായിരുന്നു. വള്ളുവസമുദായക്കാർ വള്ളുവസമുദായക്കാരു

ടെ കുലദൈവമാണ് പെരുമ്പുഴയച്ഛൻ. പുഴയിൽ നിന്ന് പൂഴിവാ
രുക. കക്ക ശേഖരിക്കുക എന്നിവയും മറ്റും ഇവരുടെ തൊഴിലുക
ളാണ്.

നായന്മാർ/നമ്പ്യാന്മാർ

പ്രബലമായ കാർഷിക സമൂഹമാണ് നായന്മാരും നമ്പ്യാന്മാ
രും. ജന്മി നാടുവാഴി വ്യവസ്ഥയിൽ നമ്പൂതിരിമാർക്കും രാജാക്ക
ന്മാർക്കും തൊട്ടുപിന്നിൽ നില്ക്കുന്ന ഏറ്റവും പ്രബലരായ വിഭാ
ഗമാണ് ഇവർ. നേപ്പാളിലെ നീവാരികളുടെയും രാജപുത്രസ്ഥാന
ത്തെ നാഗൻമാരുടേയും പിൻതലമുറക്കാരാണിവരെന്ന് ചില നര
വംശ ശാസ്ത്രജ്ഞൻമാർ പറയുന്നു. നാഗാരാധന നടത്തുന്നതു
കൊണ്ടാണ് നായൻമാർ എന്ന പേരുവന്നതെന്ന് ചിലർ അഭിപ്രാ
യപ്പെടുന്നു. നായകസ്ഥാനം ലോപിച്ച് നായരായതാണെന്നു മറ്റൊ
രു പക്ഷവമുണ്ട്. നാഗമലകളിൽ നിന്നും കുടിയേറിപ്പാർത്തതാണെ
ന്ന ഒരു ധാരണയുമുണ്ട്. നായർ സമുദായത്തിലെ സാമൂഹ്യ ആ
ചാരങ്ങളിൽ വൈദിക സ്വാധീനമുണ്ടെന്ന് സമർത്ഥിച്ചുകൊണ്ട് ന
മ്പ്യാർ എന്ന് കുലനാമം സ്വീകരിച്ചിട്ടുള്ള ചില കുടുംബങ്ങളും മ
ധ്യകേരളത്തിലുണ്ട്. മൂത്തപുത്രൻ നിർബന്ധമായും സ്വജാതിയിൽ
നിന്ന് മാത്രമേ വിവാഹം കഴിച്ചിരുന്നുള്ളു. അത് ഒന്നിലധികം ആ
കാമായിരുന്നു. ഇളയ സഹോദരൻ സ്വജാതിയിൽ നിന്ന് വിവാ
ഹം കഴിക്കുകയോ നായർ സ്ത്രീകളെ സംബന്ധം ചെയ്യുകയോ
(അനുലോമ വിവാഹം) ആയിരുന്നു പതിവ്. കുരുക്കൾ നമ്പീശൻ
എന്നീ സമാനജാതിക്കാരുമായും വൈവാഹികബന്ധങ്ങൾ ഉണ്ടാ
കാറുണ്ട്. രാജാക്കന്മാരുടെയും നാടുവാഴികളുടെയും രക്ഷാപുരു
ഷന്മാരായി പ്രവർത്തിച്ചിരുന്നത് ഇവരാണ്. കൃഷിപ്പണിയാണ് ഈ
സമുദായക്കാരുടെ പ്രധാനപ്പെട്ട ഉപജീവനമാർഗ്ഗം. മറ്റെല്ലാ സമു
ഹങ്ങളെയും പോലെ സമീപകാലം വരെയും മരുമക്കത്തായമാ
ണ് ദായക്രമമായി ഇവർ സ്വീകരിച്ചിരുന്നത്. 1930 ലെ ആളോഹരി
ഭാഗബില്ലാണ് കൂട്ടുകുടുംബ വ്യവസ്ഥയിൽ നിന്ന് അണു-കുടും
ബവ്യവസ്ഥയിലേക്ക് ഈ സമൂഹത്തെ പരിവർത്തിച്ചത്. ഇങ്ങനെ
പരിവർത്തിപ്പിക്കപ്പെട്ട ഈ സമൂഹം നിരവധി ഉപവിഭാഗങ്ങളായി
നിലനിന്നു പോരുന്നു. മിക്ക രാജാക്കന്മാരുടെയും പടയാളികൾ
നായർ യോദ്ധാക്കളായിരുന്നു. യുദ്ധം ജീവിതോപാധിയായി തിര

ഞ്ഞെടുത്ത പോരാളികളായിരു
ന്നു പട നായന്മാർ. ചെറുപ്പകാല
ത്തെ നായർ വിഭാഗം ആയോധ
ന പരിശീലനം ആരംഭിച്ചിരുന്നു.
ഏഴാം വയസ്സിൽ നായർ ആൺ
കുട്ടികളെ ആയുധ വിദ്യാലയങ്ങ
ളിൽ ചേർക്കുമായിരുന്നു.തെയ്യം
സംബോധന ചെയ്യുന്നത് ഇങ്ങ
നെയാണ്. മാടായിക്കോട്ടയിൽ ര
ക്ഷാശിക്ഷനടത്തുവാൻ വടക്കൻ
കൂറ്റിൽ കാരിഷവും അതിന് ചേ
ണിച്ചേരിക്ക് വായയും കയ്യും മു
മ്പും കല്പനയും അവകാശവും
മാവില ഇല്ലത്തിനും കൂടി ഒരാ
ചാരവും കല്പിച്ചു കൊടുത്തു.
തെക്കുന്നു വരുന്ന മറ്റാനെ തടു

പ്പനായിട്ടു കന്നിവാകകോയിലകത്ത് ഇരയവർമനെ തെക്കിളങ്കൂർ
തമ്പുരാൻ എന്ന് കല്പിച്ചു. മുക്കാതം നാടും കൊടുത്തു. കാഞ്ഞി
രോട്ടഴി സമീപത്തു കോട്ടയിൽ കേരളവർമ്മനെ വടക്കിളംകൂറു ത
മ്പുരാൻ എന്നും കല്പിച്ചു.നായർമാർക്ക് സ്ഥിരമായ ആയുധ വി
ദ്യാലയങ്ങൾ ഉണ്ടായിരുന്നു. ഇവ   കളരികൾ   എന്നാണ് അറിയ
പ്പെട്ടിരുന്നത്. പണിക്കന്മാരും (നായർ പണിക്കർ) കുറുപ്പന്മാരുമാ
യിരുന്നു ഗുരുനാഥന്മാർ, ഗുരുക്കൾ, ആശാൻ എന്നും അവർ അറി
യപ്പെട്ടിരുന്നു. കളരിയാശാന്റെ വീട്ടുവളപ്പിൽ, വീട്ടിൽ നിന്ന് വിട്ട്
ഒരൊഴിഞ്ഞ മൂലയിലാണ് കളരികൾ സ്ഥാപിച്ചിരുന്നത്. കളരിയു
ടെ നടുവിലായി   യുദ്ധദേവതയുടെ സ്വരൂപത്തിലുള്ള   പടകാളി
യുടെ രൂപം സ്ഥാപിച്ചിരുന്നു. ചിലപ്പോൾ നാഗയക്ഷിയുടെ പ്രതി
മയും സ്ഥാപിക്കാറുണ്ട്. പല നായർ വനിതകളും ആയോധനകല
യിൽ പരിശീലനം നേടിയിരുന്നു. പുളിങ്ങോം പ്രദേശത്ത് മതപ്ര
ചരണാർത്ഥം എത്തിയ സംഘത്തെ അന്ന് സ്വീകരിച്ചത് പുളിങ്ങോം
നായർ എന്ന നാടുവാഴിയായിരുന്നു. താമസസൗകര്യവും, ആരാ
ധനയ്ക്കാവശ്യമായ സൗകര്യങ്ങളും ചെയ്തുകൊടുത്തു. പള്ളിയിൽ
നേർച്ച കുറിക്കുമ്പോൾ ഇപ്പോൾ പുളിങ്ങോം നായരുടെ സാമന്ത

ന്മാരായ കമ്പല്ലൂർ കോട്ടയിൽ തറവാട്ടിൽ നിന്നും അനുമതി വാ
ങ്ങാറുണ്ട്. നമ്പൂതിരിമാരുമായുള്ള സംബന്ധം ഇരുപതാം നൂറ്റാ
ണ്ടിന്റെ ആദ്യ പകുതി കഴിയുമ്പോൾ തന്നെ അവസാനിക്കുന്നു
ണ്ട്. എങ്കിലും ഒറ്റപ്പെട്ട ചെറിയ സംബന്ധങ്ങളും അതിന്റെ സാമൂ
ഹിക പ്രശ്നങ്ങളും ഇപ്പോഴും അങ്ങിങ്ങായി കാണാവുന്നതാണ്.
മിക്ക രാജശാഖകളും ഈ സമുദായവും തമ്മിൽ ഗാഢമായ ബ
ന്ധം പുലർത്തുന്നതുകൊണ്ട് രാജാക്കന്മാരുടെ കാര്യസ്ഥന്മാർ എ
ന്നിങ്ങനെയുള്ള പദവികളിലേക്ക് ഈ ജനവിഭാഗത്തിൽപ്പെട്ടവർ
ഉയർന്നു വന്നിരുന്നു. നായർ സമുദായം പ്രധാനമായും രണ്ടു വി
ഭാഗത്തിൽ പെടുന്നു. രണ്ടില്ലക്കാരും നാലില്ലക്കാരും കോലത്തി
രിയുടെ അള്ളടം ആക്രമണവുമായി ബന്ധപ്പെട്ട് യെത്തിയവരാ
ണ് രണ്ടില്ലക്കാർ എന്നും നേരത്തെ ഇവിടെ അധിവാസമുറപ്പിച്ചവ
രായിരുന്നു നാലില്ലക്കാരുമെന്ന ഒരു അഭിപ്രായമുണ്ട്. മടിയൻ വീ
ട്ടുകാരും മൂലച്ചേരി വീട്ടു കാരുമാണ് രണ്ടില്ലക്കാർ, രണ്ടില്ലങ്ങളി
ലുമായി 8 തറവാടുകാരാണുള്ളത്, മാലൂർ, പനയന്തട്ട, ഉണ്ണാമട
ത്ത്, കോളിക്കര എന്നീ 4 തറവാടുകൾ മടിയൻ ഇല്ലത്തിലും നായ
രച്ചൻ വീട് പുറവങ്കര, കൂർമ്മൽ, മങ്കത്തിൽ എന്നിവർ മൂലച്ചേരി
വിഭാഗത്തിലും പെടുന്നു. ഇവരെ കൂടാതെ നാരന്തട്ട, അപ്പിയത്ത്,
കുഞ്ഞങ്ങാടൻ, തളാപ്പൻ, ചിറക്കര തുടങ്ങിയ നായർ തറവാടുക
ളും ഇവിടെയുണ്ട്. ശ്രദ്ധേയമായ ഒരു കാര്യം രണ്ടില്ലം തറവാട്ടു
കാരെല്ലാവരും വെള്ളിക്കോത്ത്, പടിഞ്ഞാറെകര എന്നിവിടങ്ങളിൽ
ഒരു കോളനി പോലെ അധിവസിക്കുന്നുവെന്നതാണ്. സാമൂഹ്യ
ജീവിതത്തിന്റെ ഉന്നത ശ്രേണിയിലാണ് നായരുടെ സ്ഥാനം തൊ
ട്ടുമുകളിൽ നമ്പുതിരിമാർ മാത്രം, കീഴെ എല്ലാ അവർണ്ണരും ആദി
വാസികളും ഉൾപ്പെടുന്ന വിപുലമായ ജനസമൂഹം. പടയാളികളാ
യതുകൊണ്ട് തന്നെ ക്ഷത്രിയത്വവും അവകാശപ്പെടുവാൻ കഴിയു
ന്നവർ. ജാതീയമായ ശ്രേണീവ്യവസ്ഥയിൽ വരേണ്യവിഭാഗമായ
നായർ തറവാടുകൾ കീഴാളരുടെ രക്ഷകരായും അവരുടെ താന-
കഴകങ്ങളുടെ കോയ്മയായും പ്രവർത്തിക്കുന്നു. മടിയൻ ക്ഷേത്ര
പാലകനുമായുള്ള സാമന്തനാം ദ്വിജാദീനാം നായക പരിചാരക
എന്ന് കേരള മാഹാത്മ്യത്തിൽ പറഞ്ഞിരിക്കുന്നതിന് നായർ വർ
ഗ്ഗം സാമന്തൻമാർക്കും ദ്വിജൻമാർക്കും പരിചാരകരാകുന്നു എന്നാ
ണ് ചട്ടമ്പിസ്വാമികൾ അർത്ഥം പറഞ്ഞിരിക്കുന്നത്.   ബ്രാഹ്മണർ

അവരുടെ കിങ്കരൻമാരിൽ പ്രമാണികളെ രാജാക്കന്മാരാക്കിയതി
നുശേഷം അവർക്കാവശ്യമുള്ള യോദ്ധാക്കളെ കൊടുക്കാൻ തയ്യാ
റായ സ്വദേശികളെ എല്ലാം ചേർത്ത് നായൻമാർ എന്നൊരു വർഗ്ഗ
ത്തെ സൃഷ്ടിച്ച് മരുമക്കത്തായവും ഏർപ്പെടുത്തി എന്ന ഹാമിൽ
ട്ടന്റെ നിരീക്ഷണം ഇളംകുളം കുഞ്ഞൻപിള്ള ഉദ്ധരിച്ചു കാണുന്നു.
1330 ശതകത്തിന്റെ അന്ത്യത്തിൽ വിരചിതമായ ഉണ്ണിച്ചിരുതേവി
ചരിതത്തിൽ വളഞ്ചിയരും, പരിച്ചന്തരും ആയ നായൻമാരെപ്പറ്റി
പറയുന്നുണ്ട്. നമ്പൂതിരിയുടെ പരിചാരകരായ വിഭാഗങ്ങളാണി
വർ. നായൻമാർ ദൃഢഗാത്രരും അംഗ സൗഷ്ഠവമുള്ളവരുമാണ്.
മുഖവും മറ്റ് ശരീരാവയവങ്ങളും യൂറോപ്യൻമാരുടെതുപോലെയാ
ണ്. നിറത്തിനുമാത്രം അല്പം വ്യത്യാസമുണ്ട്. വസ്ത്രധാരണ
ത്തിൽ അർദ്ധനഗ്നരാണ്. അരയുടെ മീതെ സ്ത്രീകൾപോലും വ
സ്ത്രം ധരിക്കാറില്ല. സ്ത്രീകളും പുരുഷൻമാരും കാതുകുത്തുന്നു.
കാതിന് നീളവും വട്ടവും എത്രയെന്നത് മാന്യതയുടെ ലക്ഷണമാ
യി കരുതുന്നു. പുരുഷൻമാരും സ്ത്രീകളും ഒരു പോലെ മുടി നീ
ട്ടിവളർത്തുന്നു. മുടിനെറുകയിൽ ചുരുട്ടിവെക്കുകയാണ് പതിവ്.
നായൻമാരിൽ പ്രധാനികൾ കൈമുട്ടുകൾക്കുമീതെ സ്വർണ്ണംകൊ
ണ്ടോ വെള്ളികൊണ്ടോ ഉണ്ടാക്കിയിട്ടുള്ള ഒരു വളയം ധരിക്കു
ന്നു. എന്നും ഗുണ്ടർട്ട് തന്റെ പുസ്തകത്തിൽ രേഖപ്പെടുത്തിയി
ട്ടുണ്ട്. ശത്രുക്കളെ എതിർക്കേണ്ടിവരുമ്പോൾ തങ്ങളുടെ കീഴിലു
ള്ള ഭടൻമാരെ വിളിച്ചുകൂട്ടി യുദ്ധത്തിനു പുറപ്പെടുന്നു. സംഘം
കൂടി നടക്കുന്ന ആയുധപാണികളായ ഇരുന്നൂറ്റവൻ, ഒരു വിധം
കാവൽവൃത്തികൂടി നടത്തിവന്നിരുന്നു. വഴിയാത്രക്കാരെ. ഒരു ദി
ക്കിൽ നിന്ന് മറ്റൊരിടത്തേക്ക് ഉപദ്രവങ്ങൾക്കിടായാകാതെ കൊ
ണ്ടുപോകുക, ക്ഷേത്രങ്ങളും ദേവസ്വത്തിലെ സ്വത്തുക്കളും കാ
ത്തുസൂക്ഷിക്കുക, കോട്ടകൾക്ക് കാവൽ നിൽക്കുക ഇങ്ങനെയു
ള്ള പ്രവർത്തികൾ അവർ എപ്പോഴും സന്നദ്ധരായിരുന്നു. യുദ്ധ
ത്തിന് പടക്കളത്തിലിറങ്ങി നേതൃത്വം നൽകുക എന്നത് രാജനയ
മായിരുന്നു. സാധാരണ പടയാളി ആൾ അഥവാ ഭടൻ ആയി
രുന്നു. കടുത്ത പകയുള്ളവരാണ് നായൻമാരെന്നും പ്രധാന തൊ
ഴിൽ ആയുധാഭ്യാസവും യുദ്ധവുമാണെന്നും ഏഴെട്ടുവയസ്സു മു
തൽ കളരികളിൽ പോയി ആയുധാഭ്യാസം ശീലിക്കുന്നവരാണെ
ന്നും സഞ്ചാരിയായ ജോൺ ഹ്യൂഗൺ വാൻഷിൻഷോട്ടൻ, 1589 ൽ

രേഖപ്പെടുത്തിയിട്ടുണ്ടെന്ന് വേലായുധൻ പണിക്കശ്ശേരി ഉദ്ധരിക്കു
ന്നു. നേരിയോട്ട് സ്വരൂപത്തിലെ ഇടങ്ങൾ മിക്കതും നാമാവശേഷ
മായതുകൊണ്ടാവാം കുറ്റൂരിൽ ഇളയ സഹോദരി കുടുംബമായ
വേങ്ങയിൽ തറവാട്ടുകാർ വാസമുറപ്പിച്ചത്. എരമം, കുറ്റൂർ, തിമി
രി, തലവിൽ, കാനായി, ഏര്യം, ചിറ്റാരി തുടങ്ങിയ സ്ഥലങ്ങളുടെ
ആധിപത്യം നേടിയ വേങ്ങയിൽ നായന്മാരെ തെയ്യം ചപ്പാരംതട്ട
വേങ്ങയിൽ കർത്താക്കന്മാരെ എന്നാണ് അഭിസംബോധന ചെ
യ്യുന്നത്. കോട്ടയം സ്വരൂപത്തിൽ നിന്നും വന്ന കോട്ടയിൽ തറവാ
ട്ടുകാർ, കമ്പല്ലൂർ കോട്ട ആസ്ഥാനമാക്കിയാണ് നിലയുറപ്പിച്ചത്.
പുളിങ്ങോം, ചെറുപുഴ, പെരിങ്ങോം, വയക്കര, കമ്പല്ലൂർ, കടുമേ
നി, ചിറ്റാരിക്കൽ, പെരുമ്പട്ട, ഭീമനടി, പരപ്പ, കുരുട്ടൻചാൽ, കൊ
ല്ലി തുടങ്ങിയ പ്രദേശങ്ങൾ കോട്ടയിൽ വാഴുന്നവരുടേതായിരു
ന്നു. പെരുമ്പട്ട കുന്നു മുതൽ കുരുട്ടൻചാൽ കൊല്ലിവരെ എള്ളുകു
ത്തി എണ്ണായിരം പൊതിയുടെ അവകാശികൾ എന്നാണ് തെയ്യം
അതിർത്തി പറയാറുള്ളത്. കുറുക്കാട്, രാമത്ത്, മുർച്ചിലോട്, നാര
ങ്ങാളി ചിറക്കൽ, രയരോത്ത് അടിയോടി, എളയിടം, കരുവാര
ത്തിടം, കീഴിടം കോട്ടൂർ നമ്പ്യാർ, എടച്ചേരി നമ്പ്യാർ, പാവൂരെടാ,
ആമേരികോവിലകം, ആയഞ്ചേരി ഉമയംകുന്ന് പുതിയോട്ടിൽ, അ
വണ്ണായി നമ്പ്യാർ, കോമത്തുവീട്ടിൽ, പുതുപ്പണം വാഴുന്നവരാ
യ ചീരം വീട്ടുകാർ, പഴയങ്ങോട്ടായി കോയിലോത്ത് പൂക്കോട് എ

ന്നിങ്ങനെ തുടരുന്നു തെക്കൻ ഖണ്ഡമായ പ്രധാന നാട്ടധികാരി
കൾ.കേരളത്തിലെ പുരാതന ജനസമൂഹത്തിൽ നായൻമാർക്ക് ശ
ക്തമായ സ്വാധീനമുണ്ട്. നായകസ്ഥാനം ലോപിച്ച് നായരായതാ
ണെന്നു മറ്റൊരു പക്ഷവമുണ്ട്. നാട്ടുകാരുടെ സംരക്ഷണചുമതല
യായിരുന്നു നായൻമാരുടെ പ്രധാന കർത്തവ്യം. കേരളോൽപ
ത്തിയിൽ പറയുന്നത്. പരശുരാമൻ നായൻമാരെ തറകളായി വേർ
തിരിച്ചു എന്നും അവരുടെ ചുമതല നാട്ടിന്റെ കണ്ണും കയ്യും കല്പ
നയായി പ്രവർത്തിക്കുകയെന്നുമാണ്. നായൻമാരുടെ ഏറ്റവും ശ്ര
ദ്ധേയമായ ആചാരം വിവാഹകർമ്മങ്ങളെ അനുബന്ധിച്ചുള്ളതാ
ണ്. നായർ പെൺകുട്ടികളുടെ കഴുത്തിൽ താലി കെട്ടണം. അങ്ങി
നെ ചെയ്യാതിരിക്കുന്നത് കുറച്ചിലായിട്ടാണ് കരുതപ്പെടുന്നത്. താ
ലികെട്ട് അടിയന്തിരം ഏത് കുടുംബത്തിനും അവിസ്മരണീയമാ
യ ഒരു സംഭവമാണ്. മരുമക്കത്തായ വ്യവസ്ഥിതിയിൽ സ്വത്തുക്ക
ളുടെ മേൽനോട്ടം നടത്തുകയും കൈകാര്യം ചെയ്യുകയും ചെയ്യു
ന്നത് ഏറ്റവും പ്രായം കൂടിയ നായർ പുരുഷനാണ്. അയാളുടെ
സ്വത്ത് ഇഷ്ടം പോലെ വിനിയോഗിക്കാൻ അയാൾക്ക് വിരോധമി
ല്ല. പക്ഷെ ആർക്കും കൊടുക്കാതെ ബാക്കിയുള്ള സ്വകാര്യസ്വത്ത്
വ്യക്തിയുടെ കാലശേഷം കുടുംബസ്വത്തിൽ ലയിക്കുകയാണുണ്ടാ
കുക. ഭാര്യയ്ക്കോ മക്കൾക്കോ അതിൽ അവകാശമില്ല. കൂടാതെ
മരുമക്കത്തായത്തിന്റെ സാമാന്യമായ സ്വത്തവകാശ നിയമങ്ങൾ
നായർക്കും ബാധകമാണ്. പെൺകുട്ടികളുടെ വിവാഹപ്രായം ഏ
ഴു വയസ്സായിരുന്നു. കല്യാണം കഴിഞ്ഞ് പെണ്ണിനെയും കൂട്ടി വര
ന്റെ വീട്ടിൽ പോകുന്ന സന്ദർഭങ്ങളിൽ തോട് കടക്കേണ്ടി വരിക
യാണെങ്കിൽ കല്യാണപെണ്ണിനെ തോളിലേറ്റി കൊണ്ടുപോയിരു
ന്ന ഒട്ടേറെ അനുഭവങ്ങൾ മുത്തശ്ശിമാർ അയവിറക്കുന്നു. ബാല്യ
വിവാഹം പലപ്പോഴും വിവാഹമോചനത്തിൽ കലാശിക്കുന്നു. ചു
രുക്കത്തിൽ യഥാർത്ഥ വിവാഹ പ്രായമാകുമ്പോഴേക്കും അഞ്ചോ,
ആറോ കല്യാണമെങ്കിലും കഴിക്കാത്തവർ അപൂർവ്വമായിരുന്നു.
കല്യാണം കഴിക്കുന്നതിന്റെ എണ്ണം ഒരു പദവിയായും അലങ്കാര
മായും കൊണ്ടുനടക്കുന്നവരും അപൂർവ്വമല്ല. വിവാഹം കഴിച്ച് ഒഴി
വാക്കിയ പെൺകുട്ടിയെ തന്നെ വീണ്ടും വിവാഹം കഴിക്കുന്ന സം
ഭവങ്ങളും ഇവിടെ ഉണ്ടായിരുന്നു. സ്ത്രീകൾക്ക് സ്വജാതിയിലു
ള്ള ഭർത്താവു മരിച്ചൽ, രണ്ടാംവിവാഹത്തിലേർപ്പെടാം. പക്ഷെ

ബ്രാഹ്മണരെ മാത്രമേ വിവാഹം ചെയ്യാൻ പാടുള്ളു. വിവാഹമോ ചനം അനുവദിച്ചിരുന്നു. നായർ പുതിയ വീടുവെച്ചാൽ കുടിയൽ എന്നൊരു ചടങ്ങുനടക്കുന്നതായിക്കാണാം. ആ ദിവസം പാല് കാ ച്ചിയാണ് ആദ്യമായി അടുപ്പു പുകയ്ക്കുന്നത്. വീട്ടിൽ കയറേണ്ട സമയം ജോത്സ്യന്മാരെക്കൊണ്ട് നോക്കിക്കുന്ന സമ്പ്രദായമുണ്ട്. കുടുംബത്തിലെ ഏറ്റവും മുതിർന്ന പുരുഷന് കാരണവസ്ഥാനം കല്പിക്കപ്പെട്ടു പോന്നു. കാരണവരുടെ മരണത്തോടെ മൂത്തമരു മകനിലേക്ക് ആ സ്ഥാനം വ്യാപിക്കുന്നു. എന്നാൽ വർത്തമാനകാ ലത്ത് ഈ സ്ഥിതി തീർത്തും മാറി. ഇപ്പോൾ മക്കത്തായമാണ്. പി താവിനാണ് കുടുംബത്തിൽ പൂർണ്ണമായ അധികാരം നായരിൽ മ രുമക്കത്തായരീതി പിന്തുടരുന്ന സാഹചര്യവും നിലവിലുണ്ട്.കു ഞ്ഞിമംഗലത്തെ പ്രമുഖ നായർ തറവാടായിരുന്നു. വാരിക്കര, വാ രിക്കര തമ്പുരാട്ടിയെ നാം ആദ്യം ഓർക്കുക വയനാട്ടിലെ തിരു നെല്ലിയിലെ കഥയിലൂടെയാണ് ചിറക്കൽ തമ്പുരാന്റെ പത്നിയാ യ വാരിക്കര തമ്പുരാട്ടി ക്ഷേത്ര ദർശനം നടത്തിയതിനുശേഷം അല്പം ദാഹജലത്തിനാവശ്യപ്പെട്ടപ്പോൾ പാപനാശിനിയിൽ നി ന്നും വെള്ളം എത്തിക്കുന്നതിനുള്ള ബുദ്ധിമുട്ടികളെപ്പറ്റി ശാന്തി ക്കാരൻ അറിയിച്ചു. ക്ഷേത്രത്തിലേക്ക് ശുദ്ധജലം എത്തിച്ചതിനു ശേഷമേ ഇനി താൻ ജലപാനം ചെയ്യുകയുള്ളു എന്ന് തമ്പുരാട്ടി. കരിങ്കൽപ്പാത്തി വഴി വെള്ളം എത്തിക്കുന്നതിനായി പരിചാരക രെ ഏർപ്പാടുചെയ്യുകയും ചെയ്തു. ധ്രുതഗതിയിൽ പണിപൂർത്തീ കരിക്കുകയും പാപനാശിനിയിൽ നിന്നും വെള്ളം ഒഴുകിയെത്തു കയും ചെയ്തു. നീലേശ്വരം പരിധിയിലെ മറ്റ് പ്രമാണിമാരാണ് പ

ള്ളൃത്ത് നായർ, മൂല ച്ചേരികുറുപ്പ്. മഡി യൻ നായർ, കമ്പി ക്കാത്തിടത്തിൽ നാ യർ, ഒമ്പതാംനാടെ ന്ന തുളുർവനത്തെ കാട്ടൂർ നായർ തുട ങ്ങിയവർ.ശ്രീകൂറും ബക്കാവിൽ പള്ളൃറ തുറക്കണമെങ്കിൽ പ

ള്ളിയറ തുറക്കുന്നേ എന്ന് അന്തിത്തിരിയൻ മൂന്ന് പ്രാവശ്യം പടി
പ്പുര നോക്കിയും മൂന്ന് പ്രാവശ്യം സോപാനം നോക്കിയും വിളി
ച്ചു പറയണമെന്നാണ് കീഴ് വഴക്കം. ശൂന്യമായ പടിപ്പുരനോക്കി
അന്തിത്തിരിയൻ സമ്മതം ചോദിക്കുന്നത് കോയ്മയോടാണ്. തെ
യ്യക്കാരന് കൊടീല കൊടുക്കേണ്ട സന്ദർഭം വരുമ്പോൾ പൂജാരി
അത് നായരുടെ കൈകളിലേക്ക് തൊടാതെ ഇട്ട് കൊടുക്കുന്നു.
നായർ അത് തെയ്യക്കാരന്റെ കൈകളിലേക്ക് തൊടാതെ ഇട്ട് കൊ
ടുക്കുന്നു. തെയ്യങ്ങൾ കുറികൊടുക്കുന്നതും ജാതിക്രമമനുസരിച്ചാ
ണ്. തന്ത്രിക്ക് കുറി കൊടുത്ത ശേഷമേ നായർക്ക് കുറി കൊടു
ക്കാവൂ. കോലത്തിരിയെ സഹായിക്കുവാൻ പടയാളികളായി വട
ക്കോട്ടെഴുന്നെള്ളിയ നായന്മാർ ചില പ്രദേശങ്ങളിൽ ആസ്ഥാനമു
റപ്പിക്കുകയും പ്രബല ജന്മി കുടുംബമായി മാറുകയും ചെയ്തു.അ
ത്തരത്തിൽ ഇടവാഴ്ചക്കാരായവരാണ് കോടോത്ത്, ഏച്ചിക്കാനം,
മുല്ലച്ചേരി, ചെരിപ്പൊടി, മാവില , കോട്ടയിൽ, വേങ്ങയിൽ കൂക്കൽ,
മേലത്ത്, കരിച്ചേരി, കൊഴുമ്മൽ, നാരന്തട്ട, പെരിയ, മനിയേരി,
കോണത്ത്, ആൽത്തടി, പുറവങ്കര, പനയന്തട്ട, മല്ലൂർ, പൊളിയ
പ്രം, മുണ്ടാത്ത്, അടുക്കാടൻ തുടങ്ങിയ നായർ തറവാട്ടുകാർ.

പൊതുവാൾ

പയ്യന്നൂരിൽ മാത്രം അധിവസിച്ചു വരുന്ന ഒരു ജനവിഭാഗമാണ്
പൊതുവാൾ എന്ന ജനസമൂഹം. കൃഷിതന്നെയാണ് ഈ സമൂഹ
ത്തിന്റെ മുഖ്യ ഉപജീവനമാർഗ്ഗം. പയ്യന്നൂരിൽ പുരാതന ജനസമൂ
ഹത്തിൽ പൊതുവാൾക്ക് ശക്തമായ സ്വാധീനമുണ്ട്. സാമൂഹ്യ
ആചാരങ്ങളിൽ വൈദിക സ്വാധീനമുണ്ടെന്ന് സമർത്ഥിച്ചുകൊണ്ട്.
നാട്ടുകാരുടെ സംരക്ഷണചുമതലയായിരുന്നു പൊതുവാൾമാരുടെ
പ്രധാന കർത്തവ്യം. കേരളോൽപത്തിൽ പറയുന്നത്. പരശുരാ
മൻ പൊതുവാൾമാരെ തറകളായി വേർതിരിച്ചു എന്നും അവരു
ടെ ചുമതല നാട്ടിന്റെ കണ്ണും കയ്യും കല്പനയായി പ്രവർത്തിക്കു
കയെന്നുമാണ്. പൊതുവാൾമാരുടെ ഏറ്റവും ശ്രദ്ധേയമായ ആ
ചാരം വിവാഹകർമ്മങ്ങളെ അനുബന്ധിച്ചുള്ളതാണ് അതോടെ
പ്പം ഉയർന്നു വന്ന മറ്റ് തൊഴിലുകളുമുണ്ട്. അദ്ധ്യാപനം, വൈദ്യം,
ജ്യോതിഷം, കാര്യസ്ഥ ജോലികൾ, കണക്കെഴുത്ത് എന്നിങ്ങനെ
പല മേഖലകളിലും പൊതുവാൾമാരെ കാണാം. പയ്യന്നൂർ ക്ഷേ

ത്രത്തിന്റെ കാരാളന്മാരാ
ണ് പൊതുവാക്കന്മാര്.
ജ്യോതിഷരംഗത്ത് പ്രഗല്
ഭരും പ്രശസ്തരുമായ പ
ലരും ഈ സമുദായത്തില്
നിന്ന് ഉയര്ന്നു വന്നിട്ടു
ണ്ട്.പൊതുവാള്മാരുടെ പു
ലയടിയന്തിരം നടത്തി കു
ടഞ്ഞ് കുളിപ്പിച്ച് ശുദ്ധിയാ
ക്കേണ്ടത് പാര്പ്പിനികളാ
ണ്. പാര്പ്പിനികളുടെ അ
ധിവാസകേന്ദ്രമാണ്. പാപ്പി
നിശ്ശേരി, പയ്യന്നൂര് ഭാഗത്ത്
ഇന്ന് പാര്പ്പിനികള് ഇല്ലാ
ത്തതു കൊണ്ട് പൊതു
വാള്മാര് തന്നെയാണ് ഇ
പ്പോള് പുലയടിന്തിരം ന

ടത്തി വരുന്നത്. സ്ത്രീകള് പൊതുവാളാസ്യാര് എന്നറിയപ്പെടു
ന്നു. പൊതുവാളന്മാരില് പല വിഭാഗങ്ങളുണ്ട്. അകംപൊതുവാള്,
പുറം പൊതുവാള് എന്ന രണ്ട് വിഭാഗങ്ങള് മാലപ്പൊതുവാള് ചെ
ണ്ടപ്പൊതുവാള് എന്നും വിഭജനം ഉണ്ട്. ഒരു വിഭാഗം മൂത്തതിന്റെ
വര്ഗ്ഗത്തില്പ്പെട്ടവരാണ്. വടക്കന് കേരളത്തിലാണ് ഇവരെ അധി
കമായി കണ്ടു വരുന്നത്. പയ്യന്നൂര് ഗ്രാമക്കാര് ആയ ഈ പൊതു
വാള് വിഭാഗത്തെ അക പൊതുവാള് എന്ന് പറയുന്നു. ക്ഷേത്ര
ത്തില് കഴകവൃത്തിയുള്ള ഒരു വിഭാഗം പൊതുവാളന്മാരുണ്ട്. ഇ
വരെ മാലപ്പൊതുവാളന്മാര് എന്നും പറഞ്ഞു വരുന്നു. ചെണ്ടകൊ
ട്ടു കൊണ്ട് ഉപജീവനം കഴിക്കുന്ന ഒരു വിഭാഗത്തിനു ചെണ്ടപ്പൊ
തുവാളന്മാര് എന്നാണു പേര് ഇവരും അമ്പലവാസികളുടെ കൂട്ട
ത്തില് പെടുന്നു. വീട് പൊതുവാട്ട് എന്നറിയപ്പെടുന്നു. മധ്യ കേര
ളത്തിലെ ഇടയ്ക്കകൊട്ടുന്നവരും ഇവിടുത്തെ പൊതുവാള്മാരും
തമ്മില് സംസ്കാരപരമായി ഭിന്നതയുണ്ട്. പരശുരാമന്റെ കല്പ
നയാല് വിശ്വകര്മ്മാവ് സുബ്രഹ്മണ്യപുരിയില് വന്ന് സ്വര്ണ്ണവും
നവരത്നങ്ങളും കൊണ്ട് നാന്മതിലും മണ്ഡപവും അങ്ങാടിത്തെ

രുവും നവരത്നമയമായ ക്ഷേത്രവും രത്നമണ്ഡപവും നിർമ്മി
ച്ചു. അവിടെവെച്ച് രാമപ്രഭു തരണനായ ബ്രാഹ്മണന് ക്ഷേത്രത
ന്ത്രം കല്പിച്ചരുളുകയായിരുന്നു. പതിനാറ് മനകളിൽ ഏഴ് മനക
ൾ ആചാരക്രമം പാലിച്ചുകൊണ്ട് ക്ഷേത്രപരിപാലനത്തിൽ തുടർ
ന്നും നിലനിന്നു. അതുപോലെ പത്ത് പൊതുവാൾ തറവാട്ടുകാ
രും കാരാളന്മാരായി നിലകൊണ്ടു. പയ്യന്നൂർ സുബ്രഹ്മണ്യ സ്വാമി
ക്ഷേത്രത്തിലെ ആചാരസ്ഥാനമായ അച്ഛൻ എന്ന ബഹുമതി സ്ഥാ
നം വഹിച്ചവരിലും പ്രഥമസ്ഥാനം ഈ തറവാടിനാണ്. നിത്യം
ശ്രീ ഭൂതബലി സമയത്ത് ക്ഷേത്ര പ്രദക്ഷിണം നടത്തുമ്പോഴും
ആരാധനാ മഹോത്സവ വേളയിലും ക്ഷേത്രേശനായ ശ്രീ പെരു
മാളുടെ തിടമ്പ് എഴുന്നള്ളിക്കുമ്പോഴും മറ്റും, പിറകിൽ ആദ്യം
നിൽക്കേണ്ടത് ആനിടിൽ പൂന്തുരുത്തി മൂത്ത പൊതുവാളാണ്. ജ്യോ
തിഷം തൊഴിലായി സ്വീകരിച്ചവരാണ് പൊതുവാൾ പയ്യന്നൂരിൽ
പ്രബലരായ ജ്യോതിഷ പൊതുവാൾ സംഘങ്ങളുണ്ട്. പൊതു
വാൾമാർ ജനസമൂഹത്തിൽ അന്ന് മരുമക്കത്തായം നിലനിരുന്നു.
കുടുംബത്തിലെ സ്വത്തും അധികാരങ്ങളും ആചാരങ്ങളും തലമു
റയായി മരുമക്കൾക്ക് ലഭിച്ചു പോരുന്ന ദായക്രമമാണ് മരുമക്ക
ത്തായം പൊതുവാൾ സമൂഹത്തിൽ ഏതു കാര്യവും കാരണവരു
മായി ആലോചിച്ചേ ചെയ്യാവു. അദ്ദേഹത്തിന്റെതായിരുന്നു അവ
സാന തീരുമാനം. കാരണവരെ കുടുംബത്തിലെ മറ്റ് അംഗങ്ങൾ
ക്ക് ഭയമായിരുന്നു. ഭർത്താവിന് സ്വകാര്യ വരുമാനമുണ്ടെങ്കിൽ ഇ
ഷ്ടം പോലെ അയാൾക്ക് ഉപയോഗിക്കാം അത് ഭാര്യയ്ക്കും കുട്ടി
കൾക്കും വേണ്ടി ചെലവിടുന്നത് സ്വാഭാവികവുമാണ് എങ്കിലും
സ്വന്തമായൊരുവീടുണ്ടാക്കി ഭാര്യയെയും കുട്ടികളെയും മാറ്റിപ്പാർ
പ്പിക്കുന്നത് അന്ന് സാധാരണമായിരുന്നില്ല. ദൈനംദിനാവശ്യങ്ങൾ
കഴിഞ്ഞുള്ള പുരുഷന്മാരുടെ സ്വകാര്യ സമ്പാദ്യം മുമ്പൊക്കെ സ്വ
ന്തം തറവാട്ട്സ്വത്തിൽ ലയിക്കുകയാണ് പതിവ്. അതേ സമയം മ
റ്റ് മരുമക്കത്തായ തറവാടുകളിലെന്നപോലെ തറവാട്ട്മുതൽ ചോർ
ത്തിയെടുക്കുന്ന കാരണവന്മാരും ഉണ്ടായിരുന്നില്ലെന്ന് പറയാൻ
വയ്യ. മരുമക്കളെ കാരണവർ പ്രത്യേകം ശ്രദ്ധിച്ചിരുന്നു. അവരുടെ
വിദ്യാഭ്യാസം, വിവാഹം എന്നീ കാര്യങ്ങളിൽ അച്ഛനേക്കാൾ സ്ഥാ
നംഅമ്മാവനായിരുന്നു. വിഷു, ഓണം തുടങ്ങിയ ചടങ്ങുകളിൽ
പ്രമുഖ സ്ഥാനംവഹിക്കുന്ന കാരണവർ കുടുംബങ്ങൾക്ക് വിഷു

വിന് കൈനീട്ടം നല്കിയിരുന്നു. പയ്യന്നൂരിലും അതിന്റെ പ്രാന്ത
പ്രദേശങ്ങളിലും വ്യത്യസ്തമായ നിരവധി പൊതുവാൾ സമൂഹ
ങ്ങൾ നിലവിലുണ്ട് സമുദായത്തിൽപ്പെട്ട പൊതുവാളന്മാർ വടക്കൻ
കേരളത്തിലും മധ്യകേരളത്തിലും ഉണ്ട് ഇവരെ അമ്പലവാസിക
ളായി കൂട്ടാറില്ല.

കുശവന്മാർ

പയ്യന്നൂരിൽ പല സ്ഥലങ്ങളിലും കുശവന്മാരുടെ ആവാസകേ
ന്ദ്രമുണ്ട്. കാറമേൽ, എരമം, കരിവെള്ളൂർ, മാത്തിൽ, മാവിച്ചേരി
എന്നിവിടങ്ങളിലൊക്കെ ഇവർ കൂട്ടമായി താമസിക്കുന്നു. നല്ല ക
ളിമണ്ണ് കിട്ടുന്ന പ്രദേശങ്ങളിലാണ് ഇവരുടെ ആവാസ കേന്ദ്രം കാ
ണുന്നത്. ചില സ്ഥലങ്ങളിൽ തലച്ചുമടായി കളിമണ്ണും കത്തിക്കാ
നുള്ള ഒടു (കൊയ്തെടുത്ത വൈക്കോലിന്റെ ബാക്കി) വും കൊ
ണ്ടുവരാൻ പറ്റുന്ന സ്ഥലങ്ങളിലും ഇവർ ആവാസിക്കുന്നുണ്ട്. ച
ക്രം ഉപയോഗിച്ചാണ് മൺപാത്രങ്ങൾ ഉണ്ടാക്കുന്നത്. എരമം - മു
തുകാട്ടുകാവിൽ ഭക്തന്മാർ സമർപ്പിക്കുന്ന പന്നിയുടെയും മറ്റും
രൂപം ഇവർ നിർമ്മിച്ചു നല്കുന്നതാണ്.പയ്യന്നൂർ മാവിച്ചേരി, കാ
റമേൽ, എരമം കണ്ണാപ്പുള്ളിപ്പൊയിൽ, കോയിപ്ര, വയക്കര എന്നീ
പ്രദേശങ്ങളായിരുന്നു പയ്യന്നൂരിലെ പ്രധാന മൺപാത്ര നിർമാ
ണ കേന്ദ്രങ്ങൾ, കുശവ സമുദായക്കാരുടെ കുലത്തൊഴിലായിരു
ന്നു ഈ കരകൗശല വിദ്യ. ക്ഷേത്രങ്ങളിലേക്ക് ആവശ്യമായ മൺ
പാത്രങ്ങൾ നിർമ്മിച്ചുകൊടുക്കുന്നത് ഇവരാണ് കലശക്കലം, മൺ
ചട്ടി, മങ്ങണം. മൺകുടം കള്ളുപാത്തി കഞ്ഞിക്കലം, തൈക്കുടു
ക്ക തുടങ്ങിയ വിവിധങ്ങളായ മൺപാത്രങ്ങൾ കരവിരുതുപയോ
ഗിച്ചു നിർമ്മിച്ചിരുന്നു. കളിമൺശേഖരിച്ച് പാകപ്പെടുത്തി ചക്രം ഉ
പയോഗിച്ച് വിവിധ രൂപത്തിലുള്ള പാത്രങ്ങൾ നിർമ്മിച്ച്. ചുളയിൽ
വേവിച്ച് ഉറപ്പുവരുത്തിയാണ് തയ്യാറാക്കിയിരുന്നത്. കുണിയൻ കാ
റമേൽ വയൽ, കോയിപ്ര, വയക്കര എന്നിവിടങ്ങളിൽ നിന്നാണ്
കളിമണ്ണ് ശേഖരിച്ചിരുന്നത്. സ്ത്രീകൾ തലച്ചുമടായി വീടുകൾ
തോറും കലങ്ങളും പാത്രങ്ങളും എത്തിച്ചുകൊടുക്കുമായിരുന്നു.
പൂർണ്ണമായും കൈമാറ്റ സമ്പ്രദായത്തിലായിരുന്നു വിപണനം. നെ
ല്ലാണ് ഉല്പന്നങ്ങൾക്ക് പ്രതിഫലമായി ലഭിച്ചിരുന്നത്. ഇപ്പോൾ
കാറമേൽ പ്രദേശത്ത് അപൂർവ്വം കുടുംബക്കാർ മാത്രമാണ് ഈ

തൊഴിൽ ചെയ്തുവരുന്നത്. പയ്യന്നൂരിൽ മൺപാത്ര നിർമ്മാണ രംഗത്തെ പ്രബല വിഭാഗമാണ് കുശവന്മാർ. കുശവൻകുന്ന് എന്ന സ്ഥലമുണ്ട്. തൊട്ടടുത്ത വയലിൽ നിന്ന് മൺപാത്രത്തിനാവശ്യ മായ മണ്ണ് ശേഖരിച്ചു വന്നിരുന്നുവെന്നും കുശവന്മാർ അവിടെ നിന്ന് മറ്റ് സ്ഥലങ്ങളിലേക്ക് കുടിയേറി പാർത്തുവെന്നും വിശ്വസി ക്കുന്നുണ്ട്. സ്ഥലനാമം മാറ്റമില്ലാതെ തുടരുന്നു. ഇന്ന് കേരളത്തി ലെ തന്നെ ഏറ്റവും വലിയ മൺപാത്രനിർമ്മാണ കേന്ദ്രങ്ങളിലൊ ന്ന് നീലേശ്വരത്തിനടുത്തുള്ള എരിക്കുളമാണ്. ഇവിടെ മാത്രം 150 ൽ അധികം കുടുംബങ്ങൾ മൺപാത്രം നിർമ്മിക്കുന്ന തൊഴിലുമാ യി കഴിയുന്നു. കാറമേയിൽ വിരലിലെണ്ണാവുന്ന കുടുംബങ്ങൾ മാത്രമാണ് ഇന്ന് മൺപാത്ര നിർമ്മാണവുമായി മുന്നോട്ട് പോകു ന്നത്. മാവിച്ചേരിയുടെ സ്ഥിതിയും വ്യത്യസ്തമല്ല. മറ്റുള്ള സ്ഥല ങ്ങളിലെന്നപോലെ മൺപാത്രനിർമ്മാതാക്കളും ചക്രത്തിന്റെ സ ഹായത്തോടെയാണ് മൺപാത്രങ്ങൾ നിർമ്മിക്കുന്നത്. വളരെയ ധികം ശ്രദ്ധയും വൈദഗ്ദ്യവും വേണ്ട ഈ തൊഴിലുമായി വിശ്ര മില്ലാത്ത അധ്വാനത്തിൽ കുശവൻമാർ വർഷം തോറും മുഴുകുന്നു. മൺപാത്ര നിർമ്മാണത്തിന്റെ ആദ്യഘട്ടം വയലുകളിൽ നിന്ന് പ ശിമയുള്ള മണ്ണ് ശേഖരിക്കലാണ്. മണ്ണ് ശേഖരിക്കുന്ന വയലുകൾ അധികവും ഒറ്റവില കൃഷിയിടങ്ങളാണ്. എല്ലാവർഷവും മലയാള മാസം മേടം ഒന്നാം തിയ്യതി വയലുകളിൽ നിന്ന് മണ്ണ് കുഴിച്ചെടു ക്കാൻ ആരംഭിക്കും. പതിനഞ്ച് ദിവസങ്ങളിലായി ഒരു വർഷത്തേ ക്ക് മൺപാത്ര നിർമ്മാണത്തിനാവശ്യമായ മണ്ണ് കുഴിച്ചെടുത്ത് ഈർ പ്പമില്ലാത്ത, ഉയർന്ന സ്ഥലങ്ങളിൽ കുഴിയെടുത്ത് സംഭരിക്കും. മൺ തൈരകൾ ചക്രത്തിലിട്ട് തിരിച്ചാണ് മൺപാത്രങ്ങൾ മെനഞ്ഞുണ്ടാ ക്കുന്നത്. അടിഭാഗത്ത് കരിങ്കല്ലും, അതിനുമുകളിൽ അച്ചും അതി നുമുകളിലായി ചക്രവുമുള്ള പരമ്പരാഗത ഉപകരണത്തിന്റെ സ ഹായത്തോടെയാണ് മൺപാത്രങ്ങൾ നിർമ്മിക്കുന്നത്. ഇതിനെ ചമതി എന്ന പേരിലാണ് അറിയപ്പെടുന്നത്. ചമതിയിലെ ഒരു ഭാ ഗമായ ചക്രമുണ്ടാക്കുന്നത് ചകരി, തുണി, മണ്ണ് എന്നിവ ഉപയോ ഗിച്ചാണ്. ചമതിയുടെ മുകളിൽ മൺതൈര വെച്ച് ആരെയെങ്കിലും കൊണ്ട് ചമതിയുടെ ചക്രം തിരിപ്പിക്കും. ചക്രം തിരിക്കാൻ അധി കം വൈദഗ്ധ്യം ഒന്നും ആവശ്യമില്ല. ഏറ്റവും കൂടുതൽ ശ്രദ്ധയും, വൈദഗ്ധ്യവും വേണ്ടത് ചമതിക്കുമുകളിൽ വെച്ച തെര ചക്രം തി

രിയുന്നതിനനുസരിച്ച് മൺപാത്രങ്ങളായി മെനഞ്ഞെടുക്കുന്നതി
നാണ്. ഇങ്ങനെ മെനഞ്ഞെടുക്കുന്ന പാത്രങ്ങൾ അടിവശം ദ്വാര
മുള്ളതായിരിക്കും. ഇങ്ങിനെയുള്ള മൺപാത്രങ്ങൾ ആറാനായി
വെക്കും. ഇത് പാകമാകുമ്പോൾ എടുത്ത് അടിവശത്ത് ദ്വാരം അ
ടിച്ച് നേർപ്പിച്ച് ഇല്ലാതാക്കും. പാകമാകുന്നത് നിറം നോക്കിയാണ്
മനസ്സിലാക്കുക. പാകമായ പാത്രങ്ങൾ വക്കുപിടിച്ച് എടുക്കാൻ പ
റ്റും. ഇങ്ങിനെ വെയിലത്തുനിന്ന് എടുത്ത പാത്രങ്ങൾ അടിച്ച് നേർ
പ്പിക്കാൻ കല്ല് കെട്ടുകോൽ എന്നിവയാണ് ഉപയോഗിക്കാറ്. അടി
ച്ചു നേർപ്പിച്ച മൺപാത്രങ്ങൾ ചിരട്ട ഉപയോഗിച്ച് മിനുസമുള്ളതാ
ക്കി തീർക്കും. വീണ്ടും പാകമനുസരിച്ച് ഉണക്കി ചൂളയിലേക്ക്
വെക്കും. മണ്ണുകൊണ്ടുതന്നെയാണ് മൺപാത്രങ്ങൾ ഉറപ്പുള്ളതാ
ക്കി എടുക്കാനുള്ള ചൂളയും ഉണ്ടാക്കിയിട്ടുള്ളത്. പണിയെടുത്തു
പട്ടിണിക്കിടുന്ന കാലം. നല്ല ഭക്ഷണം കഴിക്കാൻ കിട്ടാത്ത കാ
ലം. ചക്കയും, മാങ്ങയും, പോലും കളവു നടക്കുന്ന കാലം. അനാ
ചാരങ്ങളും അന്ധവിശ്വാസങ്ങളും ജാതീയതയും ഭയങ്കരമായിരു
ന്നു. മൺപാത്രപണിയെടുത്താൽ കിട്ടുന്ന കൂലി നെല്ലാണ്, പണം
കിട്ടുകയില്ല. മൺപാത്രം വിൽക്കാൻ ഓരോ ആൾക്കും പ്രദേശങ്ങ
ളായി തിരിച്ചും കൊടുക്കും. ആ പ്രദേശത്ത് അവർക്ക് മാത്രമെ
മൺപാത്രം വിൽക്കുവാൻ പാടുള്ളൂ. രാവിലെ മൺപാത്രം എടു
ത്തു വന്നാൽ വൈകുന്നേരം 5 മണിക്കാണ് തിരിച്ചു പോകുക പ
തിവ്. വലിയ കൂട്ടയിൽ മൺപാത്രം എടുത്ത് എല്ലാ വീട്ടിലും പോ
കും, സാധനം കൊടുത്തു സാധനം വാങ്ങും, തേങ്ങ, അടക്ക, കായ
തുടങ്ങിയ സാധനങ്ങൾ വാങ്ങി തിരിച്ചു പോകും. പയ്യന്നൂരിൽ
ആഴ്ചച്ചന്ത ഉണ്ടായിരുന്നു. ഇന്ന് താലൂക്ക് ഓഫീസ് സ്ഥിതി ചെ
യ്യുന്ന സ്ഥലത്തിന്റെ എല്ലാ ഭാഗങ്ങളിലും ചന്തയായിരിക്കും. പതി
നായിരക്കണക്കിനു ആളുകൾ ചന്തയിൽ വരും. അന്ന് പോലീസ്
സ്റ്റേഷൻ താലൂക്ക് ഓഫീസിന്റെ ഒരു ഭാഗത്തായിരുന്നു. മറ്റെല്ലാം
ചന്ത സ്ഥലമായിരുന്നു. തറവാട്ടിൽ മൂത്തവരെ കാരണവർ എന്നും
സ്ത്രീയാണ് മൂത്തതെങ്കിൽ കാരണോത്തിയെന്നുമാണ് വിളിക്ക
പ്പെടാറ്. എന്നാൽ കാരണോത്തികളെ അച്ചി എന്ന് കൂടി പ്രായക്കു
റവുള്ളവർ ബഹുമാനപുരസ്സരം വിളിക്കാറുണ്ട്. താലി കെട്ടുമംഗ
ലത്തിൽ പന്തൽ നിർമ്മിക്കുന്നതിൽ പാലവൃക്ഷത്തിന്റെ തൂൺ നിർ
ബന്ധമായും വേണം. ഏഴിലംപാലയ്ക്ക് മംഗലപ്പല എന്നുകൂടി

പേര് വന്നത് ഈ പ്രാതിനിധ്യം കൊണ്ടാവാം. പന്തലിൽ സജ്ജ മാക്കിയ ഇരിപ്പിടത്തിൽ മംഗലക്കുഞ്ഞിനെ ഇരുത്തി ആചാരസ്ഥാ നികരുടേയും ബന്ധുക്കളുടെയും ക്ഷണിതാക്കളുടേയും സാന്നി ധ്യത്തിൽ പിതാവ് ചരടിൽ കോർത്ത താലി കഴുത്തിൽക്കെട്ടി ത ലയിൽ അരിയിട്ട് അനുഗ്രഹിക്കുന്നു. തുടർന്ന് ചടങ്ങിൽ എത്തി ച്ചേർന്ന ബന്ധുമിത്രാദികളും പാരിതോഷികമോ പണമോ സമ്മാ നിച്ച് അരിയിട്ട് അനുഗ്രഹിക്കുന്നു. താലി കെട്ടുമംഗലത്തിൽ പ ങ്കെടുത്ത എല്ലാവരേയും താംബൂലാദികൾ നൽകി സ്വീകരിച്ചിരു ത്തുകയും വിഭവസമൃദ്ധമായ സദ്യ നൽകി സന്തോഷിപ്പിച്ചയക്കു കയും ചെയ്യുന്നു. ഒരാഴ്ചയ്ക്ക് വേണ്ട എല്ലാ സാധനങ്ങളും ചന്ത യിൽ വന്നാണ് വാങ്ങിക്കൊണ്ടുപോകുക. തലചുമടായും, കാളവ ണ്ടിയിലും, ചീനയിലും, തരപ്പൻ കെട്ടിയും മറ്റുമാണ് സാധനങ്ങൾ ചന്തയിൽ എത്തിച്ചിരുന്നത്. ചന്തയിൽ സാധനം വിൽക്കുന്നവർ ചന്ത പൈസ കൊടുക്കണം. ചന്ത കൊല്ലത്തിൽ ഒരാൾ ലേലത്തിൽ എടുക്കും. അയാൾ നിശ്ചയിക്കുന്ന പൈസ ചന്ത പൈസയായി കൊടുക്കണം.

ചാലിയർ

സമൂഹത്തിന്റെ പ്രാഥമികമായ ആവശ്യം നിറവേറ്റിക്കൊടുക്കു ന്ന ജനവിഭാഗം എന്ന നിലയിൽ ഇവർക്ക് വലിയ പ്രാധാന്യമുണ്ട്. ശാലിയൻ അഥവാ ചാലിയൻ എന്ന പേരിൽ അറിയപ്പെടുന്ന ഈ തൊഴിൽ കൂട്ടം തുളുനാട്ടിൽ വിവിധ ഭാഗങ്ങളിൽ ചിതറിക്കിടക്കു ന്നു.ശാലിയൻ എന്ന പദത്തിന് നൂൽചെട്ടി എന്നാണ് ശബ്ദതാരാ വലി നൽകുന്നു അർത്ഥം. തുണി നെയ്യുന്നതിന് ചെറുതും വലു തുമായ നെയ്തു ശാലകൾ ഉണ്ട്. ശാലയിലുള്ളവർ എന്ന അർത്ഥ ത്തിലാണ് ഇവരെ ശാലിയൻ എന്നു വിളിച്ചു പോരുന്നതെന്നും പ റയപ്പെടുന്നു. ചാലിയം എന്നത് ചുമലിൽ ഇടുന്ന വേഷ്ടി പോലു ള്ള ഒരു ചുവന്ന വസ്ത്രമാണ്. ഇതിൽ നിന്നുമാവാം ചാലിയൻ എന്ന പദത്തിന്റെ നിഷ്പത്തി എന്നൊരു വാദമുഖവുമുണ്ട്. ശല്യ പുരാണത്തിൽ ശല്ല്യൂർ മഹർഷിയുടെ സന്തതി പരമ്പരകളാണ് ശാ ലിയർ എന്നൊരു പരാമർശമുണ്ട്. ജാലികനും, ശാലികനും, ചാലി യനും, ശാലിയനുമൊക്കെ ഒന്നു തന്നെ തമിഴ്നാട്, ആന്ധ്ര, കർ ണ്ണാടക തുടങ്ങിയ പ്രദേശങ്ങളിലും ശാലിയ സമുദായക്കാർ ഉ

ണ്ട്. ദേവാംഗ, പട്ടാര്യ, ശാലിയ വിഭാഗങ്ങൾ ഒന്നിച്ച് ചേർന്ന പത്മ ശാലിയ എന്ന പൊതു സംജ്ഞയിലാണ് ഇവർ ഇന്ന് അറിയപ്പെ ടുന്നത്. കർണ്ണാടകയിൽ നിന്നും ആര്യരാജാവിന്റെ പുത്രിയായ ശ്രീ കാർത്യായനി ദേവി ബ്രാഹ്മണരുടെ ആരാധനയിൽ ആകൃഷ്ട ടയായി ആര്യനാട്ടിൽ നിന്നും കടൽക്കരമാർഗ്ഗം തെക്ക് ദിക്ക് ല ക്ഷ്യമാക്കി മരക്കലത്തിൽ യാത്ര തുടർന്ന് കാശിയിലെത്തുകയും ഗൗഡസാരസ്വത ബ്രാഹ്മണരുടെയും, തുളുബ്രാഹ്മണരുടെയും ശാ ലിയരുടെയും കുമാരത്രയരുടെയും, കച്ചവടത്തിന് സഹായം ചെ യ്തിരുന്ന മുസ്ലീങ്ങളുടെയും വ്യവഹാരാർത്ഥം മരക്കപ്പലിൽ പാ ലായനം ചെയ്ത് ശാന്തമായ കടൽത്തീരമുള്ള ചെറുകുന്നിൽ ആ വാസമുറപ്പിച്ചു എന്നാണ് ഐതിഹ്യം. ആദ്ദേഹത്തിന്റെ അഭിപ്രാ യത്തിൽ ഇവരുടെ പിന്മുറക്കാരനാണ് ഉത്തരകേരളത്തിലെ ചാലി യ സമൂഹം.പയ്യന്നൂർ പാട്ടിലെ ചെട്ടിയും മകനും വളഞ്ചിയർ എ ന്നു വിളിക്കുന്ന കച്ചവട സംഘത്തിൽപെട്ടവരാകാം എന്നാണ് ഏ ഴിൽ മലയും പയ്യന്നൂർപാട്ടും എന്ന കൃതിയിൽ ശ്രീ ടി.കെ.കെ പൊതുവാൾ സിദ്ധാന്തിക്കുന്നത്. ഏഴിമലയുടെ താഴ്വാരത്താണ് എട്ടുളം. വളഞ്ചിയർ ആണ് വളങ്കയർ ആയത് എന്നൊരഭിപ്രായമു ണ്ട്. ശാലിയ വിഭാഗത്തിലെ വലങ്കവിഭാഗം ഗണപതി ആരാധക രാണ്. അടിസ്ഥാനപരമായി അമ്മ ദൈവാരാധകരാണ് ശാലിയ വിഭാഗം. തഞ്ചാവൂരിൽ നിന്ന് വന്ന അമ്മയാണ് നീലകേശി. അറ യിൽ ഭഗവതി, കൊറ്റിയാലമ്മ, പാടാർകുളങ്ങര ഭഗവതി, എന്നി ങ്ങന വിവിധ പേരുകളിൽ ശാലിയത്തെരുവുകളിലെ താനങ്ങളിൽ കുടിയിരുത്തപ്പെട്ടിട്ടുള്ള അമ്മയും ഈ നീലകേശിയമ്മതന്നെ. അ റയിൽ ഭഗവതിയുടെ ആദിസ്ഥാനം കണ്ണൂർ ജില്ലയിലെ മാങ്ങാട്ട് ദേശമാണ്. മാങ്ങാട്ട് നീലിയാർ കോട്ടത്ത് കോലംതികഞ്ഞ മാതാ വ് കോലത്ത് നീലിയാർ കോട്ടത്തമ്മ കുടികൊള്ളുന്നു. ജീവകേശി തന്നെ ഈ അമ്മ എന്ന് പഴയ അഞ്ചടിത്തോറ്റം തെളിവ് തരുന്നു. ശാലിയ വിഭാഗത്തിന് മാടായിക്കാവുമായുള്ള ബന്ധപ്പെട്ട് ചില അധികാരാവകാശങ്ങൾ ഉണ്ട്. പയ്യന്നൂർ തെരു അഷ്ടമച്ചാൽ ഭഗ വതിക്ഷേത്രത്തിൽ ശ്രീകുറുംബയുടെ ആരാധനയാണ് ആദ്യ കാ ലത്ത് ഉണ്ടായിരുന്നത്. അതിന്റെ ഭാഗമായുള്ള താലപ്പൊലി പോ ലുള്ള ഉൽസവങ്ങൾ ഒരു കാലത്ത് ഇവിടെ ഉണ്ടായിരുന്നു. പിന്നീ ട് മാടായിക്കാവിൽ നിന്ന് തിരുവർക്കാട്ട് ഭഗവതി ഇവിടേക്ക് കുട

ആധാരമായി എഴുന്നള്ളി എന്നാണ് ഐതിഹ്യം. അഷ്ടമച്ചാൽ ഭ
ഗവതിയായി ഇവിടെ ആരാധിക്കപ്പെടുന്നത് തിരുവർകാട്ട് ഭഗവ
തി തന്നെയാണ്. അഷ്ടമച്ചാൽ എന്ന മണിപ്രവാളം തന്നെ ഇതി
ന് തെളിവാണ്. ഇവിടത്തെ ക്ഷേത്രപാലന്റെ സാന്നിധ്യവും ശ്ര
ദ്ധേയമാണ്.പനമ്പൂര് നഗരം മുതൽ കാഞ്ഞങ്ങാട് കീഴാച്ചേരി നഗ
രം വരെ ശാലിയ സമുദായക്കാര് ഉണ്ട്. ചീരുംബ ഭഗവതി, ശ്രീ ശൂ
ലിയാർ ഭഗവതി, എന്നീ പ്രധാന ദേവതാസങ്കൽപവും കാഞ്ഞ
ങ്ങാട് കൊറ്റിയാലമ്മ അറയിൽ ഭഗവതി സങ്കൽപവുമാണ്, ഈ പ
തിനൊന്ന് നഗരങ്ങളിലും 6 അവകാശികളും 7 അവകാശികളും,
നഗരം 32, 40 എന്നീ കണക്കിലുമാണ് അറിയപ്പെട്ടിരുന്നത്. അതു
പോലെ നീലേശ്വരം അഞ്ഞൂറ്റമ്പലം വീരർകാവ് മുതൽ ചിറക്കൽ
പട്ടുവം കുറുമ്പ ഭഗവതി ക്ഷേത്രം വരെ 11 നഗരങ്ങളിൽ കോല
സ്വരൂപത്തിൽ തായ് പരദേവതയുടെയും, ശാസ്താവീശ്വരന്റെയും
വ്യത്യസ്ത ഭാവഭേദങ്ങൾ സമന്വയിക്കുന്ന ഭഗവതിമാരും ഈശ്വര
ന്മാരുമാണ്.   ഇന്ന് നിലവിൽ ഇരുപതോളം ഇല്ലങ്ങളുണ്ട്. ഇല്ല
ങ്ങൾ എന്ന പേര് വരാൻ കാരണം തന്നെ ഇല്ലത്തിൽ അവർ പര
മ്പരാഗതമായി ആരാധിച്ചുവരുന്ന ദേവീദേവന്മാരാണ്പയ്യന്നൂർ, വെ
ള്ളൂർ, കരിവെള്ളൂർ എന്നിവിടങ്ങളിൽ നെയ്ത്ത് ഉപജീവനമാക്കി
യ ഒരു ജനസമൂഹമാണ് ചാലിയന്മാർ, ഇവർ കൂട്ടമായി താമസി
ക്കുന്ന സ്ഥലത്തെ തെരു എന്ന് വിളിക്കുന്നു. തിരുവർക്കാട്ട് ഭഗവ
തിയും അഷ്ടമിച്ചാൽ ഭഗവതിയും ഇവരുടെ പ്രധാന ആരാധനാ
മൂർത്തികളാണ് കൊയിലാണ്ടിക്കൊല്ലം തൊട്ടു മംഗലാപുരം വ
രെയുള്ള പ്രദേശങ്ങളിൽ ചാലിയ സമുദായം താമസിച്ചു വരുന്നു.
പയ്യന്നൂർ അഷ്ടമിച്ചാൽ ഭഗവതിക്കാവിൽ ചാലിയന്മാരിൽ പ്രമു
ഖൻ മൂത്തചെട്ടിയാർ എന്നറിയപ്പെടുന്നു. അതിനു താഴെയുള്ള
ആൾ ഇളയ ചെട്ട്യാൻ എന്നും. ചെട്ട്യാർശ്യന്മാരാണ് ഈ സമൂഹ
ത്തിന്റെ ആചാരാനുഷ്ഠാനങ്ങൾ നിയന്ത്രിക്കുന്നത്. ചാലിയരുടെ
യിടയിൽ സംസ്കൃതത്തിൽനിന്ന് തൽഭവമായി സ്വീകരിക്കപ്പെട്ട
പേരുകൾ കാണാം. ചിണ്ടൻ എന്ന പേര് ഇവരുടെ ഇടയിൽ സാ
ധാരണമാണ്. ഇത് ശ്രീകണ്ഠൻ എന്ന സംസ്കൃത പദത്തിൽ നി
ന്നുണ്ടായതാണ്. ശ്രീകണ്ഠൻ ചിരുകണ്ടനും പിന്നീടു ചിണ്ടനുമാ
യി മാറി. കോരൻ എന്ന പേരിന്റെ ഉൽഭവം അഘോരൻ എന്ന സം
ജ്ഞയിൽ നിന്നാണ്. അഘോരൻ ഘോരനും പിന്നീട് കോരനുമാ

യി മാറി. അമ്പു എന്നത് ശംഭുവിൽ നിന്നുണ്ടായതാവാം. ചിരുതേ
യി എന്നത് ശ്രീദേവി എന്നതിൽ നിന്നും ചിരി എന്നത് ശ്രീ എന്ന
തിൽനിന്നും ഉണ്ടായതാവണം. പയ്യന്നൂർ അഷ്ടമിച്ചാൽ ഭഗവതി
ക്ഷേത്രത്തിലെ ഉത്സവത്തോടനുബന്ധിച്ച് പയ്യന്നൂരിലും കരിവെ
ള്ളൂരിലെ ഉത്സവത്തോടനുബന്ധിച്ച് കരിവെള്ളൂരും ചാലിയപ്പൊ
റാട്ട് എന്ന ഒരു നാടകരൂപം അരങ്ങേറാറുണ്ട്. പയ്യന്നൂർ പാട്ടിൽ
14 നഗരം എന്ന പരാമർശം ശ്രദ്ധിക്കുക. ചാലിയ ചെട്ടി തന്നെയാ
യിരിക്കണം. പയ്യന്നൂർ പാട്ടിലെ നമ്പുച്ചെട്ടി. പയ്യന്നൂർ, വെള്ളൂർ,
കരിവെള്ളൂർ കേന്ദ്രീകരിച്ചാണ് നെയ്ത്ത് വ്യവസായം നിലനി
ന്നിരുന്നത്. ചാലിയ സമുദായക്കാരുടെ കുലത്തൊഴിലായിരുന്നു
കൈത്തറി നെയ്ത്ത്, ആദ്യനാളുകളിൽ കുഴിത്തറിയിലാണ് നെയ്
തിരുന്നത്. പിന്നീട് ഇന്ന് കാണുന്ന കൈത്തറി മങ്ങങ്ങൾ ഉപയോ
ഗിക്കുവാൻ തുടങ്ങി. തോർത്ത്, ദേവിരി, പുടവ എന്നിവയായിരു
ന്നു തുടക്കത്തിൽ കൈത്തറിയിൽ ഉണ്ടായിരുന്നത്. ക്രമേണ ബെ
ഡ്ഷീറ്റ്, ലുങ്കി, കാവി മുണ്ട്, ഡബിൾദോത്തി, ഫർണിഷിംഗ്സ്
തുടങ്ങിയ ഇനങ്ങൾ നിർമ്മിക്കുവാൻ തുടങ്ങി. 1970കളിൽ കോറ
തുണിക്ക് (ക്രോപ്പ്) വിദേശനാടുകളിൽ വൻഡിമാന്റ് ഉണ്ടായതി
നാൽ കൈത്തറി മേഖലയിൽ പെട്ടന്ന് വൻ ഉണർവ് ദൃശ്യമായിരു
ന്നു. ഈ സന്ദർഭത്തിൽ ധാരാളം യുവതി യുവാക്കൾ നെയ്ത് മേ
ഖലയിലേക്ക് ആകർഷിക്കപ്പെടുകയുണ്ടായി. എന്നാൽ 1970കളുടെ
അവസാനത്തോടുകൂടി ഈ ഉണർവ് ക്ഷയിക്കുകയും കൈത്തറി
നെയ്ത് വ്യവസായം പുതിയ പ്രതിസന്ധികളെ നേരിടേണ്ടി വരി
കയും ചെയ്തു. എന്നിരുന്നാലും പയ്യന്നൂർ, വെള്ളൂർ കരിവെള്ളൂർ
തുടങ്ങിയ പ്രദേശങ്ങളിൽ ഏകദേശം 500 പേർ കൈത്തറി നെയ്
ത് തൊഴിൽ ചെയ്ത് ഇന്നും ഉപജീവനം കണ്ടെത്തുന്നു. കയറ്റു
മതി സാദ്ധ്യതകൾ കണ്ടെത്തിയും ആധുനികവൽക്കരണത്തിലൂ
ടെയും മാത്രമേ ഇനി ഈ മേഖലയെ അഭിവൃദ്ധിപ്പെടുത്തുവാൻ
കഴിയൂ. നാടൻ വൈദ്യന്മാരെ മാത്രം കണ്ടുശീലിച്ചവർ ആധുനീക
ചികിത്സകരെ ഭയപ്പാടോടെ നോക്കിക്കണ്ടു. പനി വന്നാൽ ശരീര
ത്തിലേക്ക് സൂചികുത്തുന്ന പുതിയ ഏർപ്പാട് അവർക്ക് ഉൾക്കൊ
ള്ളാനാവുമായിരുന്നില്ല. അന്ന് ആണുങ്ങൾ മുട്ടിനു അൽപ്പം താ
ഴെവരെ ഇറക്കം വരുന്ന വലിയ തോർത്തുമുണ്ടും ധരിച്ചു. പരിഷ്
ക്കാരികൾ മാത്രം മുണ്ട് (പൊട) ധരിച്ചുവന്നു. പെണ്ണുങ്ങൾ മാറ് മ

റക്കാനായി ഇതിനുമേലെ പൊടയും (മേൽമുണ്ട്) ധരിച്ചുവന്നു. ആണുങ്ങളിൽ ആഢ്യന്മാർക്ക് കുടുമവെക്കുന്ന ശീലവും ഉണ്ടായി രുന്നു .തെയ്യക്കോലങ്ങൾ വാണിയരേയും ശാലിയ ചെട്ടിയാന്മാ രേയും ചേർത്ത് നെയ്യും തിരിയും എന്നാണ് സംബോധന ചെയ്യു ന്നത്. എണ്ണക്കും (ആട്ടൽ) മുണ്ടിനും (നെയ്യൽ) ആണ് നാടൻ വാ ണിഭത്തിൽ മുഖ്യസ്ഥാനം. ആര്യനാട്ടിൽ നിന്നും കപ്പൽമാർഗം ദേ വിയുടെ കൂടെ വന്നവരായിരിക്കണം വടക്കുള്ള ശാലിയർ . വട ക്ക് ഭാഗത്ത് സ്ഥിതിചെയ്യുന്ന ചില തറവാടുകളിൽ മുടിപ്പ് അഥവാ തിരുപ്പതിദേവന്റെ ഭണ്ഡാരം കാണാം. ഭണ്ഡാരം നിറയുന്ന മുറ ക്ക് തിരുപ്പതിയിൽ കൊണ്ടുപോയി സമർപ്പിക്കുകയും, തറവാടുക ളിൽ തുളസിപൂജയും ഗുരുപ്രീതി നടത്തലും കാണാൻ കഴിയും. ശാലകളിൽ നെയ്തെടുക്കുന്ന പൃഷ്ഠക്കരയുള്ള പുടവ (പുറംകര പുടവ) പൃഷ്ഠക്കരയുള്ള ദേവിരി, ദോത്തി, ചുട്ടിക്കരയുള്ള തോർ ത്ത്, ചുവന്ന കരയുള്ള മുണ്ട്, പത്താം നമ്പർ, ഇരുപതാം നമ്പർ തോർത്ത്, മുണ്ടുകൾ, ലുങ്കി, കാവി, ചുവന്നകരയുള്ള കോണകം, പട്ടുകോണകം, ചിറ്റാട എന്നിവ പ്രസിദ്ധമാണ്. കോണകം നെയ്യാ നാണ് ഒരു നെയ്തു തൊഴിലാളി ആദ്യം പഠിക്കുക. പിന്നീട് ഒരു മോതിരത്തിൽ കൂടി കടന്നുപോകുന്നത്ര നേരിയ മുണ്ടുകൾ നെ യ്യാനുള്ള വൈദഗ്ദ്യം അവൻ കരഗതമാക്കുന്നു. പക്ഷെ, ഒടുവിൽ വയസ്സാകുമ്പോൾ കോണക നെയ്തിലേക്ക് തന്നെ അവൻ തിരി ച്ചു പോകുന്നു. അവിടെ ഒരു ചക്രം പൂർത്തിയാകുന്നു. പയ്യന്നൂ രിൽ ഓരോ ജാതിക്കാർക്കും പ്രത്യേകം പ്രത്യേകം വസ്ത്രങ്ങൾ നെയ്തുകൊടുക്കുന്ന പതിവുണ്ടായിരുന്നു. പൃഷ്ഠക്കരയുള്ള പുട വ, തീയ്യ, കുശവ വാണിയ സമുദായത്തിലെ പെണ്ണുങ്ങൾ ഉടുക്കു ന്ന മുണ്ടാണ്. പൃഷ്ഠക്കരയുള്ള ദേവിരി ബ്രാഹ്മണർക്കുള്ളതാണ്. ചിറ്റാട അമ്പലത്തിലെ വിഗ്രഹങ്ങളിൽ ചാർത്താൻ ഉപയോഗിക്കു ന്നു. എന്നാൽ ഓണം പോലെയുള്ള വിശേഷ ദിവസങ്ങളിൽ ചി റ്റാടയും ദേവിരിയും ചെറിയ പെൺകുട്ടികളും ആൺകുട്ടികളും ഉ പയോഗിക്കും. മൊത്തം ഇരുപതോളം തറവാടുകൾ ഉള്ളതായി കാണാം. കൂവക്കാട്ടില്(1), പുത്തൻകുടിഇല്ലം (2), മൊരങ്ങെൻ ഇ ല്ലം (3), മാംഗില്ലം (4), ചാത്തങ്ങാട്ടില്ലം (5), ചെന്താരില്ലം (6), നര പ്പച്ചില്ലം (7), കൊട്ടാരില്ലം (8), ... (9), താരുരുട്ടി ഇല്ലം (10), ബ ടിയാരില്ലം (11), ചോയ്യാനില്ലം (12), അഞ്ചോരില്ലം (13), കിഴക്കേട

ത്തില്ലം (14), പടിഞ്ഞാറില്ലം (15), കുഞ്ഞട ഇല്ലം (17), കൊങ്ങിണി യില്ലം (18), അരയാക്കീലില്ലം (19), കൊക്കെമൊടില്ലം (20) എന്നി ങ്ങനെയാണ്.ഇതിൽ അധിക തറവാടുകളും വെള്ളിക്കോത്ത് മു തൽ വടക്കോട്ടാണ് സ്ഥിതിചെയ്യുന്നത്. തെക്കോട്ട് തറവാട് ആ സ്ഥാനമായുള്ളവയ്ക്ക് നീലേശ്വരത്തിന് തെക്കോട്ട് തറവാടുകൾ കാണാൻ കഴിയും. ഈ തറവാട് പേരുകൾ വരാൻ മൂലകാരണം നെയ്ത്തുമായി ബന്ധപ്പെട്ടാണ്. കൂടാതെ ഒരേ വർഗത്തിലും ഗോ ത്രത്തിലും പെടുന്നപോലെ അന്യോന്യം വിവാഹ ബന്ധത്തിൽ ഏർപ്പെടുന്നത് നിഷിദ്ധമാണ്.. കാലത്തിന്റെ മാറ്റംപോലെ തന്നെ ഇന്ന് നെയ്ത്തുതൊഴിലിൽ പുതിയ തലമുറ കടന്നുചെല്ലുന്നില്ല എന്നതിനാൽ മറ്റ് കുലത്തൊഴിലുകൾ പോലെതന്നെ നെയ്ത്തു തൊഴിലും അന്യംനിന്നുപോകുന്ന സ്ഥിതിയിലാണുള്ളത്. കാര ണം വർദ്ധിച്ചുവരുന്ന ജീവിത സാഹചര്യങ്ങളിൽ ജീവിതത്തിന്റെ രണ്ടറ്റവും കൂട്ടിക്കെട്ടുവാൻ നെയ്ത്തിന്റെ നൂലിഴകൾക്ക് കഴിയു ന്നില്ല എന്നുള്ളതുതന്നെയാണ് ആധുനിക കമ്പോളങ്ങളിലെ ഉൽ പ്പന്നങ്ങളോട് വിലയിൽ മത്സരിക്കാൻ സാധിക്കാതെ നെയ്ത്ത് വ്യവസായങ്ങൾ തകരുകയാണുണ്ടായത്.

ചാക്യാന്മാർ

കരിവെള്ളൂർ ശിവക്ഷേത്രത്തിൽ ഒരുമാസം നീണ്ടു നില്ക്കു ന്ന ചാക്യാർകൂത്തുണ്ട്. മത്തവിലാസമാണ് മാണികുടുംബക്കാർ കരിവെള്ളൂർ ശിവക്ഷേത്രത്തിൽ അവതരിപ്പിക്കുന്ന വിരുത്തിക്കൂ ത്ത്. ശിവക്ഷേത്രത്തിലെ ഏറ്റവും വലിയ പ്രത്യേകത ഉത്തരകേര ളത്തിലെ മത്തവിലാസം കൂത്ത് നടക്കുന്ന ഏക ശിവക്ഷേത്രമാ ണിത് എന്നതാണ്. തുലാമാസം ഒന്നാംതീയതിമുതൽ സംക്രമം വരെ ഇവിടെ കൂത്ത് നടക്കുന്നു. എല്ലാദിവസവും രാവിലെ നട ക്കുന്ന കൂത്തിന് വിരുത്തികൂത്തെന്നും രാത്രികാലങ്ങളിൽ നടക്കു ന്ന കൂത്തിന് മത്തവിലാസം കൂത്തെന്നും പറയുന്നു. ഉമാമഹേ ശ്വര സംവാദ രൂപത്തിലുള്ള രാമായണകഥ കരിവെള്ളൂർ അപ്പ നെ കേൾപ്പിക്കുന്നു എന്ന സങ്കൽപ്പമാണ് മത്തവിലാസം കൂത്ത്. നാട്യാചാര്യൻ മാണിമാധവച്ചാക്യാരുടെ കുടുംബമാണ് കൂത്ത് അ വതരിപ്പിക്കുന്നത്. മാണി മാധവച്ചാക്യാർ അഭിനയത്തിന്റെ കുലപ തി ഇവിടെ കൂത്ത് കെട്ടാൻ വരാറുണ്ടായിരുന്നു. അദ്ദേഹത്തിന്റെ

കുടുംബക്കാർ തന്നെയാണിപ്പോഴും കലാകാരന്മാർ. വലിയ ചെല വുവരുന്ന ഏർപ്പാടാണ്. എത്തുന്നവർക്കൊക്കെ വിഭവസമൃദ്ധമാ യ സദ്യ നൽകുന്നു. രാത്രിയിലാണ് കൂത്ത്. വേഷം കെട്ടുന്ന ചാ ക്യാരും (കപാലിയുടെ വേഷം) മിഴാവുകൊട്ടുന്ന നമ്പ്യാരും, ഇല ത്താളം മുഴക്കുന്ന നങ്ങ്യാരും. ഇപ്പോഴും പഴയ രീതിയിൽ നിന്നും വ്യത്യാസം വന്നിട്ടില്ല. മത്തവിലാസമെന്നാൽ മദ്യത്തിന്റെ വിലാ സം തന്നെ. അഭിനയമാണെന്ന വ്യത്യാസം. ചാക്യാർ മദോന്മത്ത നായി തെങ്ങിന്മേൽ കയറുന്നതും മറ്റും ഒരു പ്രത്യേക രീതിയിൽ പ്രദർശിപ്പിച്ച് ആളുകളെ രസിപ്പിക്കും. വേഷം കെട്ടി പലതവണ കൂത്തമ്പലത്തിൽ കയറിയിറങ്ങുകമാത്രം ചെയ്യുന്ന വിരുത്തിക്കൂ ത്ത് (ചെലവു കുറഞ്ഞത്) ഇതിന്റെ മറ്റൊരു ഭാഗമാണ്. ചാക്യാ ന്മാരുടെ കാവുകളിൽ അന്തിത്തിരയനും മറ്റ് അടയന്തിരക്കാർക്കും മാറ്റ് നൽകുന്നത് വണ്ണത്താൻ കുറുപ്പ് എന്നു കൂടി അറിയപ്പെടുന്ന വെളുത്തേടൻമാരാണ്. വിശ്വസങ്ങളും വിലക്കുകളും പോലെ ചാ ക്യാന്മാർ വച്ചു പുലർത്തുന്ന മറ്റൊന്നാണ് ശകുനങ്ങൾ. ശുഭശകു നങ്ങളെന്നും ദുശ്ശകുനങ്ങളെന്നും ഇതിനെ തരം തിരിക്കാം. അ നുകൂലമായി വരുന്നത് ശുഭ ശകുനം. നാടുവാഴികൾ കരം ഒഴിവാ ക്കി അനുഷ്ഠാനങ്ങൾക്ക് ഭൂമിയും വസ്തുവകകളും നൽകി കൂത്ത് അവതരിപ്പിക്കുന്നതാണ് കൂത്തമ്പലം. പയ്യന്നൂരിന്റെ കിഴക്കു ഭാഗ ത്തുള്ള തിമിരിയിൽ കൂത്ത്പറമ്പും കൂത്തമ്പലവും ഉണ്ട്. പേരൂ ലും മുതുകാട്ടുകാവിലും രാമന്തളിയിലും കൂത്ത് അരങ്ങേറാറുണ്ട്. ഇന്ന് പതിനെട്ട് കുടുംബക്കാരാണ് കേരളത്തിലെ ക്ഷേത്രങ്ങളിൽ കൂത്തും കൂടിയാട്ടവും അവതരിപ്പിച്ചു വരുന്നത്. ഈ പതിനെട്ടു കുടുംബക്കാർ മാണി, അമ്മന്നൂർ, പൊതിയിൽ, പൈങ്കുളം എന്നീ നാലു മൂല കുടുംബങ്ങളിൽ നിന്ന് രൂപപ്പെട്ടവരാണ്. ഈ കുടുംബ ങ്ങളുടെ ഉൽഭവം പയ്യന്നൂരിനും തളിപ്പറമ്പിനുമിടയിലുള്ള ഗ്രാമ ങ്ങളിൽ നിന്നാണെന്ന് വിശ്വസിക്കപ്പെടുന്നു. ഈ പതിനെട്ട് കുടും ബത്തിലെയും ചാക്യാന്മാർ ആദ്യമായി കൂത്ത് അവതരിപ്പിക്കേണ്ട ത് തളിപ്പറമ്പ് ശിവക്ഷേത്രത്തിലാണ്. ചാക്യാർകൂത്തും, വണ്ണാൻ കൂത്തും മറ്റും സൂക്ഷ്മമായി പഠനത്തിനും അപഗ്രഥനത്തിനും വി ധേയമാക്കേണ്ടതാണ്. കോലത്തിരിയുടെ മേധാവിത്വത്തിനു കീ ഴിൽ ചാക്യാന്മാർ കഴിഞ്ഞു കൂടിയവരായതിനാൽ കൃഷി നടപ്പി ലാക്കുവാൻ സാധിച്ചു. അച്ഛന്റെ അഭാവത്തിൽ ആചാരസ്ഥാനം

അമ്മാമന് നല്കുന്ന രീതി ഇന്നും നിലനില്ക്കുന്നു. ഈ സ്ഥാനം ചിലപ്പോൾ അച്ഛന്റെ അനുജനും നല്കാറുണ്ട്. ഈ കാര്യത്തിൽ പൊതുവെ അഭിപ്രായ സമന്വയം സ്വീകരിക്കുന്ന ഒരു രീതിയാണ് ഇവർ പിന്തുടരുന്നത്. യഥാർത്ഥത്തിൽ കൂട്ടുകുടുംബത്തിന്റെ ഭ ദ്രത തകർന്നിരുന്നു. വിളയുന്ന നാണ്യവിളകൾ ചാക്യാന്മാർ എട്ടി ക്കുളത്തെത്തിച്ചാണ് വിപണനം നടത്തിയിരുന്നത്. തങ്ങളുടെ ഭക്ഷ്യാവശ്യങ്ങൾക്കുവേണ്ടി മാത്രം കൃഷി ചെയ്തിരുന്ന ചാക്യാ ന്മാർ ഇതൊരു സ്രോതസ്സുകൂടിയാണെന്ന് തിരിച്ചറിഞ്ഞു.

ക്ടാരന്മാർ

ക്ഷേത്രങ്ങളിലെ ദാരുശില്പങ്ങൾക്ക് ചായം തേക്കുന്ന കലാ കാരൻമാരുടെ സമുദായമാണ് ക്ടാരന്മാർ. ക്ഷതാൽത്രേയിതി ക്ഷേ ത്രം എന്നാണ് ക്ഷേത്രത്തിന്റെ നിർവ്വചനം. ജനങ്ങളുടെ കായിക വും മാനസികവുമായ ക്ഷതങ്ങൾക്ക് ക്ഷേത്രങ്ങളാണ് അഭയകേ ന്ദ്രം. ആശാരിമാർ നിർമ്മിക്കുന്ന ക്ഷേത്രങ്ങളിലെ ദാരുശില്പങ്ങ ളെ പ്രകൃതിയിൽ നിന്ന് എടുക്കുന്ന സ്വാഭാവിക ചായങ്ങളാൽ അ ലങ്കരിക്കുന്നത്. ക്ടാരന്മാർ എന്ന ജാതി സമൂഹമാണ്. വളപട്ടണം കളരിവാതുക്കൽ ക്ഷേത്രം പിടാർ സമുദായത്തിലെ വടക്കില്ല ക്കാരുടെ കൈവശം ഉണ്ടായിരുന്ന ത്രിപുര സുന്ദര ക്ഷേത്രമാണ്. ദാരുശില്പങ്ങൾ നിറഞ്ഞ അമ്പലങ്ങളുടെ സമീപത്താണ് ഇവരു ടെ താമസസ്ഥലം. പ്രകൃതി ജന്യമായ ചായങ്ങളാണ് ഇവർ ഉപ യോഗിക്കുന്നത്. മണൽ, കല്ല് ചായില്യം, അമരിയില തുടങ്ങിയ വ സ്തുക്കളിൽ നിന്നാണ് ദാരുശില്പങ്ങൾക്ക് വേണ്ട ചായക്കൂട്ടുകൾ ഉണ്ടാക്കുന്നത്. പയ്യന്നൂരിലെ ചില ക്ഷേത്രങ്ങളിലെ മണ്ഡപങ്ങി ലാണ് ദാരു ശില്പങ്ങൾ കൊത്തിവയ്ക്കപ്പെട്ടിട്ടുള്ളത്. ഗജേന്ദ്ര മോക്ഷം ശ്രീകൃഷ്ണലീലകൾ, രാമായണം കഥ കിരാതം തുട ങ്ങിയ ആഖ്യാനശില്പങ്ങളാണ് പൊതുവെ കാണുന്നത്. ഭാഗവ തം, മഹാഭാരതം എന്നിവയിൽ നിന്നുള്ള സംഭവങ്ങളുടെ തുടർ ചിത്രീകരണങ്ങൾ ദാരുശില്പങ്ങളായി കാണാവുന്നതാണ്. മര ത്തടികൊണ്ടുള്ള കലാശില്പങ്ങൾക്ക് കലാചരിത്രത്തിൽ വലിയ സ്ഥാനമാണുള്ളത്. ദാരുശില്പങ്ങൾ ഉണ്ടാക്കുന്നതിന് ഉപയോ ഗിച്ചിരിക്കുന്ന മരങ്ങൾ തേക്കും പ്ലാവുമാണ്. കുമിൾ എന്ന മരത്തി ന്റെ കാതലായ ഭാഗം കൊണ്ടാണ് ശില്പങ്ങൾ നിർമ്മിക്കുന്നതെ

ന്ന് പറയപ്പെടുന്നു. ഇപ്പോൾ നിറവും മരവും എല്ലായിനത്തിൽപ്പെ
ട്ടതും ഉപയോഗിക്കുന്നു. പല ക്ഷേത്രങ്ങളിലും കോവിലകങ്ങളി
ലും ഇവിടെ ഓരോന്നായി എടുത്തു പറയാവുന്ന രീതിയിൽ ദാരു
ശിൽപ്പങ്ങൾ ഇല്ലെങ്കിലും ചെറിയ രീതിയിൽ കാണാം. അതിന് ഉ
ദാഹരണമാണ് പയ്യന്നൂർ ക്ഷേത്രം. മണ്ണേലം, കല്ല്, ചായില്യം തു
ടങ്ങിയവ ഉപയോഗിച്ച് അമ്മിയിൽ അരച്ചെടുത്താണ് ഇവർ സാ
ധാരണയായി ചായം ഉണ്ടാക്കുന്നത്. ചായം ഉണ്ടാക്കുന്നതിനും
പ്രത്യേക വൈദഗ്ധ്യം ആവശ്യമാണ് ചായം അരച്ചുണ്ടാക്കൽ ശ്ര
മകരമായ ജോലിയാണെന്ന് ഇതുമായി ബന്ധപ്പെട്ടവർ പറയുന്നു.
ഒരു ചിരട്ട നിറയെ ചായം ഉണ്ടാക്കുന്നതിനു മണിക്കൂറുകൾ ത
ന്നെ വേണ്ടിവന്നേക്കാമെന്നും ഇവർ പറയുന്നു. കർണാടകത്തി
ലെ കുന്താപുരം, ഉഡുപ്പി മേഖലയിൽ നിന്നും ഉടുകാരൻ എന്ന
സമുദായത്തിൽ പെട്ടവരെ കോലത്തിരി രാജാവ് ഇത്തരം ജോലി
കൾക്കായി ഇവയിടെയ്ക്കു കൊണ്ട് വന്നു പാർപ്പിച്ചു എന്നാണ് ക
ഥ. ഒരു വർഷത്തിൽ ഒരിക്കൽ ആയിരിക്കും അമ്പലങ്ങളിലെ വി
ഗ്രഹങ്ങളുടെ ചായപ്പണി കിട്ടുന്നത്. ക്ടാരന്മാർ കാട്ടിലെ മരങ്ങ
ളിൽ നിന്ന ശേഖരിച്ച് പച്ചിലകളുടെ ചാറിൽ നിന്നും ഉണ്ടാക്കുന്ന
നിറങ്ങളാണ് ദാരുശിൽപ്പങ്ങൾക്ക് നൽകുന്നത്. ഉദാഹരണത്തിനാ
യി മഞ്ഞനിറത്തിനായി മനയോല. മനയോലയിൽ തന്നെ നീല
നിറം ചേർത്താൽ അത് പച്ച നിറമായി. ചുവപ്പുനിറം ഉണ്ടാക്കുന്ന
തിന് ഇലച്ചാറിൽ കുങ്കുമം ചേർക്കുന്നു. കൂടാതെ മറ്റ് പല ആചാ
രങ്ങൽക്ക് ഉപയോഗിക്കുന്ന മരം കൊണ്ട് നിർമ്മിച്ച വസ്തുക്കൾ
ക്കും ശിൽപ്പങ്ങൾ കാണാം. തറവാടുകളിലും കാണുന്ന പീഠം, പൂ
വും പാലകി എന്നിവയ്ക്കും ശിൽപ്പങ്ങൾ കാണാം.ക്ഷേത്രങ്ങളി
ലും കൊട്ടാരങ്ങളിലുമാണ് പ്രധാനമായും ചുമർചിത്രങ്ങൾ കാണ
പ്പെടുന്നത്. ദാരുശിൽപ്പങ്ങളെപ്പോലെ, ഹൈന്ദവ പുരാണങ്ങളിലെ
കഥകളാണ് മിക്ക ചുമർചിത്രങ്ങളുടെയും വിഷയം. ശൈവ വൈ
ഷ്ണവ വിഷയങ്ങളാണ് പ്രധാനം. ചുവപ്പ്, വെളുപ്പ്, മഞ്ഞ, കറുപ്പ്,
പച്ച തുടങ്ങിയവയാണ് പ്രധാന വർണ്ണങ്ങൾ. പ്രധാന നിറങ്ങൾ
കലർത്തി ഉപ വർണ്ണങ്ങൾ ഉണ്ടാക്കുന്നു. ധാതു വസ്തുകളിൽ നി
ന്നും സസ്യങ്ങളുടെ ചാറിൽ നിന്നും എടുക്കുന്ന അകൃത്രിമ നിറ
ങ്ങളും പലതും കൂട്ടിച്ചേർത്തുണ്ടാകുന്ന കൃത്രിമ നിറങ്ങളും ചിത്ര
ങ്ങൾക്ക് വേണ്ടി ഉപയോഗിക്കപ്പെടുത്തിയതായി കാണാവുന്നതാ

ണ്. വികാരങ്ങൾക്ക് പ്രത്യേകം നിറങ്ങളുണ്ട്. ശൃംഗാരത്തിന് ശ്യാ മം, കരുണത്തിന് തവിട്ട് നിറം, രൗദ്രത്തിന് ചുവപ്പ് എന്നിങ്ങനെ യാണ്. ക്ഷേത്രകങ്ങളിലെ ദാരുശില്പങ്ങളെ രണ്ടിനമായി തരം തിരിക്കാവുന്നതാണ്. ഒന്ന് ഗർഭഗൃഹത്തിന്റെ ചുറ്റും അതിന്റെ അ ടിയുത്തരം താങ്ങിനിൽക്കുന്ന ഒറ്റ ശില്പങ്ങൾ. രണ്ടാമത്തേത് ഒ ന്നോ അരയോ അടി വീതിയിൽ തട്ടുകളിൽ പലകയുടെ ഒരു വശ ത്ത് കൊത്തിവച്ച് ചേർത്തിരിക്കുന്ന ചെറിയ ശില്പങ്ങൾ. നൂറ്റാ ണ്ടുകളോളം നില്ക്കുമെന്നതാണ് ഈ ചുമർചിത്രങ്ങളുടെ പ്രത്യേ കത. ദേവീദേവന്മാരുടെ ചിത്രം വരയ്ക്കുമ്പോൾ പച്ച, മഞ്ഞകലർ ന്ന ചുവപ്പ്, ചുവരിന്റെ തന്നെ വെള്ള, കറുപ്പ്, ചുവപ്പ് എന്നീ നിറ ങ്ങളാണ് ഉപയോഗിച്ചു വരാറുള്ളത്. ഇത്തരം രീതി തന്നെയാണ് പുത്തൂർ ശിവക്ഷേത്രത്തിലും സൂക്ഷിച്ചുകാണുന്നത്. ചതുർ ബാ ഹുവായ വിഷ്ണു, അനന്തശയനത്തിനുള്ള വിഷ്ണു, ഋഷിമാർ, കിരാതമൂർത്തി, ദേവേന്ദ്രൻ, ശിവൻ, പാർവ്വതി, ശങ്കരനാരായണൻ, കൃഷ്ണൻ, ത്രിമൂർത്തികൾ തുടങ്ങി മുപ്പത്തിനാലോളം ചുവർചി ത്രങ്ങളാണ് പുത്തൂർ ശിവക്ഷേത്രത്തിൽ ഉള്ളത്.പഴയ കാലങ്ങ ളിൽ മറ്റെവിടേയും എന്ന പോലെ പയ്യന്നൂരിലും ജനജീവിതം ദു രിതപൂർണ്ണമായിരുന്നു. കുലത്തൊഴിലുകളെ ആശ്രയിച്ചുള്ള ജീവി തം തന്നെയായിരുന്നു മിക്ക ജനങ്ങളും നയിച്ചിരുന്നതെങ്കിലും പൊതുവെ കാർഷിക വൃത്തിയിൽ ഭൂരിഭാഗം പേരും ഏർപ്പെട്ടിരു ന്നു. കൃഷിയുമായി ബന്ധപ്പെട്ട ജോലികൾക്കു പുറമേ ചില കൈ ത്തൊഴിലുകളും ഇവർ ചെയ്തു വരുന്നു. ജന്മിത്വം നിലവിലുള്ള കാലമായതിനാൽ വാരവും, പാട്ടവും നൽകിക്കഴിഞ്ഞാൽ കളത്തോ ടൊപ്പം വയറും ശൂന്യമാകുന്ന നിലയിലായിരുന്നു മിക്കവരുടെയും സ്ഥിതി നാട്ടിൽ ജോലിയൊന്നുമില്ലാതെ വരുമ്പോൾ തിരണ്ടുക ല്യാണം പെൺകുട്ടികളെ സംബന്ധിച്ചിടത്തോളം മുഖ്യമായ ഒരു സംസ്കാരചടങ്ങാണ് തിരണ്ടുമങ്ങലം. കന്യക ഋതുമതിയായാൽ നടത്തപ്പെടുന്ന ചടങ്ങാണിത്. ഒരു പെൺകുട്ടി ഋതുവായിക്കഴി ഞ്ഞാൽ അനുഷ്ഠാനപൂർവമുള്ള ചടങ്ങിനെയാണ് തിരണ്ടു കല്യാ ണം എന്നു വിശേഷിപ്പിക്കുന്നത്. ഇതിനെ തെരണ്ടാങ്ങലം എ ന്നാണ് പറയാറ്. പെൺകുട്ടിയുടെ പ്രായത്തെക്കുറിച്ച് സമൂഹത്തെ ബോധ്യപ്പെടുത്തുകയാണ് തെരണ്ടാങ്ങലത്തിലൂടെ ചെയ്യുന്നത്.

നമ്പീശന്മാർ/വാര്യർമാർ

ക്ഷേത്രത്തിൽ പൂക്കൾ ശേഖരിക്കുകയും പൂമാല കെട്ടുകയുമാ
ണ് ഇവരുടെ തൊഴിൽ. കണക്കെഴുത്ത് വാര്യർമാരുടെ തൊഴിലാ
യിരുന്നു. നമ്പീശന്മാരിൽ ഒരു കൂട്ടർ ക്ഷേത്ര ജീവനക്കാരായിരു
ന്നു. ക്ഷേത്രത്തിന്റെ അകത്തളങ്ങൾ അടിച്ചുവാരുക, ക്ഷേത്രത്തി
ലെ പാത്രങ്ങൾ കഴുകുക, സോപാനം വിളക്കുവെയ്ക്കുക, പൂജാ
പുഷ്പങ്ങൾ ഒരുക്കുക, മാലകെട്ടുക, നിവേദ്യ വസ്തുക്കൾ തയ്യാ
റാക്കി കൊടുക്കുക എന്നിവയൊക്കെയാണ് കുലത്തൊഴിൽ എ
ന്നാൽ വേദാധികാരമില്ല. ഇവരിൽ മക്കത്തായക്കാരും മരുമക്കത്താ
യക്കാരും ഉണ്ട്. മക്കത്തായക്കാരായ സ്ത്രീകൾക്കു സ്വജാതിയി
ലുള്ള ഭർത്താവു മരിച്ചാൽ രണ്ടാം വിവാഹത്തിലേർപ്പെടാം. ഷോ
ഡശസംസ്കാരം പാലിക്കുന്നു. പൂണൂൽ ധരിക്കുകയും ഗായത്രീ
മന്ത്രം ചൊല്ലുകയും ചെയ്യുന്നു. നമ്പീശ സ്ത്രീകളെ ബ്രാഹ്മണിയ
മ്മ എന്ന് പറയുന്നു. പുരുഷന്മാർ പേരിനൊപ്പം നമ്പീശൻ എന്നു
ചേർക്കുന്നു. സ്ത്രീകൾ പേരിനൊപ്പം ബ്രാഹ്മണിയമ്മ എന്ന് ചേർ
ത്തിരുന്നു. ഇപ്പോൾ സ്ത്രീകളും നമ്പീശൻ എന്നു തന്നെ ചേർക്കു
ന്നു. സ്ത്രീകൾക്കു പാട്ടുപാടി ദേവനെ സേവിക്കുക എന്നൊരു
വിശേഷപ്രവൃത്തി കൂടിയുണ്ട്. ഇവർ പാടുന്ന പാട്ടുകളാണ്. ഇവർ
ആചാരക്രമങ്ങളിലും മറ്റും പുഷ്പകരോട് സമാനരാണ്. പേരിൽ
ഭേദമുണ്ടെങ്കിലും വീടുഷ്പകം എന്നറിയപ്പെടുന്നു. ഇപ്പോൾ എ
ല്ലാ നമ്പീശന്മാരും മക്കത്തായ ദായക്രമത്തിലേക്ക് മാറിയിട്ടുണ്ട്.
അമ്പലങ്ങളിൽ പുഷ്പാലങ്കാരം, പൂജാപുഷ്പങ്ങൾ ഒരുക്കൽ, മാ
ലകെട്ടൽ, നിവേദ്യ വസ്തുക്കൾ തയ്യാറാക്കൽ, പാഠശാലകളിലെ
അധ്യാപനം എന്നിവയാണ് ഇക്കൂട്ടരുടെ കുലത്തൊഴിലുകൾ. പൂ
ജാവിധികളും താന്ത്രിക വിദ്യകളും അഭ്യസിക്കുമെങ്കിലും ക്ഷേത്ര
ങ്ങളിലെ മുഖ്യ തന്ത്രിമാരാകാറില്ല. മുഖ്യതന്ത്രിയുടെ നിർദ്ദേശാ
നുസരണം മാത്രം പൂജാകർമ്മങ്ങൾ ചെയ്യുന്നു. വേദാദികാരിക
ളായ എഴുത്താശാന്മാർ കാലത്തിന്റെ സൃഷ്ടിയായിരുന്നു. ബ്രാഹ്മ
ണർ, നമ്പീശന്മാർ, വാര്യർമാർ, വെളുത്തേടൻ തുടങ്ങി ഒട്ടുമിക്ക
സമുദായങ്ങളിൽ നിന്നും വിവിധ ഘട്ടങ്ങളിൽ പ്രശസ്തരായ എ
ഴുത്താശാന്മാർ ഉദയം ചെയ്തു. അവരായിരുന്നു എഴുത്തുട്ട് എന്ന
റിയപ്പെട്ട എഴുത്തു പള്ളിക്കൂടങ്ങൾ നടത്തി വന്നത്. തൊണ്ടിൽ
നല്ല പുഴി നിറച്ച് പട്ടു കോണകവും കരയുള്ള ചെറുമുണ്ടുമുടുത്ത്

എഴുത്തു വീട്ടിലെ കുട്ടികൾ യാത്ര തിരിക്കുന്നു. ഔപചാരികമായ എഴുത്തിനിരുത്ത് നവരാത്രിയോടനുബന്ധിച്ച് നടക്കുന്നു. ഉണങ്ങ ലരിയിൽ ഹരിശ്രീ കുറിച്ച ശേഷമാണ് പുഴിയിലുള്ള നിലത്തെഴു ത്ത് കിഴക്കോട്ട് തിരിച്ചിരുത്തി. മുന്നിൽ പുഴി ചൊരിഞ്ഞു നിര ത്തി. നടുവിരലിന്മേൽ ചൂണ്ടുവിരലമർത്തി എഴുതാനാരംഭിക്കുന്നു. മണലെഴുത്ത്, ഗണപതി, സംസ്കൃത കാവ്യങ്ങൾ എന്നിവയിലൂ ടെ സംസ്കൃതം, തർക്കം, വ്യാകരണം, വൈദ്യം, ജ്യോതിഷം എ ന്നിങ്ങനെ പലപടികൾ താണ്ടിയവർ ഉണ്ടായിരുന്നു. അധ്യാപന വൃത്തിയുള്ള നമ്പീശന്മാരുടെ വീടുകൾ മങ്ങൾ എന്നും അല്ലാ ത്തവരുടേത് വീട് എന്നും അറിയപ്പെട്ടുന്നു. തെക്ക് ക്ഷേത്രങ്ങളി ലും ആദി കേശവക്ഷേത്രത്തിലും സവിശേഷാധികാരസ്ഥാനങ്ങൾ കല്പിച്ചു കിട്ടിയിട്ടുള്ള നമ്പീശന്മാർ പേരിനൊപ്പം നമ്പീശൻ എ ന്നാണ് ചേർക്കുന്നത്. തെക്കുനിന്നാണ് നമ്പീശന്മാർ അള്ളട നാ ട്ടിലെത്തിയത്. അള്ളട സ്വരൂപത്തിലെ കണക്കപ്പിള്ളമാരാണിവർ മടിയൻ ക്ഷേത്രപാലകൻ ഈശ്വരന്റെ കൂടെ വന്നവരാണിവരെന്ന് പറയപ്പെടുന്നു. ക്ഷേത്രത്തിൽ മാല കെട്ടുക, സോപാനം വിളക്കു വെക്കുക എന്നിവയായിരുന്നു മുമ്പ് ഇവർ ചെയ്ത ജോലി. പത്ത് ഗായത്രി മന്ത്രം വീതം നമ്പീശന്മാർ ജപിക്കാറുണ്ടത്രേ. മടിയൻ കൂലോ ക്ഷേത്രത്തിന്റെ പരമ്പരാഗത ട്രസ്റ്റിമാരാണ് നമ്പീശന്മാർ.രാ ജാക്കന്മാരുടെ അധീനതയിലുണ്ടായിരുന്ന ഭൂമിയുടെ നികുതി പി രിവുമായി ബന്ധപ്പെട്ടുനിന്ന നമ്പീശകുടുംബങ്ങൾ കാലക്രമത്തിൽ ഭൂമിയിടെ ജന്മിമാരായി മാറി. അവരുടെ ഭൂമികൾ പ്രധാനമായും പശ്ചിമഘട്ടത്തിലെ കിഴക്കൻ മലനിരകളായിരുന്നു ഇടതൂർന്ന കാ ടുകളടങ്ങിയ ഈ പ്രദേശം നമ്പീശന്മാരുടെ അധീനതയിലായിരു ന്നു . നമ്പീശന്മാരിൽ മൂത്തയാൾ കാരണവർ പൊതു സ്വത്ത് ഭരി ക്കുന്നു. സംസ്കൃതവും പഠിപ്പിക്കാനുള്ള അധികാരമുണ്ട്. പുരു ഷൻമാർ ഉപനയനം 108 ഗായത്രീ ജപം, ബ്രഹ്മചര്യവ്രതം സമാ വർത്തനം എന്നിവ ഉള്ളവരാണ്.നമ്പീശന്മാർക്ക് ക്ഷേത്രങ്ങളിലെ തന്ത്രിയാകാനുള്ള അധികാരം നൽകിയിരുന്നില്ല. വേദപഠനത്തി നും പുജയ്ക്കും മാത്രമേ അധികാരമുണ്ടായിരുന്നുള്ളു. ക്ഷേത്ര ങ്ങളിലെ പൂജാദികർമ്മങ്ങൾ ചെയ്തിരുന്ന തന്ത്രിയുടെ നിർദ്ദേ ശാനുസരണം മാത്രമായിരുന്നു. പണ്ടുകാലത്ത് നമ്പൂതിരിമാരുടെ ഇടയിൽ പെൺകുട്ടി ഋതുമതിയാകുന്നതിനു മുൻപുതന്നെ വേളി

കഴിച്ചിരിക്കണമെന്ന് നിർബന്ധമുണ്ടായിരുന്നു. എന്നാൽ പെൺ കുട്ടികൾ ഋതുമതികളായതിനു ശേഷം മാത്രമേ നമ്പീശന്മാരുടെ ഇടയിൽ പണ്ടുകാലത്തും വിവാഹം നടന്നിരുള്ളു. നമ്പൂതിരിമാർ സാധാരണയായി ബ്രാഹ്മണർക്കു മാത്രമേ അധ്യാപനം ചെയ്തി രുന്നുള്ളു. എന്നാൽ നമ്പീശന്മാർ അവരുടെ മഠത്തിൽ ഉപനയന സംസ്കാരമുള്ളവർക്കും ഇല്ലാത്തവർക്കും അക്ഷരാഭ്യാസവും വി ദ്യാഭ്യാസവും നൽകിയിരുന്നു. ഇങ്ങനെയുള്ള വ്യത്യാസങ്ങളാൽ നമ്പൂതിരിമാർ നമ്പീശന്മാരെ തങ്ങളെക്കാൾ താണ നിലയിലുള്ള ബ്രാഹ്മണരായാണ് കണക്കാക്കിയിരുന്നത്. നമ്പീശന്മാർ അഭിവാ ദ്യം ചെയ്യുന്ന സമയത്ത് ഗോത്രസുത്രാദികൾ പറഞ്ഞ് പേരിന്റെ കൂടെ ശർമ്മൻ എന്ന് ചേർത്ത് അഭിവാദ്യം ചെയ്യാറുണ്ട് ഷോഡശ സംസ്കാരങ്ങൾ ആചരിക്കുന്നു. പൂണൂൽ ധരിക്കുകയും ഗായത്രീ മന്ത്രം ചൊല്ലുകയും ചെയ്യുന്നു. പുരുഷന്മാർ പേരിനൊപ്പം ഉണ്ണി എന്ന് കുലപ്പേര് ചേർക്കുന്നു. സ്ത്രീകൾ പേരിനൊപ്പം അമ്മ എന്നോ ദേവി എന്നോ ചേർക്കുന്നു. സ്ത്രീകൾക്കാണ് അധികാ രം എന്ന് പറഞ്ഞിരുന്നുവെങ്കിലും അവരുടെ സ്ഥിതി അത്ര നല്ല തായിരുന്നില്ല. അവർക്ക് സ്വന്തമായ അഭിപ്രായ സ്വാതന്ത്ര്യത്തിനോ തീരുമാനത്തിനോ അവകാശം ഉണ്ടായിരുന്നില്ല. ചെറിയപ്രായ ത്തിൽ വീടുകളിൽ വെച്ച് അത്യാവശ്യം വിദ്യാഭ്യാസം ചിലർക്ക് ല ഭിച്ചിരുന്നു. മുതിർന്ന പെൺകുട്ടികൾക്ക് വിദ്യാഭ്യാസം നൽകിയി രുന്നില്ല. പെൺകുട്ടികളുടെ ഇഷ്ടം നോക്കിയായിരുന്നില്ല അവരു ടെ വിവാഹം. കാരണവർ പറയുന്നയാളെ ഭർത്താവായി സ്വീകരി ക്കുകയേ നിവൃത്തിയുണ്ടായിരുന്നുള്ളു. കുട്ടി ജനിച്ച ഉടനെ കുളി പ്പിച്ച് നാവിൽ തേനും, വയമ്പും ചാലിച്ച് നൽകാറുണ്ട്. ഇരുപത്തി യെട്ടാം നാളിൽ അമ്മയുടെ വീട്ടിൽ തൊട്ടിൽ, അരയിൽ നൂല് കെ ട്ടൽ, പാലുകൊടുക്കൽ എന്നീ ചടങ്ങുകൾ നടത്തുന്നു. അന്ന് കുട്ടി യുടെ കണ്ണിൽ കണ്ണെഴുതുന്നു ഈ കൺമഷി ഉണ്ടാക്കുന്നത് എ ള്ളെണ്ണ വിളക്ക് കത്തിച്ച് മണ്ണിന്റെ ചെറിയ പാത്രം തുളസിയില ഉ രച്ച് മുകളിൽ വയ്ക്കുന്നു. ശേഷം കിട്ടുന്ന കരി കുട്ടിയുടെ കണ്ണിൽ എഴുതുന്നു. ഇരുപത്തിയെട്ടാം പിറന്നാളിന് മോതിരം പാലിൽ മു ക്കി കുഞ്ഞിന്റെ നാവിൽ തൊടുന്നു. ഭർത്താവിന്റെ മുത്തശ്ശി മു തൽ മൂപ്പനുസരിച്ച് കുഞ്ഞിന് പാല് നൽകുന്നു. ബന്ധുക്കൾ കു ഞ്ഞിന് മോതിരം, പണം എന്നിവ നൽകുന്നു. അതിന്ശേഷം അ ച്ഛൻ മടിയിലിരുത്തി കുഞ്ഞിന്റെ ചെവിയിൽ മൂന്ന് പ്രാവശ്യം പേ

ര് ചൊല്ലി വിളിക്കുന്നു. പൊതുസ്വത്തില് നിന്നുള്ള വരുമാനം കൊ
ണ്ട് കുടുംബത്തിന്റെ അടുക്കള ചിലവുകളും പുറം ചിലവുകളും
കാരണവന് നടത്തണം. തറവാട്ടിലെ അനുഷ്ഠാനങ്ങളും ആഘോ
ഷങ്ങളും കഴിപ്പിക്കണം. തറവാട്ടംഗങ്ങളായ പുരുഷന്മാരും അവ
രുടെ ചെലവുകള്ക്ക് കാരണവരെയായിരിക്കും ആശ്രയിക്കുക. കു
ടുംബചെലവിലേക്ക് കൂട്ടുകുടുംബത്തില് സ്ഥിരതാമസക്കാരായ ഭര്
ത്താക്കന്മാരില് നിന്നു യാതൊന്നും കാരണവര് പ്രതീക്ഷിക്കുക
യില്ല. സ്വന്തം ഭാര്യയ്ക്കും കുട്ടികള്ക്കും ചെലവിന് കൊടുക്കാന്
ഭര്ത്താവ് ബാധ്യസ്ഥനല്ല. കോലത്ത് നാട്ടിലെ വാര്യര് എന്നറിയ
പ്പെടുന്ന ജാതിക്കാരുടെ തൊഴിലാണ് തുളുനാട്ടിലെ സ്ഥാനിക
എന്ന സമുദായം ചെയ്തുപോന്നിരുന്നത്. എന്മകജെ, ബദിയടു
ക്ക, പുത്തിഗെ, ഒര്ക്കാടി എന്നിവിടങ്ങളില് ഇവര് താമസിക്കുന്നു.
ക്ഷേത്ര കേന്ദ്രീകൃത സാമൂഹ്യ വ്യവസ്ഥയിലെ ഒരു പ്രധാന വിഭാ
ഗമാണ് സ്ഥാനിക. തുളുനാട്ടിലെ എല്ലാ അമ്പലങ്ങളിലും ഇവര്
ക്ക് സ്ഥാനം ഉണ്ട് ഓരോ കുടുംബത്തിനും ഓരോ അമ്പലത്തി
ലാണ് ഈ സ്ഥാനം നല്കിയിരിക്കുന്നത്. സമ്പന്നരായ നമ്പീശ
ന്മാരുടെ വീടുകളുടെ മുന്നില് നെല്ല് കൊയ്തതിനുശേഷം മനോ
ഹരമായ പല ആകൃതികളില് പുല്ല് കൂനകളാക്കി കൂട്ടിയിടുന്നതി
നെയാണ് പൂക്കയ എന്നു പറയുന്നത്. എല്ലാ സമ്പന്നനമ്പീശരുടെ
യും വീടുകളുടെ മുന്നില് ഇത്തരം പൂക്കയകള് ധാരാളമായി ഉ
ണ്ടായിരുന്നു. ഏതു വലിയ ചാറ്റല് മഴയിലും പുല്ലിന്റെ അകത്തേ
ക്ക് വെള്ളം കടക്കില്ല എന്നതാണ് ഈ പൂക്കയയുടെ നിര്മ്മിതിയു
ടെ സാങ്കേതിക സവിശേഷത. വാരിയര് എന്ന് പഴയ എഴുത്തില്
സ്ത്രീകള് വാരസ്യാര് ക്ഷേത്ര കണക്കുകള് നോക്കുന്നവരും ക്ഷേ
ത്രകാര്യങ്ങളുടെ മേല്നോട്ടമാണ് പുരുഷന്മാരുടെ ജോലി. അടി
ച്ചു തളി, മാലകെട്ട് എന്നിവയാണ് സ്ത്രീകളുടെ തൊഴില്. പൂ
ണൂല് ഇല്ല. വേദാധികാരം ഇല്ല. മരുമക്കത്തായികളും ന്യൂനപക്ഷം
മക്കത്തായികളും ഉണ്ട്. വാര്യരുടെ വീട്ടു കാര്യം അല്ലെങ്കില് വാ
ര്യത്ത് എന്നറിയപ്പെടുന്നു. സ്ത്രീകളെ വാരസ്യാര് എന്ന് വിളിക്കു
ന്നു. ശൈവരാണ്. വാര്യന്മാര് ഓണാട്ടുകരം വേണാട്ടുകര ഇളയേ
ടത്തു നാട് തെക്കും കൂര് എന്നിങ്ങനെ നാലു വിഭാഗം ഉണ്ട്. സം
സ്കൃതം ജ്യോതിഷം തുടങ്ങിയവയിലെ പണ്ഡിതര് എന്ന നില
യില് പ്രശസ്തരാണ്. ഈ സമൂഹം.

പട്ടന്മാർ

പയ്യന്നൂർ സുബ്രഹ്മണ്യ സ്വാമിക്ഷേത്രത്തിനു ചുറ്റുമാണ് ഇവർ പ്രധാനമായും അധിവസിച്ചു വരുന്നത്. മറ്റ് പ്രദേശങ്ങളിൽ ഒറ്റപ്പെട്ട രീതിയിലും ഇവർ അധിവസിച്ചു വരുന്നുണ്ട്. വീട്ടിൽ തമിഴരാണ് സംസാരിക്കുന്നത് പുറത്ത് മറ്റ് സമൂഹങ്ങളുമായി ഇടപെടുമ്പോൾ മലയാളമാണ് ഉപയോഗിക്കുന്നത്. വക്കീൽപണി, അധ്യാപനം, ചെറുകിട കച്ചവടം എന്നിങ്ങനെയുള്ള മേഖലയിലൊക്കെയാണ് ഇവർ പ്രവർത്തിച്ചു വരുന്നത്. പട്ടറാട്ട് കൊവ്വൽ (മഹാദേവ ഗ്രാമം) എന്ന സ്ഥലനാമം ഇവരുടെ അധിവാസത്തിൽ നിന്ന് രൂപപ്പെട്ടതാണ്. കടുത്ത സസ്യാഹാരികളാണ് പട്ടന്മാർ. ഇവരുടെ വീടുകൾക്ക് മുമ്പിൽ കോലമെഴുത്തും തുളസിത്തറ കെട്ടുന്ന പതിവും ഇപ്പോഴും നിലനിർത്തുന്നു. പരശുരാമ കല്പനയാൽ തന്ത്രങ്ങൾക്ക് അധികാരികളായ 64 ഗ്രാമത്തിൽ വസിക്കുന്ന ബ്രാഹ്മണരും യോഗസിദ്ധി നേടിയ മഹാബ്രാഹ്മണൻ തരണനും പയ്യന്നൂർ ക്ഷേത്രത്തിൽ സന്നിഹിതരായി. അവിടെവെച്ച് രാമപ്രഭു തരണനായ ബ്രാഹ്മണന് ക്ഷേത്രതന്ത്രം കല്പിച്ചരുളുകയായിരുന്നു. മക്കത്തായികളായ നമ്പൂതിരിമാർ പത്തില്ലത്തിൽ ഉൾപ്പെട്ടവരും പതിനഞ്ച് ഗോത്രത്തിൽ ഉൾപ്പെട്ടവരുമാണ്. ജമദഗ്നി, ഭരദ്വാജൻ, വിശ്വാമിത്രൻ, അത്രി, ഗൗതമൻ, വസിഷ്ഠൻ, മാരീചകശ്യപൻ, അഗസ്ത്യൻ, അംഗിരസ്, ദത്താത്രേയൻ, പൗലസ്ത്യൻ, കാപ്യായനൻ, ശൗനകൻ, ശാണ്ഡില്യൻ, ശതമർഷണൻ എന്നിവയാണ് പതിനഞ്ച് ഗോത്രങ്ങൾ. മക്കളുടെ താവഴികളെ പ്രവരം എന്നും ഈ പ്രവരത്തിൽ നിന്നും ജനിക്കുന്ന ഉപപ്രവരങ്ങളും നിലവിലുണ്ട്. ഇവർ വടക്കു നിന്ന് വന്നു എന്നു തന്നെയാണ് പൂർവികർ പറഞ്ഞു കേട്ടിട്ടുള്ളത്. എമ്പ്രാന്തിരി എന്ന് രജിസ്ട്രാഫീസിലൊക്കെ രേഖകളുണ്ട്. തുളു, കന്നഡ, മലയാളം എന്നിവ സംസാരിക്കുന്ന പ്രദേശങ്ങളിൽ നിന്നാണ് നമ്പൂതിരിമാർ കുടിയേറിയത്. മലയാള ഭാഷ മാത്രമേ ഇവിടെയുള്ള നമ്പൂതിരിമാർക്കറിയൂ. തുളു എമ്പ്രാന്തിരിമാർ വീട്ടിൽ തുളു സംസാരിക്കുമ്പോൾ ഇവിടെയുള്ള നമ്പൂതിരിമാർ മലയാളം തന്നെയാണ് സംസാരിക്കുന്നത്.കച്ചവടവും മറ്റു തൊഴിലുകളും ചെയ്തു ജീവിക്കുന്നവരാണ് പട്ടന്മാർ എന്നറിയപ്പെടുന്ന ബ്രാഹ്മണർ.ബ്രാഹ്മണർക്ക് ജാതി, ഭ്രഷ്ട്, പിഴ എന്നീ ശിക്ഷകൾ മാത്രമേ നൽകിയിരുന്നുള്ളൂ. ഇതരവിഭാഗങ്ങൾക്ക് കഠിനമാ

യ ശിക്ഷകളാണ് നൽകിയിരുന്നത്.തുളുബ്രാഹ്മണരുടെ കുടിയേ
റ്റം. തലപ്പാടിയ്ക്കടുത്തുള്ള പുഴയുടെ അക്കരയും ഇക്കരയും താ
മസിച്ചുവന്ന തുളു ബ്രാഹ്മണരുടെ ഇവിടുത്തെ പ്രധാന അധിവാ
സകേന്ദ്രം ചിത്താരിപ്പുഴയുടെ തീരമാണ്. അതിന്റെ രണ്ട് കൈവ
ഴികൾ പുല്ലൂരിലേക്കും പനയാലിലേക്കും നീളുന്നു. കാസർകോട്
പ്രബലരായ വിഭാഗമാണ് ഇക്കരദേശികളെന്ന് അറിയപ്പെടുന്ന തു
ളുബ്രാഹ്മണർ.   .പരശുരാമൻ ഉത്തരഭൂമിയിൽ ചെന്ന് ആര്യപുര
ത്തിങ്കൽ നിന്ന് ആര്യ ബ്രാഹ്മണരെ കേരളത്തിലേക്ക് കൊണ്ടുവ
ന്ന് അറുപത്തിനാല് ഗ്രാമങ്ങൾ തീർത്തുവത്രെ. അച്ഛനിലൂടെ സം
ക്രമിക്കുന്ന ഗോത്രങ്ങൾ ഉണ്ട് എന്നത് പുരാതനമക്കത്തായത്തി
ന്റെ സൂചനയായി കെ.ടി.രവിവർമ്മ ചൂണ്ടിക്കാട്ടുന്നു.

ചെട്ടി

ചെട്ടിയിൽ രണ്ട് വിഭാഗമുണ്ട്. സാധുചെട്ടിയും പപ്പട ചെട്ടി
യും. പപ്പടം ഉണ്ടാക്കലും ഇവരുടെ തൊഴിൽ തന്നെയാണ്. ഇവർ
പയ്യന്നൂരിൽ സാമൂഹിക ജീവിതത്തിൽ സുപ്രധാന സ്ഥാനം വഹി
ക്കുന്നു. ലോഹം കൊണ്ടുള്ള വിവിധ ഉപകരണങ്ങൾ വീട് നിർ
മ്മാണത്തിനാവശ്യമായ മരപ്പണികൾ, വീട്ടുപകരണങ്ങൾ, ആഭര
ണങ്ങൾ, പാത്രങ്ങൾ, വിഗ്രഹങ്ങൾ തുടങ്ങിയവയൊക്കെ സമൂഹ
ത്തിന് നിർമ്മിച്ചുകൊടുക്കുന്നത് ഇവരാണ്. ജില്ലയിലെ എല്ലാ ഗ്രാ
മങ്ങളിലും ഇവരുടെ ഒന്നോ രണ്ടോ കുടുംബങ്ങൾ താമസിക്കുന്ന
ത് കാണാം. കന്നട, തുളു, മലയാളം, ഭാഷകൾ സംസാരിക്കുന്ന
വരാണെങ്കിലും ഒരു പൊതുപാരമ്പര്യം ഇവർക്കുണ്ട് പപ്പട ചെട്ടി
യുടെ തൊഴിലുല്പന്നമാണ് പപ്പടം പ്രദേശങ്ങളിൽ സ്വാദിഷ്ടമാ
യ പപ്പടം ഉണ്ടാക്കി വിപണനം ചെയ്തവർ ഇവിടെയുണ്ടായിരു
ന്നു. ഉഴുന്ന് പൊടി, ഉപ്പ്, കാരം എന്നിവ ഉപയോഗിച്ചാണ് പപ്പടം
ഉണ്ടാക്കുന്നത്. ഒരണ പപ്പടം, ഒന്നരണപപ്പടം എന്നിങ്ങനെ വിവി
ധ തരത്തിലുള്ള പപ്പടമുണ്ടാക്കുന്നു. പായവിരിച്ച് പപ്പടം അതിൽ
നിരത്തിവെച്ച് ഉണക്കുന്നു ഇങ്ങിനെ ഉണ്ടാക്കുന്ന പപ്പടം ആവശ്യ
ക്കാർ വീടുകളിൽ വന്ന് വാങ്ങിച്ചു കൊണ്ടുപോകും. ജന്മിമാർക്ക്
കാണിക്ക വെക്കാൻ പപ്പടമാണ് ഉപയോഗിച്ചിരുന്നത്. പയ്യന്നൂർ
മാർക്കറ്റിൽ പപ്പടവുമായി സ്ത്രീകൾ വന്നിരുന്നു.പപ്പട ചെട്ടി ഏ
ഴാം മാസത്തിൽ കുട്ടികൾക്ക് ചോറൂണ് എന്ന ചടങ്ങ് നടത്തുന്നു.

കുട്ടിയെ കുളിപ്പിച്ച് കോടിമുണ്ട് ഉടുപ്പിച്ച് അമ്മയുടെ മടിയിൽ ഇരു ത്തുന്നു. കുട്ടിയുടെ മുന്നിൽ ചോറും കറികളും വിളമ്പുന്നു. മുത്ത ച്ഛനും, മുത്തശ്ശിയും കുട്ടിക്ക് ചോറ് വാരികൊടുക്കുന്നു.. ആൺകു ട്ടിയുടെ ചോറൂണിന് സമീപത്തെ വീടുകളിലെ ആൺകുട്ടികളെ യും മറ്റ് ബന്ധുക്കളെയും ക്ഷണിക്കുന്നു എല്ലാവർക്കും സദ്യനൽ കുന്നു. ചില കുടുംബങ്ങൾ ചോറൂൺ ദിവസം തന്നെ പേർ വിളി ക്കുന്നു.പ്രസവ ശുശ്രൂഷയുടെ ഭാഗമായി അമ്മയ്ക്ക് പ്രത്യേക മരു ന്ന് നൽകുന്നു. ദിവസവും എണ്ണ തേച്ച് കുളിക്കുന്നു. കുമ്പളങ്ങ, പാവയ്ക്ക, കോവക്ക തുടങ്ങിയ പച്ചക്കറികൾ കഴിക്കാൻ നൽകു ന്നു. തുളുനാട്ടിൽ ചില പ്രദേശങ്ങളിൽ കുട്ടിയെ തൊട്ടിൽ തൂക്കു ന്ന വേളയിൽ കുട്ടിയുടെ കൈയ്യിൽ പണം കൊടുക്കുന്ന പേത്ത് കൊടുക്കൽ ചടങ്ങുണ്ട് കുട്ടിയുടെ അച്ഛന്റെ വീട്ടുകാരും ബന്ധുക്ക ളും സ്വർണ്ണമോതിരം, മാല എന്നിവ കുട്ടിക്ക് നൽകുന്നു. ചെട്ടിയു ടെ പള്ളിയറ, കാവ്, തറവാട്, മാടം, പതി തുടങ്ങിയ വേരുകളിൽ ആണ് ഭൂതാലയങ്ങൾ അറിയപ്പെടുന്നത്. താന്ത്രികവിധി പ്രകാര മുള്ള വിഗ്രഹ പ്രതിഷ്ഠയും നിത്യപൂജയോ ഭൂതാലയങ്ങളിൽ ന ടത്തുന്നില്ല. പള്ളിപ്പീഠത്തിനും തിരുവായുധത്തിനും അരിയിട്ട് വ ന്ദിക്കാം എന്ന് തെയ്യത്തിന്റെ തോറ്റത്തിൽ കാണാം.

മാരാർ

പയ്യന്നൂരിൽ അമ്പലത്തിൽ പാണി കൊട്ടാനും കലശത്തിനു കോണി ചെയ്യാനും അമ്പലങ്ങളിലെ നടുമുറ്റവും തിരുമുറ്റവും അ ടിച്ചു തെളിക്കാനും സോപാനപ്പടിയുടെ അരികെ നിന്നു ഇടയ്ക്ക കൊട്ടി പാടാനും മാരാർക്ക് ആണ് അവകാശം. താന്ത്രിക വിധി പ്രകാരം പ്രതിഷ്ഠ നടത്തിയ ക്ഷേത്രങ്ങളിൽ നിത്യപൂജ വേണം. പൂജകൾ നിവേദ്യത്തോടും ഉപചാരങ്ങളോടും കൂടി പൂജിക്കുന്നു. എന്നാണ് തന്ത്രശാസ്ത്ര വചനം. അമ്പലങ്ങളിൽ ഇടയ്ക്ക വായി ക്കുകയും ചെണ്ട കൊട്ടുകയുമാണ് മാരാരുടെ കുലത്തൊഴിൽ. ക്ഷേ ത്രത്തിലെ പുലർച്ചെ മൂന്നു മണിക്കുള്ള ശങ്കനാദം മുതൽ മലർ നിവേദ്യത്തിനുള്ള ഇടയ്ക്ക, ഉഷഃപൂജയ്ക്കുള്ള ഇടയ്ക്ക, അയ്യപ്പൻ പൂജയ്ക്കുള്ള ചെണ്ട, ശീവേലി, പന്തീരടി ഇടയ്ക്ക, ഉച്ചപൂജ മേ ളം, കേളി, അത്താഴപൂജ, ഇടയ്ക്ക പ്രദക്ഷിണം, തൃപ്പുക ഒരുക്കു ക, ഭഗവതിക്കുള്ള വലതല ഇവയെല്ലാം ക്ഷേത്രത്തിന് അടുത്തു

ള്ള പാരമ്പര്യ അവകാശികളായ മാരാർ കുടുംബാംഗങ്ങൾ ചെയ്തു വരുന്നതാണ്. നായന്മാരുടെ പുല അടിയന്തിരത്തിന്റെ പ്രധാന കാർമികരായി പ്രവർത്തിക്കേണ്ടത്. ഇവരായിരുന്നു കേരളത്തിൽ ആകെയുള്ള ശ്രദ്ധേയരായ ചെണ്ട വിദഗ്ധരായി ഇവർ ഉയർന്നു വന്നിരുന്നതിന്റെ അടിസ്ഥാനം നൂറ്റാണ്ടുകളായി നേടിവന്ന തൊഴിൽ വൈദഗ്ധ്യം തന്നെ. ആറ് സ്ഥാനങ്ങളിൽ മാരാർക്കുമാത്രമാണ് അവകാശം ഉള്ളത്. കൂടാതെ കഴകം ചെയ്യുന്നവരും, ക്ഷേത്ര അവകാശികൾ ആയിട്ടുള്ളവരും ഉണ്ട്. മാരാർ സ്ത്രീകളുടെ പേരിനൊപ്പം വാരാസ്യാർ അമ്മ സ്ഥാനപ്പേരുകൾ ഉപയോഗിക്കാറുണ്ട്. ഇവരുടെ ഗൃഹത്തിന് മാരാത്ത് എന്നാണ് പറയാറ്. തിമില, മദ്ദളം, ഇലത്താളം, കുഴൽ, ഇടയ്ക്ക എന്നിങ്ങനെയുള്ള പഞ്ചവാദ്യങ്ങളിൽ ഇവർ വൈദഗ്ധ്യം ഉറപ്പിക്കുന്നതിന് അമ്പലങ്ങൾ വലിയ പങ്കുവഹിച്ചിട്ടുണ്ട്. തായമ്പക, പഞ്ചാരി, പാണ്ടിമേളം ആധിയായ മേളങ്ങളിലൊക്കെ ഇവർ വിദഗ്ധരാണ്. അരനൂറ്റാണ്ടു മുമ്പുവരെ മാരാന്മാർക്കിടയിൽ മരുമക്കത്തായമാണ് നിലനിന്നിരുന്നത്. ഇപ്പോൾ കേരളത്തിലെ പൊതുസമൂഹത്തിന്റെ പൊതുസ്വഭാവമനുസരിച്ച് ഇവരും മക്കത്തായം സ്വീകരിക്കുന്നു. സ്വത്തവകാശം ഇപ്പോൾ പൂർണ്ണമായും മക്കൾക്ക് തന്നെയാണ്. വിവാഹത്തിൽ പ്രധാന ചടങ്ങ് താലിക്കെട്ട് തന്നെയാണ്. മാരാർ സമുദായത്തിൽ പെണ്ണ് കല്യാണ സമയം ഉടുക്കുന്ന വസ്ത്രം പെണ്ണുവീട്ടുകാരുടേതുതന്നെയാണ്. കല്യാണം കഴിഞ്ഞ് ഭർത്താവിന്റെ വീട്ടിലേക്ക് പോകുമ്പോൾ അവർ കൊണ്ടുവന്ന പുടവ ഉടുത്ത് പോകുന്നു. ഇപ്പോഴത്തെ കാലത്ത് വിവാഹം നിശ്ചയിക്കുന്നതും നടത്തുന്നതുമൊക്കെ പിതാവിന്റെ നേതൃത്വം.

കൊങ്ങിണികൾ

1500 കാലത്ത് ഗോവയിൽ പോർച്ചുഗീസ് അധിനിവേശം വന്നപ്പോഴാണ് ഗൗഡസാരസ്വത ബ്രാഹ്മണരായ കൊങ്ങിണികൾ കേരളത്തിലെ എല്ലാ മേഖലകളിലും എന്നതുപോലെ പയ്യന്നൂരിലും കുടിയേറിപ്പാർത്തത്. ഗൗഡപ്രദേശത്തിന്റെയും സ്വാരസ്വതപ്രദേശത്തിന്റെയും ഭാഷാ സവിശേഷതകൾ കൊങ്ങിണി ഭാഷയിൽ ലയിച്ചു ചേർന്നിട്ടുണ്ട്. പയ്യന്നൂരിന്റെ സാമൂഹിക-സാമ്പത്തിക ജീവിതത്തിൽ അമൂല്യമായ സംഭാവന നൽകിയ ജനവിഭാഗമാണ്

ഗൗഡസ്വാരസ്വതർ. കൊങ്ങിണി മാതൃഭാഷയായി ഉപയോഗിക്കു
ന്ന ഇവർ കൊങ്ങിണികൾ എന്ന പേരിലും അറിയപ്പെടുന്നു. പയ്യ
ന്നൂരിലെ വെള്ളിക്കോത്ത്, മാവുങ്കാൽ എന്നിവിടങ്ങളിലാണ് പ്ര
ധാനമായും ഇവർ അധിവസിക്കുന്നത്. ചാമുണ്ഡിക്കുന്നിലെ കൊ
ങ്ങിണി പറമ്പ് ഗൗഡസാരസ്വതർ അവിടെ താമസിച്ചിരുന്നുവെ
ന്ന് സൂചിപ്പിക്കുന്നു. വിന്ധ്യപർവ്വതത്തിന് വടക്ക് ഭാഗത്തുള്ള ഗൗ
ഡ ദേശത്തുകാരാണ് ഗൗഡസാരസ്വതർ. പൊതുവെ ഷേണായി,
കാമത്ത്, പ്രഭു, കിണി, ഭക്ത എന്നീ പേരുകളിലറിയപ്പെടുന്നു. എ
ല്ലാ ആധുനിക പൂർവ്വ സമൂഹങ്ങളിലുമെന്ന പോലെ കൊങ്ങിണി
ടെയിടയിലും ബാല്യ വിവാഹം നിലനിന്നിരുന്നു. പെൺകുട്ടികൾ
ഋതുമതിയാകുന്നതിന് മുമ്പ് വിവാഹം നടന്നില്ലെങ്കിൽ അത്തരം
കുടുംബത്തിന് ഭ്രഷ്ട് കല്പിക്കുന്ന സമ്പ്രദായം പോലും ഇവരു
ടെയിടയിലുണ്ടായിരുന്നു. അതിനാൽ എത്ര പ്രയാസം സഹിച്ചാ
യാലും നന്നേ ബാല്യത്തിൽ തന്നെ പെൺമക്കളുടെ കല്യാണം ക
ഴിച്ചയക്കുവാൻ മാതാപിതാക്കന്മാർ ശ്രമിച്ചിരുന്നു. വെള്ളിക്കോത്തു
കാരായ സാരസ്വതരിൽ പലരും ഇങ്ങിനെ വളരെ ചെറുപ്പത്തിലെ
വിവാഹം കഴിച്ചവരായിരുന്നു. ബാല്യത്തിൽ തന്നെ മകളെ വിവാ
ഹം കഴിച്ചുകൊടുക്കാത്തിന്റെ പേരിൽ ജാതിഭ്രഷ്ടിന് വിധേയരാ
യ കുടുംബക്കാരുമായി മറ്റുള്ളവർക്ക് ഒരു ബന്ധവുമുണ്ടായിരുന്നി
ല്ല. പന്തിഭോജനമോ വിവാഹബന്ധമോ നിഷിദ്ധമായിരുന്നു. അവ
രുടേതല്ലാത്ത കുറ്റത്തിന് ഇത്തരത്തിലുള്ള ശിക്ഷ ശരിയല്ലെന്ന
അഭിപ്രായം സാരസ്വതരുടെയിടയിൽ ഉയർന്നു വരികയും കാശി
മഠാധിപതിയുടെ തീരുമാനപ്രകാരം അത്തരക്കാരെ മുഖ്യധാരയി
ലേക്ക് സ്വീകരിക്കുകയും ചെയ്തു. വിധവാ വിവാഹം അംഗീകരി
ക്കപ്പെട്ടിരുന്നില്ല. പക്ഷെ അടുത്തകാലത്തായി പുരോഗമന ആശ
യങ്ങളുടെ കാറ്റും വെളിച്ചവും സാരസ്വതരുടെയിടയിലും കടന്നു
വന്നപ്പോൾ പഴയ യാഥാസ്ഥിക മനോഭാവത്തിന് കാതലായ മാ
റ്റം സംഭവിച്ചു. മകളോടുള്ള സ്നേഹത്തിന്റെ സൂചകമായി മുമ്പ്
വിവാഹ സമയത്ത് നൽകിയിരുന്ന വരദക്ഷിണ എന്ന സമ്പ്രദാ
യം സ്ത്രീധനമെന്ന വ്യവസ്ഥയായി പിന്നീട് മാറി. പയ്യന്നൂരിന്റെ
സാമൂഹിക ജീവിതത്തിൽ സ്ത്രീധന പ്രശ്നം ഏറ്റവും രൂക്ഷമാ
യി അഭിമുഖീകരിക്കുന്ന ജനവിഭാഗവും സാരസ്വതർ തന്നെയാ
ണ്. സ്ത്രീകൾ പൊതുവെ അംഗീകരിക്കപ്പെടുകയും ആദരിക്ക

പ്പെടുകയും ചെയ്തിരുന്നു. സുഹാസിനി പൂജകുമാരി പൂജ എ
ന്നിവ ഈ അംഗീകാരത്തിന്റെ ചിഹ്നങ്ങളായിരുന്നു. പയ്യന്നൂരി
ന്റെ വിവിധ ഭാഗങ്ങളിലായി 150ലധികം കുടുംബങ്ങൾ ഈ വിഭാ
ഗത്തിലുണ്ട്. കച്ചവടവുമായി ബന്ധപ്പെട്ട് കാഞ്ഞങ്ങാട് നിന്ന് ഇ
വിടെ വന്നവരാണ് സാരസ്വതരെന്ന് ഇത് സൂചിപ്പിക്കുന്നു. ഇവ
രിൽ പലരും പ്രമുഖരായ കച്ചവടക്കാരായിരുന്നു. വിദ്യാഭ്യാസ സാം
സ്കാരിക രംഗത്തും സാരസ്വതർ സജീവമായി ഇടപെടുകയും ഇ
വയുടെ വളർച്ചയ്ക്ക് വേണ്ടി പ്രവർത്തിക്കുകയും ചെയ്തു. അതു
പോലെ അജാനൂർ പഞ്ചായത്ത് കോടതിയുടെ അദ്ധ്യക്ഷനും പ
ട്ടേലരുമായ അനന്തകിണി, ആനന്ദാശ്രമത്തിന്റെ സ്ഥാപകയായ മാ
താജി കൃഷ്ണാബായി (ഇവർ ചിത്രാപൂർ സാരസ്വത വിഭാഗത്തിൽ
പെട്ടവരായിരുന്നു.) പൊതുകാര്യ പ്രസക്തനായ ദാമോദര ലക്ഷ്
മണ പ്രഭു എന്നിവരും ഈ നാടിന്റെ സാമൂഹിക സാംസ്കാരിക
ജീവിതത്തിൽ നിറഞ്ഞു നില്ക്കുന്ന വ്യക്തിത്വങ്ങളുടെ ഉടമകളാ
ണ്.കൊങ്ങിണി ഭാഷയിലെ പദങ്ങളിൽ ബംഗാളി ഭാഷയുടെയും
ഇറാനിയൻ ഭാഷയുടെയും മലയാള ഭാഷയുടെയും സ്വാധീനം കാ
ണാം. ഇന്തോ – ആര്യൻ ഭാഷകളിൽപെട്ട കൊങ്ങിണി ആണ് ഇ
വർ വീടുകളിൽ സംസാരിക്കുന്നത്. കേന്ദ്രീകൃതമായ ഒരു ഉച്ചസ്വ
രം ആണ് കൊങ്ങിണി ഭാഷയെ മറ്റ് ഭാഷകളുടെ ഉച്ചാരണങ്ങളിൽ
നിന്ന് വ്യത്യാസപ്പെടുത്തുന്നത്. സംസ്കൃതത്തിലെ ഏക എന്ന പ
ദവും ഹിന്ദിയിലെ ഏക് എന്ന പദവും ഉച്ചരിക്കുന്നത് ശ്രദ്ധിച്ചാൽ
കൊങ്ങിണി ഭാഷയുടെ സ്വരോച്ചാരണത്തിന്റെ തനിമ നമുക്ക് ബോ
ധ്യപ്പെടും. കാർഷിക വൃത്തിയെക്കാൾ കച്ചവടത്തിന് പ്രാധാന്യം
നൽകിവന്ന ഒരു വിഭാഗമാണ് കൊങ്ങിണി. മധ്യകാലഘട്ടത്തിലെ
പ്രധാന വാണിജ്യ വിഭാഗമായിരുന്നു ഇവർ. ഷേണായി, കമ്മത്ത്,
നായക്ക് എന്നീ പേരുകളിൽ ഇവർ അറിയപ്പെടുന്നു. കൊങ്കണി
ബ്രാഹ്മണർ മഞ്ചേശ്വരം, കാസർകോട്, കുമ്പള, കാഞ്ഞങ്ങാട് തു
ടങ്ങിയ പ്രദേശങ്ങളിലാണ് മുഖ്യമായും താമസിച്ചു വരുന്നത്. കൊ
ങ്ങിണി മുഖ്യഭാഷയായി ഇവർ ഉപയോഗിക്കുന്നു. കോട്ട ബ്രാഹ്മ
ണരുടെ പ്രധാന കേന്ദ്രം കയ്യാറും സ്ഥാനികരുടേത് കുഡ്ലു, മ
ധൂർ എന്നിവയുമാണ്. പയ്യന്നൂർ പ്രദേശങ്ങളിൽ തുളുനാട്ടിൽ നി
ന്നുള്ള വലിയ രീതിയിലുള്ള കുടിയേറ്റം ഉണ്ടായിട്ടുണ്ടെന്ന് സ്ഥല
നാമ ചരിത്രം പരിശോധിച്ചാൽ മനസ്സിലാകും .ബ്രാഹ്മണരിൽ പ

ലവിഭാഗങ്ങളുണ്ട് ഹവ്യക്ക, ശിവള്ളി, കോട്ട, സ്ഥാനിക, കരാട ഇതിൽ ഹവ്വായ്ക്കയിൽ പെടുന്നതാണ് ബട്ട്, ശർമ, ഹെബ്ബാർ, ശാസ്ത്രി തുടങ്ങിയവർ. കോട്ട എന്നത് കന്നഡ സംസാരിക്കുന്ന ബ്രാഹ്മണൻമാരാണ്. കന്നഡ, മറാട്ടി സംസാരിക്കുന്ന ബ്രാഹ്മണ നും ശിവള്ളി തുളു സംസാരിക്കുന്ന ബ്രാഹ്മണൻമാരാണ്. പൂജയു ടെ കാര്യത്തിൽ തുളുനാട്ടിൽ ശിവള്ളി ബ്രാഹ്മണർക്കാണ് ആധി പത്യം. മൈസൂർ രാജാവിന്റെ ആശ്രിതത്വം കിട്ടിയതിനാലാവണം വൈദിക മേഖലയിൽ ഇവർക്ക് മുൻതൂക്കം കിട്ടിയത്. മിക്ക ദേവ ലായങ്ങളിലും ഇവർക്ക് പൂജയുടെ കാര്യത്തിൽ പരമ്പരാഗതമാ യ അധികാരമുണ്ട് തെക്കൻ കർണ്ണാടകത്തിലെ ശിവള്ളി ബ്രാഹ്മ ണൻമാർ മാധ്യാൻ മാരാണെങ്കിൽ കാസർഗോഡിലെ ശിവള്ളികൾ മറ്റു ബ്രാഹ്മണരെ പോലെ സ്മാർത്തന്മാരാണ് ഇവർ തെയ്യാരാധ നയിലും വിശ്വസിക്കുന്നു ബ്രാഹ്മണരുടെ മരുമക്കത്തായ തറവാടു കൾ ഭാഗം വെച്ചു പിരിഞ്ഞതോടെ പല ബ്രാഹ്മണ ക്ഷേത്രങ്ങളും അനാഥമായി ഭൂപരിഷ്കരണ നിയമം വന്നതോടെ വരുമാനം മുട്ടി പ്പോയ ബ്രാഹ്മണ കുടുംബങ്ങൾ പലതും മറ്റ് തൊഴിലിലേക്ക് പോ കേണ്ടി വന്നു. പയ്യന്നൂരിലെ കൊങ്ങിണിക്കാണ് അക്കാലത്തു എ ണ്ണ വില്പനയുടെ കുത്തക, വിപണിയെ നിയന്ത്രിച്ചിരുന്നതും അ വർ തന്നെ. തലയിൽ എണ്ണ തുത്തികകളുമായി പയ്യന്നൂരിലേക്കും പഴയങ്ങാടിയിലേക്കും നീങ്ങുന്ന എണ്ണ ഉത്പാദകർ അന്നത്തെ പ തിവ് ദൃശ്യമായിരുന്നു. പയ്യന്നൂരിലെ വിഠോബാക്ഷേത്രം ഇവരു ടെ പ്രധാനപ്പെട്ട ആരാധനകേന്ദ്രമാണ്. ഗണേശോത്സവം എന്നറി യപ്പെടുന്ന ഒരു അനുഷ്ഠാനവും ഈ സമൂഹത്തെ സംബന്ധിച്ച് വളരെ പ്രധാനപ്പെട്ടതാണ്. ദുർഗ്ഗയുടെ വിഗ്രഹത്തെ എഴുന്നെള്ളി ച്ച് കൊണ്ട് വന്ന് പെരുമ്പ പുഴയിൽ നിമജ്ജനം ചെയ്യുന്ന ചടങ്ങ് അടുത്ത കാലത്താരംഭിച്ചതാണ്.

വാണിയ

കച്ചവടക്കാരൻ എന്നർത്ഥം വരുന്ന വാണിഭം എന്ന സംസ്കൃ ത പദത്തിൽ നിന്നുമാണ് വാണിയ രൂപം കൊണ്ടത് എന്നു പറയ പ്പെടുന്നു. വാണിയൻ എന്നതിന്റെ പ്രാകൃത രൂപം വണിയ എന്നാ ണ്. വാണിയം നടത്തുന്നവരായതുകൊണ്ടവരെ വാണിയർ എ ന്നു പറയുന്നു. ഇവർ വൈശ്യവിഭാഗത്തിൽപ്പെടുന്നവരാണ്. കൃ

ഷി, കച്ചവടം, പശു, എരുമ, ആട് എന്നിവയെ പോറ്റി രക്ഷിക്കുക
യാണു വൈശ്യരുടെ സാമാന്യമായ ജീവനോപായം എന്നു അമര
കോശത്തിൽ പറയുന്നു. വണിക്കിന്റെ തൽഭവമായി വണികൻ എ
ന്നും, വാണിജ്യത്തിന്റെ തൽഭവമായി വാണികമെന്നുമാണു തൊൽ
കാപ്പിയർ ഉപയോഗിക്കുന്നത്. കുറേക്കൂടി കഴിഞ്ഞേ വാണികം
വാണിയമായുള്ളൂ. അപ്പോൾ വണികൻ വാണിയനുമായി എന്നു
ഇളംകുളം കുഞ്ഞൻപിള്ള അഭിപ്രായപ്പെടുന്നു. കർണാടകയിൽ
വാണിയരെ ഗാണിഗ എന്നാണുപറയുക. കന്നഡയിൽ ചക്കിനു
ഗാണ എന്നും പറയും. ഗാണത്തെ കൈകാര്യം ചെയ്യുന്നവൻ എ
ന്നർത്ഥത്തിലാണു ഗാണിഗ എന്നപേരുവന്നത്. വാണിയരെകുറി
ച്ച് നിരവധി പുരാവൃത്തങ്ങൾ പ്രചാരത്തിലുണ്ട്.ശ്രീകൃഷ്ണ പൗ
ത്രനായ അനിരുദ്ധ ബാണാസുരപുത്രിയായ ഉഷയെ വിവാഹം
ചെയ്ത് ദ്വാരകയിലേക്ക് വരുമ്പോൾ കൂടെ ബാണന്റെ രാജധാനി
യിലെ നാട്യശാസ്ത്ര വിശാരദങ്ങളും സംഗീതവിദഗ്ധകളുമായ
സ്ത്രീകളും അവർക്ക് വേണ്ടി പ്രത്യേകമായി സുഗന്ധതൈലങ്ങൾ
വാറ്റിയെടുക്കുന്നതിൽ സമർഥരായ ബനിയന്മാരും പോയിരുന്നു.
ഇവരുടെ കൂട്ടത്തിൽ എണ്ണയാ
ട്ടുന്നവരുമുണ്ട്. അവരെ വാണി
യർ എന്ന് വ്യവഹരിച്ചിരുന്നു. മ
റ്റൊരു പുരാവൃത്തം ഉദയവർ
മ്മൻ കോലത്തിരി കർണ്ണാടക
ബ്രാഫണരായ എമ്പ്രാന്തിരിമാ
രെ കോലത്തു നാട്ടിലേക്ക് കൊ
ണ്ടുവന്നു. ഭൂദാനവും ക്ഷേത്രദാ
നവും നടത്തി ഇവരെ കുടിയി
രുത്തിയത് ചെറുതാഴം ഗ്രാമത്തി
ലായിരുന്നു. അന്ന് ആ ബ്രാഫ
ണമ്മാരുടെ കൂടെ അന്യസമുദാ
യക്കാരും വന്നിരുന്നതായി പ
റയുന്നുണ്ട് അവരിൽ പുരാതന
സൗരാഷ്ട്രക്കാരായ ബനിയന്മാ
രുടെ അനന്തരതലമുറയിൽപ്പെ
ട്ട ഒരു സമുദായമാണ് ഇവിടെ

യുള്ള വാണിയ സമുദായത്തിലെ പൂർവ്വികർ. ചിറക്കൽ കടലായി ക്ഷേത്രദർശനം നടത്തിയ കോലത്തിരി രാജാവിനെ ചാക്കിൽ കെ ട്ടി ശത്രുക്കളിൽ നിന്ന് രക്ഷിച്ച പട്ടർ കണ്ടി വാണിയനെ കുറിച്ച് വ ടക്കൻ ഐതിഹ്യമാലയിലും പറയുന്നുണ്ട്. അതുപോലെ കു ന്നാവ് സുബ്രഹ്മണ്യ ക്ഷേത്രത്തിലെ ജലദുർഗ്ഗാ ക്ഷേത്രം നവീക രിച്ച് പണി തീർത്തതിന് നന്ദി സൂചകമായിട്ടാണ് ചിറക്കൽ വലിയ തമ്പുരാനായിരുന്ന രാജരാജവർമ്മ രാജാവ് വാണിയർക്ക് സ്ഥലം വിട്ടു കൊടുത്തത്. ഇതൊക്കെ പ്രതിപാദിക്കുന്നത് വാണിയ സമു ദായത്തിന് സവർണ്ണ അവർണ്ണ വ്യത്യാസമില്ലാതെ രാജാവിന്റെ പ്രീതിക്കുപോലും പാത്രമാകാനുള്ള സ്വാതന്ത്ര്യം ഉണ്ടായിരുന്നു എന്നാണ്. വടക്കേമലബാറിൽ പതിനേഴു നാടുകളിലായി പരന്നു കിടക്കുന്നു വാണിയർ. ചക്കാല നായർ, ചക്കിങ്ങൻ നായർ, വട്ടേ ക്കാട്ട് നായർ, കാവിൽ നായർ എന്നു മാത്രമല്ല പെരുവാണിയൻ നമ്പ്യാർ എന്നു കൂടി ഈ ജനവിഭാഗത്തെ വിളിച്ചു വന്നിരുന്നുവെ ന്ന് പഴയ ഗസറ്റിയർ സൂചന നൽകുന്നുണ്ട്. കുറുമ്പ്രനാട്ട് രാജാവി ന്റെ അരിയിട്ട് വാഴ്ചക്ക് എണ്ണ കൊടുക്കേണ്ടത് പെരുവാണിയൻ നമ്പ്യാർ ആണത്രെ. ഫൈക്കസ് ബംഗാളാൻസിസ്എന്ന പേരുള്ള പേരാലിനെ കേരളത്തിലുമെത്തിച്ചതിൽ ഉത്തരേന്ത്യയിൽ നിന്നും സഹസ്രാബ്ദങ്ങൾക്ക് മുമ്പേ കേരളത്തിലെത്തിയ കച്ചവടസംഘ ങ്ങൾക്ക് പങ്കുണ്ട്. ഗുജറാത്തിലെ ബനിയ ഗോത്രത്തിൽ നിന്നാ ണ് ആലിന് ബനിയൻ ട്രീ എന്ന പേരുവന്നത്. ബനിയഗോത്ര വും വാണിയ സമുദായത്തെപ്പോലെ കച്ചവടക്കാരാണ്. ഗുജറാ ത്തിൽ നിന്നും കേരളത്തിലെത്തിയ വാണിയർ കേരളത്തിൽ അ ങ്ങോളമിങ്ങോളം വാണിഭവുമായി ബന്ധപ്പെട്ട് സഞ്ചരിക്കുകയും വ്യത്യസ്ത പ്രദേശങ്ങളിൽ വാസം ഉറപ്പിക്കുകയും ചെയ്തു. കച്ച വട ആവശ്യാർത്ഥം ഒരോ പ്രദേശങ്ങളിൽ എത്തിയ ഇവർ വ്യ ത്യസ്തപേരുകളിലാണ് അറിയപ്പെട്ടത്. തിരുവിതാം കൂറിൽ വാ ണിയ വൈശ്യരെന്നും, മദ്ധ്യ തിരുവിതാം കൂറിൽ ചക്കാല നായ രെന്നും വടക്കേമലബാറിൽ വാണിയരെന്നും, കർണ്ണാടകത്തോട് അടുക്കുമ്പോൾ പാട്ടാളികൾ അഥവാ ഗണികരെന്നുമാണ് അറിയ പ്പെടുന്നത്. വാണിയർ ക്ഷേത്രാവശ്യങ്ങൾക്കും മറ്റുമുള്ളവെളിച്ചെ ണ്ണ എത്തിക്കുന്ന വാണിയൻ തികഞ്ഞ ശുദ്ധിയോടെയും ഭക്തി യോടെയും തങ്ങളുടെ കുലത്തൊഴിൽ പരിപാലിച്ചുപോന്നിരുന്നു.

പ്രാകൃത കാലഘട്ടത്തിൽ മനുഷ്യന് വ്യാവസായികമായ ഉയർച്ച ലഭിക്കുന്നതിന് മഹാവിഷ്ണുവിന്റെ അനുഗ്രഹത്താൽ വാണിയർ ക്ക് ഗരുഡചിഹ്നമുള്ള കൊടിയും ലഭിച്ചതായി വൈശ്യപുരാണ ത്തിൽ പരാമർശമുണ്ട്. പുരാതന കാലത്ത് വാണിക വൈശ്യർ ഗ രുഡനെ വളർത്തി ഇണക്കി പ്രയോജനപ്പെടുത്തിയിട്ടുള്ളതായി രേഖകളുണ്ട്. അന്യദേശങ്ങളുമായി വ്യാപരബന്ധം പുലർത്തുന്ന തിന് ഗരുഡനെ ഉപയോഗിച്ച് വിവരങ്ങൾ കൈമാറിക്കൊണ്ടിരു ന്നതായി ചരിത്രം പറയുന്നുണ്ട്. വില്ല്യം ലോഗന്റെ മലബാർ മാ നുവലിനെ ഉദ്ധരിച്ച് കെ. കെ. എൻ. കുറുപ്പ് മലബാറിലെ കാർഷി ക സംസ്ക്കാരത്തെയും അതിലൂടെ വാണിയ സമുദായത്തിന്റെ സ്തുത്യർഹമായ പ്രവർത്തനങ്ങളെയും പ്രതിപാദിച്ചിരിക്കുന്നു. ച ക്കാല, ദേവസ്ഥാനം എന്നതിലുപരി ജീവിതോന്നമനത്തിനും അ ഭിവൃദ്ധിക്കും വേണ്ടി ഉപയോഗിച്ചുകൊണ്ട് പുതിയൊരു തൊഴിൽ സംസ്ക്കാരം സൃഷ്ടിച്ചെടുക്കാനും വാണിയർക്ക് കഴിഞ്ഞു. കേര ളത്തിൽ വാണിയ കുടുംബങ്ങളിൽ ആദ്യമായി വസിച്ചിരുന്ന പ്ര ദേശങ്ങൾ വാണിയങ്കുളവും വാണിയമ്പലങ്ങളുമായിരുന്നു. കുലം കൊണ്ട് വൈശ്യവിഭാഗത്തിൽ പെടുന്ന ഇവർ എണ്ണ വാണിഭം ചെയ്യുന്നവരായിരുന്നുവെന്ന് നാടൻ പാട്ടുകളും തോറ്റം പാട്ടുക ളും സൂചന നൽകുന്നുണ്ട്. ഈ സമൂഹത്തെ വാണിയർ, ചക്കാല നായർ, എഴുത്തച്ഛൻ, എണ്ണച്ചെട്ടി, വട്ടക്കാട്ടുനായർ തുടങ്ങിയ പേ രുകളിൽ കേരളത്തിൽ വിളിച്ചു വരുന്നുണ്ട്. വൈശ്യപുരാണം വാ ണിയരുടെ പുണ്യ ഗ്രന്ഥമാണെന്ന് എച്ച്.എ.സ്റ്റ്യൂവർട്ട് രേഖപ്പെടു ത്തുന്നു. വണിക്കിന്റെ തൽഭവമായി വണികൻ എന്നും, വാണിജ്യ ത്തിന്റെ തൽഭവമായി വാണികമെന്നുമാണു തൊൽകാപ്പിയർ ഉപ യോഗിക്കുന്നത്. ഗാണത്തെ കൈകാര്യം ചെയ്യുന്നവൻ എന്നർത്ഥ ത്തിലാണു ഗാണിഗ എന്നപേരുവന്നത്. വാണിജ്യവുമായി ബന്ധ മുള്ള ഇവർ ചില സ്ഥലങ്ങളിൽ ചെട്ടിയെന്നും വാണുവൻ എന്നും അറിയപ്പെടുന്നു. ഭാരതത്തിലെ കച്ചവട സമുദായങ്ങൾ വൈശ്യ വിഭാഗത്തിൽ അതായത് ബ്രാഫണ കർമ്മികളുടെയും ക്ഷത്രിയ രുടെയും തൊട്ടുതാഴെയായും ശൂദ്രരുടെ തൊട്ടു മുകളിലായും രേ ഖപ്പെടുത്തിയിരിക്കുന്നു. വയനാട്ടു കുലവന്റെ വാചാലിൽ ഒമ്പ തില്ലേ അങ്ങനെ അഞ്ചും നാല് പതിനെട്ടുകഴകം ഒൻപതില്ലം, ആ ദികരിവെള്ളൂർ അന്തം പെരുതണ എന്നു പറയുന്നതായി ചിറക്കൽ

ടി.ബാലകൃഷ്ണൻ നായർ രേഖപ്പെടുത്തിയിട്ടുണ്ട്. ചില വാണി
യൻ വീടുകളിൽ നിന്ന് നെല്ല് ശേഖരിച്ച് മുസ്ലിംഭവനങ്ങളിൽ വിത
രണം ചെയ്യുകയും നെല്ലിടിച്ച് അവിലാക്കി വിൽക്കുകയും ചെയ്
തു വന്നു. മുസ്ലീംസമുദായം താമസിച്ചുവന്ന തായിനേരി കൊവ്വ
ലും, മാപ്പകൊവ്വലും അങ്ങനെ ഒരു കാലത്ത് അവിലിന് പ്രശസ്ത
മായിത്തീർന്നു. കിഴക്ക് പൊനം കൊത്താൻ പോയിത്തുടങ്ങിയ
ചിലർ പിൽക്കാലത്ത് ചില്ലറ മരക്കച്ചവടത്തിലേക്കും ഈർച്ചപ്പണി
യിലേക്കും തിരിഞ്ഞു. മുച്ചിലോട്ട് കൊവ്വലിലും പരിസരപ്രദേശ
മായ തുമ്പക്കൊവ്വലിലും കുറിഞ്ഞി തട്ടിന് ചുറ്റിലുമായും മറ്റും
താമസിച്ചുവന്ന ദാരിദ്ര്യംകൊണ്ട് പൊറുതിമുട്ടിയ സ്ത്രീകളും കൊ
ട്ടണച്ചേരിയിൽ വെടി പൊട്ടുന്നതിന് മുമ്പേ പുലർച്ചെ മൂന്നു മണി
ക്കെഴുന്നേറ്റ് ചോറ്റുകുടുക്കയും കയറുമായി ചീമേനിപ്പാറയിലേക്ക്
കാൽനടയായി പുരമേയാനുള്ള നെയ്പുല്ല് പറിക്കാൻ പോവുന്ന
പതിവുണ്ടായിരുന്നു. ചന്തു , കണ്ടത്തിലമ്പു തുടങ്ങിയ പണിക്കാർ
അക്കാലത്ത് പുരമേയലിൽ വൈദഗ്ദ്യം തെളിയിച്ച നാടൻപണി
ക്കാരായിരുന്നു. മരച്ചക്കിൽ കാളകളെ ഉപയോഗിച്ച് കൊപ്ര, എ
ള്ള് എന്നിവ ആട്ടി എണ്ണയും പിണ്ണാക്കും ഉണ്ടായിരിക്കുന്ന എണ്ണ
യാട്ട് വ്യവസായം പയ്യന്നൂർ ഫർക്കയിൽ ധാരാളമായി നിലനിന്നി
രുന്നു. എണ്ണയാട്ട് വാണിയ സമുദായത്തിന്റെ കുലത്തൊഴിലായി
രുന്നു. വാണിയത്തറവാട്ടിനോട് ചേർന്ന് ചക്കാലകൾ ഉണ്ടായിരു
ന്നു. കണ്ടങ്കാളി, തായിനേരി, കാറമേൽ, കോറോം, ഓണക്കുന്ന്,
പലിയേരി, കൂക്കാനം, പെരളം, എരമം, പേരൂൽ, വെള്ളോറ, മാത
മംഗലം, കാങ്കോൽ, രാമന്തളി എന്നിവിടങ്ങളിൽ മരച്ചക്ക് ഉപയോ
ഗിച്ചുകൊണ്ടുള്ള എണ്ണയാട്ടു വ്യവസായം നിലനിന്നിരുന്നു.

തമിഴ്നാട്ടിൽ നിന്നും (കുംഭകോണം) 1930കളുടെ മധ്യത്തിൽ
വന്ന രണ്ട് ചെട്ടിയാന്മാരുടെ നേതൃത്വത്തിലായിരുന്നു പയ്യന്നൂർ
ടൗണിൽ മരച്ചക്കുകൾ പ്രവർത്തിച്ചിരുന്നത്. ആദ്യമൊക്കെ കാള
കൾക്ക് പകരം മനുഷ്യൻ തന്നെയാണ് ചക്കുകൾ വലിച്ചിരുന്നത്.
ഇവരുടെ അനുഭവത്തിൽ ചക്കുണ്ടാക്കുവാൻ ഏറ്റവും നല്ല മരം പു
ളിയാണ്. കാരണം പിണ്ണാക്ക് കുറേനാൾ കേട് കൂടാതെ നിൽ
ക്കും. വെളിച്ചെണ്ണയും എള്ളെണ്ണയും പിണ്ണാക്കും തലച്ചുമടായി
വീടുവീടാന്തരം ചുമന്ന് വില്പന ചെയ്തിരുന്നു. ഇന്ന് മരച്ചക്കു
കൾ പൂർണ്ണമായും യന്ത്ര എക്സ്പ്പല്ലറുകൾക്ക് വഴിമാറിക്കൊടു

ത്തിരിക്കുകയാണ്.വടക്കേമലബാറിൽ വാണിയരെന്നും, വാണിയ എന്നത് കണ്ണൂരിൽ ചില സ്ഥലങ്ങളിൽ ഉയർന്ന ജാതിയും കാസർ ഗോഡ് ഭാഗങ്ങളിൽ വിനീത വിധേയരായ സമുദായമായും കണ്ടു വരുന്നു.   വാണിയരുടെ ഇടയിൽ പുരുഷന്മാരുടെ പേരിനൊടു വിൽ ചെട്ടിയാൻ എന്നു ചേർത്ത് വിളിച്ചിരുന്നു. ചിണ്ടൻ ചെട്ടി യാൻ, കുഞ്ഞമ്പുച്ചെട്ടിയാൻ, കോരൻ ചെട്ടിയാൻ, രാമൻ ചെട്ടി യാൻ എന്നിങ്ങനെ. സ്ത്രീകളുടെ പേരിന്റെ കൂടെ ചെട്ടിച്ചാറമ്മ എന്നു ചേർത്താണ് സംബോധന ചെയ്തിരുന്നത്. കുഞ്ഞാക്കച്ചെ ട്ടിച്ചാറമ്മ, മാണിക്കച്ചെട്ടിച്ചാറമ്മ, പാട്ടിച്ചെട്ടിച്ചാറമ്മ തുടങ്ങിയവ. തെക്കൻ ജില്ലകളിൽ വാണിയരെ വാണികവൈശ്യർ എന്നാണു പറയുക. ഇവരുടെ പേരിന്റെ കൂടെ ചെട്ടിയാർ എന്നു ചേർക്കാറു ണ്ട്. ചെല്ലപ്പൻ ചെട്ടിയാർ, കുട്ടപ്പൻ ചെട്ടിയാർ എന്നിങ്ങനെ. വാ ണിയ സമൂഹത്തിന്റെ ആദിമ സങ്കേതം കരിവെള്ളൂരാണ് കാസർ ഗോഡ് കണ്ണൂർ കോഴിക്കോട് ജില്ലകളിലായി വ്യാപിച്ചു കിടക്കു ന്ന മുച്ചിലോടുകളുടെ കേന്ദ്ര ബിന്ദുവും പ്രഥമഗണനീയ സ്ഥാപ നവും കരിവെള്ളൂർ ശ്രീ മുച്ചിലോട്ട് ക്ഷേത്രത്തിനാണ്. മുച്ചിലോ ട്ട് ഭഗവതി ക്ഷേത്രങ്ങളിൽ സമുദായ അംഗങ്ങൾക്ക് കൂട്ടായ ആ രാധന സമ്പ്രദായങ്ങളാണ് നിലനിൽക്കുന്നതെങ്കിലും ഈ സമുദായക്കാരുടെ ആചാരനുഷ്ഠാനങ്ങൾ വളരെ വ്യത്യങ്ങളാണ് പെരിഞ്ചല്ലൂർ ഗ്രാമത്തിൽ മാണിയോട്ട് എന്ന ഇല്ലത്തിൽ ജനിച്ച മു ച്ചിലോട്ടു ഭഗവതിയാണ് വാണിയ സമൂഹത്തിന്റെ മുച്ചിലോട്ട് അ മ്മയായത്. എണ്ണയുല്പാദനം പ്രധാനമായും വാണിയരുടെ നിയ ന്ത്രണത്തിലായിരുന്നു. വാണിയ സമുദായത്തിന്റെ കേന്ദ്രങ്ങളായ മുച്ചിലോട്ടുകൾ ഇവരുടെ ജീവിതത്തിലെ സജീവ സാന്നിധ്യങ്ങ ളായിരുന്നു.

വണ്ണാത്താൻ

ഇവർക്കാണ് ദേവസ്ഥാനങ്ങളിലെ മാറ്റ് കൊടുക്കാൻ അധികാ രം. വണ്ണാത്താൻ സമുദായത്തിന് സമൂഹത്തിലെ സവർണ്ണ അവർ ണ്ണ വ്യത്യാസമില്ലാതെ ക്ഷേത്രദർശനത്തിനും മറ്റു ദൈവിക കാ ര്യങ്ങളിലും ഇടപഴകാനുള്ള സ്വാതന്ത്ര്യം ഉണ്ടായിരുന്നു. ക്ഷേത്രാ വശ്യങ്ങൾക്കും മറ്റുമുള്ള തികഞ്ഞ ശുദ്ധിയോടെയും ഭക്തിയോ ടെയും തങ്ങളുടെ കുലത്തൊഴിൽ പരിപാലിച്ചുപോന്നിരുന്നു. പ

ണ്ടുകാലത്ത് വണ്ണാത്താൻ സമുദായത്തിൽ നിലനിന്നിരുന്നത് മരു മക്കത്തായ സമ്പ്രദായമാണ്. വണ്ണത്താൻ വണ്ണാൻ എന്നീ വിഭാഗ ങ്ങളിലെ ആളുകൾ ചെയ്തിരുന്ന തൊഴിലാണ് അലക്ക്. വലിയ വലിയ തറവാടുകളിലെ തുണികൾ മാത്രമല്ല, ക്ഷേത്രങ്ങളിലേക്കും കാവുകളിലേക്കും മറ്റും പ്രധാന ചടങ്ങുകൾക്ക് വേണ്ട മാറ്റ് കൊടു ക്കുവാനും ഈ വിഭാഗക്കാർക്കാണ് അവകാശം. കാനായി വടക്കു ഭാഗത്തും കൊക്കോട്, കോറോം ഭാഗത്തും ഈ വിഭാഗക്കാർ നി രവധി ഉണ്ടായിരുന്നു. സോപ്പും സോപ്പുപൊടിയും മറ്റും സുല മ ല്ലാതിരുന്ന കാലത്ത് തറവാടുകളിലെയും വീടുകളിലെയും തുണി കൾ അലക്കി, മുക്കി, ഉണക്കി, ഇസ്തിരിയിട്ട് കൊടുത്തിരുന്നു. വ ണ്ണത്താൻ അലക്കി തേച്ച വസ്ത്രമുടുക്കുക. ഒരു അഭിമാനമായി ക ണ്ടിരുന്നു. നിരവധി വീടുകളിൽ നിന്ന് ശേഖരിക്കുന്ന വസ്ത്രങ്ങൾ മാറിപ്പോകാതിരിക്കാൻ ഒരു പ്രത്യേകമായ കായ വച്ച് അടയാള പ്പെടുത്തിയിരുന്നു. അലക്കിക്കൊടുത്താൽ നെല്ല്, പശുവിന് വൈ ക്കോൽ എന്നിവ വണ്ണാത്തിയുടെ അവകാശമായിരുന്നു. ക്ഷേത്ര ങ്ങളിലും കാവുകളിലും അവർക്ക് പ്രത്യേക സ്ഥാനം തന്നെ ഉ ണ്ടായിരുന്നു.

മരുമക്കത്തായം ഇന്നവസാനിച്ചെങ്കിലും ഇല്ലങ്ങൾ പരിശോധി ക്കുമ്പോൾ സ്ഥലനാമങ്ങളുടെ സ്വാധീനം കാണാം ഇത് ഓരോ പ്രദേശത്ത് താമസമുറിപ്പിച്ച ആദ്യത്തെ കുടുംബങ്ങളായിരിക്കും ഇല്ലപ്പേരുകൾക്ക് അടിസ്ഥാനം. ഇല്ലത്തിൽപ്പെട്ടവർ കുടുംബാംഗ ങ്ങളെപ്പോലെ വർത്തിക്കുന്നു സ്വന്തം ഇല്ലക്കാരുമായുള്ള വിവാ ഹബന്ധം നിഷിദ്ധമാണ്. പയ്യന്നൂർ മാവിച്ചേരി, കാറമേൽ, എരമം കണ്ണാപ്പള്ളിപ്പൊയിൽ, കോയിപ്ര, വയക്കര തുടങ്ങിയവയാണ് ഇ വരുടെ പ്രധാന അധിവാസ കേന്ദ്രങ്ങൾ. വണ്ണാത്താൻ ഉത്തരകേ രളത്തിലെ ആദിമ നിവാസികളല്ലെന്നും ആദ്യദിക്കിൽ നിന്നും കു ടിയേറി പാർത്തവരാണെന്നുമുള്ള അഭിപ്രായമാണ് ചരിത്രകാരൻ മാർക്കിടയിൽ. തുടർന്ന് ഇവർ അങ്ങോളമിങ്ങോളം സഞ്ചരിക്കുക യും വ്യത്യസ്ത പ്രദേശങ്ങളിൽ വാസം ഉറപ്പിക്കുകയും ചെയ്തു. ആചാരങ്ങളിലും രീതികളിലും ഇവർ പണ്ടേ തന്നെ നായനാർമാർ ക്ക് സമൻമാരാണ്. ചില ക്ഷേത്ര സങ്കേതങ്ങളിൽ ഇവരെ വെളു ത്തേടത്ത് നായർ എന്ന് വിളിച്ചിരുന്നു. ചരിത്രപഠനങ്ങളെല്ലാം വ്യ ക്തമാക്കുന്നത് സമുദായത്തിന് ഏതാണ്ട് ആയിരത്തിഅഞ്ഞൂറ് വർ

ഷമെങ്കിലും പഴക്കം ഉണ്ടാകും എന്നാണ്. വണ്ണാത്താൻ ചെറുജ
ന്മാവകാശിയാണ് ആദ്യ മുച്ചിലോട്ടായ കരിവെള്ളൂരിൽ നിന്നും ഭ
ഗവതി കേണമംഗലം വഴി തൃക്കരിപ്പൂർ ദേശത്തേക്ക് പുറപ്പെട്ടപ്പോൾ
വഴിയിൽ വെച്ച് കണ്ണൻകുളങ്ങര തറവാട്ടിലെത്തി മാറ്റ് വാങ്ങി ധ
രിച്ചുവെന്നാണ് വിശ്വാസം. വണ്ണാത്തിമാറ്റും വണ്ണാത്താൻമാറ്റും ത
മ്മിൽ വ്യത്യാസമുണ്ട്. ശ്രീപാർവ്വതിക്ക് ശുദ്ധിവരുത്തുവാൻ പരമ
ശിവൻ തന്റെ തുടയിൽ നിന്ന് സൃഷ്ടിച്ചതാണ് വണ്ണാത്തിമാരെ
ന്നാണ് വിശ്വാസം. മാറ്റ് പഴയകാലത്തിന്റെ മുഖമുദ്രയാണ്. ഋതുമ
തി ആവുമ്പോഴും വീടുകളിൽ മരണം, പ്രസവം എന്നിവ നടക്കു
മ്പോഴും മാറ്റ് ഒഴിച്ചുകൂടാൻ പറ്റാത്തതാണ്. പണ്ട് കാലത്ത് ആർ
ത്തവ സമയത്ത് സ്ത്രീകൾ വീടിന്റെ മുഖ്യധാരയിൽ നിന്നും മാറി
നിൽക്കണം. ഈ അവസരത്തിൽ വണ്ണാത്തിമാറ്റ് വേണം. ഇപ്പോ
ഴും അപൂർവ്വം തറവാട് ഭവനങ്ങളിൽ ഇത് തുടരുന്നുണ്ട്. പുല, വാ
ലായ്മ എന്നിവയ്ക്കും വണ്ണാത്തിമാറ്റ് വേണം. പ്രസവിച്ചാൽ നാൽ
പത് കുളിക്കുന്നതുവരെ നാല്, ഏഴ്, പതിനാറ്, ഇരുപത്തിയേഴ് എ
ന്നീ നാളുകളിലും മാറ്റ് വേണം. മരിച്ചാൽ പതിമൂന്നാംനാൾ വരെ
യും മാറ്റ് വേണം. വെളുത്തേടത്ത് നായർ വിഭാഗത്തിലുള്ള ഇവർ
വാണിയ, യാദവ, നായർ സമുദായത്തിൽ പെട്ടവരുടെ ക്ഷേത്രങ്ങ
ളിൽ മാറ്റ് നൽകാൻ നിയോഗിക്കപ്പെട്ടവരാണ്. മറ്റു ജാതിക്കാർക്ക്
വണ്ണാത്താൻമാറ്റ് കൊടുക്കാറില്ല. നട തുറക്കണമെങ്കിൽ അവിടെ
വണ്ണാത്താൻമാറ്റ് നിർബന്ധമാണ്. ക്ഷേത്രത്തിൽ അടിയന്തിരങ്ങൾ
നടക്കുമ്പോൾ അകമ്പടി വിളക്കിന്റെ പിറകിലായി എത്തുന്ന കോ
മരങ്ങൾ കൈലാസക്കല്ലിന് സമീപത്തുവെച്ചാണ് വസ്ത്രം മാറ്റുക.
തുടർന്നാണ് ഇളനീർ വെള്ളത്തിൽ കാൽ കഴുകി കോമരങ്ങൾ പ
ള്ളിയറയിലേക്ക് പ്രവേശിക്കുന്നത്. എല്ലാ സംക്രമ ദിവസങ്ങളി
ലും ഉച്ചക്ക് ത്രാവടിയന്തിരം, നിറ, പുത്തരി, വൈപുത്തരി, പത്താം
മുദയം, പതിനൊന്നാംമുദയം, മറയൂട്ട്, വിഷു, പൂരംകുളി, വടക്കേൻ
വാതിൽ ഇതിനുപുറമെ നിരവധി പ്രാർത്ഥനാ അടിയന്തിരങ്ങൾ
എന്നിവയ്ക്കും മാറ്റുകൾ എത്തിക്കേണ്ടതുണ്ട്.വാലായ്മ പുല എ
ന്നിവ ഇവരുടെ മറ്റ് ആവശ്യമാണ് തീണ്ടാരിയായ സ്ത്രീ നാലാം
ദിവസം മുങ്ങിക്കുളിച്ച് മാറ്റ് ധരിച്ചാൽ മാത്രമേ അയിത്തം മാറൂ എ
ന്നാണ് തുളുനാട്ടിലെ വിശ്വാസം. തീണ്ടൽ ജാതിയിൽപ്പെട്ട ഒരു
സ്ത്രീ നൽകുന്ന വസ്ത്രം ശരീരത്തിന്റെ അയിത്തം ഇല്ലാതാക്കു

മെന്നുളള ഈ വിശ്വാസത്തിന്റെ അടിസ്ഥാനം അനുഷ്ഠാനപരമാ
യ പദവിയുടെ സവിശേഷതയാണ്. മാറ്റു വിലക്കുകയെന്ന കടു
ത്തശിക്ഷാ നടപടി പോലും പണ്ടുണ്ടായിരുന്നു. വാണിയസമുദാ
യക്കാരുടെ ക്ഷൗരകർമ്മം അനുവദിച്ചുകിട്ടിയിട്ടുളളത് നാവുതീയ
(നാത്യൻ) സമുദായക്കാർക്കാണ്. തായിനേരി മുച്ചിലോട്ടെ ആചാ
രക്കാരെ അന്നൂരിലെ നെല്ലിവളപ്പിൽ വീട്ടുകാരാണ് ക്ഷൗരം ചെ
യ്യുന്നത്. മുച്ചിലോട്ടുഭഗവതിയുടെ ആഗമനത്തോടെ മന്നൻ തൽ
സ്ഥാനത്തു നിന്നും നീക്കം ചെയ്യപ്പെട്ട കുന്നമംഗലത്തടിയോടി ഒ
രിക്കൽ മുച്ചിലോട്ടുഭഗവതി രയരമംഗലത്തേക്കെഴുന്നള്ളുകയായി
രുന്നപ്പോൾ, വഴിയിലുടനീളം കുഴിയുണ്ടാക്കി ആ വഴിയിലൂടെ ന
ടന്നു പോയ്ക്കൊള്ളാൻ കൽപിച്ചു. അന്നു കോമരത്തിന്റെ കൂടെ
എഴുന്നള്ളത്തിന്റെ ചട്ടവട്ടങ്ങളോടൊപ്പം മാറ്റും കൊണ്ട് (മാറ്റാനു
ള്ള അലക്കുവസ്ത്രം) വണ്ണാത്തൻ കുറുപ്പും അനുഗമിക്കാറുണ്ടാ
യിരുന്നു. പതിവുപോലെ രയരമംഗലത്തേക്ക് പുറപ്പെട്ടെ തമ്പുരാട്ടി
തീക്കുഴിക്കടുത്തെത്തിയപ്പോൾ കൂടെയുണ്ടായിരുന്ന വയൽവണ്ണ
ത്താന്റെ മുടന്തനായ കുട്ടിയെ തീയിൽ കുഴിച്ചിട്ടു. ആ മാറ്റുകാര
നെ കരിയാക്കരെക്കുന്നിൽ മറ്റൊരഗ്നികുണ്ഡമുണ്ടാക്കി അതിൽ പൂ
ഴ്ത്തിവെച്ചു വക വരുത്താനും കുന്നമംഗലത്തടിയോടി തീർച്ചപ്പെ
ടുത്തിയിരുന്നു. രയരമംഗലത്തെ സന്ദർശനം കഴിഞ്ഞശേഷം ത
മ്പുരാട്ടി അടിയോടിയുടെ വിരുന്നിനുപോയി. വിരുന്നു കഴിഞ്ഞ
പ്പോൾ തമ്പുരാട്ടി പറഞ്ഞുവത്രേ. ഞാനൊരു വാഴക്കയുണ്ട് തീ
ക്കുഴിച്ചാലിൽ പൂഴ്ത്തിട്ട് താമസിച്ചാൽ അത് കരിഞ്ഞുപോകും.
തിരിച്ചെഴുന്നെള്ളിയ ഭഗവതി തിരവായുധം കൊണ്ട് തീക്കനൽ
നീക്കി വണ്ണത്താൻ കുട്ടിയെ ഒരു പോറലുമേൽക്കാതെ പുറത്തെ
ടുത്തു. കുറുപ്പിനാകട്ടെ ഒരു തരക്കേടും പറ്റിയില്ലെന്നു മാത്രമല്ല,
പൂർവ്വാധികം ചൈതന്യവാനായിത്തീരുകയും ചെയ്തു. കോമര
മായി ആചാരപ്പെടാനുള്ളവരും മറ്റു കോമരങ്ങളും മുടി പ്രത്യേക
രീതിയിൽ മുറിച്ച് ഒരുക്കേണ്ടതുണ്ട്. ചെവിക്കുടക്ക് മുകളിലൂടെ നേർ
രേഖയിൽ തലയ്ക്കുചുറ്റും മുടി വടിച്ചെടുക്കും. മൂർദ്ധാവിൽ നി
ന്നും മുടി ഇറങ്ങിവന്ന് വടിച്ച നേർരേഖയിൽ വരിയായി നിൽ
ക്കും. അതിൽ നീണ്ടഭാഗം ഇടതുഭാഗത്ത് കുടുമകെട്ടും. മുടി മുറി
ക്കാൻ കത്രിക ഉപയോഗിക്കുന്നത് വിരളമാണ്. കത്തികൊണ്ടാണ്
വടിക്കേണ്ടത്. അതുകൊണ്ട് കത്തിക്ക് നല്ല മൂർച്ച വേണം. കത്തി

അണക്കാനായി ഒരു കല്ലുണ്ട്. കല്ലിൽ നല്ലതുപോലെ അണച്ചതി
നുശേഷം കാലിന്റെ മുട്ടിനു താഴെ ഒന്നുരണ്ടു തവണ ഉരക്കും.
മൂർച്ച കൂടുമെന്നാണ് വിശ്വാസം. കളിയാട്ടക്കാലത്ത് മൂന്നോ നാ
ലോ ദിവസം മുമ്പേ തന്നെ ക്ഷൗരത്തിനായി വരും. ക്ഷൗരം കഴി
ഞ്ഞ് പോകുമ്പോൾ കളിയാട്ടത്തിന് ക്ഷണിക്കും. അന്തിത്തിരിയ
ന്റെ കല്പന പ്രകാരം വാല്യക്കാരിൽ ഒരാൾ വന്ന് അലക്കിയ മു
ണ്ട് നിവർത്ത് അതിൽ ഒരു കൊടിയില വെക്കും. പഴക്കൂട്ടയിൽ നി
ന്നും രണ്ടു കൈയ്യും ചേർത്ത് പഴം കോരിയെടുത്ത് ഇലയിലേക്കി
ടും മൂന്നുതവണ. അതുപോലെ കുടുക്കയിൽ നിന്ന് ഉപ്പേരിയും
വാരിയിടും മൂന്നുതവണ. പിന്നീട് ഒരു കൂട്ടയിൽ അരി കൊണ്ടുവ
ന്ന് മറ്റൊരു കൂട്ട ചരിച്ചുപിടിച്ച് ഇടങ്ങഴി കൊണ്ട് അരി മുറിച്ചിടും.
അലക്കിയ മുണ്ടും തിരശ്ശീലയും അടിമുണ്ടുമാണ് മാറ്റിന്റെ വിവി
ധ രൂപങ്ങൾ.

ബ്രാഹ്മണർ

ബ്രാഹ്മണ ആരാധനാലങ്ങളെ ദേവാലയങ്ങളെന്നും
അബ്രാഹ്മണരുടേതിന് ഭൂതാലയങ്ങളെന്നും പറഞ്ഞു വരുന്നു. കേ
രളത്തിലെ ക്ഷേത്രാചാരങ്ങളുടെ പ്രാമാണിക ഗ്രന്ഥവും പരശു
രാമനാൽ വിരാചിതവുമായ പരശുരാമ കൽപ്പസൂത്രത്തിൽ ക്ഷേ
ത്രം ദേവന്റെ സ്ഥൂല സൂക്ഷ്മ ശരീരമാണെന്ന് വ്യവഹരിച്ചിരിക്കു
ന്നു. ചേന്നാസ് നമ്പൂതിരിയുടെ തന്ത്ര സമുച്ചയം, കുഴിക്കാട്ട് ഭട്ട
തിരിപ്പാടിന്റെ കുഴിക്കാട്ട് പച്ച എന്നീ ഗ്രന്ഥങ്ങൾ പരശുരാമ കൽ
പസൂത്രത്തിന്റെ വ്യാഖ്യാനങ്ങളാണ്. പതിനാറ് ബ്രാഹ്മണകുടും
ബക്കാരെയാണ് പയ്യന്നൂർ ഗ്രാമത്തിന്റെ അവകാശികളായി കണ
ക്കാക്കി വന്നിരുന്നത്. കേരളത്തിലെ നമ്പൂതിരി ഗ്രാമങ്ങളിൽ വച്ച്
ഏറ്റവും വടക്കുമാറിക്കിടക്കുന്ന പയ്യന്നൂർ ഗ്രാമത്തിലെ നമ്പൂതിരി
മാരാണ് തിരുമുമ്പ് എന്ന പേരിൽ അറിയപ്പെട്ടിരുന്നത്. ഒരു കാല
ത്ത് അധികാരവും പ്രതാപവുമുണ്ടായിരുന്ന ഇവർ അമ്മോന്മാർ,
അമ്മുവന്മാർ എന്നീ പേരുകളിലും അറിയപ്പെട്ടിരുന്നു. ആദ്യമായി
വന്നവർ എന്ന അർത്ഥത്തിലാണ് പയ്യന്നൂരിലെ നമ്പൂതിരിമാരെ
തിരുമുമ്പ് എന്ന് വിളിച്ചത്. ഇന്നും അബ്രാഹ്മണരായിട്ടുള്ളവർ പ
യ്യന്നൂർ നമ്പൂതിരിമാരെ വിളിക്കുന്നത് തിരുമുമ്പ് എന്നാണ്. സ്
ത്രീകളെ വിവാഹം വരെ തമ്പായിമാരെന്നും വിവാഹശേഷം അ

മ്മ തിരുമുമ്പെന്നും വിളിക്കുന്നു.പതിനാറ് ബ്രാഹ്മണ കുടുംബക്കാ
രെയാണ് തിരുമുമ്പ് എന്ന നിലയിൽ രേഖപ്പെടുത്തിയിട്ടുള്ളത്.
1.കുഞ്ഞിമംഗലത്ത്മന, 2.താഴക്കാട്ട്മന, 3.രയരമംഗലത്ത്മന, 4.തേ
ളക്കാട്ട്മന, 5.കതികിൽമന, 6.കോകുന്നത്ത്മന, 7.കുന്നത്ത്മന, 8.താ
റ്റേരിമന, 9. നൂഞ്ഞിക്കരമന, 10.കൊട്ടാരത്ത്മന, 11.താവത്ത്മന,
12.കുറുവേലിമന, 13. തളിയിൽമന, 14.കുരുത്തിലക്കാട്ട്മന, 15.തേള
പ്പുറത്ത്മന, 16.കാരളിമന എന്നിവയാണിവ. ഇവയിൽ അഞ്ച് മന
കൾ മാത്രമാണ് ഇന്ന് നിലനിൽക്കുന്നത്. താഴക്കാട്ട്മന, കുന്നത്തു
മന, കുഞ്ഞിമംഗലത്ത്, തളിയിൽമന, രയരമംഗലത്ത്മന എന്നിവ
യാണവ. ഇവ കൂടാതെ ചില മനകൾ ബാക്കിയുണ്ടെങ്കിലും അവ
പൂർണ്ണ തറവാടുകളല്ല. അവയിൽ ദത്തുകയറിയ പുരുഷന്മാർ മാ
ത്രമേയുള്ളൂ. ഈ തറവാടുകളിലെ ജനസംഖ്യ കുറഞ്ഞു വരികയു
മാണ്. തിരുമുമ്പുമാർക്ക് അച്ഛനിലൂടെ സംക്രമിക്കുന്ന ഗോത്രങ്ങൾ
ഉണ്ട് എന്നത് പുരാതനമക്കത്തായത്തിന്റെ സൂചനയായി കെ.ടി.ര
വിവർമ്മ ചൂണ്ടിക്കാട്ടുന്നു. ഏതോ ഒരാവശ്യത്തെ മുൻനിർത്തി ന
മ്പൂതിരിമാർ മരുമക്കത്തായം സ്വീകരിക്കുകയാണുണ്ടായത്. ഏകോ
പിച്ച കുടുംബസ്വത്ത് ഭാഗിക്കാതെ തലമുറകളിലൂടെ പകരാനും
അതേ സമയം സഹോദരന്മാരെയെല്ലാം സ്വജാതിയിൽ നിന്ന് വേ
ളികഴിക്കാൻ അനുവദിക്കാനും വേണ്ടിയായിരുന്നു തിരുമുമ്പുമാർ

മരുക്കത്തായം സ്വീക
രിച്ചത് എന്നുവരാം.
സാധാരണക്കാരുടെ
മരുമക്കത്തായമല്ല നാ
ടുവാഴികളുടെയും രാ
ജകുടുംബങ്ങളുടെ
യും മരുമക്കത്തായമാ
യിരുന്നു തിരുമുമ്പു
മാർ മാതൃകയാക്കിയ
ത്. അഭിമാനികളായ
മരുമക്കത്തായ കുടും

ബങ്ങൾ അവരുടെ സ്ത്രീകളെ ഭർത്താക്കന്മാരുടെ കൂടെ അയക്കു
ന്നതിനുപകരം ഭർത്താക്കന്മാരെ സ്വന്തം തറവാടുകളിലേക്ക് വരു
ത്തി അവരുടെ ചിലവുകളെല്ലാം വഹിച്ച് അവിടെത്തന്നെ താമസി
പ്പിക്കുകയായിരുന്നു പതിവ്. മറ്റ് നമ്പൂതിരിമാരിൽ ജ്യേഷ്ഠാനുജ
ന്മാരിൽ മൂത്തയാൾക്ക് മാത്രമേ വേളിഅനുവദിച്ചിരുന്നുള്ളൂ. കനി
ഷ്ഠന്മാർക്ക് സംബന്ധം മാത്രം. തിരുമുമ്പ് പുരുഷന്മാർക്കല്ലാം വേ
ളി അനുവദനീയമാണ്. അവർക്ക് താഴ്ന്ന ജാതിയിൽ സംബന്ധം
അനുവദനീയമായിരുന്നു.സ്ത്രീകൾക്ക് സ്വന്തം സമുദായത്തിൽ നി
ന്നു മാത്രമേ ഭർത്താക്കന്മാരെ സ്വീകരിക്കാൻ അനുവാദമുണ്ടായി
രുന്നുള്ളൂ.   സമുദായത്തിലെ ജനസംഖ്യ പരിമിതമായതുകൊണ്ട്
സ്ത്രീപുരുഷന്മാർക്ക് സ്വസമുദായത്തിൽ തന്നെ ജീവിത പങ്കാളി
കളെ കിട്ടാൻ പ്രായോഗിക ബുദ്ധിമുട്ടുണ്ട്.ʼപതിനാറ് തറവാടുകളി
ലും അംഗങ്ങളുണ്ടായിരുന്ന കാലത്ത് വിവാഹം നടത്തുക അത്ര
പ്രയാസകരമായിരുന്നില്ല. പക്ഷേ കഴിഞ്ഞ നൂറ് നൂറ്റമ്പതു വർഷ
ങ്ങളായി അംഗസംഖ്യ വളരെ കുറവായതിനാൽ അനുയോജ്യരാ
യ വധൂവരന്മാരെ കിട്ടാൻ വളരെ വിഷമമുണ്ട്. സഹോദരീസഹോ
ദരന്മാരുടെ മക്കൾ അന്യോന്യം മുറച്ചെറുക്കനും മുറപ്പെണ്ണുമായി
രിക്കും. ഇക്കാര്യത്തിൽ പയ്യന്നൂർ ഗ്രാമക്കാർ പിൻതുടരുന്നത് മരു
മക്കത്തായ വഴക്കമല്ല. ബന്ധുക്കളെ - സപിണ്ഡികൾ വിവാഹം ക
ഴിച്ചു കൂടാ എന്ന നമ്പൂതിരിമാരുടെ നിയമമാണ് മുൻകാലങ്ങളിൽ
നടന്നിട്ടുള്ള വിവാഹങ്ങൾ മൂലം തറവാടുകൾ ബന്ധങ്ങളുടെ വല
യിൽ കുരുങ്ങിപ്പോയപ്പോൾ ഒരു തിരുമുമ്പ് പുരുഷന് സ്വസമുദാ

യത്തിൽ വധുവിനെ സ്വീകരിക്കാൻ സാധിക്കാത്ത സ്ഥിതിവിശേ
ഷം വന്നു. രക്തബന്ധം അവഗണിച്ച് വിവാഹം ചെയ്യാമെന്നുവ
ച്ചാൽ തന്നെ ഒരു പെൺകുട്ടിക്ക് വിവാഹപ്രായമാകുമ്പോൾ മറ്റ്
തറവാടുകളിൽ വിവാഹത്തിന് പ്രായമായ ചെറുപ്പക്കാരില്ലെങ്കിൽ
എന്തുചെയ്യും. ഇതിനെല്ലാം പ്രതിവിധിയായി പയ്യന്നൂർ ഗ്രാമക്കാർ
കണ്ടുപിടിച്ചത് മറ്റ് ഗ്രാമങ്ങളിലെ നമ്പൂതിരിമാരെ ദത്തെടുത്ത് തി
രുമുമ്പുമാരാക്കിയതിനുശേഷം സ്വന്തം സ്ത്രീകളെ വേളികഴിപ്പി
ക്കുക എന്നതാണ്. പയ്യന്നൂരിലെ നമ്പൂതിരിമാർ ഇതരബ്രാഹ്മണ
രിൽ നിന്ന് വ്യത്യസ്തരായിരുന്നു. മരുമക്കത്തായ സമ്പ്രദായമാ
ണ് ഇവർക്കിടയിലുണ്ടായിരുന്നത്. ഇവരെ നമ്പിടികളെന്ന് കേര
ളോൽപ്പത്തി വിളിച്ചിരുന്നു. പുണ്യാഹം തളിച്ച് ശുദ്ധിവരുത്തുന്ന
തിന് നമ്പിടീശ്ശനെ വിളിക്കുന്ന പതിവ് ഇന്നുമുണ്ട്. സമുദായത്തി
ന്റെ ക്ഷേത്രങ്ങളിൽ തന്ത്രി പദം അലങ്കരിക്കുന്നത് ബ്രാഹ്മണൻ
മാരാണ് അവിടുത്തെ പ്രധാനപ്പെട്ട ബ്രഹ്മകലശം പോലുള്ള ചട
ങ്ങുകളിൽ ഇവരുടെ സാന്നിധ്യം നിർബന്ധമാണ്.തുളു ഷേണാ
യിമാരുടെയും തുളു ബ്രാഹ്മണൻമാരുടെയും ഒരു കുടിയേറ്റം കാ
ണാൻ കഴിയൂ പയ്യന്നൂർ പ്രദേശത്തെ പ്രധാന ബ്രാഹ്മണ കുടുംബ
ങ്ങളൊക്കെ തുളു പ്രദേശത്തിൽ നിന്ന് വന്നതാണെന്ന് കാണാൻ
പറ്റും ജനനം, വിവാഹം, മരണം എന്നിങ്ങനെയുള്ള ആചാരാനു
ഷ്ഠാനങ്ങളിലും സ്വന്തമായി സ്വത്വം പുലർത്തുന്നവരാണ് വേദ
ങ്ങളിലും പൂജാദികർമ്മങ്ങളിലും അറിവുള്ളവരായ ജനവിരാജാ
ക്കന്മാരുടെ അധീനതയിലുണ്ടായിരുന്നു. ഈ ഇല്ലങ്ങളിൽ പ്രായ
പൂർത്തിയായ പുരുഷനെ അമ്മോൻ എന്ന് വിശേഷിപ്പിച്ചിരുന്നു.
തെയ്യക്കോലങ്ങൾ വരവിളിമുഴക്കുമ്പോൾ ഞാനും എന്റെ അമ്മോ
നും എന്ന് സംബോധനചെയ്യാറുണ്ട്. നാട്ടുവാഴ്ചയുടെ കൊടുവാ
ളിനിരയായി തെയ്യങ്ങളായി പരിണമിച്ച സം ഭവകഥകളും ഇവി
ടെ ഉണ്ട്. ക്ഷേത്ര ശാന്തിക്കാരൻ വളാൽ ശങ്കരൻ നമ്പൂതിരിയുടെ
യും കഴകക്കാരി എടമുണ്ട നാരായണി വാരസ്യാരുടെയും ആത്മാർ
ത്ഥ പ്രേമത്തെ ശിരഛേദത്തിലൂടെ ഇല്ലാതാക്കിയ ഇതിവൃത്തമാ
ണ് ശങ്കരൻ തെയ്യത്തിന്റെയും നാരായണിത്തെയ്യത്തിന്റെയും പു
രാവൃത്തം. ഇവരുടെ ഓർമയുണർത്തുന്ന രണ്ട് കാവുകൾ (ശങ്ക
രൻ കാവ്, നാരായണിക്കാവ്) എബ്രാശന്മാർ എന്നും ഇവിടത്തെ
നമ്പൂതിരിമാരെ വിളിച്ചു വരാറുണ്ട്. ഇവരെ അന്യദേശത്തെ നമ്പൂ

തിരിമാർ വേളികഴിക്കാറില്ലായിരുന്നു. ഇന്നത് മാറിയിട്ടുണ്ട്. പയ്യ ന്നൂർ ക്ഷേത്രത്തിന്റെ ഊരാളന്മാർ നമ്പൂതിരിമാരായിരുന്നെങ്കിൽ കാരാളന്മാരായിരുന്നത് പത്തുവീട്ടിൽ പൊതുവാക്കന്മാരായിരുന്നു. പത്തുവീടുകളിലും വെച്ച് മൂത്തപുരുഷന് അച്ഛൻ സ്ഥാനം കല്പി ച്ച് ബഹുമാനിച്ചു പോരുന്നുണ്ട് ശങ്കരാചാര്യരുടെ ചില മാർഗ്ഗ നിർദ്ദേശങ്ങൾ ഉൾക്കൊണ്ടു കൊണ്ടാണ് ജീവിച്ചത്. നാലു ചരണ ക്കാർ, ബൗദ്ധായനൻ, അശ്വപായണൻ, വാധുനകൻ അങ്ങനെയാ ണ് നാല് ചരണക്കാർ ആദ്യം വന്നവർ അഞ്ചു ദേശികളും പിന്നെ വന്നവർ നാലു ദേശികളുമാണ്. പിന്നീട് വന്ന 21 ദേശികളും ഉണ്ട്. മുമ്പേ ഇവർ തമ്മിലൊന്നും വിവാഹബന്ധങ്ങൾ ഉണ്ടായിരുന്നി ല്ല. ഇപ്പോൾ അങ്ങനെയില്ല. ഇവരെല്ലാം തന്നെ അഞ്ചോ പത്തോ കൊല്ലം മുമ്പേ വന്നവരെന്ന വ്യത്യാസം മാത്രമേയുള്ളൂ. സർവ്വാ ധിപത്യമുള്ള രാജാവിന്റെ അധികാര നിയന്ത്രണത്തിൽ ഭരണാധി കാരമുള്ള ഇടപ്രഭുക്കന്മാരും ഉണ്ടായിരുന്നു. രാജാവിനു തൊട്ടു താഴെ ഒരു പ്രദേശത്തിന്റെ തന്നെ ആധിപത്യം അവർ കൈകൊ ണ്ടു. ഇവിടെ ദേശവാഴികളെ അഥവാ ഇടപ്രഭുക്കന്മാരെ പൊതു വെ സാമന്തൻ എന്ന് പറയാറുണ്ട്. പയ്യന്നൂർ, മാതമംഗലം പ്രദേശ ങ്ങളിലെ തിരുമുമ്പുമാർ ബ്രാഹ്മണ സാമന്തന്മാരാണ്. കരിവെള്ളൂർ, ചെറുവത്തൂർ, നീലേശ്വരം ഭാഗങ്ങളിലെ ഉണിത്തിരിമാരും സാമ ന്തന്മാർ എന്ന് അറിയപ്പെട്ടിരുന്നു. ബ്രാഹ്മണർ വൈദിക ഋതു ക്കൾ ചൊല്ലി പൂജാവേളയിൽ ശരീരഘടകങ്ങളായ പഞ്ചഭൂതങ്ങ ളെ ദേവന് സമർപ്പിക്കുന്ന പ്രക്രിയകൾ മനസ്സാ നടത്തുകയും പാ ണികൾക്കൊണ്ട് മുദ്രകാണിക്കുകയും വേണം. അങ്ങനെ പഞ്ചോ പചാര പൂജാമന്ത്രങ്ങളോട് കൂടി ശരീരഘടകങ്ങൾ മുഴുവൻ സമർ പ്പിക്കുന്നത് കൊണ്ട് ആരാധ്യ ദേവതയും സാധകനും താദാത്മ്യം പ്രാപിക്കുന്നു.വിഷചികിത്സ എല്ലാ വിഭാഗക്കാർക്കുമായി പരിചയ പ്പെടുത്തിയത് കാരാട്ട് നമ്പൂതിരിയാണ്. വിഷചികിത്സയ്ക്ക് വി ഷവൈദ്യം, വിഷവിദ്യ എന്നിങ്ങനെ രണ്ടുകൈവഴികളുണ്ട്. വിഷ വിദ്യയെന്നത് മന്ത്രങ്ങളും മറ്റും ഉപയോഗിക്കുന്ന അഭൗമ ചികി ത്സാരീതിയാണ്. വിഷവിദ്യയിലെ മന്ത്രങ്ങൾ തന്നെ ശുദ്ധസംസ് കൃതത്തിലും തമിഴ് സ്പർശമുള്ള ഭാഷയിലുള്ളവയാണ്. . ബ്രാ ഹ്മണ സമുദായത്തിന്റെ മാത്രം കുത്തകയായിരുന്നു വിഷ ചികി ത്സയുടെ ആര്യപാരമ്പര്യത്തെ ജ്യോത്സിക എന്ന വിഷവൈദ്യഗ്ര

സ്ഥത്തിലൂടെ എല്ലാ വിഭാഗക്കാർക്കുമായി പരിചയപ്പെടുത്തിയത്
കാരാട്ട് നമ്പൂതിരിയാണ്. പാപ്പിനിശ്ശേരി പാമ്പുവിഷചികിത്സയു
ടെ പര്യയമാകും മുമ്പേ ഈ രണ്ടു മാർഗ്ഗങ്ങളും പയ്യന്നൂരിൽ നില
നിന്നിരുന്നു. നാട്ടു മരുന്നുകളുപയോഗിച്ചുള്ള വിഷചികിത്സ സ്വാ
മിമുക്കിലെ വിഷചികിത്സാകേന്ദ്രത്തിൽ ഇന്നും നടപ്പുണ്ട്. തച്ചങ്ങാ
ട് പനയാൽ സ്വദേശിയായ തയ്യിൽ നമ്പിടി എന്ന ഒരു തുളു ബ്രാ
ഫ്മണൻ സുബ്രഫ്മണ്യ സ്വാമിയെ ഉപാസിക്കുന്നതിനായി പയ്യന്നൂർ
ശ്രീ സുബ്രഫ്മണ്യ സ്വാമി ക്ഷേത്രത്തിൽ എത്തിയ വേളയിൽ അ
ദ്ദേഹം പണികഴിപ്പിച്ചതാണത്രെ കോറോം പെരുന്തണ്ണിയൂർ ക്ഷേ
ത്രവും തന്റെ കുലദൈവമായ വൈരജാതൻ കോട്ടവും. രണ്ടു ക്ഷേ
ത്രങ്ങളിലും ആരാധനതുടർന്നു വരവെ തന്റെ അധീനതയിലുള്ള
കോറോത്തെ പ്രദേശം മുഴുവനും ചിറക്കൽ തമ്പുരാന് വിട്ടു കൊ
ടുക്കണം എന്ന ആജ്ഞലഭിച്ചു. അനുസരിക്കാത്ത പക്ഷം നമ്പിടി
യെ വധിക്കുമെന്ന ഭീഷണിയും ഉണ്ടായി. ഇതിൽ മനം നൊന്ത
ബ്രാഫ്മണൻ പെരുന്തണ്ണിയൂർ ക്ഷേത്രത്തിൽ നിത്യ സന്ദർശകനാ
യ ഇന്നത്തെ കിഴക്കില്ലം ബ്രാഫ്മണരുടെ പൂർവ്വികനായ വിപ്രന്
പെരുന്തണ്ണിയൂർ ക്ഷേത്രത്തിന്റെ താക്കോൽ നൽകി തിരിച്ചു വ
രുംവരെ ദീപം കെടാതെ സൂക്ഷിക്കണമെന്ന നിർദ്ദേശവും നൽ
കി. വൈരജാതൻ കോട്ടത്ത് എത്തിയ നമ്പിടി അവിടെ പൂജകൾ
പൂർത്തിയാക്കി ആത്മഹത്യ നടത്തുകയും ചെയ്തു. അദ്ദേഹത്തി
ന്റെ ആത്മാവിനെയാണത്രെ ബ്രഫ്മരക്ഷസ്സായി വൈരജാതന്റെ ആ
രൂഢത്തിന് സമീപം കുടിയിരുത്തിയിരിക്കുന്നത്. കുറുമാത്തൂർ ഇ
ല്ലാത്ത സാവിത്രി അന്തർജനം ആധുനിക വിദ്യാഭ്യാസം നേടിയ
തു സംബന്ധിച്ച് കോലത്തു നാട്ടിൽ 1915 ൽ വലിയ തോതിൽ ചർ
ച്ച ചെയ്യപ്പെട്ടിരുന്നതായി ബ്രിട്ടീഷ് ചരിത്രകാരൻമാർ പോലും രേ
ഖപ്പെടുത്തിയിട്ടുണ്ട്. തെങ്ങും കവുങ്ങുമായിരുന്നു പ്രധാന വരു
മാന മാർഗ്ഗം. ഇല്ലങ്ങളോടുനുബന്ധിച്ച് വലിയ ഗോശാലകൾ ഉ
ണ്ടായിരുന്നു. കന്നുകാലി സമ്പത്ത് വളരെ പ്രധാനമായിരുന്നു. എ
ല്ലാ ഇല്ലങ്ങളിലും കാര്യസ്ഥന്മാർ ഉണ്ടായിരുന്നു. കൃഷിയുടെയും
കുടിയാന്മാരുടെയും കാര്യങ്ങൾ നോക്കിയിരുന്നത് കാര്യസ്ഥന്മാർ
ആയിരുന്നു. മണിയാണിമാരായിരുന്നു നമ്പൂതിരിമാരുടെ കാര്യ
സ്ഥർ. നികുതിയുടെയും മറ്റ് വ്യവഹാരങ്ങളും നോക്കാൻ കണക്ക
പ്പിള്ളമാരും സഹായിച്ചു. ഭൂവുടമകളും ജന്മികളുമായിരുന്നതിനാൽ

ബ്രാഹ്മണർ പൊതുവെ സുഖലോലുപരായിരുന്നു പണ്ട് കാലങ്ങ
ളിൽ പൂജയും, വേദപാഠനവും, സദ്യയും എല്ലാം കൂടിക്കലെർന്ന
സുഖജീവിതം. സ്ത്രീകൾ ഇല്ലങ്ങളുടെ അകത്തളങ്ങളിൽ ഒതു
ങ്ങിക്കൂടി. സ്ത്രീകൾ തറവാട്ടിൽ തന്നെ താമസിക്കുന്ന വ്യവസ്ഥ
യാണുള്ളത് വിവാഹിതരായ പെൺമക്കൾ അമ്മ, മുത്തശ്ശി അവ
രുടെ സഹോദരിമാർ തുടങ്ങിയവരൊക്കെ ഒരു തറവാട്ടിൽ താമ
സമുണ്ടാകും അവരുടെ ഭർത്താക്കന്മാരും അവിടെ തന്നെ താമ
സിക്കും. തറവാട്ടിലെ വിവാഹിതരായ പുരുഷന്മാർ കൂട്ടുകുടുംബ
ത്തിൽ സ്ഥിരതാമസക്കാരായിരിക്കുകയില്ല. പ്രഭുകുടുംബങ്ങളിൽ
വിവാഹം കഴിക്കുന്നവർ അവിടെ താമസിക്കും. സംബന്ധം ചെ
യ്തവർ ഭാര്യയ്ക്കും കുട്ടികൾക്കും വേണ്ടി മനവളപ്പിൽ പ്രത്യേക
പുരയുണ്ടാക്കുന്ന പതിവുണ്ടായിരുന്നു. ഈ വീടിന് മഠം എന്നുപ
റയുന്നു. ഈ സ്ത്രീകളെ കൂട്ടുകുടുംബത്തിലെ അംഗങ്ങളായി ക
ണക്കാക്കിയിരുന്നില്ല.സ്ത്രീ സ്വാതന്ത്ര്യം തീരെ ഇല്ലായിരുന്നു. പു
ല്ലൂരിലും സമീപ പ്രദേശങ്ങളിലും അധിവാസം തുടങ്ങിയ ബ്രാഹ്മ
ണ സമൂഹത്തിന് പിന്നീട് ചില മാറ്റങ്ങളുണ്ടായി. തുളു ബ്രാഹ്മണ
രായ ഇവർ ക്രമേണ തുളുവിനെ ഉപേക്ഷിച്ചു. ഇന്ന് ഇവരാരും തു
ളു സംസാരിക്കുന്നില്ല. അതേ സമയം ആചാര വിശ്വാസങ്ങളിൽ
തുളു പാരമ്പര്യം നിറഞ്ഞു നില്ക്കുകയും ചെയ്യുന്നു. ഭക്ഷണ ക്ര
മത്തിലും ഈ പാരമ്പര്യം തുടരുന്നുണ്ട്. എന്തു കൊണ്ട് തുളുഭാ
ഷ ഉപേക്ഷിക്കപ്പെട്ടു എന്നത് പഠന വിഷയമാണ്. ബ്രാഹ്മണ മന
കൾ പാണ്ഡ്യത്യത്തിന്റെ കലവറകളായിരുന്നു. പലതരം വിജ്ഞാ
നങ്ങളുടെ സിരാകേന്ദ്രം. താളിയോലകളുടെ നിധിശേഖരം പല
ഇല്ലങ്ങളിലും ഉണ്ടായിരുന്നു. പുതുതലമുറയ്ക്ക് അവയെക്കുറിച്ച്
വേണ്ടത്ര ബോധമില്ലാത്തതിനാൽ താളിയോല ഗ്രന്ഥങ്ങൾ പല
തും നശിച്ചു. ഇല്ലങ്ങൾ ക്ഷയിച്ചപ്പോൾ പട്ടോലകൾ (താളിയോല
ഗ്രന്ഥങ്ങൾ) നശിപ്പിക്കുകയോ ബാക്കിയുണ്ടായവ നശിപ്പക്കുകയോ
ചെയ്തു. വിജ്ഞാന ഗ്രന്ഥങ്ങളുടെ മഹാശേഖരമാണിത്.കേരള
ത്തിലേക്ക് ബ്രാഹ്മണർ കുടിയേറിപ്പാർത്തത് വടക്കുനിന്നാണെന്നാ
ണ് നിലവിലുള്ള നിഗമനം. കേരളോത്പത്തി മുതലായ ഐതീ
ഹ്യങ്ങളിൽ നിന്നുള്ള സ്വാഭാവികമായ ഊഹമാണ്. വടക്കുനിന്ന്
തെക്കോട്ട് ബ്രാഹ്മണസംഘങ്ങൾ കുടിയേറി പാർത്തില്ലായെന്ന്
അറുത്തുമുറിച്ച് പറയാൻ നമുക്കിന്ന് വ്യക്തമായ തെളിവുകൾ ഒ

ന്നുമില്ല. എന്നാൽ തെക്കുനിന്നും വടക്കോട്ടും അതുപോലൊരു വരവുണ്ടായിരുന്നുവെന്നതിന്റെ പ്രത്യക്ഷലക്ഷണങ്ങളാണ് വടക്ക് പുല്ലൂർ - കൊടവലം പ്രദേശം വരെ കാണുന്ന വട്ടെഴുത്ത് രേഖ കൾ. തുളുനാടിന്റെ പിൽക്കാല ലേഖന പാരമ്പര്യം ഗ്രന്ഥലിപി യോടും മറ്റുമാണ് ബന്ധപ്പെട്ടത്. വട്ടെഴുത്തിനോടോ, കോലെഴു ത്തിനോടോ അല്ല. എന്നിരിക്കെ ഈ ലിഖിതവും ഇതു പോലുള്ള മറ്റു രേഖകളും ഈ പ്രദേശത്തിന്റെ പ്രാക്തനമായ മറ്റൊരു സാം സ്കാരിക പാരമ്പര്യത്തെ കുറിക്കുന്നു. രണ്ടാമത്തെ ഘട്ടത്തിലാ ണ് തുളു ബ്രാഹ്മണരുടെ അധിനിവേശ കാലത്ത് തന്നെ ഇവിടെ എത്തിയവരാണ് മാന്തിൽ മല്ലിശ്ശേരി ഇല്ലക്കാർ. ഇവർക്കാണ് രാവണീശ്വരം പെരും തൃക്കോവിലപ്പൻ (ശിവൻ) ക്ഷേത്രത്തിലെ അവകാശം. ബ്രാഹ്മണർ നടത്തപ്പെടുന്ന ഒരു തരം ക്ഷേത്രഅനു ഷ്ഠാനകലയാണ് തിടമ്പ് നൃത്തം. തുളുനാട്ടിലേക്ക് ബ്രാഹ്മണരു ടെ കുടിയേറ്റത്തിന് ശേഷമാണ് ഈ കലാരൂപം ഉടലെടുത്തത്. പൂ ജകൾക്കും ഉത്സവങ്ങൾക്കും വേണ്ടി ശ്രീകോവിലിന് വെളിയിൽ കൊണ്ടുവരുന്ന ക്ഷേത്രപ്രതിഷ്ഠയുടെ പകർപ്പിനെയാണ് തിടമ്പ് എന്ന് പറയുന്നത്. അർദ്ധവൃത്താകൃതിയിൽ മുളയിൽ ആണ് തിട മ്പ് ഉണ്ടാക്കുന്നത്. ഇവ ചട്ടം എന്നാണ് അറിയപ്പെടുന്നത്. ചട്ട ത്തിൽ തുളസി ചെത്തി എന്നീ പൂക്കൾ ഉപയോഗിച്ച് അലങ്കരിച്ച ശേഷം സ്വർണ്ണം വെള്ളി ആഭരണങ്ങൾ കൊണ്ടും അലങ്കരിക്കും. ശ്രീകോവിലിൽ ഉള്ള പ്രതിഷ്ഠ ചട്ടത്തിൽ പ്രവേശിക്കുമ്പോഴാണ് തിടമ്പ് ആകുന്നത്. ചെണ്ടയുടെ അകമ്പടി താളത്തിന്റെ ഈണ ത്തിൽ നർത്തകർ തിടമ്പ് തങ്ങളുടെ ശിരസ്സിൽ വെച്ചു കൊണ്ട് നൃത്തം ചെയ്യുന്നു. തകിലടി, അടന്തല, ചെമ്പട, പഞ്ചാരി എന്നീ മേളങ്ങളിലാണ് സാധാരണയായി തിടമ്പ് നൃത്തം ചെയ്യാറുള്ളത്. ബ്രാഹ്മണ നൃത്തങ്ങൾ വെള്ളവസ്ത്രവും പ്രത്യേക തരം നിർമ്മി ച്ച വള, കർണ്ണാഭരണങ്ങൾ എന്നിവയും ധരിക്കുന്നു. അതിന് ശേ ഷം നൃത്തങ്ങൾ തന്റെ കൈകൾ വായുവിൽ ചുഴറ്റിയശേഷം നെ ഞ്ചിനോട് ചേർത്ത് വയ്ക്കും. ചെണ്ടമേളം മുറുകുമ്പോൾ നർത്ത കൻ പതിയെ നൃത്തം ചെയ്തു തുടങ്ങുന്നു. നൃത്തത്തിന്റെ ഇട യിൽ നർത്തകൻ കാണികളിൽ നിന്നും ദക്ഷിണ സ്വീകരിക്കും. അ നേക വർഷങ്ങളുടെ (4 വർഷം) പരിശീലനത്തിന് ശേഷം മാത്ര മായിരിക്കും തിടമ്പെടുക്കുവാൻ നർത്തകൻ പ്രാപ്തരാകും. പത്തി

ല്ലത്തിൽ പെട്ട വാരിക്കോട്ടായർ ചിത്താരിയിലാണ് താമസം. വാ
രിക്കോട്ട് തന്ത്രികളാണ് ഇവർ. വാരിക്കോട്ട് വിഷ്ണു തന്ത്രി താ
ന്ത്രിക കർമ്മങ്ങളിൽ പ്രഗത്ഭനാണ്. ഹവീക്ക് ബ്രാഹ്മണരുടെ കേ
ന്ദ്രം മധുരക്കാട്ടാണ്. പെരികമനം, നീലമന, താമരശ്ശേരി, തെക്കി
ല്ലം പുതിയമഠം തലകുളത്ത് തുടങ്ങിയ മനകൾ ഹവിക്ക് ബ്രാഹ്മ
ണരുടെതാണ്. ഋജുവേദികളാണ് ഇവർ. മറ്റൊരു വിഭാഗം ബ്രാഹ്മ
ണരാണ് വെള്ളിക്കോത്തെ പാലമംഗലം. പാലമംഗലം നമ്പിടി വി
ഭാഗത്തിൽപ്പെട്ട ഇവരാണ് ഉത്സവത്തിന് ഇവർ കുട പിടിക്കുക, ദേ
ഹണ്ഡം ചെയ്യുക എന്നീ തൊഴിലുകളിൽ ഏർപ്പെടുന്നു. മുമ്പ് പൂ
ജാദി കർമ്മങ്ങൾ ചെയ്യാൻ ഇവർക്ക് അവകാശമുണ്ടായിരുന്നില്ല.
ഇപ്പോൾ പാലമംഗലത്തുകാർ ക്ഷേത്ര പൂജകൾ നടത്താറുണ്ട്. മേൽ
ത്തട്ടിൽ ഉണ്ടായിരുന്നത് ബ്രാഹ്മണർ ആയിരുന്നു. രാജാധികാരം
പോലും അതിനു കീഴിലായിരുന്നു. ബ്രാഹ്മണരെ ചോദ്യം ചെ
യ്യൽ, ശിക്ഷിക്കാൻ ശ്രമിച്ചതിന് കോലത്തിരിയെക്കൊണ്ടുപോലും
ക്ഷമ പറയിപ്പിച്ച കഥകൾ ഇവിടെ സുലഭമാണ്. പയ്യന്നൂർ ഗ്രാമം
ഇതിൽ മുന്നിലുമാണ്.

മുസ്ലീം

പയ്യന്നൂരിൽ ഉടനീളം ചിതറിക്കിടക്കുന്ന മുസ്ലീം പള്ളികളും തൊ
ട്ടടുത്ത സ്ഥലങ്ങളിൽ സ്ഥിതി ചെയ്യുന്ന ക്ഷേത്രങ്ങളും തമ്മിലു
ള്ള അഭേദ്യമായ ബന്ധം ഇപ്പോഴും തുടരുന്നു. പള്ളികളിൽ ഉറൂ
സ് നടക്കുമ്പോൾ മറ്റ് സമുദായക്കാരുടെ സജീവ സാന്നിദ്ധ്യമുണ്ട്.
ഉൽസവങ്ങളിലും ഉറൂസ് നേർച്ചകളിലും മാപ്പിളയും മറ്റു സമുദായ
ങ്ങളും പ്രകടിപ്പിക്കുന്ന ബന്ധം വിവിധ സമൂഹങ്ങൾ തമ്മിലുള്ള
കൂട്ടായ്മയുടെയും പരസ്പര സഹകരണത്തിന്റെയും അടയാളങ്ങ
ളായി കാണാവുന്നതാണ്. മാപ്പിള എന്നത് ഒരു മതവിഭാഗത്തെ
സൂചിപ്പിക്കുന്ന വാക്കായി വളരെ അടുത്ത നൂറ്റാണ്ടുകളിലാണ് രൂ
പാന്തരപ്പെട്ടത്. ഒരു സമുദായമെന്ന സ്വത്വമാണ് ഇവർക്ക് ഉണ്ടാ
യിരുന്നത്. പതിനൊന്നാം നൂറ്റാണ്ട് ഹൻജുമാന എന്ന പേരിലുള്ള
മുസ്ലീം വ്യാപാരി സംഘടനയുണ്ടായിരുന്നു. ഇവർ അറേബ്യ, ആ
ഫ്രിക്ക, മസ്ക്കത്ത്, മലബാർ എന്നിവിടങ്ങളുമായി ബന്ധപ്പെടുന്നു
ണ്ട്. 1427 ലെ കൈക്കിണിലിഖിതത്തിൽ ഉമ്മർ മർക്കല എന്നു പേ
രുള്ള ഹൻജുമാന മുഖ്യനെ പരാമർശിക്കുന്നു. കപ്പൽ സഞ്ചാരി

എന്ന അർത്ഥത്തിലുമാണ് ഹൻ ജുമാന പ്രയോഗത്തിൽ വന്നത്. മലബാറിൽ വന്ന അറബി വ്യാ പാരികൾ പയ്യന്നൂരിലും വരിക യുണ്ടായി. ഓരോ മസ്ജിദുക ളും ആ പ്രദേശങ്ങളിലെ സാം സ്കാരിക കേന്ദ്രങ്ങളായാണ് പ്രവർത്തിച്ച് വരുന്നത്. പരസ് പര സ്നേഹവും സൗഹാർദ്ദ വും ഊട്ടിയുറപ്പിക്കുക വഴി ഗ്രാ മാന്തരങ്ങളിലെ ജനങ്ങൾക്കിട യിൽ മതസൗഹാർദ്ദത്തിന് വ ലിയ ഗോപുരങ്ങളായാണ് മത കീയ ദേവാലയങ്ങൾ പ്രവർ ത്തിച്ചുവരുന്നത്. ഏറെ കാലങ്ങ

ളായി പയ്യന്നൂർ പ്രദേശത്തെ ബഹുജനങ്ങൾക്കിടയിൽ അവരു ടെ മതകീയവും സാംസ്കാരികവുമായ മുന്നേറ്റത്തിന് മസ്ജിദി ന്റെ പ്രവർത്തനങ്ങൾ കാരണമായിട്ടുണ്ട്. മുസ്ലീം സമുദായം അവ രുടെ ആവാസ സ്ഥലത്തിനടുത്ത് പള്ളികൾ നിർമ്മിച്ച് ആരാധി ക്കുന്ന പതിവുണ്ട്. പയ്യന്നൂരും സുഗന്ധവ്യഞ്ജനങ്ങൾക്ക് പേരു കേട്ട പ്രദേശമായിരുന്നു. കച്ചവടക്കാരായി വന്ന് ഇവിടത്തെ സാ മൂഹിക-സാമ്പത്തിക ജീവിതത്തെ ഇവർ ത്വരിതപ്പെടുത്തി. മറ്റ് വി ഭാഗങ്ങളുടെ കൂടെ ഇടകലർന്ന് ഇവർ ജീവിച്ചു. കച്ചവടം എന്ന തൊഴിലിൽ ഏർപ്പെട്ട ജനവിഭാഗം എന്ന അർത്ഥം മാത്രമേ മാപ്പി ളയ്ക്കുള്ളൂ എന്നർത്ഥം. മറ്റ് സമുദായങ്ങൾക്ക് എന്നപോലെ ഉത്സ വങ്ങളിലും കളിയാട്ടങ്ങളിലും ഇവർക്ക് പ്രത്യേക അവകാശങ്ങൾ ഉണ്ടായിരുന്നു. പയ്യന്നൂരിലെ പുരാതന മുസ്ലീം ഗൃഹങ്ങളും പാ ണ്ടികശാലകളുടെ അവശിഷ്ടങ്ങളും ഇതിന് തെളിവാണ്. ഇവ യിൽ ചിലതെങ്കിലും ഇന്നും കേടു കൂടാതെ നിലനിൽക്കുന്നുണ്ട്. അറബികൾ തദ്ദേശീയരുമായി സൗഹൃദത്തിലായിരുന്നു കഴിഞ്ഞി രുന്നത് എന്നതിന് ഏറ്റവും വലിയ തെളിവ് അവരുടെ ആരാധനാ ലയങ്ങളിലും കബറുകളിലും മറ്റും ഹൈന്ദവാരാധനയെ അനുസ് മരിപ്പിക്കുമാറ് നിലവിളക്കുകൾ കത്തിക്കുന്നു എന്നുള്ളതാണ്. പയ്യ

ന്നൂരിലും പരിസരങ്ങളിലുമുള്ള കബറുകളിൽ മുസ്ലീങ്ങളും ഹിന്ദു പരമ്പരാഗത സമൂഹത്തിൽ നിലനിന്നിരുന്ന തെയ്യം ആരാധന മാ പ്പിള്ളമാരേയും പ്രതിനിധാനം ചെയ്യുന്നു. പ്രസിദ്ധമായ വയനാട് കുലവൻ തെയ്യത്തിന്റെ തലയിൽ മുണ്ടിട്ട് പ്രത്യക്ഷപ്പെടുന്ന ഒരു മുസ്ലീം കച്ചവടക്കാരനുണ്ട്. വയനാട്ടിൽ നിന്ന് ന്യായവിലക്ക് വന വിഭവങ്ങൾ വാങ്ങി പിന്നീട് വയനാട് കുലവനെ സഹായിച്ച നീ തിനിഷ്ഠനായ മുസ്ലീം കച്ചവടക്കാരനെയാണ് തെയ്യം കെട്ടുന്ന സ മയത്ത് നാം കാണുന്നത്. വ്യാപാരികളിൽ പ്രമുഖർ അറബികളും. അതുകൊണ്ട് തന്നെ ഇസ്ലാമിന്റെ ഉദയത്തിനും മുൻപ് അറബി കൾ ഈ പ്രദേശത്ത് എത്തിയിരുന്നു. അക്കാരണത്താൽ ഇസ്ലാം മത സന്ദേശം പയ്യന്നൂരിൽ എത്തുതിന് ഏറെ സമയമെടുത്തില്ലെ ന്ന അഭിപ്രായത്തിന് സാധുതയുണ്ട്. പഴയ പാട്ടുകളിലും തെയ്യ ത്തിന്റെ തോറ്റങ്ങളിലും മുസ്ലീം പള്ളികളെക്കുറിച്ചുള്ള ധാരാളം പരാമർശങ്ങൾ കാണാം. അറബി പിതാക്കളും തുളുവ അമ്മാരും ചേർന്ന ഒരു സമൂഹം ഇവിടെ രൂപപ്പെട്ടിരുന്നു. ഹൻജുമാനകൾ രാജാവിന് നികുതി നല്കുതിനുപകരം പള്ളികൾക്ക് പള്ളിമര്യാദ എന്ന പേരിൽ പണം നൽകിയിരുന്നു. കേരളത്തിലെ ഒരേയൊരു മുസ്ലീം രാജവംശമാണ് അറക്കൽ രാജവംശം. ആലിരാജ സമുദ്ര ത്തിൽ ആധിപത്യം നേടിയതുകൊണ്ട് ആഴിരാജ എന്നറിയപ്പെടു ന്നുവെങ്കിലും അറക്കൽ ബീവിക്കാണ് സർവ്വാധികാരം. ആരന്യ കുളങ്ങര നായരിൽ നിന്നുമാണ് ഈ രാജവംശത്തിന്റെ തുടക്കമൊ യി പറയുന്നത്. ആര്യൻ കുളങ്ങര നായർ ഇസ്ലാം മതം സ്വീകരിച്ച് മുഹമ്മദ് അലി അഥവാ മമ്മാലിയായി മതപരിവർത്തനം ചെയ്തു വെങ്കിലും കോലത്തിരി തന്റെ മന്ത്രിയായ മമ്മാലിയെ കഴിവും സാമർത്ഥ്യവും പരിഗണിച്ച് കൂടെത്തന്നെ നിർത്തുകയായിരുന്നു. ഉള്ളാൽ, തൃക്കരിപ്പൂർ എന്നിവിടങ്ങളുമായി ബന്ധപ്പെട്ടും ഹൻജു മാനയെക്കുറിച്ച് പരാമർശങ്ങളുണ്ട്. ഏതാണ് നാനൂറ് വർഷങ്ങൾ മുമ്പെങ്കിലും മാപ്പിളമാർ തീരദേശത്ത് നിന്ന് മലയോരങ്ങളിലേക്ക് കടന്നു ചെന്നിരുന്നു. മലയാള കവിതയിലെ കൊടുങ്ങല്ലൂർ കവിക ളെ ഓർമ്മിപ്പിക്കുവിധത്തിൽ ഒരുകൂട്ടം മാപ്പിള കവികൾ പയ്യന്നൂ രിൽ ജീവിക്കുകയും പാട്ടുകൾകൊണ്ട് മനസ്സുകളെ സമൃദ്ധമാക്കു കയും ചെയ്തു. ഒട്ടനേകം പള്ളികളിൽ സിദ്ധൻമാരുടേയോ രക്ത സാക്ഷികളുടേയോ പേരിൽ ഉറൂസുകൾ നടത്തി വരുന്നുണ്ട്.

ഉത്സവങ്ങളും ഉറൂസുകളും

പയ്യന്നൂരിലെ ഇസ്ലാമിക സമൂഹങ്ങളിലും പുണ്യാത്മാക്കളെ ആ
രാധിക്കുന്ന ചടങ്ങുകളുണ്ട്. ഇതിന്റെ ഭാഗമാണ് നേർച്ചകളും ഉറൂ
സുകളും. ഇസ്ലാംമത പ്രചാരണാർത്ഥം മലബാർ തുറമുഖങ്ങളി
ലെത്തിയ വിദേശമുസ്ലീങ്ങളെ അന്നത്തെ അമുസ്ലീം ഭരണാധികാ
രികൾ സഹിഷ്ണുതയോടുകൂടി സ്വീകരിച്ചിരുന്നു. അവരിൽ നി
ന്ന് ഇസ്ലാംമതം എന്താണെന്നും, അതിന്റെ മഹത്വമെന്താണെന്നും
ഗ്രഹിച്ച മലബാറുകാരിൽ വലിയൊരു വിഭാഗം ഇസ്ലാംമതത്തിൽ
ചേർന്നു. അങ്ങനെ മലബാറിൽ ഇസ്ലാംമതത്തിന് ഏറെ പ്രചാരം
സിദ്ധിക്കുകയും മുസ്ലീംസമുദായത്തിന്റെ സംഖ്യ വർദ്ധിക്കുകയും
ചെയ്തു. അന്നത്തെ അധികാരിവർഗ്ഗം മതപരിവർത്തനത്തെ ത
ടസ്സപ്പെടുത്തുകയോ, മതം മാറിയവരെ ദ്രോഹിക്കുകയോ ചെയ്
തിരുന്നില്ല. ഇത്തരത്തിലുളള സാംസ്കാരിക വിനിമയങ്ങളിലൂടെ
രൂപപ്പെട്ട കലകളിൽ മതസൗഹാർദ്ദാന്തരീക്ഷം നിലനിർത്തിപ്പോ
ന്നിരുന്നു. തദ്ദേശീയരുടെ അനുഷ്ഠാന പാരമ്പര്യത്തിൽ ഇസ്ലാം
മതം കടന്നുവരുന്നതും ഇത്തരത്തിലാണ്.ജാതീയതയ്ക്കും വർ
ഗീയതയ്ക്കും എതിരെ സംസാരിക്കുന്ന പോയകാലത്തിന്റെ ചരി
ത്രം പുരാവൃത്തങ്ങളിലൂടെ രൂപപ്പെടുന്നവയാണ് വടക്കേ മലബാ
റിലെ ഹിന്ദു-മുസ്ലീം പുരാവൃത്തങ്ങൾ. മതമൈത്രീ ചിഹ്നങ്ങൾ ഉ
യർത്തിക്കാട്ടുന്ന മാപ്പിളത്തെയ്യങ്ങളും, ഉറൂസുകളും ചരിത്രത്തിന്റെ
അനിഷേധ്യങ്ങളായ രചനാസാമഗ്രികളാണ്. ജാതീയതയും, വർ
ഗീയതയും സമൂഹത്തിൽ നിലനിൽക്കുമ്പോൾതന്നെ അതിനതീ
തമായ സഹവർത്തിത്വമാണ് ഈ പുരാവൃത്തങ്ങൾ മുന്നോട്ടുവയ്
ക്കുന്നത്. പയ്യന്നൂരിലെ ഹിന്ദു-മുസ്ലീം കൊടുക്കൽ വാങ്ങലുകളു
ടെ ചരിത്രം പുരാവൃത്തത്തിലൂടെ അനുഷ്ഠാനരൂപം കൈവരിക്കു
മ്പോൾ അബോധപൂർവ്വമായി ഒരു സാംസ്കാരിക ചരിത്രം നിർ
മ്മിക്കപ്പെടുന്നു. തെയ്യത്തിലെ മാപ്പിള സാന്നിധ്യവും, മാപ്പിള അ
നുഷ്ഠാനങ്ങളിലെ പ്രാദേശിക സ്വാധീനവും ശ്രദ്ധേയമാണ്. ചരി
ത്രാംശം പുരാവൃത്തത്തിലെത്തുമ്പോൾ ഇല്ലാതാകുന്നു. ചരിത്ര
മില്ലാതെ പുരാവൃത്തമില്ല എന്നു പറയുന്നത് അതുകൊണ്ടാണ്.
വിദൂരകാലത്തെ ചരിത്രമാണ് ഇത്തരത്തിൽ പുരാവൃത്തങ്ങളിൽ
മറഞ്ഞുനിൽക്കുന്നത്. കേരളത്തിലെ ഏറ്റവും ആകർഷകമായ മു

സ്ലീം തീർത്ഥാടന കേന്ദ്രങ്ങളിലൊന്നാണ് പുളിങ്ങോം മഖാം. അ റേബ്യയിൽ നിന്നും മതപ്രചരണാർത്ഥം കേരളത്തിലെത്തിയ പ്ര ബോധക സംഘത്തിലെ രണ്ട് ഔലിയാക്കളുടെ ഖബറിടങ്ങളാ ണ് പള്ളിയുടെ പുറത്ത് കെട്ടിടത്തിനോടു ചേർന്ന് ഇടത്തും വല ത്തുമായി കാണപ്പെടുന്നതെന്നാണ് വിശ്വാസം. എല്ലാ വർഷവും ഇവിടെ ഉറൂസ് നേർച്ച നടത്താറുണ്ട്. മതേതരമായ ജനകീയ കൂ ട്ടായ്മയിലാണ് ഈ ആഘോഷം നടത്തിവരുന്നത്. പുണ്യാത്മാ ക്കളെ ആരാധിക്കുന്ന ചടങ്ങാണിത്. പയ്യന്നൂരിലെ മുസ്ലീങ്ങളുടെ അനുഷ്ഠാന പ്രധാനമായ ഒരാഘോഷമാണ് ഉറൂസ്. ഹൈന്ദവ ഗൃഹങ്ങളിലും ഉറൂസ് ഒരാഘോഷം തന്നെയാണ്. വർഷത്തിൽ ഒരു കുരുമുളക് വള്ളി ഉറൂസിനായി അവർ നീക്കി വയ്ക്കും. ഉറൂ സിന്റെ 'തലേ വെള്ളിയാഴ്ച' പള്ളിയിലേക്കുള്ള ശേഖരണത്തിന് ചുമതലപ്പെട്ടയാൾ എത്തും. അയാൾ ആ കൊടിയിലെ മുളക് പ റിച്ചെടുത്ത് വീട്ടുമുറ്റത്തു വച്ചു തന്നെ സംസ്കരിച്ചെടുക്കും. കുരു മുളക് മൂന്നു പ്രാവശ്യം വാരി വീട്ടുകാർക്ക് കൊടുക്കും. ബാക്കി യുള്ളത് പള്ളിയിലേക്കാണ്. എട്ടിക്കുളത്ത് ഹൈദരലിയും ടിപ്പു സുൽത്താനും പണിത പള്ളിയും ചരിത്ര പ്രസിദ്ധമാണ്. പഴയപ ള്ളികളൊക്കെ കേരളീയമായ വാസ്തുശില്പമാതൃകയിലാണ് പ ണിതിരുന്നത്. പഴയ തനിമ സൂക്ഷിക്കുന്ന പള്ളികളാകട്ടെ കട്ടി യേറിയ മരപലകകൾ കൊണ്ട് പണിത മനോഹര ശില്പമാതൃക കളാണ്. പള്ളികളിൽ നടത്തുന്ന പ്രസിദ്ധമായ ഉറൂസ് നേർച്ചക ളിൽ വലിയ ജനക്കൂട്ടം പങ്കെടുക്കാറുണ്ട്. നാനാജാതി മതസ്ഥരു ടെ സാന്നിദ്ധ്യം കൊണ്ട് സമ്പന്നമായിരുന്നു. അടുത്ത കാലം വ രെ ഉറൂസ് നേർച്ചകൾ. ഹരിജനങ്ങൾ ഉൾപ്പെടെ ഉറൂസിന് എത്തി ച്ചേരുന്നവർക്കെല്ലാം ഭക്ഷണപ്പൊതി വിതരണം ചെയ്യുന്ന പതിവു ണ്ട്. മതസൗഹാർദ്ദത്തിന്റെ പ്രധാനപ്പെട്ട ചിഹ്നങ്ങളിൽ ഒന്നാണി ത്. പയ്യന്നൂർ ജുമാ മസ്ജിദ് മത സൗഹാർദ്ദത്തിന് മകുടോദാഹര ണമാണ്. ദൈവത്തിന്റെ പ്രതീകമായി കരുതപ്പെടുന്ന 'തങ്ങൾ' ജ നങ്ങളുടെ ദുഃഖങ്ങൾക്കും പരാധീനതകൾക്കും പരിഹാരം നിർ ദ്ദേശിക്കുന്നത് വഴി പ്രശ്ന പരിഹാരം ഉണ്ടാകുന്നു. ഇതിനായി എല്ലാ മതവിശ്വാസികളും ഇവിടെ സമ്മേളിക്കാറുണ്ട്. പെരുമാൾ റാത്തീബ്, മൗലൂദ്, നാൽപത് ദിവസത്തെ വയള് എന്നിവ മുസ്ലീം ആഘോഷങ്ങളായിരുന്നു. ഇവ പ്രധാനമായും പള്ളികളേയും വീ

ടുകളേയും കേന്ദ്രീകരിച്ചാണ് നടന്നിരുന്നത്. ഒട്ടേറെ അറബി, ഉറു
ദു വാക്കുകൾ മലയാളത്തിൽ കാണാവുന്നതാണ്. ഭാഷയിൽ നാം
മലയാളമെന്ന് കരുതിപ്പോന്ന മുപ്പത്തി അഞ്ച് ശതമാനത്തോളം പ
ദങ്ങൾ അറബിയുടെ വരദാനമാണ്. മുസ്ലീങ്ങളാണ് അവ കൊണ്ടു
വന്നത്. ഹൽവ, സർക്ക, മസാല, ചപ്പാത്തി, മൈദ, സൂചി, സമൂസ,
ജിലേബി, ബദാം, അച്ചാർ, കൈലി, കരാർ, കവിടി, കവാത്ത്, കറി,
കുപ്പി, കീശ, കറപ്പ, കൊപ്ര എന്നിവ പെട്ടെന്ന് ഓർമ്മയിൽ വരുന്ന
പദങ്ങളാണ്. കോടതിയും വ്യവഹാരവുമായി ബന്ധപ്പെട്ട് പറഞ്ഞു
വരുന്ന തൊണ്ണൂറ് ശതമാനം പദങ്ങളും മുസ്ലീങ്ങളുടെ വകയാ
ണ്. റദ്ദ്, ജാമ്യം, അസ്സൽ, നക്കല്, ഒസ്യത്ത്, മുക്ത്യാർ, വക്കീൽ, വ
ക്കാലത്ത്, ആമീൻ, മുൻസിഫ്, ഹാജർ, മഹസ്സർ, സദ്, ഹജൂർ ക
ച്ചേരി, ഹർജി, ശിപ്പായി, നാദിർ, താവഴി എന്നിവ ഉദാഹരണങ്ങ
ളാണ്. ഇതേപോലെ തഹസില്ദാർ, കസബ, ദിവാൻ, ജമേദാർ,
പേഷ്ക്കാർ, സർക്കാർ, അബ്ക്കാരി, അവീൻ, അലമാര, ജിമിക്കി,
ജില്ല, ജോഡി, ജോറ്, തകരാറ്, തബാക്ക്, തമ്പ്, തർജ്ജിമ, തക്ലി, ത
ബല തുടങ്ങിയവും മുസ്ലീങ്ങളാണ് കൊണ്ടുവന്നത്. പയ്യന്നൂരിലെ
പഴയ നാടൻ പാട്ടുകളിലും തെയ്യത്തിന്റെ തോറ്റങ്ങളിലും മുസ്ലീം
പള്ളികളെക്കുറിച്ചുള്ള ധാരാളം പരാമർശങ്ങൾ കാണാം. തെയ്യ
ത്തിലെ മതമൈത്രിചിഹ്നങ്ങൾ ഏറെ വലുതാണ്. പയ്യന്നൂരിൽ ഇ
സ്ലാംമതം വേരോട്ടം നടത്തിയതിന്റെ ചരിത്രം വാചാലുകളിൽ കേൾ
ക്കാം.   മുസ്ലീം സമുദായത്തിൽപെട്ടവരെ തെയ്യം മാടായിനഗരേ
എന്നാണ് സംബോധന ചെയ്യുന്നത്. വടക്കൻ കേരളത്തിലെ ആ
ദ്യപള്ളി മാടായി പള്ളിയാണ്. ഇത് അനുസ്മരിപ്പിക്കുന്ന രീതിയി
ലാണ് ഈ സംബോധന. ഏതാണ് നാനൂറ് വർഷങ്ങൾ മുമ്പെങ്കി
ലും മാപ്പിളമാർ തീരദേശത്ത് നിന്ന് മലയോരങ്ങളിലേക്ക് കടന്നു
ചെന്നിരുന്നു. തെയ്യം, മാപ്പിളമാരുടെ പൂർവചരിത്രം പറയുന്നതി
പ്രകാരമാണ്: അന്ന് ചേരമാൻ പെരുമാൾ കൊടുങ്ങല്ലൂർ തുറമുഖ
ത്തു നിന്ന് ഗൂഢമായി കപ്പൽ കയറി, കൊയിലാണ്ടി കൊല്ലം തു
ക്കിൽ ഒരു നാൾ പാർത്തശേഷം പിറ്റേന്നു ധർമ്മ പട്ടണം വന്നു.
ധർമ്മപട്ടണം കോവിലകം രക്ഷിപ്പാൻ സാമൂതിരിയെ ഏൽപ്പിച്ചു.
കൊടുങ്ങല്ലൂരിൽ നിന്നു കപ്പൽ കയറി വിട കൂടാതെ സഹർമു
ക്കിൽ ഹയാബന്തരിൽ ചെന്നിറങ്ങി. അപ്പോൾ മുഹമ്മദ്നബിതി
രുമേനി ജിദ്ദ എന്ന നാട്ടിൽ പാർത്തു വരുന്നതറിഞ്ഞു. അന്ന് മുപ്പ

ത്തിയഞ്ചല്ലോ തിരുവയസ്സ് തിരുനബിക്ക്. തമ്പുരാൻ അവിടെ ചെന്നു കണ്ട് മാർക്കം കൂടി, താജുദ്ദീൻ എന്നു പേരായ മാലിക്ക് ഹബീയാറെന്ന അറബിരാജാവിന്റെ പെങ്ങൾ റിജിയത്ത് എന്നവ ളെ കെട്ടി അഞ്ചാണ്ടുപാർത്തതിന്റെ ശേഷം താജുദ്ദീനുമൊത്ത് മ ലയാളത്തിൽ ദീൻ നടത്താനിറങ്ങി വന്നപ്പോൾ ദീനം പിടിച്ചു. താ നുണ്ടാക്കിയ പള്ളിയിൽ തന്നെ മറയുകയും ചെയ്തു. പെരുമാളു ടെ എഴുത്തും മുദ്രയുമായി രണ്ടു കപ്പൽ കയറി പതിനൊന്ന് തങ്ങ ന്മാർ കൊടുങ്ങല്ലൂരു വന്നിറങ്ങി. രാജസമ്മതത്തോടെ പള്ളികളു ണ്ടാക്കി. അതുപ്രകാരം മാടായിപ്പള്ളി, അബ്ദുറഹ്മാൻ പള്ളി, മുട്ട ത്തു പള്ളി, പന്തലായനിപ്പള്ളി, സൈയിനുദ്ദീൻ ഖാദി, മാലിക് ദീ നാർ പള്ളി, ശ്രീകണ്ഠാപുരം പള്ളി തുടങ്ങി അറേബ്യൻ കല്ലു വ ച്ച പതിനൊന്നു പള്ളിയുണ്ടാക്കി. അഞ്ചു നിസ്കാരത്തിനും ആ രാധനയ്ക്കും ഊനമില്ലാതെ തരപ്പെടുത്തി. അങ്ങനെയല്ലേ എ ന്റെ മാടായി നഗരേ... എന്ന വാചാലിൽ ഒരു ചരിത്രം നിറഞ്ഞു നിൽക്കുന്നു. മതസൗഹാർദ്ദ ചരിത്രം കൂടിയാണിത്. പയ്യന്നൂരിലെ ക്ഷേത്രങ്ങളിലും കാവുകളിലും കെട്ടിയാടുന്ന തെയ്യങ്ങളിൽ മാ പ്പിളത്തെയ്യങ്ങളും ഉൾപ്പെടുന്നു. ഒരു നായർ തറവാട്ടിലെ കാരണ വന്റെ ചുമതലകൾതന്നെയാണ് മാപ്പിളമരുമക്കത്തായത്തിലെ കാ രണവനും ഉള്ളത്. മാപ്പിളമരുമക്കത്തായ വ്യവസ്ഥയിൽ മതപരമാ യ നിയമങ്ങൾ അനന്തരവന്മാരെക്കൊണ്ട് അനുസരിപ്പിക്കുക എ ന്നത് കാരണവന്റെ ചുമതലയാണ് മാത്രമല്ല തറവാട്ടിൽ ആർക്കെ ങ്കിലും എതിരെ ജാതിസഭയിൽ പരാതിയുണ്ടായാൽ അവരെ പ്ര തിനിധീകരിച്ച് സഭയിൽ ഹാജരാവേണ്ട ചുമതലയും കാരണവ ന്റേതാണ്. മുസ്ലീം സമുദായത്തിന്റെ ആചാരക്രമം ഹിന്ദുക്കളുടേ തിൽ നിന്ന് വളരെ വ്യത്യസ്തമാണ്. ചേലാകർമ്മം, കാതുകുത്ത് കല്യാണം തുടങ്ങി ഒട്ടേറെ പുതുമ കലർന്ന ആചാരങ്ങൾ മുസ്ലീമു കൾ അനുഷ്ടിക്കുന്നുണ്ട്. ഓത്തുപള്ളിയിൽ ചെന്ന് മതവിദ്യാഭ്യാ സം നടത്തുക നിർബന്ധമാണ് തെരണ്ടുകല്യാണം നടത്തുന്ന പ തിവും ഇവർക്കിടയിലുണ്ട്. ഇസ്ലാമിന്റെ ആചാരാനുഷ്ഠാനക്രമങ്ങ ളെല്ലാം ഖുറാൻ, പ്രവാചകചര്യകൾ, ഉസ്മത്ത് എന്നിവ സർവ്വസ മ്മതമായി അംഗീകരിക്കപ്പെട്ടു പോന്നു. ശുഹദാക്കളുടെ പേരിൽ ഉള്ള നേർച്ചയാണ് ഉറൂസ്, ശുഹദാക്കളുടെ പ്രീതി നമ്മുടെ നന്മയ് ക്ക് ഉപകരിക്കും എന്നാണ് വിശ്വാസം.വിവാഹം, മരണം തുടങ്ങി

യ വേളകളിലും മുസ്ലീമുകൾക്കിടയിൽ പ്രത്യേകമായ ആചാരരീ
തികൾ തന്നെയുണ്ട്. പറഞ്ഞു നിശ്ചയിക്കലോടെയാണ് വിവാഹം
ഔപചാരികമായി തീരുമാനിക്കപ്പെട്ടത്. വിവാഹനിശ്ചയം നടക്കു
ന്നതോടെ ആഘോഷം തുടങ്ങുന്നു. വിവാഹത്തിന്റെ മതപരമായ
ചടങ്ങാണ് നിക്കാഹ്. ഇത് വരന്റെയോ വധുവിന്റെയോ വീട്ടിൽ
വെച്ച് നടത്തുന്നു. താലികെട്ട് ഇപ്പോഴും സ്ത്രീകളുടെ ഒരു ചട
ങ്ങായി മുസ്ലീമുകൾക്കിടയിൽ ഇപ്പോഴും കരുതപ്പെടുന്നു. വിവാ
ഹത്തലേന്ന് പുതുപ്പെണ്ണിനെ മൈലാഞ്ചി അണിയിക്കുന്ന ചടങ്ങും
സവിശേഷത കലർന്നതാണ്.മുസ്ലീങ്ങളുടെ ആഹാരരീതിയിലും
വൈവിധ്യം ദൃശ്യമാണ്. വിവാഹസദ്യയ്ക്കും സൽക്കാരത്തിനും
ബിരിയാണിയും നെയ്ച്ചോറും നിർബന്ധമാണ്.മരണാനന്തര ചട
ങ്ങുകളും വ്യത്യസ്തമാണ് മൃതദേഹം ഖബറടക്കുകയാണ് പതി
വ്. മയ്യത്തിനോട് ബഹുമാനം ഉണ്ടായിരിക്കുക എന്നത് നിർബന്ധ
മാണ്. തല വടക്കോട്ടേക്കാണ് വെക്കുക. ചാവും ചാവുനീക്കലും
ഒരു കാലത്ത് ആചരിച്ചിരുന്നു.മടക്കര തെക്കുമ്പാട് പ്രദേശത്തി
ന്റെ അധീശത്വം വൈതൽമല ആസ്ഥാനമാക്കി ഭരിച്ചിരുന്ന വൈ
തക്കോൻമാർക്കായിരുന്നു. അവർ കുടകിൽ നിന്നും വന്നവരായി
രുന്നു. കുപ്പം പുഴയിൽ ചെറുമരക്കലങ്ങളുടെ സഞ്ചാരവും മുസ്ലീ
ങ്ങളുടെ സാന്നിദ്ധ്യവും ഉണ്ടായിരുന്നതായി പയ്യന്നൂരിലെ ക്ഷേ
ത്രങ്ങളുടെ ഐതിഹ്യങ്ങളിൽ പരാമർശിക്കുന്നുണ്ട്. മലമ്പ്രദേശ
ങ്ങളിലെ മുസ്ലീങ്ങളും ഭരണ കർത്താക്കളായിരുന്ന ചില പ്രഭുക്ക
ന്മാർ – ഈറ്റിശ്ശേരിയിടം, കനകത്തിടം എന്നീ ഇടവാഴ്ചക്കാർ –
വിവിധ കാലങ്ങളിലായി തെക്കുമ്പാട് ദ്വീപ് കൈയടക്കി ഭരിച്ചിരു
ന്നു. ക്ഷേത്രമുറ്റങ്ങളിൽ ഉരിയാടി ഉറഞ്ഞാടുന്ന തെയ്യങ്ങൾ ഹിന്ദു
മുസ്ലീം മതങ്ങൾക്കിടയിലുണ്ടായിരുന്ന പഴയ പോരാട്ടങ്ങളുടെ സ്
മരണയുയർത്തുന്നു. ജാതി മതങ്ങളുടെ വേലിക്കെട്ടൊന്നുമില്ലാ
തെ പർദ്ദയണിഞ്ഞ മുസ്ലീം സ്ത്രീകൾ നാണയത്തുട്ടുകൾ നല്കി
തെയ്യത്തിൽ നിന്നും പ്രസാദം വാങ്ങാൻ കൈകൂപ്പി നിൽക്കുന്ന ഭ
ക്തി നിർഭരമായ കാഴ്ച മതഭ്രാന്തുള്ളവരുടെ കണ്ണുതുറപ്പിക്കും.
കേരളത്തിലെ മുസ്ലീം സമുദായം അവരുടെ ആവാസകേന്ദ്രങ്ങൾ
ക്കടുത്ത് പള്ളി നിർമ്മിക്കുന്ന പതിവുണ്ട്. ഈ പ്രദേശത്തെ ഏറ്റ
വും പഴക്കമുള്ളതും പഴയനിർമ്മാണ ശൈലിയിലുള്ളതുമാണ് ഏ
ഴിമലപള്ളി. ഏതു മുസ്ലീം പള്ളിയുടെയും നിർമാണത്തിൽ ചില

പൊതുഘടകങ്ങൾ കാണാം.എല്ലാ പള്ളികളും പടിഞ്ഞാറ് ലക്ഷ്യ മാക്കി (മെക്കയിലെ കഅ്ബ) നമസ്കരിക്കാൻ പാകത്തിനുള്ളതാ ണ്. പടിഞ്ഞാറ് ഒഴിച്ച് മൂന്നു ഭാഗത്തും നിറയെ വാതിലുകൾ കാ ണാം. പടിഞ്ഞാറ് ഭാഗത്ത് മുമ്പോട്ടു തള്ളി ഒരു ഒഴിഞ്ഞ സ്ഥലം സജ്ജീകരിച്ചിരിക്കും ഇത് നമസ്കാരം നയിക്കുന്ന പുരോഹിതന് (ഇമാം) നിൽക്കാനുള്ളതാണ്. വെള്ളിയാഴ്ചത്തെ പ്രത്യേക നമ സ്കാരമുള്ള പള്ളികളിൽ പ്രധാന പുരോഹിതന് മതപ്രസംഗം ന ടത്താനുള്ള പ്രസംഗപീഠം കൂടിയുണ്ടാകും. മരത്തിൽ ധാരളം കൊ ത്തുപണികളുള്ള ഈ പീഠത്തിന് മിമ്പർ എന്നു പറയുന്നു. നമസ് കാരത്തിനുമുമ്പുള്ള ശരീരശുദ്ധി(ഒസു) വരുത്താൻ പലയിടത്തും തൊട്ടടുത്ത് കുളവുമുണ്ടായിരുന്നു.ഇന്ന് പള്ളികളുടെ എണ്ണം കൂ ടി മുഖച്ഛായ മാറി. പയ്യന്നൂരിൽ ഉത്തരേന്ത്യൻ ശൈലിയുള്ള കും ഭഗോപുരങ്ങളും മിനാറുകളും പുതിയ പള്ളികളിൽ കൂട്ടിച്ചേർക്ക പ്പെട്ടു. നഗരമധ്യത്തിലും പള്ളികൾ പണിയേണ്ട അവസ്ഥ വന്ന പ്പോൾ കുളങ്ങൾക്ക് പകരം വാട്ടർടാങ്കുകളും പൈപ്പുകളും വഴിയു ടെ ഇരുഭാഗത്തും സ്ത്രീകൾക്ക് നിസ്കരിക്കാനുള്ള നിസ്കാര ത്തിണ കളുമുണ്ടാക്കി. മുസ്ലീം വീടുകളുടെ പ്രത്യേകത അവയു ടെ വാതിലുകളുടെ സജ്ജീകരണമാണ്. അടുക്കളമുറ്റത്ത് മറയ്ക്കു ള്ളിൽ പകൽ ജോലികളിൽ ഏർപ്പെട്ടിരിക്കുന്ന സ്ത്രീകൾക്ക് പൂമു ഖത്ത് വരുന്നവരെ അവിടെ നിന്നുകൊണ്ടു കാണാവുന്ന രീതി യിൽ വാതിലുകൾ വീടിനു നടുവിൽ നിരനിരയായിട്ടായിരുന്നു സജ്ജീകരിച്ചിരുന്നത്. ഇവിടുത്തെ ആശാരിമാർ അവരുടെ ഭാവന യും ഉടമസ്ഥന്റെ ആവശ്യങ്ങളും കൂട്ടിച്ചേർത്ത് നിർമ്മിച്ചവയാണ് മുസ്ലിം മാളികകൾ. സകലതും അറ്റാച്ച്ഡ് – എന്ന ആശയം കടന്നു വരുന്നത് മുസ്ലീം കല്യാണങ്ങളുടെ ഭാഗമായ അറ നിർമ്മാണവു മായി ബന്ധപ്പെട്ടതാണ് ബാത്ത് റൂം, ടി.വി, മ്യൂസിക് സിസ്റ്റം, ക ണ്ണാടികൾ, ഷെൽഫ്, ഫോൺ ഇതൊക്കെയുള്ളതാണ് ആധുനിക അറ.

ക്രിസ്ത്യാനികൾ

സ്വിറ്റ്സർലണ്ടിൽ നിന്നും ഇന്ത്യയുടെ പശ്ചിമ തീരത്തേക്ക് നി യുക്തരായ മിഷനറിമാർ 1834 ൽ കോഴിക്കോട് കപ്പലിറങ്ങി. അവി ടെ നിന്ന് പയ്യന്നൂരിലെ മലയോരമേഖലയിൽ ചെന്ന് പ്രവർത്ത

നം ആരംഭിച്ചു. മലബാറിലും തെക്കൻ കർണ്ണാടകത്തിലും വിദ്യാ
ഭ്യാസ സാംസ്കാരിക വ്യവസായിക രംഗത്ത് മാർഗദർശികളായി
രുന്നു ഈ മിഷനറിമാർ, അച്ചടി, പുസ്തക പ്രസാധനം, ഓട്, ടെ
ക്സ്റ്റൈൽ, സെറാമിക്സ് തുടങ്ങിയവ സ്ഥാപിച്ച് സേവന പ്രവർ
ത്തനങ്ങൾ സംഘടിപ്പിക്കുന്നതിൽ ഇവർ വിജയിച്ചു. തൗളവത്തി
ലെ പ്രൊട്ടസ്റ്റന്റുകാർ മുഴുവൻ ഈ മിഷനറിമാരുടെ പ്രവർത്തന
ഫലമായിരുന്നു. ചെറുപുഴ, രാമന്തളി, പെരിങ്ങോം തുടങ്ങിയ സ്ഥ
ലങ്ങളിലേക്ക് പ്രവർത്തനം വ്യാപിപ്പിച്ചു. ഇവർ പ്രധാനമായും അ
വരിലും താഴ്ന്ന ജാതിക്കാരേയുമാണ് മതം മാറ്റിയത്. അതുകൊ
ണ്ടുതന്നെ റോമൻ കത്തോലിക്കരേപ്പോലെ ഉന്നത പദവി അലങ്ക
രിക്കാൻ അവർക്കായില്ല. എന്നാലും അഭിവൃദ്ധിയുണ്ടായിട്ടുണ്ട്. മ
തം മാറിയെത്തിയ പാവപ്പെട്ടവരെ പുനരധിവസിപ്പിക്കുന്നതിന് പു
തിയ തൊഴിൽ മേഖല കണ്ടെത്തി നാഗരിക ലോകത്തേക്ക് കൈ
പിടിച്ചു കയറ്റുക എന്ന ദൗത്യം സാക്ഷാത്കരിക്കാൻ പള്ളിയും പ
ള്ളിക്കൂടവും മാത്രം പോരെന്ന് ബാസൽ മിഷൻ തിരിച്ചറിഞ്ഞു.
ആതുരാലയങ്ങളും ഫാക്ടറികളും സ്ഥാപിച്ചു. എന്നാൽ പ്രധാ
ന്യം വിദ്യാലയത്തിന് തന്നെ നൽകി. കടന്നുചെല്ലാൻ പറ്റുന്ന ഗ്രാ
മാന്തരങ്ങളിലൊക്കെ വിദ്യാലയങ്ങൾ സ്ഥാപിച്ചു. പുരോഹിതൻ
മാരൊക്കെത്തന്നെ ഹോമിയോപ്പതിയിൽ പ്രാവിണ്യം നേടിയവ
രായിരുന്നു. ഗ്രാമങ്ങളിലെ രോഗികൾക്ക് അതൊരനുഗ്രഹമായി മ
ത പ്രചാരണത്തിനുള്ള മറ്റൊരു മാധ്യമം പുസ്തകങ്ങളായിരുന്നു
. ധാരാളം ചെറുപുസ്തകങ്ങൾ അച്ചടിച്ചിറക്കി പുതുക്രിസ്ത്യാനി
കളിലെത്തിച്ചു. പരിവർത്തിത ക്രിസ്ത്യാനികളുടെ ജീവിത ഗുണ
മേന്മയിൽ പ്രത്യേകം ശ്രദ്ധിച്ചു. പുരോഹിതന്മാർ സത്യസന്ധവും
ആത്മാർത്ഥവുമായ ജീവിതചര്യകളിലൂടെ അയൽപക്കത്തിന്റെ ആ
ദരവ് പിടിച്ചു പറ്റി. ഇങ്ങിനെ അനേകം പുതിയ രീതികളിലൂടെ പ
ലരും ക്രിസ്ത്യാനികളായിത്തീർന്നു ക്രിസ്ത്യാനികുട്ടി ജനിച്ചാൽ
ഒന്നോ രണ്ടോ മാസത്തിനുള്ളിൽ മാമോദിസ എന്ന ചടങ്ങ് നട
ത്തുന്നു. മമ്മോദിസയുടെ സമയത്തു തന്നെയാണ് കുട്ടിക്ക് പേരി
ടുന്നത്. മൂത്തകുട്ടിക്ക് പിതാവിന്റെ അച്ഛന്റെയോ അമ്മയുടേയോ
പേരും രണ്ടാമത്തെ കുട്ടിക്ക് അമ്മയുടെ മാതാപിതാക്കളുടെ പേ
രും പാരമ്പര്യപേരായി ഇടുന്നു. ഇത് നിർബന്ധമായി അനുഷ്ഠി
ക്കപ്പെടുന്നു. ആദ്യ കുർബാന സ്വീകരണം (വിശുദ്ധ കുർബാന

സ്വീകരണം) എന്ന ചടങ്ങിൽ രക്ഷിതാക്കളുടെ സാന്നിദ്ധ്യം നിർ
ബന്ധമാണ്.മരിച്ചു കഴിഞ്ഞാൽ ശവം മറവു ചെയ്യുകയാണ് ചെയ്യു
ക. ശവം സംസ്കരിക്കുന്നതിനായി പള്ളിപ്പറമ്പിൽ പ്രത്യേക സ്ഥ
ലമുണ്ടായിരിക്കും. അതാത് ഇടവകകളിൽ പെടുന്ന വ്യക്തികളെ
മാത്രമേ ആ പള്ളികളിൽ സംസ്കരിക്കുകയയുള്ളൂ. ജഡം ശവപ്പെട്ടി
കളിലാക്കിയാണ് മറവു ചെയ്തിരുന്നത്. ശവം കൊണ്ടു പോകു
മ്പോൾ വശങ്ങളിൽ ആൺമക്കളും മറ്റു ബന്ധുക്കളും പിടിക്കുന്നു.
മറവു ചെയ്യുമ്പോൾ കുഴിയിലേക്ക് ആദ്യം വികാരിയച്ചനും പിന്നീ
ട് മക്കളും ബന്ധുക്കളും കുറച്ച് മണ്ണോ കുന്തിരിക്കമോ ഇടുന്നു. ഇ
തിനു ശേഷം മണ്ണിട്ട് പൂർണ്ണമായി മൂടുന്നു.മരിച്ച് നാല്പത്തിയൊ
ന്നിന് കുഴിമാടത്തിനടുത്ത് അച്ചനെ കൊണ്ടു വന്ന് ചടങ്ങുകൾ
ചെയ്യിപ്പിക്കുകയും പള്ളിയിൽ കുർബാന ചൊല്ലിക്കുകയും ചെയ്
തുപോന്നു. പിതൃദായകരായതിനാൽ അച്ഛന്റെ കുടുംബപ്പേരാണ്
സ്വീകരിക്കുന്നത്. മക്കൾക്ക് അവരുടെ പേരിനുശേഷം പിതാവി
ന്റെ പേരോ വീട്ടു പേരോ ചേർക്കുന്നു. കാലമേറെ ചെന്നപ്പോൾ
ചടങ്ങുകളിലും ആചാരങ്ങളിലും ചെറിയ വ്യത്യാസങ്ങൾ സംഭ
വിച്ചു എന്നല്ലാതെ ക്രൈസ്തവരുടെ ദായക്രമത്തിൽ മാറ്റങ്ങളൊ
ന്നും തന്നെ വന്നിട്ടില്ല. ജാതീകൃതമായ അവശതകളെ അതിജീവി
ക്കുന്നതിനും ഭൂപ്രഭുക്കളിൽ നിന്നുള്ള പീഡനങ്ങളിൽ നിന്ന് രക്ഷ
പ്പെടുന്നതിനും മിഷനറിമാരുടെ പിന്തുണ സഹായകമാവുമെന്ന്
അവർക്ക് ബോധ്യപ്പെട്ടു. മിഷനറിമാരുടെ പ്രാർത്ഥനകൾകൊണ്ട്
രോഗശാന്തി ലഭിക്കുന്നുവെ ന്നവിശ്വാസവും മതപരിവർത്തനത്തി
ന് പ്രേരകമായി. ബാസൽ മിഷൻ ചരിത്രത്തിൽ തുളു ആന്തോള
നം എന്ന പ്രഖ്യാതമായ പ്രസ്ഥാനം 1870 കളിൽ അതിശക്തമായി
രുന്നു. ജില്ലയിൽ ആധുനിക വിദ്യാഭ്യാസത്തിന്റെ കൈത്തിരി തെ
ളിച്ച മിഷനറിമാരുടെ പ്രവർത്തനങ്ങൾ ഇന്ന് ചരിത്രത്തിന്റെ ഭാഗ
മാണ്. 1887 ൽ മിഷനറി പ്രവർത്തനത്തിനുവേണ്ടി പണിത ബംഗ്ലാ
വ് ഇന്ന് മിഷൻ ഹൈസ്കൂളിന്റെ ഭാഗമായി. കുടിയേറ്റ കേന്ദ്രങ്ങളു
ടെ വളർച്ചയുടെ സ്വഭാവം നോക്കിയാൽ കുടിയേറ്റക്കാരിൽ ഭൂരി
ഭാഗവും ക്രിസ്ത്യാനികളാണ് . ഇവർ ആദ്യമായി പള്ളി സ്ഥാപി
ക്കുന്നു. പിന്നീട് സ്കൂൾ, പോസ്റ്റ് ഓഫീസ്, മറ്റ് പൊതു സ്ഥാപന
ങ്ങൾ, ആശുപത്രി, എന്നിവ സ്ഥാപിക്കുന്നു. പുരോഹിതരും പ
ള്ളിയും മുൻ കൈയെടുത്തുള്ള വികസന പ്രക്രിയ, ഇതിന്റെ നിർ

മ്മാണ പ്രവർത്തനങ്ങൾ ഏറിയവും ശ്രമദാനമായി നേടിയിട്ടുള്ള താണ്. റോഡുകളുടെ നെറ്റ് വർക്ക് ശ്രദ്ധിച്ചാൽ കാണാവുന്നത് എല്ലാ കുഗ്രാമത്തിൽ വരെ ജീപ്പ് എത്തുന്ന റോഡ് പ്രദേശവാസികൾ തികച്ചും ശ്രമദാനമായി നിർമ്മിച്ചിരിക്കുന്നു. എന്നതാണ്. പിന്നീട് അവ പഞ്ചായത്തും പി.ഡ്യു.ഡി.യും മറ്റും ഏറ്റെടുത്ത് ടാർ റോ ഡാക്കി മാറ്റുന്നു. ബ്രിട്ടീഷുകാരുടെ ആഗമനത്തിനുശേഷം മലബാ റിൽ നടന്ന സർവ്വേയിൽ ഏറ്റവും മികച്ച കുരുമുളക് വിളയുന്ന പ്ര ദേശം കരിമ്പം ഉൾപ്പെടുന്നതാണെന്ന് കണ്ടെത്തിയതിന്റെ അടി സ്ഥാനത്തിൽ പ്രദേശം സർക്കാർ ഏറ്റെടുക്കുകയും കുരുമുളക് ഗ വേഷണ കേന്ദ്രമാക്കി മാറ്റുകയും ചെയ്യുകയായിരുന്നു. കോലശ്രീയു ടെ സാംഗത്യത്തിലേക്ക് നയിക്കുന്ന ചരിത്ര വസ്തുതയാണ് ഇ തെല്ലാം തെളിയിക്കുന്നത്. സഹസ്രാബ്ദങ്ങളായി ഏറ്റവും നല്ല കുരുമുളക് ഏറ്റവും കൂടുതൽ ഉല്പാദിപ്പിച്ചിരുന്നത് കോലത്തു നാ ട്ടിലായിരുന്നെന്നും, ഇങ്ങനെ നൽകപ്പെടുന്ന കുരുമുളകിന് പകര മായി സ്വർണ്ണ നാണയങ്ങളും മറ്റും ധാരാളമായി ഇവിടങ്ങളിലേ ക്ക് ഒഴുകിയെത്തി എന്നതിനും വ്യക്തമായ തെളിവുകളുണ്ട്.

പയ്യന്നൂരിൽ ആദികാലം മുതൽക്കുതന്നെ ക്രൈസ്തവർ മക്കത്തൊ യികളായിരുന്നു. ഇവർക്കിടയിൽ മരുമക്കത്തായ സമ്പ്രദായം നി ലനിന്നിരുന്നതായി തെളിവുകളില്ല. പിതൃകേന്ദ്രീകൃതമായ കുടും ബക്രമമാണ് ക്രൈസ്തവർക്കുള്ളത്. കുടുംബത്തിലെ സാമ്പത്തി ക ഇടപാടുകളെ പരസ്പരം വഹിക്കുമെങ്കിലും അധികാരസ്ഥാ നം പിതാവിനാണ്. അച്ഛൻ, അമ്മ, മക്കൾ എന്ന രീതിയിലാണ് അ ധികാരം കേന്ദ്രീകരിച്ചിരിക്കുന്നത്. മക്കളിൽ തന്നെ ആൺമക്കൾ ക്കാണ് പ്രാമുഖ്യം കൂടുതൽ.പെൺകുട്ടികൾ വിവാഹശേഷം ഭ ർത്താവിന്റെ ഗൃഹത്തിൽ താമസമാക്കുന്നു. ആൺമക്കൾക്കു ലഭി ക്കുന്ന സ്വത്തിന് തുല്യമായ ഓഹരി സ്ത്രീധനം എന്ന പേരിൽ പെൺകുട്ടികൾക്കും നല്കുന്നു. ഇതിനുശേഷം പെൺകുട്ടികൾക്ക് കുടുംബസ്വത്തിൽ മറ്റവകാശങ്ങൾ ഒന്നും തന്നെയില്ല. ചില രക്ഷി താക്കൾ പെൺകുട്ടികൾക്ക് വിവാഹശേഷം സ്വത്തുക്കൾ നല്കാൻ താല്പര്യപ്പെടാറുണ്ട്. സ്ത്രീധനത്തിനു പുറമേ ആയിരിക്കും ഇ ത്. സ്ത്രീധനം നല്കുന്നത് വിവാഹസമയത്താണ്. ഇത് സ്വർണ്ണ മായോ പണമായോ ചിലപ്പോൾ ഭൂസ്വത്ത് തന്നെയായോ കൊടു ക്കുന്നുണ്ട്.ക്രിസ്ത്യൻപള്ളികളുടെ നിർമ്മാണസവിശേഷതകളിൽ

ഒന്നാണ് ആർച്ച്. ഏത് കോൺക്രീറ്റലിന്റലിന്റേയും പതിന്മടങ്ങ് ശ
ക്തിയുള്ള ഒന്നാണ് ആർച്ച്. വിവിധതരം ആർച്ചുകൾ പയ്യന്നൂരെ
യും പരിസര പ്രദേശത്തെയും ക്രിസ്ത്യൻ പള്ളികൾ നോക്കിയാൽ
കാണാം. ബ്രിട്ടീഷ് ഭരണാധികാരികൾ നിർമ്മിച്ച കേരളത്തിലെ
വലിയ പാലങ്ങളും റെയിൽപാലങ്ങളും ആർച്ചിന്റെ തത്വം ഉപ
യോഗിച്ചുള്ളവയാണ്. അലംകൃതമായ അൾത്താരയും ക്രൂശിതരൂ
പവും പ്രാർത്ഥനയ്ക്കുള്ള ഇരിപ്പിടങ്ങളും കൂട്ടമായി നിന്നു പ്രാർ
ത്ഥിക്കാനും പ്രാർത്ഥന കഴിഞ്ഞ് ഒരുമിച്ച് പല ഭാഗത്തുകൂടി പുറ
ത്തേക്ക് പോകാനും സാധിക്കും വിധമാണ് വാതിലുകൾ.

അദ്ധ്യായം 6
വിനോദങ്ങൾ

കളികൾ

ഒഴിവ് സമയങ്ങളിൽ കായിക വിനോദങ്ങളിലേർപ്പെട്ട പഴയകാ
ലത്തെ നാട്ടുകളികൾ എട്ടേറ്, പട, തപ്പീവാരി, കോട്ടി സൊണ്ണ്,
ഷോഡി, കളർ കളർ വാട്ട് കളർ, നൂറാം കൊള്ളി, അരിപ്പോ തിരി
പ്പോ, കോഴിം കുറുക്കനും, കുലകുലാ മുന്തിരി, കുതിര, കണ്ടേറ്,
കോരി, മാപ്പിളക്കളി, പൂന്തിട്ടുകളി, കീച്ചികീച്ചി പൂന്താലം, കുളം ക
ര, ആരത്താനം പച്ച ഇങ്ങനെ പോകുന്നു.

ഡപ്പകളി

പൊട്ടിയ മൺപാത്രകഷണങ്ങൾ അട്ടിവെച്ച് ഒരു പ്രത്യേക ദൂര
ത്തിൽ നിന്നും ഓലപ്പന്തുകൊണ്ട് എറിഞ്ഞുവീഴ്ത്തുന്ന കളിയാ
ണ് ഡപ്പകളി. അത്യന്തം ആവേശകരമായ കളിയായിരുന്നു ഇത്.
കൊയ്തൊഴിഞ്ഞ പാടങ്ങളിലായിരുന്നു മിക്കവാറും ഈ കളിയു
ടെ അരങ്. ഒരു ടീമിൽ ആറംഗങ്ങൾ വരെയുണ്ടാകും. പാത്രകഷ
ണങ്ങളുടെ അട്ടി എറിഞ്ഞു വീഴ്ത്തിയാൽ എതിർടീമിലുള്ളവർ
ബാക്കിയുള്ള അഞ്ചു പേരിലാരുടെമേലും പന്തെറിഞ്ഞു കൊള്ളി
ക്കാൻ ശ്രമിക്കും. തലക്കും കാലിനും ഏറുകൊണ്ടാൽ പ്രശ്നമില്ല.
ശരീരത്തിന്റെ മറ്റു ഭാഗങ്ങളിലായാൽ ആ ടീമിലെ ഒരാൾ പുറത്താ
കും. തലയിലോ കാലിലോ കൊള്ളുന്ന പന്തു കാലുകൊണ്ട് തട്ടി
അകലെയാക്കാൻ ടീമംഗങ്ങൾ ശ്രമിച്ചു കൊണ്ടിരിക്കും. ഈ സമ
യത്ത് എറിഞ്ഞു വീഴ്ത്തിയ ഡപ്പകൾ ഒരാൾ അതിവേഗത്തിൽ അ
ടുക്കിവെയ്ക്കും. പത്തോളം വരുന്ന ഡപ്പകൾ തടസ്സമില്ലാതെ അ
ടുക്കിവച്ചാൽ അവർ ജയിക്കുന്നു.

ചതുരംഗം

പഴയകാലത്ത് പ്രചാരമുള്ള ഒരു കളിയായിരുന്നു ചതുരംഗം. വാഴക്കൈ മുറിച്ചെടുത്താണ് കളിക്കുക. പലകയിലോ തറയിലോ വരച്ച കളത്തിലാണ് ഈ കളി നടത്തുക. അറുപത്തി നാലു കള ങ്ങൾ ഉണ്ടായിരുന്നു. പഴക കാല രാജാക്കന്മാരുടെ വിനോദമായ ചതുരംഗത്തിന്റെ ചെറിയ മാറ്റം വരുത്തിയ കളിയാണിത്. തേര്, കുതിര, ആന, മന്ത്രി, രാജാവ് എന്ന ക്രമത്തിൽ വാഴക്കൈ മുറിച്ചെ ടുത്ത് കരുവാക്കുന്നു. നീക്കങ്ങളിലും മറ്റും ചെറിയ വ്യത്യാസമു ണ്ടെങ്കിലും പുതിയ കാലത്തെ ചെസ്സ് കളി തന്നെയാണിത്.

പന്തുകളി

നാട്ടിൻപുറങ്ങളിൽ പന്തുകളി സജീവമായ കായികവിനോദമാ യിരുന്നു. കൊയ്തൊഴിഞ്ഞ പാടങ്ങളിലായിരുന്നു മിക്കവാറും ഈ കളിയുടെ അരങ്ങ്. ഒരു ടീമിൽ പത്തംഗങ്ങൾ വരെയുണ്ടാകും മൈ താനങ്ങളുടെ അഭാവം കാൽപ്പന്തുകളിയെ സാരമായി ബാധിക്കു ന്നു. വേഗതയുടെയും മെയ്‌വഴക്കത്തിന്റേയും കളിയാണ് പന്തുക ളി. തുല്യശക്തികളായി രണ്ട് സംഘമായി മൈതാനത്ത് നിലയു റപ്പിക്കുന്നു. അവരുടെ ഇടയിലേക്ക് വലിയ ഒരു പന്ത് എറിയുന്നു. പന്ത് കിട്ടിയാൽ എതിർചേരിയിലേക്ക് എറിയുന്നു. ഈ കളി തു ടർന്നുകൊണ്ടേയിരിക്കുന്നു.

വരക്കൂട്ടകളി

മരക്കൊമ്പ് വെട്ടിയെടുത്ത് ചതുരാകൃതിയാക്കി അതിൽ ഒരോ ഭാഗത്തും ഒന്നുരണ്ടു രീതിയിൽ ആറുവരെ രേഖപ്പെടുത്തും. ഇത് പ്രത്യേകരീതിയിൽ എറിഞ്ഞു കളിക്കും. രണ്ടുപേർക്കോ നാലു പേർക്കോ കളിക്കാം. പ്രത്യേകം വരഞ്ഞ ഒരു കളം രൂപപ്പെടുത്തി യിരിക്കും. വിത്തുകളോ കല്ലുകളോ കരുക്കളായി ഉപയോഗിക്കും. വാരക്കൂട്ട ഉരുട്ടിയ ശേഷം അതിലുള്ള അക്കത്തിനനസരിച്ച് കള ത്തിലും കരുക്കൾ മാറ്റി കൊണ്ടിരിക്കും. രണ്ടുകട്ടയിലും ശൂന്യം വന്നാൽ വാരയാകുന്നു. സ്ത്രീകൾക്കും കളിക്കാമായിരുന്നെങ്കിലും കൂടുതലും പുരുഷന്മാർ കളിച്ച കളിയാണിത്. പണം വെച്ചു കളി ക്കുക വഴി പില്ക്കാല്തത് വാരക്കൂട്ടകളിക്ക് ഒരു തരം ചൂതാട്ട ത്തിന്റെ സ്വഭാവം കൈവന്നിരുന്നു.

ഈർക്കിൽ കളി

നീളമുള്ള രണ്ട് പച്ച ഈർക്കിൽ കൂട്ടിക്കെട്ടി ചാടിക്കളിക്കുന്ന കളിയാണിത്. ഒരാൾക്കുതന്നെ കളിക്കാൻ പറ്റുന്നതുകൊണ്ട് കളി ക്കാരുടെ എണ്ണം പ്രശ്നമല്ലായിരുന്നു. ചാട്ടത്തിന്റെ എണ്ണം കണ ക്കാക്കിയാണ് വിജയിയെ നിശ്ചയിക്കുക. നൂറു തവണയൊക്കെ അനായാസം ചാടുന്ന പെൺകുട്ടികൾ ഉണ്ടായിരുന്നു. ഇന്ന് സ് ത്രീകൾക്കിടയിൽ വളരെ പ്രചാരമുള്ള സ്കിപ്പിംഗ് കളി തന്നെയാ ണിത്. കായിക ക്ഷമത കൂട്ടാൻ ഇക്കളിയിലൂടെ കഴിഞ്ഞിരുന്നു.

മുങ്ങിത്തപ്പിക്കളി

കുളത്തിൽ മുങ്ങാംകുഴിയിട്ട് കുട്ടികൾ കളിക്കുന്നതുപോലുള്ള ഒരു കളിയാണ്. ഗുണ്ടികല്ല് വലിയ കുളത്തിന്റെ മധ്യത്തിൽ ഒരു ഉ രുളൻകല്ല് എറിയുന്നു. ഈ കല്ല് മുങ്ങിത്തപ്പി എടുത്ത് മുകളിൽ കൊണ്ടുവരുന്നവനാണ് ജേതാവ് വെള്ളത്തിനടിയിൽ നിന്ന് ത ന്നെ മത്സരം ആരംഭിക്കും ഈ കല്ല് സ്വന്തമാക്കുന്നതും വെള്ള ത്തിനുമുകളിലെ അഭ്യാസങ്ങളുമൊക്കെ വളരെ ആവേശം ഉണ്ടാ ക്കുന്ന ഒരു മത്സര ഇനമാണ്.

കാടിക്കളി

തറവാടുകളിൽ മുഖ്യമായും സ്ത്രീകൾ കളിക്കുന്ന ഒരു കളി യാണ് കാടിക്കളി. മരത്തിന്റെ ഒരു അടിനീളമുള്ള പെട്ടിപോലുള്ള ഒരു ഉപകരണം അതിൽ രണ്ട് വരികളിലായി പതിനാലു കുഴികാ ണും ഇതിൽ കുന്നികുരു. അല്ലെങ്കിൽ മഞ്ചാടി കുരു ഇടുന്നു. കു രു കളങ്ങളിൽ നീക്കിയാണ് കളിക്കുന്നത്. ഈ കളിപ്പലക തേക്ക്, വീട്ടി തുടങ്ങിയ മുന്തിയ ഇനം മരങ്ങൾ കൊണ്ടാണ് നിർമ്മിക്കു ന്നത് പരമ്പരാഗതമായി ഈ കളി ഉപകരണം കൈമാറപെടാറുണ്ട്.

കക്ക് കളി

പരന്ന കല്ലിൽ കഷണം ഉപയോഗിച്ച് പെൺകുട്ടികൾ കളിച്ചിരു ന്ന കളി. വീട്ടുമുറ്റത്താണ് പ്രധാനമായും ഈ കളി കളിച്ചിരുന്നത്. നിലത്ത് എട്ടുകള്ളികളുള്ള ദീർഘചതുരം വരയ്ക്കണം. ഏകദേ

ശം ഒന്നര മീറ്റർ അപ്പുറത്തു നിന്ന് ഒരു കുട്ടി കക്ക് ആദ്യ കള്ളി യിൽ എറിയുന്നു. ആ കുട്ടി തന്നെ കക്കിന്റെ മുകളിലേക്ക് ചാടി അതിനെ അടുത്ത കള്ളിയിലേക്ക് ഒറ്റ കാലുകൊണ്ട് കോരിയെടു ത്തിടണം. വരയിൽ തട്ടാൻ പാടില്ല ഇങ്ങനെ പല തവണ പല രീ തിയിൽ കളിച്ചാലേ ഇതിൽ ജയം നേടാൻ കഴിയൂ.

അമ്പെയ്ത്ത്

ചിങ്ങമാസത്തിലായിരുന്നു അമ്പെയ്ത്ത് മത്സരങ്ങൾ നടത്തി യിരുന്നത്. ഒറ്റക്കോലത്തിനുള്ള ഏർപ്പാടുകൾ ആരംഭിക്കുന്നതി നോടൊപ്പം തന്നെ അമ്പെയ്ത്തിനുള്ള ഒരുക്കങ്ങളും തുടങ്ങുക യായി. മാസാരംഭം തന്നെ തിരിയോലകൾ മലയച്ചന്മാരെ ഏൽപ്പി ച്ചിരിക്കും. മലയച്ചന്മാർ അവ അമ്പുകളാക്കി മാറ്റുന്നു.. ആദ്യ ദിവ സങ്ങളിൽ ഇഡുവിന്റെ വടക്കേചെരിവിൽ ലക്ഷ്യമായി അടക്കയാ യിരുന്നുവത്രേ കെട്ടിതൂക്കിയിരുന്നത്.. പൊതിച്ച തേങ്ങവെള്ള ത്തിൽ കുതിർത്ത് അതിന്റെ ചിരട്ടപൊട്ടിച്ചെടുക്കുന്ന കാമ്പ് ആയി രിക്കും ലക്ഷ്യമായി കെട്ടിതൂക്കിയിരിക്കുക. ഇത് തലേ ദിവസം രാത്രിതന്നെ നിശ്ചിത സ്ഥാനത്ത് ഉറപ്പിച്ചിരിക്കും. അത്തംനാളിൽ സ്ഥാനത്തെ അച്ഛൻ ഒരമ്പെടുത്ത് എയ്തു തുടങ്ങിയാൽ മത്സരം ആരംഭിക്കുകയായി. സന്ധ്യക്ക് സ്ഥാനത്ത് വിളക്കുവയ്ക്കുന്നതുവ രെ ഈ വിനോദം തുടർന്നുകൊണ്ടേയിരിക്കും.

അദ്ധ്യായം 7

നൃത്തങ്ങൾ

മലയൻ പാട്ട്:

മലയപ്പുലയൻ എന്ന ഒരു ഭൃത്യന്റെ യജമാന സ്നേഹമാണ് പാ ട്ടിലെ വിഷയം. അതീവ വിശ്വസ്തനായ ഒരു സേവകന്റെ ജീവിത ചര്യകളും അയാളുടെ ഓർമ്മകളുണർത്തുന്ന വാത്സല്യാതിരേക വും ഹൃദയസ്പർശിയായി ചിത്രണം ചെയ്യുന്ന മായ്ലൻ പാട്ടും നൃത്തവും തുളുനാട്ടിന് പ്രിയപ്പെട്ട കലയാണ്.അന്ത്യനാളിലും മാ യ്ല പൊലയാ എന്ന വിളിക്ക് ഓ യശ്മാ. എന്ന മറുവാക്ക് ചെ ല്ലുന്നു.ഈ ഭൃത്യ കീർത്തനം ആലപിച്ച് സംഘം ചേർന്ന് ചുവടു വെക്കുന്നു.

ആടിവേടൻ

കർക്കിടമാസത്തിൽ തന്റെ ചെറുജന്മത്തിൽപ്പെട്ട പ്രദേശങ്ങളി ലെ വീടുകളിൽ ആടിവേടൻ കെട്ടി പര്യടനം നടത്തുന്നു. ആടിവേ ടൻ കെട്ടുന്നത് കുട്ടികളെയാണ്. മുതിർന്നവർ വീടൊഴിപ്പിക്കാൻ തോറ്റം ചൊല്ലും.ആടിവേടൻ വീട്ടുമുറ്റത്തു ആടികഴിയുമ്പോൾ പ ടിഞ്ഞാറ്റയിൽ വിളക്കുകത്തിക്കുന്നു. ഭസ്മം വെള്ളത്തിൽ കലക്കി ഉഴിഞ്ഞ് ഇല്ലത്തെ ബാധകൾ ഒഴിപ്പിക്കുന്നു എന്നാണ് വിശ്വാസം. വീടുകളിൽ നെല്ല്, അരി, തേങ്ങ തുടങ്ങിയ സാധനങ്ങൾ കർക്കി ടകത്തിൽ മലയരുടെ പ്രധാന വരുമാനോപാധികളാണ്. ധാന്യങ്ങൾ ശേഖരിക്കാൻ സ്ത്രീകളും ആടിവേടന്റെ കൂടെ പോകാറുണ്ട്.

മംഗലം കളി

ആദിവാസി വിഭാഗങ്ങളുടെ വിവാഹ ആഘോഷത്തിൽ കാണു ന്ന കലാരൂപമാണിത് സ്ത്രീ പുരുഷൻമാർ പാട്ടിന്റെയും തുടിയു

ടെയും താളത്തിനൊത്ത് നൃത്തം വെയ്ക്കുന്നു. കല്യാണപന്ത
ലിലാണ് മംഗലംകളി അരങ്ങേറുന്നത്. പന്തലിനു മധ്യത്തെ തൂ
ണിന് ചുറ്റും ആളുകൾ നൃത്തം ചെയ്യുന്നു. വാദ്യോപകരണ
ങ്ങൾ പുരുഷൻമാർ കൈകാര്യം ചെയ്യും. രാത്രിയിൽ തുടങ്ങി
യാൽ പുലരുന്നത് വരെ തുടികൊട്ടികൊണ്ട് വ്യത്യസ്ഥങ്ങളായ
കഥകൾ പാട്ടിലൂടെയാണ് അവതരിപ്പിക്കുന്നത്. കളിയിലൂടെ നാ
യാട്ടിന്റെ കഥയാണ് പറയുന്നത് പാട്ടിൽ പഴയകാല ജീവിത
വും തൊഴിലും മറ്റുമൊക്കെ വർണ്ണിക്കുന്നു. മംഗലംകളിയിലൂ
ടെ പണ്ടുകാലത്തെ സാമൂഹ്യ വ്യവസ്ഥ വിവരിക്കുന്നു.

അലാമിയാട്ടം

മുപ്പതുവർഷം മുമ്പുവരെ ഗ്രാമ ഗ്രാമാന്തരത്തറവാടുകൾ തോ
റും അലാമി വേഷമണിഞ്ഞ ഭക്തൻമാർ പടികേറിയെത്തി അലാ
മിയാട്ടം അവതരിപ്പികുന്ന പതിവുണ്ടായിരുന്നു. അലാമി എന്ന ഉർ
ദ്ദുവാക്കിന് ദൈവദാസൻ എന്നാണത്രേ അർത്ഥവിവക്ഷ. ലസ്സോ
ലായ്മ ജുല/ലായ്മ ലായ്മ ലോംഭ എന്ന വായ്ത്താരി പാടിക്കൊ
ണ്ടാണ് കരിവേഷം പൂണ്ട അലാമികൾ ദേശാടനത്തിനെത്തിയിരു
ന്നത്. മാനവ സ്നേഹത്തിന്റെ മഹനീയ സന്ദേശവുമായി ഹൈന്ദ
വഗൃഹങ്ങൾ തോറും വന്നെത്താറുളള അലാമികൾ പുതിയ കാല
മായപ്പോഴേക്കും കളമൊഴിഞ്ഞു പോയതിൽ ദു:ഖിതരാണ് പഴയ
തലമുറ. മൈസൂർ സുൽത്താൻ ടിപ്പുവിനോടൊപ്പം ഉത്തര കേരള
ത്തിലേക്ക് കടന്നുവന്ന് താമമുറപ്പിച്ച ഹനഫി വിഭാഗത്തിൽപ്പെട്ട
തുലുക്കമ്മാരാണ് അലാമിയാട്ടത്തിന്റെ പ്രാണേതാക്കൾ. പഴയ ത
ലമുറയുടെ ഓർമ്മയിൽ ഹോസ്ദുർഗ് താലൂക്കിലെ പ്രബല ജന്മി
ത്തറവാടായ ഏച്ചിക്കാനം വിശ്വസ്തനായ ഫക്കീർ സാഹിബിന്
അലാമി അനുഷ്ഠാനം നടത്താൻ പാകത്തിൽ കാഞ്ഞങ്ങാടിനടു
ത്ത് ഒരു പളളി പണിയാൻ സഹായം ചെയ്തുകൊടുത്തു.

രോഗനിവാരണത്തിനും ആപത്തിൽ നിന്നു രക്ഷനേടാനും കു
ടുംബത്തിന് ഐശ്വര്യമുണ്ടാകുവാനും ഓരോ ഹൈന്ദവത്തറവാ
ടും മകനെ, ഭർത്താവിനെ, ആങ്ങളയെ പത്തുനാൾ അലാമിപ്പളളി
യിൽ അലാമിയായി തീർത്ഥാടനം ചെയ്യിക്കാമെന്ന് അന്ന് നേർച്ച
നേരുമായിരുന്നു. വിചിത്രമായ വേഷഭൂഷകളാണ് അലാമിക്കുണ്ടാ

വുക. മേലാസകലം കരി തേച്ച് വെള്ളപുള്ളികുത്തും കണ്ണുകൾ ചുണ്ടപ്പുതേച്ച് ചുകചുകെ ചുവപ്പിക്കും. മുട്ടോളം മാത്രത്തെുന്ന ക രിപുരണ്ട തോർത്തു മുണ്ടിനുമേലെ കിലുകിലെ കിലുങ്ങുന്ന മ ണിത്തുടരു ധരിക്കും. കൈകളിൽ ചിലങ്കയിട്ട ഒരു ജോഡി കോ ലുകളും തോളിൽ ഒരു തുണി മടക്കിയ സഞ്ചി കഴുത്തിൽ പല ജാ തി പഴം കോർത്തമാല എന്നിവ അണിയും.

തലയിൽ പഴയ കൈതപ്പായ കീറിയുണ്ടാക്കിയ നീളൻ തൊപ്പി യും അതിൽ പൂക്കളുംകുത്തിച്ചൂടും. വേലി മുണ്ടകൾ കൊണ്ട് നീ ണ്ട താടിമീശകൾ മൂക്കിനു താഴെ വലിച്ചു കെട്ടും. ആകെക്കൂടി ആളിനെ തിരിച്ചറിയാത്ത ഭയപ്പെടുത്തുന്ന വിചിത്രവേഷമാണ് ധ രിക്കുക. പുലരുമ്പോൾ മുതൽ അലാമികൾ മൂന്ന്, അഞ്ച്, ഏഴ് എ ന്നീ സംഖ്യാക്രമത്തിൽ ഓരോ വീടുതോറും കയറിവരും. വീട്ടുമു റ്റത്തേക്ക് ലായ്മലായ്മലോം എന്ന വായ്ത്താരിയോടെ മണികൾ കിലുക്കി പാഞ്ഞെത്തുന്ന അലാമികൾ കയ്യിലെ മൊന്ത മുറ്റത്തു വെച്ച് അതിനു ചുറ്റും ആടിപ്പാടി കോലടിച്ചു കളിയാടും.

മുഹറം പത്താം തീയ്യതി സന്ധ്യയോടെ നാടിറങ്ങി നടന്ന അ ലാമികൾ കാൽനടയായിത്തന്നെ അലാമിപ്പള്ളിയിലെത്തും. അന്നാ ണ് പള്ളിയിലെ അലാമി ഉത്സവം. ഹിന്ദുമുസ്ലീം ഭവനങ്ങളിൽ നി ന്നെല്ലാം നൂറുകണക്കിനാളുകൾ പള്ളിയിൽ തിങ്ങിക്കൂടും. ഭക്തി നിർഭരമായ അന്തരീക്ഷത്തിൽ ഫക്കീർസാഹിബ് പള്ളിമുറ്റത്തെ കനൽക്കുമ്പാരത്തിൽ നിന്ന് കനൽകട്ട വാരി അലാമികൾക്കു നൽ കും. അതു കയ്യേൽക്കുന്നവർ ദർശനം കൊണ്ടവരായി ഉറഞ്ഞുതു ള്ളുകയും കനൽക്കുമ്പാരത്തിൽ നൃത്തം ചവിട്ടുകയും ചെയ്യും. ഒ ടുവിൽ അവർ അടുത്തുള്ള അരയി പുഴയിൽ നീരാടി പള്ളിമുറ്റ ത്തു വന്ന് നിന്ന് അരി നിർമ്മാല്യം വാങ്ങി വീടുകളിലേക്ക് മട ങ്ങും.

കേളിപാത്രം

തലയിൽ തുമ്പയും തുളസിയും കൊണ്ടുള്ള ചെറിയ കിരീടം. കിരീടത്തിൽ വെള്ളികൊണ്ടുള്ള നാഗരൂപവും ചന്ദ്രകലയും. പട്ടു ടുത്ത് ദേഹത്തു നിറയെ ഭസ്മം പൂശി ഒരു കയ്യിൽ ഓട്ടുമണിയും ചൂരൽ കോലും മറുകയ്യിൽ ചൂരൽ പാത്രവുമായി പുലർച്ചെ ഓ രോ വീട്ടുമുറ്റത്തുമെത്തുന്ന കേളീപ്പാത്രം. ഓട്ടു മണികിലുക്കി ഒ

ന്നും ഉരിയാടാതെ പുലർകാലത്തു മാത്രം എത്തുന്ന കേളിപ്പാത്ര മെന്ന അനുഷ്ഠാന ചടങ്ങ് ഇപ്പോൾ എന്നെന്നേയ്ക്കുമായി നഷ്ട പ്പെട്ടുപോയി ബ്രഹ്മാവിന്റെ തലയറുത്ത പാപം തീർക്കാൻ പന്ത്ര ണ്ടു വർഷക്കാലം ശിവൻ ഭിക്ഷാടനം ചെയ്തു എന്ന പുരാണ പു രാവൃത്തവുമായി ബന്ധപ്പെട്ടതാണ്. കേളിപാത്രത്തിന്റെ ഉല്പത്തി ക്കഥ. കേളിപാത്രത്തിന്റെ രൂപം ശിവരൂപത്തെ ഓർമ്മിപ്പിക്കുന്ന താണ്. കയ്യിലെ ചൂരൽപാത്രം (ഭിക്ഷാ പാത്രം) ബ്രഹ്മകപാലമാ ണ്. ആദ്യം നമുക്ക് കേളീപാത്രം എന്ന ശബ്ദത്തിന്റെ നിഷ്പത്തി നോക്കാം കേൾവിയാത്രയുടെ തത്ഭവരൂപമാണ് കേളീപാത്രം.മ ണിനാദം കേൾപ്പിച്ചു കൊണ്ടാണ് ഇവർ യാത്രചെയ്യുന്നത്. ഈ നാദം കേട്ട് ഉണർന്നെഴുന്നേൽക്കുന്നതു കൊണ്ടാണ് ഇങ്ങനെ പേ രുവന്നത്. പരമശിവന്റെ ഭിക്ഷാടനത്തെ സ്മരിക്കുമാറ് ചെയ്തു വരുന്ന ഒരു ചടങ്ങാണിത്. ഗുരുക്കളായ യോഗിമാർ പുലരും മു മ്പേ എഴുന്നേൽക്കുകയും കുളക്കടവിൽ പോവുകയും ചെയ്യുന്നു.അ വിടെ വച്ച് അവർ ശിവ വേഷം പൂണ്ട് ചുവന്ന വസ്ത്രവും പൂ ണൂൽ ധരിക്കുന്നതിനുപകരം ചുവന്ന പട്ടു കൊണ്ട് മാറിൽ കുറു കെയും ധരിക്കും അതിനു ശേഷം രുദ്രാക്ഷവും ഭസ്മവും ധരിച്ച് ചുരക്കോലും പൊക്കിണവും കപാലവുമെടുത്ത് മണിയും മുട്ടികൊ ണ്ട്   നേരം വെളുക്കുന്നതിനു മുന്നോടിയായി അഞ്ചോ പത്തോ വീടുകളിൽ കയറി ഭിക്ഷയെടുക്കുന്നു.കേളിപാത്രം കെട്ടിയ വ്യ ക്തി ഒന്നും സംസാരിക്കുവാൻ പാടില്ല. വീടിന് മുൻവശം വന്നു നിന്ന് മൂന്ന് പ്രദക്ഷിണം വയ്ക്കും ഈ മൂന്നു തവണയും വീട്ടമ്മ അരി നിക്ഷേപിക്കും കേളീപാത്രം ഐശ്യര്യത്തിനുവേണ്ടി രണ്ടോ മൂന്നോ അരിമണി വീട്ടമ്മയുടെ പാത്രത്തിൽ നിക്ഷേപിക്കും അ തിനുശേഷം കുളക്കടവിൽ എത്തും.ഓരോ കേളീപാത്രം കെട്ടു ന്ന വ്യക്തിക്കും ഓരോ കുളക്കടവ് ഉണ്ടായിരിക്കും .ഭിക്ഷാടന ത്തിനുശേഷം കുളക്കടവിലെത്തിയാൽ തനിക്ക് ഒരു ദിവസം കഴി യുവാനുള്ള അരി മാത്രം എടുത്ത് മിച്ചംവരുന്നത് അവിടെയുള്ള മത്സ്യങ്ങൾക്ക് ഭക്ഷണമായി നൽകുന്നു.കേളിപാത്രം സ്വസമുദാ യത്തിലെ സ്ത്രീകളോട് സംസാരിക്കരുത്. അതുപോലെ സ്വസമു ദായത്തിലെ ഗൃഹങ്ങളിൽപോയി ഭിക്ഷയെടുക്കാൻ പാടില്ല എ ന്നൊരു വിശ്വാസമുണ്ടായിരുന്നു. യോഗിസമുദായത്തിന് അയിത്ത മില്ല.ഏതു ക്ഷേത്രത്തിലും പ്രവേശിക്കുവാനുള്ള സ്വാതന്ത്ര്യം ഗു

രുക്കന്മാർക്കുണ്ടായിരുന്നു. യോഗി സമുദായക്കാരാണ് കേളീപ്പാ ത്രം കെട്ടിയിരുന്നത്. ഓരോ പ്രദേശത്തെയും യോഗി സമുദായം ഓരോ മഠങ്ങളുടെ (ഇല്ലങ്ങളുടെ) കീഴിലാണ് അറിയപ്പെടുന്നത്. അതിയാമ്പൂർഇല്ലം, പുളിയക്കാട്ട് മഠം, കാഞ്ഞങ്ങാട്ട് മഠം, കണ്ടമ ഠം, കണ്ണന്നൂർ മഠം, കൊളത്തൂർ മഠം എന്നിവയാണ് ഇവയിൽ പ്ര ധാനം. ഉത്തരേന്ത്യയിൽ നിന്നും വന്ന യോഗീശ്വരന്മാരുടെ പരമ്പ രയിൽപെട്ടവരാണ് ഇവിടുത്തെ യോഗികളെന്നു വിശ്വസിക്കുന്നു. ആ വിശ്വാസത്തിന്റെ ഭാഗം തന്നെയാണ് ഘോരാക്പൂർ ക്ഷേത്ര വും ആശ്രമവും ഇവരുടെ പ്രധാന ആത്മീയ കേന്ദ്രമായത്. മംഗ ലാപുരത്തെ കദ്രിക്ഷേത്രവും യോഗിമഠവും യോഗികളുടെ പ്രധാ ന കേന്ദ്രമാണ്. മന്ത്രവാദം, എഴുത്തു പള്ളിക്കൂടങ്ങൾ എന്നിവ ന ടത്തിയിരുന്ന യോഗികളെ ഗുരുക്കന്മാർ എന്നു വിളിച്ചിരുന്നു. വള, ചാന്ത്പൊട്ട്, സിന്ദൂരം എന്നിവ ഓരോ വീടുകളിലും കൊണ്ട് ചെ ന്ന് വിൽക്കുന്ന ജോലി യോഗീസ്ത്രീകൾക്ക് ഉണ്ടായിരുന്നു. കദ്രി ക്ഷേത്രത്തിൽ പോയി ആചാരം കൊള്ളുന്ന ഇവരെ പിന്നീട് ഗു രുക്കൾ എന്നാണ് വിളിക്കുക. ഗുരുക്കളാണ് കേളിപ്പാത്രം കെട്ടി ഓരോ വീട്ടിലും എത്തുന്നത്. അരി പണം എന്നിവ കാണിക്കയാ യി സ്വീകരിക്കും. കേളിപ്പാത്രം വേഷം അഴിക്കുന്നതുവരെ ഒന്നും ഉരിയാടാറില്ല.

കളമ്പാട്ട്

പ്രാതപൈശ്വര്യങ്ങൾക്ക് സാക്ഷ്യം വഹിച്ചു നിന്ന തറവാട്ട് ഗൃ ഹമുറ്റത്ത് കെട്ടിയുയർത്തിയ ഓലപ്പന്തലിൽ വെള്ളത്തുണിമേലാ പ്പ്, കുരുത്തോലയും വെറ്റിലയും പൂക്കുലയും പഴുക്കടയ്ക്കയും കൊണ്ടുള്ള തോരണങ്ങൾ. തൂക്കു വിളക്കുകളിൽ നിന്നുതിരുന്ന പൊൻ വെളിച്ചത്തിൽ അങ്ങിങ്ങ് തൂങ്ങിയാടുന്ന പച്ചോലപ്പൈങ്കി ളികൾ, പന്തലിൽ പഞ്ചവർണ്ണപ്പൊടികളിൽ വിരചിതമായ ദേവ താരൂപങ്ങളിൽ പ്രകാശം ചൊരിഞ്ഞു കത്തുന്ന നിലവിളക്ക്, അ നുഷ്ഠാന കർമ്മങ്ങൾക്കായി ഒരുക്കിവെച്ച ദ്രവ്യസാമഗ്രികൾ. നിറ ഞ്ഞു നിൽക്കുന്ന ബന്ധുജനങ്ങൾ സുഹൃത്തുക്കൾ, അയൽക്കാർ, നിലവിളക്കും, താലവുമേന്തി നാരീവൃന്ദത്തിന്റെ അകമ്പടിയോടെ കളത്തിലേക്കാനയിക്കപ്പെടുന്ന പിണിയാൾ.

വിവാഹിതകളായ സ്ത്രീകൾ യഥാകാലം ഗർഭം ധരിക്കാതിരി

ക്കുന്നതും ഗർഭം അലസുന്നതും ചാപിള്ള പിറക്കുന്നതും ഗർഭി
ണിയിൽ അസുഖങ്ങൾ ഉണ്ടാക്കുന്നതും ഒക്കെ യക്ഷഗന്ധർവ്വാദി
ഭൂതപ്രേതബാധകൾ സ്ത്രീയിൽ ആവേശിച്ചതും മൂലമാണെന്നാ
യിരുന്നു പണ്ടത്തെ വിശ്വാസം. ഗർഭരക്ഷയ്ക്കും സുഖപ്രസവത്തി
ന്നും വേണ്ടി ഇത്തരം ബാധകളെ അകറ്റി കളയുന്നതിനുള്ള മന്ത്ര
വാദ ചടങ്ങുമായി ബന്ധപ്പെട്ട് വളർന്നു പുഷ്ടി പ്രാപിച്ച് ജനശ്രദ്ധ
പിടിച്ചുപറ്റിയ ഒരനുഷ്ഠാന കർമ്മമായിരുന്നു കളമ്പാട്ട്. ജോത്സ്യ
വും മന്ത്രവാദവും ഓലക്കുടകെട്ടലും കുലത്തൊഴിലാക്കിയിരുന്ന
കണിശന്മാരായിരുന്നു ഇതിന്റെ പ്രയോക്താക്കൾ.ചാണകം മെഴു
കി പരിശുദ്ധമാക്കിയ വീട്ടുമുറ്റത്ത് പ്രത്യേകം കെട്ടിയൊരുക്കി, ക
മനീയമായി അലങ്കരിച്ച പന്തലിൽ പഞ്ചവർണ്ണപൊടികൾകൊണ്ട്
ഭൈരവൻ, വിമാനഗന്ധർവ്വൻ, രക്തേശ്വരി തുടങ്ങിയ ബാധരൂപ
ങ്ങൾ നിർമ്മിക്കുന്നു. അരിപ്പൊടി, കരിപ്പൊടി, മഞ്ഞൾപ്പൊടി, പ
ച്ചിലപ്പൊടി, ആകൽക്കണ്ടപ്പൊടി, ചുണ്ണാമ്പ്, കുമ്മായം പൂഴി മുത
ലായ പദാർത്ഥങ്ങൾ ഉപയോഗിച്ച് കളമിടുന്നു. ആനക്കണ്ടയും ചു
ണ്ണാമ്പും ചേർത്തുണ്ടാക്കുന്ന ചുവപ്പ് പൊടിയുടെ ഗന്ധം കളമ്പാ
ട്ട് പന്തലും പരിസരവും നിറഞ്ഞൊഴുകി അഭൗമമായ ഒരനുഭൂതി
ഉളവാക്കുന്നു. കരവിതുതേറിയ കണിശന്മാരുടെ വിരൽത്തുമ്പിൽ
നിന്ന് ഊർന്നു വീഴുന്ന വർണ്ണപ്പൊടി കമനീയ രൂപങ്ങളായി മാറു
ന്ന കാഴ്ച കാണികളെ വിസ്മയഭരിതരാക്കും.ചതുരാകൃതിയിൽ
ഒരുക്കിയ രൂപക്കളത്തിന്റെ നാല് കോണിലും നെല്ല് കൂട്ടി ഓരോ
കണ്ണിത്തേങ്ങ വെച്ചിരിക്കും. കളത്തിന് ചുറ്റുമായി അനുഷ്ഠാന കർ
മ്മങ്ങൾക്കാവശ്യമായ ഉണക്കലെരി, പുഴുക്കലെരി, തേങ്ങ, ഇളന്നീർ,
വെറ്റില, അടയ്ക്ക, നിറനാഴ്, ഗുരുസി കോഴി, കോത്തിരി, ബലി
അട്ട്, ചെക്കിപ്പൂവ്, അവില്, മലര്, പഴം, വെല്ലം പൂജാസാമഗ്രികൾ
തുടങ്ങിയവ യഥാസ്ഥാനത്ത് ഒരുക്കിവെയ്ക്കുന്നു. പ്രധാന കള
ത്തിന്റെ തെക്കുഭാഗത്തായി കളത്തിലരി എന്ന കർമ്മം നടത്തുന്ന
തിന് ചെറിയ ഒരു ചതുരക്കളവും ഒരുക്കും.ഒരുക്കങ്ങൾ പൂർത്തി
യായാൽ ബാധോപദ്രവമുള്ള സ്ത്രീയെ പിണിയാൾ എന്ന് പറ
യും – കളത്തിലിറങ്ങുന്ന ചടങ്ങ് ആരംഭിക്കുകയായി. വധുവിനെ
കല്യാണപന്തലിലേക്ക് ആനയിക്കുന്നതു പോലെ അണിഞ്ഞൊ
രുങ്ങിയ സ്ത്രീകളുടെ അകമ്പടിയോടെ കളമ്പാട്ടുകാരിയെ കള
ത്തിലിറക്കുന്നു. നിലവിളക്കും മടക്ക് പുടവവെച്ച താലവുമായി മു

ന്നിൽ നടക്കുന്ന മംഗല്യവതിയായ സ്ത്രീയുടെ പിന്നിലായി അല ക്കിയ പുടവയുടുത്ത് മേൽമുണ്ട് മാറിനു മേലെ കെട്ടി കണ്ണെഴുതി വരക്കുറിയിട്ട് താലിയണിഞ്ഞ് തലമുടി കെട്ടിവെച്ച്, വായ് പൊതി കെട്ടിയൊരുക്കിയ പുതിയമൺകലം കയ്യിലേന്തി പിണിയാളും പി ന്നാലെ മറ്റു സ്ത്രീകളും പടിഞ്ഞാറ്റയിൽ നിന്നും ഇറങ്ങി മന്ദം മ ന്ദം അടിവെച്ച് കളത്തിന് വലം വെക്കുന്നു. ചമഞ്ഞൊരുങ്ങി വള രെ പതുക്കെയുള്ള ചലനമായതുകൊണ്ട് കളമ്പാട്ടിന് കളത്തിലിറ ങ്ങും പോലെ എന്ന ചൊല്ല് ഇന്നും നിലവിലുണ്ട്. കളമെഴുത്ത് മു തുകാട്ടുകാവിലും നമ്പൂതിരിമാർക്ക് പ്രാമുഖ്യമുള്ള മറ്റ് കാവുകളി ലും കാണുന്നുഅഞ്ചുതരം പൊടികളുപയോഗിച്ചാണ് കളമെഴുത്ത്. മുതുകാട്ട് കാവിൽ വിരലുകൾ കൊണ്ടുമാത്രം പൊടിയിട്ടു നിറച്ച് വരയ്ക്കുന്ന രീതിയാണ് കളമെഴുത്തിന് ഇപ്പോഴും സ്വീകരിക്കുന്ന ത്. വണ്ണാന്മാർ, തെയ്യംപാടി നമ്പ്യാന്മാർ, പുള്ളുവർ എന്നിവർ ആ ണ് പയ്യന്നൂർ ഫർക്കയിൽ കളമെഴുതുന്നവർ (1) ഉമിക്കരി (2) മ ഞ്ഞൾപ്പൊടി (3) വാകയിലപ്പൊടി (4) ചുണ്ണാമ്പ് (5) അരിപ്പൊടി എന്നിങ്ങനെയുള്ള പ്രകൃതിയിലെ സ്വാഭാവിക വസ്തുക്കളായ പ ഞ്ചവർണ്ണപ്പൊടികളാണ് കളമെഴുത്തിന് ഉപയോഗിക്കുന്നത്.

കളരി

കളരി ആയോധനകലയ്ക്ക് വളരെ പ്രാധാന്യമുണ്ട്. കളരിയു ടെ പെരുമ വിളിച്ചോതുന്ന വടക്കൻപാട്ടുകൾ. പ്രമാണിമാരുടെയും അധികാരികളുടെയും മക്കൾ ചെറുപ്പം മുതൽ തന്നെ കളരി അഭ്യ സിച്ചിരുന്നു. പുറമെ നിന്നുള്ള ആക്രമണങ്ങളിൽ നിന്ന് രക്ഷ നേ ടാൻ കളരി ഉപകരിക്കും എന്നതിനാൽ അധികാരികൾ കളരി അഭ്യ സനത്തിന് പ്രത്യേക സാമ്പത്തിക സഹായം നൽകിയിരുന്നു.നാ ടുവാഴികളെ സഹായിക്കുവാൻ പരിശീലനം നൽകി ഒരു സംഘ ത്തെ സജ്ജമാക്കുന്നതിന് വേണ്ടിയായിരിക്കും ഇത്തരം കളരികൾ രൂപം കൊണ്ടത്.പ്രാചീന ഗ്രാമവ്യവസ്ഥയുടെ അവിഭാജ്യ ഘടക മായിരുന്ന കളരികളുടെ പാരമ്പര്യമാണ് ചികിത്സയെന്നു കൂടി പേ രുള്ള മർമ്മ ചികിത്സയെ വളർത്തിയത്. വടക്കൻ കേരളത്തിന്റെ സാംസ്കാരിക മുദ്രയായ തെയ്യം, പൂരക്കളി, എന്നിവയ്ക്കും കള രി പരിശീലനം അത്യാവശ്യഘടകമായിരുന്നു. ആയുധാഭ്യാസങ്ങൾ ക്കിടയിൽ പറ്റുന്ന ഒടിവു ചതവുകൾ ചികിത്സിക്കുകയെന്ന പ്രാ യോഗികാവശ്യമാണ് ഈ ചികിത്സാരീതിയുടെ ഉൽപ്പത്തിക്കു കാ രണം ശാസ്ത്രക്രിയകൾക്കും മുറിവുണക്കാനും അസാമാന്യ പാ ടവമുള്ളവരായിരുന്നു പഴയകാല കളരി ഗുരിക്കന്മാർ. അന്നൂരിലെ അവറോന്നൻ ഗുരിക്കൾ കുഞ്ഞിമംഗലത്തെ ഒരു പെൺകുട്ടിയുടെ വികൃതമായ മാറിടം ശസ്ത്രക്രിയകൊണ്ട് നേരയാക്കി പച്ചമരുന്നു വെച്ച് ഉണക്കിയതും പ്രതിഫലം സ്വീകരിക്കാതെ മടങ്ങിയ ഗുരു ക്കൾക്ക് വെറ്റിലമാത്രം ദക്ഷിണയായി നല്കിയതുമായ സംഭവം പയ്യന്നൂരിന്റെ ഐതിഹ്യമാണ്. ചരിത്രവും, വെറ്റിലക്കെട്ടിനുള്ളിൽ പൊന്നിന്റെ വെറ്റിലകൂടി ഉണ്ടായിരുന്നത്രേ. ഇതുപയോഗിച്ച് ഒ രൊടികണ്ടം വാങ്ങി അവിടെ വിളയുന്ന നെല്ല് കളരിയിൽ വരുന്ന വരെ ഊട്ടാനായി മാത്രം ഗുരിക്കൾ ഉപയോഗിച്ചു. കഴിഞ്ഞ നൂറ്റാ ണ്ടിന്റെ ആദ്യപകുതിവരേയും പയ്യന്നൂരിലെ പല ക്ഷേത്രങ്ങളോ ടും ബന്ധപ്പെട്ട് കളരികളുണ്ടായിരുന്നു. ചില കളരികൾ പിന്നീട് ദേവീക്ഷേത്രങ്ങളായി മാറിയിട്ടുമുണ്ട്. കണ്ടോത്ത് കുറുമ്പക്കാവി നോടനുബന്ധിച്ചും കുറിഞ്ഞിയറയോടനുബന്ധിച്ചുമുണ്ടായിരുന്ന കളരികൾ പ്രസിദ്ധങ്ങളായിരുന്നു. കണ്ടോത്ത് കളരിയുടെ മേൽ നോട്ടം വഹിച്ചിരുന്ന പുല്ലാഞ്ഞിക്കോട് കുടുംബക്കാർ ഇന്നും മർ മ്മഗുളിക നിർമ്മിച്ച് ഈ ചികിത്സാപൈതൃകം സംരക്ഷിക്കുന്നു

ണ്ട്. കളരി അഭ്യാസികളും കഥകളി അഭ്യാസികളും മെയ്‌വഴക്ക
ത്തിനായി നടത്തിയുന്ന ചവിട്ടിത്തടവലും കളരി ചികിത്സയുടെ
ഭാഗം തന്നെ. തായിനേരിയിൽ നാരായണൻ ഗുരുക്കൾ നടത്തു
ന്ന ചന്തൻ സ്മാരക കളരി സംഘം ചികിത്സയുടെയും മെയ് അ
ഭ്യാസത്തിന്റെയും പാരമ്പര്യം ഇന്നും കാത്തു സൂക്ഷിക്കുന്നു. ക്ര
മേണ ഇത്തരം കളരികൾ സ്ഥലനാമങ്ങളായി മാറി. കളരികൾ പ
ലതും പിന്നീട് തെയ്യങ്ങളുടെ പള്ളിയറകളായി മാറുകയുമുണ്ടാ
യി. കളരി ആയോധനകലയ്ക്ക് വളരെ പ്രാധാന്യമുണ്ട്. കളരിയു
ടെ പെരുമ വിളിച്ചോതുന്ന വടക്കൻപാട്ടുകൾ കകൊതിയൻ പറ
മ്പിത്താര, മൂരിക്കാനം, കീഴ്മല, തുടങ്ങിയ കളരികൾ പ്രശസ്ത
ങ്ങളാണ്.കളരികളും കളരിപരദേവതകളും കളരിഗുരുക്കന്മാരും നി
രവധി. ഗുരുക്കന്മാർക്കു പൊതുവെ മേലാള കീഴാള ഭേദമുണ്ടെങ്കി
ലും അതു പ്രകടമായിരുന്നില്ല. തോറ്റം പാട്ടുകൾ പലതിലും നാ
യർ കളരി, തീയർ കളരി, മണിയാണി കളരി, പിടാൽ കളരി, എ
ന്നിങ്ങനെ വിവിധ സമുദായങ്ങൾക്കു വിവിധ കളരികൾ. ഇവയിൽ
കേവലം രണ്ടോ മൂന്നോ വിഭാഗമൊഴിച്ച് ബാക്കിയെല്ലാം കീഴാള
ജാതിക്കാരുടേതാണെന്നു പ്രത്യേകം ശ്രദ്ധേയം. മാണിയാട്ടു തീ
യരുടെ കളരിയുംഇപ്പോഴും ആചാരനുഷ്ഠാനങ്ങളോടെ നിലനി
ന്നുവരുന്നു. മനസ്സിനും ശരീരത്തിനും ശക്തിയുള്ള ഒരു കൂട്ടായ്
മ വളർത്തിക്കൊണ്ടുവരുന്നതിന് മുന്നിട്ടിറങ്ങിയതും മെയ്ത്താരി,
കോൽത്താരി, അംഗത്താരി, വെറുംകൈ എന്നീ കളരിമുറകളിൽ
കഴിവ് തെളിയിച്ചവരാണ് ആദ്യകാല കളരി അഭ്യാസികളും ഗുരു
ക്കന്മാരും. കുട്ടമത്ത്, മേൽപറമ്പ്, കൊവ്വൽ, പിലിക്കോട് എന്നിവി
ടങ്ങളിലെ പണ്ട് കാലത്ത് പ്രമുഖരായ കളരി വീരൻമാരുടെ പരി
ശീലന കേന്ദ്രമായിരുന്നു ആരോമൽ ചേകവനും ഉണ്ണിയാർച്ചയും
തീയ്യപാരമ്പര്യമുള്ള യുദ്ധവീരൻമാരായിരുന്നു. കളരിയിൽ മഞ്ഞു
കാലങ്ങളിൽ അമ്പെയ്ത്ത് അടക്കമുള്ള ആയോധനകലകൾക്ക് പു
റമേ പ്രാഥമിക വിദ്യാഭ്യാസം നല്കുന്ന ഗുരുകുലങ്ങളുണ്ടായിരു
ന്നു. അവിടെ അധ്യാപകനായിരുന്നു ഗുരുക്കൾ എന്ന് അറിയപ്പെ
ട്ടു. കരാട്ടെ യഥാർത്ഥത്തിൽ കളരിയിൽ നിന്നും വന്ന ആയോധന
കലയാണെന്നാണ് ഡോ. സദാശിവ ശങ്കരെയുടെ അഭിപ്രായം, ഉ
ത്തരേന്ത്യയിൽ നിന്ന് വന്ന ബുദ്ധസന്യാസിമാർ സ്വയം രക്ഷക്ക്
വേണ്ടി കളരി അഭ്യസിക്കുകയും പിന്നീട് അവർ ചൈനയിലേക്കും

ജപ്പാനിലേക്കും കുടിയേറുകയും ഈ കുടിയേറ്റം കളരിയെ കരാ
ട്ടെ എന്ന പേരിൽ അവതരിപ്പിക്കുകയും ചെയ്തുവത്രെ. കളരി ക
ന്നഡയിൽ കരോഡിയാണ് ഈ കരോഡി ജപ്പാനിലെത്തിയപ്പോൾ
കരാട്ടെ ആയെന്നാണ് നിഗമനം. കുമരൻ, കരിന്തളം എന്നീ കളരി
പയ്യന്നൂരിലെ തറവാട്ട് കളരികൾ, ആയോധന കലാരംഗത്തുണ്ടാ
ക്കിയ മാറ്റങ്ങളെ ചെറുതായി കണ്ടുകൂടാ. ഒരു തലമുറയുടെ ജീവി
തവീക്ഷണത്തെ രൂപപ്പെടുത്തിയെടുക്കുന്നതിൽ ഈ കളരിയുടെ
സ്വാധീനം വലുതായിരുന്നു. അന്നൂർ ചുവാട്ട വലിയവീട്, കല്ലി
ടിൽ വലിയവീട്, ആനിടിൽ പടിഞ്ഞാറ്റ, മുണ്ടിയത്ത്, കേളോത്ത്
കരിപ്പത്ത്, തൃക്കരിപ്പൂർ ഉത്തമന്തിൽ, പുതിയപറമ്പൻ, കണ്ടങ്കാളി
കോട്ടയേൻ തുടങ്ങിയ തറവാട്ട് കളരികൾ ഒരു സംസ്കാരം നില
നിർത്താനുള്ള ദൗത്യം ഏറ്റെടുത്ത സ്ഥാപനങ്ങളായിരുന്നു.വടക്കൻ
പാട്ടിൽ പരാമർശിക്കുന്ന തുളുനാടൻ കളരിയാണ് കുമ്മണാർ കള
രി. കുമ്മണാർ കളരി ഇന്നും ചരിത്രത്തിന്റെ ബാക്കിപത്രമായി നി
ലനിൽക്കുന്നു.   പിൽക്കാലത്ത നോർത്ത് കോട്ടച്ചേരി എന്നറിയ
പ്പെടുന്ന പഴയ തുളുച്ചേരിയിൽ സ്ഥിതി ചെയ്യുന്ന ക്ഷേത്രമാണ്
കുമ്മണാർ . പ്രസ്തുത ക്ഷേത്രം സമീപസ്ഥമായ മടിയൻ കൂലോം
ക്ഷേത്രത്തിന് വിധേയമായി ആചാരങ്ങളും ചടങ്ങുകളും കൊ
ണ്ടാടുകയും അവിടത്തെ ആധിപത്യത്തിൽ തറവാട്ടുകാരായ കു
രിക്കൾ വീട്ടുകാർ തറവാട്ടുക്ഷേത്രമായി കൊണ്ടാടുകയും ചെയ്യുന്നു.

പൂരക്കളി മറത്തുകളി

ആദ്യകാലങ്ങളിൽ പൂരക്കളി മറത്തുകളി പണിക്കന്മാർ കാര്യ
മായ രീതിയിൽ സംസ്കൃതത്തിൽ പാണ്ഡിത്യം നേടാറില്ല. പൂര
ക്കളിപ്പാട്ടുകളും ശ്ലോകങ്ങളും തായ്‌വഴിയായിട്ട് കൈമാറുകയാണ്
പതിവ്. മറത്തുകളിക്ക് ശാസ്ത്രീയമായി ചർച്ചകൾ വിരളമാണെ
ന്ന് പല തലമുറയിൽപ്പെട്ട പണിക്കന്മാർ പറഞ്ഞു വരുന്നുണ്ട്. എ
ന്നാൽ ഇക്കാലങ്ങളിൽ ആണ് വളരെ ആഴത്തിലുള്ള പഠനങ്ങളും
ചർച്ചകളും നടക്കുന്നത്. അതുകൊണ്ടു തന്നെ പണിക്കന്മാർ സം
സ്കൃതത്തിലെ നിരവധി ഗ്രന്ഥങ്ങൾ പഠിക്കാൻ നിർബന്ധിതരാ
കുന്നു.

രാമന്തളി പ്രദേശത്തുള്ള തായത്ത് രാമൻ പണിക്കർ (തേറ)
മൊട്ടുക്കൻ കുഞ്ഞപ്പു പണിക്കർ, ചവിണിയൻ പണിക്കർ, പരങ്ങേൻ,

രാമൻ പണിക്കർ, പി പി കോരൻ പണിക്കർ (പുച്ചാൽ) പൂരക്കളി പ്പാട്ടിൽ പ്രഗത്ഭനായ പി.വി കോരൻ പണിക്കർ, തായിനേരി കുറി ഞ്ഞി ക്ഷേത്രപരിസരത്തുള്ള പ്രസിദ്ധനായ സംസ്കൃതപണ്ഡി തനായിരുന്നു തായമ്പത്ത് പണിക്കർ, അന്നൂരിലുള്ള പെരിങ്ങാ പ്രത്ത് കുഞ്ഞമ്പുപണിക്കർ, കണ്ടങ്കാളിയിലുള്ള കുഞ്ഞുവളപ്പിൽ കുഞ്ഞമ്പു പണിക്കർ, മാവിച്ചേരിയിലുള്ള പണ്ടാരവളപ്പിൽ നാരാ യണൻ പണിക്കർ, മമ്പലത്തെ ടി.ടി രാമൻ പണിക്കർ എന്നിവർ ഈ രംഗത്തെ പ്രഗത്ഭരായിരുന്നു.ഇന്ന് ഈ തലമുറയിൽ ജീവിച്ചി രുന്ന പണ്ഡിത ശ്രേഷ്ഠന്മാരായ പണിക്കന്മാരിൽ ഒന്നാമനായ രാമന്തളി എം. കൃഷ്ണൻ പണിക്കരുടെ ഗുരുനാഥൻ മുൻ എം.പി ടി ഗോവിന്ദന്റെ പിതാവായ ടി.ടി രാമൻ പണിക്കരാണ്. ഇദ്ദേഹ ത്തിന്റെ ഗുരുനാഥനായിരുന്ന കണിശൻ കണ്ണൻ ഗുരുക്കൾ എന്ന ജ്യോതിഷ പണ്ഡിതൻ, ഗോവിന്ദൻ പണിക്കർ, ദാമോദരൻ പണി ക്കർ, കുഞ്ഞിക്കണ്ണൻ പണിക്കർ, ഗോവിന്ദൻ പണിക്കർ നരി പ ണിക്കർ, പാനാക്കാരൻ പണിക്കാർ, ദാസൻ പണിക്കർ, ബാബു പ ണിക്കർ, നാരായണൻ പണിക്കർ, കുഞ്ഞപ്പു പണിക്കർ, സജി പ ണിക്കർ, ചിരുകണ്ടൻ പണിക്കർ, പി. കുമാരൻ പണിക്കർ, പത്മനാ ഭൻ പണിക്കർ, എം. കൃഷ്ണപണിക്കർ ഇവരെല്ലാം ശ്രദ്ധേയമായ സംഭാവനകൾ നല്കിയ പണിക്കന്മാരാണ്.ഒരു കാലത്ത് ഈ പ്ര ദേശങ്ങളെയും പ്രതിനിധീകരിക്കുന്ന പണിക്കന്മാർ ആ പ്രദേശ ത്തെ മൊത്തം പ്രതിനിധാനം ചെയ്യുന്ന നായകനായ അങ്കക്കാര നായിരുന്നു. ജയപരാജയങ്ങൾ ജനങ്ങൾ വിലയിരുത്തിയിരുന്നു. ഒരു പണിക്കരുടെ തോൽവി പ്രദേശത്തുള്ള ക്ഷേത്രക്കാരുടെ തോൽവിയായി കണക്കാക്കിയിരുന്നു. വാക്ക് സാമർത്ഥ്യം തന്നെ യാണ് പണിക്കന്മാരുടെ മികവ് നിർണ്ണയിച്ചിരുന്നത്.കരിവെള്ളൂരിൽ ഈ മേഖലയിൽ വിശിഷ്ടമായ സേവനം അനുഷ്ഠിക്കുന്ന പ്രഗ ത്ഭരായ പി.രാഘവൻ പണിക്കർ, വി.വി ദാമോദരൻ പണിക്കർ, എ ന്നിവർക്ക് ധാരാളം ശിഷ്യന്മാരുണ്ട്. പെരളത്തുള്ള കെ.കുഞ്ഞമ്പു പണിക്കർ, അപ്പു പണിക്കർ, എം. ഗോപാലൻ പണിക്കർ എന്നിവ രും പുതിയ തലമുറയിലെ വാഗ്ദാനങ്ങളാണ്.മുകളിൽ പറഞ്ഞ പ ണിക്കന്മാർ പൂരക്കളി, മറത്തുകളിമേഖലയെ വളർത്തുന്നതിലും നിലനിർത്തുന്നതിലും അവരവരുടെതായ സംഭാവനകൾ നല്കി യവരാണ്. മാത്രവുമല്ല ഒട്ടനവധി സാധാരണക്കാരായ പൂരക്കളി

കലാകാരന്മാർ (കളിക്കാർ) നമ്മുടെ നാട്ടിൻപുറങ്ങളിലുണ്ട്. അവ രുടെയൊക്കെ സംഭാവനകൊണ്ടാണ് ഈ അനുഷ്ഠാന കലക്ക് ഇ ന്നു കാണുന്ന തരത്തിലുള്ള ഉയർച്ച ഉണ്ടായിട്ടുള്ളത്. പൂരക്കളി സമൂഹ നൃത്തകലതന്നെയാണ്. അതിന്റെ സൗന്ദര്യം എന്നു പറ യുന്നത് ഒരു സമൂഹത്തിന്റെ ഒത്തൊരുമയും കൂട്ടായ്മയുമാണ്. ഈ കലയെ പരിപോഷിപ്പിക്കുന്നതിൽ മുഖ്യ പങ്കുവഹിച്ചത് നമ്മുടെ നാട്ടിലെ കാവുകളും കഴകങ്ങളും ക്ഷേത്രങ്ങളുമാണ്. ഇന്നും ഇ തിന്റെ താങ്ങും തണലും ജീവനും കുടികൊള്ളുന്നത് ക്ഷേത്രമ തിൽക്കെട്ടുകളിലാണ്.തീയ്യ, മണിയാണി, മുക്കുവ, ചാലിയ, തട്ടാൻ തുടങ്ങിയ സമുദായത്തിൽപ്പെട്ട ആൾക്കാരാണ് നമ്മുടെ പ്രദേശ ത്തിൽ ഈ കല അനുഷ്ഠിച്ചു വരുന്നത്. ഇന്ന് മറുത്തുകളി സമൂഹ ത്തിലെ മുഖ്യധാരാകലയായി മാറിയിരിക്കുകയാണ്. പല പൊതു വേദികളിലും മറുത്തുകളിയും പൂരക്കളിയും അവതരിപ്പിച്ചു വരാ റുണ്ട്. ഒ.കെ മുൻഷി, ഏ.കെ കൃഷ്ണൻമാസ്റ്റർ, പരയങ്ങാടൻ കു ഞ്ഞിരാമൻ, ഡോ. സി.എച്ച് സുരേന്ദ്രൻ, ഡോ.ഇ ശ്രീധരൻ, ഡോ. പി.വി നാരായണൻ, ടി. രാധാകൃഷ്ണൻ, കെ.വിഷ്ണു എന്നിവ രൊക്കെ പല കാവുകളിലെ മറുത്തുകളിക്ക് അധ്യക്ഷത വഹിച്ചിട്ടു ണ്ട്. പൂരക്കളിയുടെയും മറത്തുകളിയുടെയും താളവും ഈരടിയും മനസ്സിൽ പേറി നടക്കുന്ന ഒട്ടനവധി ആസ്വാദകക്കൂട്ടങ്ങളും പയ്യ ന്നൂർ ഫർക്കയുടെ പ്രത്യേകതയാണ്.

അദ്ധ്യായം 8

ആഘോഷങ്ങൾ

തുലാപ്പത്ത്

തുലാമാസത്തിലെ പത്താമുദയമാണിത്. പണ്ട് ഇതൊരു നാ
യാട്ടുത്സവമായിരുന്നു. നായാട്ടിന് തുടക്കം കുറിക്കുന്ന ദിനമാണി
ത്. കൃഷിക്കാർക്കിടയിലും തുലാപ്പത്ത് വിശേഷദിവസമാണ്. ക
ന്നികൊയ്ത്ത് കഴിഞ്ഞ് രണ്ടാം വിള ആരംഭിക്കുന്ന ദിവസം നേര
ത്തെ കൊയ്ത്ത് കഴിഞ്ഞാലും തുലാപ്പത്തിൻ നാളിൽ പുത്തരിയൂ
ണു കഴിഞ്ഞേ ആ നെല്ല് ഉപയോഗിക്കുകയുളളൂ. ആദിവാസികൾ
ക്കിടയിൽ ഇത് പ്രധാനപ്പെട്ട ഒരാഘോഷമാണ്. തുലാപ്പത്ത് കഴി
ഞ്ഞാൽ പിലാപ്പൊത്തിലും കിടക്കാം എന്ന ഒരു പഴഞ്ചൊല്ലു ത
ന്നെ നിലവിലുണ്ട്. ഇതിന് പുത്തരിയടിയന്തിരമെന്നാണിവർ പറ
യുന്നത്. ഇതിനോടനുബന്ധിച്ച് വച്ചുകൊടുക്കുക എന്നൊരു ചട
ങ്ങുണ്ട്. അതാത് സ്ഥലങ്ങളിൽ പുത്തരി മുഹൂർത്തം കുറിക്കും.
ദേവന്മാർക്ക് പുത്തരി കൊടുക്കുക എന്നതാണ് ഇത് അർത്ഥമാ
ക്കുന്നത്. ഇതോടനുബന്ധിച്ച് വിളവെടുപ്പിന്റെ ഫലങ്ങൾ ജന്മിക്കു
കൊടുക്കുകയും നേരം പുലരുംവരെ തെയ്യാട്ടം നടത്തുകയും
ചെയ്യും.

നിറ

കർക്കിടകവാവു കഴിഞ്ഞ് വരുന്ന നിറ (പതിനൊന്ന് തരം ഇല
കൾ ചേർന്ന് നെൽകതിരോടുകൂടി ചേർത്ത് തുണുകളിൽ കെട്ടി
യിടുന്നു. വട്ടപ്പലം, ആലില, വെള്ളിയില, സൂത്രവള്ളി, പൊലുവ
ള്ളി, അരയായില, പ്ലാവില, മാവില, കാഞ്ഞിരത്തില, കായൽ ഇ
ല, നെല്ലിയില – 11 തരം ഇലകൾ) ദിവസത്തിലേക്കായി നിറയ്
ക്കാനുള്ള സാധനങ്ങൾ പ്രത്യേകിച്ച് നെൽ കതിര് തലേന്നാൾ സ

ഡ്യാവിളക്ക് കൊളുത്തുന്നതിനു മുൻപേ തന്നെ നെൽകതിരുക
ളും ഇലകളും അവിടെ എത്തിക്കുന്നു പുത്തരിയും, നിറയും തീയ്യ
ഉത്സവമായിരുന്നു. കർക്കടം പതിനെട്ടോടെ ആകാശം ചിരിക്കാൻ
തുടങ്ങുന്നതോടെ നിറയ്ക്കാനുള്ള ഒരുക്കങ്ങൾ ആരംഭിക്കുകയാ
യി. വീട്ടുപരിസരം കാടുംപടലും കളഞ്ഞ് ചെത്തിവൃത്തിയാക്കും.
നിറ ദിവസവും മുഹൂർത്തവും ക്ഷേത്രങ്ങളിൽ തീരുമാനിക്കപ്പെ
ടും. പാടങ്ങളിൽ നെൽച്ചെടികൾ പിട്ട് ആയി (പാലുറക്കറായ
നെൽക്കതിരുകൾ) നിൽക്കുകയാവും. വീട്ടിനകത്തും തൊഴുത്തി
ലും നിറയ്ക്കും. അതിന്ന് വേണ്ട നെറോലം നേരത്തെ കൂട്ടിത
യ്യാറാക്കിയിരിക്കും. ഏറ്റവും കൂടുതൽ വിഭവങ്ങൾ നിരത്താനുള്ള
മത്സരം തന്നെയാകും പുത്തരിസദ്യയിൽ. കൊയ്തുകാലം തുട
ങ്ങിയാൽ എല്ലാ വീട്ടിലും നെല്ലുണ്ടാകും.

കുലകൊത്തൽ

പുത്തരിയുടെ തീയ്യതി തീരുമാനിച്ചാൽ അതിന് ഏഴോ ഒൻപ
തോ നാൾ മുൻപായിരിക്കും കുലകൊത്തുക. സാധാരണയായി
ചൊവ്വ, വെള്ളി എന്നീ ദിവസങ്ങളിൽ ഏതെങ്കിലും ഒരു ദിവസം
തെരഞ്ഞെടുക്കും. (ഈ ദിവസങ്ങളെ കൊടിയാഴ്ച എന്ന പേ
രിൽ അറിയപ്പെടുന്നു). തറവാടു കാരണവരും മറ്റും വേണ്ടപ്പെട്ടവ
രും നന്നേ രാവിലെ കുളിച്ച് വ്രതശുദ്ധിയോടെ അതിനായി കണ്ടു
വെച്ച മൂന്നൂ കുലകൾ കൊത്തുന്നു. കദളിക്കുല വേണമെന്നാണ്
ചൊല്ല്. ഇന്നവ കിട്ടാൻ പ്രയാസമായത് കൊണ്ട് പുവൻ കുല (ഞാ
ണിപ്പുവൻ, മൈസൂർപ്പുവൻ തുടങ്ങിയവ) കളാണ് കൊത്തുക. ഇ
വയിൽ വെള്ളം നനച്ച് പടിഞ്ഞാറ്റക്കകത്തോ, ഭണ്ഡാരപ്പുരയ്ക്ക
കത്തോ തൂക്കിയിടുന്നു. ഇതിലെ പഴങ്ങളാണ് പുത്തരി ദിവസം
ദേവന് നിവേദിക്കുക.

പുത്തരി

പുത്തരി കൊടുക്കൽ എന്നും പുത്യോടകൽ എന്നും അറിയ
പ്പെടുന്നു. പയ്യന്നൂർ ഭാഗങ്ങളിൽ കാണാൻ വേണ്ടി കഴിയുക. എ
ല്ലാ ഇല്ലക്കാരും അവരുടേതായ തറവാടും ആ തറവാടുകളിൽ വ
യനാട്ടു കുലവനും വിഷ്ണുമൂർത്തിയുംഉണ്ടാകാറുണ്ട്. ചില തറ

വാടുകളിൽ ഈ ദേവന്മാർക്ക് പുറമെ കുറത്തിയമ്മയും പൊട്ടൻ തെയ്യവും ഉണ്ടാകാറുണ്ട്. വയനാട്ടു കുലവന്റെ ഇഷ്ടവിഭവമായ മധുവും (കള്ള്), തീയൽ ചുട്ടെടുത്ത അടയും നിവേദിക്കുമ്പോൾ മറ്റു ദേവീ ദേവന്മാർക്ക് വിളമ്പി വെയ്ക്കുന്നു. സന്ധ്യ സമയത്ത് ആരംഭിക്കുന്ന ചടങ്ങ് വ്രതശുദ്ധിയോടു കൂടി വാല്യക്കാർ അട പരത്താൻ തുടങ്ങുന്നു. വയനാട്ടു കുലവന്റെയും വിഷ്ണുമൂർത്തിയുടെയും വെളിച്ചപ്പാടന്മാർ തെയ്യങ്ങളുടെ പ്രതിരൂപങ്ങളായി ഭക്തരെ അനുഗ്രഹിക്കുകയും മററു കർമ്മങ്ങൾ നടത്തുകയും ചെയ്യുന്നു. അടുത്തകാലം വരെ പുത്തരി കൊടുക്കൽ ചടങ്ങുമായി ബന്ധപ്പെട്ട് നായാട്ട് നടത്തുന്ന പതിവുണ്ടായിരുന്നു. ചടങ്ങിനു ശേഷം എല്ലാവർക്കും വയനാട്ടു കുലവന്റെ പ്രസാദമായ അംശം കൊടുക്കുന്നു. കൂടാതെ അന്നദാനവും ഉണ്ടാകും. പുത്തരി ദിവസങ്ങളിൽ നാട്ടിലും മറു നാട്ടിലുമായുള്ള ബന്ധുജനങ്ങൾ മുഴുവനും ഒത്തു കൂടും. മക്കളും മരുമക്കളും മറ്റ് ബന്ധുക്കളും അയൽക്കാരും കഴകത്തിലെ സ്ഥാനീകരും കൂട്ടായിക്കാരൻമാരും കാരണവൻമാരും കാണും. നട തുറന്ന് ദീപം വെക്കുന്ന തോടു കൂടിയാണ് ചടങ്ങു തുടങ്ങുന്നത്. നല്ലൊരു വിഭാഗം ചെറുപ്പക്കാരുടെയും പ്രായമുള്ളവരുടെയും സേവനം ആവശ്യമാണ്. നിവേദ്യമുണ്ടാക്കലും സദ്യ ഒരുക്കലുമാണ് പ്രധാന ജോലി. അവിടെ കൂടിയവർക്കും, തറവാട്ടിലെ കുഞ്ഞുകുട്ടികൾക്കും അവരുടെ വീടുകളിലേക്കുമായി പ്രസാദം കൊടുക്കണം. പുത്തരി അടിയന്തിരത്തിന് തറവാട്ടിലേക്ക് വരുമ്പോൾ ഓരോ കുടുംബവും അവരവരുടേതായ വിഹിതം കൊണ്ടു വരും . അരി, നെല്ല്, തേങ്ങ, പണം, കോഴിതുടങ്ങിയവ. പ്രസാദമുണ്ടാക്കുന്നവർ ഷർട്ട് ധരിക്കരുത്. അവർ കുളിച്ച് ശുദ്ധം വരുത്തണം. അടക്കാവശ്യമായ അരിമാവുണ്ടാക്കുക വ്രതം നോറ്റിരുന്ന സ്ത്രീകളായിരിക്കും. എല്ലാ തറവാടു വീടുകളിലും ഉരൽപ്പുരയും, ഉരലും ഉലക്കയും കാണും. വിഷ്ണുമൂർത്തിക്ക് പഴവും മലരും ഇളനീരുമാണ് നിവേദ്യം. നിവേദ്യങ്ങൾ തയ്യാറാകുന്നതോടെ ശ്രീലകത്ത് പൂജ നടക്കും. അന്നേരം തുടർച്ചയായ മണി മുഴക്കവും ശംഖുനാദവുമുണ്ടാകും. വിഷ്ണുമൂർത്തിയുടെതും വയനാട്ടുകുലവന്റെതുമാണ് വെളിച്ചപ്പാടുകൾ. ശ്രീലകത്ത് നിന്ന് അട്ടഹസിച്ച് ആയുധങ്ങളുമായി പുറത്തിറങ്ങുന്ന വെളിച്ചപ്പാടുകൾ തിരുനടയിൽ   നിന്ന് തിരുവായുധം കൊണ്ട് നെഞ്ചിൽ കൊത്തും.

തുടർന്ന് ഭൂതഗണങ്ങൾക്കായുള്ള ബലികർമ്മങ്ങളാണ്. അതിന് ശേഷം ഉരിയാടലുകളായി. കഴകത്തിലെ സ്ഥാനികരോടും കാര ണവൻമാരോടുമാണ് ആദ്യത്തെ ഉരിയാടലുകൾ. പിന്നീട് കോയ് മയോടും പൗര്യമുഖ്യരോടും മറ്റുമായിരിക്കും.

വടക്കേൻ ഭാഗം

തെയ്യത്തിലെ തട്ടുതല താന്ത്രികാരാധന സങ്കേതത്തിന് തുല്യ മാണ്. കാവിന്റെ മുന്നിൽ വടക്കുഭാഗത്തായി വാഴപ്പോഴകൾ കൊ ണ്ട് കളങ്ങളുണ്ടാക്കി അതിന്റെ സന്ധികളിലൊക്കെ കോത്തിരി (കോൽത്തിരി) കത്തിച്ചുവെയ്ക്കുന്നതാണ് തട്ടുതല, കളങ്ങളിൽ മുതിർച്ച (നിവേദ്യം) വയ്ക്കും. ദേവതയ്ക്കുവേണ്ടി അരി, മലർ, അവിൽ, ഇളനീർ, തേങ്ങ എന്നിവയാണ് മുതിർച്ച. താന്ത്രികാരാധ യിൽ ചക്രപൂജയ്ക്ക് ഉപയോഗിക്കുന്ന യാന്ത്രങ്ങളിലെന്ന പോലെ ഈ കളത്തിലും ദേവതാ സാന്നിധ്യമുണ്ടെന്നാണ് കൂട്ടായ്മയുടെ വിശ്വാസം. ഈ കളത്തിന് മുന്നിൽ ദേവതാപ്രീതിക്കായി ചില അ നുഷ്ഠാനങ്ങൾ നടക്കും. വടക്കേൻ ഭാഗം എന്ന കുതുരതിതർപ്പ ണം നടക്കുന്നത് ഇവിടെയാണ്. യന്ത്ര സാധനയിലെ തർപ്പണ ത്തിന് തുല്യമാണ് വടക്കേൻ ഭാഗം.

കർക്കിടവാവ്

അന്നേ ദിവസം അപ്പം ചുടുകയും മരിച്ചുപോയ ആത്മാക്കൾ ക്ക് ബലിയിടുകയും ചെയ്യുന്നു. വാവ് ആഘോഷിക്കുന്നവരിൽ ഒ രാൾ വ്രതമെടുക്കും. ഒരു നേരം മാത്രമേ ഭക്ഷണം കഴിക്കുകയുള ളൂ. ഊണും കറികളും ഇലയിലെടുത്ത് മരിച്ച ആത്മാവിനെ മന സ്സിൽ ധ്യാനിച്ച് മുറ്റത്ത് വയ്ക്കുന്ന നാക്കിലയിൽ ആണ് വയ്ക്കു ക. കാക്കയെ കൈകൊട്ടി വിളിച്ച് ബലിച്ചോറ് കൊടുക്കും. മുത്ത മ കനാണ് കർമ്മങ്ങൾ ചെയ്യുക. കുളിച്ച് ശുദ്ധിയായിട്ട് മാത്രമേ ചെ യ്യാവൂ. പച്ചക്കറികളും ചോറുമാണ് സദ്യയ്ക്ക് പാകം ചെയ്യുന്നതെ ങ്കിലും കോഴിയെ അറക്കുന്ന പതിവുമുണ്ട്.

മകം കുത്തൽ

മകംകുത്തൽ ഊർവ്വരപൂജയുടെ ഭാഗമാണ്. വെള്ളവും സൂര്യ നും ഇവിടെ ആദരിക്കപ്പെടുന്നു. പെൺകുട്ടികളാണ് ഈ ചടങ്ങിലെ പ്ര

ധാന പങ്കാളികൾ. ഉരലും ഉലക്കയും മറ്റ് വീട്ടുപകരണങ്ങളിലും കഴുകി ശുദ്ധമാക്കും. കിണറിൽ നിന്ന് അന്ന് ആദ്യമായി എടുത്ത വെള്ളം ഉരലിൽ ഒഴിച്ച് അതിൽ ഉണക്കലെരിയും തുമ്പപ്പൂവും ഇ ട്ടും. വിളക്കും തളികയിലെരിയും കിണ്ടിയിൽവെള്ളവും മടക്കുടയും വെച്ചിരിക്കും. കുളിച്ച് വസ്ത്രം മാറിവന്ന വീട്ടമ്മ സൂര്യന് അഭിമു ഖമായി നിന്ന് ഉരലിൽ ഉലക്കകൊണ്ട് മൂന്നുതവണ കുത്തും. ഉര ലിൽ ഉലക്കകൊണ്ട് കുത്തുന്ന ശബ്ദം അങ്ങ് കാവേരിയമ്മകേൾ ക്കണം എന്നാണ് പഴമക്കാർ പറയുക. കിഴക്കോട്ട് തിരിഞ്ഞ് സൂര്യ ന് അഭിമുഖമായി ഉലക്കവെച്ച് തൊഴുത് പിൻമാറും. ഉരലിലെ വെ ള്ളത്തിൽ അരയന്നങ്ങളെപ്പോലെ നീന്തിച്ചുഴലുന്ന തുമ്പപ്പൂവുകൾ അടിഞ്ഞ് കൂടുന്ന ദിക്ക് നോക്കി ലക്ഷണം പറയുന്ന പതിവുണ്ട്. വീട്ടിലെ കുഞ്ഞിമോൾക്ക് ആ ഭാഗത്ത് നിന്നാണ് പുരുവൻ (പുരു ഷൻ) വരിക എന്നൊക്കെ ലക്ഷണം പറഞ്ഞിരുന്നു. നെല്ല് കുത്തി അരിയാക്കാനുള്ള ഉപകരണം മാത്രമല്ല ഉരൽ. അത് കമിഴ്ത്തി വെച്ചാൽ കൈലാസമായി. വീട്ടുമുറ്റത്ത് മുത്തപ്പനെ ആടിക്കുമ്പോൾ പീഠമായി ഉപയോഗിച്ചിരുന്നത് ഉരൽ ആണ്. കമിഴ്ത്തിവെച്ച ഉര ലിന് മുകളിലായി വാഴയില പൊതിഞ്ഞ്കെട്ടും.

കൈവീത്

പുത്തരി അടിയന്തിരം കഴിഞ്ഞതിനു ശേഷമേ ഭക്തജനങ്ങൾ പ്രാർത്ഥനയായി കഴിപ്പിച്ചു വരാറുള്ള കൈത അടിയന്തിരം കഴി ച്ചു തുടങ്ങുകയുള്ളൂ. കൈതടിയന്തിരം ഓരോ വർഷത്തേയും നി റയുടെ തലേ ദിവസം വരെ കഴിക്കാവുന്നതാണ്. നിറ കഴിഞ്ഞാൽ പുത്തരി അടിയന്തിരം കഴിഞ്ഞതിനു ശേഷം മാത്രമേ വീണ്ടും കൈതടിയന്തിരം കഴിച്ചു തുടങ്ങുകയുള്ളൂ.പുത്തരി അടിയന്തിര ദിവസങ്ങളിലും, കൈത് അടിയന്തിര ദിവസങ്ങളിലും, ദൈവികാ വേശം ലഭിക്കുന്ന പൂജാരികൾ ഭക്തജനങ്ങലെ അനുഗ്രഹിച്ചു കൊ ണ്ട് നല്കുന്ന വാചാലുകളാണ് (ഉരിയാടലുകൾ).കൈവീത് ജാതി ഭേദമെന്യേയുള്ള പ്രാർത്ഥനയാണ്. അന്ന് കുലവന്റെ വെളിച്ചപ്പാ ടു മാത്രമേ കാണൂ. ബലികർമ്മങ്ങളോ,ഭക്ഷണമോ ഇല്ല .മറ്റു കർ മ്മങ്ങളൊക്കെ പുത്തരിക്കുള്ളതാണ്. ഇവിടെ കൈവീത് നടത്തു ന്ന വ്യക്തിയുടെ-കുടുംബത്തിന്റെ പരിഭവവും പരാതിയും ദേവന് സമർപ്പിക്കുന്നു. അവക്കുള്ള പരിഹാരവും സമാധാനവും വെളിച്ച

പ്പാട് തന്റെ ഉരിയാടലിൽ നിർദ്ദേശിക്കുന്നു. മേൽ ചൊന്ന പുത്ത
രി, കൈത് എന്നീ അടിയന്തിര ദിവസങ്ങളിൽ, നിവേദിച്ച് പൂജാദി
കർമ്മങ്ങളനുഷ്ഠിച്ചതിനു ശേഷം, കർമ്മികൾക്ക് ദൈവികാവേശം
ലഭിച്ചു കഴിഞ്ഞാൽ പള്ളിയറ (കൊട്ടിലിൽ)ക്കകത്തുകയറി തിരു
വായുധങ്ങളെടുക്കുന്നു. തുടർന്ന് രണ്ട് ആയുധങ്ങളും, ഒന്നിനു മു
കളിലൊന്നായി പിടിച്ച് കൊണ്ട് പ്രത്യേക രീതിയിൽ ചലിപ്പിച്ചു
തുടങ്ങുന്നു.തിരുസന്നിധിയിലെത്തിച്ചേർന്നിരിക്കുന്ന ഭക്തജനങ്ങ
ളോട് ഉരിയാടി തുടങ്ങുക. മുൻപുസ്ഥാനം പറഞ്ഞു കഴിഞ്ഞാൽ
അന്തിത്തിരിയൻ, വെളിച്ചപ്പാടൻ, അടിയന്തിരക്കാർ, കാരണവൻ
മാർ തുടങ്ങി എല്ലാവരെയും തെയ്യം വിളിക്കുന്നു. സർവ്വൂട്ട് കാര്യ
വും നുറുക്ക് കനകപ്പൊടി കൈപകർച്ചയായി എഴുത്ത് വഴക്കം
ചെയ്ത് വിശേഷിക്കാം എന്നു പറയുന്നു. മഞ്ഞൾപ്പൊടി, അരി
പ്പൊടി എന്നിവ കൂട്ടിക്കലർത്തിയാണ് നുറുക്ക് കനകപ്പൊടി എ
ന്നും അടയാളം എന്നും തെയ്യം പറയുന്ന കുറി ഉണ്ടാക്കുന്നത്. വ
ണ്ണാൻമാരിൽ ഒരാൾ അത് എടുത്ത് തെയ്യം അരങ്ങ് ഒഴിയുന്നതുവ
രെ തെയ്യത്തിന്റെ കൂടെയുണ്ടാവും അൽപ്പം കുറി ഒരു ചാർത്തോ
ടിൽ കോരി ഒരു നാക്കിലയിൽ വെച്ച് തെയ്യം അന്തിത്തിരിയൻ അ
ഥവാ കർമിയെ ഏൽപ്പിക്കുന്നു. അത് അന്തിത്തിരിയൻ പീഠത്തിൽ
കൊണ്ടുവയ്ക്കുന്നു. പ്രധാനപ്പെട്ട ആളുകൾക്ക് തെയ്യം ചെറുതാ
യി നുറുക്കിയ വാഴയിലക്ഷണത്തിൽ കുറി നൽകുന്നു. വയനാട്ട്
കുലവന്റെ കോളി വളപ്പിൽ തറവാട്ടിൽ കാണുന്ന പ്രത്യേക ചട
ങ്ങാണ് ചരിച്ച് വരക്കൽ എന്നത് തേങ്ങയും വെല്ലവും ചുരണ്ടിയി
ട്ട് ദേവന് നിവേദിച്ച ശേഷം മറ്റുള്ളവർക്ക് നൽകുന്നു.

വിഷു

വിഷുവിന് കണിവയ്ക്കുക എന്ന ചടങ്ങ് നടത്തി വന്നിരു
ന്നു. തളികയിൽ കോടിമുണ്ട് പുതിയ പാത്രത്തിൽ അപ്പം എന്നിവ
യും വച്ചിരിക്കും. ആളുകൾ വെളുപ്പിന് കണികാണാൻ വരുമ്പോൾ
അപ്പമെടുത്തുകൊണ്ടാണ് സ്വീകരിക്കുന്നത്. ഇങ്ങനെ ആളുകൾ
വരുന്നത് നല്ല ശകുനമാണെന്നാണ് ഇവരുടെ വിശ്വാസം.

സമൂഹഘടന

കഴകം/താനം/തറവാട്/മുച്ചിലോട്ട്

ഓരോ തൊഴിലും ചെയ്തു ജീവിക്കുന്ന വിഭാഗങ്ങൾ ക്രമേണ ഒരു സമുദായമായി മാറി. അവരുടെതായ ആചാരനുഷ്ഠാനങ്ങൾക്ക് രൂപം നൽകി. ജീവിതവും തൊഴിലും മുന്നോട്ട് കൊണ്ടുപോകുന്നതിനും മറ്റു സമുദായങ്ങളുമായി ബന്ധപ്പെടുന്നതിനും അവയ്ക്ക് രൂപം നൽകുന്നതിനും വേണ്ടി സ്ഥാപനങ്ങളുടെ ആവശ്യം വന്നപ്പോൾ കഴകം/താനം/തറവാട് / മുച്ചിലോട് തുടങ്ങിയവ രൂപം കൊണ്ടു. നാടുവാഴുന്ന ഉടയവർക്ക് സമൂഹത്തിലുള്ള സ്ഥാനം പോലെ ദേവതമാർക്കിടയിൽ സ്വരൂപ ദേവതമാർക്ക് അതിന്റേതായ സ്ഥാനം കാണാം. ചില സ്വരൂപദേവതമാരെ ഗ്രാമദേവതമാരായും പടിഞ്ഞാറ്റ പരദേവതമാരായും ആരാധിക്കാറുണ്ട്. സമുദായത്തിനകത്തെ എല്ലാ പ്രശ്നങ്ങളും ഇത്തരം സ്ഥാപനങ്ങളിൽ ചർച്ച ചെയ്ത് തീർപ്പാക്കി. സമുദായത്തിനകത്തെ ഐക്യം ദൃഢപ്പെടുത്തുന്നതിൽ ഇത്തരം സ്ഥാപനങ്ങൾ വലിയ പങ്ക് വഹിച്ചു. കുറ്റക്കാരെ പിടികൂടാൻ പോലീസും ശിക്ഷിക്കുവാൻ കോടതികളും തടവിൽ പാർപ്പിക്കുവാൻ ജയിലുകളും ഇല്ലാത്ത ആ കാല

ഘട്ടത്തിൽ തന്നെ കാര്യവിസ്താരത്തിനും വിധികല്പനക്കും ശി
ക്ഷയ്ക്കും കഴകങ്ങളിൽ വ്യവസ്ഥയുണ്ടായിരുന്നു.

കഴകം/താനം

സമൂഹിക ജീവിതത്തെ ക്രമീകരിക്കുന്നത് ഇത്തരം സ്ഥാപന
ങ്ങളാണെന്ന് കാണാം. തീയ്യർ, ശാലിയർ തുടങ്ങിയ ജനവിഭാഗ
ങ്ങളുടെ ആധ്യകാല അധിവാസ കേന്ദ്രങ്ങളാണ് താനങ്ങളും കഴ
കങ്ങളുമായി മാറിയത്. താനം ആസ്ഥാനമെന്ന നിലയിൽ വിക
സിച്ചുവന്നതാകാം. താനങ്ങളിലേയും കഴകങ്ങളിലേയും ഭരണനിർ
വ്വഹണത്തിൽ സമാനതകൾ കാണാമെന്നത് ശ്രദ്ധേയമാണ്. തീയ്യ
വിഭാഗത്തിൽപ്പെടുന്ന ആൾക്കാർ താമസിക്കുന്ന സ്ഥലങ്ങളിലെ
ല്ലാം തന്നെ താനങ്ങൾ കാണാവുന്നതാണ്. കാലക്രമേണ മറ്റു ഭാ
ഗങ്ങളിലേക്ക് കുടിയേറിയവർ പ്രസ്തുത താനങ്ങളുമായി ബന്ധം
നിലനിർത്തുന്നത് കാണാം. മാത്രമല്ല പുതിയ കേന്ദ്രത്തിൽ അംഗ
സംഖ്യ കൂടുമ്പോൾ അത് തന്നെ താനമായി മാറുകയും ചെയ്യു
ന്നു. പുതിയ താനം അങ്ങനെ രൂപപ്പെട്ട് വരുന്നതാണ്.

താനങ്ങളുടേയും കഴകങ്ങളുടെയും സ്ഥാനം വിവിധ ജനവിഭാ
ഗങ്ങളുടെ അധിവാസ മാതൃകയുടെ ചിത്രം നൽകുന്നു. തീയ്യരു
ടെ കഴകങ്ങളെല്ലാം തീരപ്രദേശത്താണ് സ്ഥിതിചെയ്യുന്നത്. താ
നങ്ങൾ ഉൾനാടുകളിലും കാണപ്പെടുന്നുണ്ട്. ഉൾനാടുകളിലേക്കു
ള്ള അവരുടെ കുടിയേറ്റമാണ് ഇതു സൂചിപ്പിക്കുന്നത്. ശാലിയരു
ടെ കഴകങ്ങളാകട്ടെ നാടുവാഴികളുടേയും പ്രമുഖ ജന്മി കുടുംബ
ങ്ങളുടേയും കേന്ദ്ര
ങ്ങളിലാണ് കാണ
പ്പെടുന്നത്.മുവാരി
വിഭാഗത്തിൽപ്പെടു
ന്ന ആൾക്കാർ താമ
സിക്കുന്ന സ്ഥലങ്ങ
ളിലെല്ലാം തന്നെ ക
ഴകങ്ങൾ കാണാവു
ന്നതാണ്. ആയിരം
തൊങ്ങ്, നീലങ്കൈ,
കിഴക്കേഅറ, കൂട്ടി

ക്കര എന്നീ നാലുകഴകങ്ങളുടെ കീഴിലാണ് ഈ സമുദായം നില കൊള്ളുന്നത്. നാലു തറവാട്ടുകാർക്ക് സമുദായത്തിൽ പ്രത്യേക മായ സ്ഥാനമുണ്ട്. നലച്ചൻമാർ എന്ന പേരിലാണ് ഇവർ അറിയ പ്പെടുന്നത്. വലിയ വീട്, മീത്തലെ വീട്, കോരച്ചൻ വീട്, കിഴക്കേ വീട് എന്നീ തറവാട്ടിലെ മൂപ്പൻമാർക്കാണ് ഈ സ്ഥാനം.കഴകത്തി ന്റെ നടത്തിപ്പു വേണ്ടുന്ന ചെലവിന് കരം പിരിച്ചെടുക്കുകയായി രുന്നു പതിവ്. കഴകത്തിനു കീഴിലുള്ള സമുദായ അംഗങ്ങളിൽ നി ന്നും കരം പിരിക്കുന്നതിനെ കട്ടായി എടുക്കുക എന്നാണ് പറയു ന്നത് ശാലിയ സമുദായത്തിൽ ഇതിന് കാൽവര എന്ന് പറയും ഇ ത് മാസത്തിലൊരിക്കലോ വർഷത്തിലൊരിക്കലോ ആകാം. കൂ ടാതെ ഉത്സവ വേളകളിലും ഓരോ സമുദായാംഗങ്ങളിൽ നിന്നും പിരിവെടുക്കുന്നു. മരുമക്കത്തായ രീതിയാണ് കഴകങ്ങളിൽ നട ക്കുന്നത്. എന്നാൽ ഒറ്റപ്പെട്ട് മക്കത്തായ സമ്പ്രദായവും അനുവർ ത്തിക്കുന്നുണ്ട്. തീയ്യസമൂദായത്തിന്റെ ചീർമ്പയെ ആരാധിക്കുന്ന കഴകങ്ങൾ നിരവധിയാണ്. അഴീക്കോട്, തെക്കുമ്പാട്, കീച്ചേരി, അതിയടം, മല്ലിയോട്ട് പാലോട്ട് കാവുകളും ഇത്തരത്തിലുള്ള കഴ കസ്ഥാനങ്ങളാണ്. തീയ്യ സമുദായത്തിന് ചീറുമ്പയുടെ പതിനെട്ട ര കഴകങ്ങൾ ആണ് മുൻകാലങ്ങളിൽ ഉണ്ടായിരുന്നതത്രെ.കഴക ങ്ങളിൽ പ്രധാനി അന്തിത്തിരിയനാണ്. വിവിധ തറവാടുകളിലെ മൂത്ത ആൾ കാരണവന്മാരും ഓരോ പ്രദേശത്തുനിന്നും തെര ഞ്ഞെടുക്കപ്പെടുന്നവർ വ്യത്യസ്ഥ ദേവതകളുടെ വെളിച്ചപ്പാടോ കോമരമോ ആയിമാറുന്നു. ഇവർ തിരുവായുധമേന്തി നർത്തനം ചെയ്യുന്നു. ഓരോ സ്ഥാനത്തും മറ്റു ആരാധന സങ്കേതങ്ങളിലും ഇത്തരം ആചാരം കൊണ്ടവർ ഉണ്ടായിരിക്കും. ക്ഷേത്രങ്ങളിൽ നിന്നും വ്യത്യസ്ഥമായിട്ടാണ് കഴകത്തിലെ പൂജാവിധികൾ നട ത്തുന്നത്. ഇവിടുത്തെ പൂജക്കായി ഉപയോഗിക്കുന്ന ദ്രവ്യങ്ങൾ ഉ ണക്കലെരി, ഇളനീർ, അവിൽ, മലർ, കർപ്പൂരം, തുടങ്ങിയവയാണ്.ദി നംപ്രതി കഴകത്തിൽ നട തുറക്കില്ല. വിശേഷ ദിനങ്ങളിൽ മാത്ര മേ നട തുറക്കുകയുള്ളൂ. സംക്രമം, പൂരം, വിഷു, പുത്തരി, പെരു ങ്കളിയാട്ടം എന്നീ അവസരങ്ങളിലും ആദ്യത്തെ എല്ലാ ചൊവ്വാഴ്ച യും നട തുറക്കും. പൂജയ്ക്ക് അരിത്രാവുക എന്നു വിളിക്കുന്നു. നട തുറന്ന് നിറവിളക്ക് തെളിക്കുകയും ഭക്തജനങ്ങൾക്ക് നിവേദ്യ വും കുറിയും നൽകുന്നു.

തറവാട്

ഓരോ താവഴിക്കാർക്കും അവരുടേതായ തറവാടുകളുണ്ടായി രുന്നു. കാരണവരും സഹോദരിയും അനന്തരവന്മാരുമടങ്ങുന്ന അ വിഭക്ത കുടുംബങ്ങളായിരുന്നു അവ. അധികാരവും സ്വത്തും കാ രണവരിൽ നിക്ഷിപ്തമാണ്. കാരണവരുടെ തീരുമാനങ്ങൾ അ ന്തിമമായിരുന്നു. തറവാട്ടുകാരണവർ തന്നെയാണ് കാരണവസ്ഥാ നവും വഹിച്ചിരുന്നത്. അതുകൊണ്ടു തന്നെ ഒരു കാരണവർക്ക് അന്യ തറവാടുകളുടെ മേലും നിയന്ത്രണാധികാരമുണ്ടായിരുന്നു. പണ്ടുകാലങ്ങളിൽ ജാതി തിരിച്ചാണ് താമസസ്ഥലങ്ങളുടെ പേ രും പറഞ്ഞു വന്നിരുന്നത് ചാള, കുടി,പുര, തെരു, ഇല്ലം ഇങ്ങ നെ പോകുന്നു ആ പേരുകൾ. പഴയ തറവാടുകളിൽ സാമാന്യേ ന അഞ്ചോ, ആറോ മുറികൾ കാണാം. വരാന്ത, കൊട്ടിൽ, കൊട്ടി ലിന്റെ പിൻഭാഗത്ത് നടമുറി, നടുമുറിയുടെ ഒരു വശത്ത് ദീപം കൊളുത്തുന്നതിനും . കൊട്ടിലിന്റെ പാർശ്വത്തിൽ അടുക്കളയും അടുക്കളയുടെ ഇരുവശങ്ങളിലുമായി കിടപ്പുമുറികളും കാണാം.

കാലം മാറിയതോടു കൂടി തറവാടുകൾ പുനരുദ്ധരിക്കപ്പെട്ടു. വിദ്യാഭ്യാസപരമായും സാമ്പത്തികമായും സമുദായത്തിനുണ്ടായ പുരോഗതി തറവാടുകളിലും പ്രതിഫലിച്ചു. വർഷങ്ങൾക്കിടയിൽ

ഉത്സവം നടന്ന സ്ഥലത്ത് ഇന്ന് ഒരു വർഷത്തിൽ ഒരു ഉത്സവം നടക്കുന്ന അവസ്ഥയുണ്ടായി. ഇന്ന് ലക്ഷങ്ങൾ ചെലവഴിച്ചു കൊണ്ടുള്ള ഉത്സവങ്ങളാണ് നടക്കുന്നത്. ഇതിൽ കുറെയെല്ലാം ദുർ ചെലവുകളും വന്നു കൂടുന്നു.അണുകുടുംബ പദ്ധതി നിലവിൽ വ ന്നതോടെ കുടുംബക്കാർക്ക് വല്ലപ്പോഴും ഒത്തുചേരാനും, അനു ഷ്ഠാനങ്ങൾക്കുമുള്ള ഇടമായി മാറി തറവാടുകൾ.പഴയകാലത്ത് ഏറ്റവും കൂടുതൽ തറവാട് ഉത്സവം നടത്തിരുന്നത് തറവാടുക ളിലായിരുന്നു. അന്തസ്സും ആഭിജാത്യവും വേണ്ടുവോളമുണ്ടായി രുന്ന, നാല് നാട്ടിലും കുടുംബമഹിമയുള്ള വലിയ തറവാടുകൾ പയ്യന്നൂരിലുണ്ട്. തറവാട്ടു കുടുംബങ്ങളുടെ ബാഹുല്യം സൂചിപ്പി ക്കുന്നത് തറവാടിന് വളരെ പഴക്കമുണ്ടെന്നാണ്. പഴയകാലത്ത് ജ ന്മിമാർ കേസിലും മറ്റു വിഷയങ്ങളിലും അകപ്പെടുമ്പോൾ തൊ ണ്ടച്ചനെ വിളിച്ച് പ്രാർത്ഥിക്കുകയും കാര്യസാധ്യത്തിന് ശേഷം തറവാടുകൾ കെട്ടി തെയ്യത്തെ പരിപാലിക്കുന്നതിനായി തീയ്യരെ കുടിയിരുത്തുകയയും അവർക്ക് ജീവിക്കുന്നതിനാവശ്യമായ സഹാ യം ചെയ്തു കൊടുക്കുകയയും ചെയ്തു. തറവാടുകളിൽ അക ത്തുനിന്നും പുറത്തുനിന്നും പൂട്ടാനുള്ള സൗകര്യത്തോടു കൂടിയ തും ചീപ്പ്,ചങ്ങല എന്നിവ കൂടിയതുമാണ്. ദൈവീകവും പൂർവ്വീ കവുമായ അനുഷ്ഠാനങ്ങൾക്കാണ് തറവാടുകളിൽ പ്രാധാന്യം. നിത്യപൂജയില്ലെങ്കിലും തറവാട് ചാവടിയിൽ കിണ്ടിയും വെള്ള വും വെക്കുന്ന സമ്പ്രദായമുണ്ട്. ചില തറവാടുകളോടു ചേർന്ന് ചില തെയ്യങ്ങളുടെ മുഖം, പള്ളിവാളുകൾ, പരിച എന്നിവ സൂ ക്ഷിച്ചിരിക്കുന്നത് കാണാം. ചിലസ്ഥാനങ്ങളിൽ വയനാട്ടുകുലവൻ ചീർമ്പനാൽവരും, പാടാർകുളങ്ങര ഭഗവതി, തുളുദൈവങ്ങളായ ധൂമാവതി, പഞ്ചുർളി തുടങ്ങിയ തെയ്യങ്ങളുമുണ്ട്.ദൈവ സാന്നി ധ്യം അറിയിക്കുന്ന അറകളും തറകളും ചുരുക്കം ചില തറവാടുക ളിൽ മാത്രമേയുള്ളൂ. മിക്ക തറവാടുകളിലും ഇതിന്നായി പ്രത്യേ കം മുറി കാണാം. ദൈവപ്പലക, ആയുധം, പ്രസാദപ്പാത്രം, ഭണ്ഡാ രം തുടങ്ങിയവ ഇവിടെ സൂക്ഷിക്കുന്നു. ഓരോ തറവാട്ടുകാരും സാഹചര്യവും സൗകര്യവും ഒത്തുവരുന്ന സമയമാണ് ഉത്സവത്തി നായി തിരഞ്ഞെടുക്കുക. തറവാട്ടിൽ പെടാത്ത ഒരാൾ ചങ്ങാതി യായിട്ടു നിൽക്കുന്നു. വ്രതം നോക്കി നോറ്റിരിക്കുന്ന ആളായിരി ക്കുമിത്. തറവാട്ടിലെ തന്നെ വയസ്സുചെന്ന ഒരാളും പൂജാരിയാ

യിട്ടുണ്ടാകും. തെയ്യത്തിന്
ആറുദിവസം മുമ്പ് കൊല
കൊത്തുക എന്നൊരേർ
പ്പാടുണ്ട്. തെയ്യദിവസമാ
കുമ്പോഴേക്കും ഈ കൊ
ല പഴുക്കണം. പഴുത്തില്ലെ
ങ്കിൽ ദുർനിമിത്തമാണെ
ന്നാണിവരുടെ വിശ്വാസം.
കൊല കൊത്തിക്കൊണ്ടു
വന്ന് ശുദ്ധമായ സ്ഥലത്ത്
പൂജാരി വയ്ക്കുന്നു. ഇ

തിനു വരുന്ന സാമ്പത്തിക ചെലവ് അതാൽ വീട്ടുകാരാണ് വഹി
ക്കുക.

ഋതുമതികളായ സ്ത്രീകൾക്ക് താമസിക്കാൻ തറവാട്ടിൽ പുല
വീടുണ്ടായിരിക്കും. ഇവർ നാലുദിവസം ഇവിടെ താമസിച്ച്, അ
ഞ്ചാം ദിവസം കുളിച്ച് വണ്ണാത്തി മാറ്റു ധരിച്ച് അയിത്തം മാറ്റിയ
തിന്നു ശേഷംമാത്രമേ വീട്ടിൽ പ്രവേശിക്കുവാൻ പാടുള്ളൂ. പുല
വീടില്ലാത്ത തറവാട്ടിൽ അടുക്കളയോടു ചേർന്നുള്ള ചായ്പ്പിലാ
ണ് ഇവർ തങ്ങിയിരുന്നത്. ഒരു തറവാട്ടിൽ ആരെങ്കിലും മരിച്ചിട്ടു
ണ്ടെങ്കിൽ അണുങ്ങിനെ കഴിച്ച് അകത്തു കൂട്ടുക എന്നൊരു ചട
ങ്ങ് ഇവർ നടത്തിവന്നിരുന്നു.

മുണ്ട്യ

വർഷത്തിലൊരിക്കൽ ദൈവങ്ങൾക്കായി നടത്തുന്ന വിളമ്പ്,
മുണ്ട്യകളിലെ മുഖ്യ ആചരണമാണ്. അന്നേ ദിവസം തറവാട്ടു കു
ടുംബങ്ങളെല്ലാം ഒത്തുചേരുന്നു. ഉണക്കലെരി കൊണ്ടുണ്ടാക്കുന്ന
ചോറ്, കറികൾ താംബൂലം എന്നിവയോടു കൂടി വിളമ്പുന്നു. വി
ളമ്പ് പ്രസാദമായി എല്ലാ കുടുംബങ്ങളിലും എത്തിക്കുന്ന സമ്പ്ര
ദായവുമുണ്ട് ചില മുണ്ട്യ കളിൽ മൂർത്തികളുടെ ആയുധാദി പരി
കരങ്ങൾ സൂക്ഷിക്കുന്നതിനുള്ള പ്രത്യേകം മുറികൾ കാണാം. മു
ടിപ്പൂ, ഡെബ്ബി, ആരതി തുടങ്ങിയവയ്ക്കായുള്ള സൗകര്യവും കാ
ണാം. ഈ മുറിയിൽ കെടാവിളക്ക് നിർബന്ധമാണ്. എണ്ണയൊഴി
ച്ചാണ് ഈ കെടാവിളക്കുകൾ കത്തിച്ചിരുന്നത്. ഈ എണ്ണ സ്വഗൃ

ഹങ്ങളിൽത്തന്നെ ഉത്പാദിപ്പിക്കുന്ന പതിവും ഉണ്ടായിരുന്നു. മു
ണ്ട്യകളിൽ തെയ്യത്തിന് ഒരു മാസം മുമ്പ് തെയ്യം കെട്ടുന്നയാൾക്ക്
ചങ്ങാതിയും തറവാട്ടിലെ കാരണവരും കൂടി കുറി കൊടുക്കും.
തെയ്യം കെട്ടുന്നയാൾ അന്നുമുതൽ നിഷ്ഠയോടു കൂടി നോമ്പ്
നോക്കും. മുണ്ട്യയിലെ തറവാട്ടു കാരണവർ തെയ്യത്തിന്റെ തൊ
ടങ്ങല (കേളികൊട്ട്) കഴിച്ചാൽ തെയ്യത്തിനു വേണ്ട ഓല തുടങ്ങി
യ സാമഗ്രികൾ കൊടുക്കും. ഈ കാരണവരാണ് ഓരോ തെയ്യ
വും ആരാണ് കെട്ടേണ്ടത് എന്ന് നിർദ്ദേശിക്കുന്നത്. തെയ്യം കെട്ടു
ന്നയാൾക്ക് പ്രതിഫലമായി ഒരു മൂടനെല്ല്, കരിക്ക്, അവൽ, മലർ
എന്നിവ നൽകുന്നു. ഓരോ ചേരിക്കും ഒരു നേതാവുണ്ട്. ചേര്യ
ക്കാരൻ എന്നാണ് ഇദ്ദേഹത്തിന്റെ സ്ഥാനപ്പേർ അവകാശങ്ങളെ
ചേരിയേറ്റ് അവകാശം എന്നാണ് വിളിക്കുക കലശമഹോത്സവ
ത്തിന് ദേവസ്ഥാന മര്യാദക്കാരൻ കലശത്തിന് ഇളനീർ കുടഞ്ഞ്
ശുദ്ധം വരുത്തണം.

മുച്ചിലോടുകൾ

വാണിയ സമുദായത്തിന്റെ ദേവസ്ഥാനമാണ് മുച്ചിലോടുകൾ.
പട്ടാളികളുടെ ആരാധന കേന്ദ്രമെന്ന പോലെ സാമൂഹ്യബോധ
വും ആചാരമര്യാദകളും പരിശീലിക്കുന്നതിന്നും പരിരക്ഷിക്കുന്ന
തിന്നും മുച്ചിലോടുകൾ സഹായകമായി. സമുദായാംഗങ്ങളുടെ ഗൃ
ഹത്തിൽ നടക്കുന്ന വിവാഹ, മരണ ചടങ്ങുകളിൽ അച്ചന്മാരും
കാരണവന്മാരും പങ്കാളികളായി മുച്ചിലോടിന്റെ സാന്നിധ്യം തെ
ളിയിക്കുന്നു. സംക്രമം, ചൊവ്വാഴ്ച, ഉദായസ്തമനം, വടക്കെവാ
തിൽ, പൂരം, പുത്തരി, നിറ, പ്രതിഷ്ഠാദിനം എന്നീ അടിയന്തിര
ങ്ങളും ഉത്സവങ്ങളും എല്ലാ മുച്ചിലോടുകളിലും വർഷം തോറും
നടത്തി വരുന്നു. ഓരോ സ്ഥാനത്ത് പത്ത് എന്നാണ് പറഞ്ഞിരു
ന്നത് അവരിൽ നിന്ന് നിശ്ചിത പിരിവുകൾ ശേഖരിക്കാൻ കമ്മിറ്റി
ക്കാരെ കൊല്ലംതോറും നിയോഗിക്കപ്പെട്ടിരുന്നു. അന്തിത്തിരിയ
നും അച്ചന്മാരും കാരണവന്മാർ) കമ്മിറ്റിക്കാരും നിത്യനിദാനകാ
ര്യങ്ങൾക്ക് മേൽനോട്ടം വഹിക്കുക. സ്ഥാനങ്ങളിൽ കളിയാട്ടം ന
ടക്കുമ്പോൾ ശുദ്ധകർമ്മങ്ങൾക്ക് ബ്രാഹ്മണൻ, മാറ്റ്(അലക്ക്) കൊ
ടുക്കാൻ വണ്ണാത്തൻ അല്ലെങ്കിൽ വണ്ണാൻ, ആയുധം പുതുക്കാൻ
കൊല്ലൻ, മരപ്പണിക്കു ആശാരി എന്നീ ജാതിക്കരുടെ ഉള്ളഴിഞ്ഞ

സഹകരണം കാണാവുന്നതാണ്. മുച്ചിലോടുകളുടെ അധികാരാ വകാശങ്ങളിലോ ആചാരാനുഷ്ഠാനങ്ങളിലോ തർക്കമുണ്ടായാൽ അന്തിമവിധി കൽപിക്കാനുള്ള അധികാരം കരിവെള്ളൂർ വലിയ ച്ചേനിൽ കുടികൊള്ളുന്നു. വാണിയ വിഭാഗത്തിൽപ്പെടുന്ന ആൾ ക്കാർ താമസിക്കുന്ന സ്ഥലങ്ങളിലെല്ലാം തന്നെ ചക്കാല കാണാ വുന്നതാണ്. കാലക്രമേണ മറ്റു ഭാഗങ്ങളിലേക്ക് കുടിയേറിയവർ പ്രസ്തുത ചക്കാലകളുമായി ബന്ധം നിലനിർത്തുന്നത് കാണാം. മാത്രമല്ല പുതിയ കേന്ദ്രത്തിൽ അംഗസംഖ്യ കൂടുമ്പോൾ അത് ത ന്നെ ചക്കാലയായി മാറുകയും ചെയ്യുന്നു. പുതിയ ചക്കാല അങ്ങ നെ രൂപപ്പെട്ട് വരുന്നതാണ്. വിശേഷ ദിനങ്ങളിൽ പരിധിയിലെ എല്ലാ അംഗങ്ങളും ചക്കാലയിലെത്തിച്ചേരുന്നു. മുൻകാലങ്ങളിൽ കുടുംബ വഴക്ക്, സ്വത്തു തർക്കം, വിവാഹ പ്രശ്നങ്ങൾ തുടങ്ങി എല്ലാ പ്രശ്നങ്ങളും അന്തിത്തിരിയനും കാരണവരന്മാരും ഇരുന്ന് കേസ് വിചാരണ ചെയ്ത് തീർപ്പുകൽപിക്കാറുണ്ടായിരുന്നു.

പൊടിക്കളങ്ങളും മടപ്പുരകളും

മുത്തപ്പൻ ദൈവത്തിന്റെ ആരാധനാ സ്ഥാനങ്ങളാണ് രണ്ടും പൊടിക്കളത്തിൽ ചെറിയ മുത്തപ്പൻ (നമ്പല മുത്തപ്പൻ) മാത്രമാ ണ് കെട്ടിയാടുക. തിരുവപ്പന (വലിയമുത്തപ്പൻ) കുടിയുള്ളതാണ് മടപ്പുര ഒരു പൊടിക്കളമെങ്കിലുമില്ലാത്ത ഒരു ഗ്രാമം പോലും തെ ക്കൻ ഭാഗത്തില്ല. മംഗലാപുരം വരെ പല റെയിൽവെ സ്റ്റേഷൻ പ രിസരത്തും മടപ്പുരകൾ കാണാം.

ക്ഷേത്ര കുളങ്ങൾ

പ്രകൃതിയുടെ സന്തുലിതാവസ്ഥ നിലനിർത്തുന്നതിനും കുള ങ്ങൾ അത്യാവശ്യമാണ്. പക്ഷിമൃഗാദികൾ ജലം സ്വീകരിക്കുന്നത് കുളങ്ങളിൽ നിന്നും പുഴകളിൽ നിന്നുമാണ്. ദേവാലയത്തിൽ ദർ ശനം നടത്തേണ്ടത് കുളിച്ച് വെളുത്ത വസ്ത്രം ധരിച്ചാണെന്ന് പ റയാറുണ്ട്. മഹാക്ഷേത്രങ്ങളോടുനുബന്ധിച്ച് വലിയ കുളങ്ങളുണ്ടാ കും. ചിറകൾ എന്നാണ് ഇവയെ വിശേഷിപ്പിക്കുന്നത്. ധാരാളം കാറ്റും വെയിലും തട്ടുന്നത് കൊണ്ട് ചിറയിലെ ജലം മലിനമാകാ തെ നിലനിൽക്കും. മനുഷ്യരിൽ നിന്നും മറ്റും ഉണ്ടാകുന്ന അഴു ക്കുകൾ മത്സ്യങ്ങൾ ഭക്ഷിച്ച് ജലം ശുദ്ധീകരിക്കുകയും ചെയ്യുന്നു.

പല ക്ഷേത്രങ്ങളിലെയും മത്സ്യങ്ങൾക്ക് അന്നവും മറ്റും നൽകുന്ന മീനൂട്ട് എന്ന സമ്പ്രദായമുണ്ട്. ആ നിലയിൽ ക്ഷേത്രക്കുളങ്ങൾ ശുദ്ധജല സ്രോതസ്സുകൾ തന്നെയാണ് ആ നിലയിൽ കുളങ്ങളു ടെ സംരക്ഷണം പരമപ്രധാനമായി കരുതണം. കുളിക്കാനല്ലാതെ മറ്റ് ആവശ്യങ്ങൾക്കൊന്നുംക്ഷേത്രക്കുളങ്ങൾ ഉപയോഗിക്കാതിരി ക്കണം. പഴയകാലത്ത് തറവാട്ട് ഭവനങ്ങളോട് അനുബന്ധിച്ച് കുള ങ്ങളുണ്ടാകാറുണ്ട്. എന്നാൽ ഇന്ന് ആ സാഹചര്യങ്ങളെല്ലാം ന ഷ്ടപ്പെട്ടിരിക്കുന്നു. എത്രയോ കുളങ്ങളും കിണറുകളും നികത്തി യിരിക്കുന്നു. കുളങ്ങളും കിണറുകളും കുഴിക്കാനല്ലാതെ അവ നി കത്താൻ മനുഷ്യർക്ക് അവകാശമില്ല. പ്രകൃതി മഴയിലൂടെ തരുന്ന വെള്ളം സംഭരിച്ചുവെക്കുന്നത് കുളങ്ങളും കിണറുകളുമാണ്. ആ നിലയിൽ ക്ഷേത്രകുളങ്ങൾ നാടിന്റെ ഏറ്റവും വലിയ സമ്പത്താ ണ്.

അച്ഛന്മാർ കാരണവന്മാർ

ഇല്ലം പ്രഥമാരൂഢം എന്നാണർത്ഥം. ഒരില്ലത്തിൽ അനേകം തറവാടുകളും തറവാട്ടിൽ ഒട്ടേറെ താവഴികളും താവഴികളിൽ ഒ ട്ടേറെ വനങ്ങളും ഉണ്ടായിരിക്കും. ക്ഷേത്ര ഊരാളന്മാർ ഒരു പ്ര ത്യേക ഇല്ലക്കാരോ ഒന്നിൽകൂടുതൽ ഇല്ലക്കാരിൽപ്പെട്ട തറവാട്ടു കാരോ ആയിരിക്കും. സമുദായത്തെ മുന്നോട്ട് കൊണ്ടുപോകാൻ ചില സംവിധാനങ്ങളും ചുമതലക്കാരും ആവശ്യക്കാരായി വന്ന പ്പോഴാണ് ആചാരക്കാർ എന്ന് വിശേഷിപ്പിക്കപ്പെട്ടവർ രംഗപ്രവേ ശം ചെയ്തത്. കാരണവർ, ചെട്ടിയർശ്ശൻ, മയയൻ, അന്തിത്തിരി യൻ, വെളിച്ചപ്പാടൻ, കോമരം, കൊടക്കാരൻ, കലയക്കാരൻ, കൂട്ടാ യിക്കാർ, വാല്യക്കാർ തുടങ്ങിയ പദവികൾ വിവിധ സമുദായങ്ങ ളുമായി ബന്ധപ്പെട്ട് ഉയർന്നുവന്നവയാണ്. പ്രത്യേകിച്ച് തൊഴിൽ

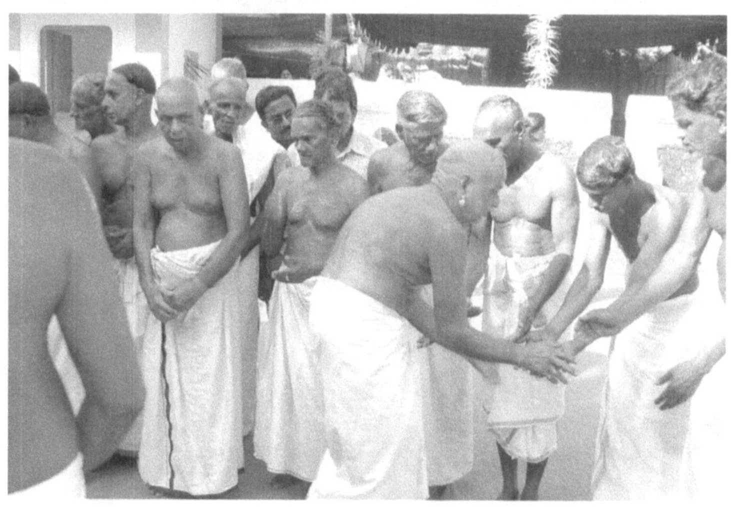

കൂട്ടങ്ങളുമായി ബന്ധപ്പെട്ടാണ് ഇവ കാണുന്നത്. ഇവർക്ക് ഓരോ രുത്തർക്കും പ്രത്യേകം ഉത്തരവാദിത്തങ്ങളുണ്ട്. സമുദായത്തിന കത്തെ പ്രശ്നങ്ങൾ ചർച്ച ചെയ്ത് തീർപ്പാക്കുന്നതിലൂടെ സ്വസ്ഥ മായി ഐക്യത്തോടെ മുന്നോട്ട് പോകാൻ സമുദായങ്ങൾക്ക് കഴി ഞ്ഞു. നാടുവാഴിയുടെ മുന്നിലെത്തിയത് വിവിധ സമുദായങ്ങൾ തമ്മിലുള്ള പ്രശ്നങ്ങൾ മാത്രമായിരുന്നു. അത്തരം പൊതുസ്ഥല ത്ത് വിഭിന്ന സമുദായങ്ങളുടെ പ്രതിനിധികൾ സന്നിഹിതരായി കാര്യങ്ങൾ ചർച്ച ചെയ്ത് തീർപ്പ് കൽപ്പിക്കുകയായിരുന്നു ചെയ് തത്. ഓരോ പ്രദേശത്തുമുള്ള ക്ഷേത്രങ്ങൾക്ക് ചുറ്റുമായി   കഴി ഞ്ഞു കൂടുന്ന സമുദായ അംഗങ്ങൾക്ക് ശിക്ഷാരക്ഷകളും ഉപ ദേശനിർദ്ദേശങ്ങളും   നൽകി കൊള്ളുകയും തള്ളുകയും ചെയ് തുവന്നിരുന്നതും ക്ഷേത്രസ്ഥാനികരും സമുദായപ്രമാണിമാരും തന്നെയായിരുന്നു.

വെളിച്ചപ്പാടൻ

കാവുകളിൽ വിവിധ സേവകൾക്കായി സമുദായാചാര വിധിക ളോടെ നിയോഗിക്കപ്പെടുന്നവരാണ് വെളിച്ചപ്പാടൻ. മരുമക്കത്താ യ   സമ്പ്രദായമനുസരിച്ച് അനന്തരവന്മാരെയാണ് അനന്തരാവ കാശികളായി തെരഞ്ഞെടുക്കുന്നത്. തക്ഷേത്ര ഉൽസവാഘോഷ ങ്ങളിലും മറ്റും കൃത്യമായ ആഹാരനീഹാര ചിട്ടകൾ അവർ പു ലർത്തിപ്പോരുന്നു. ക്ഷേത്രാധികാരം ലഭിച്ചവർ ഉൽസവാഘോഷ വേളകളിൽ മത്സ്യമാംസാദികൾ വർജ്ജിക്കുന്നു. വെളിച്ചപ്പാടൻ എ ന്നത് ആചാരം കൊണ്ടവൻ എന്നും ഇതിനർത്ഥമുണ്ട്. വെളിച്ചപ്പാ

 ഡോ. എം. കെ. ജയനേഷ്

ടന്മാർ ദൈവത്തിന്റെ പ്രതിനിധിയാണ്. ദൈവത്തിനും ഭക്തനും ഇടയിലെ ഇടനിലക്കാരാണ് വെളിച്ചപ്പാടൻ. ജാതീയത കൊടികു ത്തി വാണിരുന്ന കാലത്ത് വെളിച്ചപ്പാടിന് നായർ തറവാടിന്റെ പ ടിഞ്ഞാറ്റയിലേക്ക് ക്കയറാനും അവർ നൽകുന്ന പാലമൃത് നുകർ ന്ന് ദാഹമകറ്റാനുമുള്ള ആചാരാനുഷ്ഠാന ബന്ധങ്ങൾ നിലനിന്നി രുന്നു. ദൈവങ്ങളുടെ പ്രതിനിധികളായതിനാൽ ഇവരുടെ ഉരിയാ ട്ടുകൾ തിരുമൊഴിയായി ഭക്തർ പരിഗണിക്കുന്നു. മുൻകാലങ്ങ ളിൽ സാംക്രമിക രോഗപീഡിതരായവർക്ക് അഭയവാക്യം നൽകു ന്നതും ഇവർ തന്നെയാണ്. നിശ്ചിത കാലങ്ങളിൽ ദൈവദർശന ത്താൽ കാവുകളിൽ ഭഗവതി സംബന്ധമായ പുരോത്സവം, കളി യാട്ടം, ആനുകാലിക അടിയന്തിരങ്ങൾ എന്നീ സന്ദർഭങ്ങളിൽ ദൈ വദർശനത്തോടെ ഭക്തർക്ക് അനുഗ്രഹം നൽകുക. എഴുന്നള്ളത്ത് നടക്കുന്ന വേളകളിൽ വാദ്യഘോഷത്തിനനുസരിച്ച് നൃത്തം ചെ യ്യുക എന്നിവ വെളിച്ചപ്പാടരുടെ ചുമതലയാണ്. ദേവീ ദർശനാ വേശത്തോടെ സ്വയമേ രംഗത്തുവരുന്നവർക്കാണ് സമുദായത്തിൽ ആചാരവിധി പ്രകാരം വെളിച്ചപ്പാടൻ സ്ഥാനം ലഭിക്കുന്നത്. വെ ളിച്ചപ്പെട്ട വ്യക്തി താനാരെന്ന് വ്യക്തമാക്കിയതിന്നുമേൽ പ്രശ്ന ചിന്ത നടത്തുന്നു.പ്രശ്ന വിചാരത്തിൽ ദേവിക്ക് സന്തോഷമാണെ ന്ന് വ്യക്തമായാൽ വെളിച്ചപ്പെട്ടയാളെ അരിയിട്ടുവാഴിക്കുന്നു. വെ ളിച്ചപ്പാടന് ജീവിതത്തിൽ പരിപൂർണ്ണമായ അച്ചടക്കവും ശുദ്ധിയും നിർബന്ധമാണ്. കുലത്തൊഴിലല്ലാതെ മറ്റ് തൊഴിലുകളൊന്നും ചെ യ്തു കൂടാ. രണ്ടു നേരത്തെ കുളിയും പ്രാർത്ഥനയും വേണം . ശു ദ്ധം മാറി ഭക്ഷണം കഴിക്കരുത്. . ഇതൊക്കെ വളരെ കണിശമായി പാലിക്കേണ്ടുന്ന നിഷ്ഠകളാണ്. ദൈവികാവശ്യങ്ങൾക്കായി പോ കുമ്പോൾ വെള്ളോലക്കുട, കടാരം വളകൾ എന്നിവ ധരിക്കുന്നു. ദേവസ്ഥാനങ്ങളിലെ അടിയന്തിരാദി കർമ്മങ്ങളിൽ മുഴുവൻ വേ ഷഭൂഷകളും ധരിച്ചിരിക്കണം. ചില ദേവസ്ഥാനങ്ങളിൽ രീതികൾ ക്ക് പ്രാദേശിക ഭേദങ്ങൾ കാണാറുണ്ട്.

ആയത്താർ

ചീറുമ്പ ഭഗവതിമാരുടെ വെളിച്ചപ്പാടന്മാരെയാണ് ആയത്താർ എന്ന് വിളിക്കുന്നത്. ചീറുമ്പ ഭഗവതിമാരെ ആരാധിക്കുന്ന സമു ദായമാണ്. തട്ടാന്മാർ, ആശാരിമാർ, മൊകയന്മാർ, ഇവർക്കും ചീ

റുമ്പ പ്രധാന ദേവതയാണ്. ആ സമുദായത്തിൽപ്പെട്ട വെളിച്ചപ്പാ
ടന്മാരെയും ആയത്താന്മാർ എന്നു തന്നെയാണ് വിളിച്ചു വരുന്ന
ത്. ആയത്താൻ എന്ന സങ്കല്പത്തിനു പിന്നിൽ ഒരു ഐതീഹ്യമു
ണ്ട്. കണ്ണൂരിടനടുത്തുള്ള കനകത്തൂർ കോതൻ കണ്ണൻ എന്നൊരു
തീയ്യ ചെറുക്കനുണ്ടായിരുന്നു. ഇരുവർ ചീറുമ്പമാർ, മൂത്ത ഭഗവ
തി, ഇളയ ഭഗവതിയും ആറ്റരികെ കടലരികെ സഞ്ചരിച്ച് വരു
മ്പോൾ കണ്ണൻ ഉച്ചയ്ക്ക് തെങ്ങേറുകയാണ്. ദാഹാർത്തരായ ഭഗ
വതിമാർ കണ്ണനോട് ഇളനീർ ആവശ്യപ്പെട്ടു. തെങ്ങിൻതോട്ടം കാ
നത്തൂർ ഇണക്കന്മാരുടെയാണെന്നും കള്ളെടുക്കാനല്ലാതെ ഇള
നീർ പറിക്കാൻ തനിക്ക് അനുവാദമില്ലെന്നും കണ്ണൻ ദേവിമാരെ
അറിയിച്ചു. ഭവിഷ്യത്തെന്തായാലും തുണയ്ക്ക് തങ്ങളുണ്ടാവുമെ
ന്ന് അവർ കണ്ണന് ഉറപ്പ് നൽകി. കണ്ണൻ ദേവിമാർക്ക് ഇളനീർ പ
റിച്ചു നൽകി ദാഹം തീർത്തു. കുപിതരായ ഇണക്കന്മാർ തീയ്യച്ചെ
റുക്കനെ അറുത്തുതള്ളി. ചീറുമ്പ ഭഗവതിമാർ ഈ ദുരന്തം സ്വപ്
നത്തിലറിഞ്ഞു. അവർ കണ്ണന്റെ ചിന്നിച്ചിതറിയ ശരീര ഭഗങ്ങൾ
കണ്ടെടുത്തു. തലയും കണ്ണും കണ്ടു കിട്ടിയില്ല. ദേവിമാർ കണ്ണ
നെ ജീവൻ വെപ്പിച്ചു. ഈ കണ്ണനാണ് പിന്നീട് ചൂറുമ്പ ഭഗവതിമാ
രുടെ ഉപാസകനായ ആദ്യത്തെ ആയത്താർ. ഇപ്പോഴും ചീറുമ്പ ഭ
ഗവതിമാരുടെ വെളിച്ചപ്പാടന്മാർ ആയത്താർ എന്ന ആചാരപ്പേരിൽ
അറിയപ്പെട്ടുവരുന്നു.

അന്തിത്തിരിയൻ

സമുദായത്തിലെ അന്തിത്തിരിയൻ വ്യത്യസ്ത പേരുകളിൽ വ്യ
ത്യസ്ത ദിക്കുകളിലറിയപ്പെടുന്നു. ദീപം കൊളുത്തുകയും ആരാ
ധന ക്രമങ്ങൾ നടത്തുന്നതും അന്തിത്തിരിയനാണ്. പള്ളിയറക
ളിൽ നടക്കുന്ന അനുഷ്ഠാന ചടങ്ങുകളിൽ അന്തിത്തിരിയനെ കൈ
ക്കോളന്മാർ സഹായിക്കുന്നു. പാരമ്പര്യമായി അനന്തരവന്മാരെ
യാണ് നിയോഗിക്കുന്നത്. അപൂർവ്വം ചില സന്ദർഭങ്ങളിൽ ദൈ
വാവേശത്തിന്റെ അടിസ്ഥാനത്തിലും ആചാരം കൊള്ളാറുണ്ട്. ഉ
ത്സവ സന്ദർഭങ്ങളിൽ കാവുകളിലെ ഗർഭഗൃഹം, വിഗ്രഹം, ആയു
ധങ്ങൾ എന്നിവ ശുദ്ധി വരുത്തുക, നൈവേദ്യം തയ്യാറാക്കുക,
അടിയന്തിരത്തിന് ദേവതാവശത്തോടെ ഭഗവതിയുടെ ബിംബം ഭ
ണ്ഡാരപുരയിൽനിന്ന്   കൊണ്ടുവരുന്നതും അന്തിത്തിരിയരാണ്.

എന്നാൽ ദർശനാവസരങ്ങളിൽ ഇവർ വെളിച്ചപ്പാടന്മാരെപ്പോലെ വാക്കുരിയാടാറില്ല. കാവുകളിൽ അന്തിക്ക് തിരികൊളുത്താനെത്തുന്ന അന്തിത്തിരിയൻ വെളിച്ചത്തിന്റെ വാഹകനായി നിലകൊള്ളുന്നു. ഇരുളിനെ അകറ്റാൻ ചങ്ങലാട്ടവിളക്കുമായി കാവിലെ സ്ഥാനങ്ങൾ തോറും വെളിച്ചം പരത്തുന്ന അന്തിത്തിരിയൻ ദൈവസന്ദേശത്തിന്റെ പ്രചാരകൻ കൂടിയാണ്. പണിക്കരെ കണ്ടുവെക്കൽ ഉത്സവാദികളുടെ തുടക്കം കുറിക്കുന്നതിന്നു ദീപവും തിരിയും കൊണ്ടുവരൽ, പണിക്കർക്കുള്ള വീട്ട്യപ്പണം വെക്കൽ, ചേരിയേറ്റ് – കലശമെഴുന്നള്ളിപ്പ്, ഉത്സവനാളുകളിൽ വെറ്റില അടക്ക കൊടുക്കൽ എന്നിവ നിർദ്ദേശിക്കുന്നത് അന്തിത്തിരിയനാണ്. അന്തിത്തിരിയന്റെ അഭാവത്തിൽ അന്തിത്തിരിയൻ നിർവ്വഹിക്കേണ്ട എല്ലാ ജോലികളും മുട്ടുശാന്തി (പരികർമ്മി) നിർവ്വഹിക്കണം. കഴകങ്ങളിൽ എല്ലായിടത്തും അന്തിത്തിരിയൻ സ്ഥാനം ഉണ്ടാകാറില്ല. പകരം കാർന്നോർ എന്ന സ്ഥാനമാണ്. ബന്ധപ്പെട്ട തറവാടുകളിലെ മുതിർന്ന അംഗങ്ങൾ കൂടി ആലോചിച്ചിട്ട് പ്രസ്തുത തറവാട്ടിലെ ഒരു വ്യക്തിയെ കണ്ടെത്തി ദൈവഹിതം അറിഞ്ഞ് തന്ത്രിമുഖേന കാർന്നോനായി ആചാരം കൊള്ളിക്കുന്നു.

കാരണവർ

സമുദായത്തിലെ ധാർമ്മിക സാസ്കാരിക ജീവിതത്തിന്റെ അവിഭാജ്യ ഘടകമാണ് കാരണവൻമാർ. കഴകം നടത്തിപ്പുമായി ബന്ധപ്പെട്ട കാര്യങ്ങൾ ചർച്ച ചെയ്ത് തീരുമാനിക്കുവാൻ വിവിധ തറവാടുകളിലെ ഏറ്റവും മുതിർന്ന അംഗങ്ങളായ കാരണവന്മാരാണ്. തറവാട്ടു മൂപ്പുസ്ഥാനമനുസരിച്ചുള്ള കാരണവസ്ഥാനാരോഹണ രീതി ഇതര സമുദായങ്ങളിലുമുണ്ട്. എങ്കിലും സാമുദായിക ജീവിത നിർവ്വഹണങ്ങളിൽ ഇവരുടെ സ്വാധീനം തുച്ഛമാണ്. നിഗ്രഹാനുഗ്രഹ പ്രഭാവമുള്ളവരാണ് കാര

ണവന്മാർ.സമുദായ കാര്യങ്ങളിൽ കാരണവന്മാരുടെ വാക്കുകൾ അന്തിമമാണ്; സാമുദായികവും ധാർമ്മികവുമായ കാര്യങ്ങളിൽ ഇവരുടെ സാന്നിധ്യം അത്യന്താപേക്ഷിതമാണ്. കാവുകളിലെ ക്ഷേമകാര്യങ്ങൾ നിർവ്വഹിക്കുന്നതും ഇവരാണ്.ദൈവങ്ങളുടെ ആയുധാപരികരങ്ങൾ ഭണ്ഡാരപ്പുരയിൽ നിന്നും എഴുന്നള്ളിക്കുന്നതും തിരിച്ച് എഴുന്നള്ളിക്കുന്നതും കാരണവന്മാരാണ്. നൈവേദ്യമുണ്ടാക്കുന്നതിലും മറ്റ് ഉത്സവവിധികളിലും ഇവർ സഹകരിക്കുന്നു. ദൈവകാര്യങ്ങളിലും, സാമുദായിക കാര്യങ്ങളിലും ഇവരുടെ അനുമതി തേടുന്നു. – ക്ഷേത്രോത്സവ കാലങ്ങളിലും ക്ഷേത്ര ആനുകാലിക അടിയന്തിര ദിവസങ്ങളിലും ഭക്തിപുരസ്സരം ക്ഷേത്രത്തിൽ എത്തുകയും ഉത്സവസമയം എഴുന്നള്ളത്തിന് നടത്തുകയും വേണം. കൂടാതെ ക്ഷേത്രകാര്യങ്ങളിൽ മുഖ്യകാർമ്മികത്വം വഹിക്കുക. ഉചിതമായ തീരുമാനങ്ങളെടുത്ത് നടപ്പിൽ വരുത്താനുള്ള നിർദ്ദേശങ്ങൾ നൽകുക എന്നിവ പ്രധാന ചുമതലയാണ്.

കൂട്ടുവാഴിക്കാർ

രണ്ട് കൂട്ടായ്ക്കാരെ പത്താളുടെ കൂട്ടത്തിൽ നിന്നും കൊല്ലം തോറും പുത്തരിദിവസം നിശ്ചയിക്കുന്നു. കഴകങ്ങളില് കൂട്ടായി എന്നും കല്പര എന്നും വിശേഷിപ്പിക്കുന്നുണ്ട്.കൂട്ടമായ് വാഴുന്നവർ എന്നർത്ഥം വരുന്ന വിധത്തിലായിരിക്കണം ഇവരുടെ നാമധേയം രൂപപ്പെട്ടുവന്നിട്ടുണ്ടാവുക. ഈ കൂട്ടത്തിൽ നാലുപേരാണ് ഉണ്ടാവുക. ക്ഷേത്രത്തിലെ നിത്യനിദാനച്ചടങ്ങുകളിൽ പരികർമ്മികളായി സ്ഥാനപ്പെടുന്നവരാണിവർ. പ്രധാന കർമ്മിയായ അന്തിത്തിരിയന്ന് കൂട്ടായ് നില്ക്കുന്നവർ എന്നർത്ഥവും ഇവിടെ സ്വീകരിക്കാവുന്നതാണ്.ആചാരപ്പെട്ട കൂട്ടുവാഴിയുടെ ഭവനം ദേവാലയം പോലെ പരിശുദ്ധവും പരിപാവനവുമാക്കി സംരക്ഷിക്കണം. ആ ഒരു വർഷക്കാലയളവിൽ ഇവരുടെ ഭവനങ്ങളും പരിശുദ്ധിയുടെ കാര്യത്തിൽ ദേവലയം പോലെ നിലകൊള്ളണമെന്നതാണ് നിയമം. വീട്ടിലെത്തുന്ന ആചാരസംഘത്തിന്, വിഭവസമൃദ്ധമായ സദ്യയൊരുക്കി ആതിഥ്യമരുളുന്നു. ഓരോ വീട്ടിലും ആചാരമുദ്രങ്ങടയാളപ്പെടുത്തുന്നു. അങ്ങനെ ആ ഭവനങ്ങൾ പുണ്യപാവന സങ്കേതങ്ങളായ് മാറുന്നു.അതുകൊണ്ട് ഇവരെ പരികർമ്മികൾ എന്നു വിളിച്ചു പോരാറുണ്ട്.മുദ്രയും ഭണ്ഡാരവുമായി (വലിയ കൂ

ട്ട) വീടുകളിൽ പിരിവിനെത്തുന്ന കൂട്ടുവാഴിക്കാരെ, ഭക്ത്യാദര പൂർവ്വം സ്വീകരിച്ചാണ് ആളുകൾ പിരിവ് നൽകുന്നത്. ഈ പിരി വാണ് കൂട്ടുവാഴിക്കാരുടെ ധനാഗമമാർക്ഷം. ക്ഷേത്രത്തിലെ മറ്റെ ല്ലാക്കമ്മേറ്റികളും പിരിയുമ്പോൾ, വരവുചെലവു കണക്ക് അവതരി പ്പിച്ച് മിച്ചം വരുന്ന തുക ക്ഷേത്ര നടയിൽ വെക്കേണ്ടതുണ്ട്. കാ ലുവര കൂട്ടായി പരിച്ചെടുക്കുക, കണക്ക് വെക്കുക, അടിയന്തിരാ ദികൾക്ക് മറ്റു ജോലികൾ ചെയ്യുക, സാധനങ്ങൾ സ്വരൂപിക്കുക തുടങ്ങിയ സകലതും കൂട്ടായിക്കാരുടെ ചുമതലയായിരുന്നു.

സമുദായി

വാലിയക്കാരുടെ കൂട്ടത്തിൽ നിന്നും നിശ്ചിത കാലങ്ങളിൽ കാ വുകളിലെ നിത്യനിദാനച്ചടങ്ങുകളിൽ പരികർമ്മികളായി സ്ഥാന പ്പെടുന്നവരാണിവർ. പ്രധാന കർമ്മിയായ അന്തിത്തിരിയന്ന് കൂ ട്ടായ് നില്ക്കുന്നവർ എന്നർത്ഥവും ഇവിടെ സ്വീകരിക്കാവുന്നതാ ണ് കാവുകളിലെ അനുഷ്ഠാനങ്ങളും അടിയന്തിരങ്ങളും, ഉത്സവ ങ്ങളും നടക്കുന്ന കാലത്ത് സമുദായി വന്നു സഹകരിക്കുന്നു. പൂ രോത്സവ കാലങ്ങളിൽ അടിയന്തിരങ്ങളിൽ സാന്നിദ്ധ്യം ഉണ്ടായി രിക്കുക, ഉദയാസ്തമനപൂജക്കും മറ്റ് വിശേഷദിവസങ്ങളിലും ഉ ചിതമായ തീരുമാനങ്ങളെടുത്ത് നടപ്പിൽ വരുത്തുക എന്നിവയാ ണ് ഉത്തരവാദിത്തങ്ങൾ. കളിയാട്ടം പ്രമാണിച്ചാണ് സമുദായിക ളുടെ ചുമതലകൾ വർദ്ധിക്കുന്നത്. കളിയാട്ട ദിവസം തീരുമാനി ക്കപ്പെട്ടു കഴിഞ്ഞാൽ ഊർക്കകത്തെ കാവുകളിലും കളിയാട്ടം അ റിയിക്കേണ്ട ചുമതല ഇവർക്കാണ്. വാലിയക്കാരൻ പിരിവ് നൽ കുന്നത് സമുദായിക്കാണ്. ഈ പിരിവാണ് കാവുകളിലെ ധനാഗ മമാർഗം. മുച്ചിലോട്ടിലെ മറ്റെല്ലാക്കമ്മേറ്റികളും പിരിയുമ്പോൾ, വര വുചെലവു കണക്ക് അവതരിപ്പിച്ച് മിച്ചം വരുന്ന തുക സമുദായി നടയിൽ വെക്കേണ്ടതുണ്ട്.

പത്താൾ

പത്താൾ എന്നാൽ ഒരു ക്ഷേത്രത്തിൽ കൂടി നടക്കുന്ന സമു ദായാംഗങ്ങൾ എന്നാണ് അർത്ഥമാക്കേണ്ടത്. ഏതൊരു ക്ഷേത്ര വും ആ നാട്ടിലെ പഴയകാലത്തെ ഏതെങ്കിലും ഒരു ഉന്നത കുടുംബ ത്തിന്റെ സ്വകാര്യ സ്വത്തായിരിക്കും. ക്ഷേത്രത്തിലെ അനുഷ്ഠാന

ങ്ങളും അടിയന്തിരങ്ങളും, ഉത്സവങ്ങളും നടക്കുന്ന കാലത്ത് അ
താത് ക്ഷേത്രാവകാശികളുടെ സമുദായത്തിൽപെട്ടവർ വന്നു സ
ഹകരിക്കും. സാമുദായികമായും സാമൂഹ്യമായും ഒരു കൂട്ടായ്മ
നിലനിൽക്കുന്നതിന് തന്നെയാണ് ഇത്തരം ക്ഷേത്രങ്ങളും ഉത്സ
വങ്ങളും പഴമക്കാർ ഉണ്ടാക്കിയിരുന്നത്. പൂരോത്സവനാളുകളിലാ
ണ്   പത്താളുകളുടെ ചുമതലകൾ വർദ്ധിക്കുന്നത്. പൂരക്കളിയു
ടെ ദിവസം തീരുമാനിക്കപ്പെട്ടു കഴിഞ്ഞാൽ കോയ്മക്കാരുടെ വീ
ടുകളിലും ഊർക്കകത്തെ വീടുകളിലും കളി അറിയിക്കേണ്ട ചുമ
തല ഇവർക്കാണ്. പണിക്കരെ കൂട്ടിക്കൊണ്ടുവന്നാൽ, അന്നു മു
തൽ പണിക്കാർക്കുള്ള താമസസൗകര്യവും മറ്റും ഒരുക്കേണ്ടത്
ഇവരാണ്. പണിക്കരെ കൂട്ടാൻ പോകുന്ന ദിവസവും, കൂട്ടിക്കൊ
ണ്ടു പോകുന്ന ദിവസവും ഭണ്ഡാരപ്പുരയിൽ വെച്ച് വിതരണം
ചെയ്യേണ്ടുന്ന വെറ്റില, അടക്ക, പുകയില എന്നിവ ഒരുക്കണം.
ക്ഷേത്രത്തിലെ അന്തിത്തിരിയനെ അടിയന്തിരാദികർമ്മങ്ങളിൽ സ
ഹായിക്കുക തുടങ്ങിയ സകലതും പത്താകളുടെ ചുമതലയാണ്.

വാലിയക്കാരൻ

ഒരു ക്ഷേത്രത്തിൽ കൂടി നടക്കുന്ന സമുദായാംഗങ്ങൾ എന്നാ
ണ് അർത്ഥമാക്കേണ്ടത്. കളിയാട്ടം നടക്കുന്ന എല്ലാ ദിവസങ്ങളി
ലും വാലിയക്കാർ വിഭവസമൃദ്ധമായ സദ്യ നൽകുന്നു. കലശം
കുളിച്ച് കലവറയിൽ കയറിയ വാലിയക്കാർ വ്രതനിഷ്ഠമായ ജോ
ലികളാണ് നടത്തിവരുന്നത്. പെരുങ്കളിയാട്ടത്തോടനുബന്ധിച്ച് മുൻ
കാലങ്ങളിൽ ബാലികമാരുടെ താലികെട്ടു കല്യാണം നടത്താറു
ണ്ടായിരുന്നു. വാലിയക്കാരൻ മകളെ ചുമലിലേറ്റി പ്രദക്ഷിണം ചെ
യ്യുന്ന രീതിയാണ് ഇതിന്റെ ആചാരം. മുച്ചിലോട്ട് കാവുകളിലെ
വാലിയക്കാർ അവരുടെ വീട്ടിൽ നടത്തുന്ന ഭഗവതി പൂജയാണ്
ജാതികുറി. മുഴുവൻ ആൾക്കാരും ഇതിൽ പങ്കെടുക്കുന്നു. കുറി
ക്ക് ശേഷം വിഭവസമൃദ്ധമായ സദ്യനല്കുന്നു.

കലശക്കാരൻ

കലശം എന്നതിന് ജലപാത്രം എന്നാണ് അർത്ഥം. ചെറിയ കു
ടം. ക്ഷേത്രത്തിലെ ബിംബത്തിൽ ദേവ സാന്നിദ്ധ്യം ഉണ്ടാക്കുന്ന
തിനും ദേവാലയത്തിനും ബിംബത്തിനും ഉണ്ടാകുന്ന അശു

ദ്ധികൾ ഇല്ലായ്മ ചെയ്ത് ചൈതന്യം വർധിപ്പിക്കുന്നതിനും വേണ്ടി നടത്തുന്ന കർമ്മമാണ് കലശം വെക്കൽ. ദൈവങ്ങളു ടെ പ്രീതിക്കുവേണ്ടി നടത്തുന്ന ഈ കർമ്മത്തിന് പ്രത്യേകം അവകാശികളുണ്ട്. പ്രദേശത്തെ തെയ്യക്കാവുകളിൽ കലശം വെ ക്കുന്നത് അതാതിടത്തെ തീയ്യ സമുദായത്തിൽ പെട്ടവരാണ്. തിരിയോല, വാഴത്തട, കോത്തിരി, കവുങ്ങിൻ പൂക്കുല, പാള ഇതെല്ലാം കൊണ്ടാണ് കലശ മൊരുക്കുന്നത്. ചില കാവുക ളിൽ കലശമൊരുക്കാൻ സഹായികളും ആവശ്യമാണ്. കണ്ണ ങ്ങാട്ട് ഭഗവതിക്കാണ് പ്രധാനമായും കലശം ഒരുക്കേണ്ടത്. ക ലശക്കാരൻ ആ ക്ഷേത്രത്തിലെ ഭക്ഷണം കഴിക്കുന്ന പതിവില്ല. അരിയും മറ്റ് വിഭവങ്ങളും നൽകുകയാണ് പതിവ്. അത് സ്വ യം പാകം ചെയ്ത് കഴിക്കണം.   തെയ്യക്കാവുകളിൽ ചൂട്ട് കെട്ടിയുണ്ടാക്കുന്നതും കലശക്കാരനാണ്. പഴയ കാലത്ത് ചൂ ട്ടു വെളിച്ചത്തിലാണ് തെയ്യങ്ങൾ ഉറഞ്ഞാടിയിരുന്നത്. കലശക ളങ്ങളിൽ നിവേദ്യം വെക്കുന്ന പതിവുണ്ട്. അവിൽ മലർ, ഇള നീർ, തേങ്ങ എന്നിവയാണ് നിവേദ്യം വെക്കുന്നത്.   ക്ഷേത്ര ത്തിലെ ആനുകാലിക അടിയന്തിര ദിവസങ്ങളിലും, കളിയാട്ട, പുരോത്സവ കാലങ്ങളിലും തിരിയോല, ഓലചൂട്ട് എന്നിവ സം ഘടിപ്പിക്കുക. കളിയാട്ട ദിവസങ്ങളിൽ കലശം എടുക്കുക എ ന്നിവ പ്രധാന ചുമതലകളാണ്.

മര്യാദക്കാരൻ

അവരാണ് മര്യാദക്കാർ. വാണിയരുടെ വീട്ടിൽ പ്രസവിച്ചാ ലുള്ള വാലായ്മക്കും മരിച്ചാലുള്ള പുലയ്ക്കും അവർ വന്നു ചാ ണകവെള്ളത്തിൽ മാവില മുക്കി ശരീരത്തിലുംമറ്റും തളിച്ച് ശുദ്ധ മാക്കണം. പ്രസവം കഴിഞ്ഞ് ഏഴാം ദിവസവും മരണം നടന്ന് മൂ ന്നാം ദിവസമോ അഞ്ചാം ദിവസമോ ഏഴാം ദിവസമോ ആണ് ഇ തു ചെയ്യേണ്ടത്. പ്രസവ, മരണാനന്തരകർമ്മങ്ങൾ നടത്തുന്നതി ന് മര്യാദക്കാരനാണ് അവകാശം. പ്രസവിച്ചാൽ മാവിലയും, പ്ലാ വിലയും കൂട്ടി ഇളനീർ കുടഞ്ഞ് ശുദ്ധം വരുത്തണം.കാർന്നോ മ്മാർക്കും ആചാരസ്ഥാനികർക്കും ലക്ഷ്മി ദേവിയുടെ തനുവായ തുളസികൊണ്ട് ശുദ്ധം വരുത്തണം.

മാസക്കാര്‍

മരണവുമായി ബന്ധപ്പെട്ട് ഒമ്പതില്ലക്കാരില്‍ വ്യത്യസ്ത ഇല്ല ക്കാരായ മൂന്നു പുരുഷന്മാരും മൂന്നു സ്ത്രീകളുമാണ് മാസക്കാരാ യിരിക്കുന്നത്. മരിച്ചു പതിമൂന്നാം ദിവസം ഇവര്‍ മരണപ്പെട്ട വീട്ടി ലെത്തി കുളിച്ചു വണ്ണത്താന്റെ മാറ്റുടുക്കണം. ബലിയിടുന്നവരായ മക്കളും മരുമക്കളും മാറ്റുടുക്കണം. ചാവടിയന്തിരത്തിന് ഒന്നാമ ത്തെ പന്തികഴിയുന്നതുവരെ മാസക്കാര്‍ കഴിക്കരുത്. മാസക്കാര്‍ ക്ക് പ്രത്യേകമായി വിളമ്പുന്നു ഈ ആചാരം ഇന്നു നിലവിലില്ല.

അധ്യായം 11

പയ്യന്നൂരിലെ കീഴാളരുടെ ജീവിതങ്ങൾ

പഴയകാലത്ത് കാർഷിക ജീവിതത്തിലും അയിത്തത്തിന്റെ സ്വാ
ധീനം കാണാവുന്നതാണ്. പയ്യന്നൂരിൽ അടിമകളെ ഉപയോഗിച്ചാ
ണ് കൃഷിപ്പണി നടത്തിവന്നത്. ഈ സമ്പ്രദായപ്രകാരം ഒരു വർ
ഷത്തേക്ക് ആണിനും പെണ്ണിനും കൂടി അമ്പതുരൂപയായിരുന്നു
പാട്ടപ്പണം. ജന്മിമാരുടെ വീട്ടുപേരിലാണ് അടിമകൾ അറിയപ്പെട്ട
ത്. ഉത്സവത്തോടനുബന്ധിച്ച് അമ്പലപരിസരത്തായിരുന്നു അടി
മലേലം നടന്നിരുന്നത്. മാവിലർ, വേട്ടുവർ, കുടിവേട്ടുവർ, എന്നി
വരായിരുന്നു പ്രധാനപ്പെട്ട അടിമസമൂഹങ്ങൾ. പാട്ടപ്പണം ആദി
വാസിയുടെ ഉടമയ്ക്കാണ് ലഭിക്കുക. ആണിന് രണ്ടിടങ്ങഴി നെല്ല്
കുത്തി കഞ്ഞിവെയ്ക്കും. ഒരിടങ്ങഴി നെല്ല് പുകയിലയ്ക്കുവേണ്ടി
യും മാറ്റിവെയ്ക്കും. തെയ്യംകെട്ടൽ, പ്രസവം, മരിച്ചടിയന്തിരം എ

നനീ അവസരങ്ങളിൽ ജന്മി പത്തിടങ്ങഴി നെല്ലും നാഴി വെളിച്ചെ
ണ്ണയും സമ്മാനമായി നല്കും. കോറോം, ആലപ്പടമ്പ്, എരമം -
കുറ്റൂർ, പയ്യന്നൂർ തുടങ്ങിയ സ്ഥലങ്ങളിലാണ് നമ്പൂതിരിമാരും
പുലയന്മാരും കുടിയേറുകയും താമസിക്കുകയും ചെയ്തത്. ബ്രാ
ഹ്മണരുടെ വീടുകളിൽ കൊയ്ത്തിനു പോയാൽ എല്ലാവർക്കും
വീടിനു മുന്നിലെ കളത്തിൽ കറ്റ വെയ്ക്കാൻ കഴിയില്ല. ബില്ലവർ
ക്കും, മാവിലന്മാർക്കും, വേട്ടുവർക്കും കറ്റ മെതിക്കാൻ പ്രത്യേക
കളമുണ്ടായിരുന്നു. കീഴ്ജാതിക്കാർക്ക് ഭക്ഷണം പാത്രത്തിൽ വിള
മ്പില്ല. അവരുടെ തലയിലെ പാളത്തൊപ്പിയിലാണ് ഭക്ഷണം നൽ
കിയിരുന്നത്. ഈ പരിതാപകരമായ അവസ്ഥ എല്ലാ വിഭാഗങ്ങളി
ലും ഒരുപോലെയായിരുന്നില്ല. വസ്ത്രം അലക്കൽ,തൂത്തുവാരൽ,
കന്നുകാലികളെ മേയ്ക്കൽ. തോട്ടത്തിലെ ജോലി,പാടത്തിലെ ജോ
ലി,രാത്രി സമയങ്ങളിൽ വീട് കാവൽ വെള്ളത്തിനായി കിണർ,കു
ളം എന്നിവ നിർമ്മിക്കുക തുടങ്ങിയ ജോലികൾ കീഴ്ജാതിക്കാർ
ചെയ്തിരുന്നു. എന്നാൽ ഈ അധ്വാനത്തിനനുസരിച്ചുള്ള കൂലി
അവർക്ക് ലഭിച്ചിരുന്നില്ല.   ഏഴിമല ശങ്കരനാരായണക്ഷേത്രത്തി
ന്റെ ദേവസ്വം ഭൂമിയാണ്. തളിയിൽ നിന്ന് നാട്ടുമുഖ്യസ്ഥന്മാർ ഏ
റ്റുവാങ്ങിയാണ് കർഷകർക്ക് പൊനം കൃഷിക്ക് കൊടുത്തിരുന്നത്.
കൂട്ടുകൃഷിയാണ് നടത്തുക. 5 കോൽ പൊനം, 10 കോൽപൊനം
ഇങ്ങനെ താഴെ നിന്ന് മേലോളം സ്ഥലം ആയാണ് നല്കുക. ഒ
രാൾ പൊനം കൊത്തിക്കരിച്ച് കഴിഞ്ഞാൽ തളിർത്ത് വരുന്നതി
നെ ഇളമ്പ എന്നാണ് പറയുക. തിന, ചോളം, ചാമ, നെല്ല്, മുത്താ
റി, വരക് എന്നിവയെല്ലാമാണ് കൃഷി ചെയ്യുക. വിത്തുകളെല്ലാം
കൂട്ടിപ്പെരക്കി ഇടും കാവൽപ്പുര ഉണ്ടാക്കും. ടിന്നു തൂക്കി അടിച്ച്
മൃഗങ്ങളെ ഓടിക്കും. പയർ, തുവര, വെള്ളരി മുതലായ പച്ചക്കറി
കളും കൃഷി ചെയ്തിരുന്നു. ഉയർന്ന സമുദായക്കാരുടെ അടിമക
ളായും തൊഴിലാളികളായും ജീവിച്ചിരുന്നു. അവരുടെ വിടുകളിൽ
പ്രവേശനം ഉണ്ടായിരുന്നില്ല. വിടിനുപുറത്ത് ഭക്ഷണം നൽകുമാ
യിരുന്നു.ചൂഷണത്തിനും, തൊട്ടുകൂടായ്മയുടെയും ഇരകളായിരു
ന്നു. സ്വന്തം കൃഷി ചെയ്താൽ തന്നെ യജമാനനു പാട്ടം നൽക
ണമായിരുന്നു. കൂലി ലഭിച്ചില്ലെങ്കിൽ പട്ടിണിയായിരുന്നു. അരി,
ചക്കപ്പഴം, ചക്കക്കുരു, മാങ്ങ, ചേമ്പ്, എതുരുള്ളക്കായ, , മുള അ
രി, തുടങ്ങിയവ ഭക്ഷിച്ചിരുന്നു. വളർത്തുമൃഗങ്ങളെ വീട്ടിലെ അം

ഗംപോലെ തന്നെ കരു
തി വളർത്തിയിരുന്നു.ഏ
ഴിമല, കിഴക്കൻ മലയോ
ര പ്രദേശങ്ങൾ എന്നിവി
ടങ്ങളിൽ പുനംകൃഷി
ദീർഘകാലമായി പ്രചാ
രത്തിലുണ്ടായിരുന്നു. പി
ന്നീട് തിരുവിതാംകൂറിൽ
നിന്നും കപ്പത്തണ്ട് കൊ
ണ്ടു വന്ന് ഇവിടെ കൃഷി

ആരംഭിക്കുകയായിരുന്നു. കുടിയേറ്റം നടന്ന സ്ഥലങ്ങളിലെല്ലാം
തെരുവകൃഷിയും നടന്നിരുന്നു. തെരുവകൃഷിയിൽ തെരുവ വാറ്റു
ന്ന രീതിയും ഉണ്ടായിരുന്നു. തെരുവ പുല്ലരിഞ്ഞ് കറ്റകളാക്കി പ്ര
ത്യേകരീതിയിൽ നിറച്ച ചെമ്പുപാത്രത്തിൽ നിറച്ച് പുഴുങ്ങിയാ
ണ് പുൽതൈലം ഉണ്ടാക്കിയിരുന്നത്. പ്രത്യേക സംരക്ഷണം ആ
വശ്യമില്ലാത്തതിനാലും 45 ദിവസം കൊണ്ടു തന്നെ ആദായം കി
ട്ടുമെന്നുള്ളതുകൊണ്ടുമാണ് ഈ കൃഷി രീതി അവലംബിച്ചിരുന്ന
ത്.നാട്ടിൽ നടക്കുന്ന എല്ലാ കാര്യങ്ങളും ജന്മിമാരുടെ അറിവോ
ടും സമ്മതത്തോടും കൂടി വേണം ചെയ്യേണ്ടത്. ജന്മി കുടുംബ
ങ്ങൾക്ക് പല അവകാശങ്ങളുമുണ്ട്. കുടിയാന്റെ വീട്ടുപറമ്പിൽ വാ
ഴകുലച്ചാൽ കുലമായി ജന്മിയുടെ വീട്ടിലെത്തിക്കണം. ദീപാവലി,
ഓണം , വിഷു തുടങ്ങിയ വിശേഷ ദിവസങ്ങളിൽ കാണിക്കയുമാ
യി കുടിയാൻ ജന്മിയുടെ വീട്ടിലെത്തണം. ജന്മിയുടെ അവകാശ
ങ്ങളും ആവശ്യങ്ങളും നിറവേറ്റുവാൻ ഒരു കുടിയാന് സാധിച്ചി
ല്ലെങ്കിൽ അയാളെ ഒഴിവാക്കി പുതിയ കുടിയാനെ വെച്ചിരുന്നു.കാ
ട്ടുമൃഗങ്ങളേ വേട്ടയാടിപ്പിടിച്ചാൽ അതിന്റെ നല്ല ഭാഗം ജന്മിക്കവ
കാശപ്പെട്ടതാണ്. ഈ അവകാശം കുടിയാന്മാർ നിറവേറ്റാൻ ത
യ്യാറായില്ലെങ്കിൽ ശിക്ഷാനടപടികൾ സ്വീകരിക്കുന്ന സംഭവം പോ
ലും ഇവിടെയുണ്ടായിട്ടുണ്ട്. ജന്മിമാർ വയലുകൾ പാട്ടത്തിന് കൊ
ടുക്കുകയയും കുടിയാനിൽ നിന്ന് വാരം/പാട്ടം അളക്കുകയയും ചെ
യ്യും. വാരം അളക്കുന്നതിന് പ്രത്യേക പറയുണ്ടാകും. (വാരപ്പറ)
സാധാരണ പറയേക്കാൾ വലുതാണിത്. ഒരു പൊതിപ്പാട് കണ്ട
ത്തിന് 35 പറ വാരം പാട്ടം അളന്നുകൊടുക്കണം. മിക്കവാറും വയ

ലുകളിൽ രണ്ടും മൂന്നുംകൃഷി എടുക്കാൻ കഴിയുന്നത് കൊണ്ട്
വാരം എങ്ങിനെയെങ്കിലും അളന്നുകൊടുത്തിരുന്നു. താണ ജാ
തിക്കാർ ബ്ലൗസിന് പകരം മേൽമുണ്ട് ധരിക്കും. കുണ്ടാച്ചം കെ
ട്ടൽ എന്നാണ് ഇതിനെ വിളിച്ചിരുന്നത്. വെളുത്ത മുണ്ടുടുത്ത് തി
യ്യസ്ത്രീകളെ കണ്ടുപോയാൽ വെറ്റില മുറുക്കി തുപ്പി വൃത്തികേ
ടാക്കുന്ന സ്വഭാവം ജന്മിഗൃഹത്തിലെ ആളുകൾക്കുണ്ടായിരുന്നു.
ജന്മിമാരുടെ വീടുകളിലേക്ക് കൊയ്ത് മെതിച്ച നെല്ല് തലച്ചുമടുമാ
യി പെണ്ണുങ്ങൾ എത്തിച്ചു.   തറവാട്ടിലേക്ക് കുടിയാന്മാരുടെ വാ
രം പാട്ടമായ നെല്ല് തലച്ചുമടായാണ് എത്തിച്ചത്. നേരെ വെളുക്കു
ന്നതിന് മുമ്പേ സ്ത്രീകൾ നെല്ല് ചാക്കുമായി നീങ്ങും. ചിലപ്പോൾ
കാര്യസ്ഥൻ കൂടെയുണ്ടാകും. കുടിയൊഴിപ്പിക്കൽ നിത്യസംഭവമാ
യിരുന്നു. പൂവ് തലയിൽ ചൂടുന്നതിന് പോലും ജാതിയുണ്ടായിരു
ന്നു. മേൽജാതിക്കാർ ചൂടുന്ന പൂവ് ചൂടി ഉന്നതർ പങ്കെടുക്കുന്ന
സദസ്സിൽ സംബന്ധിക്കാൻ പാടില്ലായിരുന്നു എന്നും പറയുന്നു
ണ്ട്. .കുടിയാന്മാരും തൊഴിലാളികളും ഉപയോഗിക്കേണ്ട പ്രത്യേ
ക ഭാഷയുണ്ടായിരുന്നു. റാൻ, പണിക, അടിയൻ, ഉടയോൻ, കാടി
(ഭക്ഷണം) ചാപ്പ (വീട്) എന്നിങ്ങനെയുള്ള വാക്കുകൾ നിരന്തര
മായി ഉപയോഗിക്കുന്നവയാണ്. ജന്മിയുടെ വീടിന്റെ കളത്തിന് പു
റത്ത് നിന്നാണ് കാര്യങ്ങൾ പറയേണ്ടത്. ഓരോ സമുദായത്തിലെ
അംഗങ്ങൾ പ്രത്യേകം പ്രത്യേകം വേഷമാണ് പഴയകാലത്ത് ധരി
ച്ചിരുന്നത്. തീയ്യ സ്ത്രീകൾ കാക്കി ധരിക്കുമ്പോൾ, മുസ്ലീം സ്ത്രീ
കൾ പർദ്ദ ധരിക്കുന്നു. കഴുത്തിലും കാതിലും അണിയുന്ന ആഭര
ണങ്ങളിലും ഒരു വ്യത്യാസം കാണാം.   ചില സ്ത്രീകൾ കറുത്ത
ചരട് മാത്രം അണിഞ്ഞു.പുരുഷൻമാർ അരകൈ ഷർട്ട്, ഒറ്റമുണ്ട്,
പാളകൊണ്ട് തയ്യാറാക്കിയ തലപ്പാവ്,സ്ത്രീകൾ പാവാട,   ബ്ലൗ
സ്, മുക്കാൽ പാവാട, ഉടുക്കുകയും ചെയ്യണമായിരുന്നു.   നായർ
സ്ത്രീകൾ ഇല്ലിക്കരയുള്ള മുണ്ട് ഉടുക്കുകയും ചെയ്യണമായിരു
ന്നു. കീഴാള സ്ത്രീകൾ നെറ്റിയിൽ കറുത്ത പൊട്ട് ധരിക്കുമ്പോൾ
നായർ സ്ത്രീകൾ ചന്ദനം തൊടും. ബ്ലൗസിടാനുള്ള അവകാശം
ലഭിച്ചിട്ടും പഴയശീലം കൊണ്ട് ബ്ലൗസ് ധരിക്കാത്ത തൊണ്ണൂറ് വ
യസ്സ് തികഞ്ഞവർ ഗ്രാമത്തിലനേകം പേരുണ്ട്. കാതിൽ മുള്ള് കൊ
ണ്ട് ദ്വാരം ഉണ്ടാക്കി മുള്ള് തന്നെ ആഭരണമായി ഉപയോഗിച്ചിരു
ന്നു. ദംസോലി എന്ന മുള്ളുകൊണ്ട് കാത് കുത്തുമായിരുന്നു. ജന

നം മുതൽ മരണം വരെ വിവിധ ആചാരങ്ങൾ ഇവർ ഏർപ്പെട്ടിരുന്നു. വീട്ടുജോലികളെല്ലാം ചെയ്യേണ്ടത് സ്ത്രീകളാണെന്ന സങ്കൽപം ഇപ്പോഴും കീഴ്ജാതി കുടുംബങ്ങളിൽ നിലനിൽക്കുന്നു.

കീഴ്ജാതികളിൽ പ്രേമവിവാഹത്തിന്റെ പേരിൽ ഭ്രഷ്ടരായ സ്ത്രീകൾ ഇന്നും കുടുംബത്തുനിന്നും അകറ്റപ്പെട്ടുകഴിയുന്നു. അവിഹിതമായ ഗർഭം ധരിച്ചാൽ സഭയിൽ ഗർഭത്തിന്നുത്തരവാദിയായ ആളുടെ പേരു വെളിപ്പെടുത്തണം. അങ്ങനെ ചെയ്താൽ അയാളെ വരുത്തി വിവാഹം നടത്തികൊടുക്കും. അല്ലെങ്കിൽ ഭ്രഷ്ടുകൽപിക്കുന്നു. തീണ്ടാരിയായ പെണ്ണിനെ വീട്ടിൽ പ്രത്യേകം സ്ഥാപിച്ച മുറിയിൽ പാർപ്പിക്കുന്നു. ഇവർ ജലാശയങ്ങൾ സ്പർശിക്കരുത്. പ്രസവിച്ച സ്ത്രീകൾക്കും ഈ വിലക്ക് ബാധകമാണ്. പുലവാലായ്മയുള്ളവർ ദേവസ്ഥാനത്തോ, തറവാടുകളിലോ ചെല്ലരുത്. പ്രസവം ഭാര്യാഗൃഹത്തിൽ വച്ചായിരിക്കും. പ്രസവത്തിന്റെ മുഴുവൻ ചെലവുകളും ഭർത്താവാണ് ചെയ്യേണ്ടത്. പ്രസവത്തിനായുള്ള ഈറ്റില്ലം കുടിലിനോടു ചേർത്ത് നിർമ്മിക്കുന്നത് കാണാം. പ്രാചീന കാലത്ത് പ്രസവസമയമെടുത്ത സ്ത്രീയെ വേദന ആരംഭിച്ചാൽ ശുശ്രൂഷയ്ക്കായി രണ്ടു പേറ്റിച്ചിമാർ ഉണ്ടായിരിക്കും. ഒരാൾ ഈറ്റില്ലത്തിനു പുറത്തും മറ്റേയാൾ ഗർഭിണിയുടെയടുത്തും ഇരിക്കുന്നു. അകത്തിരിക്കുന്ന പേറ്റിച്ചിയാണ് കുട്ടിയുടെ പൊക്കിൾക്കൊടി (ഈറ്റുകയർ) മുറിക്കുന്നത്. മുൻകാലങ്ങളിൽ മലയ, വണ്ണാൻ സമുദായത്തിലെ പേറ്റിച്ചിമാരായിരുന്നു പ്രസവ ശുശ്രൂഷകൾ ചെയ്തിരുന്നത്. പ്രസവ വിവരം അറിയിക്കുന്നതും പേറ്റിച്ചിമാരാണ്. അവർക്ക് നെല്ല്, പണം വസ്ത്രം എന്നിവ നൽകിയിരുന്നു. പ്രസവിച്ച് ഏഴാം നാളിൽ വണ്ണത്താൻ അടുത്തുള്ള അമ്പലത്തിൽ നിന്ന് തീർത്ഥം കൊണ്ടുവന്നു. പ്രസവിച്ച സ്ത്രീയുടെയും കുഞ്ഞിന്റെയും മേൽ തളിക്കുന്നു. വസ്ത്രങ്ങളിലും വീടിനു ചുറ്റും തളിക്കുന്നു ഇതിന് നാലാം മാറ്റ് എന്നാണ് പറയുന്നത്. വണ്ണത്താന് പ്രതിഫല

മായി തേങ്ങ, അരി, പണം എന്നിവ നല്കുന്നു. എണ്ണയും കുഴ
മ്പും തേച്ച് കുറുന്തോട്ടി ചടിച്ചിൽ എന്നിവയുടെ താളി ഉപയോഗി
ച്ച് കുളിപ്പിക്കുന്നു. തുടർന്ന് പച്ചമരുന്നുകളും കുമ്പളങ്ങ, വാഴയ്
ക്ക, പാവയ്ക്ക് തുടങ്ങിയ പച്ചക്കറികളും മാംസാഹാരവും നൽകു
ന്നു കീഴ്ജാതികളിൽ പ്രസവിച്ച സ്തീയുടെ വയർ വസ്ത്രം കൊ
ണ്ട് മുറുക്കെ കെട്ടുമായിരുന്നു. ഇത് പ്രസവ ശേഷം വയർ പൂർവ്വ
സ്ഥിതിയിലാകാൻ സഹായകമാണ്.   കുട്ടിയുടേയും അമ്മയുടെ
യും രക്ഷക്കായി ദൈവത്തിനു വാഴയിലയിൽ ഊൺ, പേരിൽ ജാ
തി വ്യക്തമായി പ്രതിഫലിച്ചിരുന്നു. ചില ആധ്യപേരുകൾ ഉന്ന
തർക്കായി സംവരണം ചെയ്യപ്പെട്ടതായിരുന്നു. കീഴ്ജാതികളിൽ
പെൺകുട്ടിയുടെ ആദ്യത്തെ ആർത്തവം സമുദായത്തെ അറിയി
ക്കും. സമുദായത്തിലെ ചടങ്ങിൽ പങ്കെടുത്ത എല്ലാവരും പെൺ
കുട്ടിയുടെ തലയിൽ അരിയിട്ട് ആശിർവദിക്കുന്നു. കീഴ്ജാതിക
ളിൽ കല്യാണത്തിനു വാദ്യമേളങ്ങൾ ഉപയോഗിച്ചിരുന്നു.കല്യാ
ണം രക്ഷിതാക്കളുടെ തീരുമാനപ്രകാരം നടത്തുമായിരുന്നു. ആ
ണും പെണ്ണും വ്യത്യസ്ഥ കുടുംബത്തിൽപ്പെട്ടവരായിരിക്കണം. കീ
ഴ്ജാതികളിൽ ഭർത്താവ് അല്ലങ്കിൽ ഭാര്യ മരിച്ചാൽ, ഭാര്യയും ഭർ
ത്താവും പിരിഞ്ഞാൽ മറ്റൊരു കല്യാണം നടത്തിയിരുന്നു. ആൺ
-പെൺ വ്യത്യാസമില്ലാതെ ജോലി ചെയ്ത് കുട്ടികളെയും വളർ
ത്തിയിരുന്നു. കീഴ്ജാതികളിൽ തറവാട്ടിലെ തെയ്യംകെട്ട് നടത്തു
വാൻ തറവാട്ടുമൂപ്പൻ തീരുമാനിച്ചാൽ കുഞ്ഞുകുട്ടികൾ തങ്ങളാ
ലാവുന്ന നെല്ല് തറവാട്ടിലെത്തിക്കുന്നു. കീഴ്ജാതികളിൽ കല്യാ
ണം തുടങ്ങിയ മംഗളകർമ്മങ്ങൾ നടക്കുമ്പോഴും അകത്തു കൊ
ടുക്കൽ ചടങ്ങുണ്ട്. ഉണ്ടാക്കിയ സദ്യയിലൊരംശം വാഴയിലയിൽ
പടിഞ്ഞാറ്റയിൽ വച്ചുകൊടുക്കും. ഇങ്ങനെ വയ്ക്കുന്നത് പിന്നീട്
അമ്മാവൻമാർ കാരണവർ തുടങ്ങിയവർ കഴിക്കും. ഇതിനു ശേ
ഷം മാത്രമേ മറ്റുള്ളവർ കഴിക്കുകയുള്ളൂ. സമൂഹത്തിലെ ഏതു
പ്രധാന ചടങ്ങുനടത്തുമ്പോഴും ഇപ്രകാരം ഇവർ ചെയ്യാറുണ്ടാ
യിരുന്നു. സദ്യയ്ക്ക് അരി എടുക്കുമ്പോഴും കാരണവന്മാർ കുറച്ച
രി അളന്നു നീക്കി കൊടിയിലയിൽ അകത്തുവയ്ക്കുന്ന പതിവു
ണ്ട്. പന്ത്രണ്ടാം ദിവസം അകനാള് കഴിക്കുന്ന പതിവുമുണ്ട്.തറവാ
ടിന്റെ അധികാരം സ്ത്രീപ്രജകൾ വഴിയാണ് കൈമാറുന്നത്. തീ
യ്യരിലെ സ്ത്രീകൾ വിവാഹശേഷം ഭർത്താവിന്റെ വീട്ടിൽ ആ

ണു ജീവിക്കുന്നത്. എങ്കിലും അവരുടെ തറവാട്ടുജന്മാവകാശം ജ
നിച്ച തറവാട്ടിൽ എപ്പോഴും നിലനിൽക്കും. തറവാട്ടിലെ പ്രധാന
ചടങ്ങിലെല്ലാം തന്നെ തറവാട്ടിലെ പെൺമക്കളുടെ സാന്നിധ്യം
നിർബന്ധമാണ്.   സ്ത്രീകൾക്കുനൽകുന്ന പ്രാധാന്യത്തെയാണ്
ഇത് കാണിക്കുന്നത്. കല്യാണവും പ്രസവാനന്തരവും പെൺപ്രജ
യുടെ തറവാട്ടുകാർ തുടർച്ചയായി പെൺമക്കളെ സന്ദർശിച്ച് കൊ
ണ്ടിരിക്കും. അമ്മാവന്മാർ വിശേഷ ദിവസങ്ങളിൽ വസ്ത്രങ്ങളും
സമ്മാനങ്ങളുമായി പെൺപ്രജയെയും അവരുടെ മക്കളെയും സ
ന്ദർശിക്കും. തറവാട്ടിലെ സ്ത്രീ പ്രജകളുടെ മക്കളുടെ തറവാട് അ
മ്മയുടെ തറവാട് തന്നെയാണു. അവർ അമ്മയുടെ തറവാട്ടുപേർ
ഉപയോഗിക്കണം. അമ്മവഴിയാണ് തറവാട് നിശ്ചയിക്കുന്നത്. തറ
വാട്ടിലെ പുരുഷ പ്രജകളുടെ മക്കളെയോ പുരുഷന്മാരുടെ ഭാര്യ
മാരെയോ ഭർത്താവിന്റെ തറവാട്ടുകാരായി പരിഗണിക്കില്ല. ഒരേ
ഇല്ലക്കാർ തമ്മിലും ഒരേ തറവാട്ടുകാർ തമ്മിലുമുള്ള വിവാഹ ബ
ന്ധങ്ങൾ നിഷിധമാക്കി വെച്ചിരിക്കുന്നു. പാകം ചെയ്ത ഭക്ഷണം
ഭദ്രമായി സൂക്ഷിക്കുന്നതിന് ഉറികൾ ഉപയോഗിച്ചു. ഇരിക്കാനു
ള്ള പലകയായി ഉപയോഗിച്ച് വന്നത് തെരിയയാണ്. ഉഴുന്ന്, പ
യറ്, മുതിര തുടങ്ങിയവ സൂക്ഷിക്കുന്നതിന് പ്രത്യേകരീതിയിൽ
നിർമ്മിച്ച പൊതികൾ മിക്കവീടുകളിലും ഉണ്ടാക്കിയിരുന്നു.ആൺ
മക്കളും പെൺമക്കളും തറവാട്ടുസ്വത്തിലും ജന്മാധികാരങ്ങളിലും
തുല്യ അവകാശമായിരിക്കും. സ്വത്തവകാശം രണ്ടുപേർക്കും തു
ല്യമാണ്. പക്ഷെ പെൺമക്കൾക്ക് കുട്ടികളുണ്ടെങ്കിൽ സ്വത്തവകാ
ശം പെൺമക്കളുടെ കുട്ടികൾക്കും ലഭിക്കും. അവർക്കും സ്വത്തി
നും അധികാരത്തിനും തുല്യ അവകാശമാണ്. തറവാട്ടിലെ ആൺ
മക്കളുടെ മക്കൾക്ക് സ്വത്തവകാശമില്ല. ആൺമക്കളുടെ മക്കൾക്ക്
ഭാര്യയുടെ തറവാട്ടു സ്വത്തിനാണധികാരം.അമ്മയുടെ സഹോദ
രീ പുത്രർ ഒക്കെയും സഹോദരസ്ഥാനീയരാണ്. അമ്മയുടെ സ
ഹോദര പുത്രർ മുറച്ചെറുക്കനും മുറപ്പെണ്ണുമായി വരും. അതുപോ
ലെ അച്ഛന്റെ സഹോദരീ പുത്രർ മുറച്ചെറുക്കനും മുറപ്പെണ്ണുമായി
വരും. ഈ രണ്ട് വിവാഹബന്ധങ്ങൾ അനുവദനീയമാണ്. അനു
ഷ്ഠാനങ്ങളും ആഘോഷങ്ങളും മക്കൾക്ക് നിർവ്വഹിനുള്ള അവ
കാശം അമ്മയുടെ തറവാട്ടിലും അമ്മയുടെ തറവാട്ടുകാവിലുമാ
ണ്. അമ്മയുടെ മക്കളിലെ പെൺപ്രജകളുടെ മക്കൾക്കും തറവാ

ട്ടാചാരങ്ങളിലും അനുഷ്ഠാനങ്ങളിലും തുല്യ അവകാശമായിരി
ക്കും. അമ്മയുടെ ആൺമക്കളുടെ മക്കൾക്ക് അമ്മയുടെ തറവാട്ടാ
ചാരങ്ങളിൽ അവകാശമില്ല. ബ്രാഫണർക്ക് ജാതി, ഭ്രഷ്ട്, പിഴ എ
ന്നീ ശിക്ഷകൾ മാത്രമേ നൽകിയിരുന്നുള്ളൂ. ഇതരവിഭാഗങ്ങൾ
ക്ക് കഠിനമായ ശിക്ഷകളാണ് നൽകിയിരുന്നത്. കൈകാലുകൾ
ഛേദിക്കൽ, വധം എന്നിവയായിരുന്നു ഇവ. ചിത്രവധം എന്ന പേ
രിൽ അറിയപ്പെടുന്ന പ്രത്യേക ശിക്ഷാവിധിയും അക്കാലത്ത് നട
പ്പിലാക്കിയിരുന്നു. ജലപരീക്ഷ, അഗ്നി പരീക്ഷ, വിഷപരീക്ഷ, തൂ
ക്കുപരീക്ഷ എന്നിവയായിരുന്നു ഇവ. ഏറ്റവും പ്രചാരം അഗ്നിപ
രീക്ഷയായിരുന്നു. കുറ്റം ചുമത്തപ്പെട്ട വ്യക്തി തിളച്ച എണ്ണയിൽ
കൈവിരൽ മുക്കി പൊള്ളലേറ്റില്ലെങ്കിൽ നിരപരാധിയാണെന്ന് ക
ണ്ട് വിട്ടയക്കുന്നു. പൊള്ളലേറ്റാൽ കുറ്റം ചെയ്തതാണെന്ന് വിധി
യെഴുതി ശിക്ഷാവിധികൾ കല്പിക്കുന്നു. പട്ടിണികിടത്തിയ വിഷ
പാമ്പിനെ അടച്ചകുടത്തിൽ കൈയിടീക്കുന്നതും ശരീരത്തിലൂടെ
ഇരുമ്പ് പാരകയറ്റി ദിവസങ്ങളോളം മരത്തിൽ കെട്ടിയിട്ട് കൊല്ലു
ന്ന ശിക്ഷാവിധിയാണിത്. ഈ പ്രാകൃത ശിക്ഷാവിധിക്കുപുറമേ
കണ്ണ് ചൂഴ്ന്നെടുക്കൽ, ചാട്ടവാർകൊണ്ട് മുറിവുണ്ടാക്കി കാന്താരി
മുളക് പുരട്ടിവെയിലത്തു നിർത്തൽ തുടങ്ങിയ ശിക്ഷകളും നടപ്പി
ലുണ്ടായിരുന്നു. മറ്റൊരു പരീക്ഷയായിരുന്നു കുറ്റം ചെയ്ത വ്യ
ക്തിയെ ത്രാസിലിരുത്തി കുറ്റത്തിന്റെ വിശദവിവരങ്ങൾ എഴുതി
യ ഓലകെട്ടി തൂക്കുന്നത്. തൂക്കം കൂടിയാൽ കുറ്റവാളിയായി. വി
ചിത്രമായ രീതിയായിരുന്നു ഇത്.

പയ്യന്നൂർ ദേശത്തെ പേരുകേട്ട കാലിക്കച്ചവടം നടക്കുന്നത് പ
യ്യഞ്ചാലിലാണ് (കണ്ടോത്ത്). രാമപൊതുവാൾ (പയ്യഞ്ചാലിലെ
രാമ പൊതുവാൾ) സുബ്രഫണ്യത്ത് പോയി നല്ല കാളകളെ അ
ഞ്ചും ആറും ദിവസമെടുത്ത് നടത്തിച്ച് പയ്യഞ്ചാലിലെത്തിക്കും. ക
റവക്കാലികളെക്കാൾ, കാലിപൂട്ടാനുപയോഗിക്കുന്ന കാളകളെയാ
ണ് അദ്ദേഹം കൊണ്ടുവന്നിരുന്നത്. അതാണ് പ്രധാന കച്ചവട
സ്ഥലം. ബാക്കി നിരവധി ചെറു കച്ചവടക്കാരും ദേശത്ത് കാലിക്ക
ച്ചവടം ചെയ്തിരുന്നതായി അറിയുന്നു.്. കൃഷിയുടെ വ്യാപനവും
കന്നുകാലി സമ്പത്തും പരസ്പരപൂരകമായ ഒന്നാണല്ലോ. നിലം
ഉഴുതുമറിക്കുന്നതിനും വളത്തിനും കന്നുകാലി സമ്പത്ത് അത്യാ
വശ്യമാണ്.,പാതകളിലൂടെ പയ്യഞ്ചാലിലെ കന്നുകാലികളെ തെ

ളിച്ചുകൊണ്ടുവരുന്നത് അടുത്തകാലം വരെ ഒരു പതിവ് ദൃശ്യമാ
യിരുന്നു. 1947 –50 കാലത്ത് കാലത്ത് ഈ ഗ്രാമം കന്നുകാലികളെ
ക്കൊണ്ട് സമ്പന്നമായിരുന്നു. വിജനമായ കൊവ്വലിലാണ് പശു
ക്കൾ മേയുന്നത്. പശുക്കൾ വെള്ളം കുടിക്കാൻ വരിയായി വന്ന്
കുളത്തിലിറങ്ങി വെള്ളം കുടിക്കുന്നതൊരു കാഴ്ചയായിരുന്നു. കൂ
ടാതെ റോഡിന് കിഴക്കു   ഭാഗത്തുണ്ടായിരുന്ന കിണറിനടുത്ത് വ
ലിയൊരു തളം നിർമ്മിച്ച് അതിൽ വഴിപോക്കർ വെള്ളമെടുത്തൊ
ഴിക്കും. ആ വെള്ളം കന്നുകാലികൾ കുടിക്കാൻ ഉപയോഗിച്ചിരു
ന്നു. പയ്യന്നൂരങ്ങാടിയിൽ നിന്നും ചുമടുമായി വരുന്നവർക്ക് തങ്ങ
ളുടെ ഭാരമിറക്കാൻ കുളത്തിനടുത്ത് ചുമടുതാങ്ങിയും നിർമ്മിച്ചി
രുന്നു വയലുകളും മേച്ചിൽപുറങ്ങളും കുറഞ്ഞുവന്നതും പുതിയ
മേഖലകൾ തുറന്നുകിട്ടിയതും ക്ഷീര മേഖലയിൽ നിന്നുള്ള കർ
ഷകരുടെ കൊഴിഞ്ഞുപോക്കിന് കാരണമായിട്ടുണ്ട്. ക്ഷീരകർഷ
കരുടെ സംരക്ഷണവും ഉന്നമനവും ഉൽപ്പാദന കുതിച്ചുചാട്ടവും
ലക്ഷ്യമിട്ടുകൊണ്ട് മുൻകാലങ്ങളിൽ നിരവധി പദ്ധതികൾ . നടപ്പി
ലാക്കിയിട്ടുണ്ട്.

ഗ്രന്ഥസൂചി

1. പയ്യന്നൂർ ചരിത്രവും സമൂഹവും - ഇ.എം.എസ് പഠനകേന്ദ്രം, പയ്യന്നൂർ. എഡി. ടി.പവിത്രൻ

2. ഭാസ്കരനുണ്ണി, പി. പത്തൊമ്പതാം നൂറ്റാണ്ടിലെ കേരളം, തൃശൂർ, കേരള സാഹിത്യ അക്കാദമി, 1988

3. ശ്രീനപ്പ ഹെഗഡെ. ദക്ഷിണ കന്നഡ ജില്ലാ ചരിത്രവും ഭൂതാളപാണ്ഡ്യ രാജാവിന്റെ അളിയ സന്താനവും 1981

4. ബാലകൃഷ്ണൻ നായർ, ടി. ചിറയ്ക്കൽ, തെരഞ്ഞെടുത്ത പ്രബന്ധങ്ങൾ, തൃശൂർ കേരള സാഹിത്യ അക്കാദമി 1981.

5. കോഴിക്കോട് സർവ്വകലാശാല; ആധുനിക ഗദ്യമാദൃകകൾ; കോഴിക്കോട് - 1982

6. ബാലകൃഷ്ണൻ പി.കെ; ജാതി വ്യവസ്ഥിതിയും കേരള ചരിത്രവും; നാഷണൽ ബുക്ക് സ്റ്റാൾ കോട്ടയം - 1983

7. ഏഴിൽമലയും പയ്യന്നൂർപാട്ടും, ടി.കെ.കെ.പൊതുവാൾ

8. വില്യം ലോഗൻ - മലബാർ മാനുവൽ ടി. വി കൃഷ്ണന്റെ വിവർത്തനം. മാതൃഭൂമി 1985

9. ഏഴിമല: കെ.ബാലകൃഷ്ണൻ, മാതൃഭൂമി ബുക്സ്, കോഴിക്കോട്. 2007

10. വിഷ്ണു നമ്പൂതിരി എം.വി (ഡോ) തെയ്യം കേരള ഭാഷാ ഇൻസ്റ്റിറ്റ്യൂട്ട് തിരുവനന്തപുരം - 1998

11. കൊസംബി ഡി.സി മിത്തും യാഥാർത്ഥ്യവും; കൃതികളുടെ പ്രസിദ്ധീകരണസമിതി തിരുവനന്തപുരം - 1986

12. നാരായണമേനോൻ പാലിശ്ശേരി, ആദിചേരൻമാരുടെ ആസ്ഥാനം നാഷണൽ ബുക്ക് സ്റ്റാൾ കോട്ടയം 1986.

13. രാഘവവാര്യർ എം. ആർ (ഡോ); അടിവേരുകൾ; പൂർണ്ണാ പബ്ലിക്കേഷൻസ് കോഴിക്കോട് - 1988

14. കേരള കലാഗ്രാമം. കേരള കലാഗ്രാമം തിരുവനന്തപുരം - 1988

15. വിഷ്ണുനമ്പൂതിരി എം.വി (ഡോ) ഫോക്ലോർ നിഘണ്ടു, കേരള ഭാഷാ ഇൻസ്റ്റിറ്റ്യൂട്ട് തിരുവനന്തപുരം - 1989

16. വിഷ്ണു നമ്പൂതിരി എം.വി(ഡോ) കേരളത്തിലെ തോറ്റം പാട്ടുകൾ, സാഹിത്യ അക്കാദമി തൃശ്ശൂർ1992

17. വിഷ്ണുനമ്പൂതിരി, എം.വി ഡോ, കാക്കവിളക്കിന്റെ വെളിച്ചത്തിൽ, നാഷണൽ ബുക്ക് സ്റ്റാൾ, കോട്ടയം 1992

18. രാമകൃഷ്ണൻ ദേശമംഗലം; കാവ്യഭാഷയിലെ പ്രശ്നങ്ങൾ; കേര
ളഭാഷാ ഇൻസ്റ്റിറ്റ്യൂട്ട് തിരുവനന്തപുരം - 1993

19. ചൂണ്ടൽ, ചുമ്മാർ, നാടോടിവിരുത്തം, സംസ്കൃതി പബ്ലിക്കേഷൻ
സ്, 1993

20. സ്കറിയാ സക്കറിയ, ഡോ. പയ്യന്നൂർ പാട്ട്, കോട്ടയം, ഡി.സി
ബുക്സ്, 1994

21. രാഘവവാരിയർ, രാജൻ ഗുരുക്കൾ, മിത്തും സമൂഹവും, കോഴി
ക്കോട്, ജാലകം പബ്ലിക്കേഷൻസ്, 1994

22. ചാക്കോ ഡി. കുറിച്യരുടെ ലോകം, കേരള ഭാഷാ ഇൻസ്റ്റിറ്റ്യൂട്ട്
1994.

23. രാഘവൻ പയ്യനാട്, ഫോക്‌ലോറിന് ഒരു പഠന പദ്ധതി, തൃശൂർ,
കേരളസാഹിത്യഅക്കാദമി 1998.

24. പത്മനാഭൻ ടി.പി. ഇടനാടൻ കുന്നുകൾ, സീക്ക്, കണ്ണൂർ 20

25. കരിവെള്ളൂരിന്റെ ഇന്നലെകൾ - കരിവെള്ളൂർ പെരളം പഞ്ചായത്ത്

26. വേണുഗോപാൽ കെ.എം.(എഡി.) കേരളം, ലൈംഗീകത,
ലിംഗനീതി, സൈൻ ബുക്സ്, വികാസ് ഭവൻ, തിരുവനന്തപുരം,
2006:

27. കേരളത്തിലെ അദ്ധ്യാപക പ്രസ്ഥാനം - കെ. എസ്. ടി. എ - 2006

28. ഇന്ത്യൻ കർഷകപ്രസ്ഥാനത്തിന്റെ ചരിത്രം - എ.കെ.ജി. ചിന്ത
1961

29. രാഘവൻ പയ്യനാട്; ഫോക്‌ലോർ; കേരളഭാഷ ഇൻസ്റ്റിറ്റ്യൂട്ട് തിരു
വനന്തപുരം - 1996

30. കോറോം രക്തസാക്ഷിത്വം അറുപതാം വാർഷികസ്മരണിക:

31. ശബ്ദം, മഹാത്മജന്മശതാബ്ദി സ്മരണിക, 2005:245.

32. വടക്കൻപെരുമ - കാസർകോട് ജില്ലയുടെ ചരിത്രം - ഇ. എം. എസ്.
പഠനകേന്ദ്രം 2011

33. കരിവെള്ളൂർ 60-ാം വാർഷിക സ്മരണിക - എഡി. കരിവെള്ളൂർ
മുരളി 2006

34. ശതമാനദ കന്നഡ സാഹിത്യ - ജി.എച്ച്. നായക്ക്. ശ്രീരാഘവ
വേന്ദ്ര പ്രകാശന 2000.

35. ഗുണ്ടർട്ട്, ഹെർമൻ, ഡോ. മലയാളം - ഇംഗ്ലീഷ് നിഘണ്ടു, കോ
ട്ടയം, നാഷണൽ ബുക്ക്സ്റ്റാൾ, റീപ്രിന്റഡ്, മാർച്ച് 2000.

36. ഡോ. ബാബു മണ്ടേക്കാട്, കല്ലാറ്റ കുറുപ്പൻമാരുടെ കളമെഴുത്ത്
പാട്ട്, ഡി.സി ബുക്സ് 2002.

37. പൊതുവാൾ ടി.കെ.കെ, ഏഴിൽ മലയും പയ്യന്നൂർ പാട്ടും, ഹാർ
വെസ്റ്റ് മീഡിയ സർവ്വീസസ്, കോഴിക്കോട് 2002

38. ബാലകൃഷ്ണൻ പി.കെ, ജാതിവ്യവസ്ഥിതിയും കേരള ചരിത്ര
    വും കറന്റ് ബുക്സ്, തൃശ്ശൂർ 2003.

39. നാരായണൻ എം.ജി.എസ്. ഡോ. പെരുമാൾസ് ഓഫ് കേരള

40. കുറുപ്പ് കെ.കെ.എൻ. ഡോ. വില്യംലോഗൻ – മലബാറിലെ കാർ
    ഷിക ബന്ധങ്ങളിൽ ഒരു പഠനം, കേരള ഭാഷാ ഇൻസ്റ്റിറ്റ്യൂട്ട്

41. രവിവർമ കെ.ടി, മരുമക്കത്തായം, ഗോത്രമരുമക്കത്തായവും വട
    ക്കൻ സമ്പ്രദായങ്ങളും, കേരള ഭാഷാ ഇൻസ്റ്റിറ്റ്യൂട്ട്, തിരുവനന്തപു
    രം. 2004

42. ബാലൻ.സി. ഡോ. (എഡിറ്റർ) കാസർഗോഡ് ചരിത്രവും
    സമൂഹവും, കാസർഗോഡ് 2001:

43. കൊസാംബി ഡി.ഡി, പ്രാചീനഭാരതത്തിന്റെ സംസ്കാരവും
    നാഗരികതയും: ചരിത്രപരമായ രൂപരേഖ, ഡി.സി.ബുക്സ്,

44 ചിലമ്പിട്ട ഓർമ്മകൾ – കൊടക്കാട് കണ്ണൻ പെരുവണ്ണാൻ– 1992
    കുരുക്ഷേത്ര പ്രകാശൻ

45. വാണിദാസ് എളയാവൂർ, വടക്കൻ ഐതിഹ്യമാല, കറന്റ് ബുക്സ്
    കോട്ടയം – 2002

46. കഴകക്കാരൻ, കൊയ്യങ്കര തോട്ട് മുണ്ഡ്യക്കാവ് കയോക്കാരൻ തറ
    വാട് – 2018

47. തെയ്യപ്രപഞ്ചം – ഡോ.ആർ.സി. കരിപ്പത്ത് –കൈരളി ബുക്സ്
    കണ്ണൂർ – 2012

പഠനത്തിൽ വസ്തുതകൾ ലഭിക്കാൻ സഹായിച്ച
ആവേദകരുടെ പേരുകൾ ഇവിടെ ചേർക്കുന്നു.

1.   നാരായണൻ എൻ.വി, കൂവേരി മുച്ചിലോട്.
2.   കൃഷ്ണൻ മാസ്റ്റർ, കോട്ടുക്കര വീട്, വടക്കുമ്പാട്, കരിവെള്ളൂർ
3.   തായിനേരി
4.   ഗോവിന്ദൻ വി.കെ, കുനിയിൽ ഹൗസ് മാല്യൂർ പോസ്റ്റ്
5.   ഗോപാലൻ, കരിവെള്ളൂർ മുച്ചിലോട്ട്
6.   നാരായണൻ കോമരം, ഓണക്കുന്ന്, കരിവെള്ളൂർ
7.   ഇ.പി രാജഗോപാലൻ മാസ്റ്റർ
8.   ചിരി പടിഞ്ഞാറേ വീട്ടിൽ കരിവെള്ളൂർ
9.   ചന്ദ്രൻ മാസ്റ്റർ രാമന്തളി
10.   ഗോവിന്ദൻ കോമരം വാഴവളപ്പിൽ കടന്നപ്പള്ളി പോസ്റ്റ്ലക്ഷണം
      കാണിച്ചു.
11.   നാരായണൻ എം.കെ പുത്തിഗെ ഗ്രാമപഞ്ചായത്ത്.
12.   കൃഷ്ണൻ മാസ്റ്റർ കെ.വി, കാസർഗോഡ്.
13.   നാരായണൻ പോസ്റ്റ്.
14.   ജനാർദ്ദനൻ സി, പാതിരിയാട് മുച്ചിലോട്
15.   നാരായണൻ, കാരണവർ പയ്യന്നൂർ
16.   കൃഷ്ണൻ പി.വി ഓണക്കുന്ന്.
17.   ഗോവിന്ദൻ കോമരം, പുതിയ വീട്ടിൽ, നാറാത്ത് മുച്ചിലോട്ട്
18.   മനോജ്, കണിയാങ്കണ്ടി, കുറ്റ്യാട്ടൂർ പോസ്റ്റ്
19.   ചിണ്ടൻ മാസ്റ്റർ കെ.വി, ഓണക്കുന്ന്.